ഇന്ദുലേഖ

ഒ. ചന്തുമേനോൻ

മലയാളത്തിലെ ആദ്യത്തെ ലക്ഷണയുക്തമായ നോവൽ എന്ന് വിശേഷിപ്പിക്കുന്ന ഇന്ദുലേഖയുടെ കർത്താവാണ് ഒയ്യാരത്ത് ചന്തുമേനോൻ. ഒറ്റ നോവൽ കൊണ്ടുതന്നെ മലയാളസാഹിത്യച രിത്രത്തിൽ സമുന്നതസ്ഥാനം വഹിക്കുന്നു അദ്ദേഹം. രണ്ടാമത്തെ നോവലായ ശാരദയും വായനക്കാരുടെയും നിരൂപകരുടെയും മുക്തകണ്ഠപ്രശംസയ്ക്ക് പാത്രമായി. ചന്തുമേനോൻ ശാരദയുടെ ഒന്നാംഭാഗമേ എഴുതാൻ സാധിച്ചുള്ളൂ. ഇന്ദുലേഖയ്ക്കു മുൻപ് ഒരു സാഹിത്യകാരനോ മലയാളസാഹിത്യത്തോട് വിശേഷപ്രതി പത്തിയോ ഉള്ളയാളായോ ചന്തുമേനോൻ അറിയപ്പെട്ടിരുന്നില്ല. ഇന്ദുലേഖയെക്കൂടാതെ അപൂർണ്ണമായ ശാരദയും വിദ്യാവിനോദി നിയിൽ വന്ന മയൂരസന്ദേശത്തിന്റെ മണ്ഡനവും ചാത്തുക്കുട്ടിമന്നാ ടിയാരുടെ ഉത്തരരാമചരിതത്തെക്കുറിച്ചെഴുതിയ ഒരു കത്ത് എന്ന ദീർഘലേഖനവും നരികരിചരിതത്തിനെഴുതിയ മുഖവുരയും ഇത്രയുമാണ് സാഹിത്യസംബന്ധിയായ ചന്തുമേനോന്റെ ആകെ രചനകൾ.

1847 ജനുവരി 9-ന് (1022 ധനു 22 അത്തം) പ്രമാണിത്വമുള്ള കുടുംബത്തിലാണ് ചന്തുമേനോൻ ജനിച്ചത്. 1882ൽ ചന്തുമേനോൻ കാത്തോളിവീട്ടിൽ ലക്ഷ്മിയമ്മയെ വിവാഹം ചെയ്തു. ചന്തുമേ നോന് അനുരൂപയായ സഹധർമ്മിണിയായിരുന്നു അവർ. ഇന്ദു ലേഖയുടെ സൃഷ്ടിക്കു പിന്നിൽ തന്റെ പത്നിയാണെന്ന് ചന്തുമേ നോൻ സൂചിപ്പിക്കുന്നുണ്ട്. വലിയ കോയിത്തമ്പുരാൻ അമരുകശ തകം ഭാഷാന്തരീകരിച്ചതും അവരുടെ നിർബന്ധത്താലാണ്. അഞ്ച് പുത്രന്മാരും രണ്ട് പുത്രിമാരുമാണ് ഇവർക്ക്. 1899 സെപ്തം ബർ 7-ന് ചന്തുമേനോൻ അന്തരിച്ചു.

ഒ. ചന്തുമേനോൻ

ഇന്ദുലേഖ

(നോവൽ)

മാക്സ് ബുക്സ്
കോട്ടയം
2023

വില: 480 രൂപ

Indhulekha
By O.Chanthumenon
Malayalam Novel

Published by:-
MAX BOOKS
Maxlive Media Solutions Pvt Ltd.
Muppathiyil Building, Muttambalom Post,
Kanjikuzhy, Kottayam 686 004
maxlivemediasolutions@gmail.com
maxbookskerala@gmail.com
Ph: 90740 98776

Cover Design: Rajesh Chalode
Cover Painting: N.G. Sureshkumar

Printed in India
at Penta Offset, Kottayam
Edition:
First Editon October 2021
Second Edition January 2023
Copies: 1000
Price: Rs. 480

ISBN: 978-93-91085-52-0

മലയാളത്തിന്റെ ലക്ഷണമൊത്ത ആദ്യനോവൽ ഇന്ദുലേഖ പ്രസിദ്ധീകരിക്കാൻ കഴിയുന്നത് ഒരു ഭാഗ്യമാണ്. ആദ്യം പ്രസിദ്ധികരിക്കാൻ പ്രസാധകർ തയ്യാറാകാത്തതുകൊണ്ട് ആ വർഷം ഡിസംബറിൽ ചന്ദു മേനോൻ സ്വന്തമായാണ് കോഴിക്കോട്ടെ സ്പെക്റ്റേറ്റർ പ്രസ്സിൽ ഇന്ദുലേഖ അച്ചടിച്ച് പുറത്തിറക്കിയത്. 1890 ജനുവരിയിൽ നോവൽ വിൽപ്പനക്ക് എത്തി. മൂന്ന് മാസത്തിനുള്ളിൽ ഒന്നാം പതിപ്പ് മുഴുവൻ വിറ്റു തീർന്നു. 1889 മുതൽ 2020 വരെ ഉദ്ദേശം 1.75 ലക്ഷം കോപ്പിയെങ്കിലും അച്ചടിക്കപ്പെട്ടിട്ടുണ്ട്. കോളിൻസ് മദാമ്മയുടെ ഘാതകവധം (1877), ആർച്ച് ഡീക്കൻ കോശിയുടെ പുല്ലേലിക്കുഞ്ചു (1882), അപ്പു നെടുങ്ങാടിയുടെ കുന്ദലത (1887) തുടങ്ങിയവയാണ് ഇന്ദുലേഖയ്ക്കു മുൻപുണ്ടായ നോവൽമാതൃകകൾ. ഇന്ദുലേഖയുടെ പ്രസിദ്ധീകരണത്തിനു ശേഷം ഇതിനോടു സാമ്യമുള്ള ഇതിവൃത്തത്തിൽ മറ്റു പല നോവലുകളും പുറത്തിറങ്ങി. ചെറുവലത്തു ചാത്തുനായരുടെ മീനാക്ഷി (1890), കോമാട്ടിൽ പാടുമേനോന്റെ ലക്ഷ്മീകേശവം (1892), ചന്തുമേനോന്റെ തന്നെ ശാരദ തുടങ്ങിയവ ഇത്തരത്തിലുള്ളതാണ്. സാഹിത്യവും ചരിത്രവും സമ്മേളിക്കുന്ന ഈ കൃതി സാഹിത്യപ്രേമികളായ മലയാളികൾക്ക് ഒരു മുതൽക്കൂട്ടാവും.

അജീഷ് ചന്ദ്രൻ
പ്രസാധകൻ

പ്രാരംഭം

ചാത്തരമേനോൻ: എന്താണു മാധവാ ഇങ്ങനെ സാഹസമായി വാക്കുപറഞ്ഞത്? ഛീ ഒട്ടും നന്നായില്ല. അദ്ദേഹത്തിന്റ മനസ്സു പോലെ ചെയ്യട്ടെ. കാരണവന്മാർക്കു നോം കീഴടങ്ങണ്ടേ? നിന്റെ വാക്കു കുറേ കവിഞ്ഞുപോയി.

മാധവൻ: അശേഷം കവിഞ്ഞിട്ടില്ലാ. സിദ്ധാന്തം ആരും കാണി ക്കരുത്. അദ്ദേഹത്തിന് മനസ്സില്ലെങ്കിൽ ചെയ്യേണ്ട. ശിന്നനെ ഞാൻ ഒന്നിച്ചു കൊണ്ടു പോവുന്നു. അവനെ ഞാൻ പഠിപ്പിക്കും.

കുമ്മിണിഅമ്മ: വേണ്ട കുട്ടാ, അവൻ എന്നെ പിരിഞ്ഞു പാർക്കാൻ ആയില്ലാ. നീ ചാത്തരെയോ ഗോപാലനെയോ കൊണ്ടു പോയി പഠിപ്പിച്ചോ. ഏതായാലും നിന്നോടു കാരണവർക്കു മുഷി ഞ്ഞു. ഞങ്ങളോടു മുമ്പുതന്നെ മുഷിഞ്ഞിട്ടാണെങ്കിലും നിന്നെ ഇതുവരെ അദ്ദേഹത്തിനു വളരെ താൽപര്യമായിരുന്നു.

മാധവൻ: ശരി, ചാത്തരജേഷ്ടനെയും ഗോപാലനെയും എനി ഇംക്ലീഷ് പഠിപ്പിക്കാൻ കൊണ്ടുപോയാൽ വിചിത്രം തന്നെ.

ഇങ്ങനെ ഇവർ സംസാരിച്ചുകൊണ്ടു നില്ക്കുന്ന മദ്ധ്യേ ഒരു ഭൃത്യൻ വന്നു മാധവനെ അമ്മാമൻ ശങ്കരമേനോൻ വിളിക്കുന്നു എന്നു പറഞ്ഞു. ഉടനെ മാധവൻ അമ്മാമന്റെ മുറിയിലേക്കു പോയി.

ഈ കഥ എനിയും പരക്കുന്നതിനു മുമ്പ് മാധവന്റെ അവസ്ഥ യെക്കുറിച്ചു സ്വല്പമായി ഇവിടെ പ്രസ്താവിക്കേണ്ടി വന്നിരിക്കു ന്നു.

മാധവന്റെ വയസ്സ്, പഞ്ചുമേനവനുമായുള്ള സംബന്ധവിവരം, പാസ്സായ പരീക്ഷകളുടെ വിവരം ഇവകളെപ്പറ്റി പീഠികയിൽ പറ ഞ്ഞിട്ടുണ്ടല്ലോ. എനി ഇയ്യാളെക്കുറിച്ചു പറവാനുള്ളതു ചുരുക്ക ത്തിൽ പറയാം.

മാധവൻ അതിബുദ്ധിമാനും അതികോമളനും ആയ ഒരു യുവാ വാകുന്നു. ഇയാളുടെ ബുദ്ധിസാമർത്ഥ്യത്തിന്റെ വിശേഷതയെ ഇംക്ലീഷു പഠിപ്പു തുടങ്ങിയതുമുതൽ ബി. എൽ. പാസ്സാവുന്നതു

വരെ സ്കൂളിൽ അയാൾക്കു ശ്ലാഘനീയമായി ക്രമോൽകർഷമായി വന്നു ചേർന്ന കീർത്തിതന്നെ സ്പഷ്ടമായും പൂർത്തിയായും വെളി വാക്കിയിരുന്നു. ഒരു പരീക്ഷയിലെങ്കിലും മാധവൻ ഒന്നാമതു പോയ പ്രാവശ്യം ജയിക്കാതിരുന്നിട്ടില്ല. എഫ്.എ., ബി. എ ഇതുകൾ രണ്ടും ഒന്നാംക്ലാസ്സായിട്ടു ജയിച്ചു. ബി. എ പരീക്ഷയ്ക്ക് അന്യഭാഷ സംസ്കൃതമായിരുന്നു. സംസ്കൃതത്തിൽ മാധവന് ഒന്നാം തരം വില്പത്തി ഉണ്ടായി. ബി. എൽ ഒന്നാം ക്ലാസിൽ ഒന്നാമനായി ജയിച്ചു. ഇതു കൂടാതെ സ്കൂൾ വകയായ പലവക പരീക്ഷകളും പലപ്പോഴും ജയിച്ചതിനാൽ മാധവനു പലേ സമ്മാനങ്ങളും കിട്ടീ ട്ടുണ്ടായിരുന്നു. സ്കൂളിൽ മാധവനെ പഠിപ്പിച്ച എല്ലാ ഗുരുനാഥ ന്മാർക്കും മാധവനേക്കാൾ സാമർത്ഥ്യവും യോഗ്യതയും ഉണ്ടായിട്ട് അവരുടെ ശിഷ്യന്മാരിൽ ഒരുവനും ഒരിക്കലും ഉണ്ടായിട്ടില്ലെന്നുള്ള ബോദ്ധ്യമാണ് ഉണ്ടായിരുന്നത്.

ഈ വിശേഷവിധിയായ ബുദ്ധിക്കുപാർപ്പിടമായിരിപ്പാൻ തദനു രൂപമായി സൃഷ്ടിച്ചതോ മാധവന്റെ ദേഹം എന്ന് അയാളെ കണ്ടു പരിചയമായ ഏവനും തോന്നും. ഒരു പുരുഷന്റെ ഗുണദോഷങ്ങളെ വിവരിക്കുന്നതിൽ അവന്റെ ശരീരസൗന്ദര്യവർണ്ണന വിശേഷവിധി യായി ചെയ്യുന്നതു സാധാരണ അനാവശ്യമാകുന്നു. ബുദ്ധി, സമാർത്ഥ്യം, പഠിപ്പ്, പൗരുഷം, വിനയാദി ഗുണങ്ങൾ ഇതുകളെ പ്പറ്റി പറഞ്ഞാൽ മതിയാവുന്നതാണ്. എന്നാലും മാധവന്റെ ദേഹ കാന്തിയെപ്പറ്റി രണ്ടക്ഷരം ഇവിടെ പറയാതിരിക്കുന്നത് ഈ കഥ യുടെ അവസ്ഥയ്ക്ക് മതിയായില്ലെന്ന് ഒരു സമയം എന്റെ വായന ക്കാർ അഭിപ്രായപ്പെടുമോ എന്നു ഞാൻ ശങ്കിക്കുന്നതിനാൽ ചുരുക്കി പറയുന്നു.

ദേഹം തങ്കവർണ്ണം. ദിനംപ്രതി ശരീരത്തിന്റെ ഗുണത്തിന്നു വേണ്ടി ആചരിച്ചുവന്ന വ്യായാമങ്ങളാൽ ഈ യൗവനകാലത്ത് മാധ വന്റെ ദേഹം അതിമോഹനമായിരുന്നു. വേണ്ടതിലധികം അശേഷം തടിക്കാതെയും അശേഷം മെലിവു തോന്നാതെയും കാണപ്പെടുന്ന മാധവന്റെ കൈകൾ, മാറിടം, കാലുകൾ കാഴ്ചയിൽ സ്വർണ്ണം കൊണ്ടു വാർത്തു വെച്ചതോ എന്നു തോന്നാം. ആൾ ദീർഘം ധാരാളം ഉണ്ട്. മാധവന്റെ ദേഹം അളന്നു നോക്കണമെങ്കിൽ പ്രയാ സമില്ലാതെ കാലുകളുടെ മുട്ടിന്നുസമം നീളമുള്ളതും അതിഭംഗി യുള്ളതും ആയ മാധവന്റെ കുടുമകൊണ്ടു മുട്ടോളം കൃത്യമായി അളക്കാം. മാധവന്റെ മുഖത്തിന്റെ കാന്തിയും പൗരുഷശ്രീയും ഓരോ അവയവങ്ങൾക്കു പ്രത്യേകം പ്രത്യേകം ഉള്ള ഒരു സൗന്ദ

ര്യവും അന്യോന്യമുള്ള യോജ്യതയും ആകപ്പാടെ മാധവന്റെ മുഖവും ദേഹസ്വഭാവവും കൂടി കാണുമ്പോൾ ഉള്ള ഒരു ശോഭയും അദ്ഭുതപ്പെടത്തക്കതെന്നേ പറവാനുള്ളു. മാധവനെ പരിചയമുള്ള സകല യൂറോപ്യന്മാരും വെറും കാഴ്ചയിൽ തന്നെ മാധവനെ അതി കൗതുകം തോന്നി മാധവന്റെ ഇഷ്ടന്മാരായിത്തീർന്നു.

ഇങ്ങനെ ഈ യൗവനാരംഭത്തിൽ തന്റെ ശരീരവും കീർത്തിയും അതിമനോഹരമാണെന്നു സർവ്വജനങ്ങൾക്കും അഭിപ്രായം ഉള്ളതു തനിക്കു വലിയ ഒരു ഭൂഷണമാണ്- അത് ഒരിക്കലും ഇല്ലായ്മ ചെയ്യരുതെന്നുള്ള വിചാരംകൊണ്ടോ, അതല്ല സ്വാഭാവികമായ ബുദ്ധിഗുണംകൊണ്ടോ എന്നറിഞ്ഞില്ല, മാധവൻ സാധാരണ യുവാക്കളിൽ ഒരു പതിനെട്ടുവയസ്സുമുതൽ ക്രമമായി കല്യാണം ചെയ്തു ഗൃഹസ്ഥാശ്രമികളാവുന്നതിനിടയിൽ നിർഭാഗ്യവശാൽ ചിലപ്പോൾ കാണപ്പെടുന്ന ദുർവ്യാപാരങ്ങളിൽ ഒന്നും അശേഷം പ്രവേശിച്ചിട്ടില്ലെന്ന് എനിക്ക് ഉറപ്പായി പറയാം. അതുകൊണ്ട് സ്വഭാവേനയുള്ള ദേഹകാന്തിയും മിടുക്കും പൗരുഷവും മാധവനു പൂർണ്ണയൗവനമായപ്പോൾ കാണേണ്ടതുതന്നെയായിരുന്നു.

മാധവന് ഇംക്ലീഷിൽ അതിനൈപുണ്യമുണ്ടായിരുന്നുവെന്ന് ഞാൻ എനി പറയേണ്ടതില്ലല്ലോ. ലൊൻ ടെന്നിസ്സ്, ക്രിക്കറ്റ് മുതലായ ഇംക്ലീഷുമാതിരി വ്യായാമവിനോദങ്ങളിലും മാധവൻ അതിനിപുണനായിരുന്നു. നായാട്ടിൽ ചെറുപ്പം മുതല്ക്കേ പരിശ്രമിച്ചിരുന്നു. പക്ഷേ, ഇതു തന്റെ അച്ഛൻ ഗോവിന്ദപ്പണിക്കരിൽ നിന്നു കിട്ടിയ ഒരു വാസനയായിരിക്കും- അദ്ദേഹം വലിയ നായാട്ടുഭ്രാന്തനായിരുന്നു. നായാട്ടിൽ ഉള്ള ആസക്തി മാധവനു വള്ളരെ കലശലായിരുന്നു. രണ്ടുമൂന്നു വിധം വിശേഷമായ തോക്കുകൾ, രണ്ടു മൂന്നു പിസ്റ്റോൾ, റിവോൾവർ ഇതുകൾ താൻ പോവുന്നേടത്ത് എല്ലാം കൊണ്ടു നടക്കാറാണ്. തന്റെ വിനോദസുഖങ്ങൾ ഒടുവിൽ വേറെ ഒരു വഴിയിൽ തിരിഞ്ഞതുവരെ ശിക്കാറിൽ തന്നെയാണ് അധികവും മാധവൻ വിനോദിച്ചിരുന്നത്.

ഭൃത്യൻ വന്നു വിളിച്ചതിനാൽ മാധവൻ തന്റെ അമ്മാമന്റെ അടുക്കെ ചെന്നുനിന്നു.

ശങ്കരമേനോൻ: മാധവാ, ഇത് എന്തു കഥയാണ്! വയസ്സുകാലത്തു കാരണവരോട് എന്തെല്ലാം അധിക്ഷേപമായ വാക്കുകളാണു നീ പറഞ്ഞത്? അദ്ദേഹം നിന്നെ ഇംക്ലീഷു പഠിപ്പിച്ചതിന്റെ ഫലമോ ഇത്? എത്ര ദ്രവ്യം നിണക്കുവേണ്ടി അദ്ദേഹം ചിലവുചെയ്തു.

മാധവൻ: അമ്മാമനും ഇങ്ങനെ അഭിപ്രായപ്പെടുന്നതു ഞങ്ങ

ളുടെ നിർഭാഗ്യം! കാര്യം പറയുമ്പോൾ ഞാൻ അന്യായമായി ആരേയും ഭയപ്പെട്ടു പറയാതിരിക്കില്ലാ. എനിക്ക് ഈ വക ദുഷ്ടതകൾ കണ്ടുകൂടാ. വലിയമ്മാമൻ ദേഹാദ്ധ്വാനം ചെയ്തു സമ്പാദിച്ചതായ ഒരു കാശുപോലും ചിലവിടാൻ ഞാൻ ആവശ്യപ്പെട്ടിട്ടില്ല. പൂർവ്വന്മാർ സമ്പാദിച്ചതും നമ്മുടെ അഭ്യുദയത്തിന്നും ഗുണത്തിന്നും വേണ്ടി അദ്ദേഹം കൈവശം വെച്ചിരിക്കുന്നതുമായ പണം നമ്മളുടെ ന്യായമായ ആവശ്യങ്ങൾക്കുവേണ്ടി ചിലവിടാനെ ഞാൻ പറഞ്ഞുള്ളൂ. കുമ്മിണിയമ്മയും അവരുടെ സന്താനങ്ങളും ഇവിടുത്തെ ഭൃത്യന്മാരല്ല. അവരെ എന്താണു വലിയമ്മാമൻ ഇത്ര നിർദ്ദയമായി തള്ളിക്കളഞ്ഞിരിക്കുന്നത്? അവരുടെ രണ്ടു മക്കളെ ഇംഗ്ലീഷു പഠിപ്പിച്ചില്ല- കല്യാണിക്കുട്ടിയേയും വേണ്ടുംപോലെ ഒന്നും പഠിപ്പിച്ചില്ല. എന്തുകഷ്ടമാണ് ഇദ്ദേഹം ചെയ്യുന്നത്! ഇങ്ങനെ ദുഷ്ടത കാട്ടാമോ? എനി ആ ചെറിയ ശിന്നനെയും മൂരിക്കുട്ടനെപ്പോലെ വളർത്താനാണത്രേ ഭാവം. ഇതിനു ഞാൻ സമ്മതിക്കയില്ല- ഞാൻ അവനെ കൊണ്ടുപോയി പഠിപ്പിക്കും.

ശങ്കരമേനോൻ: ശിക്ഷ- ശിക്ഷ! വിശേഷം തന്നെ! നീ എന്തു കൊണ്ടാണു പഠിപ്പിക്കുന്നത്? മാസത്തിൽ അമ്പത് ഉറുപ്പികയല്ലേ നിണക്കു തരുന്നുള്ളൂ? നീ എന്തുകൊണ്ടു പഠിപ്പിക്കും? അമ്മാമന്റെ മുഷിച്ചൽ ഉണ്ടായാൽ പലേ ദുർഘടങ്ങളും ഉണ്ടായിവരാം. ക്ഷണം പോയി കാൽക്ക വീഴ്.

അമ്മാമന്റെ മുഷിച്ചൽ ഉണ്ടായാൽ പലേ ദുർഘടങ്ങളും ഉണ്ടാവും എന്നു പറഞ്ഞതിനെ കേട്ടതിൽ ഇന്ദുലേഖയെക്കുറിച്ചാണ് ഒന്നാമതു മാധവൻ വിചാരിച്ചത്. ആ വിചാരം ഉണ്ടായ ക്ഷണം മാധവന്റെ മുഖത്തു പ്രത്യക്ഷമായ ഒരു വികാരഭേദം ഉണ്ടായി. എങ്കിലും അതു ക്ഷണേന അടക്കി. അറയിൽ അങ്ങോട്ടും ഇങ്ങോട്ടും നടന്നും കൊണ്ടും ലേശം മന്ദഹാസത്തോടെ മാധവൻ മറുപടി പറഞ്ഞു.

മാധവൻ: അദ്ദേഹത്തിനെ ഞാൻ എന്താണു മുഷിപ്പിക്കുന്നത്? ന്യായമായ വാക്കു പറഞ്ഞാൽ അദ്ദേഹം എന്തിന് മുഷിയണം? അദ്ദേഹത്തിന്റെ ന്യായമില്ലാത്ത മുഷിച്ചിലിന്മേൽ എനിക്കു ഭയമില്ല.

ശങ്കരമേനോൻ: ഛീ! ഗുരുത്വക്കേട് പറയല്ലാ.

മാധവൻ: എന്തു ഗുരുത്വക്കേട്? എനിക്ക് ഈ വാക്കിന്റെ അർത്ഥം തന്നെ അറിഞ്ഞുകൂടാ.

ശങ്കരമേനോൻ: അത് അറിയാത്തതാണു വിഷമം. അപ്പാ! നീ

കുറെ ഇംക്ലീഷു പഠിച്ചു സമർത്ഥനായി എന്നു വിചാരിച്ചു നമ്മളുടെ സമ്പ്രദായവും നടപ്പും കളയല്ലാ. കുട്ടൻ ഊണു കഴിഞ്ഞുവോ?

മാധവൻ: ഇല്ല. എനിക്കു മനസ്സിന്നു വളരെ സുഖക്കേടു തോന്നി. അമ്മ പാൽക്കഞ്ഞിയും എടുത്തു വഴിയെ വന്നിരുന്നു.

അപ്പോൾ പാർവ്വതിഅമ്മ പാൽക്കഞ്ഞി വെള്ളിക്കിണ്ണത്തിൽ കൈയിൽ എടുത്തതോടുകൂടി അകത്തേക്കു കടന്നു.

ശങ്കരമേനോൻ: പാർവ്വതീ! കേട്ടില്ലേ കുട്ടൻ പറഞ്ഞതെല്ലാം?

പാർവ്വതി അമ്മ: കേട്ടു. അശേഷം നന്നായില്ലാ.

മാധവൻ: പാൽക്കഞ്ഞി ഇങ്ങട്ടു തരൂ.

രണ്ടിറക്കു പാൽക്കഞ്ഞി നിന്നെടുത്തുനിന്നുതന്നെ കുടിച്ച് അമ്മയുടെ മുഖത്തു നോക്കി ചിരിച്ചുംകൊണ്ട്,

മാധവൻ: അല്ലാ, അമ്മയ്ക്കും എന്നോടു വിരോധമായോ?

പാർവ്വതി അമ്മ: പിന്നെയൊ; അതിനെന്താണു സംശയം? ജേഷ്ഠനും അമ്മാമനും ഹിതമല്ലാത്തത് എനിക്കും ഹിതമല്ലാ. ആട്ടേ; ഈ കഞ്ഞി കുടിക്കൂ, എന്നിട്ടു സംസാരിക്കാം. നേരം ഉച്ചയായി. കുടുമ എന്തിനാണ് എപ്പോഴും ഇങ്ങനെ തൂക്കി ഇടുന്നത്; ഇങ്ങട്ടു വരൂ; ഞാൻ കെട്ടിത്തരാം. കുടുമ പകുതി ആയിരിക്കുന്നു.

മാധവൻ: അമ്മേ ശിന്നനെ ഇംക്ലീഷു പഠിപ്പിക്കേണ്ടത് ആവശ്യമോ അല്ലേയോ? നിങ്ങൾ പറയിൻ.

പാർവ്വതി അമ്മ; അതു നിന്റെ വലിയമ്മാമൻ നിശ്ചയിക്കേണ്ടതല്ലേ കുട്ടാ. എനിക്ക് എന്തറിയാം. വലിയമ്മാമനല്ലേ നിന്നെ പഠിപ്പിച്ചത്; അദ്ദേഹം തന്നെ അവനേയും പഠിപ്പിക്കുമായിരിക്കും.

മാധവൻ: വലിയമ്മാമൻ പഠിപ്പിക്കാതിരുന്നാലോ?

പാർവ്വതി അമ്മ: പഠിക്കേണ്ട.

മാധവൻ: അതിനു ഞാൻ സമ്മതിക്കുകയില്ലാ.

പാർവ്വതിഅമ്മ: കിണ്ണം ഇങ്ങോട്ടു തന്നേക്കൂ; ഞാൻ പോകുന്നു. ഉണ്ണാൻ വേഗം വരണേ.

ഇന്ദുലേഖ

സുന്ദരികളായിട്ടുള്ള നായികമാരെ വർണ്ണിക്കുന്നതിലുള്ള സാമർത്ഥ്യം ഒട്ടും എനിക്കില്ലെന്ന് ഈ അദ്ധ്യായം എഴുതേണ്ടി വരുമെന്ന് ഓർത്തപ്പോൾ എനിക്കുണ്ടായ ഭയം എന്നെ നല്ലവണ്ണം മനസ്സിലാക്കിയിരിക്കുന്നു. എന്നാലും നിവൃത്തിയില്ലല്ലോ. കഴിയുമ്പോലെ പറയുക എന്നേ വരൂ. ഇന്ദുലേഖയ്ക്ക് ഈ കഥ ആരംഭി

ക്കുന്ന കാലം ഏകദേശം പതിനെട്ടു വയസ്സു പ്രായമാണ്. ഇവളുടെ സൗന്ദര്യത്തെക്കുറിച്ച് അവയവം പ്രതി വർണ്ണിക്കുന്നതിനേക്കാൾ അധികം എളുപ്പം ആകപ്പാടെ ഇവളുടെ ആകൃതിയുടെ ഒരു ശോഭയെക്കുറിച്ചുമാത്രം അല്പം പറയുന്നതാണ്. സൗന്ദര്യം എന്നത് ഇന്നതാണെന്നും ഇന്നപ്രകാരമായാലാണെന്നും മുൻകൂട്ടി മനസ്സുകൊണ്ടു ഗ്രഹിച്ചു ഗണിക്കപ്പെടുവാൻ സാദ്ധ്യമായ ഒരു ഗുണപദാർത്ഥമല്ലാ. പലേ സ്ഥിതികളിലും പലേ പ്രകാരമുള്ള യോജ്യതകളിലും ഒരു രൂപത്തിന്നു സൗന്ദര്യമുണ്ടായി എന്നുവരാം. കറുപ്പുനിറം സാധാരണ ശരീരവർണ്ണത്തിന്നു സൗന്ദര്യമില്ലാത്തതാണെന്നു പറയുന്നു. എന്നാൽ ചിലപ്പോൾ കറുപ്പുനിറം വേറെ സാധനങ്ങളുമായുള്ള ചേർച്ചയാലോ മറ്റു പ്രകാരത്തിലോ ബഹുശോഭയോടെ കാണപ്പെടുന്നുണ്ട്. (ഇന്ദുലേഖ കറുത്തിട്ടാണെന്ന് എന്റെ വായനക്കാര് ഇവിടെ ശങ്കിച്ചു പോകരുതെ.) അതുപ്രകാരംതന്നെ ധാവള്യം, അല്ലെങ്കിൽ സ്വർണ്ണ വർണ്ണം ഇതുകൾ ശരീരവർണ്ണത്തിന്നു ഭംഗിയുള്ളതാണെന്നു സാധാരണ ധരിച്ചുവരുന്നുണ്ട്. എന്നാൽ ചിലപ്പോൾ ഈ വർണ്ണമായാലും ചില ശരീരത്തിന്നു ഭംഗിയില്ലെന്നു തോന്നുന്നു. എന്റെ അഭിപ്രായത്തിൽ സൗന്ദര്യം എന്നതു ശോഭാനിഷ്ഠമായ ഒരു സാധനമാണെന്നാകുന്നു. ശോഭ എവിടെ തോന്നുന്നുവോ അവിടെ സൗന്ദര്യമുണ്ട് എന്നു പറയാം. ഈ ഇൻഡ്യാരാജ്യത്തുള്ള സംസ്കൃതഗ്രന്ഥങ്ങളിൽ ഒരു സ്ത്രീയുടെ സൗന്ദര്യവർണ്ണനയിൽ കവചങ്ങൾക്ക് അതികൃഷ്ണവർണ്ണത്വവും നേത്രങ്ങൾക്കു നീലാബ്ജസദൃശ്യതയും അതിവിശിഷ്ടമായ സൗന്ദര്യലക്ഷണങ്ങളിൽ മുഖ്യങ്ങളായി പറഞ്ഞുകാണുന്നു. ഇംഗ്ലീഷ് കവികൾ ഒരു യുവതിയുടെ സൗന്ദര്യലക്ഷണങ്ങളിൽ അവളുടെ തലമുടിയുടെ സ്വർണ്ണവർണ്ണത്വവും കണ്മിഴികൾക്കു മങ്ങിയ മാതിരി വെളുപ്പോടുകൂടിയ ലഘുവായ നീല വർണ്ണവും (അല്ലെങ്കിൽ പടുഭാഷയിൽ നുമ്മൾ പറയുന്നതുപോലെ ശുദ്ധ പൂച്ചക്കണ്ണ്) മുഖ്യങ്ങളായി വർണ്ണിച്ചു വരുന്നു.

ഇവിടെ സംസ്കൃതകവികളുടെയും ഇംഗ്ലീഷ് കവികളുടെയും സിദ്ധാന്തങ്ങൾ രണ്ടും ശരിയാണെന്നു പലപ്പോഴും എനിക്കുതന്നെ തോന്നിട്ടുണ്ട്. കറുത്തനിറത്തിലുള്ള തലമുടി എങ്ങനെ നമ്മുടെ സ്ത്രീകൾക്കു ഭംഗി തോന്നിക്കുന്നുവോ അതുപ്രകാരം തന്നെ സ്വർണ്ണവർണ്ണമായ തലമുടി ചില യൂറോപ്യൻ സ്ത്രീപുരുഷന്മാരിൽ എനിക്കു ബഹുഭംഗിയും ജീവനും ഉള്ളതുകളായി തോന്നപ്പെട്ടിട്ടുണ്ട്.

പലേ അവയവങ്ങളുടെ യോജ്യതകളിൽ നിന്നും വർണ്ണങ്ങളിൽ നിന്നും ആകാരങ്ങളിൽ നിന്നും മനസ്സിന് ഓരോ പ്രത്യേക ദേഹങ്ങൾ കാണുമ്പോൾ സൗന്ദര്യം ഉണ്ടെന്നും ഇല്ലെന്നും തോന്നാം. അതുകൊണ്ട് സാധാരണയായി ഒരു സ്ത്രീക്കും സൗന്ദര്യം, ഇന്നിന്ന പ്രകാരത്തിൽ അവയവങ്ങളും വർണ്ണവും ആയാൽ ഉണ്ടാവുമെന്നു മനസ്സുകൊണ്ടു മുൻകൂട്ടി ഗണിച്ചുവെപ്പാൻ പാടില്ലാത്ത ഒരു സാധനമാണെന്നു ഞാൻ വിചാരിക്കുന്നു.

ചില സ്ത്രീകളെ ആപാദചൂഡം നോക്കിയാൽ ഒരവയവത്തിനും പ്രത്യേക ദോഷാരോപണം ചെയ്‌വാൻ പാടുണ്ടാകയില്ലെങ്കിലും ആകപ്പാടെ നോക്കിയാൽ മനസ്സിന് അശേഷം കൗതുകം തോന്നാതെ വരാം. ചില സ്ത്രീകൾക്ക് അവയവങ്ങൾ പ്രത്യേകമായി സൂക്ഷിച്ചുനോക്കിയാൽ ധാരാളം ദോഷം പറവാനുണ്ടായിരുന്നാലും ആകപ്പാടെ അവരെ കണ്ടാൽ കൗതുകം തോന്നും.

എന്നാൽ ഒരു സ്ത്രീക്ക് സൗന്ദര്യം ഉണ്ട്. ഒരു സ്ത്രീ സുന്ദരി എന്നു ഞാൻ പറയണമെങ്കിൽ അവളുടെ അവയവങ്ങൾ പ്രഥമദൃഷ്ടത്തിലും പിന്നെ സാവധാനത്തിൽ സൂക്ഷിച്ച് ആലോചിച്ചു നോക്കിയാലും ഒരുപോലെ അതികോമളമായി മനോഹരങ്ങളായിരിക്കണം. പിന്നെ ആകപ്പാടെ സർവ്വാവയവങ്ങളും ഒന്നായി ചേർത്തുനോക്കിയാൽ അതിയായുള്ള ഒരു ശോഭ തോന്നണം. കാണുന്ന ക്ഷണത്തിന് മനസ്സിനെ എങ്ങനെ മോഹിപ്പിക്കുന്നുവോ അതു പോലെ തന്നെ എല്ലായ്പോഴും എത്രനേരമെങ്കിലും നോക്കിയാലും മനസ്സിന്നു കണ്ടതു പോരെന്നുള്ള മോഹം ഉണ്ടാക്കിച്ചുകൊണ്ടേയിരിക്കണം, അങ്ങനെയുള്ള സ്ത്രീയെ ഞാൻ സുന്ദരി എന്നു പറയും. ഇന്ദുലേഖ അങ്ങനെയുള്ള സ്ത്രീകളിൽ അഗ്ര ഗണ്യയായിരുന്നു.

ഇന്ദുലേഖയുടെ ദേഹത്തിന്റെ വർണ്ണത്തെക്കുറിച്ചു ഞാൻ ഒന്നു മാത്രം പറയാം. അരയിൽ നേമം ഉടുക്കുന്നു കസവുതുണിയുടെ വക്കിനുള്ള പൊൻകസവുകര മദ്ധ്യപ്രദേശത്തു പട്ടയുടെമാതിരി ആവരണമായി നില്ക്കുന്നതു കസവാണെന്നു തിരിച്ചറിയണമെങ്കിൽ കൈകൊണ്ടു തൊട്ടുനോക്കണം; ശരീരത്തിന്റെ വർണ്ണം പൊൻകസവിന്റെ സവർണ്ണമാകയാൽ കസവ് എവിടെ അവസാനിച്ചു ശരീരം എവിടെ തുടങ്ങി, എന്നു കാഴ്ചയിൽ പറവാൻ ഒരുവനും കേവലം സാധിക്കയില്ല. കചങ്ങളുടെ നീലിമയും ദൈർഘ്യവും നിബിഡതയും മാർദ്ദവവും അതിമനോഹരമെന്നേ പറവാനുള്ളൂ. അധരങ്ങൾ, ആ വർണ്ണത്തിൽ പക്ഷേ, യൂറോപ്യൻ

സ്ത്രീകളിൽ അല്ലാതെ കാണ്മാൻ കഴിയുമോ എന്നു സംശയം. നേത്രങ്ങളുടെ ദൈർഘ്യവും ത്രിവർണ്ണത്വവും അതുകളുടെ ഒരു ജീവനും അതുകളെക്കൊണ്ടു ചിലപ്പോൾ ചെയ്യുന്ന ഓരോ കടാക്ഷങ്ങളിൽ നിന്നു യുവാക്കളുടെ നെഞ്ചിൽ വീഴുന്ന വഹ്നിയുടെ തൈക്ഷ്ണ്യവും കണ്ട് അനുഭവിച്ചവർക്കുതന്നേ അറിവാൻ പാടുള്ളൂ. ഈ കാലം സ്തനങ്ങൾ കഠിനഭാരങ്ങളാവാൻ സമീപിച്ചിരിക്കുന്നു എന്നുതന്നെ പറയാം. വൃത്തങ്ങളായി നിരന്തരങ്ങളായി പൊങ്ങിവരുന്ന ആ തങ്കക്കുടങ്ങളെ ഏതു യുവാവു കണ്ടു സഹിക്കും? ഈ അതിമനോഹരിയായ ഇന്ദുലേഖയുടെ സൗന്ദര്യത്തെ വർണ്ണിപ്പാൻ ആരാൽ സാധിക്കും!

ഇന്ദുലേഖയുടെ സുവർണ്ണസദൃശ്യമായ വർണ്ണവും കുരുവിന്ദസമങ്ങളായ രദനങ്ങളും വിദ്രുമം പോലെ ചുവന്ന അധരങ്ങളും കരിങ്കുവലയങ്ങൾക്കു ദാസ്യം കൊടുത്ത നേത്രങ്ങളും ചെന്താമരപ്പൂപോലെ ശോഭയുള്ള ആ മുഖവും നീല കുന്തളങ്ങളും സ്തനഭാരവും അതികൃശമായ മദ്ധ്യവും മറ്റും ആകപ്പാടെ കാണുമ്പോൾ പുരുഷന്മാരുടെ മനസ്സിന് ഉണ്ടായ ആനന്ദവും സന്തോഷവും പരിതാപവും ഭ്രാന്തിയും ആസക്തിയും വ്യഥയും ഇന്നപ്രകാരമാണെന്നു പറഞ്ഞറിയിപ്പാൻ എന്നാൽ അസാദ്ധ്യമാണെന്ന് ഞാൻ തീർച്ചയായി ഇവിടെ സമ്മതിക്കുന്നു.

ഈ രൂപഗുണത്തിനു യോഗ്യമായ പഠിപ്പും സൗശീല്യാദിഗുണങ്ങളും ഇവൾക്കുണ്ടായിരുന്നു. ഇന്ദുലേഖ കിളിമാനൂർ ഒരു രാജാവവർകളുടെ മകളായിരുന്നു. ഇന്ദുലേഖയ്ക്ക് രണ്ടരവയസ്സു പ്രായമായപ്പോൾ രാജാവു സ്വർഗ്ഗാരോഹണമായി. ഏകദേശം മൂന്നുവയസ്സു പ്രായമായപ്പോൾ തന്റെ വലിയച്ഛൻ പഞ്ചുമേനവന്റെ ജ്യേഷ്ഠപുത്രനും തന്റെ അമ്മാമനും ഇംക്ലീഷ്, സംസ്കൃതം, സംഗീതം മുതലായ വിദ്യകളിൽ അതിനിപുണനും ഒരു ദിവാൻ പേഷ്കാരുദ്യോഗത്തിൽ എണ്ണൂററുറുപ്പിക ശമ്പളമായിരുന്ന ആളും ആയ കൊച്ചുകൃഷ്ണമേനോൻ, തന്റെ കൂടെ താൻ ഉദ്യോഗം ചെയ്തിരുന്ന ദിക്കിൽ കൊണ്ടുപോയി പതിനാറു വയസ്സുവരെ വിദ്യാഭ്യാസങ്ങൾ ചെയ്യിപ്പിച്ചു. ഇംക്ലീഷു നല്ലവണ്ണം പഠിപ്പിച്ചു. സംസ്കൃതത്തിൽ നാടകാലങ്കാരങ്ങൾ വരെ പഠിപ്പിച്ചു. സംഗീതത്തിൽ പല്ലവി രാഗവിസ്താരംവരെ പാടാനും പിയാനോ, ഫിഡിൽ, വീണ ഇതുകൾ വിശേഷമായി വായിപ്പാനും ആക്കിവെച്ചു. പിന്നെ ചില്ലറയായി സ്ത്രീകളെ യൂറോപ്പിൽ അഭ്യസിപ്പിക്കുന്ന തുന്നൽ, ചിത്രം മുതലായതുകളിലും തന്റെ അതിമനോഹരിയായ മരുമകൾക്കു പരി

ചയം വരുത്തി ബിലാത്തിയിൽ ഒരു ഇംക്ലീഷുസ്ത്രീയെ അഭ്യസിപ്പിക്കുന്നവിധമുള്ള പഠിപ്പും അറിവുകളും സമ്പ്രദായങ്ങളും ഇന്ദുലേഖയ്ക്ക് ഉണ്ടാക്കി വെയ്ക്കണമെന്നുള്ള ആഗ്രഹം മഹാനും അതിബുദ്ധിശാലിയും ആയിരുന്ന ആ കൊച്ചു കൃഷ്ണമേനോൻ ഇന്ദുലേഖയുടെ പതിനാറാം വയസ്സിലകത്തു സാധിപ്പാൻ കഴിയുന്നിടത്തോളം സാധിച്ചു എന്നു തന്നെ പറയാം. എന്നാൽ ഭാഗ്യം കേവലം ഒരെടത്തും സമ്പൂർത്തിയായി എന്നു പറവാൻ മനുഷ്യനു സാധിക്കയില്ലല്ലോ. ഇന്ദുലേഖയുടെ പതിനാറാമത്തെ വയസ്സ് അവസാനിച്ചതോടുകൂടി കൊച്ചുകൃഷ്ണമോനോന്റെ കാലവും അവസാനിച്ചു. പിന്നെ വലിയച്ഛന്റെ കൂടെ അമ്മയുടെയൊന്നിച്ചു വലിയച്ഛന്റെ പൂവരങ്ങിൽ എന്ന ഭവനത്തിൽ ആണ് താമസം ആയത്.

ഇന്ദുലേഖയുടെ സ്വാഭാവികമായ ഗുണങ്ങളാലും തന്റെ പൗത്രിയായതിനാലും തന്റെ പ്രാണപ്രിയനായ മകന് ഇന്ദുലേഖയിൽ ഉണ്ടായ സ്നേഹ ശക്തി ഓർത്തും ഇന്ദുലേഖയുടെ വലിയച്ഛന് ഇന്ദുലേഖയിൽ ഉള്ള സ്നേഹം ഇന്നപ്രകാരമായിരുന്നു എന്നും ഇത്ര ഉണ്ടായിരുന്നു എന്നും എനിക്ക് എന്റെ വായനക്കാരെ പറഞ്ഞു മനസ്സിലാക്കുവാൻ പ്രയാസമാണ്. ഇന്ദുലേഖയ്ക്കു താമസിപ്പാൻ പ്രത്യേകമായ ഒരു മാളികബങ്കളാവാണ് ശട്ടം ചെയ്തിരുന്നത്. ആ ബങ്കളാവിലെ എല്ലാ മുറികളിലും ഇംക്ലീഷുമാതിരി സാമാനങ്ങളും മറ്റും ഭംഗിയായി ശേഖരിച്ചുവെച്ച് ഇന്ദുലേഖയുടെ അഭീഷ്ടപ്രകാരം എല്ലാം ശട്ടം ചെയ്തുവന്നു. കൊച്ചുകൃഷ്ണമേനോന്റെ അകാലമരണത്താൽ ഇന്ദുലേഖയ്ക്ക് ഒരു വിധത്തിലും ഒന്നിനും ഒരു ബുദ്ധിമുട്ടും വന്നു കൂടാ എന്ന് ഇന്ദുലേഖയുടെ വലിയച്ഛൻ ഉറപ്പായി നിശ്ചയിച്ചിരുന്നു.

ഇന്ദുലേഖയുടെ ദിനചര്യകളും സമ്പ്രദായങ്ങളും സ്വഭാവവും അവളുടെ പഠിപ്പു നിമിത്തവും തന്റെ അമ്മാമൻ മഹാനായ കൊച്ചു കൃഷ്ണമേനോന്റെ ബുദ്ധിശക്തിക്കനുസരിച്ച് തനിക്കു കിട്ടിയ അറിവുകൾ നിമിത്തവും അതിരമണീയമായിരുന്നു എന്നേ പറവാനുള്ളൂ. ഇംക്ലീഷ് പഠിച്ചതിനാൽ താൻ ഒരു മലയാളസ്ത്രീയാണെന്നുള്ള നില ലേശം വിട്ടിട്ടില്ല. ഹിന്ദുമതദ്വേഷമാകട്ടെ, നിരീശ്വരമതമാകട്ടെ, നിർഭാഗ്യവശാൽ ചിലപ്പോൾ ചില പഠിപ്പുള്ള ചെറുപ്പക്കാർക്ക് ഉണ്ടാകുന്നപോലെ സർവ്വരിലും ഉള്ള ഒരു പുച്ഛരസമാവട്ടെ ഇന്ദുലേഖയെ കേവലം ബാധിച്ചിട്ടേ ഇല്ല. കുളികുറി, ഉടുപ്പുടവ, സംസാരം-തന്റെ അമ്മ, മുത്തശ്ശി, വലിയച്ഛൻ, അമ്മാമൻ ഇവരിലുള്ള ഭക്തി, വിശ്വാസം- നാട്ടുകാർ സമീപവാസികളായി ഇംക്ലീഷ്

പഠിക്കാതുള്ള തന്റെ സഖികളിൽ ഉള്ള ചേർച്ച, രാസക്യം- വിശേഷിച്ചു പറയുന്ന വാക്കുകളിലും ചെയ്യുന്ന പ്രവൃത്തികളിലും പ്രത്യക്ഷമായി കാണപ്പെടാവുന്ന താഴ്മയും ഗർവ്വില്ലായ്മയും ഇതുകളെ എല്ലാം കണ്ട് ഇന്ദുലേഖയെ പരിചയമുള്ളവർ എല്ലായ്പ്പോഴും അദ്ഭുതപ്പെട്ടിരുന്നു. ഇങ്ങനെയാണ് കുട്ടികളെ അഭ്യസിപ്പിച്ചു വളർത്തേണ്ടത് എന്നു ബുദ്ധിയുള്ള ഏവനും പറയും. ഇന്ദുലേഖ ആ മഹാനായ കൊച്ചുകൃഷ്ണമേനോന്റെ കീർത്തിലതയായിട്ടു തന്നെ തീർന്നു.

ഇന്ദുലേഖയുടെ നേമത്തെ ആഭരണങ്ങൾ വളരെ ചുരുങ്ങിയ മാതിരിയാണ്. ആഭരണങ്ങൾ അമ്മാമൻ കൊച്ചുകൃഷ്ണമേനോൻ കൊടുത്തതും, അമ്മയുടെ വകയായി തന്റെ അച്ഛൻ കൊടുത്തതു തനിക്കു കിട്ടിയതും, വലിയച്ഛൻ കൊടുത്തതും കൂടി അനവധി ഉണ്ട്. എന്നാൽ ഇന്ദുലേഖ ഈ ആഭരണങ്ങളിൽ അത്ര പ്രിയം ഉള്ള ഒരു കുട്ടി അല്ലായിരുന്നു. വിശേഷദിവസങ്ങളിൽ വല്ല ആഭരണങ്ങളും വിശേഷവിധിയായി കെട്ടേണമെങ്കിൽ അമ്മയുടേയോ മുത്തശ്ശിയുടേയോ വലിയച്ഛന്റെയോ കഠിനനിർബന്ധം വേണം കാതിൽ കൊത്തുള്ള തോടകളും കഴുത്തിന്റെ മദ്ധ്യത്തിൽ ഉരുണ്ട ഒരു സ്വർണ്ണനൂലിന്മേൽ ചെറിയ ഒരു പതക്കവും, അതിനു ചുവടെ ഒരു പരന്ന സ്വർണ്ണനൂലിന്മേൽ നല്ല വിലയുള്ള വൈരവും പച്ചരത്നവും ചുകപ്പുരത്നവും കൊണ്ടു വേലചെയ്ത ഒരു പതക്കവും, കൈകളിൽ തഞ്ചാവൂരിൽ കിഴക്കൻ സമ്പ്രദായത്തിൽ വേലചെയ്ത ഓരോ പൂട്ടുവളയും, കൈവിരലുകളിൽ സ്വല്പം മോതിരങ്ങളും മാത്രമാണ് നേമം പെരുമാറുന്ന ആഭരണങ്ങൾ. എന്നാൽ ആഭരണങ്ങളിൽ അത്രയധികം പ്രീതി ഇല്ലെങ്കിലും ഇന്ദുലേഖയ്ക്ക് വസ്ത്രങ്ങളെ വളരെ താല്പര്യമാണ്. വിശേഷമായ എഴയും കസവും ഉള്ള ഒന്നരയും മേൽമുണ്ടും ദിവസം നിത്യവെള്ളയായി കുളിക്കുമ്പോഴും വൈകുന്നേരം മേൽകഴുകുമ്പോഴും തെയ്യാർ വേണം. കുചപ്രദേശങ്ങൾ എല്ലായ്പോഴും ധവളമായ ഒരു കസവുമേൽമുണ്ടുകൊണ്ടു മറച്ചിട്ടേ കാണാറുള്ളു. ഇങ്ങനെയാണ് നിയമമായുള്ള ഉടുപ്പ്.

ഇന്ദുലേഖ എന്ന പേര് ഈ കഥയിലുള്ള മറ്റു സ്ത്രീകളുടെ പേരുമായി നോക്കുമ്പോൾ പക്ഷേ, കുറെ അയോഗ്യമായിരിക്കുന്നു എന്ന് എന്റെ വായനക്കാർ വിചാരിക്കുമായിരിക്കാം. പേര് ഇങ്ങനെ വിളിച്ചു വന്നതു കൊച്ചുകൃഷ്ണമേനോനാണ്. കുട്ടിക്കു ജാതകത്തിൽ വെച്ച പേര് മാധവി എന്നായിരുന്നു. എന്നാൽ കുട്ടിയുടെ അതിലളിതമായ സ്വരൂപത്തിന്റെ അവസ്ഥയ്ക്ക് ഇന്ദുലേഖ എന്ന

പേർ വിളിക്കണമെന്നു കൊച്ചുകൃഷ്ണമേനോൻ നിശ്ചയിച്ച് അങ്ങനെ വിളിച്ചു വന്നതാണ്. എന്നാൽ ഇവളെ നമ്മുടെ ഈ കഥ തുടങ്ങുന്നകാലം മാധവി എന്ന് ഒരാൾ മാത്രം വിളിച്ചു വന്നു. അതു മാധവനായിരുന്നു. ഇത്ര സുന്ദരനും രസികനും വിദ്വാനും സമർത്ഥനും തന്റെ വലിയച്ഛന്റെ മരുമകനും ആയ മാധവനും ഇന്ദുലേഖയുമായി അന്യോന്യം സ്നേഹിക്കാതിരിപ്പാൻ നിവൃത്തി യില്ലെന്നു ഞാൻ പറയേണ്ടതില്ലല്ലോ. ഈ കഥ തുടങ്ങുന്ന കാലത്ത് ഇവർ അന്യോന്യം അന്തഃകരണ വിവാഹം കഴിച്ചുവെച്ചിരിക്കുന്നു എന്നു തന്നെ പറയാം.

പ്രകൃതം നിസർഗ്ഗമധുരമാണെങ്കിലും ഇന്ദുലേഖയുടെ ഹിതത്തിനോ ഇഷ്ടത്തിന്നോ വിരോധമായി പറവാൻ ആ വീട്ടിൽ ആർക്കും ശക്തി ഉണ്ടായില്ല. ഇവളുടെ തന്റേടവും നിലയും ആ വിധമായിരുന്നു. എന്നാൽ ഇന്ദുലേഖയുടെ പ്രവൃത്തിയിലോ ഇരിപ്പിലോ ഒരാൾക്കും ഒരു ദോഷം പറയാൻ ഉണ്ടായിരുന്നില്ല.

ഈ കഥ തുടങ്ങുന്ന കാലത്ത് ഇന്ദുലേഖയും മാധവനും അന്യോന്യം അന്തഃകരണവിവാഹം ചെയ്തു വെച്ചിരിക്കുന്നു എന്നു സമഷ്ടിയായി പറഞ്ഞാൽ മതിയാകുമോ എന്നു ഞാൻ സംശയിക്കുന്നു. ഇവർക്ക് അന്യോന്യം അനുരാഗം ഉണ്ടാവാതിരിപ്പാൻ പാടില്ലെന്ന് എന്റെ വായനക്കാർ ഊഹിക്കും. എന്നാൽ ഈ സംഗതിയെ ഊഹിച്ചു നിശ്ചയിപ്പാൻ വിടുന്നതിനെക്കാൾ ചുരുക്കത്തിൽ സ്പഷ്ടമായി ഇവിടെ പറയുന്നതാണു നല്ലത് എന്നു ഞാൻ വിചാരിക്കുന്നു. അതുകൊണ്ട് അല്പം പൂർവ്വകഥാ പ്രസംഗം ചെയ്യുന്നു.

മഹാനായ കൊച്ചുകൃഷ്ണമേനോൻ ഇന്ദുലേഖയ്ക്കു വിദ്യാഭ്യാസം മുഴുവനും കഴിച്ചശേഷം ഇന്ദുലേഖയ്ക്ക് അനുരൂപനായ പുരുഷനെ യോഗ്യരിൽ നിന്ന് അവൾതന്നെ തിരഞ്ഞെടുക്കേണ്ടതാണ് എന്നുള്ള അഭിപ്രായക്കാരനായിരുന്നു. എന്നാൽ ഈ ഘന പുരുഷൻ ഇതിനെക്കുറിച്ച് അധികമായി ആരോടും ഒന്നും സംസാരിച്ചിട്ടില്ല. പെണ്ണിനു പത്തു പതിനൊന്നു വയസ്സായ മുതൽ പലേ യോഗ്യരായ ആളുകൾ എല്ലാം ഈ കാര്യത്തിൽ കൊച്ചുകൃഷ്ണ മേനോൻ പേഷ്കാരുടെ മനസ്സറിവാൻ ഉത്സാഹിച്ചിട്ടും സാധിച്ചിട്ടില്ല.

താൻ മരിക്കുന്നതിന് അല്പദിവസങ്ങൾക്കു മുമ്പ് കല്പനയിന്മേൽ ഇന്ദുലേഖയോടു കൂടി അച്ഛനെ കാണാൻ വന്നിരുന്ന സമയം ഒരു ദിവസം അച്ഛൻ പഞ്ചുമേനോൻ തന്നോട് ഇന്ദുലേഖയ്ക്ക് വയസ്സ് 15-ൽ അധികമായല്ലോ നല്ല ഒരു സംബന്ധം തുടങ്ങിപ്പി

ക്കേണ്ടേ? എന്നു ചോദിച്ചതിന് ഉത്തരമായി ഇന്ദുലേഖയുടെ വിദ്യാഭ്യാസങ്ങൾ മുഴുവനും ആയിട്ടില്ലെന്നും അതു കഴിഞ്ഞശേഷമേ ആ ആലോചന തന്നെ ചെയ്‌വാൻ ആവശ്യമുള്ളൂ എന്നും വിദ്യാഭ്യാസം ചെയ്ത് ഇന്ദുലേഖയെ യോഗ്യതയുള്ളവളാക്കിത്തീർക്കേണ്ടുന്ന ഭാരമാണു തനിക്കുള്ളത് എന്നും ആ യോഗ്യത അവൾക്കെത്തിയാൽ ഇന്ദുലേഖതന്നെ പിന്നെ അവൾക്കു വേണ്ടതെല്ലാം യഥോചിതം പ്രവർത്തിച്ചുകൊള്ളുമെന്നും കൊച്ചുകൃഷ്ണമേനോൻ പറഞ്ഞിട്ടുണ്ടായിരുന്നു. വൃദ്ധനായ പഞ്ചുമേനോന് ഈ ഉത്തരം നല്ലവണ്ണം മനസ്സിലായിട്ടും അത്ര രസിച്ചിട്ടും ഉണ്ടായിരുന്നില്ലെങ്കിലും മകനോടു താൻ പിന്നെ ഇതിനെക്കുറിച്ച് ഒന്നും ചോദിച്ചിട്ടേ ഇല്ല.

ഇന്ദുലേഖ കൊച്ചുകൃഷ്ണമോനോന്റെ കൂടെ താമസിക്കുന്ന കാലവും മാധവനെ കൂടക്കൂടെ കാണാറുണ്ട്. കൊച്ചുകൃഷ്ണമേനോനു മാധവനെ വളരെ ഇഷ്ടമായിരുന്നു. മാധവൻ അതിബുദ്ധിമാനായ കുട്ടിയാണെന്നു പലപ്പോഴും പലരോടും അദ്ദേഹം സംഗതിവശാൽ പറയുന്നത് ഇന്ദുലേഖ തന്നെ കേട്ടിട്ടുണ്ട്. എന്നാൽ അതിൽ അധികമൊന്നും മാധവനെക്കുറിച്ച് അദ്ദേഹം പറയുന്നതു കേട്ടിട്ടില്ല. അദ്ദഹത്തിന്റെ മനസ്സിൽ മാധവൻ ഇന്ദുലേഖയ്ക്ക് യോഗ്യനാണെന്നു തീർച്ചപ്പെടുത്തീട്ടുണ്ടായിരുന്നുവോ ഇല്ലയോ എന്ന് ആർക്കും നിശ്ചയമുണ്ടായിരുന്നില്ല.

കൊച്ചുകൃഷ്ണമേനോന്റെ മരണശേഷം പൂവരങ്ങിൽ താമസം തുടങ്ങിയതുമുതൽ ഇന്ദുലേഖയും മാധവനും തമ്മിൽ വളരെ സ്നേഹമായിത്തീർന്നു. മദിരാശിയിൽ നിന്നും വീട്ടിലേക്കു വരുന്ന സമയങ്ങളിൽ എല്ലായ്പ്പോഴും രണ്ടുപേരും തമ്മിൽ സംസാരിച്ചും കളിച്ചും ചിരിച്ചും സമയം കഴിച്ചു. ഇങ്ങനെ കുറെ ദിവസങ്ങൾ കഴിഞ്ഞപ്പോഴേക്ക് ഇന്ദുലേഖയ്ക്കും മാധവനും പരസ്പരം കുറേശ്ശേ അനുരാഗം തുടങ്ങി. എന്നാൽ അന്യോന്യം ലേശം പോലും അറിയിച്ചില്ല. ഇന്ദുലേഖ അക്കാലം കേവലം അറിയിക്കാഞ്ഞതു മാധവന്റെ പഠിപ്പിന്നു വല്ല വിഘ്നവും അതിനാൽ വരരുത് എന്നു വിചാരിച്ചിട്ടാണ്. മാധവൻ അറിയിക്കാഞ്ഞതു കുറെ ലജ്ജിച്ചിട്ടും പിന്നെ തനിക്ക് ഈ കാര്യം സാദ്ധ്യമാവാൻ പ്രയാസമുള്ളതായിരിക്കാമെന്നു ശങ്കിച്ചിട്ടും ആകുന്നു. അങ്ങനെ തോന്നാൻ മാധവനു നല്ല കാരണമുണ്ടായിരുന്നു. ഇന്ദുലേഖ മലയാളത്തിൽ എങ്ങും പ്രസിദ്ധപ്പെട്ട ഒരു സ്ത്രീരത്നമായിരുന്നു. മഹാരാജാക്കന്മാർ മുതലായി പലരും ഈ കുട്ടിയെ കിട്ടേണമെന്ന് ആഗ്രഹിക്കുന്നുണ്ടെന്നു കൂടക്കൂടെ

പഞ്ചുമേനോന് വരുന്ന കത്തുകളാലും പൂവരങ്ങിലും മറ്റും വെച്ച് ഇതിനെപ്പറ്റി ആളുകൾ തമ്മിൽ ഉണ്ടാവുന്ന പ്രസംഗങ്ങളാലും മാധവനു നല്ലവണ്ണം അറിവുണ്ട്. ഇങ്ങനെ ഇരിക്കെ, അന്ന് ഒരു സ്കൂൾ കുട്ടിയായ താൻ ഇതിനു മോഹിക്കുന്നതു വെറുതെ എന്നു മാധവനു ചിലപ്പോൾ തോന്നീട്ടുണ്ടായിരുന്നു. ആദ്യം ഉണ്ടായ വിചാരം ഇങ്ങനെ ആണെങ്കിലും ക്രമേണ ഇന്ദുലേഖയിൽ മാധവന് അനുരാഗം വർദ്ധിച്ചുതന്നെ വന്നു. മദിരാശിയിൽ നിന്നു വീട്ടിൽ വന്നു പാർക്കുന്നകാലത്തു പകൽ മുഴുവനും ഇന്ദുലേഖയുടെ കൂടെത്തന്നെയാണു മാധവൻ എന്നു പറയാം. വല്ല പുസ്തകങ്ങൾ വായിച്ചിട്ടും പാട്ട്, പിയാനോ, ചതുരംഗം മുതലായതു കൊണ്ടു വിനോദിച്ചും വൈകുന്നേരം പിരിയാറാവുമ്പോൾ രണ്ടുപേർക്കും ഒരു ദിവസവും പകൽ സമയം മതിയായില്ലെന്നു തോന്നാതിരുന്നിട്ടില്ല. ഇങ്ങനെ കുറെ കാലം മദിരാശിയിൽനിന്നു മാധവൻ വീട്ടിൽ വന്ന സമയങ്ങൾ മുഴുവനും അന്യോന്യം രസിച്ചും അഹങ്കരിച്ചും വിനോദിച്ചും കഴിഞ്ഞു.

ഇന്ദുലേഖയും മാധവനും തമ്മിൽ ഉള്ള സംബന്ധസ്ഥിതി കൊണ്ടും രൂപം കൊണ്ടും പഠിപ്പുകൊണ്ടും ഇവരുതമ്മിൽ ഇങ്ങനെ സ്നേഹിച്ചു വന്നതിൽ അല്പം ആളുകൾ ഒഴികെ ശേഷം എല്ലാവർക്കും സന്തോഷമായിരുന്നു. എന്നാൽ ഇന്ദുലേഖയെ മാധവനു ഭാര്യയായി കിട്ടുമോ എന്നു പിന്നെയും ഒരു ശങ്ക എല്ലാവർക്കും ഉണ്ടായി. മലയാളത്തിലെ സ്ഥിതി അറിയുന്ന ആൾക്ക്, ഈ ശങ്ക ഉണ്ടാവാതിരിപ്പാൻ പാടില്ലല്ലോ. തിരുവനന്തപുരത്തു പൊന്നുതമ്പുരാൻകൂടി ഇന്ദുലേഖയെ അമ്മച്ചിയാക്കി കൊണ്ടുപോകുവാൻ ആലോചനയുണ്ടെന്നാണ് ആ കാലത്തു പഞ്ചുമേനോന്റെ മുഖത്തിൽ നിന്നു തന്നെ ചിലർ കേട്ടിട്ടുള്ളത്. അപ്പോൾ മേല്പറഞ്ഞ ശങ്ക ഉണ്ടായതിൽ അത്ഭുതമില്ലല്ലോ.

അങ്ങനെയിരിക്കുമ്പോൾ നമ്മുടെ കഥ തുടങ്ങുന്നതിനു കുറെ മുമ്പു മാധവൻ വന്നു. മുമ്പത്തെ പ്രകാരം ഇന്ദുലേഖയുമായി മാധവൻ ബി. എൽ പരീക്ഷയ്ക്കുപോയി. പരീക്ഷ കഴിഞ്ഞ ഉടനെ വീട്ടിലേയ്ക്കു വന്നു. മുമ്പത്തെപ്രകാരം ഇന്ദുലേഖയുമായി കളിച്ചും വിനോദിച്ചും ഇരുന്നുവെങ്കിലും ക്രമേണ മാധവന് ഇന്ദുലേഖയിൽ അനുരാഗം വർദ്ധിച്ചു വർദ്ധിച്ചു കലശലായിത്തീർന്നു. എന്തു പൊന്നുതമ്പുരാൻ ഏതു രാജാവ് എന്റെ ഇന്ദുലേഖ എന്റെ ഭാര്യ തന്നെ. അങ്ങനെയല്ലെങ്കിൽ പിന്നെ ഞാൻ ജീവിച്ചിരിക്കുകയില്ല. എന്നു മനസ്സിൽ ഉറച്ചുതുടങ്ങി. ഈ കാലത്ത് ഇന്ദുലേഖയുടെ മനസ്സ്

എന്താണെന്ന് അറിവാൻ മാധവന് അത്യാഗ്രഹം ഉണ്ടായിരുന്നു. ഇന്ദുലേഖയ്ക്ക് മാധവനോട് അങ്ങോട്ട്, ഇങ്ങട്ടുള്ളതിനേക്കാൾ പക്ഷേ അധികം അനുരാഗം ഉണ്ടായിരുന്നുവെങ്കിലും ഇന്ദുലേഖ മാധവനോട് ഇതിനെക്കുറിച്ചു യാതൊരു പ്രകാരവും നടിച്ചില്ല. കളി, ചിരി, പാട്ടു മുതലായതു കൂടാതെ എല്ലായ്പോഴും അതിൽ അധികം ഒന്നും ഇന്ദുലേഖയുടെ പ്രകൃതങ്ങളിൽ നിന്നു അറിവാൻ കഴിഞ്ഞില്ല. മാധവൻ അല്പം പ്രസരിപ്പുള്ള കുട്ടിയാകയാൽ മാധവന്റെ മനസ്സിന്റെ ചേഷ്ടകൾ ഇയ്യിടെ കുറേശ്ശേ പുറത്തു കാണാറായി തുടങ്ങി. അതിനൊന്നും ഇന്ദുലേഖ അശേഷം വിരോധവും വിമുഖതയും ഭാവിക്കയില്ല. എങ്കിലും തന്റെ അനുരാഗ ചേഷ്ടകൾ എല്ലാം മാധവനിൽ നിന്നു കേവലം മറച്ചുവെച്ചിരുന്നു.

അങ്ങനെയിരിക്കുമ്പോൾ ഒരു ദിവസം മാധവനും ഇന്ദുലേഖയും കൂടി ചതുരംഗം കളിച്ചുകൊണ്ടിരിക്കെ മാധവൻ താൻ വയ്ക്കേണ്ട ഒരു കരു കൈയിൽ എടുത്ത് ഇന്ദുലേഖയുടെ മുഖത്തേക്ക് അസംഗതിയായി നോക്കിക്കൊണ്ടു കളിക്കാതെ നിന്നു.

ഇന്ദുലേഖ: എന്താണു കളിക്കാത്തത്; കളിക്കരുതോ?

മാധവൻ: കളിക്കാൻ എനിക്ക് ഇന്ന് അത്ര രസം തോന്നുന്നില്ല.

ഇന്ദുലേഖ: ഇയ്യെടെ കളി കുറെ അമാന്തായിരിക്കുന്നു. പക്ഷേ, പരീക്ഷയുടെ കാര്യം അറിയാത്ത സുഖക്കേടുകൊണ്ട് ആയിരിക്കാം. അതിനെക്കുറിച്ച് ഇപ്പോൾ വിചാരിച്ചിട്ട് ഒരു സാദ്ധ്യവും ഇല്ലല്ലോ. മനസ്സിനു വെറുതെ സുഖക്കേട് ഉണ്ടാക്കരുതേ.

മാധവൻ: പരീക്ഷയുടെ കാര്യം വിചാരിച്ചിട്ടേ ഇല്ല. മനസ്സിനു സുഖക്കേടു വരുത്താതിരിപ്പാനും കാരണങ്ങൾ ഉണ്ടായിരിക്കുമ്പോഴും ആ കാരണങ്ങളെ പരിഹരിപ്പാൻ കഴിയാതിരിക്കുമ്പോഴും ഒരുവന് എങ്ങനെ മനസ്സിനെ സ്വാധീനമാക്കിവെപ്പാൻ കഴിയും?

ഇന്ദുലേഖ: മനസ്സിനെ സ്വാധീനമാക്കിവെയ്ക്കണം. അതാണ് ഒരു പുരുഷന്റെ യോഗ്യത

മാധവൻ: സ്ത്രീയിന്റെ യോഗ്യതയോ?

ഇന്ദുലേഖ: ഒരു സ്ത്രീ ഇപ്പോൾ മനസ്സിനു സുഖക്കേടു തോന്നി കളിപ്പാൻ രസമില്ലെന്നു പറഞ്ഞില്ല. മാധവനല്ലേ കളിപ്പാൻ ഇന്ന് അത്ര രസം തോന്നുന്നില്ലെന്നു പറഞ്ഞത്?

മാധവൻ: പക്ഷേ, ഇന്ദുലേഖ മനസ്സിനെ സ്വാധീനമാക്കി വെച്ചിട്ടുണ്ടായിരിക്കാം.

ഇന്ദുലേഖ: ഞാൻ അതു പരീക്ഷിച്ചിട്ടില്ല. സ്വാധീനമല്ലാതെ തോന്നുമ്പോൾ അല്ലേ ഈ പരീക്ഷ ചെയ്യേണ്ടത്? സ്വാധീനമല്ലെന്ന്

ഇതുവരെ എനിക്കു തോന്നീട്ടില്ല. അങ്ങനെ തോന്നാൻ സംഗതി ഉണ്ടായിട്ടില്ല.

മാധവൻ: മനസ്സിന് ഇച്ഛിക്കുന്നതു സകലവും സാധിച്ചുകൊണ്ടിരിക്കുമ്പോൾ മനസ്സു നിമിത്തം ഉപദ്രവം ഉണ്ടാവാൻ എടയില്ല. ഇന്ദുലേഖയ്ക്കു അങ്ങനെ സകലവും സാധിച്ചുകൊണ്ടിരിക്കുന്നതിനാലായിരിക്കും മനസ്സിൽ പരീക്ഷിപ്പാൻ എടയാവാഞ്ഞത്.

ഇന്ദുലേഖ: എന്റെ മനസ്സു സാദ്ധ്യമല്ലാത്തതിൽ ആഗ്രഹിക്കാറില്ലാ. ഇത് എന്റെ മനസ്സിനു സ്വതസ്സിദ്ധമായ ഒരു ഗുണമാണെന്ന് അറിഞ്ഞു ഞാൻ സന്തോഷിക്കുന്നു. അതുകൊണ്ടു മാധവൻ പറഞ്ഞതു ശരിതന്നെ. എന്റെ മനസ്സു വ്യാപരിക്കുന്നതിൽ ഒന്നിലും എനിക്കു വ്യസനിപ്പാൻ എട ഉണ്ടായിട്ടില്ല.

മാധവൻ: അങ്ങനെ എല്ലായ്പ്പോഴും വരുമോ? അങ്ങനെ വന്നാൽത്തന്നെ അതു മനസ്സിനെ സ്വാധീനമാക്കീട്ടല്ലേ?

ഇന്ദുലേഖ: അല്ല; മനസ്സിനെ സ്വാധീനമാക്കണമെങ്കിൽ അതിനു വേറെ ചില സാധനങ്ങളെ ഉപയോഗിച്ചിട്ടുവേണം. ധൈര്യം, ക്ഷമ മുതലായ സാധനങ്ങളെ ഉപയോഗിച്ചിട്ടു വേണം മനസ്സിനെ സ്വാധീനമാക്കാൻ. അങ്ങനെയുള്ള സാധനങ്ങളെ ഒന്നും ഉപയോഗിക്കാതെതന്നെ എന്റെ മനസ്സു സ്വസ്ഥതയിൽ നിൽക്കുന്നുണ്ടല്ലോ. എന്റെ മനസ്സിന്റെ സ്വസ്ഥത അതിനു സഹജമായ ഒരു ഗുണമാണെന്നു ഞാൻ വിചാരിക്കുന്നു.

മാധവൻ: ഇന്ദുലേഖയ്ക്കു ക്ഷണസാദ്ധ്യമല്ലാത്ത യാതൊരു കാര്യത്തിലും ഇന്ദുലേഖയുടെ മനസ്സ് ഇതുവരെ വ്യാപരിച്ചിട്ടില്ലേ?

ഇന്ദുലേഖ: ഇല്ലെന്നാണ് എനിക്കു തോന്നുന്നത്. എന്നാൽ ക്ഷണസാദ്ധ്യമെന്നു മാധവൻ പറഞ്ഞതിന്റെ അർത്ഥം എനിക്കു മനസ്സിലായില്ല. സാദ്ധ്യാസാദ്ധ്യങ്ങളെക്കുറിച്ചു മാത്രമാണു ഞാൻ ഉദ്ദേശിച്ചത്.

മാധവൻ: ഞാൻ ദൃഷ്ടാന്തം പറയാം. ഇപ്പോൾ ഇന്ദുലേഖ അതിമനോഹരമായും അതിപരിമളത്തോടുകൂടിയും ഇരിക്കുന്ന ഒരു പുഷ്പത്തെ നിഷ്പ്രയാസേന കിട്ടാൻ തരമില്ലെന്ന് അറിവുണ്ടെങ്കിലും ഉടനെ അതിനെ തന്റെ കൈയിൽ എടുത്ത് അതിന്റെ പരിമളത്തെ അനുഭവിക്കണമെന്ന് ഒരു മനസ്സ് അല്ലെങ്കിൽ ആഗ്രഹം ഇന്ദുലേഖയ്ക്ക് ഉണ്ടാവുന്നില്ലേ? അത് അപ്പോൾത്തന്നെ സാദ്ധ്യമാണെങ്കിലേ ഉണ്ടാവുന്നുള്ളൂ? അതല്ല സാദ്ധ്യമോ, അസാദ്ധ്യമോ, ക്ഷണസാദ്ധ്യമോ, വിളംബരസാദ്ധ്യമോ എന്നുള്ള ആലോചന കഴിഞ്ഞിട്ടും മാത്രമോ പുഷ്പത്തെപ്പറ്റി ആഗ്രഹം ഉണ്ടാവുന്നത്?

ഇന്ദുലേഖ: പുഷ്പം ഭംഗിയും പരിമളവും ഉള്ളതാണെന്ന് അതിന്റെ കാഴ്ചയിൽ ബോദ്ധ്യം വന്നാൽ എന്റെ മനസ്സ് ആ പുഷ്പത്തെ ഉദ്ദേശിച്ച് ആഹ്ലാദപ്പെടുമായിരിക്കാം. അത് എടുപ്പാൻ യോഗ്യവും സാദ്ധ്യവും ആണെന്നു കൂടി ബോദ്ധ്യമാവുന്നതിനു മുമ്പ് അത് എടുത്തു കൈയിൽ വെയ്ക്കണമെന്നുള്ള ആഗ്രഹം എനിക്ക് ഉണ്ടാവുകയില്ല. അതാണ് എന്റെ മനസ്സിന് ഒരു ഗുണം ഞാൻ കാണുന്നത്.

മാധവൻ: ഇപ്പോൾ ഇന്ദുലേഖ പറഞ്ഞതും ഞാൻ മുമ്പു പറഞ്ഞതും ഒന്നുതന്നെ. മനസ്സ് ആഹ്ലാദപ്പെടും? എന്നു പറഞ്ഞതിന്റെ അർത്ഥം സൂക്ഷ്മത്തിൽ മനസ്സിൽ അതനെപ്പറ്റി കൗതുകം ഉണ്ടാവുമെന്നു മാത്രമല്ല, അങ്ങനെയുള്ള ആഹ്ലാദത്തിൽ അതിനെ അനുഭവിക്കേണമെന്നുള്ള ആഗ്രഹവും അന്തർഭവിച്ചിരിക്കുന്നു. എന്നാൽപിന്നെ ആഗ്രഹം സാദ്ധ്യമോ, ദുസ്സാദ്ധ്യമോ എന്ന് ആലോചിച്ചിട്ടേ അതിന്റെ നിവൃത്തിക്ക് ഇന്ദുലേഖ ശ്രമിക്കുകയുള്ളൂ, അത്ര മാത്രമാണ് ഇന്ദുലേഖ ഇപ്പോൾ പറഞ്ഞതിന്റെ താല്പര്യം എന്ന് എനിക്കു തോന്നുന്നു. ഇതു ശരിയാണെങ്കിൽ ഇന്ദുലേഖ ആഗ്രഹത്തെ ജയിക്കുന്നതു ധൈര്യം കൊണ്ടും ക്ഷമകൊണ്ടുമാണെന്നു സ്പഷ്ടമാണ്.

ഇന്ദുലേഖ: അങ്ങനെയല്ലാ. ഞാൻ പറഞ്ഞത് മാധവനു മനസ്സിലായില്ല. ഒന്നാമതു മാധവന്റെ പുഷ്പത്തിന്റെ ഉപമതന്നെ നന്നായില്ല. ഇതിലും നന്നായിട്ടു ഞാൻ ഒരു ഉപമ പറഞ്ഞു മാധവനെ ബോധ്യപ്പെടുത്താം. ഞാൻ യൗവനയുക്തമായ ഒരു സ്ത്രീയാണ്; ഞാൻ സുന്ദരനായ ഒരു യുവാവെ കാണുന്നു. ആ യുവാവ് എന്റെ ഭർത്താവായിരിപ്പാൻ യോഗ്യനോ എന്ന് എന്റെ മനസ്സിനു ബോദ്ധ്യപ്പെടുന്നതിനുമുമ്പ് ആ പുരുഷനിൽ എന്റെ മനസ്സു പ്രവേശിക്കയില്ലാ. ഇവിടെ മനസ്സ് ഒന്നാമത് പ്രവേശിച്ചിട്ട് പിന്നെ ഞാൻ ധൈര്യം കൊണ്ടു മനസ്സിനെ നിവൃത്തിക്കുന്നതല്ല. എന്റെ മനസ്സ് ഒന്നാമതു പ്രവേശിക്കുന്നതേ ഇല്ല. അതുപ്രകാരം തന്നെ ധനത്തിൽ; ന്യായമായവിധം ആർജ്ജിക്കപ്പെടുന്ന ധനത്തിൽ അല്ലാതെ എനിക്ക് ആഗ്രഹമേ ഉണ്ടാവുന്നില്ല. ഇതെല്ലാം മനസ്സിനു ചിലർക്കു സഹജമായ ഗുണമായി ഉണ്ടാവും.

ചിലർക്ക് അങ്ങനെ അല്ല മനസ്സിന്റെ ധർമ്മം– കിട്ടുന്നതിലും കിട്ടാത്തതിലും, വേണ്ടുന്നതിലും വേണ്ടാത്തതിലും ഒരുപോലെ മനസ്സുപ്രവേശിക്കും. പിന്നെ സാമർത്ഥ്യവും ധൈര്യവും ബുദ്ധിയും ഉള്ളവരായാൽ ആ മനസ്സിനെ നിവൃത്തിപ്പിച്ചു പാട്ടിൽ വെയ്ക്കും.

അതുകൊണ്ടു മാധവൻ ഞാൻ ഒടുവിൽ പറഞ്ഞ മാതിരിക്കാരുടെ കൂട്ടത്തിലാണെങ്കിൽ ബുദ്ധിസാമർത്ഥ്യമുള്ള ആളാകയാൽ ദുസ്സാദ്ധ്യമായതോ അസാദ്ധ്യമായതോ ആയ വല്ല കാര്യത്തിലും മനസ്സു ചാടീട്ടുണ്ടെങ്കിൽ ആ മനസ്സിനെ മടക്കിയെടുക്കാൻ കഴിയുമല്ലോ. അങ്ങനെ മടക്കിയെടുക്കുന്നതിനു ശക്തി ഉണ്ടായാൽ മനസ്സ് സ്വാധീനമായി.

മാധവൻ: ഞാൻ ഇന്ദുലേഖ പറഞ്ഞാൽ യോജിക്കുന്നില്ല. എങ്കിലും ഈ സംഗതിയെപ്പറ്റി ഞാൻ എനി തർക്കിക്കുന്നില്ല. ഇന്ദുലേഖയുമായി എനിക്കു മുമ്പത്തെപ്പോലെ തർക്കിച്ചുകൊണ്ടിരിക്കാൻ മനസ്സിന്നു സുഖമില്ല!.

ഇന്ദുലേഖ: ഞാൻ വിചാരിച്ചു ചതുരംഗം കളിക്കാനേ രസമില്ലാതായിട്ടുള്ളൂ എന്ന്. ഇപ്പോൾ എന്നോടു സംസാരിക്കാനും രസമില്ലെന്നു കേട്ടതു ആശ്ചര്യം!

മാധവൻ: എന്തിനാണ് ഇങ്ങനെ എല്ലാം പറയുന്നത്? ഞാൻ മഹാ ഒരു നിർഭാഗ്യവാനാണെന്നു തോന്നുന്നു- വൃഥാ മനഃഖേദം ഉണ്ടാവുന്നതു നിർഭാഗ്യമല്ലേ?

ഇന്ദുലേഖ: ആ ഖേദത്തെപരിഹരിപ്പാൻ ശക്തിയില്ലാതെ പോകുന്നതു നിർഭാഗ്യം.

മാധവൻ: ആ ഖേദം എങ്ങനെയാണ് പരിഹരിക്കേണ്ടത് എന്ന് ഇന്ദുലേഖ പറഞ്ഞുതന്നാൽ വലിയ ഉപകാരമായിരുന്നു.

ഇന്ദുലേഖ, ഖേദം എന്താണെന്നറിഞ്ഞാൽ ഞാൻ പരിഹരിക്കാൻ നോക്കാം, എന്നു പറഞ്ഞ് ഒന്നു ചിരിച്ചു.

ഇന്ദുലേഖ: കളിക്കൂ. മാധവന്റെ കുതിരയെ ഞാൻ വെട്ടാൻ പോകുന്നു. കരു കൈയിൽ പിടിച്ചു ഖേദം എന്നു പറഞ്ഞു മേല്പോട്ടു നോക്കിയതുമതി; കളിക്കൂ, കുതിരയെ രക്ഷിക്കാൻ കഴിയുമോ, കാണട്ടെ മിടുക്ക്.

മാധവൻ: വരട്ടെ, ഞാൻ ഇപ്പോൾ കളിക്കുന്നില്ല, കളിച്ചാൽ ശരിയാവുകയില്ല. ഞാൻ ഈ കോച്ചിന്മേൽ കുറെ കിടക്കട്ടെ.

എന്നുപറഞ്ഞ് കരു മേശമേൽത്തന്നെ വെച്ച്, മാധവൻ കോച്ചിന്മേൽ പോയി കിടന്നു. ഇന്ദുലേഖ അവിടുന്നു ചിരിച്ചും കണ്ട് എഴുന്നേറ്റു ശാകുന്തളം നാടകം ബുക്ക് എടുത്ത് ഒരു കസാലമേൽ ഇരുന്നു വായിച്ചു തുടങ്ങി.

മാധവൻ: എന്താണ് ആ പുസ്തകം?

ഇന്ദുലേഖ: ശാകുന്തളം.

മാധവൻ: എവിടെയാണ് വായിക്കുന്നത്?

ഇന്ദുലേഖ:എന്താണ്, ഉറക്കെ വായിക്കണോ?

മാധവൻ: വായിക്കൂ.

ഇന്ദുലേഖ: (ഒരു ശ്ലോകം വായിക്കുന്നു.)

ക്ഷാമക്ഷാമകപോലമാനനമുരഃ
കാഠിന്യമുക്തസ്തനാ
മദ്ധ്യഃ ക്ലാന്തതരഃ പ്രകാമവിനതാ
വംസൗ ഛവിഃ പാണ്ഡുരാ
ശോച്യാ ച പ്രിയദർശനാ ച മദന
ക്ലിഷ്ടേയമാലക്ഷ്യതേ
പത്രാണാമിവ ശോഷണേന മരുതാ
സ്പൃഷ്ടാ ലതാ മാധവീ.

മാധവൻ: ശിവ ശിവ, ഇങ്ങനെ ഒന്നു കണ്ടിരുന്നാൽ എന്റെ വ്യസനം തീർന്നിരുന്നു.

ഇന്ദുലേഖ: ശകുന്തളയെ എങ്ങനെ എനി കാണാൻ കഴിയും? ശകുന്തളയെ മനസ്സിൽ നന്നായിട്ടു വിചാരിച്ചു കണ്ണു മുറുക്കെ അടച്ചു കിടന്നോളൂ, എന്നാൽ ഒരു സമയം സ്വപ്നമെങ്കിലും കാണാമായിരിക്കാം.

മാധവൻ: ഇന്ദുലേഖ വളരെ സുന്ദരിയാണെങ്കിലും വിദൂഷിയാണെങ്കിലും ഇന്ദുലേഖയുടെ മനസ്സു വളരെ കഠിനമുള്ള മാതിരിയാണെന്നു ഞാൻ വിചാരിക്കുന്നു.

ഇന്ദുലേഖ: അതെ, എന്റെ മനസ്സു വളരെ കഠിനമാണ്- ആട്ടെ, ശാകുന്തളത്തിൽ എനി ഒരു ശ്ലോകം ചൊല്ലട്ടെ.

മാധവൻ: ഏതാണ്?

ഇന്ദുലേഖ: (മറ്റൊരു ശ്ലോകം വായിക്കുന്നു.)

അനാഘ്രാതം പുഷ്പം കിസലയമലൂനം കരരുഹൈ
രനാവിദ്ധം രത്നം മധുനവമനാസ്വാദിതരസം
അഖണ്ഡം പുണ്യാനാം ഫലമിവ ച തദ്രൂപമനഘം
ന ജാനേ ഭോക്താരം കമിഹ സമുപസ്ഥാസ്യതി വിധിഃ

മാധവൻ: അതു ഞാൻ ചൊല്ലേണ്ട ശ്ലോകമല്ലേ?

ഇന്ദുലേഖ: ശാകുന്തളത്തിലുള്ളതാണ്: ആർക്കെങ്കിലും ചൊല്ലാം.

മാധവൻ: മനുഷ്യന്റെ ബുദ്ധിയുടെ ഒരു അഹങ്കാരം വിചാരിക്കുമ്പോൾ എനിക്ക് ആശ്ചര്യം തോന്നുന്നു.

ഇന്ദുലേഖ: അതെന്താണ്?

മാധവൻ: തന്റെ സമസൃഷ്ടികളിൽ കരുണ വേണ്ട ദിക്കിൽ അതി

നുപകരം പരിഹസിച്ചാൽ അത് അഹങ്കാരമല്ലേ? ദുഷ്ടതയായുള്ള അഹങ്കാരമല്ലേ?

ഇന്ദുലേഖ: പരിഹസിച്ചാൽ അങ്ങനെതന്നെ.

മാധവൻ: ഇന്ദുലേഖ പരിഹസിക്കുന്നില്ലേ?

ഇന്ദുലേഖ: ഇംഗ്ലീഷുപുസ്തകങ്ങൾ വല്ലതും വായിക്കണോ?- ഞാൻ ബുക്ക് എടുത്തു തരാം.

മാധവൻ: എനിക്ക് ഒന്നും വായിക്കേണ്ട.

ഇന്ദുലേഖ: എന്നാൽ ഭർത്തൃഹരി വായിച്ചോളൂ.

മാധവൻ: എനിക്ക് ഒന്നും വായിക്കേണ്ട, ദയവുചെയ്ത് എന്നെ പരിഹസിക്കാതിരുന്നാൽ മതി.

ഇന്ദുലേഖ: എന്നാൽ ഞാൻ കുറെ വീണ വായിക്കട്ടെ: മനസ്സിന്നു കുണ്ഠിതം ഉണ്ടെങ്കിൽ അതു പോകും.

മാധവൻ: എനിക്കു വീണവായന കേൾക്കേണ്ട.

ഇന്ദുലേഖ: എന്നാൽ ഉറങ്ങിക്കോളൂ; ശകുന്തളയേയും വിചാരിച്ചോളൂ; വേണമെങ്കിൽ ഈ നാടകബുക്ക് അടുക്കെ വെച്ചോളൂ. എന്നു പറഞ്ഞ് ഇന്ദുലേഖ ബുക്കും എടുത്ത് മാധവന്റെ അടുക്കൽ പോയി, പുസ്തകം വേണ്ടേ? എന്നു ചോദിച്ചു.

മാധവൻ: എന്തിനാണ് ഇങ്ങനെ പരിഹസിക്കുന്നത്? ഇതിൽ എന്താണ് അങ്ങൊരു സുഖം?

ഇന്ദുലേഖ: ഇതു പരിഹാസമോ? – ഞാൻ അറിയില്ല. എന്നാൽ എന്തായാലും എനിക്ക് ഇങ്ങനെയെല്ലാം കാണിക്കുന്നതും പറയുന്നതും ബഹു സന്തോഷമാണ്. ഞാൻ ഇങ്ങനെ എല്ലാം പറഞ്ഞു കൊണ്ടിരിക്കും. അല്ലെങ്കിൽ മാധവൻ കളിക്കാൻ വരൂ; കുതിരയെ തടുക്കൂ; എണീക്കൂ.

മാധവൻ: എനിക്കു കുതിരയും ആനയും ഒന്നും വേണ്ട.

ഇന്ദുലേഖ: ശകുന്തളയേ വിചാരിച്ചു കിടന്നാൽ മതി. അല്ലേ?

മാധവൻ: അതെ, ശരി- അതുമതി.

ഇന്ദുലേഖ: എന്നാൽ അങ്ങനെയാവട്ടെ. ഇയ്യടെ നായാട്ടിന്നു പോവാറില്ലേ? തോക്കുകളും വെടിയും ഘോഷവും എല്ലാം ഒന്നു നിലച്ചുകാണുന്നുവല്ലോ, ഇതിന് എന്തു സംഗതി?

മാധവൻ: എനിക്ക് ഒന്നിനും മനസ്സില്ലാ.

ഇന്ദുലേഖ: എന്താണ് ബുദ്ധിക്കു വല്ല സ്ഥിരക്കേടും തുടങ്ങാൻ ഭാവമുണ്ടോ?

മാധവൻ: ഒരു സമയം ഉണ്ടെന്നു ഞാൻ വിചാരിക്കുന്നു.

ഇന്ദുലേഖ: എന്നാൽ അതിനുവല്ല ഉപശാന്തിയും വരുത്തുവാൻ

നോക്കണ്ടേ?

മാധവൻ: നോക്കണം.

ഇന്ദുലേഖ: എന്നാൽ മാധവന്റെ അച്ഛനോട് ഉടനെ പറയണം. ഞാൻ പറഞ്ഞുകളയാം. എനിക്കു ചായ കുടിപ്പാൻ സമയമായി. മാധവനും ചായകൊണ്ടുവരട്ടെ?

മാധവൻ: എനിക്കു ചായ വേണ്ടാ?

ഇന്ദുലേഖ: പലഹാരം വേണമോ?

മാധവൻ: വേണ്ടാ.

ഇന്ദുലേഖ: എന്താണു വയറ്റിനും സുഖക്കേടുണ്ടോ?

മാധവൻ: സകല ദിക്കിലും സുഖക്കേടുതന്നെ.

ഇന്ദുലേഖ: എന്നാൽ ഇതു വല്ലാത്ത സുഖക്കേടുതന്നെ.

മാധവൻ: വല്ലാത്ത രോഗം തന്നെയാണെന്നു തോന്നുന്നു. ഒരു സമയം ഇതിൽ നിന്നു സുഖപ്പെട്ടുവരാൻ പ്രയാസം . എന്റെ മനസ്സിന് ഒരിക്കലും സമാധാനം വരുമെന്നു തോന്നുന്നില്ല. ഇന്ദുലേഖ ഈ കോച്ചിന്മേൽ കുറെ ഇരിക്കൂ- വിരോധം ഉണ്ടോ?

ഇന്ദുലേഖ: വളരെ വിരോധമുണ്ട്. മാധവൻ യൗവനയുക്തനായ ഒരു പുരുഷനായി. ഞാനവും യൗവനയുക്തമായ ഒരു സ്ത്രീയാണ്. പണ്ടു കുട്ടിയിൽ കളിച്ചപോലെ എനി കളിക്കാമോ?

മാധവൻ: കോച്ചിന്മേൽ ഒന്നായി ഇരിക്കുന്നതിന് എന്താണു വിരോധം?

ഇന്ദുലേഖ: ബഹുവിരോധം ഉണ്ട്. ഒരിക്കലും ഒന്നായി ഇരിപ്പാൻ നുമ്മൾക്ക് ഇപ്പോൾ പാടില്ല.

മാധവൻ: എപ്പോഴെങ്കിലും പാടുള്ള ഒരു കാലം എനി ഉണ്ടാകുമോ എന്ന് അറിവാനും നിവൃത്തിയില്ല; അല്ലേ? എന്തു ചെയ്യാം!

ഇന്ദുലേഖ: അതെ; ഭാവിയായ കാര്യത്തെക്കുറിച്ച് തീർച്ച പറവാൻ ആർക്കും സാധിക്കുന്നതല്ലല്ലോ.

മാധവൻ: (ദീർഘത്തിൽ ഒന്നു നിശ്വസിച്ചിട്ട്) ആർക്കും പറവാൻ കഴിയില്ലാ- ശരിതന്നെ.

ഇങ്ങനെ സംസാരിച്ചുകൊണ്ടിരിക്കുമ്പോഴേക്ക് കുട്ടിപ്പട്ടര് ചായ്യും പലഹാരങ്ങളും കൊണ്ടുവന്നു. മാധവൻ എഴുന്നേറ്റുപോയി. ഒന്നും വിചാരിച്ചപോലെ അന്നു സംസാരിപ്പാൻ കഴിഞ്ഞില്ല.

മാധവൻ പിന്നെ ദിവസം കഴിച്ചുകൂട്ടിയതു പറവാൻ കൂടി എനിക്കു സങ്കടം. ഇന്ദുലേഖ എന്തുതന്നെ പറഞ്ഞാലും ചിറിച്ചാലും കളിച്ചാലും മാധവൻ ഒരു മൗനവ്രതത്തിലായി. ചിലപ്പോൾ ഇന്ദുലേഖ, എന്താണ് മനസ്സിന് ഒരു മൗഢ്യം? എന്നു ചോദിക്കും

അതിനു മാധവൻ ഉത്തരം പറയാൻ പുറപ്പെടുന്നതിനുമുമ്പ് മറ്റൊന്നു ചോദിക്കും. ഒരുദിവസം വൈകുന്നേരം ഇന്ദുലേഖ മേൽക്കഴുകാൻ പോകുമ്പോൾ മാധവൻ ഇന്ദുലേഖയുടെ മാളികമേൽ ഉണ്ടായിരുന്നു. അവിടെ ഇരുന്ന് അരപ്പായ കടലാസ്സു നിറച്ച് തന്റെ മനോവ്യഥകളെ എല്ലാം എഴുതി ഇന്ദുലേഖയുടെ മേശമേൽ വെച്ചു പോയി മാധവൻ പിറ്റേദിവസം രാവിലെ ഇന്ദുലേഖയുടെ മാളികമേൽ വന്ന്, ഞാൻ ഇവിടെ ഒരു കടലാസ്സ് എഴുതി വച്ചിരുന്നുവല്ലോ; അതു വായിച്ചുവോ? എന്നു ചോദിച്ചു. അപ്പോൾ ഇന്ദുലേഖ, എനിക്ക് ഒന്നും നിശ്ചയമില്ല എന്നു പറഞ്ഞു മാധവനോടു വേറെ ഒരു കാര്യം ചോദിച്ചു. മാധവൻ എന്തു തന്നെ സങ്കടം കാണിച്ചാലും അതു നിമിത്തം ഇന്ദുലേഖയ്ക്ക് യാതൊരു ഭാവഭേദവും ഉണ്ടായതായി കണ്ടില്ല. ഇന്ദുലേഖയ്ക്കുണ്ടായിരുന്ന അനുരാഗം കേവലം മറച്ചു വെച്ചിരുന്നു.

അങ്ങനെ ഇരിക്കുമ്പോൾ ഒരു നാൾ നല്ല ചന്ദ്രികയുള്ള ഒരു രാത്രിയിൽ മാധവൻ താനെ പൂവരങ്ങുമാളികയുടെ തെക്കേമിറ്റത്തു ചന്ദ്രനേയും നോക്കിക്കൊണ്ടു നടന്നുകൊണ്ടിരുന്നു. ഇന്ദുലേഖ മാളികയുടെ മുകളിൽ നിന്ന് ജാലകത്തിൽകൂടി നോക്കിയപ്പോൾ മാധവനെക്കണ്ട്. മാധവാ! മാധവാ! എന്നുവിളിച്ചു.

മാധവൻ: എന്താണ്?

ഇന്ദുലേഖാ: ചന്ദ്രോപാലംഭമോ? ചന്ദ്രിക മുകളിൽ ഈ അറയിലും ധാരാളം ഉണ്ട്. ഇങ്ങട്ടു കയറിവരുന്നതിനു വിരോധം ഉണ്ടോ?

മാധവൻ: ഞാൻ കയറിവരുന്നില്ല. ഒരു കോച്ചിന്മേൽ ഒന്നായിരിക്കുന്നതു വിരോധമുള്ള കാര്യമാണെങ്കിൽ രാത്രി ഒരറയിൽ നോം രണ്ടാളുംകൂടി ഇരിക്കുന്നതിന്നു വിരോധമില്ലേ?

ഇന്ദുലേഖ മുകളിൽ നിന്ന് എറങ്ങി മിറ്റത്തു ബഹുമനോഹരമായ ചന്ദ്രികയിൽ മാധവന്റെ അടുക്കപ്പോയി നിന്നു. കൈയിൽ താൻ തന്നെ അന്നുവൈകുന്നേരം കെട്ടി ഉണ്ടാക്കിയ ഒരു മുല്ലമാലയും ഉണ്ടായിരുന്നു. അതിധവളമായിരിക്കുന്ന ചന്ദ്രികയിൽ ഇന്ദുലേഖയുടെ മുഖവും കുന്തളഭാരവും ശരീരവും ആകപ്പാടെ കണ്ടപ്പോൾ മാധവന് വല്ലാതെ മനസ്സിന് ഒരു ഭ്രാന്തി ഉണ്ടായി. ഈശ്വരാ! ഈ സുന്ദരിക്ക് എന്നിൽ അനുരാഗമുണ്ടായാൽ എന്നെപ്പോലെ ഉള്ള ഭാഗ്യവാൻ ആര്? ഇല്ലാതെ പോയെങ്കിൽ ഞാൻ ജീവിച്ചിരിക്കുന്നത് എന്തിന്? ക്ഷണത്തിൽ ജീവത്യാഗം ഉത്തമം എന്നിങ്ങനെ മാധവൻ വിചാരിച്ചു.

ഇന്ദുലേഖയ്ക്കോ, അങ്ങുണ്ടായ വിചാരത്തിനും അശേഷം

പ്രകൃതഭേദവും കുറവും ഉണ്ടായിരുന്നില്ലാ- ശക്തി അല്പം കൂടിയിരുന്നു. എന്തുകൊണ്ടെന്നാൽ, ഇന്ദുലേഖ തന്റെ വിചാരങ്ങൾ മനസ്സിൽ അടക്കിയിരുന്നതിനാൽ തന്നെ. മനസ്സിന്നുണ്ടാവുന്ന സ്തോഭങ്ങൾ ബാഹ്യചേഷ്ടകളെക്കൊണ്ട് വളരെ ചുരുക്കുവാനും ലഘുവാക്കുവാനും കഴിയുന്നവകളാണ്. കഠിനവ്യസനത്തിൽ ഉറക്കെ കരയുന്നത് ഒരുവിധം വ്യസനോൽക്കർഷതയെ ശമിപ്പിക്കും. അങ്ങനെതന്നെ ആഹ്ലാദത്തിലോ ഹാസ്യരസത്തിലോ ചിരിക്കുന്നതും. പിന്നെ തന്റെ വ്യസനങ്ങളെക്കുറിച്ച് ഒരുവൻ തന്റെ സ്നേഹിതനോടു തുറന്നു വെളിവായി പറയുന്നതിനാൽതന്നെ അല്പം വ്യസനശാന്തി ഉണ്ടാവാം. കഠിനവ്യസനം ഉള്ളിൽ ഉള്ളതു കേവലം മറച്ച് വേറെ ഒരു രസം നടിക്കുമ്പോഴാണ് ഒഴുകിപ്പോവുന്ന വെള്ളത്തെ എടയിൽകെട്ടി നിർത്തിയാൽ ഉണ്ടാവുന്നതുപോലെ ഉള്ളിൽ നിർത്തുവാൻ നിവൃത്തിയില്ലാത്തവിധം അധികരിക്കുന്നതും ചിലപ്പോൾ വിചാരിക്കാതെ പുറത്തേക്കു ചാടിപ്പോവുന്നതും.

മിറ്റത്തു വന്നു ചന്ദ്രികയിൽ മാധവന്റെ അതികോമളമായ മുഖത്തിൽ നിന്ന് സ്പഷ്ടമായി കാണാവുന്ന വ്യഥയെ കണ്ടപ്പോൾ ഇന്ദുലേഖയ്ക്കും മനസ്സു സഹിച്ചില്ലെന്നുതന്നെ പറയാം.

ഒന്നാമതു ചന്ദ്രിക എന്നതുതന്നെ മനസ്സിനു വളരെ ഉദ്ദീപനകരമായ ഒരു സാധനമാണ്. അങ്ങനെയുള്ള ചന്ദ്രികയിൽ മാധവനെപ്പോലെ തന്നോടും തനിക്കും കഠിനമായ അനുരാഗം അന്യോന്യമുള്ള അതിസുന്ദരനായ ഒരു യുവാവിനെ അടുത്തുകാണുമ്പോൾ ഇന്ദുലേഖയ്ക്ക് കഠിനമായ വ്യഥയുണ്ടായി എന്ന് പറയേണ്ടതില്ലല്ലോ.

ഇങ്ങനെ എല്ലാം ഉണ്ടായി എങ്കിലും തന്റെ ബുദ്ധിസാമർത്ഥ്യംകൊണ്ടും ക്ഷമയിലും ധൈര്യത്താലും ഇന്ദുലേഖ തന്റെ മനോവ്യഥയെ ലേശം പുറത്ത് കാട്ടാതെ നിന്നു. കുറേനേരം രണ്ടാളും അന്യോന്യം ഒന്നും പറയാതെ ചന്ദ്രനെ നോക്കിക്കൊണ്ട് നിന്നു.

പിന്നെ ഇന്ദുലേഖ താഴെ കാണിക്കുന്ന ഒരു ശ്ലോകം ചൊല്ലി:

സ്വൈരം കൈരവകോരകാൻ വിദലയ
ന്ന്യൂനാം മനഃ ഖേദയ
ന്നംഭോജാനി നിമീലയൻ മൃഗദൃശാ
മ്മാനം സമുന്മൂലയൻ
ജ്യോൽസ്നാം കന്ദളയൻ ദിശോ ധവളയ
ന്നംഭോധിമുദ്വേലയൻ
കോകാനാകുലയൻ തമഃ കബളയ

ന്നിന്ദുസ്സമുജ്ജൃംഭതേ.

മാധവൻ: ഈ ശ്ലോകം ഉണ്ടാക്കിയ ആൾ ചന്ദ്രന്റെ ഗുണങ്ങളെക്കുറിച്ച് എല്ലാം ശരിയായി അറിയുന്നു എന്നു ഞാൻ വിചാരിക്കുന്നില്ല.

ഇന്ദുലേഖ: അതെന്താണ്?

മാധവൻ: മൃഗദൃശാം മാനം സമുന്മൂലയൻ എന്നു പറഞ്ഞ ഗുണം ശരിയായി ഉള്ളതാണെങ്കിൽ അത് ഇപ്പോൾ കാണണ്ടെ?

ഇന്ദുലേഖ: (ചിരിച്ചുംകൊണ്ട്) എന്നാൽ വേറെ ഒരു ശ്ലോകം ചൊല്ലാം

യാമിനീകാമിനീകർണ്ണകുണ്ഡലം ചന്ദ്രമണ്ഡലം
മാനനാരാചനിർമ്മാണശാണചക്രമിവോദിതം.

മാധവൻ: മാരനാരാചങ്ങൾ സ്ത്രീകളിൽ കുറേക്കാലമായി പ്രയോഗിച്ചു വരാറില്ലെന്നു തോന്നുന്നു.

ഇന്ദുലേഖ: സ്ത്രീകൾ സാധുക്കളല്ലെ- ഭീരുക്കളല്ലെ? കാമദേവനു ദയതോന്നി വേണ്ടെന്നുവെച്ചതായിരിക്കാം.

മാധവൻ: എന്നാൽ ആ കാമദേവൻ മഹാദുഷ്ടൻ എന്നു മാത്രമല്ലാ ഒരു വിഡ്ഢികൂടിയാണെന്നു ഞാൻ പറയും. സ്ത്രീകളിൽ ദയകൊണ്ടു പ്രയോഗിക്കുന്നില്ലെങ്കിൽ പിന്നെ പുരുഷന്മാരിൽ പ്രയോഗിച്ചിട്ട് എന്താണ് ഒരു സാദ്ധ്യം? പുരുഷന്മാരെ പ്രയോജനമില്ലാതെ ഉപദ്രവിക്കുന്നത് എന്തിന്?

ഇന്ദുലേഖ: അതു ശരി; എന്നാൽ പുരുഷന്മാരെ ഉപദ്രവിച്ചാൽ അവർ ശക്തന്മാരാകയാൽ നിവൃത്തിയില്ലാതെ വരുമ്പോൾ സാധുക്കളായ സ്ത്രീകളെ പുരുഷന്മാർ നേരിട്ട് ഉപദ്രവിച്ചോളും എന്നു വിചാരിച്ചിട്ടായിരിക്കാം കാമദേവൻ ഇങ്ങനെ ചെയ്യുന്നത് ....ഇതാ, ഞാൻ ഒരു മുല്ലമാല കൊണ്ടുവന്നിരിക്കുന്നു. ഇത് ഇന്നു ഞാൻ തന്നെ കെട്ടിയുണ്ടാക്കിയതാണ്. ഇതിന്റെ നായകമണിയാക്കി കെട്ടിയിരിക്കുന്ന ഈ ചെറിയ താമരപ്പൂവ് ഞാൻ തന്നെ ഇന്നു രാവിലെ പൂവള്ളി പടിഞ്ഞാറെ കുളത്തിൽ നിന്നു പറിച്ചതാണ്. ഈ മാല മാധവന്റെ കുടുമയിൽ വെച്ചാൽ നല്ല ഭംഗി ഉണ്ടാവും. ഇതാ എടുത്തോളൂ.

മാധവൻ മുല്ലമാല കൈകൊണ്ടു വാങ്ങി. വാങ്ങുമ്പോൾ മാധവന്റെ കൈവിറയ്ക്കുന്നു എന്ന് ഇന്ദുലേഖയ്ക്കു തോന്നി.

ഇന്ദുലേഖ: എന്താണു കൈ വിറയ്ക്കുന്നത്?

മാധവൻ: കാമദേവന്റെ ബാണമല്ലെ?- ഭയപ്പട്ടിട്ടുള്ള വിറതന്നെ.

ഇന്ദുലേഖ ഒന്നു ചിരിച്ചു.

മാധവൻ: (താമരപ്പൂവ് കൈയിൽ വെച്ചു നോക്കിക്കൊണ്ട്)

ശോഭാസർവ്വസ്വമേഷാം പ്രഥമമപഹൃതം
യത്ത്വയാ ലോചനാഭ്യാം
മാദ്ധ്വീമാധുര്യസാരഃ തവ കളവചസാ
മാർദ്ദവം ത്വൽ പ്രതീകൈഃ
സ്ഥാനഭ്രംശോ മഹീയാനപി ച വിരചിതഃ
ത്വന്മുഖസ്പർദ്ധിനാം വൈ
പത്മാനാം ബന്ധനാത്ത്വം വിരമ വരതനോ
പിഷ്ടപേഷേണ കിം സ്യാൽ.

ഇന്ദുലേഖ: ഒന്നാന്തരം ശ്ലോകം- എനിക്ക് ഇതു പഠിക്കണം.

മാധവൻ: ഈ മാലയിൽ ഒരു ചെറിയ കഷണം ഞാൻ മുറിച്ചെടുത്തു കുടുമയിൽ ചൂടാം. ശേഷം മുഴുവനും ഇന്ദുലേഖയുടെ തലമുടിയിൽതന്നെ വെയ്ക്കുന്നതാണു യോഗ്യത.

ഇന്ദുലേഖ: യോഗ്യത എങ്ങനെയെങ്കിലുമാവട്ടെ- മാധവന്റെ ഇഷ്ടം പോലെ ചെയ്തോളൂ.

മാധവൻ: ഇഷ്ടം പോലെ ചെയ്‌വാൻ സമ്മതമോ?

ഇന്ദുലേഖ: മാലയെ സംബന്ധിച്ചിടത്തോളം ഇഷ്ടംപോലെ ചെയ്തോളൂ.

മാധവൻ മാല കഷ്ണിച്ച് ഒരു ചെറിയ കഷണം തന്റെ കുടുമയിൽ വെച്ചു. ശേഷം മുഴുവനും കൈയിൽത്തന്നെ പിടിച്ച് ഇന്ദുലേഖയുടെ മുഖത്തേക്ക് ഒന്നു നോക്കി.

മാധവൻ: ഇതു ഞാൻ തന്നെ ഇന്ദുലേഖയുടെ തലമുടിയിൽ തിരുകട്ടെയോ?

ഇന്ദുലേഖ: എന്റെ തലമുടിയിലോ?

മാധവൻ: അതെ.

ഇന്ദുലേഖ: മാധവന്റെ കൈകൊണ്ടോ?

മാധവൻ: അതെ.

ഇന്ദുലേഖ ഒന്നും മിണ്ടാതെ മന്ദഹസിച്ചുകൊണ്ടു നിന്നു. മാധവൻ പുഷ്പമാല ഇന്ദുലേഖയുടെ കുന്തളത്തിൽ ഭംഗിയായിവെച്ചു. (വെച്ചു കഴിഞ്ഞ ഉടനെ)

ഇന്ദുലേഖ: ഇതെല്ലാം അക്രമമാണ്. മാധവൻ എന്റെ വലിയച്ഛന്റെ മരുമകനാണെങ്കിലും നോം ബാല്യം മുതൽ അന്യോന്യം കളിച്ചു വളർന്നവരാണെങ്കിലും എല്ലായ്പ്പോഴും നോം കുട്ടികളല്ലെന്ന് ഓർക്കേണ്ടതാണ്.

മാധവൻ: ഈ മാല ഇന്ദുലേഖയുടെ തലമുടിയിൽ വെച്ചപ്പോൾ

ഞാൻ കുട്ടിയാണെന്ന് അശേഷം ഓർത്തില്ല- നല്ല യുവാവാണെന്നു തന്നെ വിചാരിച്ചു.

ഇന്ദുലേഖ: ആ സ്ഥിതിയിൽ മാധവൻ എന്നെ എങ്ങനെ തൊടും?

മാധവൻ: തൊട്ടതു കണ്ടില്ലേ?

ഇന്ദുലേഖ: അതാണ് അക്രമമെന്നു പറഞ്ഞത്.

മാധവൻ: (കണ്ണിൽ വെള്ളം നിറച്ചുംകൊണ്ട്) എന്നെ എന്തിന് ഇങ്ങനെ വലപ്പിക്കുന്നു? ഇന്ദുലേഖയെ കൂടാതെ അരനിമിഷം ഈ ഭൂമിയിൽ ഇരിപ്പാൻ എനിക്ക് ആഗ്രഹമില്ല.

ഇന്ദുലേഖ: (മനസ്സിൽ വന്ന വ്യസനത്തെ സ്ഥിരമായി അടക്കിക്കൊണ്ട്) എന്നോടു കൂടാതെ ഇരിക്കേണമെന്ന് ആരു പറഞ്ഞു?

മാധവൻ: കൂടാതെ എന്നു പറഞ്ഞ വാക്കിനു ഞാൻ ഉദ്ദേശിച്ച അർത്ഥത്തിൽതന്നെയോ ഇന്ദുലേഖ എന്നോട് ഇപ്പോൾ പറയുന്നത്?

ഇന്ദുലേഖ: എന്താണു മാധവൻ ഉദ്ദേശിച്ച അർത്ഥം?

മാധവൻ: കൂടാതെ എന്നു പറഞ്ഞത്, ഇന്ദുലേഖയുമായി രാവും പകലും ഒരുപോലെ വിനോദിപ്പാനുള്ള സ്വാതന്ത്ര്യവും ഭാഗ്യവും കൂടാതെ- എന്നാണ്.

ഇന്ദുലേഖ : നേരം വൈകി. മഞ്ഞു വീഴുന്നുണ്ട്. പോയി കിടന്നോളൂ നാളെ രാവിലെ ചായ കുടിക്കാൻ മുകളിൽ വരണെ.

മാധവൻ: ശരീരവും മനസ്സും വ്രണപ്പെട്ടപോലെ വേദനയുള്ള എനിക്ക്-കിടന്നുറങ്ങാൻ എങ്ങനെ സാധിക്കും?

ഇന്ദുലേഖ: അതിനു വ്രണവിരോപണമായ വല്ല മരുന്നും സേവിച്ചു സുഖം വരുത്തണം.

മാധവൻ: ഞാൻ അതിന് ഒരു മരുന്നു കണ്ടിട്ടുണ്ട്- ഒരു പ്രമാണ പ്രകാരം, ആ പ്രമാണം പറയാം. മരുന്നു തരുമോ?

ഇന്ദുലേഖ: എന്താണു പ്രമാണം?- കേൾക്കട്ടെ.

മാധവൻ:

ഇന്ദീവരാക്ഷി തവ തീക്ഷ്ണകടാക്ഷബാണ-
പാതവ്രണേ ദ്വിവിധമൗഷധമേവന്യേ
ഏകം തദീയമധരാമൃതപാനമന്യ-
ദുത്തുംഗപീനകുചകുങ്കുമപങ്കലേപഃ

ഇന്ദുലേഖ: ശരി; നല്ല പ്രമാണം. ഈ മരുന്ന് എവിടെ കിട്ടും?

മാധവൻ : ഇന്ദുലേഖയുടെ കൈവശമുണ്ടല്ലോ.

ഇന്ദുലേഖ: അത് ഇപ്പോൾ എടുപ്പാൻ പാടില്ല. മഞ്ഞു വളരെ. ഞാൻ പോണു. മാധവൻ പോയി കിടന്നുറങ്ങൂ- ഭ്രാന്തന്മാരെപ്പോലെ

ആവരുത്.

മാധവൻ: ആട്ടെ, എനിക്ക് ആ മരുന്ന് എപ്പോഴെങ്കിലും കിട്ടുമോ? ഇന്ദുലേഖ കിട്ടും എന്ന് ഒരു വാക്കു പറഞ്ഞാൽ മതി. എന്നാൽ ഞാൻ പരമഭാഗ്യവാനായി. എന്നെ ഇങ്ങനെ തപിപ്പിക്കരുതേ- ആ വാക്കു മാത്രം ഒന്നു പറഞ്ഞു കേൾക്കണം. അതിനു എനിക്കു ഭാഗ്യമുണ്ടോ?

ഇന്ദുലേഖ: എനിക്ക് ഉറക്കം വല്ലാതെ വരുന്നു. ഞാൻ ഇതാ പോവുന്നു.

എന്നുപറഞ്ഞ് ഇന്ദുലേഖ ക്ഷണേന മാളികയിലേക്കു കയറിപ്പോയി. ഇന്ദുലേഖ പോയ വഴിയും നോക്കി മാധവൻ അതിപരിതാപത്തോടെ നിന്നു മാധവൻ. ഇന്ദുലേഖ മുകളിലേക്ക് പോയി എന്നേയുള്ളൂ. മുകളിൽ അറയിൽ എത്തിയതു മുതൽ ജാലകത്തിൽ കൂടി മാധവൻ മിറ്റത്തു നിന്നു പോവുന്നതു വരെ മാധവനെത്തന്നെ നോക്കിക്കൊണ്ടു നിന്നു.

ഇങ്ങനെ മാധവനും ഇന്ദുലേഖയുമായി അന്യോന്യം നടന്ന സല്ലാപങ്ങളെക്കുറിച്ചു പറയുന്നതായാൽ വളരെ പറയേണ്ടിവരും. പിന്നെ വിശേഷിച്ച് ഇത് ഒരു പൂർവ്വകഥാപ്രസംഗം മാത്രമാണല്ലോ. എങ്കിലും ഒരുദിവസം ഇവർ തമ്മിൽ ഉണ്ടായ ഒരു സല്ലാപം കൂടി എന്റെ വായനക്കാരെ മനസ്സിലാക്കണമെന്ന് എനിക്ക് ഒരു ആഗ്രഹം ഉണ്ടാവുന്നതിനാൽ പറയുന്നു:

ഇന്ദുലേഖയെത്തന്നെ രാവും പകലും വിചാരിച്ചു വിചാരിച്ചു മാധവന്റെ മനസ്സിന്ന് ഒരു പുകച്ചൽ ആയിത്തീർന്നു. ഒരു രാത്രിയിൽ മാധവൻ ഉറങ്ങാൻ ഭാവിച്ചു കിടക്കുന്നു;-ഉറക്കം എന്തുചെയ്തിട്ടും വരുന്നില്ല. അങ്ങനെ കിടക്കുമ്പോൾ മാധവനു തോന്നി: എന്തിനാണ് ഇങ്ങനെ സങ്കടപ്പെടുന്നത്? ഇന്ദുലേഖയ്ക്ക് എന്നോട് അനുരാഗമുണ്ടെങ്കിൽ ഇതിന് എത്രയോ മുമ്പ് എന്റെ ഭാര്യയായി ഇരിക്കുമായിരുന്നു. എന്റെമേൽ സ്നേഹം ഉണ്ടായിരിക്കാം. അനുരാഗമുണ്ടോ എന്ന് എനിയും എനിക്കു സംശയം. പിന്നെ എന്നെക്കാൾ എത്രയോ യോഗ്യന്മാരും ധനവാന്മാരും ആയ ആളുകൾ ഇന്ദുലേഖയെ ആഗ്രഹിക്കുന്നുണ്ടെന്ന് ഇന്ദുലേഖയ്ക്കുതന്നെ അറിവുള്ളതിനാൽ അങ്ങനെ രഞ്ജിപ്പിച്ചു ഭാര്യാഭർത്താക്കന്മാരായി ഇരിക്കണമെന്നായിരിക്കാം ഇന്ദുലേഖയുടെ താല്പര്യം. സ്ത്രീകളുടെ മനസ്സിനെ എങ്ങനെ അറിവാൻ കഴിയും? എത്രതന്നെ പഠിപ്പുണ്ടായാലും സ്ത്രീസ്വഭാവമല്ലെ? പിന്നെ ഞാൻ എന്തിനു വൃഥാ ഖേദിക്കുന്നു? എനി ഇന്ദുലേഖയെക്കുറിച്ച് ഇങ്ങനെ എന്റെ മനസ്സിനെ

ഞാൻ തപിപ്പിക്കുകയില്ല- നിശ്ചയം. രാവിലെ തോക്കുകൾ എടുത്തു ശിക്കാറിനു പോണം. അച്ഛനും വരുമായിരിക്കും. വളരെ ദിവസ മായി ശിക്കാർ ചെയ്തിട്ട് . ഈ ഒരു മനോവ്യഥകൊണ്ട് എന്റെ പൗരുഷങ്ങൾ എല്ലാം നശിക്കാറായി. അങ്ങനെ വരുത്തരുത്. ഞാൻ ബുദ്ധിഹീനനായിട്ടാണ് ഇങ്ങനെ കിടന്നു വലയുന്നത്. എനിക്കു ചെറുപ്പമാണ്. ഇന്ദുലേഖയ്ക്കു ഭർത്താവ് ഉണ്ടാകേണ്ടുന്ന കാലം അതിക്രമിച്ചിരിക്കുന്നു. ഞാൻ എനി ഒരു വലിയ ഉദ്യോഗസ്ഥനോ മറ്റോ ആവുന്നതുവരെ ഒരിക്കലും ഇന്ദുലേഖ ഭർത്താവു വേണ്ടെ ന്നുവെച്ച് ഇരിക്കുകയില്ല പിന്നെ ആ മോഹം വൃഥാ. എനി ഞാൻ ഇങ്ങിനെ എന്റെ മനസ്സിനെ വ്യസനിപ്പിക്കയില്ല, എന്നു മനസ്സു കൊണ്ടു നിശ്ചയിച്ചു; ബഹുധൈര്യത്തോടെ കണ്ണ് അടച്ച് ഉറങ്ങണം എന്ന് ഉറച്ചു കിടന്നു. കണ്ണ് അടച്ച നിമിഷത്തിൽ ഇന്ദുലേഖയുടെ നീണ്ട കണ്ണുകളും ചെന്താമരപ്പൂവുപോലെ ശോഭയുള്ള മുഖവും കുന്തളഭാരവും അധരങ്ങളും മുമ്പിൽ വെളിവായി കാണുന്നതു പോലെ തോന്നി. കണ്ണുമിഴിച്ചു; ഒന്നും കണ്ടതുമില്ല. മാധവൻ എണീറ്റ് ഇരുന്നു ബഹു ധൈര്യം നടിച്ച്, എനി ഞാൻ ഇന്ദുലേ ഖയെ വിചാരിക്കുകയില്ല. എന്നു തീർച്ചയായി ഉറച്ചു. അപ്പോൾ തന്റെ അറയുടെ വാതുക്കൽ ഒരു സ്ത്രീ നില്ക്കുന്നതു കണ്ടു.

മാധവൻ: ആരാണ് അത്?

ഞാൻ തന്നെ. പൂവരങ്ങിൽ നിന്ന് ഒരു മാല തന്നയച്ചിരിക്കുന്നു, എന്നു പറഞ്ഞ് ഇന്ദുലേഖയുടെ ദാസി അമ്മു എന്ന സ്ത്രീ മാധ വന്റെ അറയിൽ കടന്നു തന്റെ കൈയിൽ ഉള്ള ഒരു പനീർചെമ്പക മാല മാധവൻവശം കൊടുത്തു.

മാധവൻ മാല വാങ്ങി നോക്കി ദീർഘമായി ഒന്നു നിശ്വസിച്ചു.

അമ്മു: നാളെ രാവിലെ ചായകുടിക്കാൻ മുകളിൽ ചെല്ലേണ മെന്നു പറഞ്ഞിരിക്കുന്നു. ചെല്ലാതിരിക്കരുതെന്നു തീർച്ചയായി പറ ഞ്ഞിരിക്കുന്നു.

മാധവൻ: ഞാൻ പുലരാൻ നാലുനാഴികയുള്ളപ്പോൾ നായാ ട്ടിന്നു പോകുന്നു. അച്ഛനും വരുമായിരിക്കും. നാളെ അസ്തമിച്ചിട്ടേ മടങ്ങി വരികയുള്ളൂ എന്നു പറയൂ.

അമ്മു: അങ്ങനെതന്നെ പറയാം. എന്നാൽ പുലർച്ചയ്ക്കു കാണ ണമെങ്കിൽ കാണാൻ ശരിയാവും. തിരുവാതിരക്കുളി ഉണ്ടല്ലോ- അമ്മ എഴെട്ടു നാഴിക വെളിച്ചാവാനുള്ളപ്പോൾ ഉണർന്നു കുളപ്പു രയിൽ കുളിപ്പാൻ പോവാറു പതിവാണ്.

മാധവൻ: രാത്രി എനിക്കു പെണ്ണുങ്ങളെ വന്നു കാണുവാൻ

പാടില്ല. മറ്റന്നാൾ രാവിലെ കാണാമെന്നു പറയൂ.

അമ്മു മന്ദഹസിച്ചുകൊണ്ട് , പറയാം, എന്നു പറഞ്ഞ് ഇന്ദുലേഖയുടെ മാളികയിലേക്ക് അയച്ചു.

അമ്മു രണ്ടാമതു ചെല്ലുമ്പോൾ, മാധവൻ മാലയെ കൈയിൽ വെച്ചു നോക്കി രസിച്ചും കൊണ്ടിരിക്കുന്നു. അമ്മുവെ രണ്ടാമതു കണ്ടപ്പോൾ എന്താണു പിന്നെയും വന്നത് എന്നു ചോദിച്ചു.

അമ്മു: അമ്മ വിശേഷമായി ഒരു തൊപ്പി തുന്നുന്നുണ്ടത്രേ. അതു നായാട്ടിനു പോകുമ്പോൾ തലയിൽ ഇട്ടുകൊണ്ടു പോകാം. പുലർച്ചയ്ക്കു മാളികയിൽ കയറിച്ചെല്ലാൻ യജമാനനു വിരോധമുണ്ടെങ്കിൽ മിറ്റത്തു കിളിവാതിലിന്നു നേരെ നിന്നാൽ തൊപ്പി എടുത്തുതരാം എന്ന് അമ്മ പറഞ്ഞിരിക്കുന്നു.

മാധവൻ: എന്നാൽ ഇപ്പോൾ ഇങ്ങട്ടു കൊടുത്തയയ്ക്കരുതോ?

അമ്മു: തൊപ്പി മുഴുവനും തീർന്നിട്ടില്ലായിരിക്കും.

മാധവൻ: എന്താണ് രാത്രിയിൽ തുന്നൽപ്പണി ചെയ്യാറുണ്ടോ?

അമ്മു: രാത്രി ഈയിടെ തുന്നലും പുസ്തകം വായനയും മറ്റും തന്നെയാണ്. ഉറക്കം വളരെ കുറഞ്ഞിരിക്കുന്നു.

മാധവൻ: അതിന് എന്താണു സംഗതി?

സംഗതി എന്തോ! എന്നു പറഞ്ഞ് അമ്മു മന്ദഹസിച്ചുംകൊണ്ട് തല താഴ്ത്തി ലജ്ജാഭാവത്തോടെ നിന്നു.

മാധവൻ: അങ്ങനെയാട്ടെ. നീ പൊയ്ക്കോ. ഞാൻ പുലർച്ചെ പോകുമ്പോൾ ജാലകം തുറന്നുകണ്ടാൽ വിളിക്കും എന്നു പറയൂ. ജാലകം തുറന്നു കണ്ടില്ലെങ്കിൽ നേരെ പോവും.

അമ്മു പോയ ഉടനെ മാധവനു പിന്നെയും വിചാരം തുടങ്ങി: ഇന്ദുലേഖയ്ക്കും ഉറക്കമില്ല. എന്നോട് ഇന്ദുലേഖയ്ക്ക് അനുരാഗം ഉണ്ടെന്നുള്ളതിനു സംശയമില്ല. എനിക്കു ലേശം സംശയമില്ല. എന്നാൽ പിന്നെ എന്താണ് അതു ഭാവിക്കാത്തത്? കുട്ടിക്കളികൾ അല്ലാതെ വേറെ ഒന്നും പുറത്തുകാണുന്നില്ലല്ലോ. ഇതിന് എന്തു സംഗതി? എന്നിങ്ങനെ ആലോചിച്ചുംകൊണ്ട് മാധവൻ കട്ടലിൻമേൽ നിന്ന് എണീറ്റ് രാവിലെ ശിക്കാറിന്നു പോവാൻ ഉള്ള വട്ടങ്ങൾ ഒരുക്കി. ഒന്നാന്തരം ഒരു തോക്കെടുത്തു തുടച്ചുവെച്ചു. ആവശ്യമുള്ള തിരകൾ എടുത്തുവെച്ചു; പുലരാൻ നാലു നാഴികയ്ക്കു ചായ വേണമെന്നു വാലിയക്കാരനെ വിളിച്ചു പറഞ്ഞു കിടന്നു. നാലുമണിക്ക് എണീറ്റു കുപ്പായം, കാലുറ, ബൂട്ട്സ് ഇതുകൾ ഇട്ട് തന്റെ ഒരു വാലിയക്കാരനേയും വിളിച്ചു കൂട്ടി നായാട്ടിനു പറപ്പെട്ടു. മേലോട്ടു നോക്കിയപ്പോൾ ഒരു ചന്ദ്രൻ ഉദിച്ചു പൊങ്ങി നില്ക്കു

ന്നതു പോലെ ഇന്ദുലേഖയുടെ മുഖം ജാലകത്തിൽക്കൂടെ മുകളിൽ ഇന്ദുലേഖയുടെ സമീപം കത്തുന്ന അതിപ്രകാശമുള്ള വെളിച്ചത്തിൽ കണ്ട് മാധവൻ മയങ്ങിപ്പോയി.

ഇന്ദുലേഖ: എന്താണ് ഇത്ര നേർത്തെ പുറപ്പെട്ടത്? ജന്തുഹിംസ ചെയ്യണമെങ്കിൽ ജന്തുക്കളെ കണ്ണുകൊണ്ടു കണ്ടിട്ടു വേണ്ടേ? ഇരുട്ടിൽ എങ്ങനെ കാണും?

മാധവൻ: കുറെ ദൂരം പോയിട്ടുവേണം നായാട്ടു തുടങ്ങുവാൻ.

ഇന്ദുലേഖ: ഓഹോ! വലിയ വട്ടം കൂട്ടീട്ടുള്ള നായാട്ടിനോ ഭാവം?

മാധവൻ: കുറെ വിസ്തരിച്ചു തന്നെയാണു ഭാവം. അങ്ങനെയായാൽ മനസ്സിനു കുറെ സുഖമുണ്ടാവും എന്നു തോന്നുന്നു.

ഇന്ദുലേഖ: ശരി; ഇക്കുറി മദിരാശിയിൽ നിന്നു വരുമ്പോൾ എത്രതോക്കുകൾ കൊണ്ടുവന്നിട്ടുണ്ട്?

മാധവൻ: ഒന്നുമാത്രം- ബ്രീച്ച് ലോഡർ.

ഇന്ദുലേഖ: അത് എനിക്ക് ഒന്നു കാണണം. ഇങ്ങട്ടു കൊടുത്തയയ്ക്കൂ.

മാധവന്റെ വാലിയക്കാരൻ ഉടനെ തോക്കു മുകളിലേക്കു കൊണ്ടു ചെന്നു. ഇന്ദുലേഖ വാങ്ങി അകത്തുവെച്ചു വാതിൽ പൂട്ടി അമ്മുവോടു വെളിച്ചം എടുക്കാൻ പറഞ്ഞു കുളിപ്പാൻ ചുവട്ടിൽ ഇറങ്ങി, മാധവന്റെ അരികത്ത് എത്തിയപ്പോൾ പറഞ്ഞു:

ഇന്ദുലേഖ: ശരി; ബ്രീച്ച് ലോഡർ ഇപ്പോൾ മാളികയിൽ ഇരിക്കട്ടെ. തൊപ്പിപണി മുഴുവനും തീർന്നിട്ടില്ലാ. അതുകൊണ്ട് നാളെയോ മറ്റെന്നാളോ നായാട്ടിനു പോവാം. സുഖമായി ഇപ്പോൾ പോയിക്കിടന്ന് ഉറങ്ങൂ.

മാധവൻ: ഇതു വലിയ സങ്കടംതന്നെ. എനിക്കു നായാട്ടിനു പോവാൻ പാടില്ലേന്നോ?

ഇന്ദുലേഖ: അതെ; ഇന്നു പോവാൻ പാടില്ലെന്നുതന്നെ.

മാധവൻ: അതെന്താണ്?

ഇന്ദുലേഖ: തൊപ്പിപണി തീർന്നിട്ടില്ലാ, അതുതന്നെ.

മാധവൻ: ഞാൻ തൊപ്പി വേണമെന്നു പറഞ്ഞുവോ?

ഇന്ദുലേഖ: തൊപ്പി വേണ്ട എന്നു പറഞ്ഞുവോ? ഇന്നലെ അമ്മു വന്നു ചോദിച്ചപ്പോൾ വേണ്ടാ എന്നു പറയായിരുന്നില്ലേ?

മാധവൻ: വേണ്ടാ എന്നു ഞാൻ ഇപ്പോൾ പറയുന്നു.

ഇന്ദുലേഖ: അതു സാരമില്ല. അതു ഞാൻ കേൾക്കയില്ല. ഇന്നലെ വേണ്ടാ എന്നു പറഞ്ഞയച്ചിരുന്നുവെങ്കിൽ ഞാൻ രാത്രി ഉറക്ക്

ഒഴിഞ്ഞു പണിചെയ്യുന്നതല്ലായിരുന്നു. പിന്നെ ഇത്രയൊക്കെ എന്നെക്കൊണ്ടു ബുദ്ധിമുട്ടിച്ച് ഇപ്പോൾ വേണ്ടാ എന്നു പറഞ്ഞാൽ ആരു കേൾക്കും?

മാധവൻ: ഈ കുട്ടിക്കളിയിൽ ഒന്നും എനിക്ക് അശേഷം രസം തോന്നുന്നില്ല. മനുഷ്യരെ വെറുതെ ഉപദ്രവിച്ചിട്ട് എന്തു പ്രയോജനം?

ഇന്ദുലേഖ: ഞാൻ കുട്ടിയാണ്. മാധവനും കുട്ടിതന്നെയാണെന്ന് ഇപ്പോഴും എനിക്കു തോന്നുന്നു. അതുകൊണ്ടു മുമ്പു നോം കളിച്ചതുപോലെ ഇപ്പോഴും കളിക്കാം.

മാധവൻ: ഇന്നാൾ അല്ലെ ഇന്ദുലേഖ പറഞ്ഞത് കുട്ടിക്കളി എനി പാടില്ലാ എന്നും മറ്റും..

ഇന്ദുലേഖ: അപ്പോൾ മാധവനെ കുട്ടിയുടെ മാതിരിയലല്ല കണ്ടത് എന്നു പറഞ്ഞു ചിരിച്ചുംകൊണ്ട് കുളിപ്പാൻ പോയി. മാധവൻ വിഷണ്ണനായി തോട്ടത്തിൽ നടന്നും കൊണ്ടിരുന്നു.

കുളികഴിഞ്ഞ് ഇന്ദുലേഖ വരുമ്പോഴേക്ക് നേരം നല്ല വെളിച്ചമായിരിക്കുന്നു. മാധവനെക്കണ്ടു മുകളിലേക്ക് ഒന്നിച്ചു കൂട്ടികൊണ്ടു പോയി .

ചായകുടിക്കാൻ ക്ഷണിച്ചു. ചായ താൻ കുടിച്ചു, വേണ്ടെന്നു പറഞ്ഞു. പിന്നെയും ഇന്ദുലേഖയുടെ നിർബന്ധത്താൽ അല്പം കുടിച്ചു: രണ്ടുപേരും ഓരോ കസാലയിൽ ഇരുന്നു.

ഇന്ദുലേഖ: എനി ഇന്നു നായാട്ടിനു പോവാൻ തരമില്ലല്ലോ.

മാധവൻ: ഇന്ദുലേഖയ്ക്കു കുട്ടിക്കളി മാറീട്ടില്ലെങ്കിൽ കളിപ്പാൻ വെറെ ആളെ അന്വേഷിച്ചോളൂ. എനിക്ക് ഇതു സഹിപ്പാൻ പാടില്ലാതെ ആയിരിക്കുന്നു.

ഇന്ദുലേഖ: എന്താണു സഹിപ്പാൻ പാടില്ലാത്തത്- നായാട്ടോ?

മാധവൻ: ഞാൻ വെളിവായിട്ടു പറയാം.

ഇന്ദുലേഖ: വരട്ടെ- അത്ര വെളിവായിട്ടു പറയേണമെന്നില്ല. മാധവൻ നല്ല ധീരനാണെന്നു ഞാൻ മുമ്പു വിചാരിച്ചു. മാധവന്റെ ഇപ്പോഴത്തെ ഗോഷ്ടികൾ കാണുമ്പോൾ എന്റെ അഭിപ്രായം തെറ്റാണെന്നു ഞാൻ ഇപ്പോൾ വിചാരിക്കുന്നു.

മാധവൻ: എനിക്ക് ഈ കാര്യത്തിൽ ധൈര്യമില്ല. ഇന്ദുലേഖ സാധാരണ ദിക്കിൽ കാണാറുള്ളമാതിരി ഒരു കുട്ടിയാണ് ഞാൻ എന്നു ശങ്കിക്കേണ്ടാ. ഞാൻ ഇതുവരെ യാതൊരു ദുർമ്മര്യാദയിലും ലേശം പ്രവേശിക്കാത്തവനാണ്. എനിക്കു സ്ത്രീകളിൽ ചാപല്യം ഇന്ദുലേഖയെ കാണുന്നതിനു മുമ്പ് ഉണ്ടായിട്ടേ ഇല്ല. അതുകൊ

ണ്ടായിരിക്കാം ഇപ്പോൾ ഉണ്ടാകുന്ന ചാപല്യത്തിന് ഇത്ര അധികം ശക്തി. എനിയും ഇന്ദുലേഖ എന്നെ ചലിപ്പിക്കാനാണു ഭാവമെങ്കിൽ ഞാൻ ഈ ദിക്കിൽ ഇരിപ്പാൻ തന്നെ ഭാവമില്ല.

ഇന്ദുലേഖ: അപ്പോൾ വേറെ ദിക്കിൽ പോയാൽ ഈ വിചാരം ഉണ്ടാവുകയില്ല, അല്ലേ? അതിന്റെ താല്പര്യം. കാണുമ്പോഴേ ഈ അനുരാഗവും ഗോഷ്ടികളും ഉണ്ടാവുന്നുള്ളൂ എന്നാണ്.

മാധവൻ: അങ്ങനെയല്ല അതിന്റെ താല്പര്യം. ഇന്ദുലേഖയുമായി എനിക്കു ഹിതപ്രകാരം ഇരിക്കാൻ സാധിക്കുന്നില്ലെങ്കിൽ പിന്നെ എന്റെ രാജ്യവും വീടും എനിക്കു വേണ്ടാ എന്നാകുന്നു ഞാൻ പറഞ്ഞതിന്റെ അർത്ഥം.

ഇന്ദുലേഖ: ആട്ടെ, ശരി, മാധവന് എന്നോട് ഇത്ര അനുരാഗമുണ്ടായിട്ടും എനിക്കു മാധവനോടു ലേശം അനുരാഗം ഇല്ലെങ്കിലോ? പിന്നെ മാധവന് എന്നോടു പ്രിയം ഉണ്ടാകുമോ?

മാധവൻ: എന്നോട് ഇന്ദുലേഖയ്ക്ക് അനുരാഗമില്ലെന്നു ഞാൻ ഒരിക്കലും വിചാരിക്കുകയില്ല.

ഇന്ദുലേഖ: പിന്നെ എന്താണ് ഈ തടസ്സം?

മാധവൻ: തടസ്സമോ?

ഇന്ദുലേഖ: അതെ, തടസ്സം എന്താണു പറയൂ.

മാധവൻ: പറയാം. ഈ തടസ്സത്തിനു കാരണം ഞാൻ വിചാരിക്കുന്നത്, ഒന്നാമത് ഞാൻ വലിയ സ്ഥിതിയിൽ എനിയും ആയിട്ടില്ലെന്ന് ഇന്ദുലേഖ വിചാരിക്കുന്നതുകൊണ്ട്. രണ്ടാമത്, വേറെ വളരെ യോഗ്യരായ ധനികന്മാരും പ്രഭുക്കളും മഹാരാജാക്കന്മാരും ഇന്ദുലേഖയെ കാംക്ഷിച്ച് ഇരിക്കുന്നു എന്ന് ഇന്ദുലേഖയ്ക്ക് അറിവുള്ളതുകൊണ്ട്.

ഇന്ദുലേഖ: മാധവൻ ഇത്ര ശപ്പനാണെന്നു ഞാൻ ഇതുവരെ വിചാരിച്ചില്ല. എന്നെ കാംക്ഷിക്കുന്ന യോഗ്യരിലും മഹാരാജാക്കന്മാരിലും എനിക്കു ഭ്രമമുണ്ടെങ്കിൽ എനിക്ക് അവരിൽ ഒരാളെ ഇതുവരെ ഭർത്താവാക്കിക്കൂടായിരുന്നുവോ? ഈ വിധം ഭോഷത്വം പറഞ്ഞത് ആശ്ചര്യം. എനിക്ക് ഈ കാര്യത്തിൽ ധനവും പുല്ലും സമമാണ്. എന്റെ മനസ്സിന്ന് അഭിരുചി തോന്നുന്നവൻ എന്റെ ഭർത്താവെന്നു മാത്രമാണ് ഞാൻ നിശ്ചയിച്ചിട്ടുള്ളത്.

മാധവൻ: അങ്ങനെ അഭിരുചി ഇതുവരെ ആരിലെങ്കിലും തോന്നീട്ടുണ്ടോ?

ഇന്ദുലേഖ: ഉണ്ടെങ്കിൽ അതു ശപ്പനായ മാധവനോടു ഞാൻ എനി എന്തിനു പറയണം?

മാധവൻ: എന്തിനാണ് എന്നെ ശകാരിക്കുന്നത്? ഇതും കൂടി വേണമോ?

ഇന്ദുലേഖ: മതി, മതി, മഹാരസികൻ തന്നെ മാധവൻ. എനിക്കു മാധവനിൽ അനുരാഗമുണ്ടെന്നു മാധവനു ബോദ്ധ്യമാണ്. എന്നാലും മഹാരാജാക്കന്മാരും പ്രഭുക്കളും എന്നെ ആവശ്യപ്പെടുന്നതുകൊണ്ട് എന്റെ അനുരാഗത്തിനും മനസ്സിനും വിരോധമായി അവരിൽ ആരെയെങ്കിലും സ്വീകരിച്ചുകളയും എന്നു വിചാരിക്കുന്നു. അല്ലേ? കഷ്ടം! ഇത്ര ബുദ്ധിഹീനനാണു മാധവൻ! കഷ്ടം ഇത്ര നിസ്സാരമായ ഒരു സ്ത്രീയാണു ഞാൻ എന്നു വിചാരിച്ചു പോയല്ലോ. ഇങ്ങനെയാണെങ്കിൽ എന്നിൽ മാധവന് എങ്ങനെ ഇത്ര പ്രിയം ഉണ്ടായത്?

ഈ വാക്കുകൾ കേട്ടപ്പോൾ മാധവനു കണ്ണിൽ ജലം നിറഞ്ഞു. സന്തോഷംകൊണ്ടോ ബഹുമാനംകൊണ്ടോ വ്യസനംകൊണ്ടോ ഈ അശ്രുക്കൾ ഉണ്ടായത് എന്ന് എന്റെ വായനക്കാർ ആലോചിച്ചു നിശ്ചയിക്കേണ്ടതാണ്.

ഇന്ദുലേഖ: എന്താണ് ഉത്തരംമുട്ടിയാൽ കരയുന്നത്?

മാധവൻ; ഉത്തരം ഇല്ലാഞ്ഞിട്ടല്ല. എനിക്ക് എല്ലായ്പോഴും ഓരോന്നു പറഞ്ഞു തർക്കിച്ചു കൊണ്ടിരിപ്പാൻ സുഖമില്ല. ഇന്ദുലേഖ ബുദ്ധിമുട്ടിച്ചിട്ടാണ് ഞാൻ ഇവിടെ ഇരുന്നത്. ഇരുന്നതിന്റെ ശേഷം ഒരു വാക്കെങ്കിലും മധുരമായി എന്നോടു പറഞ്ഞിട്ടില്ല. എല്ലാം വക്രോക്തികൾ തന്നെ. മലയാളത്തിൽ പെണ്ണുങ്ങൾക്കു പുരുഷന്മാരെ ഇട്ടുവലപ്പിക്കുന്നതിൽ വളരെ സ്വതന്ത്രതയും എടയും ഉള്ളതുകൊണ്ട് പുരുഷന്മാർ സങ്കടം അനുഭവിക്കുക എന്നേ വരൂ.

ഇന്ദുലേഖ: എന്തുകൊണ്ടാണ് ഞാൻ എന്റെ വാക്കുകളെ മധുരമാക്കേണ്ടത്? കുറേ തേൻ കുടിച്ചിട്ടു വാക്കു പറയട്ടെ? അല്ലെങ്കിൽ ഞാൻ വാക്കു പറയുമ്പോൾ മാധവൻ കുറെ തേൻ കുടിച്ചുകൊണ്ട് ഇരിക്കൂ. എന്നാൽ മധുരം തോന്നും. വല്ല ശപ്പത്തരവും പറഞ്ഞ് അതിനു നല്ല ഉത്തരം കിട്ടുമ്പോൾ ഉത്തരം പറയുന്ന ആളുടെ വാക്കിനു മധുരമില്ലാ, പുളിക്കുന്നു എന്നും മറ്റും പറഞ്ഞാൽ സമ്മതിക്കും?- എന്താണു മലയാള സ്ത്രീകൾക്കു ദോഷം പറഞ്ഞത്- പുരുഷന്മാരെ ഉപദ്രവിക്കാൻ വളരെ കഴിയുന്നവരാണെന്നോ?

മാധവൻ: അത്രമാത്രമല്ലാ, മലയാളത്തിലെ സ്ത്രീകൾ അന്യരാജ്യങ്ങളിലെ സ്ത്രീകളെപ്പോലെ പാതിവ്രത്യധർമ്മം ആചരിക്കുന്നില്ലാ. ഭർത്താക്കന്മാരെ യഥേഷ്ടം എടുക്കയും ഉപേക്ഷിക്കയും ചെയ്യുന്നു. പിന്നെയും പല സ്വതന്ത്രതകൾ ഉണ്ട്. അതുകൊണ്ട് മലയാള

സ്ത്രീകൾക്കു ഗർവ്വ് വളരെ അധികം ഉണ്ട്, എന്നാണു പറഞ്ഞത്.

ഇന്ദുലേഖ: ശിക്ഷ! അതിമനോഹരമായ വാക്കുതന്നെ. മാധവന് ഇത്ര ഒക്കെ പഠിപ്പും അറിവും ഉണ്ടായിട്ട് ഇങ്ങനെയാണ് മലയാള സ്ത്രീകളെക്കുറിച്ച് അഭിപ്രായമായത്. ഇത് ആശ്ചര്യം തന്നെ.

ഈ സംഗതിയിൽ ബുദ്ധിയുള്ള മലയാളസ്ത്രീ മാധവനോടു താഴെ പറയുന്ന പ്രകാരം ഉത്തരം പറയും.

എന്താണ് പറഞ്ഞത്- മലയാള സ്ത്രീകൾ പാതിവ്രത്യധർമ്മം ആചരിക്കുന്നില്ലെന്നോ? കഷ്ടം! ഇതരരാജ്യങ്ങളിൽ ഉള്ള സ്ത്രീകളെപ്പോലെ മലയാളസ്ത്രീകളും ധാരാളമായി പതിവ്രതാധർമ്മം ആചരിക്കുന്നുണ്ട്- അസംഖ്യം സ്ത്രീകൾ ആചരിക്കുന്നുണ്ട്. ഒരു സ്ത്രീ പതിവ്രതാധർമ്മം ആചരിക്കുന്നില്ലെന്നു മാധവൻ പറയുന്നുവോ? അങ്ങനെ പറയുന്നുവെങ്കിൽ അതു ഞാൻ വിശ്വസിക്കുകയില്ല- നിശ്ചയം. വ്യഭിചാരം എങ്ങും ഏതു ജാതിയിലും ഉണ്ടാവാം. എന്നാൽ ഞങ്ങൾ നായന്മാരുടെ സ്ത്രീകൾ അന്തർജ്ജനങ്ങളെപ്പോലെ അന്യജനങ്ങളോടു സംസാരിക്കാതെയും വിദ്യാഭ്യാസം ചെയ്യാതെയും ശുദ്ധമൃഗപ്രായമായി നടക്കുന്നില്ലാത്തതുകൊണ്ട് വ്യഭിചാരികളാണെന്നോ പതിവ്രതാധർമ്മം ഇല്ലെന്നോ മാധവൻ വിചാരിക്കുന്നുണ്ടെങ്കിൽ ഇത്ര അബദ്ധമായ വിചാരം വേറെ യാതൊന്നും ഇല്ല. യൂറോപ്പ്, അമേരിക്ക മുതലായ രാജ്യങ്ങളിലെ സ്ത്രീകളുടെ സ്ഥിതി ആലോചിച്ചു നോക്കൂ. ഈ രാജ്യങ്ങളിൽ പുരുഷന്മാർക്കും സ്ത്രീകൾക്കും പഠിപ്പ്, അറിവ്, സ്വാതന്ത്ര്യത ഇതെല്ലാം ഒരുപോലെയല്ലേ? ഈ സ്ത്രീകളെല്ലാം വ്യഭിചാരികളോ? ഈ ദിക്കിൽ ഒരു സൗന്ദര്യമുള്ള സ്ത്രീകൾക്കു വല്ല വിദ്യാഭ്യാസവും ഉണ്ടായാൽ അവളുമായി സംസാരിച്ചു വിനോദിപ്പാൻ പോകുന്ന എല്ലാ പുരുഷന്മാരും രഹസ്യക്കാരനാണെന്ന് ക്ഷണേ ഊഹിച്ചു കളയുന്നു. ഇതിൽ എത്ര കണ്ട് സത്യമുണ്ട്? സംഗീതവിദ്യ പരിചയിച്ച ഒരു സ്ത്രീ പാടുന്നതു കേൾപ്പാൻ ഒരു പത്ത് പുരുഷന്മാർ ഒന്നായി ചെന്ന് ഇരുന്ന് കേട്ടു പോന്നാൽ ആ പത്ത് പുരുഷന്മാരും അവളുടെ ജാരന്മാരായി എന്നുപറയും. വിഡ്ഢികളായ നിങ്ങൾ പുരുഷൻമാർ അങ്ങനെ തന്നെ ചെയ്യുന്നതിനു ഞങ്ങൾ വിചാരിച്ചാൽ എന്തു നിവൃത്തിയാണുള്ളത്? നിങ്ങൾ പുരുഷന്മാർ തന്റേടമുള്ളവരാണെങ്കിൽ സ്വജാതിസ്ത്രീകൾക്ക് ഈ വിധം അപമാനം ഉണ്ടാക്കുവാൻ എടവരുത്തുമോ? ഒരു സ്ത്രീക്കു പതിവ്രതാധർമ്മത്തെ അശേഷം കളയാതെ അന്യപുരുഷന്മാരുമായി പലേ വിധത്തിലും വിനോദിപ്പാനും രസിപ്പാനും സംഗതികളും സ്വത

ന്ത്രതകളും ഉണ്ടാവാം. അങ്ങനെ വിനോദിക്കുന്നതും രസിക്കുന്നതും എല്ലാം വ്യഭിചാരത്തിനുള്ള ഏകവിചാരത്തിന്മേലാണെന്നു ദുർബ്ബുദ്ധികൾ ധരിച്ചു വെറുതെ കേരളീയ സുന്ദരിമാരെ അപമാനിക്കുന്നതിൽ മാധവൻകൂടി ചേർന്നത് എനിക്ക് അത്യദ്ഭുതമായിരിക്കുന്നു. എന്റെ വിചാരത്തിൽ സ്ത്രീകൾക്കു സ്വാതന്ത്ര്യം കൊടുക്കാതെ മൃഗങ്ങളെപ്പോലെ വളർത്തിക്കൊണ്ടുവരുന്നതാണു വ്യഭിചാരത്തിന് അധികവും ഹേതു എന്നാകുന്നു. ഒരു പശുവിനോ ശ്വാവിനോ വ്യഭിചാരത്തിൽ ലജ്ജയുണ്ടോ? എന്നാൽ പഠിപ്പും അറിവും ഉള്ളവർക്ക് ഒരു കാലവും വ്യഭിചാരത്തിൽ സക്തി വരാൻ പാടില്ലെന്നല്ല ഞാൻ പറയുന്നത്. ദുർബ്ബുദ്ധിയും ദുർവ്യാപാരവും എത്ര പഠിപ്പുള്ളവരും ചിലപ്പോൾ ഉണ്ടാവാം. അത് ഉണ്ടാവുന്നതു പഠിപ്പുകൊണ്ടും അറിവുകൊണ്ടുമാണെന്നും ചില ഭോഷന്മാരു പറയുന്നതു കേൾക്കുമ്പോൾ എനിക്ക് ആശ്ചര്യം തോന്നുന്നു. പഠിപ്പും അറിവും ഈ വക ദുർബ്ബുദ്ധിയെ നശിപ്പിക്കാനുള്ള മുഖ്യകാരണങ്ങളാണ്. ഭർത്താവിനെ ഇഷ്ടംപോലെ എടുക്കുകയും ഉപേക്ഷിക്കുകയും ചെയ്യുന്നവരാണ് ഞങ്ങൾ എന്നു മാധവൻ ഒരു ദോഷം പറയുന്നുണ്ട്. മര്യാദയില്ലാത്ത ചില സ്ത്രീകൾ ഇങ്ങനെ ചെയ്യുന്നുണ്ടായിരിക്കാം. എന്നാൽ ഇങ്ങനെ ചെയ്വാനുള്ള ഒരു സ്വതന്ത്രത ഞങ്ങൾക്കുള്ളത് എത്രയോ ശ്ലാഘനീയമായ ഒരു അവസ്ഥയാണ്. യൂറോപ്പിൽകൂടി ഈ സ്വതന്ത്രത ഇല്ല. യൂറോപ്പിലെ ഉള്ള ബുദ്ധിശാലികളായ ചില ആളുകളും അമേരിക്കാ രാജ്യത്തിലുള്ള വളരെ മഹാന്മാരും ഈ സ്വതന്ത്രത എല്ലായ്പ്പോഴും ഉണ്ടായിരിക്കേണ്ടതാണെന്ന് അഭിപ്രായപ്പെട്ടതായി ഞാൻ വായിച്ചിട്ടുണ്ട്. ഈ സ്വതന്ത്രത ഇല്ലായ്കയാൽ എത്ര ഭാര്യാഭർത്താക്കൻമാർ ദിവസം പ്രതി യൂറോപ്പിലും ഇൻഡ്യയിലും സങ്കടം അനുഭവിക്കുന്നു! ഈ സ്വതന്ത്രതയെ ദുർവൃത്തിയായി ഉപയോഗിക്കാതെ ശരിയായി ആവശ്യമുള്ള ദിക്കിൽ മാത്രം ഉപയോഗിച്ചുവന്നാൽ അതു സ്ത്രീപുരുഷന്മാർക്ക് വളരെ ഉപകാരമായി വരുന്നതാണ്. ഈ സ്വതന്ത്രത ഉണ്ടെന്നു വെച്ചു മലയാളത്തിൽ എത്ര സ്ത്രീകൾ ഭർത്താക്കന്മാരെ ഉപേക്ഷിക്കുന്നുണ്ട്? എത്ര ഭർത്താക്കൻമാർ ഭാര്യമാരെ ഉപേക്ഷിക്കുന്നുണ്ട്? ഈ മാതിരി എത്ര കാര്യങ്ങൾ കഴിഞ്ഞ പത്തു കൊല്ലങ്ങളിൽ ഈ മലയാളത്തിലെ ഭാര്യാഭർത്താക്കൻമാരുടെ ഇടയിൽ ഉണ്ടായിട്ടുണ്ടെന്നു മാധവനു കൃത്യമായ ഒരു കണക്ക് എടുപ്പാൻ കഴിയുമെങ്കിൽ അപ്പോൾ തോന്നും ആയിരത്തിൽ ഒന്നു കൂടി ഉണ്ടായി എന്നു പറവാൻ സംശയിക്കേണ്ടതാണെന്ന്. ചിലപ്പോൾ ചില ദിക്കിൽ ഉണ്ടാവും. അതിന്നു

കാരണങ്ങളും ഉണ്ടായിരിക്കും. അകാരണമായും ഭാര്യാഭർത്താക്കന്മാരിൽ ഒരാളുടെ ദുർബ്ബുദ്ധിയാലും ദുർലഭം ഉണ്ടായി എന്നു വന്നേക്കാം. എന്നാൽ അവ കേരളീയ സ്ത്രീകൾക്കു സർവ്വസാധാരണയാണെന്നു പറഞ്ഞു ഞങ്ങളെ മാത്രം അപമാനിക്കുന്നു കഷ്ടമാണ്. ഈ സ്വാതന്ത്ര്യത ഉണ്ടാവുന്നതു നല്ലതാണ്. എന്നാൽ അതു വേണ്ട ദിക്കിലേ ഉപയോഗിക്കാവൂ. ചിലപ്പോൾ ചിലർ വേണ്ടാത്ത ദിക്കിലും ഉപയോഗിക്കുന്നുണ്ടായിരിക്കും. അതുകൊണ്ട് അപമാനവും സിദ്ധിക്കുന്നുണ്ടായിരിക്കാം. എന്നാൽ അത് ആ സ്വാതന്ത്ര്യതയുടെ ദോഷമല്ലോ. അതിനെ തെറ്റായി ഉപയോഗിക്കുന്നതിനാലുള്ള ദോഷമാണ്. അതുകൊണ്ട് മാധവന് എന്നോടു ദേഷ്യമുണ്ടെങ്കിൽ എന്റെ മുഴുവൻ വർഗ്ഗക്കാരിൽ ഈ ദൂഷ്യാരോപണം ചെയ്‌വാൻ ഞാൻ സമ്മതിക്കുകയില്ല; നിശ്ചയം തന്നെ.

മാധവൻ: ഭാര്യഭർത്താക്കന്മാർക്കു വേണ്ടപ്പോൾ എല്ലാം യഥേഷ്ടം അന്യോന്യമുള്ള സംബന്ധം വിടർത്താൻ അവരിരുവരിലാർക്കെങ്കിലും അധികാരമുണ്ടായിവരുന്നതു നല്ല സ്വാതന്ത്ര്യതയാണെന്നു ഞാൻ വിചാരിക്കുന്നില്ല. ഈ നിലയായാൽ ഭാര്യാഭർത്താക്കന്മാർ തമ്മിലുള്ള സംബന്ധം ഒരു കരാറിനാൽ ഉണ്ടാവുന്ന സംബന്ധം പോലെ ആയി. അതിൽ ഒരു രുചിയും ശ്ലാഘ്യതയും എനിക്കു തോന്നുന്നില്ല.

ഇന്ദുലേഖ: (ചിരിച്ചും കൊണ്ട്) എന്നാൽ മലയാളമാതിരിയുള്ള സംബന്ധത്തിൽ മാധവനു രുചിയില്ലായിരിക്കും; അല്ലേ?

മാധവൻ: ഇല്ല.

ഇന്ദുലേഖ: അങ്ങനെയാണെങ്കിൽ മുമ്പു പറഞ്ഞില്ലേ അന്യരാജ്യത്തെങ്ങാനും പൊയ്ക്കളയാമെന്ന്? അങ്ങനെ ചെയ്തോളൂ. അതാണു നല്ലത്.

മാധവൻ: അതിനുതന്നെയാണ് ഭാവം. ഇന്ദുലേഖയ്ക്ക് അതിന്നു സമ്മതം തന്നെയോ?

ഇന്ദുലേഖ: എന്റെ സമ്മതം എന്തിനാണ്?

മാധവൻ: ഇന്ദുലേഖ എന്റെ ഭാര്യയായിരിക്കുമെങ്കിൽ എനിക്കു മലയാളം തന്നെയാണു സ്വർഗ്ഗം.

ഇന്ദുലേഖ: അപ്പോൾ മലയാളമാതിരി സംബന്ധം സാരമില്ലാത്ത മാതിരിയാണെന്നല്ലേ പറഞ്ഞത്? പിന്നെ അതിൽ എന്തിനു കാംക്ഷിക്കുന്നു?

മാധവൻ: അത് ഇന്ദുലേഖയ്ക്കും എനിക്കും സംബന്ധിക്കുകയില്ല.

ഇന്ദുലേഖ: ശരി; നല്ല വാക്ക്.

ഇങ്ങിനെ സംസാരിച്ചുകൊണ്ടിരിക്കുമ്പോൾ ഇന്ദുലേഖയുടെ അമ്മ മുകളിലേക്കു വന്നു രണ്ടാളെയും പരിഹാസം തുടങ്ങി. അപ്പോഴത്തെ സ്വകാര്യ സല്ലാപവും അന്നത്തെ നായാട്ടും മാധവനു മുടങ്ങുകയും ചെയ്തു.

എനി ഈ പൂർവ്വകഥ ചുരുക്കി പറയുന്നു:

മാധവനു ക്രമേണ വ്യഥ സഹിപ്പാൻ പാടില്ലാതെ ആയിത്തുടങ്ങി. ഭക്ഷണം, നിദ്ര ഈവകയിൽ അശേഷം ശ്രദ്ധയില്ലാതെ ആയി എന്നുതന്നെ പറയാം. ഇന്ദുലേഖയുടെ മാളികയിൽ അത്ര അധികം പോയി ഇരിക്കാറും ഇല്ലാതായി. ഒരു ദിവസം ഇന്ദുലേഖയുമായി മാധവന്റെ അമ്മ (പാർവ്വതി അമ്മ) സംസാരിച്ചുകൊണ്ടിരിക്കുമ്പോൾ സംഗതിവശാൽ മാധവന്റെ പ്രസ്താവം വന്നതിൽ, മാധവന് എന്തോ അകാരണമായി ഒരു കുണ്ഠിതം കാണുന്നു എന്നു പാർവ്വതി അമ്മ പറഞ്ഞു.

ഇന്ദുലേഖ: അകാരണമായിരിക്കയില്ല.

പാർവ്വതി അമ്മ: ഞാൻ ഒരു കാരണവും കാണുന്നില്ല. ചോറ് അവൻ ഉണ്ണുന്നില്ല; രണ്ടുനേരവും കൂടി കഷ്ടിച്ച് ഉരി അരി ചെല്ലുന്നില്ല. പാലോ ചായയോ ഒന്നുംതന്നെ കഴിക്കുന്നില്ല. രാത്രി അവന്ന് ഉറക്കവും ഇല്ലെന്ന് കൂടെയുള്ളവർ പറയുന്നു. എന്തോ നല്ല ദീനവും വന്നു പിടിക്കുമോ എന്നറിഞ്ഞില്ല.

ഇന്ദുലേഖ:എന്നാൽ ഞാൻ ഒന്നു ചോദിക്കാം. ഇങ്ങട്ടു വരാൻ പറയൂ. പാർവ്വതി അമ്മ പോയി മാധവനോടു പറഞ്ഞു. മാധവൻ ഇന്ദുലേഖയുടെ മാളികയിന്മേൽ ചെന്നു.

ഇന്ദുലേഖ: എന്താ ഇയ്യെടെ ഇങ്ങട്ടു വരവ് ഒന്നു ചുരുങ്ങിയിരിക്കുന്നത്?

മാധവൻ: വരാൻ എനിക്കു മനസ്സിന്ന് അശേഷം സുഖമില്ല.

ഇന്ദുലേഖ: ഇവിടെ വരുമ്പോഴാണു സുഖക്കേട്?

മാധവൻ: അതെ, സുഖക്കേട് അധികമാവുന്നത് ഇവിടെ വരുമ്പോഴാണ്. സുഖക്കേട് സാധാരണ എല്ലായ്പ്പോഴും ഉണ്ട്.

ഇന്ദുലേഖ: ഞാൻ മേൽകഴുകാൻ പോകുന്നു. ആ കോച്ചിന്മേൽ ന്യൂസ് പേപ്പർ വായിച്ചു കിടക്കൂ. ഞാൻ ക്ഷണം വരാം. എന്നിട്ട് വിവരങ്ങൾ പറയാം.

മാധവൻ: കോച്ചിന്മേൽ കിടന്നു. ന്യൂസ്പേപ്പർ തൊട്ടില്ല. ഇന്ദുലേഖ, ന്യൂസ് പേപ്പർ എന്തു പിഴച്ചു? എന്നു ചോദിച്ചു ചിരിച്ചുകൊണ്ട് മേൽ കഴുകാൻ താഴത്തിറങ്ങുമ്പോൾ മുകളിലേക്ക് ഒരു

വാലിയക്കാരൻ മാധവൻ ഒരു കമ്പിവർത്തമാനലക്കോട്ടും കൊണ്ടു കയറുന്നതു കണ്ടു. എന്തോ പരീക്ഷയുടെ സംഗതിയായിരിക്കു മെന്നു വിചാരിച്ചു ലക്കോട്ട് ഇന്ദുലേഖ സംശയം കൂടാതെ വാങ്ങി പൊളിച്ചു വായിച്ചപ്പോൾ ബഹുസന്തോഷമായി. ഉടനെ ഓടി ക്കൊണ്ടു മുകളിൽ ചെന്ന് ബി. എൽ. ജയിച്ചു എന്നു പറഞ്ഞ് മാധവന്റെ അടുക്കെ കമ്പിവർത്തമാനക്കടലാസ്സുംകൊണ്ട് പോയി നിന്നു.

മാധവൻ, ശരി; നന്നായി, എന്നുമാത്രം പറഞ്ഞു. കടലാസ്സു വാങ്ങിയതേ ഇല്ല. പിന്നെ ഒരക്ഷരവും ഉരിയാടിയില്ല. കിടന്നേട ത്തുനിന്ന് ഇളകിയതേ ഇല്ല. ഇന്ദുലേഖയുടെ ചന്ദ്രബിംബസമമായ മുഖത്ത് ഒരു സങ്കടത്തോടുകൂടെ എന്നപോലെ നോക്കിക്കൊണ്ടു കിടന്നതേ ഉള്ളൂ. ഇതു കണ്ടപ്പോൾ ഇന്ദുലേഖയ്ക്ക് അതികഠിന മായ ഒരു വ്യഥ ഉണ്ടായി എങ്കിലും അതിനെ ധൈര്യത്തോടെ അട ക്കി.

ഇന്ദുലേഖ: ഇത് എന്തു കഥയാണ്! ഒരു വ്യസനഭാവം കാണു ന്നത്? ബി. എൽ. ഒന്നാം ക്ലാസ്സിൽ ഒന്നാമനായി ജയിച്ചു എന്ന് അറിയിച്ചാൽ ഇത്ര വ്യസനമോ? ഇങ്ങനെ അനാസ്ഥയായി കിട ക്കുന്നത് ആശ്ചര്യം! ആശ്ചര്യം!

മാധവൻ: എനിക്ക് ഇല്ല. ബി. എൽ പാസ്സായാലും ഇല്ലെങ്കിലും എല്ലാം എനിക്ക് ഒരുപോലെ.

ഇന്ദുലേഖ: ജയിച്ച വിവരം ഞാൻ പോയി വലിയച്ഛനോടും നമ്മൾ രണ്ടാളുടെ അമ്മമാരോടും പറയട്ടെ. ഞാൻ തന്നെ ഓടി പ്പോയി പറയും അവർക്കെങ്കിലും സന്തോഷമുണ്ടാകും.

മാധവൻ: എന്തിന് ഇന്ദുലേഖ ഇത്ര ബുദ്ധിമുട്ടുന്നു? അവരോ ടൊക്കെ ഞാൻ തന്നെ പോയി സാവധാനത്തിൽ പറയാമല്ലോ. എന്താണു ബദ്ധപ്പാട്?

ഇന്ദുലേഖ: ഞാൻ തന്നെ ഈ ക്ഷണം പോയി പറയും. ടെലിഗ്രാം വായിക്കേണ്ടേ? ഇതാ നോക്കൂ.

മാധവൻ: എനിക്കു വായിക്കണമെന്നില്ല. എനിക്ക് ഈ ബി. എൽ. പാസ്സായതിൽ ഒരു സന്തോഷവും ഇല്ല.

ഇന്ദുലേഖ: അതെന്തുകൊണ്ട്?

മാധവൻ: എന്റെ മനസ്സിന്റെ വ്യസനംകൊണ്ട്.

ഇന്ദുലേഖ: ബി. എൽ. പാസ്സായാൽ വ്യസനമാണോ?

മാധവൻ: ഇന്ദുലേഖയ്ക്ക് ഇത്ര കഠിനമായ കല്ലുപോലത്തെ ഹൃദയമായതു ഞാൻ മുമ്പ് അറിഞ്ഞിരുന്നുവെങ്കിൽ– എന്നു പറഞ്ഞു

നിറുത്തി.

ഇന്ദുലേഖ: അറിഞ്ഞിരുന്നുവെങ്കിൽ? എന്താണു മുഴുവൻ പറയരുതെ?

മാധവൻ: അറിഞ്ഞിരുന്നുവെങ്കിൽ-

ഇന്ദുലേഖ: അറിഞ്ഞിരുന്നുവെങ്കിൽ എന്താണ്?

ഇന്ദുലേഖ ഈ വാക്കു പറഞ്ഞുകൊണ്ടു മാധവന്റെ സമീപത്തിൽ കുറേക്കൂടി അടുത്തുനിന്നു.

മാധവൻ: അറിഞ്ഞിരുന്നുവെങ്കിൽ എനിക്ക് ഈ സങ്കടവും നാശവും വരികയില്ലായിരുന്നു.

ഇന്ദുലേഖ: സങ്കടവും നാശവും- അല്ലേ?

മാധവൻ: മനസ്സ് ഇത്ര നിർദ്ദയമായിപ്പോയല്ലോ.

ഇന്ദുലേഖ: ആട്ടെ, ആ വിവരം ഞാൻ വന്നിട്ടു പറയാം. ബി. എൽ ജയിച്ച വിവരം എനിക്കുതന്നെ പോയി വലിയച്ഛനോടും നമ്മുടെ രണ്ടാളുടെയും അമ്മമാരോടു പറയണം. ഞാൻ ഇതാ പോവുന്നു. ഓടിപ്പോയി പറഞ്ഞുവരാം. ഇവിടെത്തന്നെ കിടക്കൂ. പരീക്ഷയിൽ ജയിച്ചു എന്നു വന്നു പറഞ്ഞാൽ ഇങ്ങനെ സങ്കടപ്പെടുകയാണ് വേണ്ടത്?

മാധവൻ: ഇന്ദുലേഖ എനിക്കുവേണ്ടി ഇത്ര ബുദ്ധിമുട്ടണ്ട, എനിക്ക് ഈ പാസ്സായതിൽ ഒരു സന്തോഷവും ഇല്ല. എന്റെ ജീവനും ശരീരവും ഉടനെ വേർവിടണം. എന്നു ദൈവത്തോട് ഒരു പ്രാർത്ഥന മാത്രമേ ഉള്ളു. പ്രാണവേദനയിൽ എനിക്ക് എന്തു പരീക്ഷ?

എന്നു പറഞ്ഞപ്പോഴേക്കു മാധവനു കണ്ണുനീർ ധാരധാരയായി ഒഴുകി.

മാധവന്റെ ഈ സ്ഥിതി കണ്ടപ്പോൾ ഇന്ദുലേഖ തന്നെ പറയാം. തനിക്കു തൽക്ഷണം ഒരു പ്രകാരത്തിലും അടക്കുവാൻ ശക്തിയില്ലാത്തവിധം അത്യൂല്ക്കടമായി ഉണ്ടായവ്യസനാനുരാഗങ്ങളാൽ കേവലം പരവശയായി ഇന്ദുലേഖ കോച്ചിന്മേലേക്ക് അടുത്തു ചെന്ന് മാധവന്റെ അതികോമളമായ മുഖം തന്റെ ചന്ദ്രവദനത്തിൽചേർത്തു ദീർഘനിശ്വാസത്തോടെ അധരങ്ങളാൽ ഒരു ചുംബനം ചെയ്തു.

എന്റെ ജീവനാഥനായുള്ള ഭർത്താവേ! എന്തിന് ഇങ്ങനെ വ്യസനിക്കുന്നു? ഞാൻ അങ്ങെ രണ്ടു കൊല്ലങ്ങൾക്കു മുമ്പുതന്നെ എന്റെ മനസ്സിൽ ഭർത്താവാക്കിവെച്ചിരിക്കുന്നുവല്ലോ. എന്റെ ശരീരവും മനസ്സും മുഴുവനും, അങ്ങെ അധീനം. യഥേഷ്ടം സുഖമായി ഇരു

ന്നുകൊള്ളണം. എന്റെ മനസ്സ് ഇതുവരെ മാധവനെ ഒഴികെ ഒരാളെയും കാമിച്ചിട്ടില്ല- എനി കാമിക്കുന്നതുമല്ലാ, എന്നു പറഞ്ഞു മാധവന്റെ മാറത്തുതന്നെ ഒരു നിമിഷനേരം കിടന്നു. മാധവന്റെ കണ്ണീർ തന്റെ കൈകൊണ്ടു തുടച്ചു. പിന്നെ എണീറ്റു നിന്നു.

ഇന്ദുലേഖ ആദ്യം പറഞ്ഞ രണ്ടുനാലു വാക്കുകൾ മാത്രമേ മാധവൻ നന്നായി കേട്ടിട്ടുള്ളൂ. ഉടനെ ആനന്ദസമുദ്രത്തിൽ മുങ്ങിപ്പോയതിനാൽ ഒന്നും കേൾക്കാതെയും കാണാതെയും ആയി. അല്പനേരം കഴിഞ്ഞു സുബോധം വന്നതുപോലെ എഴുനീറ്റു.

മാധവൻ: എനി ഞാൻ ബി. എൽ. പാസ്സായി എന്ന് എല്ലാവരോടും പറഞ്ഞോളൂ. എനിക്ക് ഈ ജന്മം വരുന്ന സകല ശ്രേയസ്സുകളും അഭ്യുദയങ്ങളും ഇന്ദുലേഖകൂടി എന്നോടുകൂടെ അനുഭവിക്കുന്നതായാലെ ഈ ഇഹലോകനിവാസത്തിന്ന് ഞാൻ ഇച്ഛിക്കുന്നുള്ളൂ. അത് എനിക്ക് സാദ്ധ്യമായി . ഞാൻ മഹാഭാഗ്യവാൻ തന്നെ; സംശയമില്ല. എനി ഞാൻ പാസ്സായ വിവരം ഇന്ദുലേഖതന്നെ പോയി അറിയിക്കുന്നതാണ് ഉത്തമം.

ഇങ്ങനെയാണ് ഇവരുടെ അന്തഃകരണവിവാഹം മുമ്പുതന്നെ കഴിച്ചു വെച്ചിരുന്നത്.

എന്നാൽ ഇവരുതമ്മിൽ ചേർച്ചയായിരിക്കുന്നു എന്നു ഒരു സമയം മാധവൻ തന്നെയാണ് ഇന്ദുലേഖയുടെ ഭർത്താവായിരിപ്പാൻ എടയുള്ളത് എന്നും പഞ്ചുമേനോൻ അറിഞ്ഞിട്ടുണ്ട്. തനിക്ക് അതിൽ വളരെ സുഖം തോന്നീട്ടില്ലെങ്കിലും കേവലം വിരസത അന്നു ഭാവിച്ചിട്ടില്ലായിരുന്നു.

ഒരു കോപിഷ്ഠന്റെ ശപഥം

ഒന്നാം അദ്ധ്യായത്തിൽ സൂചിപ്പിച്ചതും കാരണവർ പഞ്ചുമേനോനും മാധവനും തമ്മിൽ ഉണ്ടായതും ആയ കലഹം പഞ്ചുമേനവനെ കോപാന്ധനാക്കിത്തീർത്തു. പഞ്ചുമേനോൻ ജാത്യാ പരകോപിയാണ്. പഴയ സമ്പ്രദായക്കാരനാണെന്നു പറയേണ്ടതില്ലല്ലോ. അദ്ദേഹം ചമ്പാഴിയോട്ടു പൂവള്ളി എന്ന ധനപുഷ്ടിയുള്ള തറവാട്ടിലെ കാരണവരാകുന്നു. ഇയ്യാളുടെ തറവാട്ടിൽ മുമ്പുണ്ടായിരുന്ന രണ്ടു കാരണവന്മാർ ദിവാൻ ഉദ്യോഗം ഭരിച്ചവരായിരുന്നു. ചമ്പാഴിയോട്ടു പൂവള്ളിതറവാട് അതിലും പുരാതനമായിട്ടുതന്നെ വളരെ കോപ്പുള്ള തറവാടായിരുന്നു. കാലക്രമേണ അതിൽ

ഉണ്ടായിവന്ന ഓരോ മഹാപുരുഷന്മാർ ധനം വളരെ ശേഖരിക്കപ്പെട്ടിരുന്നതും വളരെ പ്രസിദ്ധമായുള്ളതും ആയ ഒരു ഭവനമായിരുന്നു. എന്നാൽ എടയിൽ കുറെ നാശങ്ങളും നേരിട്ടു സ്വത്തുകൾക്കു കുറെ ക്ഷയവും വന്നുപോയിട്ടുണ്ട്.

ഞാൻ പറയുന്ന ഈ കഥ നടന്നകാലത്ത് കൊല്ലത്തിൽ ഈ തറവാട്ടിലേക്ക് ഇരുപത്തെണ്ണായിരം പറ നെല്ലു വരുന്ന ജന്മവസ്തുക്കളും പതിനയ്യായിരം ഉറുപ്പികയോളം കൊല്ലത്തിൽ പാട്ടം പിരിയുന്ന തോട്ടങ്ങളും ഉണ്ടായിരുന്നു. അതിൽ ചിലവുകൾ എല്ലാം കഴിച്ചു കൊല്ലം ഒരു അയ്യായിരത്തോളം ഉറുപ്പിക കെട്ടിവയ്ക്കാം. ചിലവുകൾ ലുബ്ധിച്ചിട്ടാണെന്നു പറഞ്ഞുകൂടാ. മുമ്പുള്ള കാരണവന്മാർ വലിയ യോഗ്യരായിരുന്നതിനാൽ അവർ വെച്ച ചട്ടപ്രകാരം നല്ല ചിലവുണ്ടായിരുന്നു. നേമം രണ്ടുനേരവും ഇരിപ്പുകാരടക്കം സുഖമായി സാപ്പാടു കൊടുക്കുന്ന രണ്ടു ബ്രാഹ്മണ സത്രങ്ങൾ, പലെ അടിയന്തിരങ്ങളും നിയമിച്ചിട്ടുള്ളതായ ഒരു ഭഗവതിക്ഷേത്രം മുതലായതുകളിലുള്ള ചിലവും, നേമം തറവാട്ടിൽ സാപ്പാടിന്നും ഉടുപുട, തേച്ചുകുളി, ഭൃത്യ വർഗ്ഗങ്ങളുടെ ചിലവ് ഇതുകളും എല്ലാം മുമ്പു നിയമിക്കപ്പെട്ടിട്ടുള്ളതു വളരെ ധാരാളമായിട്ടാണ്. അതുകൊണ്ട് ജാത്യാ ലുബ്ധനെങ്കിലും പഞ്ചുമേനവന് ഈ വക ചിലവുകൾ കൂടാതെ കഴിപ്പാൻ നിവൃത്തിയില്ലാതെ ഇരുന്നു. ഇതെല്ലാം കഴിച്ചു കിട്ടുന്ന നേട്ടമാണ് അയ്യായിരം. അതിൽ ഒരു കാശുപോലും ചിലവിടുന്നതു പഞ്ചുമേനോനു പരമ സങ്കടമാണ്. എന്നാൽ തന്റെ മകളായ (ഇന്ദുലേഖയുടെ അമ്മ) ലക്ഷ്മിക്കുട്ടി അമ്മയ്ക്കും, അവളുടെ അമ്മയും തന്റെ ഭാര്യയുമായ കുഞ്ഞിക്കുട്ടി അമ്മയ്ക്കു കൂടി ഒരു മുപ്പത്തയ്യായിരം ഉറുപ്പികയുടെ സ്വത്തുകൾ ഇയാൾ തന്നെ കൊടുത്തിട്ടുണ്ട്. ഇന്ദുലേഖയും അവളുടെ അമ്മയും തന്റെ ഭാര്യ കുഞ്ഞിക്കുട്ടി അമ്മയും (മദിരാശിയിലല്ലാത്ത കാലത്ത്) മകൻ ഗോവിന്ദൻകുട്ടിമേനോനും പഞ്ചുമേനവനോടുകൂടി പൂവരങ്ങ് എന്നു പേരുള്ള രണ്ടു മൂന്നു വലിയ മാളികകളായ ഭവനത്തിൽ, കുളം, കുളിപ്പുര, ക്ഷേത്രം, സത്രശാല മുതലായതുകളുടെ സമീപം വേറെയാണു താമസം. പൂവള്ളി എന്ന വലിയ തറവാട്ടു വീട് പൂവരങ്ങിൽ നിന്ന് ഒരു ഇരുന്നൂറു മുന്നൂറുവാര ദൂരെയാണ്, എന്നാൽ ഈ രണ്ടു വീടുകൾക്കും മതിൽ ഒന്നുതന്നെയാണ്.

പഞ്ചുമേനവന് ഈ കഥ തുടങ്ങുന്ന കാലത്ത് എഴുപതുവയസ്സു പ്രായമാണ്. ഇദ്ദേഹത്തിന്റെ ഒരു അമ്മാമൻ ദിവാൻ പണിയിലിരുന്ന കാലം ഇദ്ദേഹത്തിന് ഒരു താസിൽദാരുടെ പണി ഉണ്ടായിരു

ന്നുപോൽ. അതെല്ലാം വിട്ടിട്ട് ഇപ്പോഴേക്കു മുപ്പതു കൊല്ലങ്ങളായി . ആൾ നല്ല വെളുത്തു മുണ്ടനായി കുറെ തടിച്ചിട്ടാണ്. ഇദ്ദേഹത്തിന്റെ സൗന്ദര്യവർണ്ണനയ്ക്കു- തലയിൽ കഷണ്ടി; വായിൽ മീതെ വരിയിൽ മൂന്നും ചുവട്ടിലെ വരിയിൽ അഞ്ചും പല്ലുകൾ ഇല്ല; കണ്ണു ചോരക്കട്ടപോലെ; മുണ്ടിനുമീതെ കട്ടിയായ ഒരു പൊന്നിൻ നൂലും കഴുത്തിൽ ഒരു സ്വർണ്ണം കെട്ടിയ രുദ്രാക്ഷമാലയും തലയിൽ ഒരു ചകലാസ്സുതൊപ്പിയും കൈയിൽ വെള്ളികെട്ടിയ വണ്ണമുള്ള ഒരു വടിയും ഉണ്ടായിരിക്കും എന്നു പറഞ്ഞാൻ മതിയാവുന്നതാണ്, മുമ്പ് ഉദ്യോഗം ചെയ്തിരുന്നുവെങ്കിലും ഇംക്ലീഷു പരിജ്ഞാനം ലേശമില്ല. ഉള്ളിൽ ശുദ്ധതയും ദയയും ഉണ്ടെങ്കിലും ജനനാൽതന്നെ അതികോപിഷ്ഠനാണ്. എന്നാൽ ഈ കാലം വയസ്സായതിനാലും രോഗം നിമിത്തവും എല്ലായ്പ്പോഴും ക്രോധരസം തന്നെയാണ് സ്ഥായി ആയ രസം. ഇന്ദുലേഖയോടു മാത്രം താൻ കോപിക്കാറില്ല. ഇതു പക്ഷേ, അവളുടെ ഗുണശക്തിയാലോ തന്റെ മൂത്ത മകൻ മരിച്ചു പോയ കൊച്ചുകൃഷ്ണമേനോൻ പേഷ്കാരിൽ ഉള്ള അതിവാത്സല്യത്താലോ ആയിരിക്കാം. താൻ കോപിഷ്ഠനാണെന്നുള്ള അറിവു തനിക്കുതന്നെ നല്ലവണ്ണം ഉണ്ടാകയാൽ വല്ലപ്പോഴും കോപം വന്നുപോയാലോ എന്നു ശങ്കിച്ച് ഇന്ദുലേഖയുടെ മാളികയിലേക്കു താൻ അധികം പോവാറേ ഇല്ല. എന്നാൽ ഇദ്ദേഹം രണ്ടുമൂന്നു പ്രാവശ്യം ഇന്ദുലേഖയെപ്പറ്റി അന്വേഷിക്കാതെ ഒരു ദിവസവും കഴിയാറില്ല. ഇന്ദുലേഖ ഒഴികെ പൂവരങ്ങിലും പൂവള്ളിയിലും ഉള്ള യാതൊരു മനുഷ്യനും ഇദ്ദേഹത്തിന്റെ ശകാരം കേൾക്കാതെ ഒരു ദിവസമെങ്കിലും കഴിച്ചുകൂട്ടീട്ടുണ്ടോ എന്നു സംശയമാണ്. മാധവനുമായി ശണ്ഠ ഉണ്ടായതു തറവാട്ടു വീട്ടിൽവെച്ചു രാവിലെ ആറുമണിക്കാണ്. അതു കഴിഞ്ഞ ഉടനെ അവിടെനിന്ന് ഇറങ്ങി വലിയ കോപത്തോടെ താൻ പാർക്കുന്ന പൂവരങ്ങിൽ വന്നു. പൂമുഖത്തു കയറിയപ്പോൾ മകൾ ലക്ഷ്മിക്കുട്ടി അമ്മയെയാണ് ഒന്നാമതു കണ്ടത്.

പഞ്ചുമേനോൻ: ആ കുരുത്തംകെട്ട ചണ്ഡാളൻ- ആ മഹാപാപി- എന്നെ അവമാനിച്ചതു നീ അറിഞ്ഞില്ലേ?

ലക്ഷ്മിക്കുട്ടി അമ്മ: ആര്?

പഞ്ചുമേനോൻ: മാധവൻ.

ലക്ഷ്മിക്കുട്ടി അമ്മ:എന്താണ്, മാധവനോ?

പഞ്ചുമേനോൻ: അതെ മാധവൻതന്നെ.

പിന്നെ മാധവൻ പറഞ്ഞവാക്കുകളെല്ലാം കുറെ അധികരിപ്പിച്ചു

ലക്ഷ്മിക്കുട്ടി അമ്മയെ പറഞ്ഞു ധരിപ്പിച്ചു. അപ്പോഴേക്കും കേശവൻ നമ്പൂതിരിയും അകത്തുനിന്നു പുറത്തേക്കു വന്ന് ഇതെല്ലാം കേട്ടു.

പഞ്ചുമേനോൻ: (കേശവൻ നമ്പൂതിരിയോട്) ഈ പാപിക്ക് ഇന്ദുലേഖയെ ഞാൻ എനി കൊടുക്കയില്ല. എന്താണു ലക്ഷ്മിക്കുട്ടി ഒന്നും പറയാത്തത്?

ലക്ഷ്മിക്കുട്ടിഅമ്മ: ഞാൻ എന്താണു പറയേണ്ടത്?

പഞ്ചുമേനോൻ: മാധവനോടുള്ള രസം വിടുന്നില്ല, അവന്റെ സൗന്ദര്യം കണ്ടിട്ട്, അല്ലേ? എന്താണു നീ മിണ്ടാതെ നില്ക്കുന്നത്? അസത്തുക്കൾ- അസത്തുക്കൾ- സകലം അസത്തുക്കളാണ്. കഴുത്തു വെട്ടണം.

ലക്ഷ്മിക്കുട്ടിഅമ്മ: മാധവനോട് എനിക്ക് എന്താണു രസം? എനിക്ക് ഇതിലൊന്നും പറവാനില്ല.

പഞ്ചുമേനോൻ: എന്നാൽ ഞാൻ പറയാം. എന്റെ ശ്രീപോർക്കലി ഭഗവതിയാണെ ഞാൻ ഇന്ദുലേഖയെ മാധവനും കൊടുക്കയില്ല.

ഈ ശപഥം കഴിഞ്ഞ നിമിഷം തന്നെ ഈ വൃദ്ധനു വ്യസനവും തുടങ്ങി ഇന്ദുലേഖയുടെ ധൈര്യവും മിടുക്കും ഉറപ്പും പഞ്ചുമേനോനും നല്ല നിശ്ചയമുണ്ട്. മാധവനും ഇന്ദുലേഖയുമായുള്ള സ്നേഹത്തെക്കുറിച്ചും ഇയ്യാൾക്കു നല്ല അറിവുണ്ട്. ഇങ്ങനെയിരിക്കുമ്പോൾ ഈ ശപഥം എത്രണ്ടു സാരമാകും? സാരമായില്ലെങ്കിൽ തനിക്ക് എത്ര കുറവാണ്. എന്നു മറ്റും വിചാരിച്ചും കൊണ്ടു പഞ്ചുമേനോൻ പൂമുഖത്തു പടിയിൽതന്നെ ഒരു രണ്ടുനാഴികനേരം ഇരുന്നുപോയി. പിന്നെ ഒരു വിദ്യ തോന്നി. കേശവൻനമ്പൂതിരിയെ വിളിക്കാൻ പറഞ്ഞു. നമ്പൂതിരി വന്നു. പടിയിൽ ഇരുന്ന ഉടനെ പഞ്ചുമേനോൻ നമ്പൂതിരിക്ക് അടുത്തിരുന്നു സ്വകാര്യമായി പറയുന്നു.

പഞ്ചുമേനോൻ: ഇന്നാൾ തിരുമനസ്സിന് മൂർക്കില്ലാത്ത നമ്പൂതിരപ്പാട്ടിലെ കഥ പറയുകയുണ്ടായി. അദ്ദേഹത്തിന് ഇന്ദുലേഖയെക്കുറിച്ചു കേട്ടറിവുണ്ടെന്നും സംബന്ധമായാൽ കൊള്ളാമെന്നു മറ്റും പറഞ്ഞു എന്നു പറഞ്ഞില്ലേ? അദ്ദേഹം ആൾ കണ്ടാൽ നല്ല സുന്ദരനോ?

കേശവൻനമ്പൂതിരി: അതിസുന്ദരനാണ്, പത്തരമാറ്റുള്ള തങ്കത്തിന്റെ നിറമാണ്. ഇന്ദുലേഖയുടെ നിറത്തേക്കാൾ ഒരു മാറ്റു കൂടും. ഇങ്ങനെ ഒരു പുരുഷനെ ഞാൻ കണ്ടിട്ടില്ല. പിന്നെ ധനപുഷ്ടിയോ പറയേണ്ടതില്ലല്ലോ.

പഞ്ചുമേനോൻ: അദ്ദേഹത്തെ കണ്ടു പരിചയമായാൽ ഇന്ദുലേഖയ്ക്കു ബോദ്ധ്യമാവുമോ?

കേശവൻനമ്പൂതിരി: (പൂണൂൽ കൈകൊണ്ടു പിടിച്ചിട്ട്) ഞാൻ സത്യം ചെയ്യാം- കാണുന്ന നിമിഷത്തിൽ ബോദ്ധ്യമാവും. ശിവ! ശിവ! എന്തൊരു കഥയാണ്! അദ്ദേഹത്തിനെ കണ്ടാലല്ലേ ആ അവസ്ഥ അറിയാൻ പാടുള്ളൂ.

പഞ്ചുമേനോൻ: അദ്ദേഹത്തിനെ ഒന്നു വരുത്താൻ കഴിയുമോ?

കേശവൻനമ്പൂതിരി: വരുത്താം.

പഞ്ചുമേനോൻ: അദ്ദേഹം വന്നാൽ ഇന്ദുലേഖയ്ക്കു മാധവനിലുള്ള ഭ്രമം വിട്ടുപോകുമോ?

കേശവൻനമ്പൂതിരി: (പിന്നെയും പൂണൂൽ പിടിച്ചിട്ട്) ഈ ബ്രാഹ്മണനാണെ വിട്ടുപോവും. എനിക്കു സംശയം ലേശമില്ല.

പഞ്ചുമേനോൻ: സന്തോഷിച്ചു ചിരിച്ചു.

പഞ്ചുമേനോൻ: എന്നാൽ ഒരു എഴുത്തയയ്ക്കുക. അദ്ദേഹം വരട്ടെ.

വിഡ്ഢിത്തം ഒന്നും എഴുതരുതെ. ഇന്ദുലേഖയെ നല്ല നിശ്ചയമുണ്ടല്ലോ. നുമ്മൾ പിന്നെ വഷളാവരുതെ. ഇവിടെ വന്നു രണ്ടുനാലുദിവസം താമസിക്കാൻ തക്കവണ്ണം മാത്രം എഴുതിയാൽ മതി.

കേശവൻനമ്പൂതിരി: ഇതു തോന്നിയതു ഭഗവൽകൃപ! ഇന്ദുലേഖയുടെ അസാദ്ധ്യഭാഗ്യം! അവളുടെ തറവാട്ടിന്റെ സുകൃതം. ഇവടുത്തെ ഭാഗ്യം. എന്റെ ഒരു നല്ലകാലം. ഇപ്പോൾതന്നെ എഴുതിക്കളയാം.

പഞ്ചുമേനോൻ: എഴുത്തിൽ വാചകം സൂക്ഷിക്കണേ. ഇന്ദുലേഖ ഇങ്കിരിയസ്സും മറ്റും പഠിച്ച അതിശാഠ്യക്കാരത്തിയാണെ. അവളോടു നോം ആരും പറഞ്ഞാൽ ഫലിക്കില്ല. നമ്പൂരിപ്പാട്ടിലെ സൗന്ദര്യം കൊണ്ടും സാമർത്ഥ്യം കൊണ്ടും പാട്ടിൽ വരുത്തണം.- അതാണു വേണ്ടത്.

കേശവൻ നമ്പൂതിരി: നമ്പൂരി ഇവിടെ വന്നിട്ടു രണ്ടുനാഴിക ഇന്ദുലേഖയുമായി സംസാരിച്ചാൽ ഇന്ദുലേഖ നമ്പൂരിയുടെ ഭാര്യയായിട്ടില്ലെങ്കിൽ അന്നു സൂര്യോദയം തെക്കുനിന്നു വടക്കോട്ടാണ്.

പഞ്ചുമേനോൻ: ഇത്ര ഉറപ്പുണ്ടോ? ഇത്ര യോഗ്യനോ നമ്പൂതിരിപ്പാട്?

കേശവൻനമ്പൂതിരി: ഹേ- അതൊന്നും എനിക്കു സംശയമില്ലാത്ത കാര്യമാണ്. ഞാൻ വേഗം എഴുതിക്കളയാം.

പഞ്ചുമേനോൻ: എന്നാൽ അങ്ങനെതന്നെ.

ഒരു വിയോഗം

മാധവൻ: അമ്മേ, എല്ലാം ശട്ടമാക്കിച്ചോളണേ. നാളേ പുലർച്ച എനിക്കു മദിരാശിക്കു പുറപ്പെടണം. അച്ഛൻ അകത്തുണ്ടോ?

പാർവ്വതി അമ്മ: പോവാൻ ഉറച്ചുവോ?

മാധവൻ: എന്താണു സംശയം? ഞാൻ പോണു.

പാർവ്വതി അമ്മ: നിന്റെ അച്ഛൻ രാവിലെ പോകുമ്പോൾ നിന്നോട് അങ്ങോട്ടു ചെല്ലാൻ പറഞ്ഞിരിക്കുന്നു.

ഉടനെ മാധവൻ തന്റെ അച്ഛൻ ഗോവിന്ദപ്പണിക്കരുടെ ഭവനത്തിലേക്കു പോയി.

ഗോവിന്ദപ്പണിക്കർ നല്ല ദ്രവ്യസ്ഥനും ബുദ്ധിമാനും മര്യാദക്കാരനും ദയാലുവും ആയ ഒരു മനുഷ്യനാണ്. സ്വന്തംകുടുംബം ഒന്നും ഇല്ലാത്തതിനാൽ ചിലവ് ഒന്നുമില്ലാതെ പണം വളരെ കെട്ടിവച്ചിട്ടുള്ളാളാണ്.

ഗോവിന്ദപ്പണിക്കർ: കുട്ടൻ കുളി കഴിഞ്ഞുവോ?

മാധവൻ: കഴിഞ്ഞു.

ഗോവിന്ദൻപ്പണിക്കർ: നാളത്തന്നെ മദിരാശിക്കു പോണുവോ?

മാധവൻ: പോണം എന്നു വിചാരിക്കുന്നു. അച്ഛനു സമ്മതമാണെങ്കിൽ.

ഗോവിന്ദപ്പണിക്കർ: പോണമെന്നുണ്ടെങ്കിൽ പോയിക്കോളൂ. വഴിച്ചിലവിനും മറ്റും പണം കാരണവരോടു ചോദിക്കണ്ട. ഞാൻ തരും. നിണക്കു ഞാൻ ഒരു ജോടി കടുക്കൻ വരുത്തിവെച്ചിട്ടുണ്ട്. ഇതാ നോക്കൂ.

എന്നുപറഞ്ഞ് ഏകദേശം അഞ്ഞൂറ് ഉറുപ്പിക വിലയുള്ള ഒന്നാന്തരം ഒരു ജോടി ചുകപ്പുകടുക്കൻ മാധവന്റെ കൈയിൽ കൊടുത്തു.

ഗോവിന്ദപ്പണിക്കർ: ബി. എൽ ജയിച്ചാൽ നിണക്ക് ഒരു സമ്മാനം തരണമെന്നു ഞാൻ വിചാരിച്ചിരുന്നു- അതാണ് ഇത്.

മാധവൻ: ഇതു വളരെ നല്ല കടുക്കൻ. ഞാൻ ഉണ്ണാൻ ഇങ്ങട്ടു വരും അച്ഛാ. എനിക്കു മദിരാശിക്ക് ഒരു എഴുത്ത് എഴുതാൻ ഉണ്ട്. തപാൽ പോവാറായി. ഞാൻ ക്ഷണം വരാം.

എന്നു പറഞ്ഞു മാധവൻ അവിടെ നിന്നു വീട്ടിലേക്കു മടങ്ങി. വീട്ടിൽ എത്താറായപ്പോൾ വീട്ടിൽ നിന്ന് ഇന്ദുലേഖയുടെ ദാസി

അമ്മു മടങ്ങി മാധവന് അഭിമുഖമായി വരുന്നതുകണ്ടു.

മാധവൻ: എന്താണു വിശേഷിച്ച്?

അമ്മു: അമ്മ കുളപ്പുരയിൽ കുളിക്കാൻ വന്നിട്ടുണ്ട്. അവസരമുണ്ടെങ്കിൽ അത്രത്തോളം ഒന്നു ചെല്ലാൻ പറഞ്ഞു.

മാധവൻ: ഓ- ഹോ. അങ്ങനെതന്നെ. കുളപ്പുരയിൽ പിന്നെ ആരുണ്ട്?

അമ്മു: ആരും ഇല്ല.

മാധവൻ: നീ മുമ്പേ നടന്നോ.

മാധവൻ: കുളപ്പുരയിൽ കടന്നപ്പോൾ ഇന്ദുലേഖ എണ്ണ തേയ്ക്കാൻ ഭാവിച്ച് തോടകൾ അഴിക്കുന്നു. മാധവൻ അകത്തു കടന്ന ഉടനെ തോട കാതിലേക്കു തന്നെ ഇട്ടു മന്ദഹാസത്തോടു കൂടി മാധവന്റെ മുഖത്തേക്കു നോക്കി നിന്നു. മാധവൻ സംശയം കൂടാതെ രണ്ടു കൈകൊണ്ടും ഇന്ദുലേഖയെ അടക്കിപ്പിടിച്ച് ഒരു ഗാഢാലിംഗനവും അതിനുത്തരമായി ഇന്ദുലേഖ അതിമധുരമാംവണ്ണം മാധവന്റെ അധരങ്ങളിൽ ഒരു ചുംബനവും ചെയ്തു. ചുംബനം ചെയ്തു കഴിഞ്ഞയുടനെ വിടൂ- വിടൂ എന്ന് ഇന്ദുലേഖ പറഞ്ഞുതുടങ്ങി.

മാധവൻ: ഞാൻ നാളെ മദിരാശിക്കു പോകുന്നു

ഇന്ദുലേഖ: ഞാൻ കേട്ടു. പതിനഞ്ചു ദിവസം ഉണ്ടല്ലോ എനിയും ഹയിക്കോർട്ടു തുറക്കാൻ. പിന്നെ എന്തിനാണു നാളെ പോവുന്നത്? വലിയച്ഛൻ കോപിച്ചതുകൊണ്ട് ബദ്ധപ്പെട്ടു മദിരാശിക്കു പോകുന്നത് എന്തിനാണ്?

മാധവൻ: ഇന്നലെ ഒരു ശപഥം ഉണ്ടായോ ഇവിടെ വെച്ച് ?

ഇന്ദേലഖ: ഉണ്ടായി- പക്ഷേ, എന്നോടു വിവരങ്ങളെക്കുറിച്ചു ചോദിക്കാതെ ചെയ്തതാണെ.

മാധവൻ: മാധവിയോട് എന്തിനാണു ചോദിക്കുന്നത്? വലിയച്ഛന്റെ ഇഷ്ടപ്രകാരം മാധവി നടക്കണ്ടേ?

ഇന്ദുലേഖ; ഇഷ്ടപ്രകാരം ഞാൻ നടക്കേണ്ടതാണ്- നടക്കുകയും ചെയ്യും. എന്നാൽ ചില കാര്യങ്ങളിൽ സ്വേച്ഛപ്രകാരമേ എനിക്കു നടക്കാൻ നിവൃത്തിയുള്ളൂ. നിർഭാഗ്യവശാൽ അതിലൊന്ന് ഈ ശപഥക്കാര്യം.

മാധവൻ: ഓമനേ, വലിയച്ഛൻ പുറത്താട്ടിക്കളയും ഇങ്ങനെ പറഞ്ഞാൽ.

ഇന്ദുലേഖ: ഇന്നലെ എന്റെ ഭർത്താവിനെ ആട്ടിക്കളഞ്ഞല്ലേ? നാളെ എന്നെയും ആട്ടിക്കളയട്ടേ.

മാധവൻ: ഭർത്താവിന് മാധവിയെ സ്വയമായി സംരക്ഷിക്കാൻ ശക്തിയില്ലാതിരിക്കുമ്പോൾ-

ഇന്ദുലേഖ: വീട്ടിൽ നിന്ന് ആട്ടിക്കളഞ്ഞവർക്കു സാധാരണ ലോകത്തിൽ ദൈവീകമായി ഉണ്ടാവുന്ന സംരക്ഷ എനിക്കും മതിയാവുന്നതാണ്. നോം എനി എന്തിനു താമസിക്കുന്നു? മര്യാദയായി എല്ലാവരേയും അറിയിച്ചു എനി നമുക്ക് ഈ കാര്യം നടക്കുന്നതല്ലെ എനി ഉത്തമം.

മാധവൻ: നോം നമ്മുടെ മനസ്സുകൊണ്ട് അതു കഴിച്ചുവെച്ചിട്ടുണ്ടല്ലോ. അമ്മാമനും അങ്ങനെതന്നെ ആയിരുന്നുവല്ലോ പക്ഷം. ഇതിനിടയിൽ ഈ കലശൽ ഉണ്ടാവുന്നത് ആർ ഓർത്തു? ഇപ്പോഴല്ലേ കുറെ വിഷമമായത്.

ഇന്ദുലേഖ: എന്തുവിഷമമാണ്- യാതൊന്നുമില്ല. എനി ഇതിൽ ഒരു വിഷമവും ഉണ്ടാവാൻ പാടില്ല. എന്നെ നാളെ മദിരാശിക്ക് ഒന്നിച്ച് കൊണ്ടുപോവാൻ ഒരുക്കമൊണെങ്കിൽ വരാൻ ഞാൻ തയ്യാറാണ്.

മാധവൻ: അതൊക്കെ അബദ്ധമായി വരും. മാധവിയെ പിരിഞ്ഞു കാൽക്ഷണം ഇരിക്കുന്നതിൽ എനിക്കുള്ള മനോവേദന ദൈവം മാത്രം അറിയും എന്നാലും എന്റെ ഓമനയെപ്പറ്റി ജനങ്ങൾക്കു ചീത്ത അഭിപ്രായം ഉണ്ടാവുന്നത് എനിക്ക് അതിലും വേദനയാണ്. അതുകൊണ്ട് അഞ്ചാറുദിവസം മുമ്പ് ഗിൽഹാം സായ്‌വിന്റെ ഒരു കത്ത് ഉണ്ടായിരുന്നു. അതിൽ സെക്രട്ടേറ്റിൽ ഒരു അസിഷ്ടാണ്ടു പണി ഒഴിവാകുമെന്നും അതിനു മനസ്സുണ്ടോ എന്നും ചോദിച്ചിരുന്നു. ഉണ്ടെന്നു മറുപടി പറഞ്ഞിട്ടുണ്ട്. എത്ര താമസം വേണ്ടിവരുമെന്ന് അറിയുന്നില്ല. അതു കിട്ടിയാൽ തൽക്ഷണം ഞാൻ ഇവിടെ എത്തും. പിന്നെ മാധവി എന്റെ കൂടെ മദിരാശിയിൽ. നോം രണ്ടു പേരും പണക്കാരാണെങ്കിലും എന്റെ അച്ഛൻ എനിക്കുവേണ്ട പണം എല്ലാം തരുമെങ്കിലും സ്വയമായി ഒരു ഉദ്യോഗമില്ലാതെ എന്റെ ഓമനയെ മദിരാശിക്കു കൂട്ടിക്കൊണ്ടുപോവുന്നത് നമ്മൾ രണ്ടുപേർക്കും പോരാത്തതാണ്.

ഇന്ദുലേഖ: എന്താണു കൈയിൽ ഒരു കടലാസുചുരുൾ?

മാധവൻ: അത് അച്ഛൻ എനിക്ക് ഇപ്പോൾ തന്ന ഒരു സമ്മാനമാണ്- നല്ല ചുകപ്പുകടുക്കൻ. ഇതാ നോക്കൂ.

ഇന്ദുലേഖ വാങ്ങി നോക്കി.

ഇന്ദുലേഖ: ഒന്നാന്തരം; അവിടെ ഇരിക്കൂ- ഇതു ഞാൻ തന്നെ മാധവന്റെ കാതിൽ ഇടട്ടെ.

മാധവൻ ഇരുന്നു. ഇന്ദുലേഖ മാധവന്റെ കാതിൽ കടുക്കൻ ഇട്ടു. മാധവൻ എഴുന്നേല്ക്കാൻ ഭാവിച്ചപ്പോൾ,

ഇന്ദുലേഖ: ഇരിക്കൂ. ഇനി ഞാൻ തന്നെ ഈ കുടുമകൂടി ഒന്നു കെട്ടട്ടെ. അതു കെട്ടി ഒരു ഭാഗത്തു വെച്ചാലെ ആ കടുക്കനും മുഖവും തമ്മിലുള്ള യോജ്യത അറിവാൻ പാടുള്ളൂ.

കുടുമ കെട്ടി ഇന്ദുലേഖ മാധവന്റെ മുഖത്തേക്കു നോക്കി. വിശേഷമായ ചേർച്ച കടുക്കനും മുഖവുമായുണ്ടെന്ന്, മാധവന്റെ കപോലങ്ങളിൽ ഇന്ദുലേഖ ഒരു നിമിഷം നേരം ഇടയിടെ ഒരു ദീർഘനിശ്വാസത്തോടുകൂടി തെരുതെരെ ചെയ്ത ചുംബനങ്ങളാൽ മാധവനു പൂർണ്ണബോദ്ധ്യമായി.

ഇവർ രണ്ടുപേരും ഇങ്ങനെ സംസാരിച്ചും രസിച്ചും കൊണ്ടിരിക്കുമ്പോൾ ലക്ഷ്മിക്കുട്ടി അമ്മ കുളപ്പുരയുടെ വാതുക്കൽ വന്ന്, ആരാണ് അവിടെ സംസാരിക്കുന്നത്? എന്നും ചോദിച്ചുംകൊണ്ട് അകത്തേക്കു കടന്നു.

ലക്ഷ്മിക്കുട്ടി അമ്മ: നിങ്ങൾക്കു ലജ്ജ കേവലം വിട്ടുതുടങ്ങി. ഭ്രാന്തു ഉള്ളതുപോലെ തോന്നുന്നു. കുട്ടനെ അന്വേഷിച്ചു ഗോവിന്ദപ്പണിക്കർ ആളെ അയച്ചിരിക്കുന്നു. ഉണ്ണാൻ അവിടെ ചെല്ലാമെന്നു പറഞ്ഞിരുന്നുവോ? പിന്നെ കുളപ്പുരയിൽ വന്നു കളിച്ചിരുന്നാലോ? ഇന്ദുലേഖയ്ക്ക് ഇന്നു വിശപ്പ് ഇല്ലേ? ഭ്രാന്തു പിടിച്ച കുട്ടികൾ. കുട്ടൻ നാളെ പോണു എന്നു പറഞ്ഞുകേട്ടു.

മാധവൻ: നേരം എത്രയായി?

ലക്ഷ്മിക്കുട്ടി അമ്മ: പത്തരമണി.

മാധവൻ: ശിവ!- ശിവ! എനിക്ക് ഒരു എഴുത്തയപ്പാൻ ഉണ്ടായിരുന്നു. അത് ഇന്നു മുടങ്ങി. അച്ഛൻ ദേഷ്യപ്പെടും. ഞാൻ നിങ്ങളെ കണ്ടിട്ടേ പുറപ്പെടുകയുള്ളൂ.

എന്നു ലക്ഷ്മിക്കുട്ടി അമ്മയോടു പറഞ്ഞു നേരെ അച്ഛന്റെ വീട്ടിലേക്കു ചെന്നു.

അവിടെ എത്തിയപ്പോൾ അച്ഛൻ ഉണ്ണാൻ എലവെച്ച് ഇരിക്കുന്നു. മാധവനും എലവെച്ചിരിക്കുന്നു.

ഗോവിന്ദപ്പണിക്കർ: കുട്ടൻ എവിടെയായിരുന്നു ഇത്ര നേരം?മാധവൻ : ഞാൻ ഒരാളുമായി സംസാരിച്ചുനിന്നു കുറെ വൈകിപ്പോയി. അച്ഛന് ഉണ്ണാമായിരുന്നുവല്ലേ കഷ്ടം! നേരത്തെ ഉണ്ണാറുള്ളത് ഇന്നു ഞാൻ നിമിത്തം മുടങ്ങി എന്നു തോന്നുന്നു.

ഗോവിന്ദപ്പണിക്കർ: നിയ്യും ഇന്ദുലേഖയും നിമിത്തം മുടങ്ങി എന്നു പറയൂ. നിന്നെമാത്രം ഞാൻ കുറ്റക്കാരനാക്കി ശിക്ഷിക്കയി

ല്ല. അല്ല- കടുക്കൻ ഇട്ടുകഴിഞ്ഞുവോ? ഇതും ഇന്ദുലേഖയുടെ ജാഗ്രതതന്നെ, അല്ലെ? മാധവൻ മുഖം ലജ്ജയോടെ താഴ്ത്തി കൊണ്ട് ഊണു തുടങ്ങി. ഊണു കഴിഞ്ഞ ഉടനെ ഗോവിന്ദപ്പണിക്കർ മകനെ അകത്തു വിളിച്ചു തന്റെ മടിയിൽ ഇരുത്തി മൂർദ്ധാവിൽ ചുംബിച്ചു പറയുന്നു.

ഗോവിന്ദപ്പണിക്കർ: ഇന്ദുലേഖയെ വിചാരിച്ചു വ്യസനമുണ്ടോ? ഉണ്ടെങ്കിൽ അത് അനാവശ്യമാണ്. ആ പെണ്ണിനെ ഞാൻ നല്ല വണ്ണം അറിയും. അവളെപ്പോലെ ബുദ്ധിശക്തിയുള്ള ഒരു കുട്ടിയെ ഞാൻ ഇതുവരെ കണ്ടിട്ടില്ല. അവളുടെ സൗന്ദര്യം കണ്ടു ഞാൻ അദ്ഭുതപ്പെടുന്നതിനേക്കാൾ ബുദ്ധിവൈദഗ്ദ്ധ്യത്തേയും സ്ഥൈര്യത്തേയും കണ്ടു ഞാൻ അദ്ഭുതപ്പെടുന്നു; നിന്നെ വിട്ട് ഈ ജന്മം അവൾ ആരെയും സ്വീകരിക്കുമെന്നുള്ള ഒരു ശങ്ക നിണക്കു വേണ്ട. പഞ്ചുമേനവൻ അല്ല ബ്രഹ്മദേവൻ തന്നെ വേറെ പ്രകാരത്തിൽ ഉത്സാഹിച്ചാലും ഇനി അതിന് ഒരിളക്കവും ഉണ്ടാകുന്നതല്ല.

മാധവൻ ഒന്നും മിണ്ടാതെ അച്ഛന്റെ കൈയും തലോടിക്കൊണ്ടു മടിയിൽ ഇരുന്നു.

ഗോവിന്ദപ്പണിക്കർ: ശിന്നനെ നീ ഇപ്പോൾ കൂട്ടിക്കൊണ്ടു പോകുന്നുവോ?

മാധവൻ: കൂട്ടിക്കൊണ്ടുപോവേണമെന്നാണ് എന്റെ ആഗ്രഹം. എന്നാൽ അച്ഛന്റെ ഇഷ്ടം അറിഞ്ഞു ചെയ്യാമെന്നു വിചാരിക്കുന്നു.

ഗോവിന്ദപ്പണിക്കർ: നിന്റെ ഇഷ്ടം പോലെ ചെയ്യാം. കൊണ്ടുപോകുന്നു എങ്കിൽ അവനു വേണ്ട സകല ചിലവുകളും ഞാൻ തരാം.

മാധവൻ: എന്തിന് അച്ഛൻ തരുന്നു? അമ്മാമൻ നിശ്ചയമായും തരേണ്ടതല്ലേ?

ഗോവന്ദപ്പണിക്കർ: തന്നില്ലെങ്കിലോ? – തരികയില്ലെന്നുതന്നെ ഞാൻ വിചാരിക്കുന്നു.

മാധവൻ: തന്നില്ലെങ്കിൽ–

ഗോവിന്ദപ്പണിക്കർ: ശണ്ഠ വേണ്ട. പഞ്ചുമോനോൻ പ്രകൃത്യാ കോപിയും ബുദ്ധി കുറയുന്ന ഒരു മനുഷ്യനും ആകുന്നു. ശണ്ഠയാൽ ജനങ്ങൾ അതിന്റെ കാരണം നോക്കീട്ടല്ല ശണ്ഠക്കാരെ പരിഹസിക്കുന്നത്. ശണ്ഠ ഉണ്ടെന്നു വന്നാൽ ഇരുഭാഗക്കാരെയും ഒരുപോലെ പരിഹസിക്കും. ലോകാപവാദത്തെ ഭയപ്പെടണം.

മാധവൻ: അച്ഛന് അനാവശ്യമായി എനിക്കുവേണ്ടി ഈ ചിലവു

കൂടി വരുത്തുന്നതിൽ ഞാൻ വ്യസനിക്കുന്നു.

ഗോവിന്ദപ്പണിക്കർ: എനിക്ക് ഇത് എന്തു ചിലവാണു കുട്ടാ? നിന്റെ തറവാട്ടിലെപ്പോലെ എനിക്കു മുതൽ ഇല്ലെങ്കിലും ചിലവും അത്ര ഇല്ലാത്തതിനാൽ മിച്ചം എനിക്കും അത്രതന്നെ ഉണ്ടാവും അതെല്ലാം ഞാൻ നിന്റെ ഒരു ദേഹത്തിന്റെ ഗുണത്തിലേക്കും ഇഷ്ട സിദ്ധിയിലേക്കും ചിലവിടാൻ ഒരുക്കമാണ്. ശിന്നനെ കൂട്ടിക്കൊണ്ടുപൊയ്ക്കോ. എന്നാൽ കാരണവരോടു മുമ്പു ചോദിക്കണം. ഇതു ചോദിപ്പാൻ നീ പോവേണ്ട. ആ കുട്ടിയുടെ അച്ഛൻ ശീനുപട്ടരെ അയച്ചു ചോദിപ്പിച്ചോ. യാത്ര നീയ്യും പറയണം. ശണ്ഠകൂട്ടിയാൽ മിണ്ടാതെ പോരെ.

മാധവൻ: അങ്ങനെതന്നെ അച്ഛാ; ഞാൻ വൈകുന്നേരവും ഉണ്ണാൻ ഇങ്ങട്ടുവരും. അച്ഛന്റെ സമയപ്രകാരം ഊണു കഴിക്കണേ. എനിക്കു വേണ്ടി താമസിക്കരുത്.

ഇങ്ങനെ ഇവർ സംസാരിച്ചുകൊണ്ടിരിക്കുമ്പോൾ ശീനുപട്ടർ ഗോവിന്ദപ്പണിക്കരെ കാണ്മാൻ വേണ്ടി അവിടെ ചെന്നു പുറത്തളത്തിൽ നിന്ന് ഒന്നു ചുമച്ചു.

ഗോവിന്ദപ്പണിക്കർ: ആരാണു പുറത്ത്?

ശീനുപട്ടർ: ഞാൻ തന്നെ- ശീനുപട്ടർ.

ഗോവിന്ദപ്പണിക്കർ: അകത്തു വാരം. ഇയാളോടു ഞാൻ തന്നെ വിവരം പറഞ്ഞു കളയാം. മാധവാ.

ശീനുപട്ടർ അകത്തുകടന്ന ഉടനെ,

ഗോവിന്ദപ്പണിക്കർ: ഇരിക്കിൻ സ്വാമീ!

ശീനുപട്ടർ: ആരാണത്- മാധവനോ? എന്തൊക്കെയാണു ഘോഷം കേട്ടത്? കാരണവർ കോപിച്ചിരിക്കുന്നു. എന്നോടും കോപമുണ്ടോ എന്നു സംശയം. കുറെമുമ്പു ഞാൻ അമ്പലത്തിൽ നിന്നു വരുമ്പോൾ അദ്ദേഹത്തെ വഴിയിൽ കണ്ടു. എന്നോട് ഒന്നും മിണ്ടാതെ തല താഴ്ത്തിയിട്ടു കടന്നുപോയി. ഇങ്ങനെ അധികം കണ്ടിട്ടില്ല. ഒന്നു രണ്ടു പ്രാവശ്യം മുമ്പ് ഉണ്ടായിട്ടുണ്ട്. അതിനു നല്ല കാരണങ്ങളും ഉണ്ടായിരുന്നു. ഇതിനു കാരണം ഞാൻ ഒന്നും ഓർത്തിട്ടു കാണുന്നില്ല.

മാധവൻ: നിങ്ങൾ ശിന്നന്റെ അച്ഛനല്ലേ- അത് ഒരു നല്ല കാരണമല്ലേ?

ഗോവിന്ദപ്പണിക്കരും ശീനുപട്ടരും ചിരിച്ചു.

ഗോവിന്ദപ്പണിക്കർ: സ്വാമി, നിങ്ങൾ ഇപ്പോൾതന്നെ പഞ്ചുമേനോന്റെ അടുക്കെ പോണം. പോയിട്ട്, ശിന്നനെ കുട്ടൻ മദിരാശിക്കു

കൊണ്ടു പോകുന്നു എന്നും അതിന് അദ്ദേഹത്തിന്റെ അനുവാദം മാത്രം വേണമെന്നും പറയണം. കുട്ടിയുടെ പഠിപ്പിന്റെ ചിലവു ഞാൻ കൊടുപ്പാൻ നിശ്ചയിച്ചിരിക്കുന്നു. അതു നിങ്ങൾ അദ്ദേഹത്തോടു പറയണ്ട.

ശീനുപട്ടർ: ഓ– ഹോ. ഇപ്പോൾതന്നെ പോയി പറയാം. ശിന്നന്റെ ചിലവു ഞാൻ കൊടുക്കാൻ പോവുന്നു എന്നു പറഞ്ഞുകളയാം. എനിക്കും ഒരു മാനമിരിക്കട്ടെ. എന്റെ നേരെ ചാടുമായിരിക്കും. ചീത്ത പറഞ്ഞാൻ ഞാനും പറയും.

ഗോവിന്ദപ്പണിക്കർ: കലശൽ കൂട്ടരുത്. ചിലവിന്റെ കാര്യംകൊണ്ട് അങ്ങേക്ക്, ഇഷ്ടപ്രകാരം പറഞ്ഞോളൂ. പക്ഷേ, കളവും പറവാൻ ഞാൻ ഉപദേശിക്കയില്ല.

ശീനുപട്ടർ: ഒരു കളവുമല്ല അത്. ഞാൻ അങ്ങനെതന്നെ പറയും.

മാധവൻ അച്ഛന്റെ മുഖത്തുനോക്കി ചിരിച്ചു– അച്ഛനും, കൂടെ ശീനുപട്ടരും അങ്ങനെതന്നെ ഞാൻ പറയും, എന്നു പറഞ്ഞു തലകുലുക്കിക്കൊണ്ടു ചിരിച്ചു.

ശീനുപട്ടർ ഉടനെ അവിടെനിന്നു പുറപ്പെട്ടു. പൂവരങ്ങിൽ ചെന്നു പഞ്ചുമേനോൻ ഇരിക്കുന്ന മാളികയിലേക്കു കയറി പുറത്തളത്തിൽ നിന്നു.

പഞ്ചുമേനോൻ: ആരാണ് അവിടെ?

ശീനുപട്ടർ: ഞാൻ തന്നെ– ശീനു

പഞ്ചുമേനോൻ: നിങ്ങൾ എന്താണ് ഇപ്പോൾ വന്നത്?

ശീനുപട്ടർ: ഒന്നു പറവാനുണ്ടായിരുന്നു.

പഞ്ചുമേനോൻ: എന്താണ്? – പറയൂ.

ശീനുപട്ടർ: എന്റെ മകൻ ശിന്നനെ ഞാൻ ഇങ്കിരീസ്സു പഠിപ്പിക്കാൻ പോകുന്നു.

പഞ്ചുമേനോൻ: നിങ്ങൾക്ക് ഇങ്കിരീസ്സറിയുമോ?

ശീനുപട്ടർ: ഞാൻ ചിലവിട്ടു പഠിപ്പിക്കും.

പഞ്ചുമേനോൻ: പഠിപ്പിച്ചോളൂ.

ശീനുപട്ടർ: മദിരാശിക്ക് അയയ്ക്കാനാണു പോവുന്നത്.

പഞ്ചുമേനോൻ: ഏതു രാശിക്ക് എങ്കിലും അയച്ചോളൂ ഏതു കഴുവിന്മേലെങ്കിലും കൊണ്ടുപോയി കയറ്റിക്കോളൂ.

ശീനുപട്ടർ: കഴുവിന്മേൽ കയറ്റീട്ടല്ല ഇങ്കിരീസ്സു പഠിപ്പിക്കാറ്.

പഞ്ചുമേനോൻ: എന്താണു കോമട്ടിപട്ടരെ, അധികപ്രസംഗീ, പറഞ്ഞത്?– ആ കുരുത്തംകെട്ട മാധവൻ പറഞ്ഞിട്ട് ഇവിടെ എന്നെ അപ

മാനിക്കാൻ വന്നതോ? എറങ്ങു താഴത്ത്- എറങ്ങു,- ആരടാ അവിടെ? ഇയാളെ പിടിച്ചു പുറത്തു തള്ളട്ടെ.

കോമട്ടിയാണെങ്കിൽ പെങ്ങൾക്ക് എന്നെ സംബന്ധത്തിന് ആക്കുമോ? എന്നു കുറെ പതുക്കെ പറഞ്ഞും കൊണ്ടു പട്ടർ ഓടി താഴത്ത് എറങ്ങി കടന്നുപോയി.

പിറ്റേദിവസം രാവിലെ നിശ്ചയിച്ചപ്രകാരം മാധവൻ ശിന്നനേയും കൂട്ടി മദിരാശിക്കു പറുപ്പെട്ടുപോവുകയും ചെയ്തു- പഞ്ചുമേനോനു കോപം ക്രമേണ അധികരിച്ചുവരുന്നു എന്നറിഞ്ഞതിനാൽ മാധവൻ യാത്രപറയാൻ അദ്ദേഹത്തിന്റെ അടുക്കെ പോയതേ ഇല്ല.

പഞ്ചുമേനോന്റെ ക്രോധം

തന്റെ സമ്മതം കൂടാതെ ശിന്നനെ മദിരാശിക്കു കൊണ്ടുപോയതുകൊണ്ടും, ശീനുപട്ടരുടെ അധികപ്രസംഗമായി വാക്കുകളെക്കൊണ്ടും പഞ്ചുമേനോന്നു ക്രോധം സഹിച്ചുകൂടാതെയായി. താൻ നേരിട്ടു കാണുന്ന സർവ്വ ജനങ്ങളേയും ഒരു പോലെ ശകാരവും, പാടുള്ളേടത്തു പ്രഹരവും തുടങ്ങി ഒന്നാമത്- ചാത്തരമേനോനെ വിളിക്കാൻ പറഞ്ഞു. വളരെ സാധുവും ക്ഷമാഗുണമുള്ളവനും ആയ ചാത്തരമേനോൻ പഞ്ചുമേനോന്റെ മുമ്പിൽ വന്നു പഞ്ചപുച്ഛമടക്കി ഭയപ്പെട്ടുകൊണ്ടുനിന്നു.

പഞ്ചുമേനോൻ: എടാ കുരുത്തംകെട്ട കഴുവേറി, തെമ്മാടി, ശിന്നനെ മദിരാശിക്ക് അയച്ചുവോ? എടാ!

ചാത്തരമേനോൻ : ശിന്നനെ മദിരാശിക്കു മാധവൻ കൂട്ടിക്കൊണ്ടു പോയി.

പഞ്ചുമേനോൻ: നിന്റെ സമ്മതം കൂടാതെയോ?

ചാത്തരമേനോൻ: എന്നോടു പ്രത്യേകം സമ്മതം ഒന്നു ചോദിച്ചിട്ടില്ല.

പഞ്ചുമേനോൻ: നിന്റെ സമ്മതം കൂടാതെയോ കൂട്ടീട്ടോ കൊണ്ടോ പോയത്? - അതുപറ, തെമ്മാടീ, അതുപറ.

ചാത്തരമേനോൻ: ഞാൻ വിരോധിച്ചിട്ടില്ല.

പഞ്ചുമേനോൻ: എന്തുകൊണ്ട് നീ വിരോധിച്ചിട്ടില്ല? എനിക്ക് ഈ കാര്യം സമ്മതല്ലെന്നു നീ അറിയില്ലേ? പിന്നെ എന്തുകൊണ്ടു വിരോധിച്ചിട്ടില്ല?

ചാത്തരമേനോൻ: വലിയമ്മാമനോട് അച്ഛൻ ചോദിച്ചു സമ്മതം വാങ്ങി എന്നു പറഞ്ഞു.

പഞ്ചുമേനോൻ: എത് അച്ഛൻ? കോമട്ടിയോ? ആ കുരുത്തം കെട്ട കോമട്ടിയെ തറവാട്ടിൽ കയറ്റിയമുതൽ ഇവിടെ കുരുത്തക്കേടേ ഉണ്ടായിട്ടുള്ളൂ. ആ കോമട്ടി നിന്നോട് എന്താണു പറഞ്ഞത്.

പഞ്ചുമേനോൻ: ഗോപാലനെ വിളിക്ക്.

ഈ ഗോപാലൻ കുറെ ധൃതിക്കാരനും അവിവേകിയും ആയ ഒരു ചെറുപ്പക്കാരനാണ്. കല്പനപ്രകാരം ഗോപാലൻ കാരണവരുടെ മുമ്പിൽ വന്നു നിന്നു

പഞ്ചുമേനോൻ: നിന്നോടു നിന്റെ അച്ഛൻ കോമട്ടി എന്താണെടാ പറഞ്ഞത്? ശിന്നനെ അയയ്ക്കാൻ ഞാൻ സമ്മതിച്ചു എന്നു പറഞ്ഞുവോ?

ഗോപാലൻ: എന്റെ അച്ഛൻ കോമട്ടിയല്ലാ- പട്ടരാണ്.

പഞ്ചുമേനോൻ: എന്തു പറഞ്ഞു നീ- കുരുത്തംകെട്ട ചെക്കാ!

എന്നുപറഞ്ഞ് പഞ്ചുമേനോൻ എഴുന്നേറ്റു ഗോപാലനെ രണ്ടു മൂന്നു പ്രഹരിച്ചു.

ഗോപാലൻ : എന്നെ വെറുതെ തല്ലേണ്ട.

പഞ്ചുമേനോൻ: തല്ലിയാൽ എന്താണെടാ? ഇപ്പോൾ തല്ലിയില്ലേ? എന്നിട്ട് എന്താണ്, നീ കൊണ്ടില്ലേ?

അപ്പൊഴെയ്ക്കും ശങ്കരമേനോൻ ഓടിയെത്തി. അമ്മാമന്റെ മുമ്പിൽ പോയി നിന്നു ഗോപാലനെ പിടിച്ച് അകറ്റി പിന്നിൽ നിർത്തി.

പഞ്ചുമേനോൻ: ശങ്കരാ, ഇവിടെ കാര്യമെല്ലാം തെറ്റിക്കാണുന്നു. കലിയുഗത്തിന്റെ വിശേഷം! ആ കുരുത്തംകെട്ട മാധവൻ എന്നെ അവമാനിച്ചത് എല്ലാം നീ കേട്ടിട്ടില്ലേ? അവനെ എന്റെ കഷ്ടകാലത്തിന് ഞാൻ ഇങ്കിരീസ്സു പഠിപ്പിച്ചതിനാൽ എനിക്കു വന്ന ദോഷമാണ് ഇത്. അത് ഇരിക്കട്ടെ. ഇപ്പോൾ ഈ തെക്കും വടക്കും തിരിയാത്ത ഈ ചെക്കൻ ഗോപാലൻ കൂടി എന്നോട് ഉത്തരം പറയുന്നു. ഇവന്റെ പല്ലു തല്ലിക്കളയണ്ടേ?

ശങ്കരമേനോൻ: ഈ കാലത്ത് കുട്ടികളോട് അധികം സംസാരിക്കാൻ പോകാതെ ഇരിക്കുന്നതാണു നല്ലത്. ഗുരുത്വം ലേശമില്ലാത്ത കാലമാണ്. ഞാൻ ഇവറ്റകളോട് ഒന്നു പറയാറില്ല.

പഞ്ചുമേനോൻ: നിയ്യാണ് ഇവരെയെല്ലാം ഇങ്ങനെ തുമ്പില്ലാതെ ആക്കുന്നത്. ആട്ടെ- ചാത്തര, ഇനിമേലിൽ ചെറുതുരുത്തിക്കളത്തിലെ കാര്യം ഒന്നും നോക്കേണ്ട. കാര്യം ഇപ്പോൾ വെക്കണം പിരിഞ്ഞ പണത്തിന്റെ കണക്കും കാണിക്കെണം- ഈ നിമിഷം വേണം.

ചാത്തരമേനോൻ: വലിയമ്മാമന്റെ കല്പനപോലെ നടക്കാം.

പഞ്ചുമേനോൻ: കഴുവേറി! നിണക്കു വലിയമ്മാമന്റെ കല്പനയോ കോമട്ടിയുടെ മകൻ അല്ലേ എടാ നീ? അതുകൊണ്ടാണു നീ ഇങ്ങനെ കുരുത്തംകെട്ടുപോയത്. നിണക്കു വല്ലതും വേണമെങ്കിൽ എന്റെ ഇഷ്ടം കൂടാതെ ഉണ്ടാകയില്ല. മാധവന് അവന്റെ അച്ഛൻ അധികപ്രസംഗി ഗോവിന്ദപ്പണിക്കരു കൊടുക്കും. ഗോവിന്ദപ്പണിക്കർക്കു കുടുംബവും ഇല്ല. ആ അഹമ്മതിയാണു മാധവന്. നിന്റെ അച്ഛൻ കോമട്ടിക്ക് എന്തുതരുവാൻ കഴിയും? സദ്യയിൽ എച്ചിലിൽ നിന്നു വാരുന്ന പപ്പടവും പഴവും- അല്ലേ? മറ്റെന്തുണ്ട് ആ കോമട്ടിക്ക്? നീ എന്തിനു പിന്നെ ഇത്ര കുറുമ്പുകാണിക്കുന്നു. കുരുത്തം കെട്ട ചെക്കാ! നീ എന്താണു മിണ്ടാത്തത്?

ചാത്തരമേനോൻ: എനിക്ക് എല്ലാറ്റിനും വലിയമ്മാമൻ തന്നേ ഗതിയുള്ളൂ.

പഞ്ചുമേനോൻ: പിന്നെ നീ എന്തിനു മാധവനെപ്പോലെ കുറുമ്പു കാണിക്കുന്നു? ആരാടാ ശിന്നനു ചിലവിനു പണം കൊടുത്തത്?

ചാത്തരമേനോൻ: അച്ഛനാണെന്നു പറഞ്ഞു ഗോപാലൻ.

പഞ്ചുമേനോൻ: (ഗോപാലനോട്) അങ്ങനെതന്നെയോ?

ഗോപാലനൻ: അച്ഛനാണു കൊടുത്തത്.

പഞ്ചുമേനോൻ: അച്ചൻ- നിന്റെ അച്ചൻ പാലക്കാട്ടു കോമട്ടി. കടക്കൊള്ളി ഉന്തിക്കഴിഞ്ഞ എരപ്പാളി! അവന് എവിടുന്നായിരുന്നു പണം?

ഗോപാലൻ: എന്റെ അച്ഛൻ കോമട്ടിയല്ല.

ശങ്കരമേനോൻ: അധികപ്രസംഗം പറയണ്ട.

പഞ്ചുമേനോൻ എണീറ്റു തല്ലാൻ ഓടിയെത്തി. ശങ്കരമേനോൻ മദ്ധ്യത്തിൽ ചാടി. അമ്മാമന്റെ കോപം ശമിപ്പിക്കാൻ ശ്രമിച്ചതിൽ രണ്ടുമൂന്നു പ്രഹരം അയാൾക്കും കിട്ടി.

പഞ്ചുമേനോൻ: ശങ്കരാ! ഗോപാലനെ ഏല്പിച്ച പറമ്പുകൾ എല്ലാം ഇപ്പോൾ തിരികെ വാങ്ങണം. ഈ അസത്തിന് എനി ഒരു കാശുപോലും ഞാൻ കൊടുക്കയില്ല.

ഗോപാലൻ: പറമ്പുകൾ എല്ലാം ഞാൻ ഒരു കൊല്ലേത്തക്കു കുടിയാന്മാരെ പാട്ടത്തിന് ഏല്പിച്ചുപോയിരിക്കുന്നു. കൊല്ലം കഴിഞ്ഞേ കുടയാന്മാര് ഒഴികെയുള്ളൂ.

പഞ്ചുമേനോൻ: നീ ഒഴിയില്ലേ?

ഗോപാലൻ: കുടിയാന്മാരാണ് ഒഴിയേണ്ടത്.

പഞ്ചുമേനോൻ: നീ ഒഴിയില്ലേ? നിണക്കു കാണണോ ഒഴിയു

ന്നത്? ഒഴിയുന്നതു നിണക്കു കാണണ്ടോ?

ഗോപാലൻ: ഒഴിയുന്നതു ഞാൻ കണ്ടോളാം.

പഞ്ചുമേനോൻ: നീ ഒഴിയുമോ ഇല്ലയോ?

ഗോപാലൻ: എന്റെ കൈവശം പറമ്പുകൾ ഇല്ല.

പഞ്ചുമേനോൻ, എന്താണ്- എടാ കള്ളാ- കളവുപറയുന്നുവോ? നിന്നെ ഞാൻ പറമ്പുകൾ ഏല്പിച്ചിട്ടില്ലെന്നു പറയുന്നുവോ?

ഗോപാലൻ: ഞാൻ പറഞ്ഞില്ല. ഞാൻ ഒരു കൊല്ലത്തേക്കു വേറെ ആളെ ഏല്പിച്ചിരിക്കുന്നു എന്നാണ് പറഞ്ഞത്.

പഞ്ചുമേനോൻ: നീ ഓരോ ദുസ്തർക്കങ്ങൾ പറയുന്നുവോ? എന്നുപറഞ്ഞ് മേനോൻ എണീറ്റു പിന്നെയും തല്ലാൻ ഓടിയെത്തി. ഗോപാലൻ ഓടിക്കളഞ്ഞു. പിന്നാലെതന്നെ വൃദ്ധനും മുമ്പിൽ ഗോപാലനും ഓടി അകത്തുനിന്നു പുറത്തുചാടി. മിറ്റത്ത് ആസകലം ഓടി; ഒടുവിൽ കിടങ്ങിന്റെ വാതിൽ ഓടിക്കടക്കുമ്പോൾ പഞ്ചുമേനോൻ വീണു. കാലിന്റെ മുട്ടുകൾപൊട്ടി. അപ്പോഴേക്കു ശങ്കരമേനോൻ ചെന്നു പിടിച്ച് എടുത്തു. പഞ്ചുമേനോൻ വലിയ ദേഷ്യത്തോടുകൂടി പിന്നെയും ഓടാൻ ഭാവിച്ചു. ശങ്കരമേനോൻ പിടിച്ചുനിർത്തി സാന്ത്വനവാക്കുകൾ പറഞ്ഞു.

പഞ്ചുമേനോൻ: നാരായണ!- കാലവൈഭവം നോക്കൂ- കലിയുഗത്തിന്റെ ഒരു വിശേഷം! ഈ കുരുത്തംകെട്ട ചെക്കന്റെ വഴിയെ ഓടിവീണ് ഇതാ എന്റെ കാലുകൾ പൊട്ടി. ഞാൻ ഇതെല്ലാം അനുഭവിക്കാറായല്ലൊ.

കുമ്മിണിക്കും ഈ കുരുത്തംകെട്ട കുട്ടികൾക്കും എനി അര പയിസ്സപോലും അനുഭവമുള്ള യാതൊരു വസ്തുവും കൊടുക്കരുത്; സകലവും ഇന്ന് ഏറ്റുവാങ്ങണം. ശങ്കരാ. വാലിയക്കാരും ദാസിക്കാരും ചോറുതിന്നുന്നതുപോലെ ചോറുമാത്രം തിന്നോട്ടെ.

എന്നും പറഞ്ഞു പഞ്ചുമേനോൻ അതിദേഷ്യത്തോടെ മാധവന്റെ അച്ഛൻ ഗോവിന്ദപ്പണിക്കരെ ഒന്നു ശകാരിക്കണം എന്നു നിശ്ചയിച്ച് അദ്ദേഹത്തിന്റെ ഭവനത്തിലേക്കു പുറപ്പെട്ടു. വഴിയിൽ വെച്ച് ശീനുപട്ടരെ കണ്ടു.

പഞ്ചുമേനോൻ: എന്താണു താൻ മിനിയാന്നു മാളികയിന്മേൽ നിന്നു പറഞ്ഞത്?

ശീനുപട്ടർ: എന്തോ എനിക്കോർമ്മയില്ല.

പഞ്ചുമേനോൻ: കോമട്ടീ! ഓർമ്മയില്ലേ?

ശീനുപട്ടർ: എന്തിനു ബ്രാഹ്മണരെ വെറുതെ അപമാനമായ

വാക്കു പറയുന്നു?

പഞ്ചുമേനോൻ: ബ്രാഹ്മണൻ! താൻ ബ്രാഹ്മണനല്ല. താൻ എന്താണു പറഞ്ഞത്?

ശീനുപട്ടർക്കും കുറെ ദേഷ്യം വന്നു.

ശീനുപട്ടർ: നിങ്ങൾ കുട്ടിയെ കഴുവിന്മേൽ കയറ്റാൻ പറഞ്ഞപ്പോൾ അങ്ങനെ അല്ല ഇങ്കിരിയസ്സു പഠിപ്പിക്കാറ് എന്നു ഞാൻ പറഞ്ഞു.

പഞ്ചുമേനോൻ: താൻ എനി മേലിൽ എന്റെ വീട്ടിൽ കടക്കരുത്.

ശീനുപട്ടർ: ഓ- ഹൊ. എനിക്കു പൂർണ്ണസമ്മതം . കടക്കുന്നില്ല.

പഞ്ചുമേനോൻ: ഇവിടെ ഊട്ടുപുരയിലും അമ്പലത്തിലും കാണരുത്.

ശീനുപട്ടർ: അതു നിങ്ങളുടെ കല്പനയല്ല. എല്ലാ ഊട്ടുപുരയിലും അമ്പലത്തിലും ബ്രാഹ്മണനു പോവാം.

പഞ്ചുമേനോൻ: എന്റെ ഊട്ടിലും അമ്പലത്തിലും എന്റെ സമ്മതം കൂടാതെ താൻ കടക്കുമോ? കാണട്ടെ എന്നാൽ.

ശീനുപട്ടർ: എന്താണു കാണാൻ? ശരിയായിട്ടു കടക്കും. വിരോധിച്ചാൽ ഞാൻ നിങ്ങളുടെമേൽ അന്യായം കൊടുക്കും.

പഞ്ചുമേനോൻ: എന്തു പറഞ്ഞൂ കോമട്ടി, എന്നു പറഞ്ഞു പട്ടരുടെ നേരെ അടുത്തു. ഈ ഒച്ചയും കൂട്ടവും എല്ലാം കേട്ടു ശങ്കരമേനോൻ ഓടിയെത്തി. പട്ടരോട് ഓടിക്കോളാൻ ഭാവംകൊണ്ട് അറിയിച്ചു. താൻ അമ്മാവന്റെ അടുക്കെ പോയിനിന്നു സമാധാനം പറഞ്ഞുതുടങ്ങി.

പഞ്ചുമേനോൻ: ഈ ശീനുപട്ടരെ ഈ ദിക്കിൽ ഞാൻ എനി കാണരുത്. അയാൾ എന്റെമേൽ അന്യായം കൊടുക്കുമ്പോൽ! അസത്ത്, ദുഷ്ടൻ, പാപി, ദിവാൻജി അമ്മാമന്റെ കൂടെ കുട്ടിപ്പട്ടരായി നടന്നവനാണ് ഈ കോമട്ടി. എന്റെ വിഡ്ഢിത്തം കൊണ്ടു തറവാട്ടിൽ കയറ്റി. അവന്റെമാതിരിതന്നെ അസത്തുക്കളായ രണ്ടുനാലു കുട്ടികളേയും ഉണ്ടാക്കിവെച്ചു. അവരുനിമിത്തം ഇപ്പോൾ എന്റെ സ്വന്തം മരുമകൻ, എന്റെ സ്വന്തം കുട്ടി മാധവനുമായിട്ടു തന്നെ ഞാൻ ശണ്ഠ ഇടാൻ കാരണമായി.

സ്വന്തം കുട്ടി മാധവൻ എന്നു പറഞ്ഞപ്പോൾ ഈ ശുദ്ധാത്മാവിന് എടത്തൊണ്ട വിറച്ചു കണ്ണുനീർ വന്നുപോയി.

ശങ്കരമേനോൻ: മാധവൻ ഇങ്ങനെയൊന്നും ആവുകയില്ല. അവൻ എന്തോ ഒരു ദേഷ്യത്തിന്ന് അവിവേകമായി പറഞ്ഞു പോയി എന്നേ

യുള്ളൂ.

അവിവേകമായി പറഞ്ഞുപോയി എന്നു പറഞ്ഞുകേട്ടപ്പോൾ മാധവനെക്കുറിച്ചു പിന്നെയും പഞ്ചുമേനോനു കലശലായി ദേഷ്യം വന്നു.

പഞ്ചുമേനോൻ: നീ ഒരു ബുദ്ധിയില്ലാത്ത കഴുതയാണ്, ശപ്പനാണ്, എരപ്പാളിയാണ്, അവിവേകമായി പറഞ്ഞു പോയയോ? മാധവനോ? ആട്ടെ- അവൻ കണ്ടോട്ടെ. അവനെ ഞാൻ , എന്നോടു പറഞ്ഞതിനു നല്ലവണ്ണം ദ്രോഹിക്കും. അവൻ വ്യസനിച്ച് എന്റെ കാല്ക്ക വന്നു വീഴും. അവന്റെ അച്ഛന്റെ പണവും പുല്ലും എനിക്കു സമം.

എന്നും പറഞ്ഞു പഞ്ചുമേനോൻ വടിയും കുത്തി ഗോവിന്ദപ്പണിക്കരുടെ വീട്ടിലേക്കുപോയി. ശങ്കരമേനോൻ പിന്നാലെ പോയില്ല. ശങ്കരമേനോൻ കുറെ ബുദ്ധിയുള്ള ഒരു മനുഷ്യനായിരുന്നു. പഞ്ചുമേനോൻ അതിസമർത്ഥനായ ഗോവിന്ദപ്പണിക്കരുമായി കണ്ടാൽ ശണ്ഠ കൂടുവാൻ എടവരികയില്ലെന്നു തനിക്കു നല്ല നിശ്ചയമുണ്ട്. അതുകൊണ്ട് ശങ്കരമേനോൻ മടങ്ങി. പഞ്ചുമേനോൻ പതുക്കെ ഗോവിന്ദപ്പണിക്കരുടെ ഭവനത്തിലേക്കു ചെന്നു കയറി. ഗോവിന്ദപ്പണിക്കർ വളരെ ആദരവോടെ പഞ്ചുമേനോനെ ഒരു കസാലയിന്മേൽ ഇരുത്തി; താനും ഇരുന്നു.

പഞ്ചുമേനോൻ: ഈ മാധവൻ ഇങ്ങനെ വന്നുപോയല്ലോ? വിവരങ്ങളെല്ലാം പണിക്കർ അറിഞ്ഞുവോ?

ഗോവിന്ദപ്പണിക്കർ: അവന് ഇയ്യെടെ കുറെ അഹങ്കാരം വർദ്ധിച്ചിരിക്കുന്നു. ഒന്നാമതു കുട്ടികൾ ഇംക്ലീഷു പഠിച്ചാൽ തന്നെ അഹംഭാവം അധികമായിട്ടുണ്ടാവാം- പിന്നെ പരീക്ഷയും മറ്റും ജയിച്ചു കുറെ ദിവസം മദിരാശിയിൽ തന്നെ താമസിക്കുന്നതായാലോ പറയേണ്ടതില്ലാ. ഇവിടുത്തെ മുമ്പാകെ കുറെ ധിക്കാരമായ വാക്കുകൾ പറഞ്ഞു എന്നും ഞാൻ കേട്ടു. എനിക്ക് അശേഷം രസിച്ചില്ല. ഞാൻ അവനോട് ഒരക്ഷരവും ഇതിനെക്കുറിച്ചു ചോദിച്ചില്ല- ചോദിച്ചിട്ട് എന്തുഫലം?

പഞ്ചുമേനോൻ: അങ്ങനെ ചോദിക്കാഞ്ഞാൽ കുട്ടികൾ കുരുത്തംകെട്ടു പോവുമല്ലൊ. കുറെയെല്ലാം ദേഷ്യപ്പെടാഞ്ഞാൽ കുട്ടികൾ മേൽകീഴ് ഇല്ലാതെ തുമ്പില്ലാതെ ആയിവരുമല്ലോ.

ഗോവിന്ദപ്പണിക്കർ: ശരിയാണ്. ഇവിടുന്ന് പറഞ്ഞതു വളരെ ശരിയാണ്. സംശയമില്ലാ. ഇങ്ങനെ വിട്ടുകളഞ്ഞാൽ കുട്ടികൾ മേൽകീഴില്ലാതാവും.

പഞ്ചുമേനോൻ: എന്റെ പണിക്കരെ, ഞാൻ ചെറുപ്പമായിരുന്നപ്പോൾ (ഈ മാധവന്റെ പ്രായമായിരുന്ന കാലം) എന്റെ വലിയമ്മാമന്റെ മുമ്പിൽ ചെന്നാൽ ഭയപ്പെട്ടിട്ട് ഞാൻ കിടുകിടെ വിറയ്ക്കും. വല്ലതും ചോദിച്ചാൽ അതിന് ഉത്തരം പറവാൻകൂടി ഭയപ്പെട്ടിട്ടു വയ്യാതെ ഞാൻ മിഴിക്കും. വലിയമ്മാമനെ കാണുമ്പോൾ സിംഹത്തെയോ മറ്റോ കാണുമ്പോലെ എനിക്കു ഭയമായിരുന്നു. ഇപ്പോൾകൂടി വലിയമ്മാമനെ വിചാരിക്കുമ്പോൾ എനിക്കു ഭയമാവുന്നു. വലിയമ്മാമൻ ഉള്ളകാലത്ത് ഒരു ദിവസം ഉണ്ടായ ഒരു കഥ പറയാം. അന്ന് എനിക്ക് കുറെ ഇഷ്ടനായി ഈ ദിക്കിൽ ഒരു മാപ്പിള ഉണ്ടായിരുന്നു- കുഞ്ഞാലിക്കുട്ടി എന്നു പേരായിട്ട്. അവനെ ഗോവിന്ദപ്പണിക്കർ അറിയില്ല. മരിച്ചിട്ടു വളരെ കാലമായി. അവനും അന്ന് ഏകദേശം എന്റെ പ്രായം തന്നെ ആയിരുന്നു. അവൻ ഒരു കുറി ഏതോ ഒരു ദിക്കിൽ അവന്റെ ബാപ്പയുടെ കൂടെ കച്ചവടത്തിനോ മറ്റോ പോയേടത്തുനിന്നു മടങ്ങിവന്നപ്പോൾ ഒരു ജോഡി ചെരിപ്പ് എനിക്കു സമ്മാനമായി കൊണ്ടുവന്നു തന്നു. ഞാൻ അതു എത്രയോ ഗോപ്യമായി സൂക്ഷിച്ചുവെച്ചു. വൈകുന്നേരം ഞാൻ പുറത്തെങ്ങാനും പോവുമ്പോൾ ചെരിപ്പ് ഒരു മുണ്ടിലോ മറ്റോ പൊതിഞ്ഞു പൂവള്ളിനിന്ന് എറങ്ങിപ്പോവും. അവിടെ നിന്നു വളരെ ദൂരത്ത് എത്തിയാൽ മാത്രം കാല്ക്കിട്ടു നടക്കും. പിന്നെയും മടങ്ങിവരുമ്പോൾ അങ്ങിനെതന്നെ ദൂരത്തു നിന്ന് ചെരിപ്പഴിച്ച് ആരും കാണാതെ പൊതിഞ്ഞുകൊണ്ടുവരും. ഇങ്ങിനെയായിരുന്നു പതിവ്. അങ്ങിനെ ഇരിക്കുമ്പോൾ ഒരു ദിവസം വൈകുന്നേരം ഞാൻ പതിവുപ്രകാരം ചെരിപ്പു മുണ്ടിൽ പൊതിഞ്ഞുംകൊണ്ട് മടങ്ങിവരുമ്പോൾ വലിയമ്മാമൻ പൂമുഖത്തു നില്ക്കുന്നതു കണ്ടു. ഒടുവിൽ മരിച്ച ദിവാൻജിയമ്മാമന്റെയും അമ്മാമനായിരുന്നു ഇദ്ദേഹം- അതിശൂരനായിരുന്നു. എന്നെ കണ്ടപ്പോൾ എന്താണെടാ കൈയിൽ പൊതിഞ്ഞ് എടുത്തിരിക്കുന്നത്? എന്നു ചോദിച്ചു. ഞാൻ ഭയപ്പെട്ടിട്ട് ഒന്നും മിണ്ടാതെ നിന്നു. അമ്മാമൻ മിറ്റത്ത് എറങ്ങിവന്ന് എന്റെ കൈ കടന്നു പിടിച്ചു. മൂണ്ടു പൊതി അഴിക്കാൻ പറഞ്ഞു. അഴിച്ചു നോക്കിയപ്പോൾ ചെരിപ്പുകളെ കണ്ടു. നീ ചെരിപ്പിട്ടു നടക്കാറായോ തെമ്മാടീ എന്നും പറഞ്ഞ് എന്റെ കുടുമ അമ്മാമൻ കൈകൊണ്ടു ചുറ്റിപിടിച്ചു വലിച്ചു പൂമുഖത്തു കൊണ്ടുപോയി തല്ലാൻ തുടങ്ങി. നാരായണാ! ശിവ! ശിവ! പിന്നെ ഞാൻ കൊണ്ട തല്ലിന്ന് അവസാനമില്ല. കൈകൊണ്ട് ആദ്യം വളരെ തല്ലി. ദേഷ്യം പിന്നെയും സഹിക്കാതെ അകത്തു കടന്നുപോയി ഒരു ചൂരൽ എടുത്തുകൊണ്ടു

വന്നു തല്ലു തുടങ്ങി. ഇതാ നോക്കൂ. എന്റെ ഈ തുടയിൽ കാണുന്ന ഈ വലിയ കല അന്നത്തെ തല്ലിൽ കിട്ടിയ മുറിയുടെ കലയാണ്. ഞാൻ ഉറക്കെ നിലവിളിച്ചു. അന്നു ദിവാൻജിയമ്മാമൻ വീട്ടിൽ ഉള്ള കാലമായിരുന്നു. നിലവിളി പൂവരങ്ങിൽ കേട്ടിട്ട് അദ്ദേഹം ഓടിവന്നു വലിയമ്മാമനെ പിടിച്ചു നീക്കി എന്നെ എടുപ്പിച്ച് പൂവരങ്ങിലേക്ക് കൊണ്ടുപോയി. എണ്ണയും മറ്റു ഇട്ടു ശരീരം ഉഴിയിച്ചു. ഞാൻ പതിനഞ്ച് ഇരുപതു ദിവസത്തേക്ക് എണീക്കാൻ പാടില്ലാതെ കിടപ്പിലായിപ്പോയി. എന്റെ ചെരിപ്പു ചുട്ടുകരിച്ചുകളവാൻ അമ്മാമൻ കല്പിച്ചപ്രകാരം അതു വെണ്ണീറാക്കിക്കളഞ്ഞു. അതുമുതൽ ഇതുവരെ ഞാൻ ചെരിപ്പ് ഇട്ടിട്ടില്ല. ചെരിപ്പ് എങ്ങാനും കാണുമ്പോൾ എനിക്ക് ഇപ്പോഴും ഭയമാണ്. ഇപ്പൊഴത്തെ കുട്ടികളുടെ കഥ വിചാരിച്ചു നോക്കൂ- മാധവൻ പാപ്പാസ്സ് ഇട്ടിട്ടേ നടക്കാറുള്ളൂ. ദിവാൻജി വലിയമ്മാമൻകൂടി അകത്തുകൂടി പാപ്പാസിട്ടു നടക്കാറില്ല. ഇവൻ ചിലപ്പോൾ അകത്തുകൂടി പാപ്പാസിട്ട് നടക്കുന്നതു ഞാൻ തന്നെ കണ്ടിട്ടുണ്ട്. കുട്ടികൾ ഇങ്ങനെ കുരുത്തംകെട്ടുപോയാൽ എന്തുചെയ്യും? കുട്ടികളെ ഇങ്കിരിയസ്സു പഠിപ്പിക്കുന്നേടത്തോളം വിഢ്ഢിത്തം വേറെ ഒന്നുമില്ല. ഇന്ദുലേഖ ഈ ഇങ്കിരയസ്സു പഠിച്ചിരുന്നില്ലെങ്കിൽ ഇതിൽ എത്ര അധികം നല്ല ഒരു കുട്ടിയായിരിക്കുമായിരുന്നു. എന്തു ചെയ്യാം! ഓരോ ഗ്രഹപ്പിഴയ്ക്ക് ഓരോ അപകടങ്ങൾ വന്നു ചേരുന്നു. ഈ ഇങ്കിരിയസ്സു പഠിച്ചവരുടെ മാതിരി കണ്ടിട്ട് അതു പഠിക്കാത്തവരും ആ മാതിരി ആയിത്തുടങ്ങി. ആ കള്ളച്ചെക്കൻ ഗോപാലൻ, ആ കോമട്ടി ശീനുവിന്റെ മകൻ എന്നോട് അത്ര ധിക്കാരമായ വാക്കാണ് ഇപ്പോൾ പൂവരങ്ങിൽവെച്ച് പറഞ്ഞത്. എനിക്കു വല്ലാതെ ദേഷ്യം വന്നു. നല്ലവണ്ണം പ്രഹരിക്കേണമെന്നു വിചാരിച്ചു ഞാൻ അവന്റെ പിന്നാലെ ഓടി. വഴിയിൽ വെച്ചു ഞാൻ വീണു. ഇതാ എന്റെ കാലിന്റെ മുട്ടു പൊട്ടിയിരിക്കുന്നു. നോക്കൂ- കലിയുഗവൈഭവം നോക്കൂ.

ഗോവിന്ദപ്പണിക്കർ: കലിയുഗവൈഭവം തന്നെ. സംശയമില്ലാ, ഒന്നാംതരം കലിയുഗവൈഭവം. അല്ലാതെ ഈ വിധം ഒന്നും വീഴാനും പൊട്ടാനും എടവരുന്നതല്ല- സംശയമില്ല.

പഞ്ചുമേനോൻ: ഗോവിന്ദപ്പണിക്കർക്ക് ഇപ്പോൾ ഓർമ്മയുണ്ടോ എന്നറിഞ്ഞില്ല, നിങ്ങളുടെ കാരണവർ ഒരു ദിവസം നിങ്ങളെ കഠിനമായി തല്ലിയത്. ഞാനാണ് ഓടിവന്ന് സാമാധാനമാക്കിയത്. നിങ്ങളുടെ അമ്മാമൻ നാരായണപ്പണിക്കര് അതിശൂരനായിരുന്നു. നിങ്ങൾ ഒരു ദിവസം ഓണക്കാലത്തു വേറെ ചില കുട്ടികളോടു

കൂടി ഈ അമ്പലവളപ്പിൽ നിന്ന് ആട്ടക്കളം പിടിച്ചു കളിക്കുന്നത് അദ്ദേഹം കണ്ടിട്ട് അമ്പലവളപ്പിൽ നിന്നു നിങ്ങളെ തല്ലുതുടങ്ങി. ഇവിടെ എത്തുന്നവരെ തല്ലി. പിന്നെ ഇവിടെ വന്നിട്ടും തല്ലി. വല്ലാതെ തല്ലിക്കളഞ്ഞു. നിലവിളികേട്ടു ഞാൻ ഓടി വന്നു സമാധാനമാക്കി. പിന്നെ അക്കുറി ഓണത്തിനു നിങ്ങൾ പുറത്ത് എറങ്ങി നടന്നിട്ടേ ഇല്ല- ഇത് ഓർമ്മയുണ്ടോ?

ഗോവിന്ദപ്പണിക്കർ: എനിക്ക് ഒരു സ്വപ്നം കണ്ടതുപോലെ ഓർമ്മ തോന്നുന്നുണ്ട്.

പഞ്ചുമേനോൻ: നിങ്ങൾക്ക് അന്നു കഷ്ടിച്ചു പതിന്നാലു വയസ്സേ ആയിട്ടുള്ളൂ. അക്കാലത്തു നുമ്മൾക്ക് എല്ലാം നുമ്മളെ അമ്മാമന്മാരെ ഉണ്ടായിരുന്ന ഒരു ഭയം എനി ഈ ഭൂമിയുള്ള കാലം കാണുകയില്ല. ഇപ്പഴത്തെ കുട്ടികൾക്കു കുറെ ഇങ്കിരീസ്സു പഠിക്കുമ്പൊഴെക്ക് എന്തോ ഒരു അഹമ്മതി താനെ വന്നു കൂടുന്നു. നുമ്മൾക്ക് ഒരറിവും ഇല്ല. നുമ്മൾ ശുദ്ധവിഡ്ഢികളാണെന്ന് അവർക്ക് തോന്നിപ്പോവുന്നു. ഇതു കലിയുഗധർമ്മം എന്നെ പറവാനുള്ളൂ. ഇന്നാൾ ഒരു ദിവസം ഇന്ദുലേഖ ഒരു പുസ്തകം വായിച്ചുകൊണ്ടിരിക്കുന്നതു ഞാൻ കണ്ടു. എന്താ പെണ്ണേ ആ പുസ്തകത്തിലെ കഥാ എന്നു ഞാൻ ചോദിച്ചു. അവൾ മലയാളത്തിൽ ആ കഥയുടെ സാരം പറഞ്ഞു ഞാൻ അതു കേട്ടിട്ടു നിർജ്ജീവനായിപ്പോയി.

ഗോവിന്ദപ്പണിക്കർ: എന്തായിരുന്നു കഥ എന്നറിഞ്ഞില്ല.

പഞ്ചുമേനോൻ: അതോ? പറയാം. അതു കള്ളക്കഥയാണെന്ന് അവൾ തന്നെ പറഞ്ഞു. എന്നാലും അതു വായിച്ചാൽ കുട്ടികളുടെ മനസ്സ് എത്ര ചീത്തയായിപ്പോവുമെന്നു നിങ്ങൾതന്നെ ഓർത്തു പറയിൻ. കഥ ഞാൻ പറയാം. മുഴുവൻ എനിക്കു നല്ലവണ്ണം ഓർമ്മയില്ല. ഒരു സായ്‌വിന് (എന്തോ ഒരു പേരു പറഞ്ഞു. ഇപ്പോൾ എനിക്ക് ഓർമ്മയില്ല.) ഒരു മകൾ ഉണ്ടായിരുന്നുപോൽ. അവൾ ആ സായ്‌വിന്റെ മരുമകനെ കല്ല്യാണം കഴിക്കണം എന്നു നിശ്ചയിച്ചു. മരുമകനും പെണ്ണിന്റെ അച്ഛനും തമ്മിൽ രസക്കേടായിരുന്നു. അതുനിമിത്തം അച്ഛൻ സമ്മതിച്ചില്ല- എന്നല്ല എന്തോ ഒരു വിദ്യ എടുത്ത് ഈ മരുമകനുവേറെ ഒരു സ്ത്രീയെ കല്യാണം കഴിപ്പിച്ചു കൊടുത്തുവത്രെ. ഇങ്ങനെ ചെയ്തതിന്റെ ശേഷം മകളെ കല്യാണം ചെയ്‌വാൻ യോഗ്യതയുള്ള പലേ ആളുകളേയും ഈ സായ്‌വ് വരുത്തി. അതൊന്നും മകൾ സമ്മതിക്കാതെ താൻ ഒരാളെയും കല്യാണം ചെയ്കയില്ലെന്നു തീർച്ചയായി ശാഠ്യംപിടിച്ചു. ഒടുവിൽ മനോവ്യസനംകൊണ്ട് അച്ഛനും ഉടനെ ചത്തുപോയി. ഇതാണു

കഥയുടെ സാരം നോക്കൂ- ഗോവിന്ദപ്പണിക്കരേ, ഈ മാതിരി കഥ പെങ്കിടാങ്ങൾ വായിച്ചാലോ?

ഗോവിന്ദപ്പണിക്കർ: വായിച്ചാൽ മഹാ കഷ്ടം! എനി എന്തു നിവൃത്തിയാണ്. ഇംഗ്ലീഷ് ഇവരെ പഠിപ്പിച്ചുപോയി. എനി ആ പഠിപ്പു ഇല്ലാതാക്കാൻ നോം വിചാരിച്ചാൽ നിവൃത്തി ഇല്ലല്ലോ. ഈ കഥ പറഞ്ഞത് എന്നാണെന്നറിഞ്ഞില്ല.

പഞ്ചുമേനോൻ: കുറെ ദിവസമായി.

ഗോവിന്ദപ്പണിക്കർ: ശരി, ഇതൊക്കെ വായിച്ചിട്ട് എന്തൊരാവശ്യമാണ്-വല്ല രാമായണമോ ഭാഗവതമോ മറ്റോ വായിക്കരുതോ?

പഞ്ചുമേനോൻ: അതാണു ഞാൻ പറയുന്നത്. എന്തെല്ലാം ഗ്രന്ഥങ്ങൾ നുമ്മളുടെ ശാസ്ത്രത്തിൽ ഉള്ളതു പൂവള്ളിയിലുണ്ട്. അതൊന്നും കൈകൊണ്ടു ഒരാളും തൊടാറെ ഇല്ല. ഗ്രന്ഥങ്ങൾ അലേഖയിലുള്ളത് ഒക്കെയും ദ്രവിച്ചു നാനാവിധമായിപ്പോയി. മാധവനോടു പണ്ടൊരു ദിവസം ഈ ഗ്രന്ഥങ്ങൾ തുടച്ചു നന്നാക്കിവെക്കാൻ പറഞ്ഞു- അവൻ ചെയ്തിട്ടില്ല.

ഗോവിന്ദപ്പണിക്കർ: എന്നാൽ ഇന്ദുലേഖയ്ക്ക് ഇതുകളെല്ലാം നന്നാക്കി വെക്കരുതോ?

പഞ്ചുമോനോൻ: അലേഖഗ്രന്ഥങ്ങളെ അവൾക്കും പുച്ഛമാണ്. കടലാസ്സുബുക്കുകളെ അല്ലാതെ ഇവരാരും കൈകൊണ്ടു തൊടുമോ? കലിയുഗത്തിന്റെ മൂർദ്ധന്യം- മറ്റെന്തു പറയട്ടെ!

ഗോവിന്ദപ്പണിക്കർ: കലിയുഗത്തിന്റെ മൂർദ്ധന്യം തന്നെ. മറ്റൊന്നും ഞാൻ ഇതിനു പറവാൻ കാണുന്നില്ല.

പഞ്ചുമേനോൻ: ഇങ്കിരിയസ്സു പഠിച്ചുപഠിച്ച് എനി ആ വേദത്തിൽ ഈ കുട്ടികൾ ചേരുമോ എന്നാണ് എനിക്കു ഭയം.

ഗോവിന്ദപ്പണിക്കർ: അതിനെക്കുറിച്ച് എനിക്കും നല്ല ഭയമുണ്ട്. ദുർബ്ബുദ്ധികൾ ചെന്നു ചേർന്നുകളഞ്ഞാൻ എന്തുചെയ്യും? രാജാവ് ഇംഗ്ലീഷ് രാജാവല്ലെ? നമ്മളുടെ സങ്കടം ആരുകേൾക്കും?

പഞ്ചുമേനോൻ: ശരി ശരി; ഗോവിന്ദപ്പണിക്കരു പറഞ്ഞതു നല്ല കാര്യമാണ്. എന്നാലും നുമ്മൾ ചെയ്യേണ്ടത് എല്ലാം ചെയ്യണം. പിന്നെ വരുമ്പോലെ വരട്ടെ. നിങ്ങൾ മാധവനോട് ഇന്നാളത്തെ ശണ്ഠയെപ്പറ്റി നല്ലവണ്ണം ഒന്നു ചോദിക്കണം.

ഗോവിന്ദപ്പണിക്കർ: ചോദിക്കണമെന്നു നിശ്ചയിച്ചിട്ടുണ്ട്. അവൻ മദിരാശിയിൽ നിന്നു മടങ്ങിവരട്ടെ.

പഞ്ചുമേനോൻ: മദിരാശിയിൽ നിന്നു മടങ്ങിവന്നാൽ നല്ലവണ്ണം ഒന്നു ചോദിക്കണം. പണിക്കരുതന്നെ ചോദിക്കണം.

ഗോവിന്ദപ്പണിക്കർ: ഞാൻ തന്നെ ചോദിക്കും- യാതൊരു സംശയവുമില്ല.

പഞ്ചുമേനോൻ: ഞാനും നിങ്ങളും ഒരുപോലെ ദേഷ്യപ്പെട്ടാൽ മാധവൻ അടങ്ങിപ്പോവും. ഇപ്പോൾ ഈ ധിക്കാരം എന്നോടു കാണിക്കുന്നത് നിങ്ങളുടെ സഹായമുണ്ടെന്നു വെച്ചിട്ടാണ്. ഇത് ഉണ്ടാകയില്ലെന്നറിഞ്ഞാൽ മാധവൻ വളരെ ഒതുങ്ങിപ്പോവും.

ഗോവിന്ദപ്പണിക്കർ: ഒതുങ്ങിപ്പോവും, സംശയമില്ല.

പഞ്ചുമേനോൻ: പിന്നെ അതുകൂടാതെ ഞാൻ ഒരു വിദ്യകൂടി എടുത്തുവെച്ചിട്ടുണ്ട്. അതും പണിക്കരോടു പറയാം. പണിക്കരു ബുദ്ധിയുള്ള ആളാണെന്ന് എനിക്കു നല്ല നിശ്ചയമുണ്ട്. അതുകൊണ്ടു പറയാം. മാധവന് ഇന്ദുലേഖയെ ഭാര്യയാക്കി കിട്ടേണമെന്ന് ഒരാഗ്രഹം ഉണ്ട്. ഇന്ദുലേഖയ്ക്കും അങ്ങനെ ആയാൽ കൊള്ളാമെന്നു വിചാരമുണ്ടെന്നു തോന്നുന്നു. ഇതു ഞാൻ തകരാറാക്കാൻ നിശ്ചയിച്ചിരിക്കുന്നു. ഒന്നാമതു മാധവനും ഇന്ദുലേഖയും വയസ്സുകൊണ്ടു തന്നെ നന്നേ ചേരുകയില്ല. പിന്നെ മാധവന് ഇത്ര കാലത്തേ സംബന്ധം തുടങ്ങുന്നതും വെടിപ്പില്ല. ഇന്ദുലേഖയ്ക്കു വലിയ ധനവാന്മാരായ പ്രഭുക്കൾ ആരെങ്കിലും സംബന്ധം തുടങ്ങുന്നതാണ് അവൾക്കും ശ്രേയസ്സ്. അതുകൊണ്ട് ഞാൻ അവളെ ഒരു വലിയ പ്രഭുവിന് കൊടുപ്പാൻ നിശ്ചയിച്ചിരിക്കുന്നു. ആ പ്രഭു ഉടനെ ഇവിടെവരും. പക്ഷേ, ആ പെണ്ണിനെ പറഞ്ഞു സമ്മതിപ്പിക്കാനാണു പണി. അവൾ ഒരു മഹാശാഠ്യക്കാരത്തിയാണ്. അതിനു പണിക്കരും കൂടി ഒന്ന് ഉത്സാഹിക്കണം- എങ്ങനെ?

ഗോവിന്ദപ്പണിക്കർ: ഓഹോ. അങ്ങനെതന്നെ. വരാൻ പോവുന്ന പ്രഭു ആരാണെന്ന് അറിഞ്ഞില്ല.

പഞ്ചുമേനോൻ: മൂർക്കില്ലാത്ത മനയ്ക്കൽ നമ്പൂതിരിപ്പാടാണ്, വലിയ ധനവാൻ- അതിമാനുഷനത്രേ.

ഗോവിന്ദപ്പണിക്കർ: ശരി; അദ്ദേഹം വരട്ടെ.

പഞ്ചുമേനോൻ: ശിന്നനു ചിലവിനു ശീനുപട്ടരു കൊടുപ്പാനാണത്രെ ഭാവം. അയാളുടെ കൈയിൽ പണം എവിടെയാണ് ഉള്ളത്? ഞാൻ ഒരു കാശുപോലും കൊടുക്കയില്ല. കുമ്മിണിയുടെ മക്കളുടെ കൈയിലുള്ള വസ്തുക്കൾ ഒക്കെ ഒഴിപ്പിക്കാനാണു ഭാവം. ഈ അസത്തുക്കൾ എന്തുകൊണ്ടു പഠിപ്പിക്കും? കാണട്ടെ.

ഗോവിന്ദപ്പണിക്കർ: അതെ- അതൊന്നും കാണട്ടെ.

പഞ്ചുമേനോൻ: നിങ്ങൾ പണം ഒന്നും സഹായിക്കരുത്.

ഗോവിന്ദപ്പണിക്കർ: പണം കൊടുത്തിട്ട് എനിക്ക് എന്താവശ്യം?

പഞ്ചുമേനോൻ: അതാണു ഞാനും പറയുന്നത്.

എന്നും പറഞ്ഞു പഞ്ചുമേനോൻ അവിടെനിന്നു കലഹവും ചീത്തപറയലും കൂടാതെയും തന്റെ ഗോപ്യമായ ആലോചന ഗോവിന്ദപ്പണിക്കരോടു വെളിവായി അറിയിച്ചതിന്റെ ശേഷവും വീട്ടിലേക്കു മടങ്ങിപ്പോരികയും ചെയ്തു.

രണ്ടുദിവസംകൊണ്ടു പഞ്ചുമേനോനു ക്രോധം കുറെ ഒന്നു ശമിച്ചു. എങ്കിലും നമ്പൂതിരിപ്പാട്ടിലെക്കൊണ്ടു സംബന്ധം ഉടനെ നടത്തിക്കളഞ്ഞാൽ നന്നായിരുന്നു എന്നുള്ള ആഗ്രഹം വർദ്ധിച്ചുകൊണ്ടുതന്നെ വന്നു.

പഞ്ചുമേനോന്റെ കുണ്ഠിതം

മാധവൻ മദിരാശിക്കു പോയി ആറേഴുദിവസം കഴിഞ്ഞതിന്റെ ശേഷം ഒരു ദിവസം രാത്രി പഞ്ചുമേനോൻ തെക്കിനിയിൽ അത്താഴം ഉണ്ണാൻ ഇരിക്കുമ്പോൾ കേശവൻ നമ്പൂതിരി ഊണു കഴിഞ്ഞു വന്ന് അകത്തേക്കു പതിവുപോലെ പോകാൻ ഭാവിക്കുന്നതുകണ്ട് തന്റെ സമീപം ഇരിക്കാനായി പഞ്ചുമേനോൻ ആവശ്യപ്പെട്ടു. ഒരു പലകമേൽ അദ്ദേഹം സമീപത്തിൽ ഇരുന്നു.

പഞ്ചുമേനോൻ: ആളെ എനിയും അയച്ചില്ലേ? എന്താണു മറുപടി ഇനിയും ഒന്നും എത്തീല്ലേ?

കേശവൻനമ്പൂതിരി: അന്നുതന്നെ ആളെ അയച്ചു. നമ്പൂതിരി അവിടെ ഇല്ലെന്നും നാലഞ്ചുദിവസം കഴിഞ്ഞിട്ടേ മനയ്ക്കൽ എത്തുകയുള്ളൂ. എന്നുമാണ് അയച്ച ആൾ മടങ്ങിവന്നു പറഞ്ഞത്. ഇന്നു പുലർച്ചെ ഞാൻ രണ്ടാമതും എഴുതീട്ടുണ്ട്. മനയ്ക്കൽ എത്തീട്ടുണ്ടെങ്കിൽ അദ്ദേഹം നാളെത്തന്നെ ഇവിടെ എത്തുമെന്നു തോന്നുന്നു. ഉടനെ പഞ്ചുമേനവൻ ലക്ഷ്മിക്കുട്ടിഅമ്മയെ വിളിക്കാൻ പറഞ്ഞു.

ലക്ഷ്മിഅമ്മ അച്ഛന്റെ സമീപത്തു വന്നുനിന്നു.

പഞ്ചുമേനോൻ: ലക്ഷ്മിക്കുട്ടീ! നീ ഇന്ദുലേഖയോട് ഈ വിവരം പറഞ്ഞുവോ?

ലക്ഷ്മിക്കുട്ടിഅമ്മ: ഏതു വിവരം?

പഞ്ചുമേനോൻ: നോക്കൂ, പെണ്ണിന്റെ കുറുമ്പ്- നോക്കൂ. നീ ഈ വിവരം ഒന്നും അറിയില്ലേ? അസത്തെ, കളവു പറയുന്നുവോ? കഴുത്തുവെട്ടണം. ഈ മഹാപാപികളെ എല്ലാം ചവിട്ടി പുറത്താക്ക

ണം.

ലക്ഷ്മിക്കുട്ടിഅമ്മ: ഇതെന്തുകഥയാണ് അച്ഛാ? എന്നോട് ആരും ഒരു വിവരവും പറഞ്ഞില്ലല്ലോ. അച്ഛൻ എന്തിനു വെറുതെ എന്നെ ദേഷ്യപ്പെടുന്നു?

കേശവൻനമ്പൂതിരി: ലക്ഷ്മിക്കുട്ടി വിവരം ഒന്നും അറിയില്ല. ഞാൻ ഒന്നും പറഞ്ഞിട്ടില്ലാ. കാര്യം സ്വകാര്യമായിരിക്കട്ടെ എന്നല്ലെ അന്ന് എന്നോടു പറഞ്ഞത്? അതുകൊണ്ടു ഞാൻ ആരോടും പറഞ്ഞിട്ടില്ല.

പഞ്ചുമേനോൻ: എന്നാൽ ശരിതന്നെ. തിരുമനസ്സിന്നു ലക്ഷ്മിക്കുട്ടിയോടു പറഞ്ഞിട്ടുണ്ടായിരിക്കും എന്നു ഞാൻ വിചാരിച്ചുപോയി. (ലക്ഷ്മിക്കുട്ടിഅമ്മെ നോക്കീട്ട്) അതുകൊണ്ടാണ് എഡീ, നിന്നെ ദേഷ്യപ്പെട്ടത്. ആട്ടെ നിന്റെ മനസ്സ് എങ്ങനെയാണ്, അറിയട്ടെ. മൂക്കില്ലാത്ത നമ്പൂതിരിപ്പാട്ടിലെക്കൊണ്ടു ഞാൻ ഇന്ദുലേഖയ്ക്കു സംബന്ധം തുടങ്ങിപ്പാൻ നിശ്ചയിച്ചിരിക്കുന്നു. ഇന്ദുലേഖയ്ക്ക് അതു ബോദ്ധ്യമാവുമോ?

ലക്ഷ്മിക്കുട്ടിഅമ്മ: ഞാൻ എങ്ങനെയാണ് ഇന്ദുലേഖയ്ക്കു ബോദ്ധ്യമാവുമോ ഇല്ലയോ എന്ന് ഇപ്പോൾ പറയേണ്ടത്?

പഞ്ചുമേനോൻ: ഇതല്ലെ കുറുമ്പ്. തിരുമനസ്സിന്നു പെണ്ണിന്റെ ധിക്കാരം കാണുന്നില്ലേ?

കേശവൻനമ്പൂതിരി: ഇന്ദുലേഖയോടുതന്നെ ചോദിക്കരുതെ- അതല്ലെ നല്ലത്?

പഞ്ചുമേനോൻ: തിരുമനസ്സിന്നു മഹാവിഡ്ഢിയാണ്. ഇന്ദുലേഖയോട് ആരു ചോദിക്കുന്നു? പക്ഷേ, ലക്ഷ്മിക്കുട്ടി ചോദിച്ചാൽ അവൾ തീർച്ചയായി മറുപടി പറയുമായിരിക്കും. ലക്ഷ്മിക്കുട്ടീ! നീ മൂർക്കില്ലാത്ത നമ്പൂതിരിപ്പാട്ടിലെ വർത്തമാനം കേട്ടിട്ടുണ്ടോ?

ലക്ഷ്മിക്കുട്ടിഅമ്മ: ഇല്ല.

പഞ്ചുമേനോൻ: തിരുമനസ്സിന്നു പറഞ്ഞ് ലക്ഷ്മിക്കുട്ടിയെ മനസ്സിലാക്കണം.

കേശവൻ നമ്പൂതിരി: അങ്ങനെതന്നെ.

പഞ്ചുമേനോൻ ഊണുകഴിഞ്ഞ് എണീട്ടു കൈകഴുകുന്നു. അപ്പോൾ ഒരു വാലിയക്കാരൻ തെക്കിനിയുടെ വാതുക്കൾ വന്ന് കേശവൻ നമ്പൂതിരിക്ക് ഒരു എഴുത്തു കൊണ്ടുവന്നിട്ടുണ്ടെന്നു പറഞ്ഞു. കേശവൻ നമ്പൂതിരി വേഗം എഴുന്നീറ്റ് എഴുത്തുവാങ്ങി വെളക്കത്തു വന്നു വായിച്ചു മനസ്സിലാക്കുന്ന മദ്ധ്യ-

പഞ്ചുമേനോൻ: ഇത് ആ മറുവടി തന്നെയോ?

കേശവൻനമ്പൂതിരി: ഓഹോ; അതെ.

പഞ്ചുമേനോൻ: എഴുത്ത് ഒന്നു വായിച്ചുകേൾക്കട്ടെ. പതുക്കെ വായിച്ചാൽ മതി.

കേശവൻനമ്പൂതിരി: എഴുത്ത് വായിക്കുന്നു.

എഴുത്തുകിട്ടി – സന്തോഷമായി. ഞാൻ നാളെ കുളിപ്പാൻ തക്ക വണ്ണം അവിടെ എത്തും. ചെറുശ്ശേരിയും കൂടെ ഉണ്ടാവും. നമ്പൂതിരി പറഞ്ഞതിനെക്കാൾ അധികമായി പോതായ്പ്രം പറഞ്ഞിട്ടും മറ്റും ഞാൻ കേട്ടറിഞ്ഞു. എനിക്കു കാണാൻ വളരെ ബദ്ധപ്പെട്ടായിരിക്കുന്നു. ശേഷം മുഖതാവിൽ.

പഞ്ചുമേനോൻ: നന്നായി! ഇന്ദുലേഖ ഉറങ്ങാറായിട്ടില്ല. തിരുമനസ്സിന്നും കൂടി എഴുന്നെള്ളണം. നുമ്മൾക്ക് അവളുടെ അറയിലേക്കു പോവുക. ഇതിനെപ്പറ്റി അല്പം അവളോടുതന്നെ ഒന്നു പറഞ്ഞു നോക്കണം. എന്നാൽ അവളുടെ മനസ്സറിയാമല്ലൊ.

പഞ്ചുമേനോനും നമ്പൂതിരിയും കൂടി ഇന്ദുലേഖയുടെ അകത്തു കടന്നപ്പോൾ ഇന്ദുലേഖ ഒരു കോച്ചിന്മേൽ കിടന്നു ശാകുന്തളം നാടകം നോക്കുകയായിരുന്നു. ഉടനെ എഴുന്നീറ്റുനിന്നു. കേശവൻനമ്പൂതിരി ഒരു കസാലമേലും പഞ്ചുമേനോൻ കോച്ചിന്മേലും ഇരുന്ന് ഇന്ദുലേഖയെ പഞ്ചുമേനോൻ തന്റെ അടുക്കെ കോച്ചിന്മേൽ ഇരുത്തി കൈകൊണ്ടു പുറത്തു തലോടിക്കൊണ്ടു പറയുന്നു:

പെണ്ണേ, നീ എന്താണു വായിക്കുന്നത്? ഇന്നാൾ പറഞ്ഞമാതിരിയുള്ള കള്ളക്കഥയോ?

ഇന്ദുലേഖ: അല്ല. ശാകുന്തളമാണു വലിയച്ഛാ. ഈ പുസ്തകത്തിലെ അച്ചു വളരെ ചീത്തയാണ്. വായിപ്പാൻ ബഹുപ്രയാസം.

പഞ്ചുമേനോൻ: നല്ല ബുക്കു വാങ്ങിക്കൊള്ളരുതേ? എവിടെ കിട്ടും ബുക്ക്? ഞാൻ പണം ഇപ്പോൾ തരാമല്ലൊ.

ഇന്ദുലേഖ: ഇതിൽ നല്ല അച്ചിൽ അടിച്ചിട്ടുള്ള ബുക്ക് ഉണ്ടോ എന്നറിഞ്ഞില്ല. ഉണ്ടോ എന്ന് അന്വേഷിച്ച് വലിയച്ഛനെ അറിയിക്കാം.

പഞ്ചുമേനോൻ: വലിയ അച്ചായിട്ട് എന്റെ മകൾ ഒന്നു അച്ചടിപ്പിച്ചോളൂ

ഇന്ദുലേഖ: (ചിരിച്ചുംകൊണ്ട്) അത് പ്രയാസമല്ലേ വലിയച്ഛാ വളരെ ചിലവുണ്ടാവും– പിന്നെ ഇതിൽ വലിയ ടൈപ് തന്നെ ഉണ്ടോ എന്നറിഞ്ഞില്ല.

പഞ്ചുമേനോൻ: എന്തന്ന് ഉണ്ടോ എന്നറിഞ്ഞില്ലാ?

ഇന്ദുലേഖ: വലിയ അക്ഷരക്കരുക്കൾ.

പഞ്ചുമേനോൻ: എനിക്ക് ഇതൊന്നും അറിഞ്ഞുകൂടാ കുട്ടീ. കരുക്കൾ ഇല്ലെങ്കിൽ അതും വാങ്ങിക്കോ.

ഇന്ദുലേഖ ചിരിച്ചു.

പഞ്ചുമേനോൻ: ഞങ്ങൾ രണ്ടാളുംകൂടി നിന്നോട് ഒരു കാര്യം പറവാനാണു മകളേ വന്നത്. എന്നാൽ പണ്ടുപണ്ടേയുള്ള നടപ്പു പ്രകാരമാണെങ്കിൽ ഇതു നീയിപ്പോൾ അറിയേണ്ട ഒരു കാര്യവുമില്ല. കാര്യം നടക്കുമ്പോഴെ അറിയാവൂ. ഇപ്പോൾ കലികാലം അല്ലേ? അതുകൊണ്ടു ഞങ്ങൾക്കു ഭയം അതാണു പറവാൻ വന്നത്. (നമ്പൂതിരിയോട്) തിരുമനസ്സുതന്നെ പറയൂ.

ഇന്ദുലേഖ:പണ്ടുപണ്ടേയുള്ള നടപ്പുപ്രകാരം തന്നെ വലിയച്ഛൻ ചെയ്താൽ മതി. എനിക്കു കലി ഒട്ടും ബാധിച്ചിട്ടില്ലാ. കാര്യം നടക്കുമ്പോൾ മാത്രം എനിക്ക് അറിഞ്ഞാൽ മതി.

കേശവൻ നമ്പൂതിരി: (പഞ്ചുമേനോനോട്) ശരി ശരി- നല്ല ഉത്തരം. മതി. മതി. എനി നോക്കൂ കിടക്കാൻ പോവുക.

പഞ്ചുമേനോൻ: കാര്യം നടക്കുന്ന സമയം വല്ല വിഷമം വന്നാലൊ- അതു തീർത്തുവെക്കേണ്ടെ?

ഇന്ദുലേഖ: നടക്കുന്ന സമയം വരാൻ പോകുന്ന വിഷമം ഇപ്പോൾ എങ്ങിനെ അറിയാൻ കഴിയും? എങ്ങനെ തീർക്കും?

പഞ്ചുമേനോൻ: അതാ- കണ്ടുവോ ഇങ്കിരീസ്സു പുറപ്പെടുന്നു.

ഇന്ദുലേഖ: എവിടെയാണു ഇങ്കിരീസ്സു പുറപ്പെടുന്നത്? ഞാൻ മലയാളത്തിലല്ലേ പറഞ്ഞതു വലിയച്ഛാ?

പഞ്ചുമേനോൻ: അതേ മകളേ, നിന്റെ സാമർത്ഥ്യം ഞാൻ അറിയല്ലെ.

ഇന്ദുലേഖ: ഇതിൽ എന്തു സാമർത്ഥ്യമാണ് ഈശ്വരാ! വലിയച്ഛൻ പറഞ്ഞത് എനിക്കു മനസ്സിലാവുന്നില്ല.

പഞ്ചുമേനോൻ: (നമ്പൂതിരിയോട്) ഇവളോട് തർക്കിച്ചാൽ നുമ്മൾക്ക് ഇന്ന് ഒറങ്ങാൻ കഴിയില്ല. തിരുമനസ്സുകൊണ്ട് നോം വന്ന കാര്യം പറയൂ. വെളിവായിപ്പറയൂ.

കേശവൻനമ്പൂതിരി: ഇന്ദുലേഖയ്ക്ക് ഒക്കെ മനസ്സിലായിട്ടുണ്ട്.

പഞ്ചുമേനോൻ: അതു ശരിയായിരിക്കാം. എന്നാൽ ഇന്ദുലേഖയുടെ മനസ്സു നുമ്മൾക്ക് അറിയണ്ടെ?

കേശവൻനമ്പൂതിരി: അതുകാര്യം നടക്കുമ്പോൾ അറിഞ്ഞാൽ മതി- എന്നല്ലെ ഇന്ദുലേഖ തന്നെ പറഞ്ഞത്.

പഞ്ചുമേനോൻ: തിരുമനസ്സിന്ന് എന്താണു വിഡ്ഢിത്തം പറയുന്നത്? ചോദിക്കൂ- ചോദിക്കൂ.

കേശവൻ നമ്പൂതിരി: ഇന്ദുലേഖയ്ക്ക് ഒരു സംബന്ധം നിശ്ചയിച്ചിരിക്കുന്നു.

ഇന്ദുലേഖ: ആരു നിശ്ചയിച്ചു.

കേശവൻനമ്പൂതിരി: ഇന്ദുലേഖയുടെ വലിയച്ഛൻ തന്നെയാണു നിശ്ചയിച്ചത്.

ഇന്ദുലേഖ: ശരി- നിശ്ചയിച്ചോട്ടെ.

കേശവൻനമ്പൂതിരി: ഇന്ദുലേഖയ്ക്കു സമ്മതമുണ്ടോ എന്നു ഞങ്ങൾക്കറിയണം.

ഇന്ദുലേഖ: എന്നാൽ അത് അറിഞ്ഞിട്ടല്ലേ നിശ്ചയിക്കേണ്ടത്?

കേശവൻ നമ്പൂതിരി: ഇന്ദുലേഖയെ അറിയിച്ചിട്ടു നിശ്ചയിക്കേണ്ട കാര്യമല്ല ഇത്.

ഇന്ദുലേഖ: ഇതു മഹാ വിഷമം തന്നെ- പിന്നെ എന്തിനാണ് എന്നോട് ഇപ്പോൾ ചോദിക്കുന്നത്? അറിഞ്ഞിട്ടു നിശ്ചയിക്കേണ്ട കാര്യമല്ല, നടക്കുമ്പോൾ അറിയേണ്ട കാര്യമാണ്- നിശ്ചയം കഴിഞ്ഞു; പിന്നെ എന്തു സമ്മതം ചോദിക്കലാണ്?

ഈ വാക്കു കേട്ടപ്പോൾ പഞ്ചുമേനോനു കുറെ ദേഷ്യംവന്നു എങ്കിലും ഇന്ദുലേഖയുടെ വിളങ്ങുന്ന ചന്ദ്രബിബിംബം പോലയുള്ള മുഖത്തു നിന്നു പ്രത്യക്ഷമായി കാണപ്പെട്ട ധൈര്യം കണ്ടപ്പോൾ ശാന്തതവന്നു. കുറെനേരം മിണ്ടാതിരുന്നു. പിന്നെ പറയുന്നു.

പഞ്ചുമേനോൻ: സകലം വിഷമംതന്നെ. നാളെ ഇവളോടു ലക്ഷ്മിക്കുട്ടി ചോദിക്കട്ടെ. നമുക്കു കിടക്കാൻ പോവുക.

എന്നു പറഞ്ഞു നമ്പൂതിരിയും പഞ്ചുമേനോനും താഴത്തേക്കു തന്നെ ഇറങ്ങിപ്പോന്നു. പഞ്ചുമേനോന്റെ മുറിയിൽ പോയി അദ്ദേഹം തന്റെ ഭാര്യയോട് ഇന്ദുലേഖയുടെ ശാഠ്യത്തെക്കുറിച്ച് വളരെ കുണ്ഠിതത്തോടെ പറഞ്ഞു.

കുഞ്ഞിക്കുട്ടി അമ്മ: നല്ല തല്ലു രണ്ടു കൊടുത്താൽ ഈ വക അധികപ്രസംഗം ഉണ്ടാവുന്നതല്ല. ഓമനവാക്കു പറഞ്ഞിട്ടാണ് ഈ ധിക്കാരം എല്ലാം കാണിക്കുന്നത്. കുട്ടികളെ അധികം ലാളിക്കരുത്.

പഞ്ചുമേനോൻ: എനിക്ക് ഈ ലോകത്തില ഒരാളേയും പേടിയില്ല. എന്തോ ഇന്ദുലേഖയെ ബഹുഭയം! അവൾക്കു ദേഷ്യം വന്നാൽ എനിക്കു കണ്ടുനില്പാൻ നിവൃത്തിയില്ല. ഞാൻ എന്തു ചെയ്യട്ടെ!

ഇങ്ങനെ പറഞ്ഞും താൻ കോപത്താൽ ചെയ്തുപോയ ശപ

ഥത്തെ ശപിച്ചും വ്യസനിച്ചും കൊണ്ട് ഈ വൃദ്ധൻ ഉറങ്ങി.

കേശവൻ നമ്പൂതിരിയും തന്റെ ഭാര്യയും തമ്മിൽ ഈ സമയത്തുതന്നെ അവരുടെ അകത്തുവെച്ച് ഉണ്ടായ ഒരു സംഭാഷണത്തെക്കുറിച്ചും ഇവിടെ അല്പം പ്രസംഗിച്ചിട്ടേ ഈ അദ്ധ്യായം അവസാനിപ്പിക്കുന്നുള്ളൂ.

കേശവൻനമ്പൂതിരി തന്റെ അകത്തു കടന്നപ്പോൾ ഭാര്യ കട്ടിലിന്മേൽ കിടന്നുറങ്ങുന്നതു കണ്ടു താനും ഇരുന്നു കൈകൊണ്ടു പതുക്കെ ഭാര്യയുടെ ദേഹം തലോടിക്കൊണ്ടു വിളിച്ചു. ഈ കേശവൻ നമ്പൂതിരിയുടെ അവസ്ഥയെക്കുറിച്ച് ഇതുവരെ ഈ പുസ്തകത്തിൽ എങ്ങും പറഞ്ഞിട്ടില്ല. ഇയ്യാൾ വളരെ ദ്രവ്യസ്ഥൻ എന്നു പറഞ്ഞുകൂടാ.- എന്നാൽ സാമാന്യം ഒരു ധനികനാണ്; കൈയിൽ സ്വന്തമായ അസാരം പണമുണ്ടായിരുന്നത് ഒരു നൂല്ക്കമ്പിനി ഓഹരിയിൽ ഇട്ടിരിക്കുന്നു. ആൾ കാഴ്ചയിൽ സുന്ദരൻ അല്ലെങ്കിലും ഒട്ടും വിരൂപിയല്ലാ. ഇയ്യാൾ ഇന്ദുലേഖയ്ക്കു സംബന്ധം തുടങ്ങിപ്പിക്കാൻ ആലോചിച്ചുവെച്ച നമ്പൂതിരിപ്പാട്ടിന്റെ വലിയ ഒരു ഇഷ്ടനും ആശ്രിതനുമാണ്; വേളി കഴിച്ചിട്ടില്ല; ഇല്ലത്തു പോയി താമസിക്കുന്നതു വളരെ ചുരുക്കം. പൂവള്ളി സത്രശാലയ്ക്കു സമീപം ഒരു മഠത്തിലാണു ഭക്ഷണം. തനിക്കു സ്വന്തമായി ഒരു കുട്ടിപ്പട്ടരും രണ്ടു ഭൃത്യന്മാരും ഉണ്ട്. ആൾ പരമശുദ്ധനാണ്. മഹാനുഭാവോ വിഡ്ഢിശ്ചേരൽ ശുദ്ധ ഇത്യഭിധീയതേ! എന്ന പ്രമാണം വെടുപ്പായി ചേരുന്ന വിധമുള്ള ശുദ്ധനാണ്. എന്നാൽ വളരെ മര്യാദക്കാരനും സുശീലനും കൂടി ആയിരുന്നു. തന്റെ ഭാര്യയിൽ അതിപ്രേമമാണ്. തനിക്കു ഭാഗ്യവശാൽ കിട്ടിയ ഭാര്യയാണെന്ന് എല്ലായ്പ്പോഴും ഓർമ്മയുണ്ടായിരുന്നു. കണ്ണേഴി മൂർക്കില്ലാത്ത മനയ്ക്കൽ നമ്പൂതിരപ്പാട്ടിലെക്കൊണ്ട് ഇന്ദുലേഖയ്ക്ക് ആലോചിച്ച സംബന്ധത്തെപ്പററി ഒന്നു സംസാരിക്കേണമെന്നുവെച്ചാണ് രാത്രി ഉറങ്ങിയിരുന്ന ലക്ഷ്മിക്കുട്ടിഅമ്മയെ ഇയാൾ വിളിച്ചത്.

കേശവൻനമ്പൂതിരി: ലക്ഷ്മി! ലക്ഷ്മി! എന്താണ് ഉറങ്ങിയോ? നേരം ഒൻപത് അടിച്ചില്ല എനിയും.

ലക്ഷ്മിക്കുട്ടിഅമ്മ കണ്ണുകൾ തുറന്ന് എഴുന്നേറ്റിരുന്നു.

കേശവൻനമ്പൂതിരി: എന്താണ് ഇന്ന് ഇത്ര അധികം ഉറക്കം?

ലക്ഷ്മിക്കുട്ടിഅമ്മ: മുറുക്കിയോ? അതാ ആ മേശയിലെ വെള്ളിത്തട്ടിൽ ഞാൻ മുറുക്കാൻ ഉണ്ടാക്കിവെച്ചിരിക്കുന്നു.

കേശവൻനമ്പൂതിരി: ഓ- ഹോ. മുറുക്കിക്കളയാം.

എന്നുപറഞ്ഞു വെറ്റില മുറുക്കിക്കൊണ്ടു പിന്നെയും കട്ടിലിന്മേൽ

തന്നെ ഇരുന്നു.

കേശവൻനമ്പൂതിരി: ഞങ്ങൾ ഇന്ദുലേഖയെ കാണാൻ പോയിരുന്ന വർത്തമാനം ഒന്നും കേൾക്കണ്ടേ?

ലക്ഷ്മിക്കുട്ടിഅമ്മ: ഇന്ദുലേഖ എനിയും ഉറങ്ങീട്ടില്ലേ? ആ പെണ്ണ് ഇയ്യിടെ രാത്രി അധികനേരം വായിക്കുന്നു. ഉറക്കൊഴിയുന്നതുകൊണ്ടു ശരീരത്തിനു വല്ല സുഖക്കേടും വരുമോ എന്നറിഞ്ഞില്ല. മണ്ണെണ്ണ വെളിച്ചം തന്നെ കണ്ണിനു നല്ലതല്ലപോൽ!

കേശവൻനമ്പൂതിരി: ആരാണ് ഈ വിഡ്ഢിത്തം പറഞ്ഞത്? കെസ്രാത്ത എണ്ണയെക്കുറിച്ചല്ലേ പറഞ്ഞത്! അത് അസ്സൽ എണ്ണയാണ്. നൂൽക്കമ്പിനി ശാലകളിൽ എല്ലാടവും ഈ കെസ്രാത്ത എണ്ണവിളക്ക് ഒരു ദിവസം വെച്ചതു ഞാൻ കണ്ടു. അവിടെ എത്ര ആളുകളും തിരക്കുമാണെന്നു പറയാൻ പാടില്ല. എനിക്കു ലക്ഷ്മിക്കുട്ടിയെ അവിടെ ഒന്നു കൊണ്ടുപോയി ആ വിശേഷങ്ങളെല്ലാം കാണിക്കണമെന്നു വളരെ താൽപര്യമുണ്ടായിരുന്നു.

ലക്ഷ്മിക്കുട്ടിഅമ്മ: എന്തെല്ലാമാണു വിശേഷങ്ങൾ!

കേശവൻനമ്പൂതിരി: ശിവ! - ശിവ! നാരായണ! - നാരായണ! ഞാൻ എന്താണു പറയേണ്ടത്! ഈ വെള്ളക്കാരുടെ കൗശലം അത്യദ്ഭുതം തന്നെ ലക്ഷ്മീ! നീ അതുകണ്ടാൽ വിസ്മയപ്പെട്ടുപ്പോവും. എന്തൊരദ്ഭുതം! ഈ നൂൽക്കമ്പിനി എന്ന് ഇത്ര ഘോഷമായി കേൾക്കുന്നത് എല്ലാം ഒരു ഇരുമ്പു ചക്രമാണ്. ആ ചക്രം ഈ നൂൽ ഒക്കെയും ഉണ്ടാക്കുന്നു. ആ ചക്രത്തെ തിരിക്കുന്നത് പൊകയാണ്. പൊക- പൊക- ശുദ്ധപൊക. എന്നാലോ പൊക നമ്മുടെ അടുക്കളയിൽ നിന്നുണ്ടാവുന്നതുപോലെ കണ്ണിലും മറ്റും ലേശം ഉപദ്രവിക്കയില്ല. ആ കമ്പിനിക്ക് ഒരു വലിയ വാല് മേലോട്ടു വെച്ചിരിക്കുന്നു എന്നാണ് പറയുന്നത്. എന്നാൽ എനിക്കു സംശയമുണ്ട്. അതിന്റെ ഉള്ളിൽ എന്തോ ചില വിദ്യകൾ ഉണ്ട്. അതു മിടുക്കന്മാരായ ഈ വെള്ളക്കാർ പുറത്തുപറകയില്ല. അങ്ങനെ വല്ലതും ഇല്ലാതെ ഈ ഇരിമ്പുകൊണ്ടുള്ള കമ്പിനിയും തൂശികളും പറഞ്ഞതുപോലെ കേൾക്കുമോ?- എന്തോ ഒരു വിദ്യയുണ്ട്.

ലക്ഷ്മിക്കുട്ടിഅമ്മ: എന്താണ് ആ വിദ്യ നിങ്ങളാരും മനസ്സിലാക്കാത്തത്?

കേശവൻ നമ്പൂതിരി: അതിനെക്കുറിച്ചു ചോദിച്ചാൽ ഇഞ്ചനീയർ-സായ്‌വ് വെടിവെക്കും. ഓ- ഹോ! അതൊന്നും ചോദിച്ചുകൂടാ. എന്നാൽ അയാൾ ഞങ്ങളൊക്കെ ചെന്നാൽ ഈ യന്ത്രത്തിന്റെ അടുക്കെ കൊണ്ടുപോയി ഓരോരോ കളവുകൾ എല്ലാം പറഞ്ഞു

തരും, അയാൾ പറയുന്നതു കുട്ടികൾക്കുകൂടി ബോദ്ധ്യം വരികയില്ല. എന്നാൽ ഞങ്ങൾ അതു ഭാവിക്കാറില്ല- എല്ലാം മനസ്സിലായി എന്നു നടിക്കും.

ലക്ഷ്മിക്കുട്ടിഅമ്മ: പുകയാണു യന്ത്രം തിരിക്കുന്നത് എന്നു തിരുമനസ്സ് പറഞ്ഞത് കുറെ വിഡ്ഢിത്തമാണെന്നു തോന്നുന്നു. ഇന്ദുലേഖ അഞ്ചാറു ദിവസം മുമ്പെ എന്നോടു തീവണ്ടിയെക്കുറിച്ച് ഓരോന്നു പറഞ്ഞിരുന്നു. അവൾ പറഞ്ഞത് ഈ വക യന്ത്രങ്ങളെല്ലാം ആവിയുടെ ശക്തികൊണ്ടു തിരിയുന്നതാണെന്നും പുകയ്ക്കു സ്വെതെ ശക്തി ഒന്നും ഇല്ലെന്നും അത് അഗ്നിയിൽ സഹജമായിരിക്കുന്നതിനാൽ അഗ്നിയുള്ള ദിക്കിൽ നമ്മൾ കാണുന്നതു മാത്രമല്ലാതെ അതിനെക്കൊണ്ടു യാതൊരു പ്രയോജനവും ഇല്ലെന്നും മറ്റുമാണ്.

കേശവൻ നമ്പൂതിരി: തീവണ്ടിക്ക് അങ്ങനെ ആയിരിക്കാം. നൂൽമ്പിനി തിരിയുന്നത് പൊകൊണ്ടാണ്. വേറെ ആ കൊടിമരത്തിന്റെ ഉള്ളിൽ എന്തോ ഒരു വിദ്യയുംകൂടി ഉണ്ടായിരിക്കണം. എനിക്ക് ഒരു സംശയവുമില്ല. ഇന്ദുലേഖയോടു മാധവനോ നുമ്മടെ ഗോവിന്ദൻകുട്ടിയോ പറഞ്ഞുകൊടുത്തതായിരിക്കണം. ഈ സാധുക്കുട്ടികളോടു വെള്ളക്കാർ സൂക്ഷ്മം ഒരിക്കലും പറഞ്ഞു കൊടുക്കുകയില്ല. വല്ല ഭോഷ്കുകളും പറഞ്ഞു ധരിപ്പിക്കും. അതു സത്യമാണെന്ന് ഈ വിഡ്ഢികൾ ഉറപ്പിച്ചു പെണ്ണുങ്ങളോടും മറ്റും പറയും. സൂക്ഷ്മം അവർ ഒരിക്കലും പറഞ്ഞുകൊടുക്കുകയില്ല. അഥവാ സൂക്ഷ്മം അറിയണമെങ്കിൽ അവരുടെ വേദത്തിൽ ചേർന്ന് തൊപ്പി ഇടണം, എന്നാൽ പറയും.

ലക്ഷ്മിക്കുട്ടി അമ്മ: അത് എന്തോ- പുകയ്ക്ക് ഒരു ശക്തിയും ഇല്ലാ.

കേശവൻ നമ്പൂതിരി: അങ്ങനെ പറയണ്ട. ധൂമം ശക്തിയുള്ളതാണ്. ഹോമധൂമത്തിന്നു ശക്തിയില്ലേ? എനിക്ക് ഒന്നുകൂടി സംശയമുണ്ട്. ഇതു വല്ല മൂർത്തികളുടെയും പ്രസാദത്തിന് വേണ്ടിയുള്ള ഹോമമോ എന്നുകൂടി സംശയമുണ്ട്. വിഗ്രഹങ്ങളോ ചക്രങ്ങളോ ആ കൊടിമരത്തിന്റെ ഉള്ളിൽ വെച്ചിട്ടുണ്ടായിരിക്കും- ആർക്കറിയാം? അതിന് ഈ ഹോമം വളരെ പ്രിയമായിരിക്കാം, അതിന്റെ പ്രസാദത്തിനാൽ ആയിരിക്കാം. ഈ കമ്പിനി തിരിയുന്നത്. ആർക്കറിയാം. നാരായണമൂർത്തിക്കുമാത്രം അറിയാം.

ലക്ഷ്മിക്കുട്ടിഅമ്മ: എന്നാൽ അതു നോക്കി അറിയരുതേ?

കേശവൻനമ്പൂതിരി: എന്തു കഥയാണു ലക്ഷ്മീ പറയുന്നത്. ഈ

വെള്ളക്കാർ അതിന് ഈ ജന്മം സമ്മതിക്കുമോ? എന്നാൽ അവരുടെ വലിപ്പം പോയില്ലേ? ഈ തീവണ്ടി, കമ്പിത്തപ്പാൽ മുതലായ അനേകം വിദ്യകൾ അവർ ഈ ദിക്കിൽ കൊണ്ടുവന്നു കാണിക്കുന്നതിന്റെ സൂക്ഷ്മം ഒന്നും അവർ ഈ ജന്മം നമ്മളെ അറിയിച്ചുതരുമോ? ഒരിക്കലും ചെയ്കയില്ല. ഇപ്പോൾ ഈ നൂൽക്കമ്പിനി ഉണ്ടാക്കാൻ വെള്ളക്കാരെ ഒരു പയിസ്സപോലും ചിലവിട്ടിട്ടുണ്ടോ? ഇല്ല-സകലം നാട്ടുകാരുടെ പണം. എന്നിട്ട് എന്താണു ഫലം? ഒരു നാട്ടുകാരന് എങ്കിലും ഈ വിദ്യ പറഞ്ഞുകൊടുത്തുവോ? അനവധി പണം വാങ്ങി നൂൽക്കമ്പിനിപണി ബിലാത്തിയിൽ നിന്നുതന്നെ ചെയ്തു. എന്നിട്ട് ഇവിടെ കൊണ്ടുവന്നു കമ്പിനി കൂട്ടി. കമ്പിനി കണ്ടാൽ ബഹു വലുപ്പമായി ഭംഗിയായിരിക്കും. ഇപ്പോൾ ഒരു വെള്ളക്കാരൻതന്നെ ധൂമംകൊണ്ടു കമ്പിനി തിരിപ്പിച്ചു നൂലുണ്ടാക്കുന്നു. കമ്പിനി തിരിയുന്ന തിരിച്ചിൽ കണ്ടാൽ നോം അദ്ഭുതപ്പെടും. നാട്ടുകാർ നുമ്മൾ മഹാ വിഡ്ഢികളല്ലേ? അല്ലെങ്കിൽ നൂൽക്കമ്പിനി ഇവിടെ കോഴിക്കോട്ടുവെച്ചു പണിയെടുപ്പിക്കരുതായിരുന്നുവോ? അതിന് എന്തു വിരോധമായിരുന്നു? നുമ്മളുടെ പണമല്ലേ? നുമ്മൾ പറഞ്ഞപോലെ ചെയ്യണ്ടേ? പക്ഷേ, ഇതൊന്നും പറഞ്ഞാൽ വെള്ളക്കാരോടു പറ്റുകയില്ല. അവർ ഒന്നരലക്ഷം ഉറുപ്പികയോ മറ്റോ വാങ്ങി നൂൽക്കമ്പിനി സകലവും അവരുടെ രാജ്യത്തുവെച്ചുതന്നെ പണിയിപ്പിച്ച് ഇവിടെ കപ്പലിൽ കൊണ്ടുവന്ന് എറക്കി അവർ എത്ര സമർത്ഥന്മാർ! നുമ്മൾ എത്ര വിഡ്ഢികൾ!

ലക്ഷ്മിക്കുട്ടിഅമ്മ: ആട്ടെ, ഇതിൽ ലാഭമുണ്ടാവുമോ?

കേശവൻനമ്പൂതിരി: നിശ്ചയമായിട്ട് ഉണ്ടാവും എന്നാണ് എല്ലാവരും പറയുന്നത്. വളരെ ആളുകൾ ഉറുപ്പിക കൊടുത്തിട്ടുണ്ട്. രണ്ടുനാലു കൊല്ലങ്ങൾകൊണ്ടറിയാം. ഈ ഇങ്കിരീസ്സുകാരുടെ വിദ്യകൾ എല്ലാം നുമ്മൾക്കു മനസ്സിലാക്കിത്തന്നിരുന്നുവെങ്കിൽ നന്നായിരുന്നു.

ലക്ഷ്മിക്കുട്ടിഅമ്മ: ഇങ്കിരിസ്സുകാർ നാട്ടുകാരെ പഠിപ്പിക്കുന്നതു കാണുന്നില്ലേ. അവർ എനി എന്തുചെയ്യണം? നുമ്മൾക്കു പഠിക്കാൻ ബുദ്ധിയില്ലായിരിക്കും.

കേശവൻനമ്പൂതിരി: അയ്യോ, എന്റെ ലക്ഷ്മിക്കുട്ടി ഇങ്ങനെയാണു ധരിച്ചത്? ഇവർ ഇസ്കോളിൽ പഠിപ്പിക്കുന്നത് ഈ വക വിദ്യകൾ ഒന്നുമല്ല. എന്നാൽ നന്നായിരുന്നുവല്ലൊ. ഇസ്കോളിൽ പഠിപ്പിക്കുന്നത് എല്ലാം നുമ്മളുടെ കുട്ടികളെ വഷളാക്കിത്തീർക്കാനാണ്. യാതൊരു സംശയവുമില്ല. ഒന്നാമതു ക്ഷേത്രത്തിൽ പോവു

ന്നതും ശുദ്ധം മാറിയാൽ കുളിക്കുന്നതും ഭസ്മം ചന്ദനം തൊടുന്നതും ഗുരുകാരണവന്മാരെ ഉള്ള ഭയവും ബ്രാഹ്മണഭക്തിയും ഇല്ലാതെയാക്കു. പിന്നെ വേണ്ടാത്ത തോന്ന്യാസമായ കഥകളും മറ്റും പഠിപ്പിക്കും. എന്നിട്ടു ചില പരീക്ഷകൾ അവരെക്കൊണ്ടു കൊടുപ്പിച്ച് ചില അക്ഷരങ്ങൾ അവരുടെ പേരുകളോടു ചേർത്തു പറയുന്ന ഒരു ബഹുമാനം കൊടുക്കും. ഇതുകൊണ്ട് എന്താണു ഫലം? മിന്നത്തപ്പാൽ എങ്ങനെയാണ് ഉണ്ടാക്കിയത്, തീവണ്ടി എങ്ങനെ ഓടുന്നു എന്ന് ഇങ്കിരിയസ്സു പഠിച്ച ഒരു കുട്ടിയോടു ചോദിച്ചാൽ എന്നെപ്പോലെയും ലക്ഷ്മിയെപ്പോലെയും തന്നെ. ഈ വസ്തു ശരിയായി പറവാൻ അവന് അറിഞ്ഞുകൂടാ. ഒരു കുട്ടി ഇങ്കിരിയസ്സു പഠിക്കുമ്പോഴേയ്ക്ക് അവന്റെ വീട്ടിൽ ഉള്ളവരെയെല്ലാം പുച്ഛമായി. ഇതിനു മാത്രം കൊള്ളാം ഇങ്കിരിയസ്സു പഠിപ്പ്.

ലക്ഷ്മിക്കുട്ടിഅമ്മ: അങ്ങിനെ ഒന്നുമല്ല. ഇന്നാൾ ഇന്ദുലേഖ തീവണ്ടി ഓടിക്കുന്നതിന്റെ ക്രമത്തെക്കുറിച്ച് എത്ര വെടിപ്പായി പറഞ്ഞു. എനിക്ക് നല്ലവണ്ണം മനസ്സിലായി ഈ കുട്ടികൾക്കൊക്കെ നൊമ്മെക്കാൾ വളരെ അധികം അറിവുണ്ടെന്ന് എനിക്ക് തോന്നുന്നു- അങ്ങനെ അറിവുള്ളതുകൊണ്ടാണ് പക്ഷേ, നൊമ്മെ അവർക്ക് പുച്ഛം തോന്നുന്നത്. ഈയ്യിടെ ഒരു ദിവസം മാധവൻ കമ്പിത്തപാലിനെപ്പറ്റി പറഞ്ഞു. എനിക്ക് ബഹുരസം തോന്നി.

കേശവൻ നമ്പൂതിരി: ആട്ടെ എന്നാൽ ഇന്ദുലേഖ ഒരു തീവണ്ടി ഓടിക്കട്ടെ. എന്നാൽ ഞാൻ സമ്മതിക്കാം.

ലക്ഷ്മിക്കുട്ടിയമ്മ: അതെങ്ങനെയാണ്? ഒന്നാമത് തീവണ്ടി വേണ്ടേ? പിന്നെ അത് ഓടിക്കുന്നമാതിരി പഠിക്കണ്ടേ? തീവണ്ടി ദിവസം പ്രതി ഓടിക്കുന്നവർ വെറും കൂലിക്കാരെപ്പോലെ പ്രവർത്തിയെടുക്കുന്നവർ മാത്രമാണ് അവർ ഇതിന്റെ തത്വം നമ്മളുടെ ഇംഗ്ലീഷ് പഠിച്ച അറിയുംമ്പോലെ കൂടി അറിയുകയില്ല.

കേശവൻ നമ്പൂതിരി: അയ്യോ കഷ്ടം! ലക്ഷ്മിക്കുട്ടി മഹാസാധുവാണ്. ഈ വെള്ളക്കാരെ ഒരിക്കലും വിശ്വസിക്കരുതേ. ഇവർക്ക് മന്ത്രങ്ങളും തന്ത്രങ്ങളുമില്ലെന്ന് ഇവർ പുറത്തൊക്കെപ്പറയുന്നു. ഇന്നാൾ ഞാൻ കോഴിക്കോട്ട് പോയപ്പോൾ ഒരു രാജാവിന്റെ കൂടെ വണ്ടിയിൽ കടപ്പുറത്ത് സവാരിക്ക് പോയി. കടപുറത്ത് സമീപം ഒരു ചെറിയ ബങ്കളാവ് കണ്ടു. അത് എന്താണെന്ന് ചോദിച്ചപ്പോൾ സായ്പിന്മാരെ ശാക്തേയം കഴിക്കുന്ന സ്ഥലമാണെന്ന് രാജാവ് പറഞ്ഞു. തല വെട്ടിപ്പള്ളിയെന്നത്രേ അതിന്റെ പേര് ആ പള്ളിയിൽ ചെയ്യുന്ന ശാക്തേയത്തിന്റെ വിവരം ആരെങ്കിലും പുറത്ത്

പറഞ്ഞാൽ അവരെ തലവെട്ടിക്കളവാനാണത്രേ വെള്ളക്കാരന്റെ കല്പന. ഈ ശാക്തേയം അവർ ചെയ്ത് ദേവിപ്രസാദം വരുത്തി ഈ രാജ്യം മുഴുവൻ ജയിച്ചു. നുമ്മളുടെ രാജാക്കന്മാരെ വെറും ജീവശ്ശവങ്ങളാക്കി ഇട്ടു. എന്നിട്ടും നുമ്മളോട് ഒക്കെ യാതൊരു മന്ത്രവും തന്ത്രവും ഇല്ലെന്നു വെറുതെ പറയുന്നു. ഇതു നല്ല മാതിരി അല്ലെ?

ലക്ഷ്മിക്കുട്ടിഅമ്മ: ഈ തലവെട്ടിപ്പള്ളിയിൽ നാട്ടുകാരെ ചേർക്കാമൊ?

കേശവൻനമ്പൂതിരി: അതു ഞാൻ അറിയില്ല. ചേർക്കാൻ സംഗതിയില്ല.

ലക്ഷ്മിക്കുട്ടിഅമ്മ: എനിക്ക് ഉറക്കു വരുന്നു.

കേശവൻനമ്പൂതിരി: എനിക്കും ഉറക്കു വരുന്നു.

ലക്ഷ്മിക്കുട്ടിഅമ്മ ഉറങ്ങാൻ കിടന്നു. നമ്പൂതിരിയും. ഉറങ്ങുവാൻ ഭാവിച്ചു കിടന്നു. അപ്പോൾ മാത്രമാണ് ഇന്ദുലേഖയുമായി ഉണ്ടായ സംസാരത്തെക്കുറിച്ചും നമ്പൂതിരപ്പാട്ടിലെക്കുറിച്ചും ലക്ഷ്മിക്കുട്ടി അമ്മയുമായി സംസാരിപ്പാൻ വേണ്ടി വിളിച്ചുണിർത്തിട്ട് നൂൽക്കമ്പിനിയുടേയും മറ്റും വർത്തമാനം കൊണ്ടു സമയം പോയല്ലൊ– ഇതു കുറെ വിഡ്ഢിത്തമായിപ്പോയി എന്ന് ഈ പരമശുദ്ധാത്മാവായ കേശവൻനമ്പൂതിരിക്കു തോന്നിയത്.

കണ്ണഴി മൂർക്കില്ലാത്തമനയ്ക്കൽ സൂരിനമ്പൂതിരിപ്പാട്

ഈ കഥയെക്കുറിച്ചും ശരിയായും സത്യമായും ഒരു പുസ്തകം ഉണ്ടാക്കാൻ ഉറച്ച് ആരംഭത്തിൽ തന്നെ ആ പുസ്തകത്തിൽ കാണിപ്പാൻ പോവുന്ന വല്ല സംഗതികളാലും വല്ലവർക്കും വല്ലസുഖക്കേടോ പരിഭവമോ ഉണ്ടാവാൻ എടയുണ്ടോ എന്ന് ആ ഗ്രന്ഥകർത്താവ് ആലോചിപ്പാൻ സാധാരണ ആവശ്യമില്ലാത്തതാകുന്നു. എന്നാൽ മലയാളത്തിൽ ഇത് ഒരു പുതുമാതിരി കഥ ആകയാൽ എന്റെ വായനക്കാരിൽ ചിലർ ഈ പുസ്തകത്തിൽ കാണുന്ന വല്ല സംഗതികളിലും ഒരു സമയം അബദ്ധമായി എന്റെ വിചാരവും ഉദ്ദേശവും ധരിച്ചു പോവാൻ എടയുണ്ടാവുമോ എന്നു ഞാൻ ശങ്കിക്കുന്നതിനേക്കാൾ അതിനെപ്പറ്റി ഇവിടെ അല്പം ഒന്നു പ്രസംഗിക്കേണ്ടത് ആവശ്യമാണെന്നു വിചാരിക്കുന്നു.

ഈ അദ്ധ്യായത്തിലും ഇനി വരുന്ന ചില അദ്ധ്യായങ്ങളിലും

കുറെ അവ്യവസ്ഥിതമനസ്സുകാരനും സ്ത്രീലോലനും ആയ ഒരു നമ്പൂതിരിപ്പാടിന്റെ കഥയെക്കുറിച്ച് പറയേണ്ടിവരുന്നു. എനിക്കു മലയാളത്തിൽ നമ്പൂതിരിമാരേക്കാൾ അധികം ബഹുമാനമുള്ളവർ ആരും ഇല്ല. അവരിൽ അതിബുദ്ധിശാലികളും സമർത്ഥന്മാരും ആയ പലരേയും ഞാൻ അറിയും. അതിൽ ചിലർ എന്റെ വലിയ സ്നേഹിതന്മാരായിട്ടും ഉണ്ട്. ഏതു ജാതിയിലും മനുഷ്യർ സമർത്ഥന്മാരും വിഡ്ഢികളായും ബുദ്ധിമാന്മാരായും ബുദ്ധിശൂന്യന്മാരായും സത്തുക്കളായും അസത്തുക്കളായും കാണപ്പെടുന്നുണ്ട്. അതുപ്രകാരം തന്നെയാണു നമ്പൂരിമാരിലും ഉള്ളത്. ഈ കഥയിൽ കാണുന്ന നമ്പൂതിരിപ്പാടു കുറെ അമാന്തക്കാരനാണെങ്കിലും അദ്ദേഹത്തോടുകൂടിത്തന്നെ എന്റെ വായനക്കാർക്കു പരിചയമാവാൻ പോവുന്ന ചെറുശ്ശേരിനമ്പൂതിരിയുടെ സാമർത്ഥ്യവും രസികത്വവും ഓർത്താൽ സാധാരണ ശ്ലാഘനീയന്മാരായും മലയാളത്തിൽ അത്യുൽകൃഷ്ടസ്ഥിതിയിൽ വെയ്ക്കപ്പെട്ടിട്ടുള്ളവരുമായ നമ്പൂരിപ്പാടന്മാരേയും നമ്പൂരിമാരേയും പരിഹസിക്കേണമെന്നുള്ള ഒരു ദുഷ്ടവിചാരം എനിക്ക് ഒരിക്കലും ഉണ്ടായിട്ടില്ലെന്ന് എന്റെ ബുദ്ധിമാന്മാരും നിഷ്പക്ഷവാദികളും ആയ വായനക്കാർക്ക് ധാരാളമായി മനസ്സിലാവുമെന്നു ഞാൻ വിശ്വസിക്കുന്നു.

ഇംക്ലീഷിൽ ഈമാതിരി കഥകളിൽ പറയപ്പെടുന്നവർ എല്ലാം പലേ സ്ഥിതിയിലും ഇരിക്കുന്ന യൂറോപ്യൻ സ്ത്രീപുരുഷന്മാരാണ്. ചില പുസ്തകങ്ങളിൽ ഈ കാലം ജീവനോടുകൂടി ഇരിക്കുന്ന മഹാന്മാരായ ചില സായ്പന്മാരെക്കൊണ്ടുകൂടി ദൂഷ്യമായോ പരിഹാസമോയോ ശ്ലാഘിച്ചിട്ടോ ചിലപ്പോൾ പറയപ്പെട്ടുകാണുന്നുണ്ട്. എന്നാൽ ഒരു കഥയിൽ ദുഷ്ടവിചാരം കൂടാതെ ഈ വക പ്രസംഗങ്ങൾ ചെയ്യുന്നതിന്മേൽ യൂറോപ്പിൽ ആർക്കും പരിഭവമോ ശണ്ഠയോ ഉണ്ടായിവന്നിട്ടില്ല. അതുകൊണ്ട് ഈ പുസ്തകത്തിൽ പറയപ്പെടുന്ന സംഗതികൾ നിമിത്തം ആർക്കും പരിഭവമുണ്ടാകയില്ലെന്നു ഞാൻ വിചാരിക്കുന്നു.

കേശവൻ നമ്പൂതിരി പഞ്ചുമേനോനു വായിച്ചുകേൾപ്പിച്ച എഴുത്തു മേല്പറഞ്ഞ സൂരിനമ്പൂതിരിപ്പാട്ടിലെ എഴുത്തായിരുന്നു.

കണ്ണഴിമൂർക്കില്ലാത്തമന മലയാളത്തിലെങ്ങും പ്രസിദ്ധപ്പെട്ട ഒരു മനയും സമ്പത്തിലും ഉൽകൃഷ്ടതയിലും നിസ്തുല്യമെന്നു പറയപ്പെട്ടു വന്നതും ആകുന്നു. ഈ മനയിലെ കുബേരനായ നമ്പൂതിരിപ്പാടന്മാരിൽ രണ്ടാമത്തെ ആളാണ് സൂരിനമ്പൂതിരിപ്പാട്; എങ്കിലും അപ്ഫൻ നമ്പൂതിരിപ്പാടു വയോധികനും രോഗിയും ആയിരുന്ന

തിനാൽ മനവക സകല കാര്യങ്ങളും നോക്കി വരാൻ നിശ്ചയിക്കപ്പെട്ട ആൾ സൂരിനമ്പൂതിരിപ്പാടായിരുന്നു. ഇദ്ദേഹത്തിന് ഈ കഥ നടന്ന കാലത്തു നാല്പത്തഞ്ചു വയസ്സു പ്രായമാണ്. ചെറുപ്പം മുതല്ക്കേ മനവക കാര്യങ്ങൾ നോക്കേണ്ടതിനാക്കിയതിനാൽ വിദ്യാഭ്യാസം ഉണ്ടായില്ല. ഇദ്ദേഹം ജാത്യാ വളരെ സ്ത്രീലോലനായിരുന്നു. വേളി കഴിച്ചിട്ടില്ല. അപ്ഫൻ നമ്പൂതിരിപ്പാട് എത്ര തിരക്കീട്ടും വേളികഴിക്കാതെതന്നെ ഇതുവരെ ഇദ്ദേഹം കഴിച്ചു. അനുജന്മാർ രണ്ടാൾ വേഴി കഴിച്ചിട്ടുണ്ട്. അതു സംഗതിയാക്കി പറഞ്ഞു താൻ യഥേഷ്ടം ശൂദ്രസ്ത്രീകളുടെ ഭർത്താവായിട്ടുതന്നെ കാലം കഴിക്കയാണു ചെയ്തത്. ഇദ്ദേഹത്തിന്റെ ദേഹത്തെക്കുറിച്ച് ആപാദചൂഡം വർണ്ണിക്കുവാൻ ഞാൻ ഭാവിക്കുന്നില്ല. ആൾ നല്ല വെളുത്ത നിറത്തിലാണെങ്കിലും സൗന്ദര്യമാവട്ടെ, ശ്രീയാവട്ടെ ഇദ്ദേഹത്തിന്റെ ദേഹത്തിന്നു ലേശംപോലും ഇല്ലെന്നുതന്നെ പറയാം. എന്നാൽ കേവലം വിരൂപനാണെന്നു പറവാൻ പാടില്ല. ഇദ്ദേഹത്തെപ്പോലെയുള്ള ദേഹസ്വഭാവം പക്ഷേ, ഒരു ലക്ഷം പേർക്കു മലയാളത്തിൽ കാണാം. അവയവയവങ്ങളിൽ യാതൊന്നിനും വിശേഷവിധിയായി ഒന്നും ഇല്ല, സൗന്ദര്യവും കലശലായ വൈരൂപ്യവും ഒരവയവത്തിനും ഉണ്ടെന്നു പറവാൻ പാടില്ല. എന്നാൽ ഇദ്ദേഹത്തിന്റെ ദേഹസ്വഭാവത്തിലും പ്രകൃതത്തിലും രണ്ടുമൂന്നു സംഗതികൾ മാത്രം വിശേഷവിധിയായി പറയേണ്ടുതുണ്ട് ഇദ്ദേഹം ചിരിക്കുമ്പോൾ വായ രണ്ടു കവിൾത്തടങ്ങളിൽ എത്തി അവിടുന്നും കവിഞ്ഞു നീണ്ടുനില്ക്കുന്നുണ്ടോ എന്നു കാണുന്നവർക്കു തോന്നും നാസിക ശരിയായിട്ടുതന്നെ സൃഷ്ടിച്ചിരുന്നുവെങ്കിലും ആ മുഖത്തിനു മതിയായില്ല എന്നു തോന്നും. നടക്കുന്നതു ചാടിച്ചാടിക്കൊണ്ടു കാക്കകളെപ്പോലെയോ എന്നും തോന്നും. ഇദ്ദേഹം സ്ത്രീഭ്രാന്തനാണെന്ന് ആദ്യത്തിൽ പറഞ്ഞുപോയതുകൊണ്ട് ഇനി അദ്ദേഹത്തിന്റെ സ്വഭാവത്തെക്കുറിച്ച് അത്ര അധികം പറയേണ്ടതില്ല. ധനവാന്മാരായ പുരുഷന്മാർക്കു സ്ത്രീകളിൽ അതിയായ ചാപല്യം ഉണ്ടായാൽ പിന്നെ അവരുടെ വേറെയുള്ള സ്വഭാവത്തെപ്പറ്റി അധികം പറവാൻ ഉണ്ടാവുന്നതല്ല. അവരുടെ എല്ലായ്പോഴും ഉള്ള വിചാരവും പ്രവൃത്തികളും ഈ ഒരു വിഷയത്തെ സംബന്ധിച്ചല്ലാതെ ഒരിക്കലും ഉണ്ടാവാൻ പാടില്ല. അദ്ദേഹത്തിനു മനവക കാര്യങ്ങൾ അന്വേഷിക്കുന്നാൾ എന്ന പേർ മാത്രമേ ഉള്ളൂ. യഥാർത്ഥത്തിൽ അന്വേഷിച്ചിരുന്നതു മാസപ്പടിക്കാരായ കാര്യസ്ഥന്മാരായിരുന്നു. അവരിൽ ചിലരുടെ സാമർത്ഥ്യം കൊണ്ടു കാര്യങ്ങൾ ഒരുവിധം

ശരിയായിത്തന്നെ നടന്നു വരുന്നു എന്നുപറയാം. ഇദ്ദേഹം സൂക്ഷ്മത്തിൽ ശുദ്ധമനസ്സാണ്, നിഷ്കന്മഷനാണ് എങ്കിലും ശീലത്തിന്റെ ദുർഗ്ഗുണംകൊണ്ട് ശുദ്ധനാണെന്ന് ആളുകൾക്ക് സാധാരണയായി അഭിപ്രായമുണ്ടായിരുന്നില്ല. സാധാരണ അറിവും പഠിപ്പും ഇല്ലാത്ത ധനവാന്മാർക്കുണ്ടാവുന്നതുപോലെ, തന്നെപ്പറ്റി ഇദ്ദേഹത്തിനു വലിയ അഭിപ്രായം തന്നെയാണ് ഉണ്ടായിരുന്നത്. താൻ കാര്യത്തിന് അതിനിപുണനെപ്പോലെ സുന്ദരനാണെന്നു താൻ സഹവാസം ചെയ്തിട്ടുള്ള കുലടമാരും ഈ ഭോഷച്ചാരെ നല്ലവണ്ണം പറഞ്ഞു വിശ്വസിപ്പിച്ചിരുന്നു. മുഖസ്തുതി കേട്ടുകേട്ടു താൻ ഒരു മഹാപുരുഷനാണെന്ന് ഇദ്ദേഹം മനസ്സിൽ തീർച്ചയാക്കിവെച്ചിരുന്നു. പണം പിടുങ്ങുവാൻ സാമർത്ഥ്യവും ദൗഷ്ട്യവും ഉള്ള വ്യഭിചാരികളായ സ്ത്രീകൾ തന്റെ ദേഹകാന്തിയെപ്പറ്റി തന്നോടു പറഞ്ഞുവരുന്ന ഭോഷ്കുകൾ എല്ലാം ഈ സാധു വാസ്തവത്തിൽ തനിക്കുള്ള ഗുണങ്ങളാണെന്നു കരുതി നന്നെ ഞെളിഞ്ഞിരുന്നു. വയസ്സു നാല്പത്തഞ്ചായിട്ടും ഈ ധാർഷ്ട്യത്തിന്നു ലേശം കുറവില്ലായിരുന്നു. തമ്പുരാന്റെ തിരുമേനി കാണാതെ ഒരു കണിനേരം അടിയൻ ഇരിക്കയില്ല. എന്ന് ഒരുത്തി എപ്പോഴോ ഒരിക്കൽ പറഞ്ഞത് ഇദ്ദേഹത്തിന്റെ മനസ്സിൽ ശിലാരേഖപോലെ കിടക്കുന്നു. തമ്പുരാന്റെ തിരുമേനിയിൽ അടിയന്റെ ശരീരം ചേർപ്പാൻ ഉണ്ടായ ഭാഗ്യംതന്നെ അടിയനു വലിയത്. പണം കാശിൽ ആർക്ക് ആഗ്രഹം? അതാർക്കില്ലാത്തു? ഈ തിരുമേനി വേറെ ഒരാൾക്കു കാണുമോ? എന്നു മറ്റൊരുത്തി പറഞ്ഞതു വേദവാക്യമായി ഇദ്ദേഹം മനസ്സിൽ വെച്ചിരുന്നു. പിന്നെ തന്റെ ചങ്ങാതിയാക്കി താൻ അടുക്കെ വെച്ചിട്ടുള്ളത് ചെറുശ്ശേരി ഇല്ലത്തു ഗോവിന്ദൻനമ്പൂതിരിയെയാണ്. ഇദ്ദേഹത്തെപ്പോലെ ഇത്ര സരസതയും സാമർത്ഥ്യവും ഉണ്ടായിട്ട് മറ്റൊരാളെ പറയാൻ എന്നാൽ സാദ്ധ്യമല്ല. വില്പത്തി കടുകെട്ടി; വ്യാകരണശാസ്ത്രം വെടുപ്പായി പഠിച്ചിരിക്കുന്നു: സംഗീതത്തിൽ അതിപരജ്ഞൻ; കാഴ്ചയിൽ നല്ല ശ്രീയുള്ള മുഖവും ദേഹവും സംഭാഷണത്തിൽ ഇത്ര സരസത മറ്റാർക്കും ഞാൻ കണ്ടിട്ടില്ല. ഈ കഥയിലുള്ള മറ്റാർക്കും ഇത് ഇല്ലെന്നു തീർച്ചയായി ഞാൻ പറയുന്നു. ഇദ്ദേഹം അശേഷം ദുർബുദ്ധിയല്ല. എന്നാൽ പരിഹാസയോഗ്യന്മാരായ മനുഷ്യരെപ്പറ്റി ഇദ്ദേഹത്തിന് അശേഷം ദയയില്ലെന്നുതന്നെ പറയാം. ഇദ്ദേഹത്തിന്റെ പരിഹാസത്തിനെപ്പറ്റി ഭയമില്ലാത്തവർ കേവലം ബുദ്ധിയില്ലാത്തവർ മാത്രമേയുള്ളൂ. പരിഹസിച്ചാൽ ഒരു തരിമ്പും അറിയാത്തവനുമാത്രം ഇദ്ദേഹത്തിനെ ഭയ

മില്ല. നുമ്മടെ സൂരിമ്പൂതിരിപ്പാട്ടിലേക്ക് ഇദ്ദേഹത്തിനെ ഭയമില്ല.

സൂരിനമ്പൂതിരപ്പാട്ടിലെക്കുറിച്ച് ഇദ്ദേഹത്തിനു വലിയ പുച്ഛമാണ് ഉണ്ടായിരുന്നത്. എന്നാൽ അത് അത്ര പുറത്തുകാണിക്കാൻ നിവൃത്തിയില്ലല്ലൊ. സൂരിമ്പൂതിരിപ്പാട് ധനം കൊണ്ടും ഉൽകൃഷ്ടത കൊണ്ടും നമ്പൂതിരിമാരിൽ മുഖ്യനാണ്. അദ്ദേഹത്തെ പുറത്തേക്ക് എങ്കിലും എങ്ങനെ ബഹുമാനിക്കാതെ കഴിയും? സൂരിനമ്പൂതിരിപ്പാട്ടിലേക്കു തന്നെ സ്തുതിക്കുന്നവരെ ഒക്കെയും ബഹുപ്രിയമാണ്. അതു നിന്ദാസ്തുതിയായാലും വാസ്തവമായാലും അങ്ങറിവാനും പ്രയാസം. ഗോവിന്ദൻനമ്പൂതിരി, സൂരിമ്പൂതിരിയുടെ അനുജനും അതിയോഗ്യനുമായ നാരായണൻ നമ്പൂതിരിപ്പാട്ടിലെ പരമസ്നേഹിതനാകുന്നു. എന്നാൽ മൂർക്കില്ലാത്ത മനയ്ക്കൽ ഇദ്ദേഹം ചെന്നാൽ ഇദ്ദേഹത്തിനു തന്റെ സ്നേഹിതനുമായി സംസാരിപ്പാൻ സാധിക്കുന്നതു വളരെ പ്രയാസമായിരുന്നു. മനയ്ക്കൽ ചെന്നാൽ സൂരിനമ്പൂതിരിപ്പാട്ടിലെ പത്തായപ്പുര മാളകയിലേക്ക് ഉടനെ വിളിക്കും.... പിന്നെ വിടുന്ന കാര്യം പ്രയാസം. ഇങ്ങനെയാണു സൂരിനമ്പൂതിരിപ്പാടും ഗോവിന്ദൻനമ്പൂതിരിയുമായിട്ടുള്ള ഇരിപ്പ്. നമ്പൂതിരിപ്പാട്ടിലെ ഇഷ്ടംപോലെ പറയാഞ്ഞാൽ മുഷിയും; മുഷിഞ്ഞാൽ ഉപദ്രവങ്ങൾ ഉണ്ടായിവന്നേക്കാം എന്നുള്ള ഭയത്താൽ ഗോവിന്ദൻനമ്പൂതിരി നമ്പൂതിരിപ്പാട്ടിനെ നിന്ദസ്തുതി ധാരാളമായി ചെയ്യാറുണ്ട്. താൻ അതിസുന്ദരനാണെന്നും നല്ല കാര്യസ്ഥനാണെന്നും തന്നോട് ആരു പറയുന്നില്ലയോ അവരോടൊക്കെ നമ്പൂതിരിപ്പാട്ടിലേക്ക് ബഹുരസക്ഷയവും വിരോധവും തോന്നുമാറാണ്. അതുകൊണ്ട് ചെറുശ്ശേരി നമ്പൂതിരിക്ക് ഇദ്ദേഹത്തെ സ്തുതിക്കാതിരിപ്പാൻ നിവൃത്തിയില്ലാതെ വന്നുപോയി.

പിന്നെ നമ്പൂതിരപ്പാട്ടിലെക്കൊണ്ടു പറവാനുള്ളത് ഇദ്ദേഹം കുറെ കളിഭ്രാന്തനാണെന്നു കൂടിയാണ്. കഥകളി വലിയ ഇഷ്ടമാണ്. അതിന്റെ ഗുണദോഷപരിജ്ഞാനം ഒരുമാതിരിയിൽ നല്ലവണ്ണം ഉണ്ട്. സംവത്സരത്തിൽ മുന്നൂറ്ററുപത്തഞ്ചു ദിവസവും, പിന്നെ ദിവസമുണ്ടെങ്കിൽ അന്നും കഥകളി കണ്ടാലും തൃപ്തിയില്ല. ഇദ്ദേഹത്തിന്റെ അനുജന്മാർ സമർത്ഥന്മാരാണ്. എന്നാൽ ഇദ്ദേഹത്തിന്റെ അഭിപ്രായം അവരൊക്കെ വിഡ്ഢികളാണെന്നായിരുന്നു.

നമ്പൂതിരിപ്പാട് കുളിപ്പുരയിൽ എണ്ണതേച്ചുകൊണ്ടിരിക്കുമ്പോഴാണ് കേശവൻനമ്പൂതിരിയുടെ എഴുത്തു കൊണ്ടുവന്നത്. അതു വായിച്ച ഉടനെ ആ നിമിഷത്തിൽ തന്നെ ചെറുശ്ശേരിനമ്പൂതിരിയെ വിളിക്കാൻ കല്പനയായി. വെറ്റിലപ്പെട്ടിക്കാരൻ ഗോവിന്ദൻ ചെറു

ശ്ശേരിനമ്പൂതിരിയെ വിളിക്കാൻ പോയി. ഇവൻ നല്ല സാമർത്ഥ്യ മുള്ള ഒരു വികൃതിക്കുട്ടിയാകുന്നു. തന്റെ യജമാനന്റെ സ്വഭാവം മുഴുവനും അറിഞ്ഞ് ഗുണദോഷങ്ങളെ ഗുണിച്ചുവെച്ച കള്ളനാണ്. എങ്കിലും നമ്പൂതിരിപ്പാട്ടിന്മേൽ ഇവനു നല്ല ഭക്തിയും സ്നേഹവും ഉണ്ടായിരുന്നു. ഗോവിന്ദൻ ചെറുശ്ശേരിയില്ലത്തു ചെല്ലുമ്പോൾ നമ്പൂ തിരി ഭക്ഷണം കഴിഞ്ഞു പുറത്തു പൂമുഖത്തു വന്നു ചതുരംഗ ത്തിനു ഭാവിച്ച് കരുക്കൾ മുറിക്കുകയായിരുന്നു.

ചെറുശ്ശേരിനമ്പൂതിരി: എന്താ ഗോവിന്ദ, ബദ്ധപ്പെട്ടുവന്നത്?

ഗോവിന്ദൻ: അങ്ങട്ട് ഒന്ന് എഴുനെള്ളാൻ കല്പനയായിരിക്കു ന്നു.

ചെറുശ്ശേരിനമ്പൂതിരി: നമ്പൂരി ഊൺ കഴിഞ്ഞുവോ?

ഗോവിന്ദൻ ഇല്ല; കുളപ്പുരയിൽ ഉലപ്പെണ്ണ ചാർത്തുന്നു.

ചെറുശ്ശേരിനമ്പൂതിരി: എന്താ ഇത്ര അടിയന്തിരം? വിശേഷവിധി വല്ലതും ഉണ്ടോ?

ഗോവിന്ദൻ: ചെമ്പാഴിയോട്ടുനിന്നു കറുത്തേടത്തു കേശവൻ നമ്പൂ തിരിയുടെ ഒരു എഴുത്തു വന്നിരുന്നു. അതു വായിച്ച ഉടനെയാണു തിരുമനസ്സിലെ വിളിപ്പാൻ കല്പനയായത്.

ചെറുശ്ശേരിനമ്പൂതിരി: ശരി, മനസ്സിലായി ഞാൻ വരാം. മുണ്ട് ഒന്നു മാറിയെടുക്കട്ടെ.

ചെറുശ്ശേരിനമ്പൂതിരി ആ ദിവസത്തിന് ഒരു ഇരുപതുദിവസ ങ്ങൾ മുമ്പ് കേശവൻനമ്പൂരിയുടെകൂടെ ചെമ്പാഴിയോട്ടു പോയി ട്ടുണ്ടായിരുന്നു. ഇന്ദുലേഖയും മാധവനുമായി ചെറുശ്ശേരിനമ്പൂരി അന്നു വളരെ പരിചയവും ഇഷ്ടവുമായിത്തീർന്നു. ഉടനെ വരാ മെന്നു പറഞ്ഞാണു മടങ്ങിപ്പോന്നത്. ചെറുശ്ശേരിനമ്പൂരി മടങ്ങി പ്പോരാൻ യാത്ര പറഞ്ഞപ്പോൾ കേശവൻ നമ്പൂതിരി മൂർക്കില്ലാത്ത സൂരിനമ്പൂരിപ്പാട്ടിലെക്കൊണ്ട് ഇന്ദുലേഖയ്ക്കു സംബന്ധം തുട ങ്ങിച്ചാൽ ബഹുയോജ്യതയായിരിക്കുമെന്നും അതിനു ചെറുശ്ശേരി നമ്പൂരി ശ്രമിക്കേണമെന്നും ചെറുശ്ശേരിനമ്പൂരിയോടു പറയുകയും തന്നാൽ അതു സാധിക്കയില്ലെന്ന് അദ്ദേഹം മറുപടി പറകയും ചെയ്തിട്ടുണ്ടായിരുന്നു.

ചെറുശ്ശേരിനമ്പൂരി ചെമ്പാഴിയോട്ടുനിന്നു മടങ്ങി ഇല്ലത്തുവന്ന തിന്റെ ശേഷം ഇന്ദുലേഖയെക്കുറിച്ച് സൂരിനമ്പൂരിപ്പാട്ടിലെ അനു ജനും അതിബുദ്ധിമാനുമായ നാരായണൻ നമ്പൂരിപ്പാടോടുമാത്രം അല്പം പ്രസ്താവിച്ചിട്ടുണ്ട്. സൂരിനമ്പൂരിപ്പാടോട് ഇന്ദുലേഖയെ ക്കുറിച്ചും ചെറുശ്ശേരി ഒരക്ഷരവും ശബ്ദിച്ചിട്ടില്ല. ഇങ്ങനെ ഇന്ദു

ലേഖയുമായി നമ്മുടെ ചെറുശ്ശേരിനമ്പൂരി മുമ്പുതന്നെ പരിചയമായിരുന്നു.

ഗോവിന്ദൻ: വിളിപ്പാൻ കല്പിച്ച കാര്യം തിരുമനസ്സിലേക്കു മനസ്സിലായിട്ടുള്ളതുപോലെ അടിയൻ വിചാരിക്കുന്നു. മനസ്സിലായിട്ടില്ലെങ്കിൽ അടിയൻ ഉണർത്തിക്കാം.

ചെറുശ്ശേരിനമ്പൂതിരി: പറയൂ.

ഗോവിന്ദൻ: ചെമ്പാഴിയോട്ട് അതിസുന്ദരിയായി ഒരു സ്ത്രീ ഉണ്ടുപോൽ, കേശവൻനമ്പൂരിക്കു സംബന്ധമുള്ള പൂവള്ളി വീട്ടിൽ. അവിടെ തമ്പുരാൻ സംബന്ധം ചെയ്‌വാൻ നിശ്ചയിച്ചിട്ടാണ് എഴുത്തു വന്നിരിക്കുന്നത്. കൂടെ എഴുന്നെള്ളേണ്ടിവരുമെന്നു തോന്നുന്നു.

ചെറുശ്ശേരിനമ്പൂതിരി ചിരിച്ചുംകൊണ്ടു ഗോവിന്ദൻ പറഞ്ഞതെല്ലാം കേട്ടു. ഒടുവിൽ-

ചെറുശ്ശേരിനമ്പൂതിരി: ഗോവിന്ദ! നിയ്യുംകൂടെ വരുന്നില്ലേ, ഞങ്ങൾ പോവുന്നതാണെങ്കിൽ?

ഗോവിന്ദൻ: അടിയൻ നിശ്ചയമായി വരും. തിരുമനസ്സുകൊണ്ട് ആ കുട്ടിയെ കണ്ടിട്ടുണ്ടെന്ന് ഇപ്പോൾ എന്നോട് ആ എഴുത്തു കൊണ്ടുവന്നവർ പറഞ്ഞു. കണ്ടിട്ടുണ്ടോ എന്നറിഞ്ഞില്ല.

ചെറുശ്ശേരിനമ്പൂരി: ഞാൻ കണ്ടിട്ടുണ്ട്. എഴുത്തു കൊണ്ടുവന്നവനാണോ നിന്നോട് ഈ സംബന്ധത്തിന്റെ വിവരങ്ങളെല്ലാം പറഞ്ഞത്?

ഗോവിന്ദൻ: അല്ല- അതു തമ്പുരാൻതന്നെ അരുളിച്ചെയ്തു. എഴുത്ത് അടിയൻ വായിച്ചിട്ടില്ല. തമ്പുരാൻ ഒന്നുകൂടി അരുളിച്ചെയ്തു.- ഇത് എല്ലാ സംബന്ധം പോലെ അല്ല. കുട്ടിയെ (എന്തോ ഒരു പേര് അരുളച്ചെയ്തു- ചന്ദ്രഭാനു എന്നോ ചിത്രലേഖ എന്നോ മറ്റോ ഒരു പേര് അരുളിച്ചെയ്തു.) സംബന്ധം കഴിച്ചു പിറ്റേദിവസം കൂടെത്തന്നെ മനയ്ക്കലേക്കു കൊണ്ടുവരുന്നുവത്രേ. അതിന് ഇന്നു തന്നെ വലിയതമ്പുരാനെ ഉണർത്തിച്ചു സമ്മതം വാങ്ങേണമെന്നാണ് അരുളിച്ചെയ്തത്.

ഇതുകേട്ടപ്പോൾ ഗോവിന്ദൻനമ്പൂതിരിക്കു ചിരിക്കാതിരിപ്പാൻ നിവൃത്തിയില്ലാതെ ആയി പൊട്ടിച്ചിരിച്ചുപോയി. ചിറിയുടെ കാരണം വ്യക്തമായി തനിക്കു മനസ്സിലായില്ലെങ്കിലും ഗോവിന്ദനും കൂടെ ചിരിച്ചു; രണ്ടാളും വേഗം മനയ്ക്കലേക്കു നടന്നു.

ചെറുശ്ശേരിനമ്പൂതിരിയെ വിളിക്കാൻ ഗോവിന്ദനെ അയച്ച ഉടനെ നമ്പൂതിരപ്പാട് കുളിയും ഊണും കഴിഞ്ഞ് ഇന്ദുലേഖയെത്തന്നെ

ഉറപ്പായി മനസ്സിൽ ധ്യാനിച്ചും രസിച്ചും കൊണ്ടു പുറത്തു പൂമുഖത്തു വന്നുനിന്നു. അപ്പോൾ മനവക വ്യവഹാരകാര്യസ്ഥൻ താശ്ശന്മേനോൻ ഒരു കടലാസ്സുകെട്ടുംകൊണ്ടു നമ്പൂതിരിപ്പാട്ടിലെ അടുക്കെ എത്തിവശായി.

നമ്പൂതിരിപ്പാട്: എന്തു വിചാരണയായാലും വേണ്ടതില്ല- ഇന്ന് എനിക്ക് ഒരു കാര്യവും കേൾക്കാൻ എടയില്ല.

താശ്ശന്മേനവൻ: ഇത് അസാരം ഒന്നു നോക്കാതെ കഴിയില്ല.

നമ്പൂതിരിപ്പാട്: ഇന്നു നീ എന്തുപറഞ്ഞാലും എനിക്ക് എടയില്ല.

താശ്ശന്മേനവൻ: ഒരാധാരം ഫയലാക്കേണ്ടതുണ്ട്. അതിനാ ഒരു ഹരജി കൊടുക്കണം. ഹരജി എഴുതിക്കൊണ്ടു വന്നിട്ടുണ്ട്. അതിൽ ഒന്നു തൃക്കൈ വിളയാടിത്തന്നാൽ മതി.

നമ്പൂതിരിപ്പാട്: ഇന്നു ശനിയാഴ്ചയാണ്- ശനിയാഴ്ച ഞാൻ ഒരു കടലാസ്സിലും ഒപ്പിടാറില്ലെന്നു താച്ചുവിനു നിശ്ചയമില്ലേ? പിന്നെ എന്തിന് എന്നെ വന്ന് ഉപദ്രവിക്കുന്നു?

താശ്ശന്മേനവൻ: ആധാരം ഫയലാക്കാൻ തിങ്കളാഴ്ച ഹാജരാക്കീട്ടില്ലെങ്കിൽ നമ്പറു ദോഷമായിത്തീരും.

നമ്പൂതിരിപ്പാട്: എങ്ങനെ എങ്കിലും തീരട്ടെ- അപ്പീൽ കോടതി ഇല്ലേ?

താശ്ശന്മേനവൻ: ആധാരം ഫയലാക്കാഞ്ഞാൽ അപ്പീൽ കോടതിയിലും തോല്ക്കും

നമ്പൂതിരിപ്പാട്: ഇതു വലിയ അനർത്ഥം തന്നെ- താച്ചുവിനെ ഒരു കാര്യം ഏല്പിച്ചാൽ പിന്നെ എന്നെ വന്ന് ഇങ്ങനെ ബുദ്ധിമുട്ടിക്കുന്നത് എന്തിനാണ്?

താശ്ശന്മേനവൻ: ഹരജിയിൽ അടിയന് ഒപ്പിട്ടുകൊടുക്കാൻ പാടുണ്ടോ?

നമ്പൂതിരിപ്പാട്: ഇന്നു ശനിയാഴ്ച ഒരു ഹരജിയിലും ഒപ്പിടുകയില്ല. പണ്ട് ഒരന്ന്യായത്തിൽ ശനിയാഴ്ച ഒപ്പിട്ടിട്ട് ആ നമ്പ്ര് തോറ്റുപോയത് താച്ചുവിന് ഓർമ്മയില്ലേ?

താശ്ശന്മേനവൻ: ഇത് അന്ന്യായമല്ല. ഹരജിയല്ലേ?

നമ്പൂതിരിപ്പാട്: എന്തായാലും ഞാൻ ഇന്ന് ഒപ്പിടുകയില്ല. നിശ്ചയം താച്ചു പോയി കുളിക്കൂ.

താശ്ശന്മേനവൻ: ഈ നമ്പ്രിൽ സാക്ഷിക്ക് എഴുന്നള്ളേണ്ടിവരും എന്നു തോന്നുന്നു.

നമ്പൂതിരിപ്പാട്: ഞാനോ?

താശ്ശന്മേനവിൻ: റാൻ.

നമ്പൂതിരിപ്പാട്: ശിക്ഷ- ശിക്ഷ! ഞാൻ ഒരിക്കലും പോവുകയില്ല- പക്ഷേ, നമ്പറു തോറ്റാലും വേണ്ടതില്ല. കല്പന വന്നിരുന്നുവോ?

താശ്ശരന്മേനവൻ: കല്പന വന്നിരുന്നു. ഇവിടെ ഇല്ലാത്തപ്രകാരം മറുവടി എഴുതിപ്പിച്ചയച്ചു.

നമ്പൂതിരിപ്പാട്: എന്നെ സാക്ഷി കൊടുത്ത ഈ അധികപ്രസംഗി ആരാണ്?

താശ്ശന്മേനവൻ: ഉള്ളാട്ടിൽ പഞ്ചുമേനവന്റെ മേലുള്ള അന്ന്യായത്തിലാണ് ഇത്.

നമ്പൂതിരിപ്പാട്: ഉള്ളാട്ടിൽ പഞ്ചുവോ? ശിക്ഷ! എന്താണ്. അവന്റെ മേൽ നമ്പറു കൊടുത്തിട്ടുണ്ടോ?

താശ്ശന്മേനവൻ: ഇല്ലെ ചേർപ്പറ്റെകളം ഒഴിപ്പാൻ.

നമ്പൂതിരിപ്പാട്: ശരി- ശരി, ഞാൻ അസ്ഥാളിച്ചു. ആ നമ്പ്ര് വിധിച്ചു എന്നല്ലേ താച്ചു ഇന്നാൾ എന്നോടു പറഞ്ഞത്?

താശ്ശന്മേനവൻ: അടിയൻ അങ്ങിനെ ഉണർത്തിച്ചിട്ടില്ല. പഞ്ചുമേനോൻ ജന്മവാദം പുറപ്പെടിയിച്ചിരിക്കുന്നു. മനവക നാലഞ്ചു ഭൂമികൾ പഞ്ചുമേനോന്റേതാണെന്നു തർക്കിക്കുന്നു.

നമ്പൂതിരിപ്പാട്: പഞ്ചുവോ? ഇത്ര വഷളാണ് ഇവിൻ? ഇതു ഞാൻ അറിഞ്ഞതേ ഇല്ല. ഒരാളെ അയച്ചു പഞ്ചുവോട് ഇങ്ങട്ടു വരാൻ പറയൂ. ആ വഷളനോടു ഞാൻ തന്നെ ഒന്നു ചോദിക്കട്ടെ. ഇത്ര കുറുമ്പു കാണിച്ചാൽ കൊളം, കിണറ്, ക്ഷേത്രം, മാറ്റ് ഇതെല്ലാം ഉടനെ വിരോധിക്കണം. എന്നാൽ പട്ടിപോലെ പഞ്ചു ഓടിവരും താച്ചുവിന് ഈ വിവരം മുമ്പേ എന്നോടു പറയായിരുന്നില്ലേ?

താശ്ശന്മേനവൻ : ഇതുകൊണ്ട് ഒന്നും ഫലമുണ്ടാവുകയില്ലെന്നു തോന്നുന്നു. പഞ്ചുമേനോൻ ഒരു ബാരിഷ്ടർ സായ്‌വിനെ വരുത്തിയിരിക്കുന്നു.

നമ്പൂതിരിപ്പാട്: സായ്‌വ് വന്നാൽ എന്താണ്?

താശ്ശന്മേനവൻ; അയാൾ വലിയ കേമനാണ്.

നമ്പൂതിരിപ്പാട്: നമുക്കും ഒരു സായ്‌വിനെ ഏല്പിക്കണം. ഏലമലക്കാരൻ മക്ഷാമൻ ആയാൽ മതി. അയാളും ഞാനും തമ്മിൽ വളരെ സ്നേഹമാണ്. അയാളുടെ അടുക്കൽ താച്ചുപോയി വിവരം പറയൂ.

താശ്ശന്മേനവൻ: മലവാരക്കാർ സായ്‌വന്മാർ ഈവക കാര്യങ്ങൾ

ഏല്ക്കുകയില്ല.

നമ്പൂതിരിപ്പാട്: അധികം പ്രസംഗം പറയണ്ട- ആ കരാറുകാരൻ സായ്വ് എനിക്കുവേണ്ടി എന്തും ചെയ്യും.

താശ്ശന്മേനവൻ: റാൻ, എന്നാൽ അത് അടിയൻ അങ്ങനെതന്നെ ശട്ടമാക്കാം. ഈ ഹരജിയിൽ ഇപ്പോൾതന്നെ ഒന്നു തൃക്കൈവിളയാടിക്കിട്ടാഞ്ഞാൽ തിങ്കളാഴ്ച നമ്പ്ര് ദോഷമായിത്തീരും.

ഇങ്ങനെ താശ്ശന്മേനോനും നമ്പൂതിരിപ്പാടും കൂടി ഒപ്പിടണമെന്നും ഒപ്പിടുകയില്ലെന്നും തർക്കവും ശാഠ്യവും കലശലായപ്പോൾ നാരായണൻ നമ്പൂതിരിപ്പാട് അകത്തുനിന്നു വന്നു വളരെയല്ലാം പറഞ്ഞ് നമ്പൂതിരിപ്പാട്ടിലെക്കൊണ്ട് ഹരജിയിൽ ഒരു വിധത്തിൽ ഒപ്പിടിയിപ്പിച്ചു. ഒപ്പിട്ട ഉടനെ, എന്താണു ചെറുശ്ശേരി വരാത്തത്, എന്നും പറഞ്ഞു നമ്പൂതിരിപ്പാട് പടിപ്പുരയിലേക്കു പോയി വരവു നോക്കിക്കൊണ്ടും ഇന്ദുലേഖയുടെ സൗന്ദര്യത്തെ ദൃഢമായി മനസ്സിൽ ധ്യാനിച്ചും രസിച്ചും കൊണ്ടു നിന്നു അങ്ങനെയിരിക്കുമ്പോൾ ചെറുശ്ശേരിനമ്പൂരിയും ഗോവിന്ദനും വരുന്നതു കണ്ടു. പടികയറുന്നതിനുമുമ്പു തന്നെ നമ്പൂതിരിപ്പാട് ഉറക്കെ വിളിച്ചു പറഞ്ഞുതുടങ്ങി.

നമ്പൂതിരിപ്പാട്: (ഉറക്കെ വിളിച്ചുപറയുന്നു.) ചെറുശ്ശേരി, വേഗം വരൂ- വേഗം വരൂ! എന്തൊരു സാവധാനമാണു നടത്തം. വേഗം നടക്കരുതേ? വർത്തമാനങ്ങൾ കേൾക്കണ്ടേ? ചെമ്പാഴിയോട്ടുനിന്നും കറുത്തേടത്തിന്റെ എഴുത്തു വന്നിരിക്കുന്നു. ഇന്ദുലേഖ എന്ന ഒരു പെണ്ണിനെ കേട്ടിട്ടുണ്ടോ? ഇന്നാൾ പോതായ്പ്രം എന്നോടു പറയുമ്പോൾ കൂടെ ഉണ്ടോ? ഇല്ല- അതിസുന്ദരിയാണത്രേ- ദമയന്തിതന്നെ. ആ പെണ്ണിനെ ഞാൻ സംബന്ധം തുടങ്ങാൻ പോണൂ. മുമ്പുള്ള സംബന്ധങ്ങൾ പോലെയല്ല. ഇങ്ങട്ടു കൂട്ടിക്കൊണ്ടു വരുന്നു. ഇങ്കിരിയസ്സും മറ്റും അറിയാമത്രേ. ഇങ്കിരിയസ്സ് അറിയുന്ന സ്ത്രീകളെ ഞാൻ ഇതുവരെ കണ്ടിട്ടില്ല. അതിസുന്ദരിയാണത്രേ- ദമയന്തി തന്നെ എന്നു പറഞ്ഞുകേട്ടു.

ഇതു പറഞ്ഞു കഴിയുമ്പോഴേക്ക് ചെറുശ്ശേരി നമ്പൂരി അടുത്തെത്തി.

ചെറുശ്ശേരിനമ്പൂതിരി: എന്നാൽ പിന്നെ നളൻതന്നെയാണല്ലോ വേണ്ടത്. നളൻ ഇവിടുന്നു നമ്പൂരിതന്നെ.

നമ്പൂതിരിപ്പാട്: ചെറുശ്ശേരി! നേരംപോക്കെല്ലാം മതി. ഞാൻ വയസ്സനായിത്തുടങ്ങി. ആ പെണ്ണിനോ, പതിനഞ്ചു വയസ്സാണത്രേ. എനിക്ക് എന്തു സൗന്ദര്യമാണുള്ളത് ആ ഭാഗം പോട്ടെ- നമ്മൾക്കു

പുറപ്പെടണ്ടേ?

ചെറുശ്ശേരിനമ്പൂതിരി: എന്തിന് ആ ഭാഗം പോകുന്നു? ആ ഭാഗം തന്നെ പറയണം. നാല്പത്തഞ്ചു വയസ്സ് ഒരു വയസ്സോ? ഇരുപതു വയസ്സിൽ സൗന്ദര്യമുണ്ടായാൽ അത് നാല്പത്തഞ്ചുവയസ്സിൽ എവിടെ പോവും? ഈ വക ഒന്നും പറയേണ്ട. ഇവിടേക്ക് ഒരു എമ്പതു വയസ്സാവുന്നതുവരെ ഈ നാട്ടിലെ സ്ത്രീകൾക്ക് ഇവിടുന്നും നിമിത്തം ഉള്ള പരിഭ്രമം തീരുന്നതല്ലെന്നു ഞാൻ വിചാരിക്കുന്നു. പിന്നെ എന്തിന് ഇതെല്ലാം പറയുന്നു?

നമ്പൂതിരിപ്പാട്: ഇന്ദുലേഖയെ കണ്ടിട്ടുണ്ടോ? ചെറുശ്ശേരി ഇന്നാൾ കറുത്തേടത്തിന്റെ കൂടെ പോയിരുന്നത് അവിടെക്കല്ലേ?

ചെറുശ്ശേരിനമ്പൂതിരി: ഇന്ദുലേഖയെ കണ്ടിട്ടുണ്ട്.

നമ്പൂതിരിപ്പാട്: സുന്ദരിതന്നെയോ?

ചെറുശ്ശേരിനമ്പൂതിരി: സുന്ദരിയായിട്ടുള്ള പെങ്കിടാവാണ്.

നമ്പൂതിരിപ്പാട്: എന്താണ് ഇങ്കിരീയസ്സ് അറിയാമെന്നു ചിലർ പറയുന്നു- അറിയുമോ?

ചെറുശ്ശേരിനമ്പൂതിരി: അറിയാമെന്നു പറഞ്ഞുകേട്ടു.

നമ്പൂതിരിപ്പാട്: സ്ത്രീകൾ ഇങ്കിരീയസ്സു പഠിച്ചാൽ വൃത്തിയില്ലാതിരിക്കും അതാണ് ഒരു ദോഷം.

ചെറുശ്ശേരിനമ്പൂതിരി: ഇങ്കിരിയസ്സു പഠിച്ചാൽ വൃത്തിഗുണം കൂടും എന്ന് എനിക്കു തോന്നുന്നു. ഇന്ദുലേഖയെ കണ്ട എനിക്ക് അങ്ങനെ തോന്നി.

നമ്പൂതിരിപ്പാട്: എന്താണ്- ഇന്ദുലേഖയുമായി സേവ ഉണ്ടോ? ഉണ്ടെങ്കിൽ പറയാം. ഞാൻ ബാന്ധവം ആവുന്നതിനു മുമ്പ് ഉള്ള തല്ലേ- പറയുന്നതിനു വിരോധമില്ല. എന്താണ്- ചെറുശ്ശേരിയുടെ വാക്കു കേൾക്കുമ്പോൾ സേവ ഉള്ളതുപോലെ തോന്നുന്നു-ഉണ്ടോ?

ചെറുശ്ശേരിനമ്പൂതിരി: എന്തു സേവ?

നമ്പൂതിരിപ്പാട്: ഇന്ദുലേഖയുമായുള്ള സേവതന്നെ.

ചെറുശ്ശേരിനമ്പൂതിരി: ഇങ്ങനെയെല്ലാം പറയുന്നതു മഹാകഷ്ടമാണ്. ഞാൻ ഒരിക്കലും ആ വക പ്രവൃത്തി ചെയ്യുവാൻ മനസ്സ് ഉള്ളവനല്ല. പിന്നെ ഇന്ദുലേഖ അതിബുദ്ധിയുള്ള ഒരു കുട്ടിയാണ്. ഈ സാധാരണ നായന്മാരുടെ സ്ത്രീകളെപ്പോലെ അല്ല. അത് അവിടെ ചെന്നു കണ്ടാൽ അറിയാം. പക്ഷേ, നമ്പൂരിയുടെ ദേഹവും പ്രകൃതവും കാണുമ്പോൾ ആ കുട്ടി ഭ്രമിക്കുമായിരിക്കും. വേറെ ഒരു മനുഷ്യനേയും കണ്ടാൽ അങ്ങനെ ഭ്രമിക്കാൻ സംഗതി വരികയില്ല.

നമ്പൂതിരിപ്പാട്: ചെറുശ്ശേരി വെറുതെ മുഖസ്തുതി ചെയ്യണ്ട. എനിക്ക് എന്താണ് അത്ര സൗന്ദര്യമുണ്ടോ? എനിക്ക് അത്ര ഇല്ലെന്നാണു തോന്നുന്നത്.

ചെറുശ്ശേരിനമ്പൂതിരി: അങ്ങനെയാണ് ഇവിടേക്കു തോന്നേണ്ടത്- പക്ഷേ, ഞാൻ അതു സമ്മതിക്കില്ല.

നമ്പൂതിരിപ്പാട്: ചെറുശ്ശേരി നീലാട്ടു ലക്ഷ്മിയെ കണ്ടിട്ടുണ്ടോ?

ചെറുശ്ശേരിനമ്പൂതിരി: ഇല്ല.

നമ്പൂതിരിപ്പാട്: എന്നാൽ കോപ്പാട്ടു കുമ്മിണിയെ കണ്ടിട്ടുണ്ടല്ലോ. ഇന്നാൾ ഇവിടെ വന്നു പാട്ടുണ്ടായെന്നു ചെറുശ്ശേരി ഇവിടെ ഉണ്ടായിരുന്നുവെല്ലോ. കോപ്പാട്ടു കുമ്മിണിയും ഇന്ദുലേഖയും ആയാലോ?

ചെറുശ്ശേരിനമ്പൂതിരി: ഞാൻ അന്നു പാടിയ പെണ്ണിന്റെ മുഖം നല്ലവണ്ണം കണ്ടില്ല.

നമ്പൂതിരിപ്പാട്: ആട്ടെ, ചെറുശ്ശേരി ഇതുവരെ കണ്ട സ്ത്രീകളിൽ എല്ലാം അതിസുന്ദരിയായ സ്ത്രീ ഏതാണ്?

ചെറുശ്ശേരിനമ്പൂതിരി: ഇന്ദുലേഖ.

നമ്പൂതിരിപ്പാട്: സംശയം ഇല്ലല്ലോ?

ചെറുശ്ശേരിനമ്പൂതിരി: സംശയം ഇല്ല.

നമ്പൂതിരിപ്പാട്: എന്നാൽ ഇത് എന്റെ ഭാഗ്യം തന്നെ.

ചെറുശ്ശേരിനമ്പൂതിരി: ഭാഗ്യം തന്നെ.

നമ്പൂതിരിപ്പാട്: പുരുഷനു സ്ത്രീസുഖത്തിൽ മീതെ ഒരു സുഖം എന്താണുള്ളത്?

ചെറുശ്ശേരിനമ്പൂതിരി: സ്ത്രീസുഖമാണു വലിയത് എന്നു നിശ്ചയിച്ചാൽ അതിൽ മീതെ ഒന്നുമില്ല.

നമ്പൂതിരിപ്പാട്: ചെറുശ്ശേരി എങ്ങനെയാണു വെച്ചിരിക്കുന്നത്?

ചെറുശ്ശേരിനമ്പൂതിരി: ഞാൻ അങ്ങനെ നിശ്ചയിച്ചിട്ടില്ല.

നമ്പൂതിരിപ്പാട്: സ്ത്രീസുഖം സാരമില്ലെന്നാണ് ചെറുശ്ശേരിയുടെ അഭിപ്രായം.

ചെറുശ്ശേരിനമ്പൂതിരി: സാരമില്ലെന്നല്ല; സ്ത്രീസുഖത്തിൽ മീതെ ഒരു സുഖവും ഇല്ലെന്നു ഞാൻ പറയുകയില്ല- എന്നുമാത്രം.

നമ്പൂതിരിപ്പാട്: എന്നാൽ എന്തിനാണ് ഈ ജനങ്ങൾ എല്ലാം ഈ സ്ത്രീ സുഖത്തിൽ ഇത്ര ഭ്രമിച്ചു വലയുന്നത്?

ചെറുശ്ശേരി നമ്പൂതിരി: ഭ്രമിച്ചു വലയുന്നതു ഭോഷത്വം തന്നെ എന്നേ പറയാനുള്ളൂ.

നമ്പൂതിരിപ്പാട്: ചെറുശ്ശേരി ഇയ്യെടെ കുറെ അദ്വൈതിയായിരി

ക്കുന്നു എന്നു തോന്നുന്നു. എനിക്കു സ്ത്രീകളെ വളരെ ഭ്രമമാണ്.

ചെറുശ്ശേരിനമ്പൂതിരി: സ്ത്രീകൾക്ക് ഇവിടുത്തെമേലും അങ്ങനെ തന്നെ.

നമ്പൂതിരിപ്പാട്: എന്നാൽ അതുകൊണ്ടായിരിക്കുമോ എനിക്ക് ഇത്ര ഭ്രമം?

ചെറുശ്ശേരിനമ്പൂതിരി: അതുകൊണ്ടുതന്നെ- അതിന് എന്താണു വാദം? അതുകൊണ്ടുതന്നെ.

നമ്പൂതിരിപ്പാട്: ഇയ്യെടെ ഒരു നേരമ്പോക്ക് ഉണ്ടായി. ചെറുശ്ശേരിക്കു കേൾക്കണോ. പറയാം. ഞാൻ ഇന്നാൾ മലവാരത്തിന്റെ കാര്യത്തെക്കുറിച്ചു സംസാരിപ്പാൻ ഒരു ദിവസം മക്ഷാമൽ സായിവിനെ കാണ്മാൻ പോയിരുന്നു. അദ്ദേഹത്തിന്റെ ഭാര്യ (മെതമ്മസായ്വ് എന്നാണ് പേര് എന്നു ഗോവിന്ദൻ പറഞ്ഞു.) ഞാൻ ചെല്ലുമ്പോൾ സായ്വ് ഇരിക്കുന്നതിന്റെ കുറെദൂരെ ഒരു കസാലമേൽ ഒരു കടലാസ്സും വായിച്ചുംകൊണ്ട് ഇരുന്നിരുന്നു. ഞാൻ അവിടെ ചെന്നു സായ്വിന്റെ അടുക്കെ ഇരുന്നതുമുതൽ എണീറ്റു പോരാറാവുന്നതുവരെ എന്നെ ആ സ്ത്രീ കൂടക്കൂടെ കടാക്ഷിച്ചുകൊണ്ടിരുന്നു.

ചെറുശ്ശേരിനമ്പൂതിരി: ഭ്രമിച്ചുപോയി. എനിക്കു സംശയമില്ല. നല്ല ഭ്രമം കടന്നിട്ടുതന്നെ കടാക്ഷിച്ചതെല്ലാം. കടാക്ഷിക്കാതെ നിവൃത്തി എന്ത്?

നമ്പൂതിരിപ്പാട്: കേൾക്കൂ- ഒടുവിൽ ഈ മെതമ്മസായ്വിന്റ കടാക്ഷവും മറ്റും കണ്ടിട്ടോ എന്നറിഞ്ഞില്ലാ. മക്ഷാമൻ എന്തോ ഇങ്കിരിയസ്സിൽ മെതാമ്മസായ്വോടും ചിരിച്ചും കൊണ്ടു പറഞ്ഞു. മെതമ്മ സായ്വ് ചിരിച്ചുംകൊണ്ടു മക്ഷാമനോടും എന്തോ മറുവടി പറഞ്ഞു. ഉടനെ വിഡ്ഢി മക്ഷാമൻ കാര്യമൊന്നും മനസ്സിലാവാതെ എന്നോട് ഇങ്ങനെ പറഞ്ഞു. എന്റെ ഭാര്യയെ താങ്കളുമായി പരിചയമാക്കാൻ ഞാൻ വിചാരിക്കുന്നു- താങ്കൾക്കു സന്തോഷമുണ്ടാവുമെന്നു ഞാൻ വിശ്വസിക്കുന്നു - എനിക്കു വല്ലാതെ ചിരിവന്നു. എങ്കിലും ചിരിച്ചില്ല- മനസ്സിൽ അടക്കി. ഓ- ഹോ! എനിക്കു ബഹു സന്തോഷം തന്നെ. എന്നു ഞാൻ പറഞ്ഞു. വേഗം മക്ഷാമൻ എണീറ്റുപോയി അവളെ കൂട്ടിക്കൊണ്ടുവന്ന് എന്റെ അടുക്കെ നിർത്തി. ഞാൻ എണീട്ടില്ല. പിന്നെ അവൾ എന്റെ അടുക്കെ ഇരുന്നു. സായ്വ് നീട്ടുംപോലെ കൈ എന്റെ സമീപത്തേക്കു നീട്ടി. മെതമ്മസായ്വ് എന്റെ കൈ പിടിച്ചു- എനിക്കു ശരീരം ആസകലം ഒരു രോമാഞ്ചം ഉണ്ടായി.

ചെറുശ്ശേരിനമ്പൂതിരി: അവൾക്കും അതിലധികം ഉണ്ടായിരിക്കണം.

നമ്പൂതിരിപ്പാട്: കേൾക്കൂ- എന്നിട്ടു ഞാൻ കയ്യു കുറെ നേരം പിടിച്ചുകൊണ്ടുതന്നെ നിന്നു. എനിക്ക് അവളുടെ സ്വരൂപം ബഹുകൗതുകമായി തോന്നി. വിഡ്ഢി മക്ഷാമൻ ഇതെല്ലാം കണ്ടുംകൊണ്ടു മന്ദഹാസത്തോടുകൂടി അടുക്കെതന്നെ നിന്നു. ഉടനെ എന്റെ ചെറുവിൽ ഇട്ടിരുന്ന ഒരു വൈരമോതിരം ഞാൻ ഊരി കൈയിൽ പിടിച്ചു. മക്ഷാമനു രസിക്കുമോ എന്നറിഞ്ഞില്ലാ എന്ന് എനിക്ക് ഒരു ശങ്ക. മക്ഷാമന്റെ മുഖത്തേക്കു ഞാൻ ഒന്നു നോക്കി. ഉടനെ വിഡ്ഢി മക്ഷാമൻ, ഓ! നമ്മുടെ ഭാര്യയ്ക്കു താങ്കൾ ഒരു സമ്മാനം കൊടുക്കുവാൻ പോകുന്നുവോ? ഒരു വിരോധവും ഇല്ല-കൊടുക്കാം. എന്നു പറഞ്ഞു. അപ്പോൾ എനിക്കു മനസ്സിനു വളരെ ധൈര്യമായി; മെതമ്മസായ്‌വിന്റെ കൈയിൽ മോതിരം ഇട്ടുകൊടുത്തു. മെതമ്മസായ്‌വ് അതുവാങ്ങി എന്റെ മുഖത്ത് നോക്കി ഒന്നു ചിറിച്ചു. വളരെ നല്ല മോതിരം എന്ന് ഇംകിരിയസ്സിൽ പറഞ്ഞു. മക്ഷാമൻ തർജ്ജമ പറഞ്ഞു. അപ്പോഴേക്കും ചെറുശ്ശേരി, എനിക്ക് ഉണ്ടായ ഒരു ഭ്രമം പറയാൻ പാടില്ല.

ചെറുശ്ശേരിനമ്പൂതിരി: അവൾക്ക് അതിലധികം- എനിക്കു സംശയമില്ല.

നമ്പൂതിരിപ്പാട്: കേൾക്കൂ- എന്നിട്ടു മെതമ്മസായ്‌വ് അവിടുന്ന് എണീറ്റു പിന്നെയും കൈ നീട്ടി.

ചെറുശ്ശേരിനമ്പൂതിരി: അതു ഭ്രമത്തിന്റെ മുഖ്യ അടയാളമാണ്. കണ്ടുംകൊണ്ട് ഇരിക്കാൻ പാടില്ലാതെ ആയിരിക്കും. ഉടനെ അവിടെ നിന്ന് എണീട്ടു പോയിരിക്കണം. അല്ലേ?

നമ്പൂതിരിപ്പാട്: കൈ പിന്നേയും പിടിച്ചതിന്റെ ശേഷം പോയി.

ചെറുശ്ശേരിനമ്പൂതിരി: അതികലശലായി ഭ്രമിച്ചിരിക്കണം. സായിവ് കൂടെത്തന്നെ ഉണ്ടായിരുന്നല്ലോ അതാണ് അത്ര പരിഭ്രമം ഉണ്ടായി വേഗം പോയിക്കളഞ്ഞത് എന്നുതോന്നുന്നു. അല്ലെങ്കിൽ കുറേക്കൂടി സല്ലാപങ്ങൾ ഉണ്ടാവുമായിരുന്നു.

നമ്പൂതിരിപ്പാട്: ചെറുശ്ശേരി ആൾ ബുദ്ധിമാൻ തന്നെ. ഇതാണു ചെറുശ്ശേരിയെ എനിക്ക് ഇത്ര സ്നേഹം. ശരിയാണു ചെറുശ്ശേരി പറഞ്ഞത്. ആ സ്ത്രീ എന്നിലും ഞാൻ അവളിലും വളരെ ഭ്രമിച്ചു പോയി. എന്നാൽ പിന്നെ അതിനെക്കുറിച്ചു ശ്രമിക്കാത്തത് ആവക സ്ത്രീകളുമായി നോക്കുചേർച്ച ശാസ്ത്രവിരോധമല്ലേ എന്നു വെച്ചിട്ടാണ്. മറ്റു യാതൊരു പ്രയാസവുമില്ല.

ചെറുശ്ശേരിനമ്പൂതിരി: ശാസ്ത്രവിരോധമായത് ഒന്നും ചെയ്യരുത്. ഇവിടുത്തെ ബുദ്ധിയുടെ മാതിരി ഓർത്തു ഞാൻ അദ്ഭുതപ്പെടുന്നു ഇത്ര എല്ലാം ആഗ്രഹം അവളിൽ തോന്നീട്ടും ആ ആഗ്രഹം ശാസ്ത്രവിരുദ്ധമെന്ന് ഓർത്ത് ഇല്ലാതാക്കിയത് ഇവിടുത്തെ ഒരു ധൈര്യം തന്നെ.

നമ്പൂതിരിപ്പാട്: ചിലപ്പോൾ ഇനിക്ക് ഇതിലെല്ലാം വലിയ ധൈര്യമാണ്. കോപ്പോട്ടു കുമ്മിണിയെ ഞാൻ വളരെ കുഴക്കി. ആ കഥ കേൾക്കണോ

ചെറുശ്ശേരിനമ്പൂതിരി:അത് ഇവിടുന്ന് ഇന്നാൾ ഒരുദിവസം പ്രസ്താവിച്ചു കേട്ടു. എനിക്ക് ഇപ്പോഴും നല്ല ഓർമ്മയുണ്ട്. അന്നുമുതൽക്കാണ് ഇവിടുന്ന് അതിധൈര്യവാൻ എന്ന് എനിക്കു വിശ്വാസം വന്നത്.

നമ്പൂതിരിപ്പാട്: എന്നാൽ ഈ വെള്ളക്കാരുടെ സ്ത്രീകളുടെ നിറം ബഹുവിശേഷം തന്നെ. ഇന്ദുലേഖയുടെ നിറം എന്താണ്?

ചെറുശ്ശേരിനമ്പൂതിരി: നല്ല സ്വർണ്ണവർണ്ണം

നമ്പൂതിരിപ്പാട്: എന്റെ നിറത്തേക്കാൾ അധികമോ?

ചെറുശ്ശേരിനമ്പൂതിരി: ആ കഥ എന്തിനു ചോദിക്കുന്നു? നമ്പൂതിരിയുടെ നിറം ഒന്നു വേറെതന്നെയാണ്.

നമ്പൂതിരിപ്പാട്: ചെറുശ്ശേരി ഇപ്പോൾ പരിഹസിക്കുകയാണ് ചെയ്യുന്നത്. എന്റെ നിറം ഇന്ദുലേഖയുടെ നിറത്തേക്കാൾ അധികം നന്നോ?

ചെറുശ്ശേരിനമ്പൂതിരി: ഇങ്ങനെ ചോദിക്കുന്നതാണ് എനിക്ക് ആശ്ചര്യം–സംശയമില്ലാത്ത കാര്യത്തിൽ പിന്നെയും ചോദിച്ചാലോ?

നമ്പൂതിരിപ്പാട്: ആട്ടെ–ചെറുശ്ശേരി എന്നെയും കണ്ടിട്ടുണ്ട്, ഇന്ദുലേഖയെയും കണ്ടിട്ടുണ്ട്–ഞങ്ങൾ രണ്ടാളുടെയും ശൃംഗാരാദിവസങ്ങളെയും സാമർത്ഥ്യത്തെയും ചെറുശ്ശേരി വേണ്ടുവണ്ണം അറിയും. എല്ലാംകൊണ്ടും നോക്കിയാൽ ആ കുട്ടിക്ക് എന്നെ ബോധിക്കുമെന്നു ചെറുശ്ശേരിക്കു ബോദ്ധ്യമുണ്ടോ? ചെറുശ്ശേരിയുടെ ബോദ്ധ്യമാണ് എനിക്കും ബോദ്ധ്യം.

ചെറുശ്ശേരിനമ്പൂതിരി: എന്താണ് ഇങ്ങനെ ചോദിക്കുന്നത്? കഷ്ടം! അതു ഞാൻ മുമ്പേതന്നെ തീർച്ചയാക്കിയ കാര്യമാണല്ലോ. ആ കുട്ടി നമ്പൂതിരിയെ കണ്ടാൽ ആ നിമിഷം സഹിക്കുമെന്നു ഞാൻ വിചാരിക്കുന്നില്ല. അവൾ അതിസരസയാകയാൽ നമ്പൂതിരിയെ കാണുന്ന ക്ഷണം, നമ്പൂതിരിയുടെ ഗുണം അവൾ മനസ്സിലാക്കും എന്നുള്ളതിന് എനിക്കു സംശയമില്ല. മനസ്സിലാക്കി

യാൽ പിന്നെ ഉണ്ടാവുന്നത് എന്ത് എന്നു ഞാൻ പറയണോ? കുട്ടിക്കു നമ്പൂരിയെ ബോധിക്കുമോ എന്നു ചോദിക്കയോ? നല്ല ചോദ്യം! എപ്പോഴാണു പുറപ്പെടാൻ വിചാരിക്കുന്നത്?

നമ്പൂതിരിപ്പാട്: നാളെ രാവിലെ. ചെറുശ്ശേരി കൂടത്തന്നെ വന്നാലെ എനിക്കു രസമുള്ളൂ. പിന്നെ രണ്ടു കുട്ടിപ്പട്ടന്മാർ. കാര്യസ്ഥൻ നാരായണൻ, ഒരു ആറു വാലിയക്കാരും ഗോവിന്ദനും മാത്രം മതി. ചെറുശ്ശേരി മഞ്ചലിൽ എന്റെ പല്ലക്കിന്റ കൂടെതന്നെ. ഇന്ദുലേഖയെ ഇങ്ങട്ടു കൊണ്ടുവരുവാൻ നല്ല ഒരു പല്ലക്കും എട്ടാളെയും കൂടത്തന്നെ കൊണ്ടു പോണം.

ചെറുശ്ശേരിനമ്പൂതിരി: അതു പിന്നെ കൊണ്ടുപോയാൽ മതി. കൊണ്ടുപോയിട്ടുതന്നെ ആവശ്യമില്ല. പല്ലക്ക് ഇന്ദുലേഖയുടെ ഭവനത്തിൽ തന്നെ അഞ്ചോ ആറോ ഉണ്ട്.

നമ്പൂതിരിപ്പാട്: ശരി– എന്നാൽ കൊണ്ടുപോണ്ട. ചെറുശ്ശേരി അപ്ഫനെ ഒന്നു പോയി അറിയിക്കൂ.

ചെറുശ്ശേരിനമ്പൂതിരി: അപ്പോൾ നാളെ എങ്ങനെ പോവുന്നു – നാളെ ഇവിടെ രാമപ്പണിക്കരുടെ കഥകളി നിശ്ചയിച്ചിട്ടില്ലേ!

നമ്പൂതിരിപ്പാട്: നാളെയ്ക്കാണോ? ശരി– വേണ്ടതില്ല. കളിച്ചോട്ടെ. നോക്കു പോവുക. ഉണ്ണികൾ കാണട്ടെ മടങ്ങിവന്നിട്ടു രണ്ടുമൂന്നരങ്ങു കളിപ്പിക്കാം. ഇന്ദുലേഖയ്ക്കും കാണാമല്ലോ.

ചെറുശ്ശേരിനമ്പൂതിരി: രാമപ്പണിക്കർക്കു മറ്റന്നാൾ നിശ്ചയമായി പോണം എന്നാണു പറഞ്ഞത്.

നമ്പൂതിരിപ്പാട്: എന്നാൽ യാത്ര മറ്റന്നാളാക്കിയാലോ?

ചെറിശ്ശേരിനമ്പൂതിരി: അതാണു നല്ലത് എന്നു തോന്നുന്നു.

നമ്പൂതിരിപ്പാട്: വേണ്ട– കളിക്കാർ എനിയത്തെ കൊല്ലം വരുമല്ലൊ.

ചെറുശ്ശേരിനമ്പൂതിരി: ഇഷ്ടം പോലെ. ഞാൻ വിവരം കളിക്കാരോടു പറയാം.

സൂരിനമ്പൂതിരിപ്പാട്ടിലേക്കു കളിയിലും ഇന്ദുലേഖയിലും ഉള്ള രണ്ടു വിധമായ ആസക്തികൾ അന്യോന്യം പിണങ്ങി അദ്ദേഹത്തെ കുറേനേരം വളരെ വ്യസനിപ്പിക്കുകയും ഉപദ്രവിക്കുകയും ചെയ്തു. കുറെ വിചാരിച്ച് ഒടുവിൽ

നമ്പൂതിരിപ്പാട്: ഞാൻ നാളെ അവിടെ എത്തുമെന്ന് എഴുത്ത് അയച്ചുപോയി.

ചെറുശ്ശേരിനമ്പൂതിരി: എപ്പോൾ അയച്ചു?

നമ്പൂതിരിപ്പാട്: കുളപ്പുരയിൽ വെച്ച് ചെറുശ്ശേരിയെ വിളിക്കാൻ

ആളെ അയച്ച ഉടനെ കറുത്തേടത്തിനു മറുപടി അയച്ചു പോയി.

ചെറുശ്ശേരിനമ്പൂതിരി: അതുകൊണ്ട് എന്താണു വിഷമം?

ഇപ്പോൾ തന്നെ രണ്ടാമത് ഒരു എഴുത്തയയ്ക്കണം, മറ്റന്നാൾ ആണു വരുന്നത് എന്ന്.

നമ്പൂതിരിപ്പാട്: ഇന്ദുലേഖയ്ക്ക് ആദ്യം തന്നെ പുത്തരിയിൽ കല്ലു കടിച്ച മാതിരി ഒരു മനോവ്യസനമോ കുണ്ഠിതമോ ഉണ്ടാകുന്നതു ശരിയോ? അവൾ നാളെ ഞാൻ എത്തുമെന്നു കാത്തിരിക്കും

ചെറുശ്ശേരിനമ്പൂതിരി: ഒരിക്കലും ഇന്ദുലേഖയ്ക്ക് ഒരു മനോവ്യസനവും കുണ്ഠിതവും ഇതുകൊണ്ട് ഉണ്ടാവുകയില്ല. അതിനു ഞാൻ ഉത്തരവാദി നാളത്തെ യാത്ര മറ്റെന്നാളാക്കിയാൽ എന്തൊരു വൈഷമ്യമാണ്? പിന്നെ നമ്പൂരി വളരെ കാര്യങ്ങൾ ഉള്ള ആളല്ലേ. നിശ്ചയിച്ച ദിവസങ്ങളിൽതന്നെ എല്ലാ കാര്യങ്ങളും ശരിയായി നടന്നു എന്നു വരുമോ?

നമ്പൂതിരിപ്പാട്: ശരിതന്നെ– എന്നാൽ രാമന്റെ വേഷം കണ്ടിട്ടു പോവാം. അങ്ങനെ ഉറച്ചു. എന്നാൽ അപ്ഫനോട് ഇപ്പോൾ തന്നെ അറിയിച്ചു. മറുവടി വന്നു പറയൂ.

ചെറുശ്ശേരി നമ്പൂതിരി: അതുചെയ്യാം.

എന്നുപറഞ്ഞു ചെറുശ്ശേരിനമ്പൂതിരി അകത്തേക്കു കടന്നു. തെക്കിനിയിൽ തന്റെ സ്നേഹിതൻ നാരായണൻ നമ്പൂതിരിപ്പാടു നില്ക്കുന്നതുകണ്ട് അന്യോന്യം നോക്കി രണ്ടുപേരും ചിരിച്ചു. നാരായണൻ നമ്പൂതിരിപ്പാട്ടിലേക്ക് എല്ലാം മനസ്സിലാക്കിയിരിക്കുന്നു. ഇന്ദുലേഖയുടെ സൗന്ദര്യത്തെക്കുറിച്ചും അവൾക്കു ശീലഗുണം, തന്റേടം, പഠിപ്പ് ഇതുകളെക്കുറിച്ചും അവൾക്ക് അനുരൂപനായ മാധവന്റെ അവസ്ഥയെക്കുറിച്ചും ചെറുശ്ശേരിനമ്പൂതിരി നാരായണൻനമ്പൂതിരിപ്പാട്ടിലോട്ടു വെടുപ്പായി പറഞ്ഞു ധരിപ്പിച്ചിട്ടുണ്ട്. അതുകൊണ്ട് അദ്ദേഹത്തിനു ജ്യേഷ്ഠന്റെ ഈ തിരക്കുകൾ എല്ലാം കണ്ടിട്ടു കുറെ ഭ്രമം തോന്നി.

നാരായണൻ നമ്പൂതിരിപ്പാട്: എന്താണു നാളെത്തന്നെയോ യാത്ര?

ചെറുശ്ശേരിനമ്പൂതിരി: നാളെ കഥകളി, മറ്റന്നാൾ ഇന്ദുലേഖാ പരിണയം.

നാരായണൻനമ്പൂതിരിപ്പാട് : ചെറുശ്ശേരി പറഞ്ഞതിൽ എനിക്കു കുറെ സംശയം തോന്നുന്നുണ്ട്. ഇദ്ദേഹത്തിന്റെ ഘോഷം കൂട്ടൽ കാണുമ്പോൾ കറുത്തേടത്തിന്റെ നിഷ്കർഷയാൽ ഇന്ദുലേഖയെ

ഒരു സമയം ഒന്നിച്ചു കൊണ്ടുവരുമെന്നാണ് എനിക്കു തോന്നുന്നത്.

ചെറുശ്ശേരിനമ്പൂതിരിപ്പാട്: അത് ആ പെണ്ണിനെയും മാധവനെയും നമ്പൂതിരി കാണാത്തതിനാൽ തോന്നുന്നതാണ്. സാധാരണ ഇങ്ങനെ തോന്നാം. ഇന്ദുലേഖയെപ്പോലെ ഈ മലയാളത്തിൽ ഞാൻ ഒരു പെൺകുട്ടിയേയും കണ്ടിട്ടില്ലാ. എനിക്ക് ഈ കാര്യത്തിൽ ലേശം ഭ്രമമില്ല. നമ്പൂരിയെ എത്രണ്ടു വഷളാക്കി വിടുമോ എന്നേ സംശയമുള്ളൂ.

നാരായണൻനമ്പൂതിരിപ്പാട്: എന്താണു പറയുന്നത്? കറുത്തേടം തീർച്ചയായി എഴുതിയിരിക്കുന്നു. ഒന്നും ആലോചിക്കാതെ അങ്ങനെ എഴുതുമോ?

ചെറുശ്ശേരിനമ്പൂതിരി: ആട്ടെ രണ്ടുമൂന്നു ദിവസത്തിലകത്തു തീർച്ചയാവുന്ന കാര്യത്തെക്കുറിച്ച് നോം എന്തിന് ഇത്ര തർക്കിക്കുന്നു? എനിക്ക് അപ്ഫൻ നമ്പൂതിരിയെ കാണണം. എവിടെയാണ്?

നാരായണൻനമ്പൂതിരിപ്പാട്: മുകളിൽ കിടക്കുന്നു. എന്തിനാണ് ഈ വിവരം അറിയിക്കാനോ?

ചെറുശ്ശേരി: അതേ, എന്നുപറഞ്ഞു മുകളിലേക്കു പോയി. അപ്ഫൻ നമ്പൂതിരിയെ അറിയിച്ചു മടങ്ങി സൂരിനമ്പൂതിരിപ്പാട്ടിലെ പത്തായപ്പുര മാളികയിലേക്കു ചെന്നു.

നമ്പൂതിരിപ്പാട്: ചെറുശ്ശേരിയാണ് ഈ വികടങ്ങൾ എല്ലാം ഉണ്ടാക്കുന്നത്. കഥകളി എന്താണു സാരം? നാളെത്തന്നെ പോയാൽ എന്താണ്?

ചെറുശ്ശേരിനമ്പൂതിരി: ഇപ്പോൾതന്നെ, മറ്റന്നാളാണ് പുറപ്പെടുന്നത് എന്നു ഞാൻ അപ്ഫൻ നമ്പൂതിരിയോടു പറഞ്ഞ് അനുമതി വാങ്ങിയല്ലോ. എനി നാളെ പുറപ്പെടുന്നതു ശരിയോ?

നമ്പൂതിരിപ്പാട്: എനിക്ക് ഇന്ദുലേഖയെ കാണാൻ വഴുകുന്നു. എന്താണു പറഞ്ഞിട്ടു ഫലം! മറ്റന്നാൾ വൈകുന്നേരം വരെ ക്ഷമിക്കുകയേ നിവൃത്തിയുള്ളൂ.

ചെറുശ്ശേരിനമ്പൂതിരി: തൽക്കാലത്തെ ഈ വ്യസനശാന്തിക്ക് ഈ സമയം മുതൽ നാളെ കളി തുടങ്ങുന്നതുവരെ കളിയുടെ രസം ഓർത്താൽ ഇന്ദുലേഖയുടെ വിചാരം അതുവരെ ഉണ്ടാകയില്ല. പിന്നെ കളി കഴിഞ്ഞാൽ ഉടനെ പുറപ്പാടുമായി. പിന്നെ ഇന്ദുലേഖയെത്തന്നെ വിചാരിക്കാം. വിചാരിച്ച് വിചാരിച്ച് ഇരിക്കുമ്പോൾ കാണുകയും ചെയ്യാമല്ലോ. അല്ലാതെ ഒരു കാര്യം നിശ്ചയിച്ചിട്ട്

അതിനെപ്പറ്റി വ്യസനിക്കരുത്.

നമ്പൂതിരിപ്പാട്: ചെറുശ്ശേരിക്ക് അത്താഴം ഇവിടെ. ഞാൻ ഇത്തിരി കിടക്കട്ടെ. എന്നുപറഞ്ഞ് നമ്പൂതിരിപ്പാട് ഉറങ്ങാൻ അറയിലേക്കും ചെറുശ്ശേരി നമ്പൂതിരി നാരായണൻ നമ്പൂതിരിപ്പാട്ടിലെ പത്തായപ്പുരമാളികയിലേക്കും പോയി.

മദിരാശിയിൽനിന്ന് ഒരു ആഗമനം

ആറാം അദ്ധ്യായത്തിൽ പറഞ്ഞകഥ നടന്നതിന്റെ പിറ്റേദിവസം രാവിലെ മൂർക്കില്ലാത്ത മനയ്ക്കൽ നമ്പൂതിരിപ്പാട്ടിലെ എഴുന്നെള്ളത്തും കാത്തുകൊണ്ടു പഞ്ചുമേനവൻ, കേശവൻനമ്പൂതിരി, വീട്ടിലുള്ള കാര്യസ്ഥന്മാർ, ഇവര് എല്ലാം പൂമുഖത്തുതന്നെ നിന്നിരുന്നു. മഠത്തിൽ പാലടപ്രഥമൻ, വലിയപപ്പടം, പഞ്ചസാര വട്ടമായി സദ്യയ്ക്ക് ഒരുക്കിയിരിക്കുന്നു. ഒരു കാര്യവശാൽ പിറ്റേദിവസം പുറപ്പെടാൻ തരമാകയില്ലെന്നും അതുകൊണ്ട് അതിന്റെ പിറ്റേദിവസം ഭക്ഷണത്തിനുതക്കവണ്ണം എത്തുമെന്നും അറിയിപ്പാൻ അന്നുതന്നെ രണ്ടാമത് അയച്ച എഴുത്തുംകൊണ്ടു മനയ്ക്കൽ നിന്നു പോന്ന ആളുകൾ രാത്രിയായതിനാൽ വഴിയിൽ താമസിച്ചു രാവിലെ മേൽപറഞ്ഞപ്രകാരം പഞ്ചുമേനോൻ മുതലായവർ നമ്പൂതിരിപ്പാട്ടിലെ എഴുന്നള്ളത്തും കാത്തിരിക്കുമ്പോഴാണ് എത്തിയത്. എഴുത്തു വായിച്ച ഉടനെ കാരണവരു തറവാട്ടു ഭവനത്തിലേക്കും, നമ്പൂതിരി കുളിപ്പാനും, ശേഷം കൂടിയിരുന്നവർ അവരവരുടെ പ്രവർത്തിക്കും പോയി. കുറെ കഴിഞ്ഞപ്പോൾ ഇന്ദുലേഖ കുളിക്കാൻ പുറപ്പെട്ടു. പൂമുഖത്തു വന്നു. ഇന്ദുലേഖയുടെ അമ്മയും പൂമുഖത്തു വന്നു.

ലക്ഷ്മിക്കുട്ടിഅമ്മ: അല്ല കുട്ടീ, നി എന്തിനാണു മണ്ണെണ്ണ വിളക്കു കത്തിച്ചു രാത്രി ഉറക്ക് ഒഴിയുന്നത്? ഇന്നലെ എത്ര നേരം വായിച്ചു, അച്ഛൻ പോന്നശേഷം?

ഇന്ദുലേഖ: ഇല്ല, ഞാൻ വേഗം കിടന്ന് ഉറങ്ങിയിരിക്കുന്നു. അമ്മേ, കൊച്ചമ്മാമൻ എനിയും വന്നില്ലല്ലോ. ഇന്നലെ വരുമെന്നല്ലേ എഴുതിയത്?

ലക്ഷ്മിക്കുട്ടിഅമ്മ: ശരിതന്നെ, ഇന്നു വരുമായിരിക്കും. അതോ മാധവൻ അവിടെ പിടിച്ചു നിർത്തിയിരിക്കുമോ എന്നും അറിഞ്ഞില്ല. ഇങ്ങനെ അവർ പറഞ്ഞുംകൊണ്ടിരിക്കുമ്പോൾ ഗോവിന്ദൻകുട്ടിമേനോനും ഭൃത്യന്മാരും കെട്ടും പെട്ടിയുമായി കയറിവരുന്നത്

ഇവർ കണ്ടു. ഗോവിന്ദൻകുട്ടിമേനോൻ തലേദിവസത്തെ വണ്ടിയെ റങ്ങി വഴിയിൽ പൂവള്ളി വക സത്രത്തിൽ താമസിച്ച് അന്നു രാവിലെ സത്രത്തിൽ നിന്നു പുറപ്പെട്ടു വീട്ടിൽ എത്തിയതാണ്.

ഇന്ദുലേഖ: അതാ കൊച്ചമ്മാമൻ വരുന്നു.

എന്നുപറഞ്ഞു മന്ദഹാസത്തോടെ അമ്മാമന് അഭിമുഖമായി മിറ്റത്തേക്ക് എറങ്ങി. ലക്ഷ്മിക്കുട്ടിഅമ്മയും കൂടെയിറങ്ങി.

ഗോവിന്ദൻക്കുട്ടിമേനോൻ: ഇന്ദുലേഖയ്ക്കു സുഖക്കേടൊന്നുമില്ലല്ലോ?

ഇന്ദുലേഖ: ഒന്നും ഇല്ല, ഇപ്പോൾ എനിക്കു സകലസുഖവും ആയി. കൊച്ചമ്മാമൻ ഇന്നലെ വരുമെന്നല്ലേ എഴുതിയത്. ഞങ്ങൾ കുറെ വിഷാദിച്ചു.

ഉടനെ ലക്ഷ്മിക്കുട്ടിഅമ്മയും ഗോവിന്ദൻകുട്ടിമേനോനും ഇന്ദുലേഖയും കൂടി അകത്തേക്കുപോയി. ഗോവിന്ദൻകുട്ടിമേനോൻ കുളി, ഭക്ഷണം, മുതലായതു കഴിഞ്ഞ് അച്ഛനെ കാണ്മാൻ അദ്ദേഹത്തിന്റെ വിട്ടിലേക്കു പോയി കണ്ടു മടങ്ങി, അമ്മയുടെ അറയിൽ പോയി അമ്മയേയും കണ്ട്, ജ്യേഷ്ഠത്തിയേയും കണ്ട് ഇന്ദുലേഖയുടെ മാളികമുകളിലേക്കു കയറിച്ചെന്നു.

ഗോവിന്ദൻകുട്ടിമേനോനെക്കുറിച്ച് അല്പം എന്റെ വായനക്കാരോടു പറയണ്ടേ. അല്പമേ പറയേണ്ടതുള്ളൂ. ഈയാളുടെ ബുദ്ധി അതികൂർമ്മതയുള്ളതായിരുന്നു. എന്നാൽ സ്വഭാവത്തിന് അല്പം ഒരു വിനയം പോരായ്ക ഉണ്ടോ എന്നു സംശയം. സ്വഭാവത്തിന് ഒരുപ്രകാരത്തിലും ചാപല്യം ഉണ്ടെന്നല്ല ഇതിന്റെ അർത്ഥം. ഇദ്ദേഹത്തെ അറിയുന്ന എല്ലാവർക്കും ഇദ്ദേഹത്തെക്കുറിച്ചു നല്ല ബഹുമാനം ഉണ്ടായിരുന്നു. ശരീരാകൃതി കോമളമായിരുന്നു. തന്റെ മരിച്ചുപോയ മഹാനായ ജ്യേഷ്ഠനെപ്പോലെ ഭൂമിയിലുള്ള സകല ജീവികളിലും വെച്ച് ഇദ്ദേഹത്തിന് അതിവാത്സല്യം ഉണ്ടായിരുന്നത് ഇന്ദുലേഖയിൽ ആയിരുന്നു.

അമ്മാമൻ വരുന്നതു കണ്ട ഉടനെ ഇന്ദുലേഖ എഴുന്നേറ്റു കോച്ചിന്മേലെ കെടക്ക തട്ടി നന്നാക്കി അവിടെ ഇരിക്കേണമെന്നുള്ള ഭാവത്തോടെ നിന്നു. ഗോവിന്ദൻകുട്ടിമേനോൻ ഉടനെ ഇരുന്നു. ഉടനെ വെള്ളിപ്പാത്രത്തിൽ തന്റെ കൈകൊണ്ടുതന്നെ പ്രേമത്തോടെ ഉണ്ടാക്കിയ ചായയും ഒരു വെള്ളിത്താമ്പാളത്തിൽ കുറെ പലഹാരങ്ങളും ഒരു ചെറിയ മേശമേൽവെച്ച് അമ്മാമന്റെ കല്പനപ്രകാരം അടുക്കെ ഒരു കസാലയിൽ ഇരുന്നു.

ഗോവിന്ദൻകുട്ടിമേനോൻ: മാധവൻ സുഖക്കേടു കൂടാതെ അവിടെ

എത്തി. ഉടനെ സിക്രട്ടറിയട്ടിൽ നൂറ്റമ്പത് ഉറുപ്പിക ശമ്പളമാവുമെന്നു തോന്നുന്നു. ഇന്ദുലേഖയ്ക്കു ഞാൻ പോവുമ്പോൾ തന്ന നോവൽ വായിച്ചുതീർന്നുവോ? നല്ലവണ്ണം മനസ്സിലാവുന്നുണ്ടോ?

മാധവൻ എന്ന ശബ്ദം തന്റെ മുഖത്തിൽ നിന്നു പുറപ്പെട്ട ഉടനെയും പിന്നെ അദ്ദേഹത്തിന് ഉദ്യോഗസ്ഥമാവാൻ പോകുന്നു എന്നു പറഞ്ഞപ്പോഴും ഇന്ദുലേഖയുടെ ചെന്താമരപ്പൂപോലെയുള്ള മുഖത്തിൽ നിന്നു ലജ്ജ ഹേതുവായി പ്രത്യക്ഷമായ വളരെ സ്തോഭങ്ങൾ ഉണ്ടായി. ബുദ്ധിമാനായ ഗോവിന്ദൻ കുട്ടിമേനവൻ ഇങ്ങനെ ഉണ്ടാവുമെന്നു മുമ്പുതന്നെ കരുതിയിരുന്നു. എന്നാൽ ഇന്ദുലേഖയ്ക്കു കേൾപ്പാൻ ഇത്ര ഇഷ്ടമുള്ള വാക്കുകൾ വേറെ ഒന്നും ഇല്ലെങ്കിലും താനുമായി മാധവനെക്കുറിച്ചു സംസാരിച്ചാൽ ലജ്ജയുണ്ടാവുമെന്ന് അറിഞ്ഞ് ആവശ്യമുള്ള വിവരം ക്ഷണത്തിൽ അറിയിച്ചു. തുടർച്ചയായിത്തന്നെ ക്ഷണേന വേറെ സംഭാഷണം തുടങ്ങി ഇന്ദുലേഖയുടെ മനസ്സു സമാധാനമാക്കി.

ഇന്ദുലേഖ: ആ നോവൻ ബഹുവിശേഷംതന്നെ. അതു ഞാൻ മുഴുവനും വായിച്ചു.

ഗോവിന്ദൻകുട്ടിമോനോൻ: നീ രാത്രി കുറെ അധികം വായിക്കുന്നു എന്നു നിന്റെ അമ്മ പറഞ്ഞു. അധികം മുഷിഞ്ഞു വായിക്കരുത്.

ഇന്ദുലേഖ: ഞാൻ അധികം മുഷിയാറില്ല. രാത്രി ഞാൻ നേമം വായിക്കാറേ ഇല്ല. ഇന്നാൾ ഒരു രാത്രി യദൃച്ഛയായി ഞാൻ ശാകുന്തളം വായിച്ചിരുന്നു. അന്ന് ഒരു സംഗതിവശാൽ വലിയച്ഛനും കേശവൻ നമ്പൂരിയും കൂടി ഇതിന്റെ മുകളിൽ വന്നു. അവരു പറഞ്ഞിട്ടാണ് അമ്മ പറയുന്നത്. ഞാൻ രാത്രി നേമം വായിക്കാറേ ഇല്ല.

പഞ്ചുമേനോന്റെ ശപഥത്തെക്കുറിച്ച് മാധവൻമുഖേന ഗോവിന്ദൻകുട്ടിമേനോൻ അറിഞ്ഞിരിക്കുന്നു. എന്നു പറയേണ്ടതില്ലല്ലോ. പിന്നെ പഞ്ചുമേനോൻ നമ്പൂരിപ്പാട്ടിലെക്കൊണ്ടു സംബന്ധം നടത്താൻ ശ്രമം കലശലായി ചെയ്യുന്നുമുണ്ടെന്നു പഞ്ചുമേനോനും ഗോവിന്ദപ്പണിക്കരുമായി സംഭാഷണം കഴിഞ്ഞതിന്റെ മൂന്നാംദിവസം ഗോവിന്ദപ്പണിക്കർ മാധവനു മദിരാശിക്ക് എഴുതിയ എഴുത്തിൽ പ്രസ്താവിച്ചതും ഗോവിന്ദൻകുട്ടിമേനോൻ കണ്ടിട്ടുണ്ട്. എന്നാൽ ഇന്ദുലേഖ മേൽക്കാണിച്ചപ്രകാരം പറഞ്ഞപ്പോൾ ഒരു ഹാസ്യരസസൂചകമായ മന്ദഹാസത്തോടെ, എന്തിനാണ് അവര് അന്നു നിന്റെ മുറിയിൽ വന്നിരുന്നത്? എന്നുചോദിച്ചു. ഇതു

ചോദിച്ച ക്ഷണത്തിൽ ഇന്ദുലേഖയുടെ കുവലയങ്ങൾപോലെയുള്ള നീണ്ട കണ്ണുകളിൽ വെള്ളം നിറഞ്ഞുപോയി.

ഗോവിന്ദൻകുട്ടിമേനോൻ: എന്താണ്, ഇത്ര ബുദ്ധിയില്ലേ നിണക്ക? ഗോഷ്ടി കാണിക്കുന്നതു കണ്ടാൽ ചിരിക്കുകയല്ലേ വേണ്ടത്? നീ എന്തു ഗോഷ്ടിയാണ് കാണിക്കുന്നത്? എനിയും കരയുവാൻ ഭാവമാണെങ്കിൽ ഞാൻ ഇതിനെപ്പറ്റി ഒന്നും ചോദിക്കുന്നില്ല.

ഇന്ദുലേഖാ: ഇല്ല, ഇനി ഞാൻ കരയുന്നില്ല.

ഉടനെ അന്നു രാത്രി ഉണ്ടായ സംഭാഷണത്തെക്കുറിച്ചു മുഴുവൻ പറഞ്ഞു. ഗോവിന്ദൻകുട്ടിമേനോൻ വളരെ ചിരിച്ചു- മനസ്സുകൊണ്ടു തന്റെ മരുമകളുടെ ബുദ്ധിശക്തിയെ ഓർത്തു വളരെ ബഹുമാനിച്ചു.

ഇന്ദുലേഖ: നാളെ ഈ നമ്പൂതിരിപ്പാടു വരുന്നുണ്ടത്രേ.

ഗോവിന്ദൻകുട്ടിമേനോൻ: (ഒന്ന് ഉറക്കെച്ചിരിച്ച്) നാളെ വരട്ടെ. അച്ഛൻ എന്നോട് ഈ വിവരത്തെക്കുറിച്ചു പറഞ്ഞു.

ഇന്ദുലേഖ: കൊച്ചമ്മാമൻ എന്തു പറഞ്ഞു മറുവടിയായി?

ഗോവിന്ദൻകുട്ടിമേനോൻ: ഞാൻ ഒന്നും പറഞ്ഞില്ല. എനിക്ക് ഈ കാര്യത്തിൽ യാതൊരു ശ്രദ്ധയും ഇല്ലാത്തപോലെ കേട്ടുനിന്നു. ഞാൻ മാധവന്റെ അച്ഛനെ കണ്ടിട്ടില്ല. അവിടെ ഒന്നുപോണം.

എന്നു പറഞ്ഞു ഗോവിന്ദൻകുട്ടിമേനോൻ എണീറ്റു.

ഇന്ദുലേഖ: എനി നാളത്തെ ഘോഷം എന്തെല്ലാമോ അറിഞ്ഞില്ലാ.

ഒന്നും വരാനില്ല. എന്നു പറഞ്ഞു ചിരിച്ചുംകൊണ്ടു ഗോവിന്ദൻകുട്ടി മേനോൻ ഗോവിന്ദപ്പണിക്കരുടെ വീട്ടിലേക്കായി പുറപ്പെട്ടുപോയി.

നമ്പൂതിരിപ്പാട്ടിലെ ആഗമനവും മറ്റും

കഥകളി പകുതി കഴിഞ്ഞ ഉടനെ സൂരിനമ്പൂതിരിപ്പാട് കോച്ചിന്മേൽ നിന്ന് എണീറ്റു ഗോവിന്ദനെ വിളിച്ചു.

നമ്പൂതിരിപ്പാട്: ഗോവിന്ദാ! ഞാൻ ഇപ്പോൾത്തന്നെ പുറപ്പെടുന്നു. അമാലന്മാര് ഇവിടെത്തന്നെ കിടക്കുന്നില്ലേ? എല്ലാവരേയും വിളിക്കൂ!- ചെറുശ്ശേരി എവിടെയുണ്ട്? ഇത്തിരിമുമ്പ് അരങ്ങത്ത് ഒരു കസാലയിന്മേൽ ഇരിക്കുന്നതു കണ്ടിരുന്നു. പോയിനോക്ക്- വേഗം വിളിച്ചുകൊണ്ടു വരൂ.

ഗോവിന്ദൻ ചെറുശ്ശേരിനമ്പൂതിരിയെ തിരഞ്ഞു പോയി. പടിമാളികയിൽ ഉറങ്ങാൻ പോയിട്ടുണ്ടെന്നു കേട്ട് അവിടെ ചെന്നപ്പോൾ

നമ്പൂരി കിടന്നിരിക്കുന്നു. ഉറങ്ങീട്ടില്ല.

ഗോവിന്ദൻ: അങ്ങട്ട് എഴുന്നെള്ളാൻ കല്പന ആയിരിക്കുന്നു. ചെമ്പാഴിയോട്ടെക്ക്. എഴുന്നെള്ളത്ത് ഇപ്പോൾതന്നെ ഉണ്ടത്രേ. അമാലന്മാരെയും മറ്റും വിളിക്കുന്ന തിരക്കായിരിക്കുന്നു. വേഗം എഴുന്നെള്ളണം.

ചെറുശ്ശേരിനമ്പൂതിരി: ശിക്ഷ! ഈ അർദ്ധരാത്രിക്ക് അതിദുർഘടമായ വഴിയിൽകൂടി എങ്ങനെ പോവും? ഇപ്പോൾ പുറപ്പെടാൻ പാടില്ല. നിശ്ചയം തന്നെ.

ഗോവിന്ദൻ: അത് ഇവിടുന്നുതന്നെ അരുളിച്ചെയ്തു ശരിയാക്കണം.

ചെറുശ്ശേരിനമ്പൂതിരി ഉടനെ നമ്പൂതിരിപ്പാട്ടിലെ മാളികയിലേക്കു ചെന്നു. നമ്പൂതിരിപ്പാടു വളരെ ഉത്സാഹിച്ചു നില്ക്കുന്നതു കണ്ടു. ഉയർന്ന തരം കസവുതുപ്പട്ടാവുകളിൽ ഒരു പതിനഞ്ചുവിധം, പട്ടക്കര കൊട്ടാരൻ പലേ മാതിരിയിൽ ഉള്ള മുണ്ടുകളിൽ പത്തിരുപത്, പലേ മാതിരി മോതിരങ്ങൾ അനവധി, ശുദ്ധകട്ടിവെള്ളകൊണ്ടുണ്ടാക്കി സ്വർണ്ണക്കുമിഴ അടിച്ച വിശേഷമായി ഒരു ചെല്ലം. സ്വർണ്ണംകൊണ്ടുള്ള ചെറിയ വെറ്റിലച്ചുരുളുകൾ, വെള്ളിപ്പിടിമൊന്ത, വെള്ളിച്ചങ്ങലവട്ട. വെള്ളി അടപ്പൻ, മാലയായി കഴുത്തിൽക്കൂടി ഇടുന്ന സ്വർണ്ണചങ്ങലയോടുകൂടിയുള്ള സ്വർണ്ണഗഡിയാൻ, നീരാളക്കൂടുള്ള കണ്ണാടി, സ്വർണ്ണം കൊണ്ടുള്ള പനിനീർവീശി, അത്തർകുപ്പികൾ മുതലായുള്ള പലേവിധ സാമാനങ്ങൾ ഒരു മേശമേൽ നിരത്തിവെച്ചിരിക്കുന്നു. നമ്പൂതിരിപ്പാട് അങ്ങോട്ടും ഇങ്ങോട്ടും നടന്ന് രാഘവാ, ശങ്കരാ, കോമാ, രാമാ, കൊശവൻമാരെ ഉറക്കാണ്- കള്ളന്മാര്, ഒരു മനുഷ്യരെങ്കിലും കളിക്കും കൂടി വന്നിട്ടില്ല, എന്നും മറ്റും വിളിച്ചുപറഞ്ഞും കൊണ്ടു കൂട്ടിലിട്ട മെരു പോലെ പത്തായപ്പുരമാളികയിൽ അങ്ങോട്ടും ഇങ്ങോട്ടും ചാടി കലശൽ കൂട്ടിക്കൊണ്ടിരിക്കുമ്പോഴാണ് ചെറുശ്ശേരിനമ്പൂതിരി ചെന്നത്.

നമ്പൂതിരിപ്പാട്: നല്ല ശിക്ഷ! ചെറുശ്ശേരിയത്തന്നെയാണ്. കാര്യസ്ഥനാക്കേണ്ടത്. നോക്കു പുറപ്പെടണ്ടേ? എനി അവിടെ എത്തിയാൽ ഉറങ്ങാൻ ചെറുശ്ശേരിക്കു ധാരാളം എടയുണ്ടല്ലോ.

ചെറുശ്ശേരി നമ്പൂതിരി: ഇത് എന്തൊരു കഥയാണ്! ഈ അർദ്ധരാത്രിക്ക് ഈ ചീത്ത വഴിയിൽകൂടി മൂന്നരക്കാതം വഴി പോവുന്നതു മഹാ പ്രയാസമല്ലേ? വെളിച്ചായിട്ടു പുറപ്പെടാം എന്നല്ല നിശ്ചയിച്ചിരുന്നത്.

നമ്പൂതിരിപ്പാട്: ചെറുശ്ശേരിയോട് ഒരു ശുഭകാര്യത്തെക്കുറിച്ച്

ഇത്ര ഉത്സാഹിച്ചു പറഞ്ഞാലും അത് അശുഭമാക്കിത്തീർക്കും. ഇപ്പോൾ പുറപ്പെടണം- ഈ നിമിഷം പുറപ്പെടണം. ചെറുശ്ശേരിക്കു മഞ്ചലിൽ കിടന്ന് ഉറങ്ങാമല്ലോ. വഴിയിന്റെ ദുർഘടം അമാലന്മാർക്കല്ലേ? നല്ല ദീപട്ടി ഒരു നാലാൾ പിടിക്കട്ടെ. ഇപ്പോൾ പുറപ്പെടണം. സംശയമില്ല.

ചെറുശ്ശേരി നമ്പൂതിരിക്ക് അപ്പോൾ പുറപ്പെടാൻ നന്ന മടിയുണ്ട്. വളരെ കുന്നുകളും രണ്ട പടവുകളും കടക്കാനുണ്ട്. എന്നി അതൊന്നും ഈ കമ്പക്കാരനോടു പറഞ്ഞിട്ടു ഫലമില്ല എന്ന് ചെറുശ്ശേരി നമ്പൂതിരിക്കു തോന്നി. എന്താണ് ഈ രാത്രിയിലത്തെ യാത്ര മുടക്കാൻ തക്കതായ ഒരു വിദ്യയെടുക്കുന്നത് എന്നു കുറെ ആലോചിച്ചപ്പോൾ സമർത്ഥനായ നമ്പൂതിരിക്ക് ഒരു സംഗതി കണ്ടുകിട്ടി. ഇരിക്കട്ടെ, ഈ കമ്പത്തിന് രാത്രി പുറപ്പെടാൻ സമ്മതിക്കുകയില്ല എന്ന് ഉറച്ചു വേഗം നമ്പൂതിരിപ്പാടോടു മറുപടി പറഞ്ഞു.

ചെറുശ്ശേരി നമ്പൂതിരി: അങ്ങനെതന്നെ. ഇപ്പോൾതന്നെ പുറപ്പെടുക അത്രെ വേണ്ടൂ. ഞാൻ തെയ്യാർ.

നമ്പൂതിരിപ്പാട്ടിലേക്കു സന്തോഷമായി. കൂക്കുവിളിയും കലശൽ കൂട്ടലും ഒന്നു മുറുകി; ചെണ്ടയും മദ്ദളവും മിറ്റത്തുവെച്ച് അടിച്ചു പൊളിക്കുന്നതിന്റെ എടയിൽ അന്യോന്യം വിളിച്ചാലും പറഞ്ഞാലും കേൾക്കാൻ ബഹുപ്രയാസം. എങ്കിലും ആ സമയം പത്തായപ്പുര മാളികയിൽ നിന്ന് ഇങ്ങോട്ടും മാളികയിലേക്ക് അങ്ങോട്ടും വാലിയക്കാരും കാര്യസ്ഥന്മാരും യാത്രയ്ക്ക് ഒരുക്കാൻ ഓടുന്നതും ചാടുന്നതും കണ്ടാൽ മനയ്ക്ക് എങ്ങാണ്ടു തീ പിടിച്ചിട്ടോ എന്നു കാണുന്നവരു ശങ്കിക്കും. അങ്ങനെ ഇരിക്കുമ്പോൾ ചെറുശ്ശേരിനമ്പൂതിരി ഈ വിശേഷസാമാനങ്ങൾ മേശമേൽ വെച്ചതു നോക്കാൻ അടുത്തുചെന്നു. നമ്പൂതിരിപ്പാട്ടിലേക്ക് ഇത് ബഹുസന്തോഷമായി. തന്റെ തുപ്പട്ടകളെയും ആഭരണങ്ങളെയും ചെല്ലപ്പെട്ടികളെയും മറ്റും കുറിച്ച് ആരെങ്കിലും കണ്ട് ആശ്ചര്യപ്പെടുന്നതും സ്തുതിക്കുന്നതും എല്ലായ്പ്പോഴും ഇദ്ദേഹത്തിനു ബഹുസന്തോഷവും തൃപ്തികരവുമായിരുന്നു.

നമ്പൂതിരിപ്പാട്: ചെറുശ്ശേരി അതു നോക്കൂ. ആ വെള്ളിച്ചെല്ലം- ഇതു മുമ്പ് ചെറുശ്ശേരി കണ്ടിട്ടില്ലെന്നു തോന്നുന്നു.

ആയിരം പ്രാവശ്യം ചെറുശ്ശേരി ഈ ചെല്ലം കണ്ടിട്ടുണ്ട് എങ്കിലും,

ചെറുശ്ശേരിനമ്പൂതിരി: എനിക്കു കണ്ടതായി നല്ല ഓർമ്മ തോന്നുന്നില്ല. പണി വിശേഷംതന്നെ ഈ ദിക്കിൽ പണിയെടുത്തതോ?

ചെല്ലം യഥാർത്ഥത്തിൽ അവിടെ സമീപം ഒരു തട്ടാൻ പണിയെടുത്തതാണ്. അതു ചെറുശ്ശേരി അറിയും. എങ്കിലും താൻ ചെയ്ത ചോദ്യം നമ്പൂതിരിപ്പാട്ടിലേക്കു ബഹുസന്തോഷകരമായിരിക്കുമെന്നു വിചാരിച്ച് ചോദിച്ചതായിരുന്നു.

നമ്പൂതിരിപ്പാട്: അല്ലാ ഇവിടെ പണിയെടുത്തതല്ലാ. ഈ ദിക്കിൽ ഇങ്ങനെ ആർ പണിയെടുക്കും? മൈസൂർക്കാരൻ ഒരു മൊതല എനിക്കു സമ്മാനമായി തന്നതാണ്- മലവാരം പാട്ടത്തിനു കൊടുത്തപ്പോൾ.

ചെറുശ്ശേരിനമ്പൂതിരി: മൈസൂർക്കാരൻ ഒരു മൊതലയോ?

നമ്പൂതിരിപ്പാട്: അതെ-ഒരു മൊതല. മൊതലയെന്നാണു അവനെ പറയാറ്.

ചെറുശ്ശേരിനമ്പൂതിരി: മുതലിയാർ ആയിരിക്കും.

നമ്പൂതിരിപ്പാട്: മുസലിയാർ എന്നു പറയും. ആ മീതെവെച്ച തുപ്പട്ട ഒന്നു നോക്കൂ- ബഹുവിശേഷമാണ്. ബംക്രാസ്സ എന്നു പറയുന്ന ദിക്കിൽ ഉണ്ടാക്കുന്നതാണ്. ബഹു വിലപ്പിടിച്ചതാണ്. എനിക്ക് അതു മേഘദന്തൻ എന്നു പേരായി, ഏലമല പാട്ടത്തിന്നു വാങ്ങിയ ഒരു സായിപ്പു നെയിപ്പു വരുത്തിത്തന്നതാണ്.

ചെറുശ്ശേരി തുപ്പട്ട എടുത്തു നോക്കി ആശ്ചര്യഭാവത്തോടെ,

ചെറുശ്ശേരിനമ്പൂതിരി: ഇത് എവിടെ നെയ്യുന്നതാണെന്നാണു പറഞ്ഞത്?

നമ്പൂതിരിപ്പാട്: ബംക്രാസ്സ എന്നു പറയുന്ന രാജ്യത്ത്.

ചെറുശ്ശേരിനമ്പൂതിരി: ആ രാജ്യം എവിടെയാ!

നമ്പൂതിരിപ്പാട്: അതു വിലാത്തിയിൽ നിന്നു പിന്നേയും ഒരു പതിനായിരം നാഴിക തെക്കുപടിഞ്ഞാറാണത്രേ. ആ ദിക്കിൽ ആറു മാസം പകലും ആറുമാസം രാത്രിയുമാണെന്നു മേഘദന്തൻ എന്നോടു പറഞ്ഞു.

തുപ്പട്ട നോക്കി വെച്ചശേഷം ചെറുശ്ശേരി പതുക്കെ സ്വർണ്ണക്കണ്ണാടി എടുത്ത് അത്യാശ്ചര്യഭാവത്തോടെ നോക്കി, വിശേഷമായ കണ്ണാടി എന്നു പറഞ്ഞു.

നമ്പൂതിരിപ്പാട്: അതു കൊച്ചി എളയരാജാവ് തൃശ്ശൂരിൽ വെച്ചു കഴിഞ്ഞ കൊല്ലം പൂരത്തുന്നാൾ എനിക്കു സമ്മാനമായി തന്നതാണ്.

കഴിഞ്ഞകൊല്ലം പൂരത്തിന്നു നമ്പൂതിരിപ്പാടു പോയിട്ടില്ലെന്നു ചെറുശ്ശേരിക്കു നല്ല ഓർമ്മയുണ്ട്.

ചെറുശ്ശേരി നമ്പൂതിരി: വിശേഷമായ കണ്ണാടി തന്നെ.

എന്നു പറഞ്ഞു കണ്ണാടി അവിടെ വെച്ചു. കൈകൊണ്ടു തന്റെ താടി ഒന്നു തടവി മന്ദഹാസംചെയ്തു.

നമ്പൂതിരിപ്പാട്: എന്താണ് ചെറുശ്ശേരി ഒന്നു ചിരിച്ചത്?

ചെറുശ്ശേരി നമ്പൂതിരി: വിശേഷിച്ച് ഒന്നുമല്ല.

നമ്പൂതിരിപ്പാട്: ഹേ– പറയൂ. എന്താണ് ചിരിച്ചത്? പറയൂ. പറയൂ.

ചെറുശ്ശേരി നമ്പൂതിരി: സാരമില്ല– പറയാൻമാത്രം ഒന്നുമില്ല. ക്ഷൗരം ഇന്നലെ കഴിച്ചുകളയാമായിരുന്നു. അതു കഴിഞ്ഞില്ല. എന്നാൽ എന്റെ യാത്രയിൽ അതിനെക്കുറിച്ച് അത്ര ആലോചിപ്പാനില്ലല്ലോ. ക്ഷൗരവും മററും ചെയ്തു സുന്ദരനായി പുറപ്പെടേണ്ടത് ഇന്ദുലേഖയുടെ ഭർത്താവല്ലേ? കൂടെയുള്ളവർ എങ്ങനെ പുറപ്പെട്ടാലും വിരോധമില്ലല്ലൊ? എന്നോർത്തു ചിരിച്ചു. അത്രേ ഉള്ളൂ. ചെറുശ്ശേരി നമ്പൂരിയേക്കാൾ അധികം ദിവസമായിരിക്കുന്നു. നമ്പൂതിരിപ്പാട് ക്ഷൗരം ചെയ്യിച്ചിട്ട്, കുറേശ്ശെ നരച്ച രോമങ്ങളും ഉണ്ട്. ഇതു കണ്ടിട്ടാണ് ചെറുശ്ശേരി ഈ പ്രസ്താവം ഉണ്ടാക്കിയത്. നമ്പൂതിരിപ്പാട് ഉടനെ കണ്ണാടി എടുത്തു നോക്കി.

നമ്പൂതിരിപ്പാട്: അല്ലാ– ശിക്ഷ! കാര്യം ശുദ്ധ കമ്പം തന്നെ, ചെറുശ്ശേരി ഓർമ്മയാക്കിയതു നന്നായി. അബദ്ധം പറ്റുമായിരിന്നു. ശിവ– ശിവ! നരകൂടി ഉണ്ട്. ഞാൻ വയസ്സനായി, ചെറുശ്ശേരി!

ചെറുശ്ശേരിനമ്പൂതിരി: അതുമാത്രം ഞാൻ സമ്മതിക്കില്ല.

നമ്പൂതിരിപ്പാട്: എന്നാൽ ക്ഷൗരം വേണ്ടേ?

ചെറുശ്ശേരിനമ്പൂതിരി: അതു മനസ്സുപോലെ.

നമ്പൂതിരിപ്പാട്: വെളക്കത്തുവെച്ച ഇപ്പോൾതന്നെ ചെയിച്ചാലോ?

ചെറുശ്ശേരി നമ്പൂതിരി: രാത്രി ക്ഷൗരം വിധിച്ചിട്ടില്ല– വിശേഷിച്ചും നോം ഒരു ശുഭകാര്യത്തിന്നു പോവുന്നതല്ലേ? അതു വയ്യാ എന്ന് എനിക്കു തോന്നുന്നു. പക്ഷേ, ക്ഷൗരം വേണ്ടെന്നുവെച്ചാലും കൊള്ളാം.

നമ്പൂതിരിപ്പാട്: അതു പാടില്ല, എന്നാൽ വെളിച്ചായി ക്ഷൗരം കഴിഞ്ഞിട്ടു പുറപ്പെടാനേ പാടുള്ളൂ. ക്ഷൗരം കഴിഞ്ഞാൽ കുളിക്കാതെ പുറപ്പെടാൻ പാടുണ്ടോ?

ചെറുശ്ശേരി നമ്പൂതിരി: കുളിക്കാതെ പുറപ്പെടരുത്.

നമ്പൂതിരിപ്പാട്: കുളിച്ചു പുറപ്പെടാം.

ചെറുശ്ശേരി നമ്പൂതിരി: എന്നാൽ ഞാൻ അതിനെല്ലാം ശട്ടം ചെയ്യട്ടെ.

എന്നുപറഞ്ഞ് ചെറുശ്ശേരി സന്തോഷത്തോടുകൂടി താഴത്തേക്കു

പോന്നു. നമ്പൂതിപ്പാടു കുറെ മൗഢ്യത്തോടെ ഉറങ്ങാൻ അറയിലേക്കും പോയി.

പിറ്റേദിവസം രാവിലെ നിശ്ചയിച്ചപ്രകാരം പ്രാതലും കഴിഞ്ഞ് ഏകദേശം ഏട്ടരമണി സമയം നമ്പൂതിരിപ്പാടും ചെറുശ്ശേരിയും പരിവാരങ്ങളും കൂടി പുറപ്പെട്ടു.

രാവിലെ കുളിക്കാൻ എത്തുമെന്ന് അറിയിച്ചപ്രകാരം രണ്ടാമതും അതിഘോഷമായി സദ്യയ്ക്കു വട്ടംകൂട്ടി പഞ്ചുമേനോനും കേശവൻ നമ്പൂതിരിയും കൂടി ഏകദേശം പന്ത്രണ്ടു മണിവരെ കുളിക്കാതെ, കാത്തുനിന്നു. ഒടുക്കം പഞ്ചുമേനവനു കുറേശ്ശേ ദേഷ്യം വന്നുതുടങ്ങി.

പഞ്ചുമേനോൻ: എന്താ തിരുമനസ്സുതന്നെ ഇതു കഥാ! ഞാൻ കുളിപ്പാൻ പോകുന്നു- ഈ നമ്പൂതിരിപ്പാട്ടുന്ന് ഒരു സ്ഥിരത ഇല്ലാത്താളാണെന്നു തോന്നുന്നു.

കേശവൻനമ്പൂതിരി: ഛീ- കഷ്ടം! ഇത്ര സ്ഥിരത ഉണ്ടായിട്ടു ഞാൻ ഒരു മനുഷ്യനെയും കണ്ടിട്ടില്ല. അവിടുത്തെ കാര്യങ്ങളുടെ അവസ്ഥ ഒന്ന് അറിഞ്ഞാൽ ഇങ്ങനെ പറവാൻ സംഗതി ഇല്ലാ. ശിവ ശിവ! അവിടെ എന്തുതിരക്കാണ്! മനയ്ക്കൽ പോയി നോക്കിയാലേ അറിവാൻ പാടുള്ളൂ. മലവാരം വിചാരിച്ച്, ആനവിചാരിച്ച്, വാരം പാട്ടം വിചാരിച്ച്, പൊളിച്ചെഴുത്തുവിചാരിച്ച് ഇങ്ങനെ പലേ വകയായും ഉള്ള കാര്യങ്ങൾ എന്തൊക്കെയുണ്ട്! പരമേശ്വരാ! അദ്ദേഹം ഒരുത്തനല്ലാതെ ഇതാരു നിവൃത്തിക്കും? ഇയ്യെടെ സ്വർണ്ണം കൊണ്ട് ഒരു ആനച്ചങ്ങല പണിയിച്ചിരിക്കുന്നു- ബഹു വിശേഷം കണ്ടാൽ.

പഞ്ചുമേനോൻ: സ്വർണ്ണം കൊണ്ടു കട്ടിയായിട്ടോ?

കേശവൻനമ്പൂതിരി: സ്വർണ്ണംകൊണ്ടു കട്ടിയായിട്ട്.

പഞ്ചുമേനോൻ: ദ്രവ്യശക്തിതന്നെ. ഈ പെണ്ണ് എന്തൊക്കെയാണു നുമ്മളെ വഷളാക്കുവാൻ പോവുന്നത് എന്നറിഞ്ഞില്ല.

കേശവൻനമ്പൂതിരി: ആ ഭ്രമം വേണ്ട-നമ്പൂരിയുമായി അര നാഴിക നേരം സംസാരിക്കട്ടെ. എന്നാൽ ഇന്ദുലേഖ തന്നെ നുമ്മളോട് ഈ കാര്യം നടത്തണമെന്നു പറയും.

പഞ്ചുമേനോൻ: ശരി- ശരി. എന്നാൽ ഒരു ദുർഘടവുമില്ല. ശരി, തിരുമനസ്സിലെ ഈ വാക്കു കേൾക്കുമ്പോൾ മാത്രമാണ്. എനിക്കു പിന്നെയും സന്തോഷമാവുന്നതും- ശരി. ഞാൻ ഇനി കുളിക്കട്ടെ. തിരുമനസ്സു കുറേക്കൂടി താമസിക്കുന്നതാണു നല്ലത്.

കേശവൻനമ്പൂതിരി: അങ്ങനെതന്നെ.

കേശവൻ നമ്പൂതിരിയുടെ വാക്കു പഞ്ചുമേനോനു വളരെ സുഖത്തെ കൊടുത്തു. നമ്പൂതിരിപ്പാടുമായി അരനാഴിക ഇന്ദുലേഖ സംസാരിച്ചാൽ നമ്പൂതിരിപ്പാടിനെ ഭർത്താവാക്കൂ. ശരി- ഇതു തന്നെ നല്ല വിദ്യ. തനിക്ക് ഒരു ഭാരവും ഇല്ല. തനിക്കും കേശവൻനമ്പൂരിക്കും ഈ കാര്യം നടത്തണമെന്നു താല്പര്യം. പെണ്ണിന് അല്പം ശാഠ്യം. അതു നമ്പൂതിരിപ്പാടുമായി കണ്ടാൽ തീരും എന്നു തുടർച്ചയായി കേശവൻ നമ്പൂതിരി പറഞ്ഞു. അതുകൊണ്ട് എഴുത്തയച്ചിട്ടു ശാഠ്യം കളഞ്ഞു ഭാര്യയാക്കി എടുത്തോട്ടെ. ശാഠ്യം തീർന്നില്ലെങ്കിൽ തനിക്ക് ഉത്തരവാദിത്വം ഒന്നും ഇല്ല. നമ്പൂതിരിപ്പാട് കൊള്ളരുതാഞ്ഞിട്ട് ശാഠ്യം തീർന്നില്ലെന്നു താൻ പറയും. അല്ലാതെ എന്ത്! മാധവന് ഈ പെണ്ണിനെ കൊടുക്കയില്ലെന്നാണ് താൻ സത്യം ചെയ്തത്- നമ്പൂതിരിപ്പാട്ടിലേക്കു കൊടുക്കും എന്നു സത്യം ചെയ്തിട്ടില്ല. നമ്പൂതിരിപ്പാട്ടിലേക്കു സാധിക്കുമെങ്കിൽ അയാൾ ഭാര്യയാക്കിക്കോട്ടെ. ഇല്ലെങ്കിൽ വേറെ ആളെ അന്വേഷിക്കണം- അല്ലാതെ എന്താണ്? ഇങ്ങനെ ആയിരുന്നു പഞ്ചുമേനോൻ കുളിപ്പാൻ പോവുമ്പോൾ മനസ്സുകൊണ്ടു വിചാരിച്ചതും സന്തോഷത്തോടുകൂടി ഉറച്ചതും. എന്നാൽ കേശവൻനമ്പൂതിരിയോട് ഒന്നുകൂടി ഇതിനെക്കുറിച്ചു പറഞ്ഞു വെളിവായി ധരിപ്പിക്കണം- എന്നാലേ തീർച്ചയാവുള്ളൂ. എന്നു വിചാരിച്ചു പല്ലുതേപ്പു കഴിഞ്ഞ ഉടനെ മടങ്ങി പൂമുഖത്തേക്കു തന്നെ വന്നു. കേശവൻനമ്പൂതിരി പട്ടിണികിടന്നു പല്ലിളിഞ്ഞ് ഇരിക്കുന്നതു കണ്ടു.

കേശവൻനമ്പൂതിരി: എന്താണു കുളിക്കാതെ മടങ്ങിയത്?

പഞ്ചുമേനോൻ: ഒന്നുമില്ല. നേർത്തെ, പറഞ്ഞ കാര്യത്തിൽ എനിക്ക് ഒന്നുകൂടി പറവാനുണ്ട്. അടിയന്തിരമായി ഗോവിന്ദൻകുട്ടിയോട് ഒന്നു പറവാനുണ്ട്

ഗോവിന്ദൻകുട്ടിമേനോനെ വിളിച്ച് അടുക്കെ നിർത്തി.

പഞ്ചുമേനോൻ: കുട്ടനോട് ഞാൻ ഇന്നലെ ഇന്ദുലേഖയുടെ ഒരു സംബന്ധത്തെക്കുറിച്ചു പറഞ്ഞില്ലെ, അതിന്റെ കാര്യംകൊണ്ടു കേശവൻനമ്പൂതിരിയോടു നിന്റെ മുമ്പാകെ എനിക്ക് ഒന്നുകൂടി പറവാനുണ്ട്. ഇന്ദുലേഖയെ ഞാൻ മാധവനു കൊടുക്കയില്ലെന്നു മാത്രമേ സത്യം ചെയ്തിട്ടുള്ളൂ. നമ്പൂതിരപ്പാട്ടിലേക്കു കൊടുക്കുമെന്നു ഞാൻ പറഞ്ഞിട്ടില്ല. നമ്പൂതിരിപ്പാട്ടിനു വന്നുകണ്ട് അവൾക്ക് ബോദ്ധ്യപ്പെട്ടാൽ മാത്രം ഈ സംബന്ധം നടത്തുന്നതല്ലാതെ ഇന്ദുലേഖയുടെ മനസ്സിനു വിരോധമായി നമ്പൂതിരിപ്പാടെക്കൊണ്ടുതന്നെ സംബന്ധം നടത്താൻ ഞാൻ ആളല്ലെന്നു മുമ്പെതന്നെ ഞാൻ കേശ

വൻനമ്പൂതിരിയെ അറിയിച്ചിട്ടുള്ളതാണ്. അതുകൊണ്ടു കാര്യം നടന്നില്ലെങ്കിൽ ഞാൻ നമ്പൂതിരിപ്പാട്ടിലേക്ക് ഉത്തരവാദിയല്ലേ. ഇതു ഞാൻ ഇപ്പോൾ തന്നെ പറയുന്നു- കുട്ടന്റെ മുമ്പാകെ പറയുന്നു.

കേശവൻനമ്പൂതിരി: സകലതിനും ഞാൻ ഉത്തരവാദി. നമ്പൂതിരിപ്പാട് ഇവിടെ എത്തേണ്ട താമസം, അത്രേ എനിക്കു തോന്നീട്ടുള്ളൂ.

ഇങ്ങനെ പറഞ്ഞതു കേട്ടു സന്തോഷത്തോടുകൂടി വൃദ്ധൻ പിന്നെയും കുളിപ്പാൻ പോയി.

ഗോവിന്ദൻകുട്ടിമേനോൻ: (കേശവൻനമ്പൂതിരിയോട്) നേരം ഒന്നരമണിയായല്ലൊ. എന്തിനാണ് തിരുമനസ്സിന് ഇങ്ങനെ പട്ടിണികിടക്കുന്നത്?

കേശവൻനമ്പൂതിരി: ഇല്ല, ഇപ്പൊഴെത്തും. അതാ കേൾക്കുന്നു ഒരു മുഴക്കം- ഇല്ലേ?

ഗോവിന്ദൻകുട്ടിമേനോൻ: ഉണ്ട്

എന്നു പറഞ്ഞു ഗോവിന്ദൻകുട്ടിമേനോൻ അകത്തേക്കു പോയി.

അപ്പോൾ അവിടെ ഉണ്ടായ ഒരു ഘോഷത്തെക്കുറിച്ചു പറയുവാൻ പ്രയാസം. പല്ലക്കിന് എട്ടാൾ, മഞ്ചലിന് ആറാൾ, എടുത്തു വരുന്നവരും മാറ്റിക്കൊടുപ്പാൻ ഒന്നിച്ചു നടക്കുന്നവനും ഒന്നായിട്ടു മൂളണം എന്നാണു കല്പന. പതിന്നാൽപേർകൂടി ഒരു ശബ്ദത്തിൽ മൂളാൻ; രണ്ടുനാലാൾ മുമ്പിൽ നിന്നു ഹെ-ഹൂ-ഫോ-ഹൂ-ഹൂ- എന്ന ചില ശബ്ദങ്ങൾ. ഈ നിലവിളി നമ്പൂതിപ്പാട്ടിലേക്കുള്ള രാജചിഹ്നമാണത്രെ. ഇങ്ങനെ ഘോഷത്തോടുകൂടിയാണ് പല്ലക്കു മിറ്റത്ത് എത്തിയത്. ചെറുശ്ശേരിനമ്പൂതിരി പടിക്കൽ നിന്നുതന്നെ മഞ്ചലിൽ നിന്ന് എറങ്ങി. എങ്കിലും ആ മഞ്ചൽക്കാരും മിറ്റത്തോളം മൂളിക്കൊണ്ടുതന്നെ വന്നു. പഞ്ചുമേനോന്റെ താറവാട്ടുവീട്ടിലും സ്വന്തമാളികയിലും താമസിക്കുന്ന ആബാലവൃദ്ധം (ഇന്ദുലേഖയും ഗോവിന്ദൻകുട്ടിമേനോനും ഒഴികെ) ഒരു പടയോ മറ്റോ വരുമ്പോൾ ഉള്ള തിരക്കുപോലെ തിരക്കി. ഓരോ ദിക്കിൽ ഓരോരുത്തർക്കും കഴിയുമ്പോലെയും കിട്ടുമ്പോലെയും ഉള്ള സ്ഥലത്തുനിന്നു കണ്ണു പറിക്കാതെ ഈ വരവു നോക്കിത്തന്നെ നിന്നുപോയി. വീട്ടിലുള്ള സ്ത്രീകൾ മാളികകളുടെ മുകളിലുള്ള ജാലകങ്ങളിൽകൂടി തിക്കിത്തിരക്കീട്ട് അങ്ങനെ, പുരുഷന്മാർ, യജമാനൻമാർ സകലവും ബദ്ധപ്പെട്ട് ഉണ്ണാതെ എതിരേല്ക്കാൻ വന്നു. പഞ്ചുമേനോനെ മുൻനിർത്തി പൂമുഖത്ത് ഒരു തിരക്ക്; കേശവൻ നമ്പൂരിയെ എതിരേറ്റു പല്ലക്കിൽ നിന്ന് എറക്കുവാൻ മിറ്റത്ത് എറങ്ങിനിന്നുകൊണ്ട് കാര്യ

സ്ഥൻമാർ, ഭൃത്യവർഗ്ഗങ്ങൾ മിറ്റത്തു തിക്കിയും തിരക്കിയും അടുക്കളപ്പണിക്കാർ അടുക്കളയിലെ ജാലകങ്ങളിൽകൂടിയും ചുവരിൽ ഉള്ള ചില ദ്വാരങ്ങളിൽക്കൂടിയും കണ്ണുമാത്രം പുറത്താക്കിയിട്ട് അങ്ങനെ; വൃഷളിവർഗ്ഗം ചില വാഴകൾ മറഞ്ഞിട്ടും വേലി മറഞ്ഞിട്ടും എത്തിനോക്കികൊണ്ടും അങ്ങനെ; ഈ ആഘോഷശബ്ദവും ആട്ടും വിളിയും കേട്ട് ഈട്ടുപുരയിൽ ഊണുകഴിച്ചു വെയിൽ താണിട്ടു പുറപ്പെടാൻ നിശ്ചയിച്ചു കിടന്നുറങ്ങുന്ന വഴിയാത്രക്കാർ ബ്രാഹ്മണർ ആസകലവും ഞെട്ടി ഉണർന്ന് ഓടി കൊളുത്തുവക്കത്തും പടിയിലും കയറി ഇരിക്കാൻ പാടുള്ള സകല സ്ഥലങ്ങളിലും വഴിക്കുടുമയും കെട്ടിക്കൊണ്ട് എന്നഡാ ഇത് ആരഡാ ഇത്- ഭൂകമ്പമായിരിക്കെ, ഇങ്ങനെ ചോദിച്ചുകൊണ്ട് ഒരു തെരക്ക് അങ്ങനെ- എന്നുവേണ്ട ചെമ്പാഴിയോട്ടു പൂവള്ളിവീട്ടിന്നു സമീപവാസികളായ എല്ലാവരും ഭൂകമ്പം ഉണ്ടായാൽ എങ്ങനെയോ അതുപോലെ ഒന്നു ഭ്രമിച്ചുപോയി. പല്ലക്കു മിറ്റത്ത് എത്തിയ ഉടനെ കേശവൻനമ്പൂരി അതിന്റെ വാതിൽ തുറന്നു. അപ്പോൾ അതിൽ നിന്ന് ഒരു സ്വർണ്ണവിഗ്രഹം പുറത്തേക്കു ചാടി, അതെ, സ്വർണ്ണവിഗ്രഹം- സ്വർണ്ണവിഗ്രഹം തന്നെ. തല മുഴുവൻ സ്വർണ്ണവർണ്ണത്തൊപ്പി, ശരീരം മുഴുവൻ സ്വർണ്ണവർണ്ണക്കുപ്പായം, ഉടുത്ത പട്ടക്കര മുഴുവൻ സ്വർണ്ണം, കാലിൽ സ്വർണ്ണക്കുമിഴുള്ള മെതിയടി, കൈവിരൽ പത്തിലും സ്വർണ്ണമോതിരങ്ങൾ, പോരാത്തതിനു സർവ്വം സ്വർണ്ണവർണ്ണമായ ഒരു തുപ്പട്ട കുപ്പായത്തിന്റെ മീതെ പൊതച്ചിട്ട്, കൈയിൽ കൂടക്കൂടെ നോക്കാൻ ചെറിയ ഒരു സ്വർണ്ണക്കൂടു കണ്ണാടി- സ്വർണ്ണം-സ്വർണ്ണം-സർവ്വം സ്വർണ്ണം! ഒന്നരമണി വെയിലിൽ നമ്പൂതിരപ്പാട് പല്ലക്കിൽ നിന്ന് എറങ്ങിനിന്നപ്പോൾ ഉണ്ടായ ഒരു പ്രഭയെക്കുറിച്ച് എന്താണു പറയേണ്ടത്, ഇദ്ദേഹം നിന്നതിന്റെ സമീപം ഒരുകോൽ വൃത്തത്തിൽ വെയിൽ സ്വർണ്ണപ്രഭയായി മഞ്ഞളിച്ചു തോന്നി. ഇതെല്ലാം കണ്ട ക്ഷണത്തിൽ പഞ്ചുമേനോന്റെ മനസ്സിൽ തോന്നിയത്, ഓ- ഹോ! കേശവൻ നമ്പൂരി പറഞ്ഞതു സൂക്ഷ്മംതന്നെ. ഇന്ദുലേഖ ഈ നമ്പൂതിരിയുടെ പിന്നാലെ ഓടും; ഓടും- സംശയമില്ല, സംശയമില്ല എന്നായിരുന്നു. പല്ലക്കിൽ നിന്ന് എറങ്ങിയ ഉടനെ അരനിമിഷനേരം ഈ സ്വർണ്ണപ്പകിട്ടിൽ മനുഷ്യരുടെ കണ്ണ് ഒന്നു മഞ്ഞളിച്ച് ആരും ഒന്നുംപറയാതെ നിന്നുപോയി. തന്റെ വേഷം കണ്ട് എല്ലാവരും ഭ്രമിച്ചുപോയി. എന്നു നിശ്ചയിച്ചു നമ്പൂതിരപ്പാടും വെറുതെ ആ വെയിലത്തുതന്നെ അരനിമിഷം നിന്നു. വെറുതെ നിന്നു എന്നു പറവാൻ പാടില്ല- പൂമുഖത്തെ വാതി

ലിൽക്കൂടി ഇന്ദുലേഖ അവിടെ എങ്ങാനും വന്നു നില്ക്കുന്നുണ്ടോ എന്നറിവാൻ രണ്ടുമൂന്നുപ്രാവശ്യം എത്തിനോക്കുന്നസമ്പ്രദായത്തിൽ താണുനോക്കി. ഉടനെ പഞ്ചുമേനോനും കേശവൻ നമ്പൂരിയും കൂടി കൈ താഴ്ത്തി വഴികാണിച്ചുംകൊണ്ട് ഈ സ്വർണ്ണവിഗ്രഹത്തെ പൂമുഖത്തിലേക്കു കൊണ്ടുപോയി അവിടെ തെയ്യാറാക്കി വെച്ചിരുന്നു വലിയ ഒരുകസാലയിന്മേൽ ഇരുത്തി......

നമ്പൂതിരപ്പാട്: പഞ്ചുവെ ഞാൻ കേട്ടറിയും.

പഞ്ചുമേനോൻ: ഇവിടെ എഴുന്നെള്ളിയത് അടിയന്റെ ഭാഗ്യം.

നമ്പൂതിരിപ്പാട്: കറുത്തേടം ഇരിക്കൂ- ചെറുശ്ശേരി എവിടെ?

ചെറുശ്ശേരിനമ്പൂതിരി: ഞാൻ ഇവിടെ ഉണ്ട്.

നമ്പൂതിരിപ്പാട്:ഇരിക്കൂ-ഇരിക്കൂ,വിരോധമില്ല. ഇരിക്കൂ- ഇരുന്നോളൂ.

ചെറുശ്ശേരി നമ്പൂതിരി: ഇരിക്കാം.എന്താണ്, താടി കളയിച്ച മലവാരസംഗതിയോ എന്നു ചെറുശ്ശേരി വിചാരിച്ച് ഉള്ളിൽ ചിരിച്ചു.

പഞ്ചുമേനോൻ: കാര്യങ്ങളുടെ തിരക്കായിരിക്കും എന്ന് അപ്പോൾ തന്നെ ഇവിടെ അടിയൻ ഓർത്തിരിക്കുന്നു.

കേശവൻനമ്പൂതിരി: ഞാൻ പറഞ്ഞില്ലേ?-

പഞ്ചുമേനോൻ: എനി നീരാട്ടുകുളിക്കു താമസിക്കേണ്ട എന്നു തോന്നുന്നു. പ്രാതലമറേത്തു വളരെ നേർത്തെ കഴിഞ്ഞതല്ലേ.

കേശവൻനമ്പൂതിരി: കുളിക്കാൻ താമസമില്ലായിരിക്കും.

നമ്പൂതിരിപ്പാട്: ഓ-ഹോ! കറുത്തേടം കുളി കഴിഞ്ഞില്ലെന്നു തോന്നുന്നു.

കേശവൻനമ്പൂതിരി: ഇല്ല

നമ്പൂതിരിപ്പാട്: എന്നാൽ ഇനി നോക്കു കുളിക്കാൻ പോവുക എന്നു പറഞ്ഞ് എല്ലാവരും കൂടി പുറപ്പെട്ടു.

നമ്പൂതിരിപ്പാട് പൂമുഖത്ത് ഇരിക്കുന്ന മദ്ധ്യേ ഒരു ഏഴെട്ടു പ്രാവശ്യം അകത്തേക്ക് എത്തിനോക്കിയിരിക്കുന്നു. അപ്പോൾ കണ്ടതിൽ ഒന്നോ രണ്ടോ ആളെ ഇന്ദുലേഖയാണോ എന്നു ശങ്കിച്ചിട്ടും ഉണ്ട്. എല്ലാവരും കുളിപ്പാൻ പോയശേഷം പഞ്ചുമേനോൻ അകത്തുവന്ന് ഉണ്ണാനിരുന്നു.

പഞ്ചുമേനോൻ: (ഭാര്യയോട്) നമ്പൂരിപ്പാടു വലിയ കേമൻതന്നെ.

കുഞ്ഞിക്കുട്ടിഅമ്മ: ഞാൻ ഇങ്ങനെ ഒരാളെ ഇതുവരെ കണ്ടിട്ടില്ലാ. ഇന്ദുലേഖയുടെ ജാതകം ഒരു ജാതകമാണ്. ഇന്നാൾ ആ പണിക്കരു നോക്കി പ്പറഞ്ഞത് ഒത്തു. ഉടനെ അതികേമനായി ഒരു

ഭർത്താവ് ഉണ്ടാകും എന്നു പറഞ്ഞിരിക്കുന്നു.

പഞ്ചുമേനോൻ: ഇന്ദുലേഖ നമ്പൂരിപ്പാട്ടിലെ കണ്ടുവോ- താഴത്തുണ്ടായിരുന്നുവോ?

കുഞ്ഞിക്കുട്ടിഅമ്മ: താഴത്തു വന്നിട്ടില്ല. മുകളിൽ നിന്നു നോക്കീട്ടുണ്ടായിരിക്കണം.

പഞ്ചുമേനോൻ: നീ അന്വേഷിക്കണം. ലക്ഷ്മിക്കുട്ടി കണ്ടുവോ?

കുഞ്ഞിക്കുട്ടിഅമ്മ: കണ്ടു. അവൾ എന്റെ കൂടെ കുറേനേരം അകത്തുനിന്നു നോക്കിയിരുന്നു. പിന്നെ അവളുടെ അറയിലേക്കുപോയി.

പഞ്ചുമേനോൻ: ഈ സംബന്ധം നടക്കും നിശ്ചയം തന്നെ.

കുഞ്ഞിക്കുട്ടിഅമ്മ: ഈ സംബന്ധം നടന്നില്ലെങ്കിൽ ഞങ്ങളുടെ പുണ്യക്ഷയം.

പഞ്ചുമേനോൻ: നടക്കും എന്നു തന്നെ എനിക്കു തോന്നുന്നു.

കുഞ്ഞിക്കുട്ടിഅമ്മ: നടക്കുന്നില്ലെങ്കിൽ ഇതിൽപരം ഒരു കഷ്ടം എനി ഞങ്ങൾക്കു വരേണ്ടതില്ല.

പഞ്ചുമേനോൻ: എനിക്ക് ഒരു സംശയമില്ല- നടക്കും.

കുഞ്ഞിക്കുട്ടിഅമ്മ: എനിക്കും അശേഷം സംശയമില്ല. അത്ര ബുദ്ധിയില്ലാത്ത പെണ്ണല്ല ഇന്ദുലേഖ.

പഞ്ചുമേനോൻ: ആട്ടെ- ഉടനെ അറിയാം. ഇന്ദുലേഖ നിശ്ചയമായി സമ്മതിക്കും എന്നുതന്നെ എനിക്ക് ഉറപ്പായി തോന്നുന്നു. നീ വേഗം പോയി ഇന്ദുലേഖയുമായി ഒന്നു സംസാരിച്ചു നോക്കു... എന്നാൽ ഏതാണ്ട് അറിയാം.

കുഞ്ഞിക്കുട്ടിഅമ്മ: ഞാൻ ഇതാ പോണു.

മദിരാശിയിൽ നിന്ന് ഒരു കത്ത്

പഞ്ചുമേനോൻ ഊണുകഴിഞ്ഞ ഉടനെ ഇന്ദുലേഖ നമ്പൂരിപ്പാട്ടിലെ കണ്ടുവോ എന്നറിവാൻ കുഞ്ഞിക്കുട്ടിഅമ്മ ഇന്ദുലേഖയുടെ മാളികമേൽ പോയി. ചെല്ലുമ്പോൾ ഇന്ദുലേഖ ഒരു തൊപ്പി തുന്നിക്കൊണ്ടു ചാരുപടിയിൽ ഇരിക്കുന്നു. മുത്തശ്ശിയെ കണ്ട ഉടനെ എഴുന്നേറ്റ് അടുക്കെ ചെന്നു. മുത്തശ്ശി ഇന്ദുലേഖയെ പിടിച്ചു മാറോടു ചേർത്തു മൂർദ്ധാവിൽ ചുംബിച്ചു കൊണ്ടു പറയുന്നു.

കുഞ്ഞക്കുട്ടിഅമ്മ: മകളേ, നിണക്ക് എല്ലാ ഭാഗ്യവും തികഞ്ഞു വന്നു. എഴുന്നെള്ളത്തു കണ്ടില്ലേ?

ഇന്ദുലേഖ: എന്താണ്, ഇന്ന് അമ്പലത്തിൽ ഉത്സവമുണ്ടായിരു

ന്നുവോ? എന്നാൽ എന്തേ മുത്തശ്ശി എന്നെ വിളിക്കാത്തത്? ആന എത്ര ഉണ്ടായിരുന്നു? വാദ്യം ഒന്നും കേട്ടില്ലല്ലൊ.

കുഞ്ഞുക്കുട്ടിഅമ്മ: അമ്പലത്തിലെ എഴുന്നെള്ളത്തല്ല . നമ്പൂരിപ്പാട്ടിലെ എഴുന്നെള്ളത്ത്.

ഇന്ദുലേഖ: (മുഖപ്രസാദം കേവലം വിട്ടു വലിയമ്മയുടെ ആലിംഗനത്തിൽ നിന്നു വേറായി നിന്നിട്ട്) ഞാൻ കണ്ടില്ല.

കുഞ്ഞിക്കുട്ടിഅമ്മ: നീ മുകളിൽ വാതിൽ അടച്ചു തുന്നക്കാരുടെ പണിയും എടുത്തു കാത്തിരുന്നാൽ കാണുമോ? നമ്പൂരിപ്പാട്ടിലെ കാണേണ്ടതാണ്- മഹാ സുന്ദരൻതന്നെ. ഉടുപ്പും കുപ്പായവും എല്ലാം പൊന്നുകൊണ്ടു കട്ടിയായിട്ടാണ്. എനിക്ക് അറുപതു വയസ്സായി മകളേ, ഞാൻ ഇതുവരെ ഇങ്ങനെ ഒരാളെയും കണ്ടിട്ടില്ല. അമറേത്തിനു പോയിരിക്കുന്നു- കഴിഞ്ഞ ഉടനെ വരും. നിന്നെ കാണാൻ മുകളിൽ വരുമെന്നു തോന്നുന്നു. ഇന്നാൾ ഇവിടെ വന്ന ചെറുശ്ശേരി നമ്പൂരിയും കൂടെ വന്നിട്ടുണ്ട്. അദ്ദേഹം നമ്പൂരിപ്പാട്ടിലെ മുമ്പിൽ ഇരിക്കാൻ കൂടി മടിക്കുന്നു. നമ്പൂരിപ്പാട്ടിലെ അവസ്ഥ പറഞ്ഞുകൂടാ. മനയ്ക്കൽ ആനച്ചങ്ങലകൂടി പൊന്നുകൊണ്ടാണത്രേ. ഇതിന്റെ മുകളിൽ ഒക്കെ വെടിപ്പുണ്ടായിരിക്കണേ അദ്ദേഹം വരുമ്പോൾ.

ഇന്ദുലേഖ: ഇതിന്റെ മുകളിൽ വെടുപ്പുകേട് ഒരിക്കലും ഉണ്ടാവില്ല. എന്തിനാണ് അദ്ദേഹം ഇതിന്റെ മുകളിൽ വരുന്നത്- എന്നെ കാണേണ്ട ആവശ്യം എന്താണ് അദ്ദേഹത്തിന്ന്?

കുഞ്ഞിക്കുട്ടിഅമ്മ: അദ്ദേഹം മറ്റെന്താവശ്യത്തിന്നു നുമ്മളുടെ വീട്ടിൽ എഴുന്നെള്ളുന്നു? എന്റെ മകളുടെ വർത്തമാനം കേട്ടിട്ടു വന്നതാണ്. മകളേ വളരെ നന്നായിട്ടെല്ലാം സംസാരിക്കണേ. എന്റെ മകൾക്കു വലിയ ഭർത്താവ് വന്നുകാണണമെന്നു ഞാൻ എത്ര കാലമായി കൊതിച്ചിരിക്കുന്നു. ഇപ്പോൾ എനിക്ക് അതു സംഗതി വന്നു. ഇതുപോലെ എനി എന്റെ കുട്ടിക്ക് ഒരു ഭാഗ്യം വരാനില്ല. പെണ്ണുങ്ങൾ നന്നായിത്തീർന്നാൽ അവരുടെ തറവാടു നന്നാക്കണം. നല്ല ഭർത്താവിനെ എടുക്കണം. പണം തന്നെയാണു മകളേ കാര്യം. പണത്തിനു മീതെ ഒന്നുമില്ല, ഞാൻ കുട്ടിയിൽ കണ്ടാൽ നന്നായിരുന്നു. എത്രയോ സുന്ദരന്മാരായ ആണുങ്ങൾ എനിക്കും സംബന്ധം തുടങ്ങാൻ ആവശ്യപ്പെട്ടു. എന്റെ അച്ഛനും അമ്മയും അതൊന്നും സമ്മതിച്ചില്ല. ഒടുവിൽ നിന്റെ വലിയച്ഛന് എന്നെ കൊടുത്തു. ഞാനായിട്ട് നുമ്മളെ വീട്ടിൽ നാലു കാശു സമ്പാദിച്ചു. നുമ്മൾക്കു സുഖമായി കഴിവാൻ മാത്രം സമ്പാദിച്ചു. മകളേ, ലക്ഷ്മിക്കുട്ടിക്കു ഭാഗ്യമില്ലാതെ പോയി. നിന്റെ അച്ഛൻ കുറെക്കാലം കൂടി ഇരുന്നി

രുന്നെങ്കിൽ. നുമ്മൾ ഇന്നു വലിയ പണക്കാരായിപ്പോയിരുന്നു. എന്തുചെയ്യും! അതിനൊന്നും ഭാഗ്യമില്ലാ. നുമ്മളെ തറവാട്ടിൽ പെങ്കുട്ടികൾ എല്ലായ്പോഴും നന്നായിട്ടേ തീരാറുള്ളൂ. എന്റെ മകളെപ്പോലെ ഇത്ര നന്നായിട്ട് ഇതുവരെ ആരും തീർന്നിട്ടില്ല. നിണക്ക് ഇപ്പോൾ വന്ന ഭർത്താവിനെപ്പോലെ നന്നായിട്ട് ഒരു സംബന്ധവും ഇതുവരെ നുമ്മളെ തറവാട്ടിൽ ഉണ്ടായിട്ടില്ല. അതുകൊണ്ടാണ് ഭാഗ്യം എന്നു പറഞ്ഞത്.

ഇന്ദുലേഖ: അല്ല– നമ്പൂരിപ്പാട് എനിക്കു സംബന്ധം തുടങ്ങിക്കഴിഞ്ഞുവോ? ഞാൻ ഇത് അറിഞ്ഞില്ലല്ലോ.

കുഞ്ഞിക്കുട്ടിഅമ്മ: എനി സംബന്ധം കഴിഞ്ഞപോലെതന്നെ. ഇത്ര വലിയ ആൾ ഇവിടെ ഇത്രനാളായിട്ടു വന്നിട്ട് എനി സംബന്ധം കഴിയാതെ പോവുമോ? എന്താ, എന്റെ മകൾക്കു ഭ്രാന്തുണ്ടോ? ഈ നമ്പൂരിപ്പാടു സംബന്ധം തുടങ്ങീട്ടില്ലെങ്കിൽ പിന്നെ ആരു തുടങ്ങും?

ഇന്ദുലേഖ: ശരി– മുത്തശ്ശി പറഞ്ഞത് എല്ലാം ശരി. ഞാൻ കുറെ കിടന്നുറങ്ങട്ടെ.

കുഞ്ഞിക്കുട്ടിഅമ്മ: പകൽ ഉറങ്ങരുത് മകളേ, ഞാൻ ആ പച്ചക്കല്ലുതാലക്കൂട്ടവും കല്ലുവെച്ച തോടകളും എടുത്തുകൊണ്ടുവരട്ടെ. നമ്പൂരിപ്പാട് ഇതിന്റെ മുകളിൽ എഴുന്നെള്ളുമ്പോൾ എന്റെ മകൾ അതെല്ലാം അണിഞ്ഞിട്ടുവേണം അദ്ദേഹത്തെ കാണാൻ, ഞാൻ വേഗം എടുത്തു കൊണ്ടു വരാം.

ഇന്ദുലേഖ: വേണ്ട, ഞാൻ യാതൊരു സാധനവും കെട്ടുകയില്ല. നിശ്ചയംതന്നെ. എനിക്ക് അസാരം ഉറങ്ങിയേ കഴിയുള്ളൂ.

കുഞ്ഞുക്കുട്ടിഅമ്മ: എന്റെ മകൾ കെട്ടിയാലും കെട്ടിയില്ലെങ്കിലും ശരി, എന്റെ മകൾക്ക് ആഭരണവും ഒന്നും വേണ്ട. നമ്പൂരിപ്പാടു വരുമ്പോൾ നല്ല സന്തോഷമായിട്ടെല്ലാം പറഞ്ഞ് അദ്ദേഹത്തിനു നല്ല സ്നേഹം തോന്നിക്കണേ. എന്നുപറഞ്ഞ് കുഞ്ഞിക്കുട്ടിഅമ്മ താഴത്തേക്ക് എറങ്ങിപ്പോയ ഉടനെ ലക്ഷ്മിക്കുട്ടിഅമ്മ മുകളിലേക്കു കയറിവന്നു. ഇന്ദുലേഖയും ലക്ഷ്മിക്കുട്ടി അമ്മയും അന്യോന്യം മുഖത്തു നോക്കി ചിരിച്ചു.

ലക്ഷ്മിക്കുട്ടിഅമ്മ: നമ്പൂരിപ്പാട്ടിലെ വരവു ബഹുഘോഷമായി. ആൾ മഹാ വിഡ്ഢിയാണെന്നു തോന്നുന്നു. ഇതിന്റെ മുകളിലേക്കു വരവുണ്ടാവും.

ഇന്ദുലേഖ: വരട്ടെ

ലക്ഷ്മിക്കുട്ടിഅമ്മ: ബാന്ധവിക്കണം എന്നു പറയും.

ഇന്ദുലേഖ: ആരെ?

ലക്ഷ്മിക്കുട്ടിഅമ്മ: നിന്നെ.

ഇന്ദുലേഖ: വന്നുകയറിയ ഉടനെയോ?

ലക്ഷ്മിക്കുട്ടിഅമ്മ: (ചിരിച്ചുംകൊണ്ട്) ഒരു സമയം ഉടനെ തന്നെ പറയും എന്നു തോന്നുന്നു.

ഇന്ദുലേഖ: അങ്ങനെ പറഞ്ഞാൽ അതിന് ഉത്തരം എന്റെ ദാസി അമ്മു പറഞ്ഞോളും.

ലക്ഷ്മിക്കുട്ടിഅമ്മ: മാധവൻ കൂടി ഇപ്പോൾ ഇവിടെ ഉണ്ടായിരുന്നാൽ നല്ല നേരം പോക്കായിരുന്നു.

മാധവൻ എന്ന ശബ്ദമാത്രശ്രവണത്തിൽ ഇന്ദുലേഖയുടെ മുഖത്ത് പ്രത്യക്ഷമായുണ്ടായ വികാരഭേദങ്ങളെ കണ്ടിട്ട്.

ലക്ഷ്മിക്കുട്ടിഅമ്മ: ഓ– ഹോ! എന്റെ കുട്ടീ, നിന്റെ പ്രാണൻ ഇപ്പോൾ മദിരാശിയിൽത്തന്നെയാണ്, സംശയമില്ല, നിണക്ക് ഇങ്ങനെ ഇരിക്കുന്നതിൽ മനസ്സിനു വളരെ സുഖക്കേടുണ്ടെന്നു തോന്നുന്നു. ആട്ടെ, ദൈവം ഉടനെ എല്ലാം ഗുണമായി വരുത്തും.

ഇന്ദുലേഖ: മനസ്സിനു സുഖക്കേട് അധികമായിട്ടൊന്നുമില്ല. മദിരാശി വർത്തമാനം ഒന്നും ഇല്ലല്ലോ?

ലക്ഷ്മിക്കുട്ടിഅമ്മ: ഗോവിന്ദൻകുട്ടി വിശേഷിച്ച് ഒന്നും പറഞ്ഞില്ല.

ഇന്ദുലേഖ: ചെറുശ്ശേരി നമ്പൂതിരി വന്നിട്ടുണ്ടോ?

ലക്ഷ്മിക്കുട്ടിഅമ്മ: ഉണ്ട്. അദ്ദേഹവും ഉണ്ണാൻ പോയിരിക്കുന്നു. ഞാൻ പോണു. നമ്പൂരിപ്പാടുമായി യുദ്ധത്തിന് ഒരുങ്ങിക്കോളൂ.

എന്നു പറഞ്ഞു ലക്ഷ്മിക്കുട്ടി അമ്മ താഴത്തേക്കു പോയി.

ചെറുശ്ശേരിനമ്പൂരി വന്നിട്ടുണ്ടെന്നു കേട്ടത് ഇന്ദുലേഖയ്ക്കു വളരെ സന്തോഷമായി. തമ്മിൽ അഞ്ചാറു ദിവസത്തെ പരിചയമേ ഉണ്ടായിട്ടുള്ളൂ. എങ്കിലും ഇന്ദുലേഖയ്ക്കും മാധവനും ഈ നമ്പൂരി അതിസമർത്ഥനും രസികനും ആണെന്നു ബോധിച്ചിട്ടുണ്ടായിരുന്നു. എന്നാൽ ഇപ്പോൾ ഇന്ദുലേഖയ്ക്ക് അല്പം ഒരു സുഖക്കേടും തോന്നി. അന്നു ചെറുശ്ശേരി നമ്പൂരിയെ കണ്ടപ്പോൾ മാധവൻ തന്റെ കൂടെ ഉണ്ടായിരുന്നു. താനും മാധവനും തമ്മിൽ ഉണ്ടായിവരാൻ പോവുന്ന സ്ഥിതിയെ ഇദ്ദേഹം നല്ലവണ്ണം അറിഞ്ഞിട്ടും അതിൽ ഇദ്ദേഹം സന്തോഷിച്ചിട്ടും ഉണ്ടെന്ന് ഇന്ദുലേഖയ്ക്കറിവുണ്ട്. ഈ നമ്പൂരിപ്പാട് ഇപ്പോൾ ഉദ്ദേശിച്ചുവന്ന കാര്യവും ഇയ്യാൾക്കു മനസ്സിലാവാതിരിപ്പാൻ പാടില്ല. ഇതിൽ നമ്പൂരിക്കു തന്റെ മേൽ ഒരു പുഛ്ചം തോന്നുമല്ലോ എന്നു വിചാരിച്ചിട്ടാണു സുഖക്കേടുണ്ടാ

യത്. നമ്പൂരിപ്പാട് ഉദ്ദേശിച്ചുവന്ന കാര്യത്തിന്റെ തീർച്ചയിൽ ഈ പുച്ഛം തീരുമെന്നു താൻതന്നെ സമാധാനിച്ച് അകായിൽ പോയി ഉറങ്ങാൻ ഭാവിച്ചു കിടന്നു.

ഒരു നാലെട്ടുനിമിഷം കഴിഞ്ഞപ്പോൾ തന്റെ ദാസി അമ്മു ഒരു കടലാസ്സും കൈയിൽ പിടിച്ചു. കയറിവരുന്നതുകണ്ടു.

ഇന്ദുലേഖ: എന്താ അമ്മു അത്?

അമ്മു: ഇത് എഴുത്താണ്- മദിരാശിയിൽ നിന്നു വന്നതാണ്. കുട്ടൻ മേനവൻ യജമാനൻ ഇവിടെ കൊണ്ടുവന്നു തരാൻ പറഞ്ഞു.

എന്നു പറഞ്ഞ് എഴുത്ത് ഇന്ദുലേഖയുടെ വശം കൊടുത്തു.

ഇന്ദുലേഖ കുറെ ഭ്രമത്തോടെ എഴുത്തുവാങ്ങി എഴുന്നേറ്റു വായിച്ചു. രണ്ടെഴുത്തുകൾ ഉണ്ടായിരുന്നു. ഒന്നു തുറന്നിരിക്കുന്നു. അതിന്റെ തർജ്ജമ താഴെ എഴുതുന്നു.

കുട്ടൻ ഇവിടെനിന്നുപോയ ദിവസം രാത്രി എട്ടുമണിക്ക് എന്നെ സിക്രട്ടേറ്റിൽ നിശ്ചയിച്ചതായി ഗിൽഹാം സായ്‌വിന്റെ ഒരു കത്തു കിട്ടി. ഞാൻ ഇന്ന് ഉദ്യോഗത്തിൽ പ്രവേശിപ്പിച്ചു. കുട്ടനും മറ്റു സുഖക്കേട് ഒന്നും ഇല്ലായിരിക്കും. ഞാൻ മറ്റെന്നാളത്തെയോ നാന്നാളത്തെയോ വണ്ടിക്ക് ഒരാഴ്ച കല്പന എടുത്ത് അങ്ങോട്ടുവരും. ഇതിൽ അടക്കം ചെയ്ത എഴുത്തുകൾ അച്ഛനും മാധവിക്കും കൊടുപ്പാനപേക്ഷ.

ഇതു വായിച്ച ഉടനേ ഇന്ദുലേഖയ്ക്കുണ്ടായ ഒരു സന്തോഷം ഞാൻ എങ്ങിനെ എഴുതി അറിയിക്കുന്നു-പ്രയാസം. സന്തോഷാശ്രു താനോ കണ്ണിൽ നിറഞ്ഞു. പിന്നെ തനിക്കുള്ള എഴുത്തു പൊളിച്ചു വായിച്ചു. ആ എഴുത്തു ഞാൻ പരസ്യമാക്കാൻ വിചാരിക്കുന്നില്ല. ഇന്ദുലേഖ ആ എഴുത്തിനെ വായിച്ചശേഷം ചില ഗോഷ്ടി കാണിച്ചതും എഴുതണ്ടാ എന്നാണു ഞാൻ ആദ്യം വിചാരിച്ചത്. പിന്നെ ആലോചിച്ചതിൽ ഇന്ദുലേഖയോടുള്ള ഇഷ്ടം നിമിത്തം കഥ ശരിയായി പറയാതിരിക്കുന്നത് വിഹിതമല്ലെന്ന് അഭിപ്രായപ്പെടുന്നതിനാൽ എഴുതാൻ തന്നെ നിശ്ചിയിക്കുന്നു. മാധവന്റെ എഴുത്തുവായിച്ചശേഷം ആ എഴുത്തിനെ രണ്ടു നാലു പ്രാവശ്യം ഇന്ദുലേഖ ചുംബിച്ചു. താക്കോൽ എടുത്ത് എഴുത്തുപെട്ടി തുറന്നു രണ്ടു കത്തുകളും അതിൽ വെച്ചു പൂട്ടി പുറത്തേക്കു വന്നു. ഗോവിന്ദൻകുട്ടിമേനോൻ ചായ കുടിച്ചുവോ എന്നറിഞ്ഞുവരാൻ അമ്മുവെ പറഞ്ഞയച്ചു. അമ്മു ഗോവിന്ദൻകുട്ടിമേനോന്റെ അറയിൽ പോയി അന്വേഷിച്ചു. ചായ കുടിച്ചു എന്നു ഗോവിന്ദൻകുട്ടിമേനോൻ മറുവടി പറഞ്ഞു. ഞാൻ അങ്ങട്ടു വരുന്നു എന്ന് ഇന്ദുലേഖയോടു പറ,

എന്നും പറഞ്ഞയച്ചു.

ലക്ഷ്മിക്കുട്ടിഅമ്മ മാധവന് ഉദ്യോഗമായ വിവരം ഗോവിന്ദൻകുട്ടിമേനോൻ പറഞ്ഞുകേട്ട സന്തോഷത്തോടുകൂടി മുകളിലേക്കു കയറിവന്ന് ഇന്ദുലേഖയെ കണ്ടു. മകളുടെ അപ്പോഴത്തെ ഒരു സന്തോഷം കണ്ടതിൽ തനിക്കും വളരെ സന്തോഷമായി.

ലക്ഷ്മിക്കുട്ടിഅമ്മ: ജയിച്ചു- ഇല്ലേ?

ഇന്ദുലേഖ: ഈശ്വരാധീനം- ഇത്രവേഗം ഉദ്യോഗമായത്.

ലക്ഷ്മിക്കുട്ടിഅമ്മ: അപ്പോൾ ശപഥമോ?

ഇന്ദുലേഖ: അത് ഇരിക്കട്ടേ. ഞാൻ എനി ഉടനേ മദിരാശിക്കു പോവും അമ്മ- അമ്മക്കു വിരോധമില്ലല്ലോ?

ലക്ഷ്മിക്കുട്ടിഅമ്മ: എന്റെ മകൾ മാധവനോടുകൂടെ ഏതു ദിക്കിൽ പോയാലും എനിക്കു വിരോധമില്ല. സാധുക്കളേ, നിങ്ങൾ രണ്ടു പേരും എത്ര ദിവസമായി കുഴങ്ങുന്നു! എങ്കിലും അച്ഛന് ഒരു മുഷിച്ചിലിന് എടയാവുമല്ലോ എന്ന് ഒരു ഭയം.

ഇന്ദുലേഖ: അതിൽ അമ്മയ്ക്കു വിഷാദം വേണ്ടാ. വലിയച്ഛൻ മഹാശുദ്ധനാണ്. എന്നെ ബഹുവാത്സല്യമാണ്. ഞാൻ കാൽക്കൽ വീണു കരഞ്ഞാൽ എനിക്കുവേണ്ടി അദ്ദേഹം ഞാൻ ചെയ്യുന്ന ന്യായമായ അപേക്ഷയെ സ്വീകരിക്കാതെ ഇരിക്കുകയില്ല- എനിക്ക് അതു നല്ല ഉറപ്പുണ്ട്.

ഇങ്ങനെ അവർ സംസാരിച്ചുകൊണ്ടിരിക്കുമ്പോൾ മാധവന്റെ അമ്മ (പാർവ്വതിഅമ്മ) മുകളിലേക്കു കയറിവന്നു.

പാർവ്വതിഅമ്മ: എന്താ മകളെ, മാധവന് ഉദ്യോഗമായോ?

ഇന്ദുലേഖ: ആയി എന്ന് എഴുത്തുവന്നിരിക്കുന്നു.

പാർവ്വതിഅമ്മ: നിങ്ങളുടെ ഭാഗ്യം- ഇത്ര വേഗം നല്ലൊരു ഉദ്യോഗമായല്ലൊ. മാധവൻ എനിയും മദിരാശിയിൽത്തന്നെ പാർക്കണ്ടേ? അതുമാത്രം എനിക്കു സങ്കടം.

ഇന്ദുലേഖ: അധികം പാർക്കേണ്ടി വരികയില്ല. ഉടനെ അദ്ദേഹത്തിനു വലിയ ഉദ്യോഗമായി ഈ നാട്ടിലെങ്ങാനും വരാൻ ഇടയുണ്ട്.

പാർവ്വതിഅമ്മ: എന്നാൽ മതിയായിരുന്നു. ഈശ്വരാ! എത്രകാലമായി ഞാൻ എന്റെ കുട്ടിയെ പിരിഞ്ഞു പാർക്കുന്നു!

ഇന്ദുലേഖ: നിങ്ങൾക്ക് ഇനി മദിരാശി പോയി താമസിക്കാമല്ലൊ.

പാർവ്വതിഅമ്മ: ഞാൻ തന്നെയോ?

ഇന്ദുലേഖ: ഞാനും വരാം.

പാർവ്വതിഅമ്മ: ഈശ്വരാ! അങ്ങനെയായാൽ നന്നായിരുന്നു. അപ്പോഴെയ്ക്കു മാധവൻ വെറുതേ വല്യമ്മാമനുമായി ശണ്ഠ ഉണ്ടാക്കി വച്ചുവല്ലോ.

ഇന്ദുലേഖ: ആട്ടെ, നിങ്ങൾ എന്റെ കൂടെ വരുന്നുണ്ടോ?

പാർവ്വതിഅമ്മ: ഈശ്വരാ!– അങ്ങനെ ദൈവം സംഗതി വരുത്തട്ടെ. എന്നാൽ എന്റെ മകന് പിന്നെ ഒരു ഭാഗ്യവും വേണ്ട. അതിനിപ്പോൾ ഈ വിഷമമുണ്ടല്ലോ.

ഇങ്ങനെ അവർ സംസാരിച്ചുകൊണ്ടിരിക്കുമ്പോൾ ഗോവിന്ദൻകുട്ടിമേനോൻ കയറിവരുന്നതു കണ്ട്, ലക്ഷ്മിക്കുട്ടിഅമ്മയും പാർവ്വതിഅമ്മയും താഴത്തിറങ്ങിപ്പോയി. ഇന്ദുലേഖയുടെ മുഖത്തു പ്രത്യക്ഷമായിക്കണ്ട സന്തോഷത്തിൽ ഗോവിന്ദൻകുട്ടിമേനോനും വളരെ സന്തോഷമുണ്ടായി, അന്യോന്യം കുറെനേരം ഒന്നും മിണ്ടാതെനിന്നു.– പിന്നെ?

ഗോവിന്ദൻകുട്ടിമേനോൻ: ഇന്ദുലേഖ മദിരാശിയിലേക്കു പോവാൻ എല്ലാം ഒരുങ്ങിക്കോളൂ. മാധവൻ നാളെയോ മറ്റന്നാളോ പുറപ്പെടും എന്ന് എഴുതിക്കണ്ടില്ലേ?

ഇന്ദുലേഖ ഒന്നും പറയാതെ മുഖം താഴ്ത്തിക്കൊണ്ടും മുഖത്ത് ഇടയ്ക്കിടെ ചുവപ്പും വെളുപ്പുമായി വർണ്ണം മാറിക്കൊണ്ടും സന്തോഷത്തിൽ മുങ്ങിയും പൊങ്ങിയും നിന്നു. എന്നാൽ ഗോവിന്ദൻകുട്ടിമേനോനും വളരെ സന്തോഷം ഉണ്ടായി. എങ്കിലും അച്ഛന്റെ ശപഥത്തെ ഓർത്ത അല്പം ഒരു കുണ്ഠിതവും ഉണ്ടായിരുന്നു മാധവൻ പെണ്ണിനേയും കൊണ്ടുപോകുമെന്നുള്ളതിനു ഗോവിന്ദൻകുട്ടിമേനോനു ലേശവും സംശയമില്ല. അതുകൊണ്ട് ഇന്ദുലേഖയെ സംബന്ധിച്ചിടത്തോളം ഗോവിന്ദൻകുട്ടിമേനോന് ഒരു വ്യസനവുമുണ്ടായില്ല. എന്നാൽ വൃദ്ധനായ തന്റെ അച്ഛനെ സമ്മതിപ്പിച്ചിട്ടു കാര്യം നടത്താഞ്ഞാൽ എന്തൊക്കെ വൈഷമ്യങ്ങൾ വരാം എന്നാലോചിച്ചിട്ടാണ് അല്പം കുണ്ഠിതം ഉണ്ടായത്. എന്നാൽ ഈവക വ്യസനഭാവം അശേഷമെങ്കിലും മേനോന്റെ മുഖത്തോ വാക്കിലോ പുറപ്പെട്ടിട്ടില്ല.

ഗോവിന്ദൻകുട്ടിമേനോൻ: നമ്പൂതിരിപ്പാടു വന്നിട്ടുണ്ടല്ലോ- കേട്ടില്ലേ?

ഇന്ദുലേഖ: കേട്ടു.

ഗോവിന്ദൻകുട്ടിമേനോൻ: അച്ഛൻ ഈ കാര്യത്തെക്കുറിച്ചു വളരെ ഉചിതമായിട്ട് ഇന്ന് ഒരു വാക്കു പറഞ്ഞു-എനിക്കതു വളരെ സന്തോഷമായി.

ഇന്ദുലേഖ: എന്താ പറഞ്ഞത്?

ഗോവിന്ദൻകുട്ടിമേനോൻ: ഈ നമ്പൂരിപ്പാട്ടിലെ സംബന്ധം ഇന്ദുലേഖയ്ക്കു മനസ്സുണ്ടെങ്കിൽ അല്ലാതെ നടത്തിപ്പാൻ താൻ ശ്രമിക്കുകയില്ലെന്നാണ്. ഇതു തീർച്ചയായി എന്നോടും കേശവൻനമ്പൂതിരിയോടും പറഞ്ഞു. അതുകൊണ്ട് ഇന്ദുലേഖ ഇനി ഒട്ടും വ്യസനിക്കേണ്ട.

ഇന്ദുലേഖ: അങ്ങനെയാണു വലിയച്ഛന്റെ മനസ്സെങ്കിൽ ഇദ്ദേഹത്തെ കെട്ടിവലിപ്പിച്ചത് എന്തിന്?

ഗോവിന്ദൻകുട്ടിമേനോൻ: അത് ഇന്ദുലേഖയ്ക്ക് അദ്ദേഹത്തെ കണ്ടശേഷം മനസ്സുണ്ടാവുമോ എന്നു പരീക്ഷിപ്പാനാണത്രെ.

എന്നും പറഞ്ഞു ഗോവിന്ദൻകുട്ടിമേനോൻ തന്റെ മുറിയിലേക്കു പോയി. കോണി ഇറങ്ങുമ്പോൾ മദിരാശിക്ക് എഴുത്തുണ്ടെങ്കിൽ പൂട്ടി താഴത്തേക്കയയ്ക്കൂ. എന്റെ എഴുത്തിൽ വച്ച് അയയ്ക്കാം. എന്നും പറഞ്ഞു.

എനിക്ക് ഇന്ദുലേഖയെ പരിഹസിക്കുന്നതു പ്രാണവേദനയാണ്. എന്നാലും കഥ ഞാനൊട്ടും മറച്ചവെയ്ക്കുന്നില്ല. ഇത്ര ബുദ്ധിയുള്ള ഇന്ദുലേഖ എന്തിനു വിഡ്ഢിത്തം കാണിച്ചു? ഞാൻ പറയാതിരിക്കയില്ല. ഗോവിന്ദൻകുട്ടിമേനോൻ താഴത്ത് ഇറങ്ങിയ ഉടനെ ഇന്ദുലേഖ എഴുത്തുപെട്ടി തുറന്ന് കത്തെടുത്തു വായിച്ച് ക്രമപ്രകാരമുള്ള ഗോഷ്ഠി കാണിച്ച് കത്തു പെട്ടിയിൽ വച്ചു പൂട്ടി. അതിസന്തോഷത്തോടുകൂടി കിടക്കാനും ഇരിക്കാനും നില്പാനും ശക്തിയില്ലാതെ പ്രമോദസരിത്തിൽ കൂടി ഒഴുകിക്കൊണ്ടുവശായി.

ഗോവിന്ദൻകുട്ടിമേനോൻ മദിരാശിക്ക് എഴുത്ത് തയ്യാറാക്കി മേശമേൽ വെച്ചു മാധവന്റെ അച്ഛനെ കാൺമാനായി അദ്ദേഹത്തിന്റെ ഭവനത്തിലേക്ക് ചെല്ലുമ്പോൾ അദ്ദേഹം പൂമുഖത്തിരിക്കുന്നു. ഗോവിന്ദൻകുട്ടിമേനോനെക്കണ്ടപ്പോ ഒന്നു ചിരിച്ചു.

ഗോവിന്ദൻകുട്ടിമേനോൻ: ജ്യേഷ്ഠൻ, നമ്പൂതിരിപ്പാട്ടിലെ വരവു കണ്ടില്ലേ?

ഗോവിന്ദൻകുട്ടിമേനോൻ സാധാരണയായി ഗോവിന്ദപ്പണിക്കരെ ജ്യേഷ്ഠൻ എന്നാണു വിളിച്ചുവരാറ്.

ഗോവിന്ദപ്പണിക്കർ: ഞാൻ കണ്ടില്ല. ഹമാലന്മാരുടെ മൂളലിന്റെ ഘോഷം കേട്ടു. ഞാൻ പൊല്പായികളത്തിലേക്കു പുറപ്പെട്ടിരിക്കുകയാണ്. തല്ക്കാലം ഇവിടെ നിന്നാൽ തരക്കേടുണ്ട്. നിന്റെ അച്ഛൻ ഒരു സമയം എനിക്ക് ആളെ അയയ്ക്കും. പിന്നെ നമ്പൂരിപ്പാട്ടിലെ സംബന്ധക്കാര്യം കൊണ്ട് ആലോചിപ്പാനും മറ്റും പറയും. എനിക്ക്

ഈ ആവലാതികൾ ഒന്നും കഴിക്കയില്ല–ഞാൻ ഇന്നും നാളെയും കളത്തിൽ താമസിച്ചു മറ്റന്നാളേ മടങ്ങിവരുകയൊള്ളൂ.

ഗോവിന്ദൻകുട്ടിമേനോൻ: ഞാനും വരാം. എനിക്കും നമ്പൂതിരിപ്പാട്ടിലെ പ്രാകൃതങ്ങൾ കാണാൻ വയ്യാ– ഞാനും വരാം.

ഗോവിന്ദപ്പണിക്കർ: പോന്നോളൂ. വിവരം അച്ഛനെ അറിയിക്കണെ. അല്ലെങ്കിൽ പിന്നെ അതിന് എന്റെ നേരെ കോപിക്കും.

ഉടനെ ഗോവിന്ദൻകുട്ടിമേനോൻ വീട്ടിലേക്ക് ആളെ അയച്ച് തന്റെ ഉടുപ്പുകളും മറ്റും വരുത്തി ഗോവിന്ദപ്പണിക്കരോടു കൂടി പൊല്പായകളത്തിലേക്കു പുറപ്പെട്ടു. തന്നെക്കുറിച്ചു ചോദിച്ചാൽ വിവരം അച്ഛനെ അറിയിപ്പാൻ ആളെ പറഞ്ഞേല്പിച്ചു. ഗോവിന്ദപ്പണിക്കരും ഗോവിന്ദൻകുട്ടിമേനോനും പൊല്പായികളത്തിലേക്കു പോകയും ചെയ്തു.

നമ്പൂതിരിപ്പാട്ടിലെപ്പറ്റി ജനങ്ങൾ സംസാരിച്ചത്

മുത്തു: (ഊട്ടുപരയിൽ വെച്ച്) ഇത് എന്തു ഘോഷമാണ്! ഹേ, ഞാൻ നമ്പൂരിപ്പാട്ടിലെ വേഷംപോലെ ഒരു വേഷം കണ്ടിട്ടില്ല. എന്തു കുപ്പായമാണ്! എന്തു തൊപ്പി! കുപ്പായത്തിനു മീതെ ഇട്ടിട്ടുള്ള ആ തുപ്പട്ട് ഒരു ആയിരം ഉറുപ്പിക വിലപിടിക്കുമെന്നു തോന്നും. ലക്ഷപ്രഭു– മഹാ സുന്ദരൻ!

ശങ്കരശാസ്ത്രി: എവിടെയാണ് താൻ സൗന്ദര്യം കണ്ടത്? തുപ്പട്ടിലോ, കുപ്പായത്തിലോ? അയാളുടെ മുഖം ഒരു കുതിരയുടെ മുഖം പോലെയാണ് എനിക്കു തോന്നിയത്.

മാനു: നിങ്ങൾക്ക് അസൂയ പറയുന്നതല്ലേ സ്വഭാവം. നമ്പൂരിപ്പാട്ടിലെ മുഖം കുതിരയുടെ മുഖം പോലെയോ? കഷ്ടം! നിങ്ങൾ എവിടെനിന്നാണു നോക്കിയത്? ഞാൻ അടുക്കെ ഉണ്ടായിരുന്നു– പല്ലക്കു തൊട്ടു നിന്നിരുന്നു. തങ്കത്തിന്റെ നിറമാണ് നമ്പൂതിരിപ്പാട്! മഹാസുന്ദരൻ! കഴുത്തിൽ ഒരു പൊന്മാല ഇട്ടിട്ടുണ്ട്. അതുപോലെ ഒരു മാല ഞാൻ കണ്ടിട്ടില്ല.

സുബ്ബുക്കുട്ടി: ഹേ! അതു മാലയല്ല, നാഴികമണിയുടെ ചങ്ങലയാണ്. നാഴികമണി അരയിലെങ്ങാനും താഴ്ത്തിയുട്ടുണ്ട്.

ശങ്കരശാസ്ത്രി: എന്തു നിറമായാലും എത്ര മാലയിട്ടാലും അയാളുടെ മുഖം കുതിരമുഖമാണ്.

മാനു: ശാസ്ത്രികൾക്കു ഭ്രാന്തുപിടിച്ചു എന്നു തോന്നുന്നു. ഇത്ര സുന്ദരനായിട്ട് ഒരാളില്ലെന്നാണു ഞങ്ങൾക്കൊക്കെ തോന്നിയത്.

അല്ലേ ശീനു! സുബ്ബുക്കുട്ടി! എന്താ പറയൂ- നിങ്ങൾക്കൊക്ക എന്താണു തോന്നിയത്?

സുബ്ബുക്കുട്ടി: ഞങ്ങൾക്കൊക്കെ തോന്നിയതു നല്ല സുന്ദരൻ എന്നു തന്നെ.

ശങ്കരശാസ്ത്രി: നിങ്ങൾക്കൊക്കെ എന്തുതോന്നിയാലും വേണ്ട തില്ല. ആയാളുടെ മുഖം കുതിരമുഖമാണ്, സംശയമില്ല.

അപ്പോൾ ഒരു വഴിയാത്രക്കാരൻ പട്ടർ: അടിയന്തിരം എന്നോ, അറിഞ്ഞില്ല.

സുബ്ബുക്കുട്ടി: നാളെയാണെന്നു കേട്ടു.

ശങ്കരശാത്രി: ആരു പറഞ്ഞു?

സുബ്ബുക്കുട്ടി: ആരോ പറഞ്ഞു.

ശങ്കരശാസ്ത്രി: ആ വഴിയാത്രക്കാരന്റെ യാത്ര മുടക്കണ്ടാ, (യാത്രക്കാരനോട്) ഹേ! ഹേ! താൻ മഠത്തിൽ പോയി അന്വേഷിച്ചറിഞ്ഞോളൂ. ഇയ്യാൾ പറയുന്നതൊന്നും വിശ്വസിക്കേണ്ട.

അപ്പോൾ ഊട്ടിൽ കടന്നുവന്ന ഒരു പട്ടർ:- അടിയന്തരം ഇന്നു തന്നെ. കാക്കാൽ ഉറുപ്പിക ബ്രാഹ്മണർക്കും അരേശ്ശെ ഉറുപ്പിക നമ്പൂരിമാർക്കും ഉണ്ടത്രേ.

ശങ്കരശാസ്ത്രി: തന്നോടാരു പറഞ്ഞു?

വന്ന പട്ടർ: ആരോ കുളക്കടവിൽ പറഞ്ഞു.

ശങ്കരശാസ്ത്രി; (വഴിയാത്രക്കാരനോട്)

നിങ്ങൾ പോയി അന്വേഷിക്കിൻ

വഴിയാത്രക്കാരൻ: ഇന്നാണെങ്കിൽ സദ്യയ്ക്ക് ഇപ്പോൾതന്നെ കൂട്ടണ്ടേ? ഒന്നും കാണുന്നില്ലല്ലോ?

ശങ്കരശാസ്ത്രി: ഇന്നായിരിക്കില്ല.

കൃഷ്ണജ്യോത്സ്യര്: ജാതകവും മറ്റും നോക്കണ്ടേ?

സുബ്ബുക്കുട്ടി: പണത്തിനു മീതെ എന്തു ജാതകം? എല്ലാംപണം. പണം തന്നെ ജാതകം. ഒക്കാതെ വരുമോ?

കൃഷ്ണജ്യോത്സ്യര്: നമുക്ക് നാലുകാശു കിട്ടുമായിരുന്നു. സകലം ശരിയാണെന്നും വിശേഷയോഗമാണെന്നും ഞാൻ പറഞ്ഞേക്കാമായിരുന്നു. നായന്മാർക്ക് എന്തു ജാതകം നോക്കലാണ്! നമ്പൂരിപ്പാട്ടീന്നു രഹസ്യം പോവാൻ വന്നതുപോലെ വന്നതാണ്. ഇദ്ദേഹത്തിന് ഒരു നൂറു ദിക്കിൽ സംബന്ധമുണ്ട്.

ശങ്കരശാസ്ത്രി: രഹസ്യത്തിനു വന്നതാണെങ്കിൽ ആളെ മാറി നോക്കേണ്ടിവരും.

സുബ്ബുക്കുട്ടി: ശരി, ശരി, ശാസ്ത്രികൾ ഇന്നാൾ ഒരു ദിവസം

പൂവരങ്ങിൽ മാളികയിൽ പോയി ശാകുന്തളം മുതലായതു വായിച്ചു എന്നു കേട്ടിരിക്കുന്നു. ആ സമയം ആ കുട്ടിയുടെ ധൈര്യം അറിഞ്ഞിട്ടുണ്ടായിരിക്കാം- ശാസ്ത്രം പഠിച്ചാല് ഒക്കെ ഒരുപോലെ വിഡ്ഢികളാണ്.

മുത്തു: നമ്പൂരിപ്പാട്ടിലെ ഒരു മോതിരം കൊടുത്താൽ നൂറ് ഇന്ദുലേഖകൾ സമ്മതിക്കും.

ശങ്കരശാസ്ത്രികൾ ഇതിന് ഉത്തരം പറയാതെ എഴുന്നേറ്റ് അമ്പലത്തിലേക്കു പോയി. ഈ ശാസ്ത്രികൾ മാധവന്റെ വലിയ ഒരു സ്നേഹിതനും നല്ല വിദ്വാനും ആയിരുന്നു. ഇന്ദുലേഖയെ നല്ല പരിചയമുള്ള ആളും ആയിരുന്നു. അവളുടെ ബുദ്ധി അതിവിശേഷബുദ്ധിയാണെന്ന് അറിഞ്ഞിട്ടുണ്ട്. അതുകൊണ്ട് ഇതെല്ലാം കേട്ടപ്പോൾ ഇയാൾക്കു മനസ്സിന് അശേഷം സുഖം തോന്നിയില്ല. പിന്നെ ശാസ്ത്രികളുടെ അഭിപ്രായത്തിലും ഇന്ദുലേഖയ്ക്കു മാധവനാണ് അനുരൂപനായ പുരുഷൻ എന്നായിരുന്നു. ഇങ്ങനെ വരുന്നതായാൽ അതു കഷ്ടം! ദ്രവ്യത്തിന്റെ വലിപ്പം കൊണ്ട് ഒരു സമയം ഇങ്ങനെ വരാം- എന്തു ചെയ്യാം! ഈ പ്രപഞ്ചത്തിൽ ദ്രവ്യത്തെ ജയിപ്പാൻ ഒന്നിനും ശക്തിയില്ല. ഇങ്ങനെയെല്ലാം വിചാരിച്ചും വ്യസനിച്ചും ശാസ്ത്രികൾ അമ്പലത്തിൽ ചെന്ന് വാതിൽമാടത്തിൽ അങ്കവസ്ത്രവും വിരിച്ച് ഉറങ്ങാൻ ഭാവിച്ചുകൊണ്ടു കിടന്നു. ശാസ്ത്രികൾക്ക് അവിടെയും ഗ്രഹപ്പിഴതന്നെ- താൻ കിടന്നു രണ്ടു മൂന്നു നിമിഷം കഴിയുമ്പോഴേക്ക് വാതിൽമാടത്തിൽ ആൾക്കൂട്ടമായി. കഴകക്കാരൻ വാര്യരും മാരാനുമാണ് അകായിൽ നിന്ന് ആദ്യം വന്നത്.

വാര്യർ: (ശാസ്ത്രികളോട്) എന്താണു ശാസ്ത്രികൾ സ്വാമീ! ഇന്നു പൂവരങ്ങിൽ നാടകം വായനയും മറ്റും ഇല്ലെന്നു തോന്നുന്നു. തിരക്കു തന്നെ കുളക്കടവിൽ ജനക്കൂട്ടം. നമ്പൂതിരിപ്പാട് അമൃതേത്തും കഴിക്കുന്നു. സംബന്ധം ഇന്നുതന്നെ ഉണ്ടാവുമോ എന്നു ശാസ്ത്രികൾ വല്ലതും അറിഞ്ഞുവോ?

ശാസ്ത്രികൾ: ഞാൻ ഒന്നും അറിഞ്ഞില്ലപ്പാ. ഞാൻ കുറെ ഉറങ്ങട്ടെ. അപ്പോഴേക്കു ശാന്തിക്കാരൻ എമ്പ്രാന്തിരിയും ഒരു രണ്ടു മൂന്നു നമ്പൂതിരിമാരും ഒന്നുരണ്ടു പട്ടന്മാരും കൂടി ഒരു കൂട്ടായ്മക്കവർച്ചക്കാരു കടക്കും പോലെ വടക്കേ വാതിൽ മാടത്തിന്റെ വടക്കേ വാതിലിൽക്കൂടി നിലവിളിയും കൂക്കിയുമായി കടന്നുവരുന്നതു കണ്ടു. സംസാരം എല്ലാം നമ്പൂതിരിപ്പാട്ടിനെപ്പറ്റിത്തന്നെ.

എമ്പ്രാന്തിരി: നമ്പൂതിരിപ്പാടു ബഹുസുന്ദരൻ. ഞാൻ കണ്ടു.

എത്ര വയസ്സായയോ?

ഒരു നമ്പൂതിരി: വയസ്സ് അമ്പതായിക്കാണണം.

മറ്റൊരു നമ്പൂതിരി: ഛീ! അത്രയൊന്നുമില്ല. നാല്പതുനാല്പത്തഞ്ചായിക്കാണണം.

ഒരു പട്ടർ: എത്ര വയസ്സായാലും ഇന്ദുലേഖയ്ക്കു ബോധിക്കും. എന്തു കുപ്പായങ്ങൾ– എന്തു ഝീക്ക്– വിചാരിച്ചുകൂടാ. ഞാൻ അനന്തശയനത്തെ രാജാവിനുകൂടി ഈമാതിരി കുപ്പായം കണ്ടിട്ടില്ല.

മറ്റൊരു നമ്പൂതിരി: ആ കുപ്പായവും പുറപ്പാടുംതന്നേ ഉള്ളൂ: ഇല്ലത്തു ദ്രവ്യവും അനവധി ഉണ്ട്. നമ്പൂതിരി ആൾ കമ്പക്കാരനാണ്. ഒരു സ്ഥിരതയും തന്റേടവുമില്ല. ആ ഇന്ദുലേഖയെ കമ്പക്കാരനു കൊണ്ടുകൊടുക്കുന്നുവല്ലോ. സംബന്ധം ഇന്നുതന്നെയോ.

എമ്പ്രാന്തിരി: അതെ, ശാസ്ത്രികളോടു ചോദിച്ചറിയാം. ശാസ്ത്രികൾ ഇന്ദുലേഖയുടെ ഇഷ്ടനാണ്. ഏ! ശാസ്ത്രികളെ, പകൽ ഉറങ്ങുകയാണ്? ഉറങ്ങരുത്, എണീക്കൂ.

ശാസ്ത്രികൾ കണ്ണടച്ച് ഉറങ്ങുംപോലെ കിടന്നിരുന്നു. എമ്പ്രാന്തിരിയുടെ വിളികൊണ്ടു നിവൃത്തിയില്ലാതെ ആയപ്പോൾ എണീറ്റു കുത്തിയിരുന്നു.

എമ്പ്രാന്തിരി: ഇന്ദുലേഖയ്ക്കു സംബന്ധം ഇന്നുതന്നെയോ?

ശങ്കരശാസ്ത്രികൾ: ഞാൻ ഒരു സംബന്ധവും അറിയില്ല. എന്നു പറഞ്ഞ് ശാസ്ത്രികൾ അമ്പലത്തിൽ നിന്ന് എറങ്ങിപ്പോയി.

നമ്പൂതിരിപ്പാടിന്റെ വരവുകഴിഞ്ഞ ഉടനെ പൂവള്ളിവീട്ടിൽ വെച്ച് അവിടെയുള്ളവർ തമ്മിൽത്തന്നെ അന്യോന്യം വളരെ പ്രസ്താവങ്ങൾ ഉണ്ടായി.

കുമ്മിണിഅമ്മ: ചാത്തരെ, ഇങ്ങനെ കേമനായിട്ട് ഒരാളെ ഞാൻ കണ്ടിട്ടില്ല. അദ്ദേഹത്തിനെ കണ്ടിട്ട് എന്റെ കണ്ണു മഞ്ഞളിച്ചുപോയി.

ചാത്തരമേനോൻ: അദ്ദേഹത്തിന്റെ കുപ്പായം കണ്ടിട്ട് എന്നു പറയിൻ.

കുമ്മിണിഅമ്മ: അതെന്തോ, എന്റെ വയസ്സിൻകീഴിൽ ഈ മാതിരി പുറപ്പാടു കണ്ടിട്ടില്ല. ദിവാൻജി വലിയമ്മാമനെ കണ്ട് ഓർമ്മ കൂടി ഉണ്ട് എനിക്ക്. അദ്ദേഹത്തിനും കൂടി ഈമാതിരി പുറപ്പാടു ഞാൻ കണ്ടിട്ടില്ല. ഇന്ദുലേഖയുടെ ഭാഗ്യം നോക്കൂ! അവൾ അതിനുമാത്രം കേമിതന്നെ, എന്നാലും മാധവനെ വിചാരിക്കുമ്പോൾ വ്യസനം.

ചാത്തരമേനോൻ: എന്താണു വ്യസനം?

കുമ്മിണി അമ്മ: വ്യസനിക്കാനൊന്നുമില്ല. ഇത്ര വലിയ ആൾ വന്നാൽ മാധവന് ഒന്നു പറയാൻ പാടില്ല. ശരി തന്നെ. എന്നാലും എനിക്ക് അവനെ വിചാരിച്ച് ഒരു വ്യസനം.

ചാത്തരമേനോൻ: അമ്മയ്ക്കു പ്രാന്താണ്. ഈ നമ്പൂതിരിപ്പാട്ടി ലേക്ക് ഈ ജന്മം ഇന്ദുലേഖയെ കിട്ടുകയില്ല. ഇന്ദുലേഖ മാധവനു തന്നെ. ഇതൊക്കെ വലിയമ്മാമന്റെ ഒരു കമ്പക്കളി.

കുമ്മിണിഅമ്മ: നിനക്കാണു പ്രാന്ത്.

അടുക്കളയിലും കുളപ്പുരയിലും കുളവക്കിലും ഉള്ള പ്രസ്താവ ങ്ങൾ പലേവിധം തന്നെ.

കുളവക്കിൽനിന്നു സമീപവാസിയായ ഒരു ചെറുപ്പകാരനോടു മറ്റൊരു ചെറുപ്പക്കാരൻ: ഹേ, എന്താണെടോ, ഈ നമ്പൂരിപ്പാ ട്ടിലെ പേര്?

മറ്റേവൻ: കണ്ണിൽ മൂക്കില്ലാത്ത വസൂരിനമ്പൂരിപ്പാട് എന്നാണ ത്രെ.

പേരു നന്നായില്ല, നിശ്ചയം.

പേരല്ലാ കാര്യം പണമല്ലേ. മനക്കൽ ആനച്ചങ്ങല പൊന്നുകൊ ണ്ടാണത്രെ. പിന്നെ മൂക്കില്ലാഞ്ഞാലെന്താണ്.....വസൂരിയായാലെ ന്താണ്?

എന്തുപണമുണ്ടായാലും ഇന്ദുലേഖ മാധവനെ തള്ളിക്കളഞ്ഞ തുകൊണ്ട് ഞാൻ എനി അവളെ ബഹുമാനിക്കയില്ല. മാധവൻ മാത്ര മാണ് അവൾക്കു ശരിയായ ഭർത്താവ്.

മാധവനു പൊന്നുകൊണ്ട് ആനച്ചങ്ങലയുണ്ടോ, താനെന്തു ഭോഷത്വം പറയുന്നുവെടോ! പെണ്ണുങ്ങൾക്കു പണത്തിനുമീതെ ഒന്നുമില്ല. ഇവളെ കൊച്ചുകൃഷ്ണമേനോൻ കൊണ്ടുപോയി ഇംക്ലീഷു പഠിപ്പിച്ചതും മറ്റും വെറുതെ. ഇംക്ലീഷു പഠിച്ചതു കൊണ്ട് ഇപ്പോൾ എന്താ വിശേഷം കണ്ടത് ! ഇംക്ലീഷു പഠിക്കുന്നതും പണത്തിനുതന്നെ.

മാധവൻ ഈ വർത്തമാനം കേൾക്കുമ്പോൾ എന്തു പറയുമോ?

മാധവൻ ശിശുപാലന്റെ മാതിരി ക്രോധിക്കും. എന്നിട്ട് എന്തു ഫലം? ഇന്ദുലേഖ മൂക്കില്ലാത്ത വസൂരിനമ്പൂതിരിപ്പാടോടുകൂടി സുഖമായിരിക്കും.

ഈ നമ്പൂതിരിപ്പാടിന്റെ ഇല്ലപ്പേരൊട്ടു പറ്റി. കുറെ മുമ്പും കളിച്ചു പോവുമ്പോൾ ഞാൻ അടുത്തു കണ്ടു. മൂക്കു കാണാനേയില്ല. മുഖം ഒരു കലംകമഴ്ത്തിയമാതിരി ഛീ! ഇന്ദുലേഖയ്ക്ക് ഇങ്ങനെ യൊരു യോഗം വന്നുവല്ലൊ. ഇയാളുടെ പണവും പുല്ലും എനിക്കു

സമമാണ്. ആ ഗോവിന്ദൻകുട്ടി മേനോനെപ്പോലെ ഞാൻ ഇന്ദുലേഖയുടെ അമ്മാമൻ ആയിരുന്നുവെങ്കിൽ ഞാൻ അവളെ ഒരിക്കലും ഈ വസൂരിക്കു കൊടുക്കുകയില്ല.

ഇന്ദുലേഖയ്ക്കു മനസ്സാണെങ്കിലോ?

എന്നാൽ നിവൃത്തിയില്ല. ഇന്ദുലേഖയ്ക്കു മനസ്സുണ്ടാവുമോ? പഞ്ചുമേനോന്റെ നിർബ്ബന്ധത്തിന്മേലാണ് ഇതു നടക്കുന്നത് എന്നും കേട്ടു.

ആ പഞ്ചുമേനോന് എനിയും ചാവരുതെ? എന്തിന് ആ പൂവള്ളി വീട്ടിൽ ഉള്ള സകല മനുഷ്യരെയും ചീത്ത പറഞ്ഞ് ഉപദ്രവിച്ചുംകൊണ്ടു കിടക്കുന്നു? കഷ്ടം! ഇന്ദുലേഖയ്ക്ക് ഇങ്ങനെ വിരൂപൻ വന്നു ചേർന്നുവല്ലോ.

നിശ്ചയിക്കാറായിട്ടില്ലെടോ. ഇന്ദുലേഖ സമ്മതിക്കുമോ? എന്താണു നിശ്ചയം? ഒരു സമയം സമ്മതിച്ചില്ലെങ്കിലോ?

പഞ്ചുമേനോൻ തല്ലി പുറത്താക്കും മാധവൻകൂടി ഇവിടെ ഇല്ല. പിന്നെ ഇന്ദുലേഖയ്ക്ക് ഈ ജന്മം നമ്പൂരിപ്പാട്ടിലെ സമ്മതമില്ലാതെ വരികയില്ല. ഇത്ര ദ്രവ്യസ്ഥനായിട്ട് ഈ രാജ്യത്ത് ആരുമില്ലത്രെ. വലിയ ആഢ്യനുമാണ്- പിന്നെ എന്തുവേണം? മാധവൻ ഇപ്പോഴും സ്കൂളിൽ പഠിക്കുന്ന കുട്ടിയല്ലേ?

മാധവനും ഇന്ദുലേഖയുമായി വളരെ സേവയായിട്ടാണെന്ന് ഞാൻ കേട്ടിട്ടുണ്ട്.

അതൊന്നും എനി കാണുകയില്ല. മാധവനു ശുക്രദശ ഉണ്ടായിരുന്നുവെങ്കിൽ അതു കഴിഞ്ഞു. നിശ്ചയം. സംശയമില്ല.

എന്തു കഴുവെങ്കിലും ആവട്ടെ. എന്നും പറഞ്ഞ് ഈ സംസാരിച്ചതിൽ ഒരാൾ കുളിപ്പാനും മറ്റേവൻ അവന്റെ വീട്ടിലേക്കും പോയി.

പൂവരങ്ങിൽവെച്ചുതന്നെ നമ്പൂരിപ്പാട്ടിലെക്കുറിച്ചു പലരും പല വിധവും സംസാരിച്ചു. മദിരാശിയിൽ നിന്നു കത്തു കിട്ടിയശേഷം ഇന്ദുലേഖയ്ക്കു വളരെ സന്തോഷവും ഉത്സാഹവും ഉണ്ടായി എന്നു മുമ്പു പറഞ്ഞിട്ടുണ്ടല്ലോ. ഈ സന്തോഷത്തിന്റേയും ഉത്സാഹത്തിന്റെയും കാരണം അറിയാത്ത ചില ഭൃത്യന്മാരും ദാസികളും മറ്റും ഇന്ദുലേഖയുടെ ഉത്സാഹവും സന്തോഷവും നമ്പൂതിപ്പാടു വന്നതിലുണ്ടായതാണെന്നു നിശ്ചയിച്ചു. കുഞ്ഞിക്കുട്ടിഅമ്മയുടെ ദാസി പാറു മുകളിൽ എന്തോ ആവശ്യത്തിനു പോയിരുന്നു. അപ്പോൾ ഇന്ദുലേഖയെ കണ്ടു. ഇന്ദുലേഖ ചിരിച്ചുംകൊണ്ട്-

എന്താ പാറൂ നിന്റെ സംബന്ധക്കാരൻ വരാറില്ലേ ഈയ്യിടെ

പാറു: അയാള് ആറേഴു മാസമായി കളത്തിൽതന്നെയാണു താമ

സം. അവിടെ വേറെയൊരു സംബന്ധം വെച്ചിട്ടുണ്ടോൽ- കണ്ടര നായരു പറഞ്ഞു.

ഇന്ദുലേഖ: ആട്ടെ, നിണക്ക് വേറെ ഒരാളെ സംബന്ധം ആക്കട്ടെ?

പാറു: എനിക്ക് ആരും വേണ്ടാ. എന്റെ കഴുത്തിലത്തെ താലി മുറിഞ്ഞു കിടക്കുന്നു അമ്മെ. നാലുമാസമായിട്ടു ഞാൻ കഴുത്തിൽ ഒന്നും കെട്ടാറില്ല. വലിയമ്മയോടു ഞാൻ വളരെ പറഞ്ഞു- എന്തു ചെയ്തിട്ടും നന്നാക്കിച്ചു തരുന്നില്ലാ. ഞാൻ എന്തു ചെയ്യും.

ദാസിയുടെ ഈ സങ്കടം കേട്ടപ്പോൾ ഇന്ദുലേഖ തന്റെ ഒരു പെട്ടി തുറന്ന് അതിൽ നിന്ന് എട്ടുപത്ത് ഉറുപ്പിക വിലയ്ക്കു പോരുന്ന ഒരു താലിയെടുത്ത് ഒരു ചരടിന്മേൽ കോർത്ത് പാറുവിന്റെ പക്കൽ കൊടുത്തു.

ഇന്ദുലേഖ: ഇതാ, ഈ താലി കെട്ടിക്കോളൂ. താലി ഇല്ലാഞ്ഞിട്ടു സങ്കടപ്പെടേണ്ട.

പാറു സന്തോഷംകൊണ്ടുകരഞ്ഞുപോയി. താലിയും വാങ്ങി ഉടനെ താഴത്തിറങ്ങി വന്നശേഷം എല്ലാവരോടും തനിക്കു കിട്ടിയ സമ്മാനത്തിന്റെ വർത്തമാനം അതിഘോഷമായി പറഞ്ഞുതുടങ്ങി. കുഞ്ഞിക്കുട്ടിഅമ്മ പാറുവെ വിളിച്ചപ്പോൾ പാറു പുതിയ ഒരു താലി കെട്ടിയതു കണ്ടു.

കുഞ്ഞുക്കുട്ടിഅമ്മ: നിണക്ക് ഈ താലി എവിടുന്നു കിട്ടി?

പാറു: ഞാൻ മുകളിൽ പോയപ്പോൾ ചെറിയമ്മ തന്നതാണ്.

കുഞ്ഞിക്കുട്ടിഅമ്മ: ഇന്ദുലേഖയോ?

പാറു: അതെ.

കുഞ്ഞിക്കുട്ടിഅമ്മ: എന്താ, ഇന്ദുലേഖയ്ക്കു വളരെ സന്തോഷമുണ്ടോ ഇന്ന്? എങ്ങിനെ ഇരിക്കുന്ന ഭാവം?

പാറു: ബഹു സന്തോഷം. സന്തോഷമില്ലാതിരിക്കുമോ വലിയമ്മെ, ഇങ്ങനത്തെ തമ്പുരാൻ സംബന്ധത്തിനു വരുമ്പോൾ?

ഇങ്ങിനെ ഇവർ സംസാരിച്ചുകൊണ്ടിരിക്കുമ്പോൾ ഇന്ദുലേഖയെ ഒന്നു കണ്ടുകളയാം എന്നു നിശ്ചയിച്ച് ശങ്കരശാസ്ത്രികൾ ഇന്ദുലേഖയുടെ മാളകയിന്മേൽ പോകാൻ ഭാവിച്ചു പൂവരങ്ങിൽ നാലുകെട്ടിൽ കയറിവരുന്നതു കുഞ്ഞിക്കുട്ടിയമ്മ കണ്ട് ശാസ്ത്രികളെ വിളിച്ചു.

കുഞ്ഞിക്കുട്ടിഅമ്മ: ശാസ്ത്രികൾ എന്താണ് ഇപ്പോൾ വന്നത്?

ശാസ്ത്രികൾ: വിശേഷിച്ച് ഒന്നുമില്ലാ. ഇന്ദുലേഖയെ ഒന്നു കാണാമെന്നുവെച്ചു വന്നതാണ്.

കുഞ്ഞിക്കുട്ടിഅമ്മ: ഇപ്പോൾ അങ്ങട്ടു പോണ്ടാ. നമ്പൂതിരിപ്പാടും

മറ്റും അമറേത്തു കഴിഞ്ഞ് എഴുന്നെള്ളാറായി. അമ്പലത്തിലേക്കു തന്നെ പോവുന്നതാണു നല്ലത്.

ശാസ്ത്രികൾ: അങ്ങനെയാകട്ടെ. നമ്പൂതിപ്പാടു സംബന്ധം നിശ്ചയിച്ചു ആയിരിക്കും.

ഈ ശാസ്ത്രികൾ മാധവന്റെ വലിയ ഇഷ്ടനാണെന്ന് കുഞ്ഞിക്കുട്ടിഅമ്മ അറിയും.

കുഞ്ഞിക്കുട്ടിഅമ്മ: അതിനെന്താ സംശയം? എന്താ ശാസ്ത്രികൾക്കു രസമായില്ലേ? ഇതിൽപരം കേമനായിട്ട് ഇന്ദുലേഖയ്ക്ക് എനി ആരാണ് ഒരു ഭർത്താവ് വരാനുള്ളത്?

ശാസ്ത്രികൾ: ശരിതന്നെ- ശരിതന്നെ.

കുഞ്ഞിക്കുട്ടിഅമ്മ: ഇന്ദുലേഖയ്ക്കും വളരെ സന്തോഷമായിരിക്കുന്നു. നമ്പൂതിരിപ്പാട്ടിലെ കാണാൻ വഴുകിനില്ക്കുന്നു. പെണ്ണിന് എന്തോ ബഹു ഉത്സാഹം. ഈ പാറു താലികെട്ടാതെ ഇന്നു മുകളിൽ കയറിച്ചെന്നിട്ട് ഇതാ ഒരു ഒന്നാന്തരം താലി പാറുവിന് ഇപ്പോൾ കൊടുത്തുവത്രെ. ബഹുഉത്സാഹം. ഞാൻ ആദ്യം എന്തോ കുറെ പേടിച്ചു. ഈശ്വരാധീനംകൊണ്ട് എല്ലാം ശരിയായി വന്നു. കാരണവന്മാരുടെ അനുഗ്രഹം കൊണ്ട് എല്ലാം ശരിയായി വന്നു.

ശാസ്ത്രികൾ: എന്തിനാണ് ആദ്യം പേടിച്ചത്- പേടിക്കാൻ കാരണമെന്ത്?

കുഞ്ഞിക്കുട്ടിഅമ്മ: അതോ- നിങ്ങൾ അറിയില്ലേ? മാധവനും ഇന്ദുലേഖയുമായി വലിയ സ്നേഹമല്ലേ? അതു വിട്ടുകിട്ടുവാൻ പ്രയാസമായാലോ എന്നു ഞാൻ പേടിച്ചു. ഗോവിന്ദൻകുട്ടിയുടെ അച്ഛനും പേടിച്ചിരുന്നു.

എനി ആ പേടി ഒന്നും ഞങ്ങൾക്കില്ല. മാധവനും നമ്പൂതിരിപ്പാടുമായാലത്തെ ഭേദം എത്രയുണ്ട്! ശാസ്ത്രികളേ, നിങ്ങൾതന്നെ പറയിൻ.

ശാസ്ത്രികൾ: വളരെ ഭേദം ഉണ്ട്. വളരെ ഭേദം ഉണ്ട്. സംശയമില്ലാ. ഞാൻ പോണു.

എന്നും പറഞ്ഞ് ശാസ്ത്രികൾ വളരെ സുഖക്കേടോടുകൂടി അവിടെ നിന്ന് എറങ്ങി. വഴയിൽവെച്ചു പൂവരങ്ങിലേക്കുള്ള നമ്പൂതിരിപ്പാട്ടിലെ ഘോഷയാത്ര കണ്ടു. സ്വർണ്ണപ്പകിട്ട് എളവെയിലിൽ കണ്ട് ശാസ്ത്രികളുടെ കണ്ണ് ഒന്നു മഞ്ഞളിച്ചുപോയി. ശാസ്ത്രികൾ അരയാൽതറമേൽ കയറി ഇരുന്ന് വിചാരം തുങ്ങി.

കഷ്ടം എനി ഈ കാര്യത്തിൽ അധികം സംശയമില്ലാത്തതു പോലെ തോന്നുന്നു. മാധവൻ എത്ര വ്യസനപ്പെടും! ഈ മഹാ

പാപി ഇന്ദുലേഖ ഇത്ര കഠിനമായിപ്പോയല്ലോ! എന്തു കഠിനം! പണം ആർക്കധികം അവർ ഭർത്താവ്, എന്നു വെയ്ക്കുന്ന ഈ ചണ്ടിനായന്മാരുടെ പെണ്ണുങ്ങൾക്ക് എന്താണു ചെയ്തുകൂടാത്തത്! ആ മാധവന്റെ ബുദ്ധിക്കു സദൃശ്യമാണ്. ഈ അസത്തിന്റെ ബുദ്ധി യെന്നു ഞാൻ വിചാരിച്ചു പോയല്ലോ. കഷ്ടം! എന്തു ചെയ്യാം. ആ കുട്ടിയുടെ പ്രാരബ്ധം!

ഇങ്ങനെ ഓരോന്നു വിചാരിച്ചുകൊണ്ടിരിക്കുമ്പോൾ നമ്പൂതി രിപ്പാട്ടിലെ പൂവരങ്ങിൽ കൊണ്ടാക്കി വെറ്റിലപ്പെട്ടിക്കാരൻ ഗോവി ന്ദനും നമ്പൂതിരിപ്പാട്ടിലെ ഒരു കുട്ടിപ്പട്ടരും കൂടി അരയാൽ തറ യ്ക്കൽ വന്നു നിന്നു.

ശാസ്ത്രികൾ: നിങ്ങൾ നമ്പൂതിരിപ്പാട്ടിലെ കൂടെ വന്നവരോ?
ഗോവിന്ദൻ: അതെ.

ശാസ്ത്രകൾ: നമ്പൂതിരിപ്പാട്ടിലേക്ക് ഇവിടെ എത്ര ദിവസം താമസം ഉണ്ട്?

ഗോവിന്ദൻ: ഇന്നും നാളെയും നിശ്ചയമായും ഉണ്ടാവും. മറ്റ ന്നാൾ എഴുന്നെള്ളുമെന്നു തോന്നുന്നു. കൂടത്തന്നെ കൊണ്ടുപോ വുന്നു?

ശാസ്ത്രികൾ: എന്തൊന്നു കൊണ്ടുപോവുന്നു?

ഗോവിന്ദൻ: ഭാര്യ.

ശാസ്ത്രികൾ: സംബന്ധം ഇന്നുതന്നെയോ?

ഗോവിന്ദൻ: ഒരു സമയം ഇന്നുതന്നെ. അല്ലെങ്കിൽ നാളെ ആവാനും മതി.

ശാസ്ത്രികൾ: നമ്പൂതിരിപ്പാടുന്നു വേളികഴിച്ചില്ലാ- അല്ലേ?

ഗോവിന്ദൻ: അനുജന്മാർ രണ്ടു തമ്പുരാക്കന്മാർ വേളികഴിച്ചിട്ടു ണ്ട്.

ശാസ്ത്രികൾ: നമ്പൂതിരിപ്പാട് ആൾ നല്ല കാര്യസ്ഥനോ?

ഗോവിന്ദൻ: ഒന്നാന്തരം കാര്യസ്ഥനാണ്. ഇതുപോലെ ആ മന യ്ക്കൽ ഇതുവരെ ആരും ഉണ്ടായിട്ടില്ല. അതികേമനാണ്. തമ്പു രാൻ ഇവിടെ എഴുന്നള്ളി ഈ സംബന്ധം കഴിക്കുന്നത് ഈ തറ വാട്ടിന്റെയും പഞ്ചുമേനവന്റെയും മഹാഭാഗ്യം. ഇങ്ങനെ നായന്മാ രുടെ വീടുകളിൽ ഒന്നും തമ്പുരാൻ എഴുന്നള്ളാറേയില്ല.

എന്നുപറഞ്ഞ് ഗോവിന്ദൻ അവിടെനിന്ന് അമ്പലത്തിലേക്കോ മറ്റോ പോയി. കുട്ടിപ്പട്ടർ പിന്നെയും അവിടെ ഇരുന്നു.

ശാസ്ത്രികൾ: (കുട്ടിപ്പട്ടരോട്) തന്റെ ഗ്രാമം ഏതാണ്?

കുട്ടിപ്പട്ടർ: ഗോവിന്ദരാജപുരം.

ശ്രാസ്ത്രികൾ: എത്ര കാലമായി നമ്പൂതിരിപ്പാട്ടിലെ കൂടെ?

കുട്ടിപ്പട്ടർ: ആറു സംവത്സരമായി. ഇതുവരെ ഒരു കാശു മാസ്പടി തന്നിട്ടില്ല. ഒരു പ്രാവശ്യം ബുദ്ധിമുട്ടിച്ചിട്ട് അമ്പത് ഉറുപ്പിക തന്നു. അതു രണ്ടു ദിവസം കഴിഞ്ഞപ്പോൾ അങ്ങട്ടു തന്നെ വാങ്ങി. പിന്നെ ഇതുവരെ ഒന്നും തന്നിട്ടില്ല. വല്ലതും കിട്ടിയെങ്കിൽ കടന്നു പൊയ്ക്കളയാമായിരുന്നു. പണത്തിനു ചോദിച്ചാൽ പലിശകൂട്ടി തരാമെന്നു പറയും. ഇയാൾ മഹാ കമ്പക്കാരനാണ്. ഒരു ഇരുപതു സംബന്ധത്തോളം ഇപ്പോൾ ഉണ്ട്. ഈരണ്ടു മാസത്തേക്ക് ഓരോ സ്ത്രീ. മനവക ഒരു കാര്യവും ഇയാൾ നോക്കാറില്ല. ആ ചെക്കൻ ഗോവിന്ദൻ ഇപ്പോൾ പറഞ്ഞു. ഇയാൾ നായന്മാരുടെ വീട്ടിൽ പൂവ്വാറെ ഇല്ലെന്ന്. എന്തു കളവാണ്! പെണ്ണുള്ള സകല വീടുകളിലും കടന്നു പോവും, കൈയിൽ ഒരു സമയവും ഒരു കാശുപോലും ഉണ്ടാവുകയില്ല. രണ്ട്മൂന്നു മാപ്പിളമാർ കൊടുക്കാൻ തെയ്യാറായിട്ടുണ്ട്. നൂറ്റിനഞ്ചു കടം പലിശ വെയ്ക്കും. ഈ വിഢ്യാൻ പണം കിട്ടേണ്ടുന്ന ബദ്ധപ്പാടിൽ എന്തെങ്കിലും എഴുതികൊടുക്കും. ഒടുവിൽ വസ്തു ചാർത്തേണ്ടിവരും. ഇങ്ങനെ അയാൾ ദ്രവ്യം മുടിക്കുന്നത് അസാരമോ! ഇപ്പോൾ വരുമ്പോൾ മുന്നൂറുറുപ്പിക നൂറ്റിനഞ്ചു പലിശയ്ക്കു കടം വാങ്ങീട്ടാണു പോന്നത്. മഹാ വല്ലാത്ത കമ്പമാണ്.

ശാസ്ത്രികൾ: ആട്ടെ, സ്വാമിദ്രോഹമായി പറയേണ്ട. ആൾ അദ്ദേഹം എത്രമാതിരിയെങ്കിലും ആവട്ടെ. ഞാൻ ഇതൊന്നും തന്നോടു ചോദിച്ചില്ലല്ലോ. ഞാൻ കുളിപ്പാൻ പോണു.

എന്നുപറഞ്ഞു ശാസ്ത്രികൾ കുളത്തിലേക്കും കുട്ടിപ്പട്ടർ മഠത്തിലേക്കും പോയി.

നമ്പൂതിരിപ്പാടും ഇന്ദുലേഖയുമായി ഒന്നാമത് ഉണ്ടായ സംഭാഷണം

നമ്പൂരിപ്പാടും കുളിയും ഊണും കഴിഞ്ഞ ഉടനെ കേശവൻ നമ്പൂതിരി, പഞ്ചുമേനോൻ തന്നോട് അറിയിപ്പാൻ പറഞ്ഞ വിവരം അറിയിച്ചു. പറയുമ്പോൾ ചെറുശ്ശേരി നമ്പൂരിയും കൂടി ഉണ്ടായിരുന്നു. തനിക്കു വന്ന ചിരി അടക്കിക്കൊണ്ടു കേശവൻനമ്പൂതിരിയുടെ വാക്ക് അവസാനിച്ച് ഉടനെ പറയുന്നു.

ചെറുശ്ശേരി നമ്പൂരി: അങ്ങനെതന്നെയാണു വേണ്ടത്. കവിതാ വനിതാ ചൈവ സ്വമേവാഗതാ വരാ എന്നാണു പ്രമാണം. പിന്നെയും ഇന്ദുലേഖ വരുമോ എന്നുള്ളതിനെ എനിക്കു അണു

മാത്രവും സംശയമില്ല.

കേശവൻനമ്പൂതിരി: അതിൽ രണ്ടു പക്ഷമില്ല, എനി അങ്ങോട്ട് ഒന്ന് എറങ്ങുന്നതാണു നല്ലത് എന്നു തോന്നുന്നു. നേരം നാലുമണിയായിട്ടേ ഉള്ളൂ.

നമ്പൂതിരിപ്പാട്: ഓ– പോവുക. ചെറുശ്ശേരി! ഞാൻ കുപ്പായം ഇട്ടുകളയാം. നേർത്തത്തെ കുപ്പായം എനിക്കു വളരെ ചേർച്ച തോന്നി. വെയിലത്തു പല്ലക്കിൽ നിന്ന് ഇറങ്ങിയപ്പോൾ ബഹുപ്രഭ. എനിക്കുതന്നെ തോന്നി.

ചെറുശ്ശേരിനമ്പൂരി: അതിനെന്തു സംശയം? വാരയ്ക്കു തൊണ്ണൂറ്റഞ്ചു ഉറുപ്പിക വിലയുള്ള പൊൻനീരാളമല്ലേ. ആ കുപ്പായം തന്നെ ഇടണം.

കുപ്പായവും തൊപ്പിയും തുപ്പട്ടയും മോതിരങ്ങളും സ്വർണ്ണക്കുമിഴു മെതിയടിയും മറ്റും ഇട്ടുകൊണ്ട് നമ്പൂരിപ്പാട് ചെറുശ്ശേരിയോടും കേശവൻനമ്പൂരിയോടും ഭൃത്യവർഗ്ഗങ്ങളോടും വഴിയിൽ അവിടെ വിടെനിന്നു ചേർന്ന ആളുകളോടു കൂടി പൂവരങ്ങത്തു പൂമുഖത്തിന്റെ മുമ്പിലായി. ഉടനെ പഞ്ചുമേനോൻ എറങ്ങിവന്നു. നമ്പൂരിപ്പാട്ടിലെ കൂട്ടിക്കൊണ്ടു നാലകത്തേക്കു പോയി ഒരു വലിയ കസാലമേൽ ഇരുത്തി പഞ്ചപുച്ഛമടക്കി നിന്നു.

നമ്പൂതിരിപ്പാട്: ഇന്ദുലേഖയുടെ മാളിക ഇതോടു തൊട്ടിട്ടു തന്നെയോ?

പഞ്ചുമേനോൻ: റാൻ– അതെ, ഈ തെക്കെ അകത്തെ പടിഞ്ഞാറെ വാതിലിൽക്കൂടി എറങ്ങിയാൽ ആ മാളികയാണ്.

എന്നാൽ ആ മാളികയിലേക്ക് എഴുന്നെള്ളാം എന്നും, കേശവൻ നമ്പൂരി എവിടെ? എന്നും പഞ്ചുമേനോൻ പറയുമ്പോഴേക്ക്, കേശവൻ നമ്പൂരി പുറത്തുനിന്ന് ഓടിവന്ന്, ഞാൻ ഇന്ദുലേഖയെ ഒന്ന് അറിയിച്ചു. വന്നുകളയാമെന്നു പറഞ്ഞ് ഓടി മാളികയിലേക്കു ചെന്നു. അപ്പോൾ ഇന്ദുലേഖ ഒരു എഴുത്ത് എഴുതിക്കൊണ്ടിരുന്നു. നമ്പൂരിയെ കണ്ടപ്പോൾ കലശലായ ഉപദ്രവത്തോടെ എഴുത്ത് അവിടെ നിർത്തി എഴുന്നേറ്റുനിന്ന് എന്താണ് എഴുനെള്ളിയത്? എന്നു ചോദിച്ചു.

കേശവൻ നമ്പൂതിരി: ഊണു കഴിഞ്ഞു വന്നു. ഇന്ദുലേഖയെ കാണേണമെന്ന് ആവശ്യപ്പെട്ടു. വലിയച്ഛനും അദ്ദേഹവും ചുവട്ടിൽ ഉണ്ട്– വരാൻ പറയട്ടെ?

ഇന്ദുലേഖ: വന്നോട്ടെ.

കേശവൻനമ്പൂതിരി: അദ്ദേഹം വലിയ നമ്പൂരിപ്പാടാണ്. ഇന്ദു

ലേഖയ്ക്കു സംസാരിക്കേണ്ട മാതിരിയൊക്കെ അറിയാമല്ലോ?

ഇന്ദുലേഖ: എനിക്കു സംസാരിക്കേണ്ട മാതിരി അശേഷവും അറിഞ്ഞുകൂടാ. ഒരക്ഷരവും അറിഞ്ഞുകൂടാ. പക്ഷേ, വരണ്ട, അതാണു നല്ലത്.

കേശവൻനമ്പൂതിരി: ഛീ! വരണ്ടേ? ഇന്ദുലേഖയ്ക്കു മനസ്സു പോലെ പറഞ്ഞോളു.

ഇന്ദുലേഖ: അതുതന്നെയാണു ഭാവിച്ചിരിക്കുന്നത്.

കേശവൻനമ്പൂതിരി നമ്പൂരിപ്പാട്ടിലെ വിളിപ്പാൻ താഴത്തിറങ്ങി.

നമ്പൂരിപ്പാടെ കണ്ടു സംസാരിച്ച് ആ വിവരത്തെക്കുറുച്ചുകൂടി നേരമ്പോക്കായി പലതും മാധവൻ എഴുതാമെന്ന് ഇന്ദുലേഖ നിശ്ചയിച്ചു പകുതി എഴുതിയ കത്തും മറ്റും എഴുത്തുപെട്ടിയിൽ ഇട്ടു പൂട്ടി. പൂട്ടിയ ഉടനെ പുറത്തളത്തിൽ വന്ന് ഒരു പരീക്ഷയ്ക്ക് ഒരു ക്ലാസ്സിലെ കുട്ടി എഴുന്നേറ്റു നില്ക്കുമ്പോലെ പുറത്തളത്തിലെ ഒരു ചാരുപടിയും പിടിച്ച് അവിടെ നിന്നു. കേശവൻനമ്പൂരി ഉടനെ താഴത്തു വന്ന് മുകളിലേക്കു പോവാം, എന്നു പറഞ്ഞു നമ്പൂരിപ്പാടു എഴുന്നേറ്റു നടന്നു. തെക്കെ അകായിലോളം പഞ്ചുമേനോനും പോയി. പിന്നെ അയാൾ മടങ്ങി. അപ്പോൾ, കേശവൻനമ്പൂതിരി, ഇന്ദുലേഖയ്ക്ക് ആചാരം പറവാനും മറ്റും അറിഞ്ഞുകൂടാ എന്നു പറഞ്ഞു.

നമ്പൂതിരിപ്പാട്: ഇത്ര ഒക്കെ ഇങ്കിരിയസ്സും മറ്റും പഠിച്ചിട്ട് ഇതു പഠിച്ചില്ലേ? എന്നോടു മേഘദന്തൻസായ്‌വുകൂടി ആചാരം പറയും. ഇരിക്കട്ടെ. എന്റെ ഭാര്യയായാൽ, ഞാൻ അതൊക്കെ പഠിപ്പിക്കും. ഇപ്പോൾ എങ്ങനെയെങ്കിലും പറയട്ടെ.

കേശവൻനമ്പൂതിരി: ശരി- അതുതന്നെ വേണ്ടത്. ഇവിടുത്തെ ബുദ്ധിവലിപ്പം വളരെതന്നെ!

നമ്പൂതിരിപ്പാട്: എന്റെ ഭാര്യയായ നിമിഷം ഞാൻ മാതിരി സകലവും മാറ്റും.

ഇങ്ങനെ പറഞ്ഞുകൊണ്ടു പൊൻകുമിഴുമെതിയടിയും ഇട്ടു കോണിയിന്മേൽ കടാ- പടാ- എന്നു ശബ്ദിച്ചുംകൊണ്ട് കോണി കയറി പുറത്തളത്തിലേക്കു കടന്നപ്പോൾ ചാരുപടിയും പിടിച്ചു നില്ക്കുന്ന തരുണീരത്നമായ ഇന്ദുലേഖയെ കണ്ടു. ആദ്യം ഒരു മിന്നൽപിണർ കണ്ണിലടിച്ചപോലെ തോന്നി. കണ്ണുമിഴിച്ചു പിന്നെയും നോക്കി. അതിസുന്ദരിയായ ഇന്ദുലേഖയുടെ ആപാദചൂഡം നിർവ്വികാരനായി ഒന്നു നോക്കി. നമ്പൂരിപ്പാടു ഭ്രമിച്ചു വലഞ്ഞു കുഴഞ്ഞു പോയി. ഒന്നുരണ്ടു നിമിഷനേരം നിശ്ചഞ്ചലനായി നിന്നു. ഇങ്ങനെ

സൗന്ദര്യം ഇതുവരെ കണ്ടിട്ടില്ല- എന്റെ മഹാഭാഗ്യം തന്നെ. എന്നെ ഇവൾ കാമിക്കാതിരിക്കില്ല. എനിക്ക് അന്യസ്ത്രീഗമനം എനി ഇല്ല. ഇന്ദുലേഖയെ ഒഴിച്ച് ഞാൻ ഒരു സ്ത്രീയേയും സ്മരിക്കകൂടി ഇല്ല. അതിനു രണ്ടുപക്ഷമില്ല. ഇങ്ങനെയാണ് ഇന്ദുലേഖയുടെ സ്വരൂപം കണ്ടു സുബോധം വന്ന പിന്നെ സംഭാഷണം തുടങ്ങുന്നതിനു മുമ്പിൽ നമ്പൂരിപ്പാട്ടിലെ മനസ്സിൽ വിചാരിച്ചതും നിശ്ചയിച്ച് ഉറ ച്ചതും.

ഇന്ദുലേഖ യാതൊരു ഭാവഭേദവും കൂടാതെ നമ്പൂരിപ്പാട്ടിലെ മുഖത്തു നോക്കിക്കൊണ്ടു നിന്നു. തുറിച്ചു നോക്കിക്കൊണ്ടു നിന്നു എന്നു പറയാൻ പാടില്ല. തുറിച്ചുനോക്കാൻ ഇന്ദുലേഖയ്ക്ക് അറി ഞ്ഞുകൂടാ. കേശവൻനമ്പൂരി ഉടനെ ഒരു കസാല നീക്കിവെച്ച് അതി ന്മേൽ നമ്പൂരിപ്പാട്ടിലെ ഇരുത്തി, താഴത്തിറങ്ങി. നമ്പൂരിപ്പാടു കസാ ലമേൽ ഇരുന്നു പിന്നെയും ഇന്ദുലേഖയുടെ മുഖത്തുതന്നെ കണ്ണു പറിക്കാതെ നോക്കി. ഇന്ദുലേഖയും നോക്കിക്കൊണ്ടു തന്നെ നിന്നു. ഒടുവിൽ-

നമ്പൂതിരിപ്പാട്: ഞാൻ വന്നപ്പോൾ താഴെ ഉണ്ടായിരുന്നു- ഇല്ലേ? കണ്ടതുപോലെ തോന്നി.

എന്നുപറഞ്ഞു കവിൾത്തടം കവിഞ്ഞു നീണ്ടിട്ട് ഒരു മന്ദഹാസം ചെയ്തു.

ഇന്ദുലേഖ: ഞാൻ അപ്പോൾ താഴത്തില്ല.

ഞാൻ എന്നുപറഞ്ഞപ്പോൾ നമ്പൂരിപ്പാട് ഒന്നു ഞെട്ടി. ഒരു നായർസ്ത്രീ തന്നോട് അങ്ങനെ ഇതുവരെ പറഞ്ഞിട്ടില്ലാ. പക്ഷേ, ഈ സ്തോഭങ്ങളൊന്നു ക്ഷണികനേരവും നിന്നില്ല. ഇന്ദുലേഖ യുടെ സൗന്ദര്യം കണ്ടു നമ്പൂരി വലഞ്ഞ് മറ്റുള്ള സകല അഭിമാ നവും മറന്നു പോയിരിക്കുന്നു.

നമ്പൂതിരിപ്പാട്: താഴത്തുവന്നതേ ഇല്ലേ?

ഇന്ദുലേഖ: വന്നതേ ഇല്ല

നമ്പൂതിരിപ്പാട്: അതെന്തേ?

ഇന്ദുലേഖ: ഒന്നും ഉണ്ടായിട്ടല്ല.

നമ്പൂതിരിപ്പാട്: ആദ്യം വരാൻ നിശ്ചയിച്ച ദിവസം സംഗതിവ ശാൽ പുറപ്പെടാൻ തരമായില്ല. ആ വിവരത്തിന് എഴുത്തയച്ചു- എഴുത്തുകണ്ടില്ലേ?

ഇന്ദുലേഖ: ഞാൻ കണ്ടില്ല.

നമ്പൂതിരിപ്പാട്: കറുത്തേടം കാണിച്ചില്ലേ?

ഇന്ദുലേഖ: നമ്പൂരി എന്നെ കാണിച്ചിട്ടില്ല.

നമ്പൂതിരിപ്പാട്: കറുത്തേടം മഹാവിഡ്ഢിതന്നെ. അന്നു ഞാൻ പുറപ്പെട്ട ദിവസം ഒരു ഏലമലകരാറുകാരൻ മക്ഷാമൻ സായ്‌വ് വന്നിരുന്നു. എമ്പതിനായിരം ഉറുപ്പികയ്ക്കു മല കരാർ കൊടുത്തു– ആ തിരക്കിനാലാണ് അന്നു വരാഞ്ഞത്. ഇന്ദുലേഖയെ കാണാൻ വഴുകിക്കൊണ്ടിരുന്നു. പലരും പറഞ്ഞു കേട്ടിട്ടുണ്ട്. കേട്ടു നല്ല പരിചയം ഉണ്ട്. ഇന്ദുലേഖ, കറുത്തേടത്തിന്ന് അമ്മയ്ക്കു ബാന്ധവം ആയതിനു മുമ്പുണ്ടായ മകളായിരിക്കും.

ഇന്ദുലേഖ: ആരുടെ മകൾ? കറുത്തേടത്തു നമ്പൂരിയുടെയോ? അല്ലാ, ഞാൻ നമ്പൂരിയുടെ മകളല്ല, രാമവർമ്മരാജാവിന്റെ മകളാണ്.

നമ്പൂതിരിപ്പാട്: അതെ, അതെ– അതാണു ഞാൻ പറഞ്ഞത്.

ഇന്ദുലേഖ: എന്നാൽ ശരി.

നമ്പൂതിരിപ്പാട്: എനി താൻ എന്താണു പറയേണ്ടത്; തനിക്കു പറയേണ്ട സംഗതി ഒന്നുണ്ടായിരുന്നു. അത് എങ്ങനെയാണു പറയേണ്ടത് എന്നു കുറെ നിരൂപിച്ചിട്ട്–

നമ്പൂതിരിപ്പാട്: ഇന്ദുലേഖയുടെ സൗന്ദര്യത്തെക്കുറിച്ചു കേട്ടു കേട്ട് എനിക്കു നിവൃത്തിയില്ലാതായി.

ഇന്ദുലേഖ: എന്റെ സൗന്ദര്യംകൊണ്ട് ഇവിടേക്ക് എന്താണു നിവൃത്തിയില്ലാതെ ആയത് എന്നു മനസ്സിലായില്ല.

നമ്പൂതിരിപ്പാട്: ഇന്ദുലേഖയുടെ വർത്തമാനം കേട്ടുകേട്ടു മനവക കാര്യങ്ങൾ യാതൊന്നും ഞാൻ നോക്കാതെയായി.

ഇന്ദുലേഖ: ഇതു മഹാകഷ്ടം! ഞാൻ മനവക കാര്യങ്ങൾക്ക് ഇത്ര വിരോധിയോ? ഇതിന് എന്താണു സംഗതി?

നമ്പൂതിരിപ്പാട്: ഇന്നലെ ചെറുശ്ശേരി ഒരു ശ്ലോകം ചൊല്ലി. അത് ഇന്ദുലേഖയോടു ചൊല്ലണം എന്ന് എനിക്കൊരാഗ്രഹം. ഇന്ദുലേഖയ്ക്ക് സംസ്കൃതത്തിൽ വില്പത്തി അല്ല ഇങ്കിരിയസ്സു പഠിപ്പാണ് ഉള്ളതെന്നു കേട്ടു. സംസ്കൃത ശ്ലോകം ചൊല്ലിയാൽ അർത്ഥം മനസ്സിലാവുമോ?

ഇന്ദുലേഖ: നല്ലവണ്ണം മനസ്സിലാവാൻ പ്രയാസം.

നമ്പൂതിരിപ്പാട്: കുറെ വായിച്ചു വില്പത്തിയായിരുന്നു വേണ്ടത്.

ഇന്ദുലേഖ: ശരി.

നമ്പൂതിരിപ്പാട്: ഞാൻ ഒരു ശ്ലോകം ചൊല്ലാം. അർത്ഥം മനസ്സിലാവുമോ എന്നു നോക്കൂ. മനസ്സിലായില്ലെങ്കിൽ ഞാൻ പറഞ്ഞുതരാം.

ഇന്ദുലേഖ: അർത്ഥം മനസ്സിലാവുന്ന കാര്യം സംശയം.

നമ്പൂതിരിപ്പാട്: എന്നാൽ ഞാൻ പറഞ്ഞുതരാം.

ഇന്ദുലേഖ: അങ്ങിനെയാവട്ടെ.

നമ്പൂതിരിപ്പാട് ഒരു ശ്ലോകം ചൊല്ലാൻ വിചാരിച്ചു. ശ്ലോകം ഒന്നു രണ്ടോ തോന്നുകയുള്ളൂ. വില്പത്തി ലേശമില്ലാത്തതിനാൽ മഹാ അബദ്ധമായിട്ടാണ്, തോന്നുന്നതുതന്നെ ചൊല്ലുമാറ്. തോന്നുന്നതിൽതന്നെ ചില പദങ്ങളും പാദങ്ങളും എടയ്ക്കിടെ മറന്നുപോവും. പിന്നെയും തോന്നും. ഇങ്ങനെയാണു സ്ഥിതി. ശ്ലോകം ചൊല്ലുവാൻ നിശ്ചയിച്ചു നമ്പൂരിപ്പാടും കുറെ വിചാരിച്ചു ഒരു ശ്ലോകം പകുതി തോന്നി. അതു ചൊല്ലുന്നു.

ആസ്താം പീയുഷഭാവഃ സുമതിഗരജരള ഹാരീ പ്രസിദ്ധഃ

പിന്നെ എന്താണ്- തോന്നുന്നില്ല. ചെറുശ്ശേരിയെ അറിയുമോ? അറിയും എന്ന് അവൾ പറഞ്ഞു. അയാൾ എന്റെ കൂടെത്തന്നെയാണ്. എനിക്കു വേണ്ടപ്പോൾ ഒക്കെ അയാളാണ് ശ്ലോകം ചൊല്ലാറ്. എനിക്ക് ഇത് ഓർമ്മവെയ്ക്കാനും മറ്റും മഹാ അസംഖ്യം. പിന്നെ കാര്യങ്ങളുടെ തിരക്കിൽ എന്തു ശ്ലോകം? എന്നാലും ഞാൻ ചൊല്ലിയ ശ്ലോകം ബഹുവിശേഷമായിരുന്നു. എന്താ- അന്ധാളിച്ച്-നോക്കട്ടെ.

ആസ്താം പീയൂഷഭാവഃ സുമതിഗരജരളാ ഇതി പ്രസിദ്ധഃ

ഇന്ദുലേഖ: (ചിരിച്ചുംകൊണ്ട്) ബുദ്ധിമുട്ടണ്ടാ, ശ്ലോകം പിന്നെ ഓർമ്മയാക്കിയിട്ടു ചൊല്ലാമല്ലോ.

നമ്പൂതിരിപ്പാട്: ഛീ! അതുപോരാ. ഞാൻ ഒന്നാമത് ഇന്ദുലേഖയോടു ചൊല്ലിയ ശ്ലോകം മുഴുവനാക്കാഞ്ഞാൽ പോരാ- നോക്കട്ടെ.

ഓ- ഹോ- തോന്നി തോന്നി-

തല്ലഭോപായഖിന്നാപി ച ഗരളഹരോഹേരുതല്ലാസഭാവഃ

എനിയത്തെ രണ്ടു പാദം അശേഷം തോന്നുന്നില്ല. മുമ്പുതന്നെ തോന്നുന്നില്ല. വിചാരിച്ചിട്ടു ഫലമില്ല. ആസ്താം പീയൂഷഭാവഃ...... ഓ-പിന്നെയും മറന്നുവോ- ഇതു വലിയ വിഷമം.

ഓ- ഹോ-ഇല്ല, തോന്നി

ആസ്താം പീയൂഷഭാവഃ സുമതി ഗരജരാള ഇതി പ്രസിദ്ധഃ

തല്ലോഭോപായഖിന്നാപിച ഗരളഹരോ ഹേതുരുല്ലാസഭാവഃ

ഇത്രത്തോളം ചൊല്ലി പിന്നെ അശേഷം തോന്നുന്നില്ലെന്നു പറഞ്ഞും കൊണ്ടു നമ്പൂരിപ്പാട് എഴുന്നേറ്റു കറുത്തേടത്തിനെ വിളിക്കാൻ കോണി വാതുക്കൽപോയി, കറുത്തേടം! കറുത്തേടം എന്ന്

ഉറക്കെ വിളിച്ചു. കേശവൻനമ്പൂരി ഹാജരായി കോണിച്ചുവട്ടിൽ സമീപം നില്ക്കുന്നുണ്ടായിരുന്നു. ഓടിയെത്തി–

നമ്പൂരിപ്പാട്: കറുത്തേടം, ചെറുശ്ശേരിയുടെ അടുക്കെപ്പോയി ആസ്താം എന്ന ശ്ലോകം മുഴുവനും ഒരു ഓലയിൽ എഴുതിച്ച് ഇങ്ങട്ടു കൊണ്ടുവരൂ. വേഗം വേണം.

കേശവൻനമ്പൂരി ഓടിപ്പോയി. ചെറുശ്ശേരി നാലുകെട്ടിൽ ഒരു കസാലമേൽ ഇരിക്കുന്നതു കണ്ടു. അപ്പോഴേക്കു കേശവൻനമ്പൂരി ആസ്താം എന്ന പദം മറന്നിരിക്കുന്നു.

കേശവൻനമ്പൂതിരി: ചെറുശ്ശേരി ഒരു ശ്ലോകം എഴുതിത്തരാൻ പറഞ്ഞു നമ്പൂരി. അതു വേഗം എഴുതിത്തരൂ. ഓലയും എഴുത്താണിയും ഇതാ- എന്താണു ശ്ലോകം? എന്തോ- ഓ- അന്ധാളിച്ചു- വരട്ടെ, ശരി- ശരി- ഓർമ്മയായി. ശ്ലോകത്തിന്റെ ആദ്യം ആസിൽ എന്നാണ് വേഗം എഴുതിത്തരൂ.

ചെറുശ്ശേരി വേഗം ഓലവാങ്ങി.

ആസിദ്ധശരഥോ നാമ സൂര്യവംശേഥ പാർത്ഥിവ ഃ

ഭാര്യാസ്തിസ്രോപി ലബ്ധ്വാസൗ താസു ലേഭേ ന സന്തതിം എന്ന ശ്ലോകം എഴുതിക്കൊടുത്തു.

കേശവൻനമ്പൂതിരി ഓലയുംകൊണ്ടു മുകളിലേക്ക് ഓടിച്ചെന്നു. നമ്പൂതിരിപ്പാട്ടിലേക്കു കണ്ണട വെയ്ക്കാതെ ഒരക്ഷരം വായിച്ചുകൂടാ. എന്നാൽ ഇന്ദുലേഖയുടെ മുമ്പാകെ കണ്ണട വെയ്ക്കുന്നതു തന്റെയൗവനത്തെക്കുറിച്ച് ഇന്ദുലേഖയുടെ അഭിപ്രായത്തിനു ഹാനിയായി വന്നാലോ എന്നു വിചാരിച്ചു താൻ ഓലവാങ്ങാതെ കേശവൻ നമ്പൂതിരിയോടു തന്നെ വായിക്കാൻ പറഞ്ഞു. കേശവൻ നമ്പൂതിരിക്കു കണ്ണട കൂടാതെ നല്ലവണ്ണം വായിച്ചുകൂടാ. എങ്കിലും കല്പനപ്രകാരം തപ്പിത്തപ്പി വായിച്ചുതുടങ്ങി: കേശവൻ നമ്പൂതിരി: ആസീ- ദശരഥോ നാമസൂ- ര്യവംശേ- ഥ പാർത്ഥിവ ഇത്രത്തോളം വായിക്കുമ്പോഴേക്ക് ഇന്ദുലേഖ വല്ലാതെ ചിരിച്ചു തുടങ്ങി.

നമ്പൂതിരിപ്പാട്: ഛീ! അബദ്ധം! കറുത്തേടത്തിന്നു വില്പത്തി ലേശം ഇല്ലെന്നു തോന്നുന്നു. ഇതല്ല ശ്ലോകം. ആദ്യത്തെ പാദം എനിക്കറിയാം. എഴുതിക്കോളൂ.

എന്നു പറഞ്ഞു കേശവൻ നമ്പൂതിരിയെക്കൊണ്ടു താൻ മുമ്പു ചൊല്ലിയപ്രകാരം എഴുതിച്ചു. ഓലയും കൊണ്ടു കേശവൻനമ്പൂതിരി ചെറുശ്ശേരി നമ്പൂരിയുടെ അടുക്കെ രണ്ടാമതും ചെന്നു.

കേശവൻനമ്പൂതിരി: ചെറുശ്ശേരിക്ക് എല്ലായ്പ്പോഴും പരിഹാസമാണ്. നമ്പൂരി വിചാരിച്ച ശ്ലോകമല്ല എഴുതിത്തന്നത്. ഇതാ ഞാൻ

ഓലയിൽ എഴുതിക്കൊണ്ടുവന്നിരിക്കുന്നു. ഇതു മുഴുവൻ എഴുതി തരൂ.

ചെറുശ്ശേരിനമ്പൂരി ഓലവാങ്ങി നോക്കി. ഓ- ഹോ! ഈ ശ്ലോകമോ? എന്നാൽ അങ്ങനെ പറയണ്ടേ. ആസീൽ എന്നാണ് ആദ്യം, എന്നല്ലേ കറുത്തേടം പറഞ്ഞത്? എന്നും പറഞ്ഞു പൂർവ്വാർദ്ധത്തിൽ ഉണ്ടായിരുന്ന പിഴകൾ തീർത്ത് ഉത്തരാർദ്ധം എഴുതിക്കൊടുത്തു. അതും കൊണ്ടു പിന്നെയും കേശവൻനമ്പൂതിരി മുകളിലേക്കു ചെന്നു. ശ്ലോകം വായിക്കാൻ നമ്പൂരിപ്പാട് കേശവൻ നമ്പൂരിയോടു പറഞ്ഞു.

കേശവൻനമ്പൂതിരി: ഇത് ഒരു വലിയ ശ്ലോകമാണ്. ഞാൻ വായിച്ചാൽ ശരിയാവുകയില്ല. ഇന്ദുലേഖ ഇവിടെ നില്ക്കുന്നുണ്ടല്ലോ. നല്ല വില്പത്തിയാണ്. ഇന്ദുലേഖേ, ഇതൊന്നു വായിക്കൂ.

ഇന്ദുലേഖ: എനിക്കു നല്ല വില്പത്തിയില്ല. വല്ലതും പറയണ്ട. എന്നാൽ ഈ ശ്ലോകം എനിക്കു തോന്നും, ബുദ്ധിമുട്ടണ്ട, ചൊല്ലിക്കളയാം-

എന്നു പറഞ്ഞ് ഉപദ്രവം തീരാൻ വേണ്ടി ചൊല്ലുന്നു.

ആസ്താം പീയൂഷലാഭസ്സുമുഖി ഗരജരാ
മൃത്യുഹാരി പ്രസിദ്ധ
സ്തല്ലാഭോപായ ചിന്താപി ച ച ഗരളജുഷോ
ഹോതുരുല്ലാഘതായാഃ
നോചേദാലോലദൃഷ്ടിപ്രതിഭയഭുജഗീ
ദഷ്ടമർമ്മാ മുഹുസ്തേ
യാമേവാലംഭ്യ ജീവേ കഥമധരസുധാ
മാധുരീമപ്യജാനൻ

നമ്പൂതിരിപ്പാട്: അതി വിശേഷമായ ശ്ലോകം, അല്ലേ?

ഇന്ദുലേഖ: അതെ

നമ്പൂതിരിപ്പാട്: കറുത്തേടം പോയി താഴത്ത് ഇരിക്കൂ.

കേശവൻനമ്പൂതിരി, ഞാൻ പോയി മുറുക്കാൻ കൊണ്ടുവരാം. എന്നു പറഞ്ഞു താഴത്തേക്കുപോയി.

നമ്പൂതിരിപ്പാട്: ഇന്ദുലേഖയ്ക്കു കളിഭ്രാന്തുണ്ടോ?

ഇന്ദുലേഖ: എന്തു ഭ്രാന്ത്?

നമ്പൂതിരിപ്പാട്: കളിഭ്രാന്ത്- കഥകളിഭ്രാന്ത്.

എനിക്ക് നല്ല ഭ്രാന്താണ്- കലശലാണു ഭ്രാന്ത്.

ഇന്ദുലേഖ: (ചിരിച്ചും കൊണ്ട്) ശരിതന്നെ, സംശയമില്ല.

നമ്പൂതിരിപ്പാട്: എന്താ ഇന്ദുലേഖ ഈ വിവരം മുമ്പു കേട്ടി

ട്ടുണ്ടോ?

ഇന്ദുലേഖ: ഇല്ല, ഇപ്പോളറിഞ്ഞു.

നമ്പൂതിരിപ്പാട്: ഞാൻ പറഞ്ഞറിഞ്ഞു അല്ലേ?

ഇന്ദുലേഖ: അതെ, ഇവിടുത്തെ വാക്കുകളെക്കൊണ്ടു നിശ്ചയിച്ചു.

നമ്പൂതിരിപ്പാട്: ഇന്നലെ മനയ്ക്കൽ കളി ഉണ്ടായിരുന്നു. രാമന്റെ ദശാസ്യൻ ബഹുവിശേഷം തന്നെ. ഇന്ദുലേഖ രാമനെ കേട്ടിട്ടുണ്ടോ? രാമൻ, ശൂദ്രർ രാമപ്പണിക്കർ എന്നു പറയും. വലിയ ഊറ്റക്കാരനാണ്. രംഗശ്രീ കലശല്. മെയ്യും അങ്ങനതന്നെ. ഇന്ദുലേഖയ്ക്ക് എനി ദിവസംപ്രതി കളി കാണാം. എനിക്കു നല്ല ഭ്രാന്താണ്. ഇശ്ശി മിക്കവാറും ദിവസം കളി ഉണ്ടാവാറുണ്ട്. ഇന്നലെ ഒരു സ്ത്രീ വേഷവും കണ്ടു. ഇയ്യടെ ഒന്നും ഇങ്ങനെ കണ്ടിട്ടില്ല. രാഘവൻ, രാഘവൻ എന്ന ഒരു ചെറുക്കൻ. രാഘവനെ ഇന്ദുലേഖ അറിയുമോ? അവൻ മുഖം മിനുക്കിയാൽ ഇന്ദുലേഖയുടെ മുഖംപോലെ തന്നെ. അങ്ങനെതന്നെ– ഒരു ഭേദവുമില്ല. ഇവിടെ കളി കൂടക്കൂടെ ഉണ്ടാവാറുണ്ടോ?

ഇന്ദുലേഖ: ഇല്ല.

നമ്പൂതിരിപ്പാട്: എത്ര കൊല്ലമായി ഇന്ദുലേഖ കഥകളി കണ്ടിട്ട്?

ഇന്ദുലേഖ: നാലഞ്ചുകൊല്ലമായി എന്നു തോന്നുന്നു.

നമ്പൂതിരിപ്പാട്: ശിവ– ശിവ! നാലഞ്ചുകൊല്ലമോ? ഇത്ര സമ്പത്തുള്ള ഈ വീട്ടിൽ കഥകളി കഴിഞ്ഞിട്ടു നാലഞ്ചുകൊല്ലമോ? ആശ്ചര്യം! അതിന്റെ പരിജ്ഞാനമില്ലാഞ്ഞാൽ അത്രേ ഉള്ളൂ. പഞ്ചുവിനു പരിജ്ഞാനം ഒട്ടും ഇല്ലായിരിക്കും. പിന്നെ ഇന്ദുലേഖ എന്തു ചെയ്യും?

ഇന്ദുലേഖ: അതെ; ശരിതന്നെ.

നമ്പൂതിരിപ്പാട്: ഇന്ദുലേഖയ്ക്ക് ഇങ്കിരീയസ്സു നല്ലവണ്ണം അറിയാമോ?

ഇന്ദുലേഖ: കുറെ പഠിച്ചു.

നമ്പൂതിരിപ്പാട്: സായ്വന്മാരോടു സംസാരിക്കാമോ?

ഇന്ദുലേഖ: പഠിച്ചതിന്റെ അവസ്ഥാനുസരണം ആരോടും സംസാരിക്കാം.

നമ്പൂതിരിപ്പാട്: ഇന്ദുലേഖയെ ഞാൻ ഇശ്ശി കേട്ടിട്ടുണ്ട്. കണ്ടപ്പോൾ അതിലൊക്കെ വിശേഷം– എന്റെ ഭാഗ്യം– അറിഞ്ഞില്ല.

ഇന്ദുലേഖ: എന്താണ് ഭാഗ്യം? അറിഞ്ഞില്ല.

നമ്പൂതിരിപ്പാട്: ഇന്ദുലേഖയെ കണ്ടതുതന്നെ ഭാഗ്യം

ഇന്ദുലേഖ: എന്താണ് എന്നെ കാണുന്നതുകൊണ്ട് ഒരു ഭാഗ്യം എന്നു ഞാനറിയുന്നില്ല.

നമ്പൂതിരിപ്പാട്: ഇത്ര പറഞ്ഞാൽ മനസ്സിലാവില്ലേ?

ഇന്ദുലേഖ: പറഞ്ഞേടത്തോളം മനസ്സിലായി. പറയാത്തത് എങ്ങനെ മനസ്സിലാവും? ഇവിടുത്തെ ഭാഗ്യമെന്നു പറഞ്ഞത് മനസ്സിലായി. എന്തു ഭാഗ്യമാണ് ഇവിടേക്കു വരുന്നത് എന്നാണ് ഞാൻ ചോദിച്ചത്. അതിന് ഉത്തരം പറഞ്ഞില്ല- പറയാത്തതുകൊണ്ട് ആ സംഗതി മനസ്സിലായതും ഇല്ല.

നമ്പൂതിരിപ്പാട്: അതൊക്കെ എന്റെ ഭാഗ്യം തന്നെ- എന്റെ ഭാഗ്യം തന്നെ. ഇന്ദുലേഖയുടെ വാക്കുസാമർത്ഥ്യം കേമം തന്നെ. എന്നെ ഒന്നു ചെണ്ടകൊട്ടിക്കേണമെന്നാണു ഭാവമെന്നുതോന്നുന്നു.

ഇന്ദുലേഖ: ഇവിടെ ചെണ്ടയില്ല. ഇവിടുന്നു ചെണ്ടകൊട്ടി കേൾക്കണമെന്ന് എനിക്ക് താൽപര്യവുമില്ല.

നമ്പൂതിരിപ്പാട്: ഇന്ദുലേഖ ബഹു രസികത്തിയാണ്. ഇങ്ങനെയിരിക്കേണ്ടെ വാക്കുസാമർത്ഥ്യം. എന്നെ മുമ്പു കേട്ടു പരിചയമുണ്ടായിരിക്കും.

ഇന്ദുലേഖ: ഇല്ല.

നമ്പൂതിരിപ്പാട്: കേട്ടിട്ടില്ലേ ഇല്ലേ?

ഇന്ദുലേഖ: ഇല്ല.

നമ്പൂതിരിപ്പാട്: എന്റെ ഒരു വർത്തമാനവും അറിയില്ലേ?

ഇന്ദുലേഖ: ഇല്ല.

നമ്പൂതിരിപ്പാട്: അപ്പോൾ ഞാൻ വരുന്ന വർത്തമാനവും അറിഞ്ഞിട്ടില്ലേ?

ഇന്ദുലേഖ: വരുന്നുണ്ടെന്ന് ഇവിടെ ആരോ ഇന്നലെയോ മറ്റോ പറഞ്ഞുകേട്ടു.

നമ്പൂതിരിപ്പാട്: അപ്പോൾ എന്റെ വർത്തമാനം ഇന്ദുലേഖ ആരോടും അന്വേഷിച്ചില്ലേ?

ഇന്ദുലേഖ: ഇല്ല.

നമ്പൂതിരിപ്പാട്: അതെന്തേ?

ഇന്ദുലേഖ: ഒന്നും ഉണ്ടായിട്ടല്ല. അന്വേഷിച്ചില്ലാ- അത്രേയുള്ളൂ

നമ്പൂതിരിപ്പാട്: ഞാൻ വന്ന കാര്യം എന്താണെന്നു മനസ്സിലായിക്കാണുമല്ലോ?

ഇന്ദുലേഖ: ഇല്ല; മനസ്സിലായിട്ടില്ല

നമ്പൂതിരിപ്പാട്: എന്ത്; അതും മനസ്സിലായിട്ടില്ലേ?

ഇന്ദുലേഖ: ഇല്ല.

നമ്പൂതിരിപ്പാട്: ഞാൻ ഇന്ദുലേഖയെ കാണാനായിട്ടുതന്നെയാണു വന്നത്.

ഇന്ദുലേഖ: ശരി, അങ്ങനെയായിരിക്കും.

നമ്പൂതിരിപ്പാട്: മനവക സകല കാര്യവിചാരവും ഞാൻതന്നെയാണ്.

എന്നു പറഞ്ഞു നേരം നോക്കാൻ എന്നു ഭാവിച്ചു പൊൻഗഡിയാൾ മടിയിൽ നിന്നും എടുത്തു തുറന്നു നോക്കി. അഞ്ചുമണിയായി എന്നു പറഞ്ഞു.

ഇന്ദുലേഖ: ഓ, എന്നാൽ സന്ധ്യാവന്ദനത്തിനു സമയമായിരിക്കും.

നമ്പൂതിരിപ്പാട്: ഹേ– അതിനൊന്നും സമയമായിട്ടില്ല. ഈ ഗഡിയാൾ ഒന്നു നോക്കേണമോ?

എന്നു പറഞ്ഞു ഗഡിയാളും മാലചങ്ങലയും കഴിത്തിലിട്ടേടത്തുന്ന് എടുത്തു കൊടുപ്പാൻ ഭാവിച്ചപ്പോൾ ഇന്ദുലേഖ വാങ്ങി ഇതു നല്ല ഗഡിയാൾ എന്നു പറഞ്ഞു.

നമ്പൂതിരിപ്പാട്: ഇത് എനിക്കു മേഖദന്തൻ സായ്വ് സമ്മാനമായി കഴിഞ്ഞകൊല്ലം ഏലമലവാരം എഴുപത്തയ്യായിരം ഉറുപ്പികയ്ക്ക് കൊടുത്തപ്പോൾ തന്നതാണ്.

മേഘദന്തൻസായ്വ് എന്നു പറഞ്ഞപ്പോൾ ഇന്ദുലേഖ ഉറക്കെ ഒന്നു പൊട്ടിച്ചിറിച്ചുപോയി അതിനുശേഷം ഗഡിയാൾ തിരിയെ ക്കൊടുത്തു. ഇന്ദുലേഖയുടെ ഈ ചിരിയും ഭാവവും കണ്ടപ്പോൾ ഇന്ദുലേഖയ്ക്കു തന്നിൽ അനുരാഗം തുടങ്ങി എന്നു നമ്പൂതിരിപ്പാടും, ഈ മേഘദന്തൻസായ്വിനെക്കുറിച്ചു മാധവനെഴുതുന്ന കത്തിലെഴുതണമെന്ന് ഇന്ദുലേഖയും ഏകകാലത്തിൽ തന്നെ നിശ്ചയിച്ചു.

നമ്പൂതിരിപ്പാട്ടിലേക്കു മോഹം അതിയായി വർദ്ധിച്ചു. എന്നിട്ട് ഈ ക്ഷമയില്ലാത്ത വിഡ്ഢി പറയുന്നു.

നമ്പൂതിരിപ്പാട്: ഇന്ദുലേഖയോടുകൂടിതന്നെ എല്ലായ്പ്പോഴും ഇരിക്കാനാണ് എനിക്കു മോഹം.

ഇന്ദുലേഖ: അതു സാധിക്കാത്ത മോഹമാണെന്ന് എനിക്കു തോന്നുന്നു.

ഇത്രത്തോളം പറയുമ്പോഴേക്കു കേശവൻനമ്പൂരി വെള്ളത്തട്ടിൽ മുറുക്കാനും മറ്റും എടുത്തു മുകളിലേക്കു കയറി വന്നു.

ഇന്ദുലേഖ: എനിക്കിനി മേൽകഴുകി അമ്പലത്തിൽ പോവണം. കേശവൻ നമ്പൂരി ഇവിടെ ഇരിക്കൂ.

എന്നു പറഞ്ഞു വേഗം താഴത്തേക്ക് ഇറങ്ങിപ്പോയി.

പോവുമ്പോൾ ഇന്ദുലേഖ കേശവൻനമ്പൂതിരിയുടെ മുഖത്തേക്ക് ഒന്നു നോക്കി. ആ നോക്ക്, കേശവൻനമ്പൂരിക്കു തന്റെ ശരീരത്തിന്മേൽ ഒരു ഇരുമ്പുകോൽ പഴുപ്പിച്ചു ചൂടു വെച്ചതുപോലെ കൊണ്ടു. കേശവൻ നമ്പൂരി, വെറ്റിലത്തട്ടംകൊണ്ട് അവിടെ ഇളിഭ്യനായി വശായി. നമ്പൂരിപ്പാട്ടിലേക്ക് ആകപ്പാടെ നല്ല സുഖമായിട്ടില്ല- എങ്കിലും അവിടെത്തന്നെ ഇരുന്നു മുറുക്കി കുറേ നേരം ഇന്ദുലേഖയുടെ മുറിയിലുള്ള സാമാനങ്ങളും മറ്റും നടന്നു നോക്കി. ബുക്കുകൾ വളരെ കണ്ടു- പെണ്ണുങ്ങളെ ഇംക്ലീഷു പഠിപ്പിച്ചാൽ വളരെ ദോഷമാണെന്നു തീർച്ചയാക്കി.

കേശവൻനമ്പൂതിരി: (നമ്പൂതിരിപ്പാടോട്) ഇന്ദുലേഖയ്ക്കു വൈകുന്നേരം അമ്പലത്തിൽ പോവൽ മുടങ്ങാതെ ഉണ്ട്. അതിന്നു സമയവും മറ്റും അതികൃത്യമാണ്- അതാണ് ഇപ്പോൾ പൊയ്ക്കളഞ്ഞത്.

നമ്പൂതിരിപ്പാട്: ഇന്ദുലേഖ വേഗം ഇങ്ങോട്ടു വരുമല്ലോ. വരുന്ന വരെ നുമ്മൾ ഇവിടെത്തന്നെ ഇരിക്കുക- അല്ലേ?

കേശവൻനമ്പൂതിരി: അതുവേണ്ടെന്നു തോന്നുന്നു- അത്താഴം കഴിഞ്ഞ് ഒൻപതുമണിക്ക് ഇവിടെ വന്ന് ഇന്ദുലേഖയുടെ പാട്ടും മറ്റും കേൾക്കാം.

അതല്ലെ നല്ലത്?

നമ്പൂതിരിപ്പാട്: അങ്ങനെതന്നെ- അതാണു നല്ലത്.

എന്നു പറഞ്ഞ് രണ്ടാളുംകൂടി ചോട്ടിലേക്കു പോന്നു.

നമ്പൂതിരിപ്പാടു മുകളിൽ കേശവൻനമ്പൂതിരിയോടുകൂടി ഇന്ദുലേഖയുടെ മാളികയിന്മേലെ സാമാനങ്ങൾ നോക്കുമ്പോൾ ചുവട്ടിൽ ഇന്ദുലേഖയും ചെറുശ്ശേരിനമ്പൂരിയുമായി ഒരു സംഭാഷണം ഉണ്ടായി. ഇന്ദുലേഖ മേൽകഴുകാൻ എന്നു പറഞ്ഞു മാളികമുകളിൽ നിന്ന് ഇറങ്ങി തെക്കെ അറയിൽക്കൂടി നാലുകെട്ടിൽ കടന്നപ്പോൾ ചെറുശ്ശേരിനമ്പൂരി തെക്കിനിയിൽ ഒരു കസാലമേൽ താനെ ഇരുക്കുന്നതുകണ്ടു. ഇന്ദുലേഖയെ കണ്ട ഉടനെ നമ്പൂരി കസാലമേൽ നിന്ന് എഴുന്നേറ്റ് ഇന്ദുലേഖയുടെ സമീപത്തിലേക്കു ചെന്നു മന്ദഹാസത്തോടുകൂടി നിന്നു. ഇന്ദുലേഖയ്ക്കു നമ്പൂരിയെ കണ്ടപ്പോൾ വളരെ സന്തോഷമായി എങ്കിലും എന്താണ് ആദ്യം പറയേണ്ടത് എന്ന് ഒന്നും തോന്നീല്ല. അപ്പോഴത്തെ സ്ഥിതി അങ്ങനെയാണല്ലോ. എന്നാൽ അതിസമർത്ഥനായ ചെറുശ്ശേരിനമ്പൂതിരി ഇന്ദുലേഖയുടെ സൗഖ്യക്കേട് ക്ഷണേന തീർത്തു.

ചെറുശ്ശേരി നമ്പൂതിരി: ഇന്നു കാണാനിടവരുമെന്നു ഞാൻ പറഞ്ഞിരുന്നില്ല. ഞാൻ ഇപ്പോൾ അദ്ദേഹത്തിന്റെ കൂടെ വന്നവരിൽ ഒരുവന്റെ സ്ഥിതിയിലാണല്ലോ. അതുകൊണ്ടു വിളിക്കാതെ ഒന്നിച്ചും വരണ്ട എന്നു വെച്ചതാണ്. നാളെ രാവിലെ ഏതായാലും വരാമെന്ന് ഉറച്ചിരുന്നു. ഇപ്പോൾ തന്നെ കണ്ടത് എന്റെ ഭാഗ്യം. മാധവന് നൂറ്റമ്പത് ഉറുപ്പിക ശമ്പളായി എന്നു കേട്ടു. വളരെ സന്തോഷമായി.

മുകളിൽ നിന്ന് ഇറങ്ങുമ്പോൾ ഇന്ദുലേഖയ്ക്കുണ്ടായിരുന്ന മൗഢ്യം സകലം തീർന്നു. മാധവന്റെ പേരു ചെവിയിൽപ്പെട്ട ഉടനെ ഒരു രോമാഞ്ചവും അല്പം ലജ്ജയും ഉണ്ടായി. മുഖം അല്പം ഒന്നു താഴ്ത്തി മന്ദഹാസം ചെയ്യുന്നതു ചെറുശ്ശേരിനമ്പൂരി കണ്ടു വളരെ സന്തോഷിക്കുകയും ഇന്ദുലേഖയുടെ അവസ്ഥയെപ്പറ്റി ബഹുമാനിക്കുകയും ചെയ്തു. ഉടനെ-

ഇന്ദുലേഖ: രണ്ടു ദിവസത്തിനകത്തു മദിരാശിയിൽ നിന്ന് വരുമെന്ന് എഴുത്തുവന്നിട്ടുണ്ട്. ഒരുസമയം ഈ പ്രാവശ്യം മടങ്ങിപ്പോവുമ്പോൾ....

പിന്നെ ഒന്നും പറയാതെ കുറെ ലജ്ജിച്ചുകൊണ്ടു നിന്നു.

ചെറുശ്ശേരിനമ്പൂതിരി: മടങ്ങിപ്പോവുമ്പോൾ ഇന്ദുലേഖയും കൂടെ-അല്ലേ?

ഇന്ദുലേഖ: (മന്ദഹസിച്ചുകൊണ്ട്) അതെ. തിരുമനസ്സിനുമായിട്ട് സംസാരിച്ചപ്പോൾ മനസ്സുള്ള ആൾക്കു സംസാരിപ്പാനുള്ള വാക്കുകളും സംഗതികളും തിരുമനസ്സുതന്നെ വേണ്ടവിധം അറിയിപ്പിച്ചും പറഞ്ഞും കൊടുക്കുന്നതു ചിലപ്പോൾ വലിയ ഉപകാരമായിരുന്നു.

ചെറുശ്ശേരി നമ്പൂതിരി: നിങ്ങൾ രണ്ടാളുടെയും കൂടെ ഞാനും മദിരാശിയിലോളം വരാം. ഇന്ദുലേഖയും മാധവനും ഭാര്യഭർത്താക്കന്മാരായി അധികകാലം അതിഭാഗ്യത്തോടുകൂടി ഇരിക്കണം എന്നാണ് എന്റെ ആഗ്രഹവും അനുഗ്രഹവും.

ഈ വാക്കുകൾ പറയുമ്പോൾ നമ്പൂരിയുടെ കണ്ണിൽ അശ്രുക്കൾ നിറഞ്ഞുവശായി. അതിമനോഹരിയായ ഇന്ദുലേഖയ്ക്ക് ഈ അതിസുന്ദരനായ മാധവൻതന്നെ ഭർത്താവായി കാണണമെന്നാണ് ഇവരെ രണ്ടുപേരേയും കാണുകമാത്രം ഉണ്ടായിട്ടുള്ള സാമാന്യബുദ്ധികളായ എല്ലാ മനുഷ്യരുടെയും ആഗ്രഹവും അഭിപ്രായവും. എന്നാൽ ഇവരെ രണ്ടുപേരുടേയും രൂപസൗന്ദര്യത്തിന്നു പുറമെ ഇവരുടെ പഠിപ്പ്, ബുദ്ധിസാമർത്ഥ്യം, ശീലഗുണം, അന്യോന്യം ഉള്ള അനുരാഗം ഇതുകളെ വെടുപ്പായ മനസ്സിലാക്കീട്ടുള്ള അതുബുദ്ധി

മാനും വിദ്വാനും ആയ ചെറുശ്ശേരി നമ്പൂരിക്ക് ഇവരുടെ ചേർച്ചയിലും അഭ്യുദയത്തിലും അതിസന്തോഷവും അതുനിമിത്തം സന്തോഷാശ്രുക്കളും ഉണ്ടായത് ആശ്ചര്യമല്ലല്ലോ. നമ്പൂരി മേൽക്കാണിച്ചപ്രകാരം പറഞ്ഞപ്പോൾ ഇന്ദുലേഖയ്ക്കും കണ്ണീർ താനെ പുറപ്പെട്ട് ഗൽഗതാക്ഷരായി-

ഇന്ദുലേഖ: ഇവിടുത്തെ അനുഗ്രഹം ഞങ്ങൾ വളരെ ഭക്തിപൂർവ്വം എല്ലായ്പോഴും കാംക്ഷിച്ചുകൊണ്ടിരിക്കുന്നതാണ്.

ചെറുശ്ശേരിനമ്പൂതിരി: മദിരാശിയിൽ നിന്ന് ഏതു തിയ്യതിക്ക് എത്തും എന്നു തീർച്ചയായി എഴുതീട്ടുണ്ടോ?

ഇന്ദുലേഖ: എനിയത്തെ ആഴ്ചയിൽ എന്നാണ് എഴുതിയിട്ടുള്ളത്. എഴുതീട്ട് ഇന്നേക്കു രണ്ടോ മൂന്നോ ദിവസമായി, മറ്റന്നാളോ നാലാന്നാളോ വരുമായിരിക്കാം.

ചെറുശ്ശേരി നമ്പൂതിരി: എന്റെ ഇവിടെ നിന്നുള്ള യാത്ര എന്നോ-പുറപ്പാടിന്റെ കാര്യം കൊണ്ടു നമ്പൂതിരി ഒന്നു മുകളിൽ നിന്നു പ്രസ്താവിച്ചിരിക്കില്ലാ. താമസിപ്പാൻ വന്നതല്ലെ.

എന്നു പറഞ്ഞു ചിരിച്ചു. ഇന്ദുലേഖയും ചിരിച്ചു.

ഇന്ദുലേഖ: എന്താണ് ഒരു ശ്രീരാമോദന്തശ്ലോകം എഴുതി അയച്ചതു നേർത്തെ?

ചെറുശ്ശേരിനമ്പൂരിയും ഇന്ദുലേഖയും വളരെ ചിരിച്ചു.

ഇന്ദുലേഖ: ഇവിടുന്നു കൂടെ എഴുന്നള്ളിയത് എന്റെ ഭാഗ്യം തന്നെ.

ഞാൻ അമ്പലത്തിൽ പോയിവരാം. രാവിലെ യാത്രയില്ലെങ്കിൽ നിശ്ചയമായി അമറേത്തു കഴിഞ്ഞു മുകളിലേക്ക് എഴുന്നള്ളണം.

ചെറുശ്ശേരി നമ്പൂതിരി: രാവിലെ യാത്രയുണ്ടാവുമെന്നു തോന്നീല.

ചെറുശ്ശേരി നമ്പൂരി യഥാപൂർവ്വം കസാലമേൽതന്നെ പോയി ഇരുന്നു. അപ്പോഴേക്കു മെതിയടിയുടെ ശബ്ദം കേട്ടുതുടങ്ങി. ഇന്ദുലേഖ പറഞ്ഞ വാക്കുകളും ബദ്ധപ്പെട്ടു പോന്നതും നമ്പൂതിരിപ്പാട്ടിലേക്ക് അപ്പോൾ ഒട്ടും തന്നെ സുഖമായില്ലെങ്കിലും രാത്രി ഒൻപതു മണിക്കു രണ്ടാമതു പാട്ടു കേൾക്കാനും മറ്റും മുകളിലേക്കു പോവാൻ നിശ്ചയിച്ച സന്തോഷമാണ് ഇപ്പോൾ ഉണ്ടായിരുന്നത്. ഉടനെ ചിരിച്ചുകൊണ്ടു നാലുകെട്ടിലേക്കു വന്നു ചെറുശ്ശേരിയെ കണ്ടു.

നമ്പൂതിരിപ്പാട്: എന്താണു ചെറുശ്ശേരി തന്നെ ഇരുന്നു മുഷിഞ്ഞുവോ? മുകളിലേക്കു വരാമായിരുന്നില്ലേ? ഇന്ദുലേഖ അതിസു

ന്ദരി- തന്നെ. ഇങ്ങനെ ഒരു സ്ത്രീയെ ഞാൻ കണ്ടിട്ടില്ല. ശിവ-ശിവ! സൗന്ദര്യത്തിന്റെ ഒരു വിശേഷം! ഇശ്ശി ഇണ്ടേനും- അതിശം തന്നെ.

ചെറുശ്ശേരിനമ്പൂതിരി; ഇവിടുത്തെപ്പോലെ ഒരു പുരുഷനെ ഇന്ദുലേഖയും കണ്ടിട്ടുണ്ടായിരിക്കില്ല. ഇന്ദുലേഖയും പരിഭ്രമിച്ചിരിക്കണം. അതു ഞാൻ മുമ്പുതന്നെ നിശ്ചയിച്ച കാര്യമാണ്.

നമ്പൂതിരിപ്പാട്: എന്താ ചെറുശ്ശേരി ഇന്നാൾ ഒരു ശ്ലോകം ചൊല്ലിയില്ലേ- രംഭയെ കണ്ടിട്ട് രാവണൻ ഭ്രമിച്ചമാതിരി- ആ ശ്ലോകം ഒന്നു ചൊല്ലൂ.

ചെറുശ്ശേരി ശ്ലോകം ചൊല്ലുന്നു.

ഇയം ബാലാ ലീലാദരഗമനലോലാളകഭരാ
ചിലച്ചേലാചോളാ പിഹിതകുചശൈലാ വിധുമുഖീ
ലസൽഫാലാ മാലാ നിപതദളിജാലാ വിഷമിത
സ്മരജ്വാലാ വ്രീളാമപഹരമതി നീലാബ്ജനയനാ.

നമ്പൂതിരിപ്പാട്: ആ ശ്ലോകം ഒരു ഓലയിൽ എഴുതി എന്റെവശം തരൂ. ചെറുശ്ശേരി ശ്ലോകം എഴുതി നമ്പൂതിരിപ്പാടുവശം കൊടുത്തു. ആ ഓലയും കൈയിൽ പിടിച്ച് അദ്ദേഹം കുറെ നേരം നാലുകെട്ടിൽ കസാലമേൽ ഇരുന്നു. അപ്പോൾ എന്തോ കാര്യവശാൽ ഇന്ദുലേഖയുടെ അമ്മ (ലക്ഷ്മിക്കുട്ടിഅമ്മ) നാലുകെട്ടിന്റെ വടക്കേ അറയിൽ നിന്നു പുറത്തേക്കു പോവുന്നതു നമ്പൂതിരിപ്പാടു കണ്ടു. ഇന്ദുലേഖയുടെ അമ്മയായ ലക്ഷ്മിക്കുട്ടിഅമ്മ നല്ല സൗന്ദര്യമുള്ള സ്ത്രീയാണെന്നു ഞാൻ പറയേണ്ടതില്ലല്ലോ. വയസ്സും മുപ്പത്തഞ്ചേ ആയിട്ടുള്ളൂ. നമ്പൂതിരിപ്പാട് ഈ സ്ത്രീയെ കണ്ട ഉടനെ കേശവൻനമ്പൂതിരിയോട്-

ഈ കടന്നു പോയ സ്ത്രീ ഏതാണ് കറുത്തേടം?

കേശവൻനമ്പൂരിക്ക് ഉള്ളിൽ വല്ലാതെ ഒരു ഭയം തോന്നി. ലക്ഷ്മിക്കുട്ടി അമ്മ തനിക്കു വളരെ പ്രതിപത്തിയുള്ള ഭാര്യയാണ്. ഈ നമ്പൂതിരിപ്പാട്ടിന്റെ സ്വഭാവം തനിക്കു നല്ല നിശ്ചയം ഉണ്ടുതാനും കേശവൻനമ്പൂതിരി ആകെപ്പാടെ ഒന്നു ഭ്രമിച്ചു.

കേശവൻനമ്പൂതിരി: ഇന്ദുലേഖയുടെ അമ്മയാണ്.

നമ്പൂതിരിപ്പാട്: ഓ- ഹോ! കറുത്തേടത്തിന്റെ പരിഗ്രഹം. അല്ലേ?

കേശവൻനമ്പൂതിരി: അതെ.

നമ്പൂതിരിപ്പാട്: എനിക്കു സംസാരിക്കണം.; ഇങ്ങട്ടു വിളിക്കൂ.

കേശവൻനമ്പൂതിരി: ഒരു വിരോധമില്ല. പാട്ടു കേൾപ്പാൻ വരുമ്പോൾ ഇന്ദുലേഖയുടെ മാളികമുകളിൽ നിന്നു കണ്ടു സംസാ

രിക്കാം- അതല്ലെ നല്ലത്?

ചെറുശ്ശേരി നമ്പൂരി: അല്ലാ, ഇപ്പോൾത്തന്നെയാണു നല്ലത്. രാത്രി പാട്ടിന്റെ എടയിൽ എന്തു സംസാരിക്കാൻ കഴിയും?

ചെറുശ്ശേരി നമ്പൂതിരി നമ്പൂരിപ്പാട്ടിലെ ചോദ്യവും കേശവൻനമ്പൂതിരിയുടെ പരിഭ്രമവും കണ്ട് ആകപ്പാടെ അശേഷം ഒരു ലൗകീകമില്ലാത്താളാണ്. ഇതിനുമുമ്പെ നുമ്മളെ അറയിലേക്കു ക്ഷണിച്ചു കൊണ്ടുപോവേണ്ടതല്ലെ ചെറുശ്ശേരി?

ചെറുശ്ശേരിനമ്പൂരി: സംശയമെന്താണ്; അങ്ങനെയല്ലെവേണ്ടത്? നോക്ക് ഇപ്പോൾതന്നെ പോവാമല്ലൊ- അല്ലേ കറുത്തേടം?

കേശവൻനമ്പൂതിരി: അതെ, പോവാം. അതിനെന്തു സംശയം?

എന്നു പറഞ്ഞു കേശവൻനമ്പൂതിരി വളരെ വിഷാദത്തോടുകൂടി എഴുന്നേറ്റു. കൂടെത്തന്നെ നമ്പൂതിരിപ്പാടും.

നമ്പൂതിരിപ്പാട്: എന്താ ചെറുശ്ശേരി വരുന്നില്ലേ?

ചെറുശ്ശേരി നമ്പൂതിരി: ഞാൻ ഇവിടെ ഇരിക്കാം. അല്ല, വേണമെങ്കിൽ വരുന്നതിനും വിരോധമില്ല.

നമ്പൂതിരിപ്പാട്: എന്നാൽ ചെറുശ്ശേരി ഇവിടെത്തന്നെ ഇരിക്കൂ. ഞാനും കറുത്തേടവും കൂടി പോയിവരാം.

ചെറുശ്ശേരി നമ്പൂതിരി: അങ്ങനെതന്നെ.

നമ്പൂരിപ്പാടും കേശവൻനമ്പൂതിരിയും കൂടി കേശവൻനമ്പൂതിരിയുടെ അറയിൽ കടന്നുചെന്നു. ലക്ഷ്മിക്കുട്ടിഅമ്മയെ അറയിൽ കണ്ടില്ല. ഇന്ദുലേഖയുടെ ദാസി അമ്മു അറയിൽ നിന്ന് അടയ്ക്ക കഷണിച്ചുകൊണ്ടിരിക്കുന്നു. ഈ അമ്മു എന്ന സ്ത്രീയും കണ്ടാൽ നല്ല ശ്രീയുള്ള ഒരു സ്ത്രീയാണ്. ഏകദേശം ഇരുപത്തഞ്ചുവയസ്സു പ്രായമുണ്ട്. കേവലം വീട്ടുപണി എടുക്കുന്ന ദാസികളുടെ കൂട്ടത്തിൽ അല്ല. ഇന്ദുലേഖയ്ക്കു വളരെ താല്പര്യമായിട്ടാണ്. കാതിൽ ഒഴുക്കൻമാതിരി തോടകളും, കഴുത്തിൽ വെളുത്ത നൂലിന്മേൽ ചുവന്ന കല്ലുവെച്ച ഒരു പൂത്താലിയും, എല്ലായ്പ്പോഴും വെളുത്ത വസ്ത്രവും ധരിച്ചു നടക്കാനാണ് ഇന്ദുലേഖയുടെ കല്പന. ഇന്ദുലേഖയുമായുള്ള സഹവാസത്തിൽ ഇവൾക്കു വൃത്തിഗുണം വിശേഷവിധിയായിട്ടുണ്ടെന്നു പറയേണ്ടതില്ലല്ലൊ. നമ്പൂതിരിപ്പാട് അകത്തു ചെന്ന ഉടനെ അമ്മുവെയാണു കണ്ടത്. ഇന്ദുലേഖയുടെ അമ്മയാണെന്ന് കണ്ടപ്പോൾ നിശ്ചയിച്ചു.

നമ്പൂതിരിപ്പാട്: ഇത്ര ചെറുപ്പമാണ് കറുത്തേടത്തിന്റെ പരിഗ്രഹം. കറുത്തേടം മഹാഭാഗ്യവാൻതന്നെ. ഇന്ദുലേഖയുടെ അമ്മയാണ് ഇത്. ഇന്ദുലേഖയോളം തന്നെ ചെറുപ്പമായിതോന്നുന്നു. ആശ്ചര്യം!

ഒരു പെങ്കിടാവാണെന്നു തോന്നുന്നു. അദ്ഭുതം! എത്ര വയസ്സായി? ഇങ്ങട്ടു തിരിഞ്ഞുനില്ക്കാ. എന്തിനാണ് ഒളിച്ചു നില്ക്കുന്നത്? ലക്ഷ്മി! ഇങ്ങട്ട് അടുത്തുവരൂ. മകൾക്ക് ഇത്ര കണ്ടില്ലല്ലൊ. കറു ത്തേടത്തിനെ കണ്ടിട്ടായിരിക്കാം. ഇത്ര ലജ്ജ. ഇങ്ങട്ടു വരൂ.

കേശവൻനമ്പൂതിരി: ഇന്ദുലേഖയുടെ അമ്മയല്ലാ ഇവൾ- ഇന്ദു ലേഖയുടെ ദാസിയാണ്. ഇന്ദുലേഖയുടെ അമ്മ പുറത്തെങ്ങാൻ പോയിരിക്കുന്നു.

നമ്പൂതിരിപ്പാട്: ഞാൻ അന്ധാളിച്ചു. എന്നാൽ കറുത്തേടം പോയി വിളിച്ചുകൊണ്ടുവരൂ.

കേശവൻനമ്പൂതിരി : ഞാൻ പോയിട്ടു വിളിച്ചുകൊണ്ടുവരാം.

എന്നു പറഞ്ഞു കേശവൻനമ്പൂരി പുറത്തേക്കു പോയി. പിന്നാലെ ദാസി അമ്മുവും പുറത്തേക്കു കടക്കാൻ പോവുമ്പോൾ- നമ്പൂതിരിപ്പാട്: അവിടെ നിക്കൂ. അവിടെ നിക്കൂ- ഒരു വിവരം ചോദിക്കട്ടെ. ഇന്ദുലേഖയുടെ വിഷളിയാണ് അല്ലേ? രസികത്തി യാണു നീ. നീ വിഷളിയായിരിക്കേണ്ടവളല്ലാ. നീ മഹാ സുന്ദരി യാണ്. പോവാൻ വരട്ടെ. നിക്കൂ, നിക്കൂ.

അമ്മു: അടിയനു മുകളിൽ പോവാൻ വഴുകി.

നമ്പൂതിരിപ്പാട്: നിനക്കു സംബന്ധം ആരെങ്കിലും ഉണ്ടോ?

അമ്മു: ഇല്ല.

നമ്പൂതിരിപ്പാട്: കഷ്ടം! ഈ വീട്ടിലുള്ള പ്രവൃത്തികളെല്ലാം എടുത്ത് ഈ ഓമനയായ ദേഹത്തെ ദുഃഖിപ്പിച്ചു കാലം കഴിക്കു ന്നു. ഇല്ലേ? ഇങ്ങോട്ടു വരൂ- എന്താണു കൈയിൽ, മുറുക്കുണ്ടോ?

അമ്മു: ചിലപ്പോൾ മുറുക്കാറുണ്ട്.

നമ്പൂതിരിപ്പാട്: ഇന്ദുലേഖയ്ക്ക് ആരെങ്കിലും ചിറ്റം ഉണ്ടോ? സ്വകാര്യമായിട്ടു നീ എന്നോടു പറ.

അമ്മു: ചിറ്റമോ?

നമ്പൂതിരിപ്പാട്: ഒളിസേവ- ഒളിസേവ

അമ്മു: ഒളിസേവയോ?

നമ്പൂതിരിപ്പാട്: രഹസ്യം- രഹസ്യം

അമ്മു: അടിയൻ ഒന്നും അറിയില്ല.

നമ്പൂതിരിപ്പാട്: ഇന്ദുലേഖയെ ഞാൻ കൂട്ടിക്കൊണ്ടുപോവു മ്പോൾ നീ കൂടെത്തന്നെ വരണം.

അമ്മു: വരാം.

എന്നും പറഞ്ഞു ചിരിച്ചുംകൊണ്ട് അമ്മു അകത്തു നിന്നു കട ന്നുപോയി.

കേശവൻ നമ്പൂരി വളരെ പരിഭ്രമത്തോടുകൂടി ലക്ഷ്മിക്കുട്ടിഅമ്മയെ അന്വേഷിച്ചുപോയി. അമ്പലത്തിൽ തൊഴുതുമടങ്ങി വരുന്നതുകണ്ടു. ഒരു പച്ചച്ചിരിയോടുകൂടി അടുക്കെച്ചെന്നു.

കേശവൻനമ്പൂരി: കാണണമെന്നു പറഞ്ഞ് അറയിലിരിക്കുന്നു. വേഗം ഒന്ന് അങ്ങട്ടു ചെന്നാൽ വേണ്ടില്ല.

ലക്ഷ്മിക്കുട്ടിഅമ്മ: ശിക്ഷ! ഇപ്പോൾ എന്റെ നേരെ തിരിഞ്ഞിരിക്കുന്നുവോ?

കേശവൻ നമ്പൂതിരി: അതൊന്നുമല്ല. ഇന്ദുലേഖയുടെ അമ്മയല്ലേ. ഒന്നു കാണണം എന്ന് താല്പര്യം- അതുണ്ടാവുന്നതല്ലേ? നമ്പൂതിരി കാണണം എന്ന് ആവശ്യപ്പെട്ടതിൽ എന്താണു തെറ്റ്?

ലക്ഷ്മിക്കുട്ടിഅമ്മ: ഒന്നുമില്ലാ; അങ്ങനെയാവട്ടെ. മുമ്പിൽ എഴുന്നെള്ളാം. ഞാൻ വരാം. എന്നു പറഞ്ഞു ലക്ഷ്മിക്കുട്ടി അമ്മ കേശവൻനമ്പൂരിയുടെ പിന്നാലെ നടന്നു. അറയിൽ എത്താറായപ്പോൾ അമ്മു ചിരിച്ചുംകൊണ്ടു പോവുന്നതും കണ്ടു. അറയുമ്മറത്തു ലക്ഷ്മിക്കുട്ടിഅമ്മ നിന്നു. കേശവൻ നമ്പൂതിരി അകത്തു കടന്നു.

നമ്പൂതിരിപ്പാട്: എന്താണ്, വന്നില്ലേ?

കേശവൻനമ്പൂതിരി: വന്നു. ഇവിടെ നില്ക്കുന്നുണ്ട്.

നമ്പൂതിരിപ്പാട്: ഇങ്ങട്ടു കടക്കാം. ധാരാളമായിട്ട് ഇങ്ങട്ടു കടക്കാല്ലൊ.

ഇന്ദുലേഖയെ ഞാൻ കണ്ടു. ഇന്ദുലേഖയുടെ അമ്മയേയും കാണണമെന്ന് ആഗ്രഹം. ഇങ്ങട്ടു കടക്കാ. ഇങ്ങട്ടു കടക്കാം.

ലക്ഷ്മിക്കുട്ടിഅമ്മ അകത്തു കടന്നു വാതിലിന്റെ പിൻഭാഗത്തു ശരീരം അല്പം മറച്ചു നിന്നു

നമ്പൂതിരിപ്പാട്: എന്താ കറുത്തേടം, വിളക്കു വെയ്ക്കാത്തത്? വിളക്കു കൊണ്ടുവരാൻ പറയൂ.

വിളക്കു കൊണ്ടുവന്നു വാതിലിന്റെ സമീപമായി വെയ്ക്കാൻ പറഞ്ഞു. വെച്ചു. നമ്പൂതിരിപ്പാടു നേരെയും തിരിഞ്ഞും ചാഞ്ഞും നോക്കി ലക്ഷ്മിക്കുട്ടി അമ്മയുടെ സ്വരൂപം സാമാന്യം കണ്ടു ഭ്രമിച്ചു- കലശലായി ഭ്രമിച്ചു. കേശവൻ നമ്പൂരിയുടെ പരിഭ്രമവും വിഷാദവും വളരെ വർദ്ധിച്ചു.

നമ്പൂതിരിപ്പാട്: കറുത്തേടത്തിന്റെ ഭാഗ്യം- മഹാഭാഗ്യം. ഇന്ദുലേഖയേക്കാൾ സുന്ദരി എന്നു പറയാൻ പാടില്ലല്ലൊ. ലക്ഷ്മിക്കുട്ടി എന്നാണു പേർ അല്ലേ?

ലക്ഷ്മിക്കുട്ടിഅമ്മ: അതെ.

നമ്പൂതിരിപ്പാട്: ലക്ഷ്മീദേവിതന്നെ- ലക്ഷ്മീദേവി എന്നാണ്

എനി ഞാൻ വിളിക്കാൻ ഭാവം. എന്താണു കറുത്തേടം ഒന്നും പറയാത്തത്?

കേശവൻനമ്പൂതിരി എന്തു പറയാനാണ്! കേശവൻനമ്പൂരിയുടെ കാര്യം വളരെ പരുങ്ങലിലായി എന്നേ പറവാനുള്ളൂ. ഈ ശനി തന്റെ കാര്യം പൊക്കമാക്കുമോ എന്നൊരു വിഷാദം ശുദ്ധാത്മാവായ ഈ കേശവൻനമ്പൂതിരിക്ക് ഉണ്ടായി. ലക്ഷ്മിക്കുട്ടിഅമ്മയുടെ തന്റേടവും മിടുക്കും കേശവൻ നമ്പൂരി അറിഞ്ഞിട്ടുണ്ടായിരുന്നുവെങ്കിൽ ഈ വിഷാദം അദ്ദേഹത്തിന്ന് ഒരിക്കലും ഉണ്ടാവുന്നതല്ലായിരുന്നു. ഈ ശുദ്ധാത്മാവിന് അതൊന്നും മനസ്സിലായിട്ടില്ല. എന്തുചെയ്യും! വെറുതെ വിഷാദിച്ചു തുടങ്ങി.

നമ്പൂതിരിപ്പാട്: സാക്ഷാൽ ലക്ഷ്മീദേവിതന്നെയാണ്- എന്താ കറുത്തേടം? കറുത്തേടം മഹാ ഭാഗ്യവാനാണ്. ഇത്ര ഒക്കെ ദ്രവ്യസ്ഥനും ശക്തനും ആയ എനിക്ക് ഇത് ഇതുവരെ സാധിച്ചില്ലല്ലൊ. കറുത്തേടം മഹാ ഭാഗ്യവാൻ തന്നെ.

കേശവൻനമ്പൂതിരി: ഊണു കഴിക്കാൻ പോവാറായി എന്നു തോന്നുന്നു.

നമ്പൂതിരിപ്പാട്: ആയിട്ടില്ല. ലക്ഷ്മിക്കുട്ടി ആ വിളക്ക് അസാരം ഇങ്ങട്ട് ഒന്നു കാണിക്കൂ. ഞാൻ ഗഡിയാൾ ഒന്നു നോക്കട്ടെ.

കേശവൻനമ്പൂതിരി വിളക്ക് എടുത്തു കാണിച്ചു. നമ്പൂതിരിപ്പാട്ടിലേക്ക് ഇത് അശേഷം രസിച്ചില്ല. ലക്ഷ്മിക്കുട്ടിഅമ്മ വിളക്ക് എടുത്തുകാണിക്കണം. എന്നായിരുന്നു ആഗ്രഹം. എങ്കിലും ഒന്നും പറഞ്ഞില്ല. ഗഡിയാൾ നോക്കി ആറരമണിയായിട്ടേ ഉള്ളൂ എന്നു പറഞ്ഞ് നമ്പൂതിരിപ്പാട് പിന്നെയും സംസാരിക്കാൻ തുടങ്ങി.

നമ്പൂതിരിപ്പാട്: ലക്ഷ്മിക്കുട്ടിക്ക് വയസ്സ് എത്രയായി?

ലക്ഷ്മിക്കുട്ടിഅമ്മ: മുപ്പത്തഞ്ചാമത്തെ വയസ്സാണ് ഇത്.

നമ്പൂതിരിപ്പാട്: ചെറുപ്പം തന്നെ. കറുത്തേടത്തിന്റെ ഭാഗ്യം, കറുത്തേടം എങ്ങനെ കടന്നുകൂടി ഇവിടെ?

കേശവൻ നമ്പൂരിക്കു നെഞ്ഞിടിപ്പു തുടങ്ങി, ഈശ്വരാ! എന്റെ ഭാര്യ ഈ അസത്തു തട്ടിപ്പറിക്കുമോ? ആവലാതി ഞാൻ തന്നെ ഉണ്ടാക്കി തീർത്തുവല്ലോ. ഇന്ദുലേഖയെ ഇദ്ദേഹത്തിനു കിട്ടിയില്ലെങ്കിൽ എന്റെ ഭാര്യയെ കൊണ്ടു പൊയ്ക്കളയുമോ? ഒരു സമയം പറ്റും എന്നു തന്നെ തോന്നുന്നു. എന്നും മറ്റും ഉള്ള വിചാരം കേശവൻനമ്പൂരിക്കു കലശലായിത്തുടങ്ങി.

നമ്പൂതിരിപ്പാട്: ലക്ഷ്മിക്കുട്ടിക്കു മുമ്പെ സംബന്ധം കിളിമാനൂർ ഒരു രാജാവായിരുന്നു, അല്ലേ?

ലക്ഷ്മിക്കുട്ടി അമ്മ: അതെ.

നമ്പൂതിരിപ്പാട്: പിന്നെയാണു കറുത്തേടത്തിന്നു ശുക്രദശ വന്നത്. അല്ലേ? എന്താണു കറുത്തേടം ഒന്നും പറയാത്തത്?

കേശവൻനമ്പൂതിരി: ഊണു കഴിക്കാൻ വൈകുന്നുവല്ലൊ.

നമ്പൂതിരിപ്പാട്: വഴുകീട്ടില്ലാ ഏഴുമണിക്കു കഴിച്ചാൽ മതി. എന്റെ വെള്ളിച്ചെല്ലം ഇങ്ങട്ടു കൊണ്ടുവരാൻ പറയൂ ഗോവിന്ദനോട്.

ഗോവിന്ദൻ വെള്ളിച്ചെല്ലം കൊണ്ടുവന്നു നമ്പൂതിരിപ്പാട്ടിലെ മുമ്പിൽ വെച്ചു.

നമ്പൂതിരിപ്പാട്: ലക്ഷ്മിക്കുട്ടിക്ക് ഈ വെള്ളിച്ചെല്ലം ഒന്ന് എടുത്തു നോക്കാം.

ലക്ഷ്മിക്കുട്ടിഅമ്മ വെള്ളിച്ചെല്ലം എടുപ്പാൻ വന്നപ്പോൾ ലക്ഷ്മിക്കുട്ടി അമ്മയുടെ സ്വരൂപം നല്ലവണ്ണം നമ്പൂതിരിപ്പാടു കണ്ടു.

നമ്പൂതിരിപ്പാട്: അദ്ഭുതം- അദ്ഭുതം! അതിശം- അതിശം തന്നെ! ആശ്ചര്യം തന്നെ! കറുത്തേടത്തിന്റെ ഭാഗ്യവിശേഷം തന്നെ- അതിസുന്ദരി! എന്താ കറുത്തേടം നന്ന ഭ്രമിച്ചിട്ടാണ്, അല്ലേ? അതിനു സംശയമുണ്ടോ?

ആരു ഭ്രമിക്കാതിരിക്കും? സാക്ഷാൽ ലക്ഷ്മിദേവിതന്നെ. ആ ചെല്ലപ്പെട്ടി നല്ല മാതിരിയോ?

ലക്ഷ്മിക്കുട്ടിഅമ്മ: ഒന്നാന്തരംതന്നെ.

നമ്പൂതിരിപ്പാട്: വേണമെങ്കിൽ എടുക്കാം.

ലക്ഷ്മിക്കുട്ടിഅമ്മ: അതിന് അസ്വാധീനം ഉണ്ടാവുമെന്ന് വിചാരിച്ചിട്ടില്ല.

നമ്പൂതിരിപ്പാട്: ശരി ശരി വാക്കു സാമർത്ഥ്യം. അതിശയം- അതിശായി പറഞ്ഞ വാക്ക്- ഇങ്ങിനെ ഇരിക്കണം വാക്കുസമാർത്ഥ്യം. കറുത്തേടത്തിന്റെ ഭാഗ്യം. ഇന്ദുലേഖയ്ക്കു സൗന്ദര്യം ഉണ്ടായത് ആശ്ചര്യമല്ല. പക്ഷേ, വാക്കുസാമർത്ഥ്യം ഇത്ര ഇല്ലാ. അതു നിശ്ചയം. ഇന്ദുലേഖയ്ക്കു വയസ്സ് എത്രയായി?

ലക്ഷ്മിക്കുട്ടിഅമ്മ : പതിനെട്ടാമത്തെ വയസ്സാണ് ഇത്.

നമ്പൂതിരിപ്പാട്: എന്നാൽ പതിനേഴുവയസ്സിൽ പ്രസവിച്ചു അല്ലേ?

ലക്ഷ്മിക്കുട്ടിഅമ്മ: അതെ.

നമ്പൂതിരിപ്പാട്: പിന്നെ കിടാങ്ങൾ ഒന്നും ഉണ്ടായിട്ടില്ലെന്നു തോന്നുന്നു.

ലക്ഷ്മിക്കുട്ടിഅമ്മ: ഇല്ല.

നമ്പൂതിരിപ്പാട്: മുമ്പത്തെപ്പോലെ മനസ്സിന്നു സുഖമുണ്ടായിരിക്കയില്ലാ.

ലക്ഷ്മിക്കുട്ടിഅമ്മ: മനസ്സിനു സുഖക്കേട് ഒന്നുമില്ല.

നമ്പൂതിരിപ്പാട്: രാജാവ് നല്ല യോഗ്യനായിരുന്നു. അല്ലേ?

ലക്ഷ്മിക്കുട്ടിഅമ്മ: നല്ല യോഗ്യനായിരുന്നു.

നമ്പൂതിരിപ്പാട്: എന്താണ്- കഷ്ടം! ഓരോ സ്ത്രീകളുടെ യോഗ്യതപോലെ ഭർത്താവിനേയും പുരുഷന്റെ യോഗ്യതപോലെ ഭാര്യയേയും കിട്ടിക്കോളാൻ പ്രയാസം. അന്യോന്യം യോഗ്യതയായി വരണം- അതാണു വിശേഷം. അങ്ങനെയല്ലാതെവന്നാൽ അതു മഹാ സങ്കടമാണ്. എന്താ കറുത്തേടം ഒന്നും പറയാത്തത്.

കേശവൻനമ്പൂതിരി: ഏഴുമണിയായീന്ന് തോന്നുന്നു.

നമ്പൂതിരിപ്പാട്: ആയിട്ടില്ലാ. എത്ര കൊല്ലമായി കറുത്തേടം സംബന്ധമായിട്ട്.

കേശവൻനമ്പൂതിരി: ആറു സംവത്സരമായി.

നമ്പൂതിരിപ്പാട്: എന്നിട്ടും കിടാങ്ങൾ ഉണ്ടായിട്ടില്ല. അല്ലേ?

കേശവൻനമ്പൂതിരി: അതെ.

നമ്പൂതിരിപ്പാട്: കറുത്തേടത്തിന്റെ ഭാഗ്യം ഓർത്തിട്ട് എനിക്കു ബഹു അദ്ഭുതം തോന്നുന്നു. ഇന്നാൾ ചെറുശ്ശേരി ഒരു ശ്ലോകം ചൊല്ലി. അതിൽ ഒരാൾ മറ്റൊരാളുടെ ഭാര്യയെക്കണ്ട് അസൂയപ്പെട്ട മാതിരി പറയുന്നുണ്ട്. ശ്ലോകം എനിക്കു തോന്നുന്നില്ല. ചെറുശ്ശേരിയെ ഇങ്ങട്ടു വിളിക്കൂ.

കേശവൻനമ്പൂതിരി ചെറുശ്ശേരിയെ വിളിക്കാൻ പോയി. ചെറുശ്ശേരി ഊണുകഴിക്കാൻ പുറപ്പെട്ടു. നമ്പൂരിപ്പാട്ടിലേയും കാത്തു നില്ക്കുന്നു. കേശവൻനമ്പൂരി ചെറുശ്ശേരിയെ വിളിച്ചു.

ചെറുശ്ശേരി നമ്പൂതിരി: എന്താണിതു കഥ- നേരം ഏഴുമണിയായല്ലോ.

കേശവൻനമ്പൂതിരി: എന്റെ ചെറുശ്ശേരി! എന്റെ വിഡ്ഢിത്തം എന്തിനു പറയുന്നു! അതിന്റെ അകത്തു നിന്നു നമ്പൂരി ജന്മകാലം പുറത്തുവരില്ലെന്നു തോന്നുന്നു. ഞാൻ എന്തു ചെയ്യട്ടെ! എന്റെ ഗ്രഹപ്പിഴ എന്നേ പറവാനുള്ളൂ.

ചെറുശ്ശേരി നമ്പൂരി: ഇപ്പോൾ എന്നെ എന്തിനാണു വിളിക്കുന്നത്?

കേശവൻ നമ്പൂരി: എന്തോ ഒരു ശ്ലോകം ചൊല്ലുവാനാണത്രെ- ബുദ്ധിമുട്ടുതന്നെ.

ചെറുശ്ശേരി നമ്പൂരി: ശിക്ഷ! ഇപ്പഴ് എന്തു ശ്ലോകമാണ് ചൊല്ലുവാൻ ഉള്ളത്? ആട്ടെ ഞാൻ വരാം.

എന്നു പറഞ്ഞു ചെറുശ്ശേരിനമ്പൂരി കേശവൻ നമ്പൂരിയോടുകൂടി

അകത്തുകടന്നു.

നമ്പൂതിരിപ്പാട്: ഇന്നാൾ ഒരു ദിവസം ചെറുശ്ശേരി ഒരു ശ്ലോകം ചൊല്ലിയില്ലെ. ഒരു പുരുഷൻ മറ്റൊരു പുരുഷന്റെ ഭാര്യക്കണ്ടു വ്യസനിച്ചപ്രകാരം- അതൊന്നു ചൊല്ലൂ.

ചെറുശ്ശേരിനമ്പൂരി: ഒരു പുരുഷൻ മറ്റൊരു പുരുഷന്റെ ഭാര്യയെ ക്കണ്ടു വ്യസനിച്ചതോ? ഏതു ശ്ലോകമാണ്? എനിക്ക് ഓർമ്മയില്ല.

നമ്പൂതിരിപ്പാട്: ഛരീ! അസ്ഥാളിക്കേണ്ടോ. ഞാൻ പറയാം. ഒരു സ്ത്രീയുടെ മുഖം നോക്കീട്ടു ചന്ദ്രൻ ഉദിച്ചുവന്നപ്പോൾ ചന്ദ്രനു ലജ്ജയില്ലെന്നും പിന്നെ ആ സ്ത്രീയുടെ ഭർത്താവിന്റെ മുമ്പാകെ നില്ക്കുന്ന ഒരു അന്യപുരുഷനും ലജ്ജയില്ലെന്നു മറ്റും. അതു ചൊല്ലൂ.

ചെറുശ്ശേരിനമ്പൂതിരി: (ചിരിച്ചുംകൊണ്ട് ശ്ലോകം ചൊല്ലുന്നു.)

കിം ബ്രൂവസ്തവ പൂർണ്ണചന്ദ്രമഹതീം
നീർലജ്ജതാമീദൃശീം
യത്ത്വസ്യാമുഖമണ്ഡലേ സതി ഭവാ
നപ്യുജ്ജിഹിതേ പുരഃ
ആവിസ്മൃത്യ കിമേതദുക്തമധുനാ
യത്താദൃശീം സുന്ദരീം
ഭുഞ്ജാനസ്യ പുരോ വയഞ്ച പുരുഷാ
ഇത്യസ്മഹേ നിസ്ത്രപാഃ

നമ്പൂതിരിപ്പാട്: ശരി, ഈ ശ്ലോകം തന്നെ. ലക്ഷ്മിക്കുട്ടിക്കു വില്പത്തി ഉണ്ടോ?

ലക്ഷ്മിക്കുട്ടിഅമ്മ: രണ്ടുമൂന്നു കാവ്യങ്ങൾ ചെറുപ്പത്തിൽ വായിച്ചിട്ടുണ്ട്.

നമ്പൂതിരിപ്പാട്: ചെറുശ്ശേരി നല്ല വിദ്വാനാണ്- ബഹുരസികനാണ്.

കറുത്തേടത്തിനു വില്പത്തിഗന്ധം കൂടി ഇല്ല. അതെ. നേർത്തെ മനസ്സിലായി, ഒരു ശ്ലോകം ചൊല്ലാൻ വയ്യ. എങ്കിലും മഹാഭാഗ്യവാൻ.

കേശവൻനമ്പൂതിരി: എനിക്കു വില്പത്തി ഇല്ല. ഊക്കുകഴിക്കാൻ വഴുകി; വളരെ വഴുകി.

നമ്പൂതിരിപ്പാട്: എന്നാൽ എനി പുറപ്പെടാം. ഒൻപതുമണിക്കു മകളുടെ പാട്ടുകേൾക്കാൻ ഇങ്ങട്ടു വരും. അപ്പോൾ ലക്ഷ്മിക്കുട്ടിയേയും കാണുമല്ലോ. ആർത്തിയോടെ ഒന്നു നോക്കി നമ്പൂതിരിപ്പാടു പുറത്തേക്കു കടന്നു. വഴിയെ നിന്നു പൂമുഖത്തേക്കു കടന്ന

പ്പോൾ പഞ്ചുമേനോനെ കണ്ടു.

നമ്പൂതിരിപ്പാട്: പഞ്ചു അതിഭാഗ്യവാൻതന്നെ. ഇന്ദുലേഖയേയും പഞ്ചുവിന്റെ മകൾ ലക്ഷ്മിക്കുട്ടിയേയും കണ്ടു. തമ്മിൽ ഞാനോ നിയ്യോ സുന്ദരി എന്ന തിരക്കുള്ളതുപോലെ തോന്നും അവരുടെ സൗന്ദര്യം കണ്ടാൽ. കറുത്തേടത്തിന്റെ ഭാഗ്യം. രണ്ടാളും അതിസുന്ദരികൾതന്നെ.

പഞ്ചുമേനോന് ഈ വാക്കുകൾ അശേഷം രസിച്ചില്ല. കുറച്ചു ക്രോധവും ഉണ്ടായില്ലെന്നില്ല എങ്കിലും അതെല്ലാം മനസ്സിൽ അടക്കി.

പഞ്ചുമേനോൻ: എനി ഊക്കുകഴിച്ച് ഊൺ കഴിഞ്ഞു വേഗം വന്നു കളയാം.

നമ്പൂതിരിപ്പാടും നമ്പൂതിരിമാരും കൂടി മിറ്റത്ത് എറങ്ങിയപ്പോൾ പഞ്ചുമേനോൻ കേശവൻ നമ്പൂതിരിയെ കൈകൊണ്ടു മാടിവിളിച്ചു. കേശവൻ നമ്പൂതിരി മടങ്ങിച്ചെന്നു. പഞ്ചുമേനോനും നമ്പൂതിരിയും കൂടി നാലുകെട്ടിൽ കടന്നു.

പഞ്ചുമേനോൻ: എന്താണ് ഇന്ദുലേഖയ്ക്കു ബോദ്ധ്യമായോ?

കേശവൻമ്പൂതിരി: ബോദ്ധ്യമാവും. ബോദ്ധ്യമാവാതെ ഇരിക്കയില്ല.

പഞ്ചുമേനവൻ: ആവുന്നതുപിന്നെ പറയാം- ആയോ?

കേശവൻനമ്പൂതിരി: അത് ഇപ്പോൾ ഒന്നും നിശ്ചയിക്കാറായില്ല. ബോദ്ധ്യമാവും; അതിനു സംശയമില്ല.

പഞ്ചുമേനോൻ തിരുമനസ്സിലെ വാക്ക് എനിക്ക് അശേഷം വിശ്വാസമാവുന്നില്ല. നേർത്തെത്തെ വരവു കണ്ടപ്പോൾ ഞാൻ എന്തോ വല്ലാതെ ഭ്രമിച്ചു. നമ്പൂതിരിപ്പാട് ആകപ്പാടെ ഒരു വിഡ്ഢിയാണെന്നു തോന്നുന്നു എനിക്ക്.

കേശവൻനമ്പൂതിരി: മഹാ ധനവാനല്ലേ; അതു നോക്കണ്ടേ?

പഞ്ചുമേനോൻ: ഇന്ദുലേഖ അതൊന്നും നോക്കുന്ന കുട്ടിയല്ല. നുമ്മളുടെ ഈ മോഹം വെറുതെ എന്നു തോന്നുന്നു. നമ്പൂതിരിപ്പാട്ടിലേക്കു വിശേഷം പറവാൻതന്നെ വശമില്ല. ഇന്ദുലേഖയുടെയും ലക്ഷ്മിക്കുട്ടിയുടേയും സൗന്ദര്യം എന്നോട് എന്തിനാണ് ഇങ്ങനെ വർണ്ണിക്കുന്നത്- തുമ്പില്ലാത്ത വാക്കു പറയുന്നു ഇദ്ദേഹം.

കേശവൻനമ്പൂതിരി: വലിയാളുകളല്ലേ; അവർക്ക് എന്തും പറയാമല്ലോ?

പഞ്ചുമേനോൻ: എന്തും പറഞ്ഞാൽ ചിലപ്പോൾ എന്തും കേൾക്കേണ്ടിയും വരും. എനിക്ക് ഇതൊന്നും രസമായില്ല. ഇന്ദു

ലേഖ എന്തു പറഞ്ഞു?

കേശവൻനമ്പൂതിരി: വിശേഷിച്ച് ഒന്നും പറഞ്ഞില്ല.

പഞ്ചുമേനോൻ: പിന്നെ മാളികയിൽ പോയിട്ടു നമ്പൂതിരിപ്പാട് എന്തു ചെയ്തു?

കേശവൻനമ്പൂതിരി: വിശേഷിച്ച് ഒന്നും ചെയ്തിട്ടില്ലാ. എനിക്ക് ഊക്കു കഴിക്കാൻ വൈകുന്നു. ഞാൻ ഊണുകഴിച്ചു വന്നിട്ട് എല്ലാം പറയാം.

പഞ്ചുമേനോൻ: ഒന്നും പറയാനില്ല. ഈ കാര്യം ഈ ജന്മം നടക്കുകയില്ല. പിന്നെ എന്തിനാണ് ഈ ഗോഷ്ഠികൾ കാണിക്കുന്നത്?

എന്നു പറഞ്ഞു പഞ്ചുമേനോൻ അകത്തേക്കും കേശവൻനമ്പൂതിരി കുളപ്പുരയിലേക്കും പോയി.

പഞ്ചുമേനോനും കേശവൻനമ്പൂതിരിയും തമ്മിൽ മേൽകാണിച്ചപ്രകാരം സംസാരിച്ചിരുന്നപ്പോൾ നമ്പൂതിരിപ്പാടും ചെറുശ്ശേരിയും കൂടി കുളപ്പുരയിലേക്കു പോകും വഴി ചെറുതായി ഒരു സംഭാഷണം ഉണ്ടായി.

നമ്പൂതിരിപ്പാട്: ചെറുശ്ശേരി ! എനിക്ക് ഇന്ദുലേഖയേക്കാൾ ബോധിച്ചത്. അവളുടെ അമ്മയെയാണ്. വാക്കുസാമർത്ഥ്യം കടുകട്ടി. കണ്ടാലോ?- ചെറുശ്ശേരി കണ്ടില്ലേ?

ചെറുശ്ശേരി നമ്പൂതിരി: ഞാൻ കണ്ടു. നല്ല സൗന്ദര്യമുണ്ട്. പ്രായം കൊണ്ടും ബഹുയോജ്യത.

നമ്പൂതിരിപ്പാട്: ഇന്ദുലേഖയ്ക്ക് ഞാൻ യോജ്യത ഇല്ലെന്നോ?

ചെറുശ്ശേരിനമ്പൂതിരി: ഛെ, അതു ഞാൻ പറയില്ല. ആ ഭാഗം ഇരിക്കട്ടെ- അതു സ്വന്തമായതല്ലെ: കരസ്ഥമായല്ലൊ. പിന്നെ ഇന്ദുലേഖ യോജ്യത ഉണ്ടോ ഇല്ലയോ എന്നു നിശ്ചയിച്ചിട്ട് എനി ആവശ്യമില്ലല്ലോ.

നമ്പൂതിരിപ്പാട്: ഇന്ദുലേഖയുടെ കാര്യം തീർച്ചയായോ? പഞ്ചു വല്ലതും ചെറുശ്ശേരിയോടു പറഞ്ഞുവോ?

ചെറുശ്ശേരിനമ്പൂതിരി: പഞ്ചു എന്തിനു പറയുന്നു? അത് ഉറച്ച കാര്യമല്ലേ: അങ്ങനെയല്ലേ വരാൻ പാടുള്ളൂ?

നമ്പൂതിരിപ്പാട്: അങ്ങനേ വരാൻ പാടുള്ളൂ എങ്കിലും ഒരു ശങ്ക-ശങ്ക ഇല്ലെന്നുതന്നെ പറയാം.

ചെറുശ്ശേരിനമ്പൂതിരി: അതു ശരി- ഇവിടുത്തെ ഭ്രമം.

ശങ്കയില്ലാത്ത കാര്യത്തിൽ ഒരു ഭ്രമം. അത്രേ പറയാനുള്ളൂ.

നമ്പൂതിരിപ്പാട്: ഇന്ദുലേഖയുടെ കാര്യം അങ്ങനെ ഇരിക്കട്ടെ. ലക്ഷ്മിക്കുട്ടിയുടെ അവസ്ഥ വിചാരിക്കൂ- കറുത്തേടത്തിന്റ ഭാഗ്യം

നോക്കൂ.

ചെറുശ്ശേരിനമ്പൂതിരി: അതാണു ഞാനും പറയാൻ വിചാരിക്കുന്നത്.

കറുത്തേടത്തിന്റെ ഒരു ഭാഗ്യവിശേഷം വളരെത്തന്നെ.

നമ്പൂതിരിപ്പാട്: കറുത്തേടം വേളികഴിച്ചിട്ടുണ്ടോ?

ചെറുശ്ശേരിനമ്പൂതിരി: ഇല്ല.

നമ്പൂതിരിപ്പാട്: ഈ അസത്തിനു വേളികഴിക്കരുതേ?

ചെറുശ്ശേരിനമ്പൂതിരി: ആ അസത്തു വേളി കഴിക്കില്ലെന്നു തോന്നുന്നു.

നമ്പൂതിരിപ്പാട് : ലക്ഷ്മിക്കുട്ടിയുടെ അടുക്കെ പാടുകിടക്കുകയേ ഉള്ളൂ.

ചെറുശ്ശേരിനമ്പൂതിരി: അത്രേ ഉള്ളൂ

നമ്പൂതിരിപ്പാട്: എന്നാൽ ലക്ഷ്മിക്കുട്ടിക്ക് ഇയ്യാളെ ലേശം ഭ്രമമില്ല. അതു ഞാൻ ക്ഷണേന നിശ്ചയിച്ചു.

ചെറുശ്ശേരിനമ്പൂതിരി: ഇവിടുത്തെ ബുദ്ധിവലിപ്പം അറിവുള്ള എന്നോട് ഇത്ര പറയണോ? ഞാൻ അത് അപ്പോൾതന്നെ മനസ്സിലാക്കിയിരിക്കുന്നു. ഇവിടുത്തെ സ്വരൂപം കണ്ണിൽ മുമ്പിൽ വെച്ചുംകൊണ്ട് ഒരു സ്ത്രീക്ക് തനിക്ക് ഇത്ര ആസക്തിയുള്ള പുരുഷനായാലും അവനെക്കണ്ടിട്ട് ലേശംപോലും അനുരാഗചേഷ്ടകൾ ഉണ്ടാകയില്ലെന്ന് എനിക്കു പൂർണ്ണബോദ്ധ്യമാണ്.

നമ്പൂതിരിപ്പാട്: ലക്ഷ്മിക്കുട്ടി എന്നെ കണ്ടിട്ടു കുറച്ചു ഭ്രമിച്ചിട്ടുണ്ട്.

ചെറുശ്ശേരിനമ്പൂതിരി: അതിന് എനിക്കു സംശയമില്ല.

നമ്പൂതിരിപ്പാട്: എന്നാൽ അതിനെന്തു വിദ്യ?

ചെറുശ്ശേരിനമ്പൂതിരി: എന്തിന്?

നമ്പൂതിരിപ്പാട്: ആ ഭ്രമം നിവൃത്തിക്കാൻ.

ചെറുശ്ശേരിനമ്പൂതിരി: അതിനു പലേവിദ്യകളും ഇല്ലേ? എനി ലക്ഷ്മിക്കുട്ടിയെ കാണേണ്ടെന്നു വെച്ചേക്കണം.

നമ്പൂതിരിപ്പാട്: എന്തുകഥയാണ് ചെറുശ്ശേരി പറയുന്നത്? അങ്ങനെ ഭ്രമം മാറ്റുന്നതായാൽ ഇവിടെ നോം ഇപ്പോൾ വരണോ?

ചെറുശ്ശേരിനമ്പൂതിരി: ഇവിടെ വന്നത് ഇന്ദുലേഖയെ ഭ്രമിച്ചിട്ടല്ലേ?

നമ്പൂതിരിപ്പാട്: അതെ; വന്നതിന്റെ ശേഷം ലക്ഷ്മിക്കുട്ടിയിലും ഭ്രമം.

ചെറുശ്ശേരിനമ്പൂതിരി: എന്നാൽ അമ്മയേയും മകളേയും ഒന്നായി

ബാന്ധവിക്കാമെന്നോ? അതു വെടിപ്പുണ്ടോ?

നമ്പൂതിരിപ്പാട്: ബാന്ധവം ഇന്ദുലേഖയെത്തന്നെ. എന്നാൽ– ഇത്രത്തോളം പറയുമ്പോഴേക്കും കേശവൻനമ്പൂതിരി കുളപ്പുരയിൽ നമ്പൂതിരിപ്പാട്ടിലെ സമീപം എത്തി. പിന്നെ ഇതിനെക്കുറിച്ച് നമ്പൂതിരിപ്പാട് ഒന്നും സംസാരിച്ചില്ല. ഊക്കുകഴിഞ്ഞ് അമ്പലത്തിൽ തിരുമുറ്റത്തിൽ ചന്ദ്രികയിൽ നിന്നു. നമ്പൂതിരിപ്പാട്ടിലേക്കു ലക്ഷ്മിക്കുട്ടിയമ്മയുടെ ഓർമ്മ വിട്ടു. മനസ്സിൽ കഠിനമായി തറച്ചുപോയിട്ടുള്ള വിചാരംതന്നെ സ്വഭാവേന വന്നു. ഇന്ദുലേഖയെപ്പോലെ ഒരു സ്ത്രീയെ നമ്പൂതിരിപ്പാടു കണ്ടിട്ടില്ല. തൽക്കാലം വേറെ ഓരോ സ്ത്രീകളെ കാണുമ്പോൾ ശുദ്ധവിടനായ ഇദ്ദേഹത്തിന് ഭ്രമം ഉണ്ടായി എങ്കിലും സ്വസ്ഥമായി ചന്ദ്രികയിൽ നില്ക്കുമ്പോൾ തരുണീമയിയായ ഇന്ദുലേഖയുടെ വിചാരം തന്നെയാണ് ഉണ്ടായത്. ഇന്ദുലേഖയെ വിചാരിച്ചു വിചാരിച്ച് ഗോവിന്ദനെ വിളിച്ച്, രംഭയെ കണ്ടു ഭ്രമിച്ച സംഗതിയെപ്പറ്റി ശ്ലോകം എഴുതിയ ഓല ഗോവിന്ദൻ പക്കൽ കൊടുത്തിട്ട്–

നമ്പൂതിരിപ്പാട്: ഈ ഓല ഞാൻ തന്നതാണെന്നു പറഞ്ഞ് ഇന്ദുലേഖയുടെ മാളികയിൽ പോയി ഇന്ദുലേഖയുടെ കൈയിൽ കൊടുക്കൂ.

ഗോവിന്ദൻ ഉടനെ എഴുത്തുംകൊണ്ട് ഇന്ദുലേഖയുടെ മാളികയിന്മേൽ ചെന്നു. അപ്പോൾ ഇന്ദുലേഖ ഊണു കഴിഞ്ഞു മാളികയിലേക്കു കയറി വരുന്നു.

ഗോവിന്ദൻ: ഒരു തിരുവെഴുത്തു തന്നയച്ചിട്ടുണ്ട്. തമ്പുരാൻ. ഇവിടെ തരുവാൻ കല്പനയായിരിക്കുന്നു.

ഇന്ദുലേഖ: (കാര്യം മനസ്സിലായെങ്കിലും കഠിനദേഷ്യത്തോടെ) ഏതു തമ്പുരാൻ? എന്തെഴുത്ത്?

ഇന്ദുലേഖയുടെ മുഖത്ത് അപ്പോൾ ഉണ്ടായിരുന്നു കോപരസം കണ്ടിരുന്നാൽ ആ രസത്തിലും ആ മുഖം അതികാന്തം തന്നെ എന്ന് എല്ലാവരും പറയും.

ഗോവിന്ദൻ: മൂർക്കില്ലാത്ത മനയ്ക്കൽ തമ്പുരാന്റെ തിരുവെഴുത്താണ്.

ഇന്ദുലേഖ: എനിക്ക് എഴുതുവാൻ അദ്ദേഹത്തിന് അവകാശമില്ല. ഞാൻ വാങ്ങുകയില്ല എന്നു പറഞ്ഞേക്കൂ.

ഗോവിന്ദൻ ഇളിഭ്യനായിക്കൊണ്ട് എഴുത്തു മടിയിൽ മൂടിവെച്ചു നമ്പൂതിരിപ്പാട്ടിലെ അടുക്കെ വന്നു. അപ്പോൾ നമ്പൂതിരിപ്പാടു പലേ ആളുകളോടും കൂടി അമ്പലത്തിന്റെ തിരുമുറ്റത്തുതന്നെ നിന്നിരു

ന്നു. ഗോവിന്ദനെ കണ്ടപ്പോൾ ആ നിന്നെടുത്തു നിന്നുതന്നെ ഗോവിന്ദനോട് ഒറക്കെ വിളിച്ചു ചോദിക്കുന്നു.

ഗോവിന്ദാ! ആ എഴുത്ത് ഇന്ദുലേഖയ്ക്കു കൊടുത്തുവോ?

ഗോവിന്ദൻ വളരെ വിഷണ്ണനായി എന്താണു മറുപടി പറയേണ്ടത് എന്ന് അല്പം ശങ്കിച്ചു. ഒടുവിൽ ഗോവിന്ദൻ കൊടുത്തു എന്നും പറഞ്ഞ് ഉടനെ അവിടെ നിന്നുപോയി. പിന്നെയും അവിടെ നിന്നാൽ വേറെയും ചോദ്യങ്ങൾ ഉണ്ടാവുമെന്ന് ഓർത്ത ഗോവിന്ദൻ ഓടിക്കളഞ്ഞതാണ്. നമ്പൂതിരിപ്പാട് ഒൻപതുമണി ആയില്ലല്ലൊ എന്നു വിചാരിച്ചുംകൊണ്ട് കുളപ്പുരയിൽ എണ്ണതേപ്പാൻ പോയപ്പോൾ ഗോവിന്ദനും കൂടെപ്പോയി എഴുത്തു മടിയിൽനിന്ന് എടുത്തിട്ട് സ്വകാര്യമായി പറയുന്നു.

ഗോവിന്ദൻ : നേർത്തെ അടിയൻ തിരുവെഴുത്തു കൊടുത്തു എന്ന് ഉണർത്തിച്ചതു കളവാണ്. എഴുത്ത് ഇതാ. കുന്ദുലേഖാ എഴുത്തു വാങ്ങീല. തമ്പുരാന് കുന്ദുലേഖയ്ക്ക് എഴുതാൻ ആവശ്യമില്ലെന്നും തിരുവെഴുത്തു വാങ്ങില്ലെന്നുമാണ് പറഞ്ഞത്. നേർത്തെ അരുളിച്ചെയ്തപ്പോൾ വേറെ ആളുകൾ ഉണ്ടായിരുന്നതിനാൽ അടിയൻ കൊടുത്തു എന്നു കളവായി ഉണർത്തിച്ചതാണ്.

നമ്പൂതിരിപ്പാട്: മഹാ വിഡ്ഢീ! കുന്ദുലേഖയല്ലാ- ഇന്ദുലേഖാ എന്നാണു പേര്. നേർത്തെ നീ ഓല കൊടുത്തു എന്നു കളവു പറഞ്ഞതു നന്നായി. അങ്ങനെ സദൃശ്യമായി പറയണം- ഇതാണു ഗോവന്ദനോട് എനിക്കുള്ള ഇഷ്ടം.

ഗോവിന്ദൻ; ആ കുന്ദുലേഖാ...

നമ്പൂതിരിപ്പാട്: വിഡ്ഢീ- പിന്നെയും കുന്ദുലേഖ എന്നു പറയല്ലേ. ഇന്ദുലേഖാ- ഇന്ദുലേഖാ എന്നു പറയൂ.

ഗോവിന്ദൻ:റാൻ- ആ ഇന്ദുലേഖാ വളരെ കുറുമ്പുകാരിയാണെന്ന് അടിയനു തോന്നി.

നമ്പൂതിരിപ്പാട്: ആവട്ടെ, നീ ഇന്ദുലേഖയുടെ അമ്മയെ കണ്ടുവോ? അതിശാണു മുഖം! ബഹുസുന്ദരി. അവൾക്ക് എന്നെ ബഹുഭ്രമമായിരിക്കുന്നു. കറുത്തേടത്തിന്റെ ഭാര്യയാണ്.

ഗോവിന്ദൻ: അപ്പോൾ ഇന്ദുലേഖയ്ക്കു തിരുമനസ്സിലെ ഭ്രമമില്ലേ?

നമ്പൂരിതിരിപ്പാട്: ഇന്ദുലേഖ ഇങ്കിരിയസ്സും മറ്റും പഠിച്ച വല്ലാത്ത ഒരുമാതിരിയായി കാണുന്നു. ഇന്ദുലേഖയുടെ അമ്മ അങ്ങനെയൊന്നുമല്ലാ. ബഹു വാക്കുസാമർത്ഥ്യം. നീ ആ വെള്ളിച്ചെല്ലം ഇങ്ങട്ട് എടുത്തുകൊണ്ടു വന്നില്ലേ?

ഗോവിന്ദൻ: അടിയൻ അപ്പോൾത്തന്നെ ഇങ്ങട്ട് എടുത്തുകൊണ്ടുവന്നു മഠത്തിൽ വെച്ചു.

നമ്പൂതിരിപ്പാട്: മിടുക്കാ!രസികാ! ഇതാണ് എനിക്കു ഗോവിന്ദനെ ഇത്ര താല്പര്യം ഞാൻ വെള്ളിച്ചെല്ലം ലക്ഷ്മിക്കുട്ടിയോട് എടുത്തോളാൻ പറഞ്ഞു. ഇതിന് അസ്വാധീനമില്ലെന്നു ലക്ഷ്മിക്കുട്ടിയും പറഞ്ഞു. ഒരു സമയം നീ അത് അവിടെ ഇട്ടുപോന്നീട്ടു ലക്ഷ്മിക്കുട്ടി തന്റേതാക്കി എടുത്തുവയ്ക്കുമോ എന്നു ഞാൻ വിഷാദിച്ചു.

ഗോവിന്ദൻ: അടിയൻ കുറെ കാലമായില്ലേ ഇവിടുത്തെ കല്ലരി തിന്നുന്നു. ഇതൊക്കെ അടിയനു നല്ല നിശ്ചമില്ലേ.

ഇങ്ങനെ ഗോവിന്ദനുമായി സല്ലാപിച്ചുകൊണ്ടു നമ്പൂതിരിപ്പാട് തേച്ചു കുളിക്ക് ആരംഭിച്ചു.

നമ്പൂതിരിപ്പാടു കുളപ്പുരയിൽ എണ്ണ തേച്ചു കൊണ്ടിരിക്കുമ്പോൾ കേശവൻ നമ്പൂതിരിയും ചെറുശ്ശേരിനമ്പൂരിയും കൂടി മഠത്തിന്റെ കോലായ്മൽ ഇരുന്ന് ഒരു സംഭാഷണം ഉണ്ടായി. കേശവൻനമ്പൂതിരിക്കു പല പ്രകാരേണയും മനസ്സിൽ വിഷാദം ഉണ്ടായിരുന്നു. അസംഗതിയായി തന്റെ ഭാര്യയെ നമ്പൂതിരിപ്പാടു കണ്ടെത്തി. സുന്ദരിയാണു തന്റെ ഭാര്യ എന്നുള്ളതിലേക്കു സംശയമില്ല. തന്റെ അഭിപ്രായത്തിൽ നമ്പൂതിരിപ്പാടും അതിസുന്ദരൻ എന്നുതന്നെയാണ്. പിന്നെ നമ്പൂതിരിപ്പാട് അതിധനവാൻ- കുബേരൻ. ലക്ഷ്മിക്കുട്ടിക്ക് ഇദ്ദേഹത്തിൽ ഭ്രമം ഉണ്ടായാലോ? പഞ്ചുമേനോൻ സമ്മതിക്കുമോ എന്നുള്ളതിനു വാദമില്ലാ. നമ്പൂതിരിപ്പാടു സംബന്ധം ആവണം എന്നു പറയുന്നു. അദ്ദേഹം വലുതായ ഒരാളല്ലേ! അതിന് ഇവിടുന്ന് വിരോധം പറയരുതെന്നു പഞ്ചുമേനോൻ എന്നെ വിളിച്ചു പറഞ്ഞാൽ ഞാൻ എന്തുചെയ്യും, ഈശ്വരാ! ഞാൻ സമ്മതിച്ചാൽ എന്ത്, സമ്മതിച്ചില്ലെങ്കിൽ എന്ത്? കാര്യം നടക്കും. നമുക്ക് ഇല്ലത്തേക്കും പോവാം. ശൂദ്രസ്ത്രീകളെ ഭാര്യയാക്കിയാൽ ഇങ്ങനെ ഓരോ ആപത്തുകൾ വന്നേക്കാം. ഇങ്ങനെ എല്ലാം കുറേനരം ആ സാധു കേശവൻനമ്പൂതിരി വിചാരിക്കും. കഷ്ടമേ, വല്ല ആപത്തും നമുക്കു വന്നു നേരിടുമോ?-ഇല്ലാ അതുണ്ടാവുന്നതല്ലാ. ഇന്ദുലേഖയ്ക്കു സംബന്ധത്തിനു വന്നിട്ട് ഇന്ദുലേഖയുടെ അമ്മയെ ബാന്ധവിച്ചു കൊണ്ടുപോയി എന്നു വരുമോ? അങ്ങനെ വരാൻ പാടില്ല എന്നു വിചാരിച്ചു ധൈര്യപ്പെടും. ഇങ്ങനെ തിരിച്ചും മറിച്ചും വിചാരിക്കും. വിചാരിച്ചു വിചാരിച്ച് ഈ ശുദ്ധാത്മാവിന് ആ വിചാരം പോയി മറ്റൊരു വിചാരം തുടങ്ങി. ഒമ്പതുമണിക്ക് പാട്ട് ഉണ്ടാവുമെന്ന്

ഈ നമ്പൂതിരിപ്പാടോടു പറഞ്ഞുപോയല്ലോ. എനി ഇന്ദുലേഖ പാടിയില്ലെങ്കിലോ? വീണപ്പെട്ടി വായിച്ചില്ലെങ്കിലോ? അതി ദുർഘടമായിത്തീരുമല്ലൊ. ഇങ്ങനെ വന്നാൽ എന്തു നിവൃത്തി?- എന്ന ആലോചനയാണ് പിന്നെ ഉണ്ടായത്. ആലോചിച്ച് ആലോചിച്ച് ഒരു വഴിയും കാണാതെ മേല്പോട്ടു നോക്കിക്കൊണ്ടിരിക്കുമ്പോൾ ചെറുശ്ശേരിനമ്പൂരി അടുക്കെ വന്ന് ഇരുന്നു.

ചെറുശ്ശേരിനമ്പൂതിരി: എന്താണു കറുത്തേടത്തിന്ന് ഒരു കുണ്ഠിതം ഉള്ളതുപോലെ കാണുന്നു?

കേശവൻനമ്പൂതിരി: (ഒരു പച്ചച്ചിരിയോടുകൂടി) കുണ്ഠിതം ഒന്നുമില്ല. എന്തു കുണ്ഠിതം?- കുണ്ഠിതത്തിന് ഒരു കാരണവുമില്ല.

ചെറുശ്ശേരിനമ്പൂതിരി: പിന്നെ എന്താണ് ദീർഘാലോചന?

കേശവൻനമ്പൂതിരി: ഒന്നുമില്ല; ഇന്നത്തെ പാട്ടിന്റെ കാര്യം ആലോചിച്ചു. നേരം എട്ടരമണി കഴിഞ്ഞു.

ചെറുശ്ശേരിനമ്പൂതിരി: എന്താണ് പാട്ടിനു തടസ്ഥം ഒന്നും ഉണ്ടാകയില്ലല്ലോ?

കേശവൻനമ്പൂതിരി: എന്താണു തടസ്ഥം- ഒന്നും ഇല്ല. ഒരു തടസ്ഥവും ഇല്ല. ഇന്നു രാത്രി ഒൻപതുമണിക്ക് പാട്ടുണ്ട്. ചെറുശ്ശേരിക്കും മുകളിൽ വരാം. ഇന്ദുലേഖ അസാധാരണയായി രാത്രികളിലൊക്കെ പാടാറുണ്ട്. ചിലപ്പോൾ വീണപ്പെട്ടിയും വായിക്കും വളരെ ദുർലഭം ദിവസമേ പാട്ട് ഇല്ലാതെയുള്ളൂ. ഇന്നു പാട്ടുണ്ടാവാതിരിക്കയില്ല. എല്ലാവർക്കും പോയി കേൾക്കാം. അതിന് ഇന്ദുലേഖയ്ക്കു വിരോധം ഒന്നും ഇല്ല. ഇന്നു പാട്ടുണ്ടാവാതിരിക്കയില്ല. നമ്പൂതിരിയും മറ്റും ഉള്ളതല്ലേ?

ചെറുശ്ശേരിനമ്പൂതിരി: പാട്ടുണ്ടായെങ്കിൽ ഞാനും വരാം കേൾക്കാൻ.

കേശവൻനമ്പൂതിരി: പാട്ടുണ്ടാവും; സംശയമില്ല.

കേശവൻനമ്പൂതിരിക്കു നല്ല ഒന്നാന്തരം സംശയം ഉണ്ട്. എന്നാലും നേമത്തെ പതിവ് ഇല്ലാതിരിക്കില്ല എന്ന് ഈ ശുദ്ധാത്മാവിനു പിന്നെയും ഒരു വിശ്വാസം. ഇന്ദുലേഖയോടു ചോദിപ്പാനോ ഇന്ദുലേഖയുടെ മുഖത്തു നോക്കാനോ ഇയാൾക്കു ധൈര്യവും ഇല്ല. കേശവൻനമ്പൂതിരി വലിയ കുഴക്കിലായി അങ്ങനെ ഓരോന്നു വിചാരിച്ചു. ഒടുവിൽ-

കേശവൻനമ്പൂതിരി: ഇന്നു പാട്ട് ഉണ്ടാവും; ഉണ്ടാവാതിരിക്കില്ല. നമ്പൂതിരിയും മറ്റും ഉള്ളതല്ലേ?

ചെറുശ്ശേരിനമ്പൂതിരി: എന്താണിത്ര ഒരു പരിഭ്രമം കറുത്തേട

ത്തിന്? പാട്ടുണ്ടാവും, അതു നമുക്കു കേൾക്കുകയും ചെയ്യാം- എന്നല്ലെ തീർച്ച?

കേശവൻനമ്പൂതിരി: ചെറുശ്ശേരിക്കു വല്ല ശങ്കയും തോന്നുന്നുണ്ടോ?

ചെറുശ്ശേരിനമ്പൂരി: ശിക്ഷ! എനിക്ക് എന്തു ശങ്കയാണു തോന്നുവാൻ - കറുത്തേടമല്ലേ ഒക്കെ ശട്ടം ചെയ്തത്.

കേശവൻനനമ്പൂതിരി: ഛീ! ഛീ! ഞാൻ ഒന്നും ശട്ടം ചെയ്തിട്ടില്ല. ഞാൻ എന്തുശട്ടം ചെയ്വാനാണ്? ഇന്ദുലേഖ രാത്രി വീണപ്പെട്ടി പതിവായി വായിക്കാറുള്ളതുപോലെ ഇന്നും വായിക്കും. അപ്പോൾ കേൾക്കാമെന്നു മാത്രമേ ഞാൻ നമ്പൂതിരിയോടും പറഞ്ഞിട്ടുള്ളൂ.

ചെറുശ്ശേരിനമ്പൂതിരി: എങ്ങനെ എങ്കിലും ആവട്ടെ. ഇപ്പോൾ കറുത്തേടത്തിന്ന് അതിനെക്കുറിച്ച് എന്താണ് ഒരു പരിഭ്രമം?

കേശവൻനമ്പൂതിരി: പരിഭ്രമം ഒന്നുമില്ല- യാതൊന്നുമില്ല. എന്നാൽ ഞാൻ പറഞ്ഞതു നമ്പൂതിരി തെറ്റായി ധരിക്കുമോ എന്ന് ഒരു ശങ്ക. ഇന്നു പാട്ടുണ്ടാവാതെ ഇരിക്കയില്ല. പിന്നെ എന്തിനാണു ശങ്കിക്കുന്നത്? ശങ്കിക്കാൻ എടയില്ലെന്ന് എനിക്കുതന്നെ തോന്നുന്നു.

ചെറുശ്ശേരിനമ്പൂതിരി: ആട്ടെ, നമ്പൂതിരിയെ കണ്ടിട്ട് ഇന്ദുലേഖയ്ക്ക് അനുരാഗം ഉണ്ടായോ? ആ കഥ കേൾക്കട്ടെ.

കേശവൻനമ്പൂതിരി: ഇന്ദുലേഖയ്ക്കോ?

ചെറുശ്ശേരിനമ്പൂതിരി: അതെ; ഇന്ദുലേഖയ്ക്ക്.

അപ്പോൾ കേശവൻനമ്പൂരിയുടെ മുഖം കാണേണ്ടതായിരുന്നു. മുഖത്ത് ഒരു കൊട്ടാരംകൊണ്ടു കുത്തിയാൽ ഒരു തുള്ളി ചോര കാണുകയില്ല. കുറെ നേരം ഒന്നും മിണ്ടാതെ നിന്നു. ഒടുവിൽ-

കേശവൻനമ്പൂതിരി: ഇന്ദുലേഖയ്ക്ക് അനുരാഗം- അനുരാഗം- എന്തോ എനിക്ക് ഒന്നും മനസ്സിലാവുന്നില്ല, ഇങ്കിരിയസ്സു പഠിച്ച സ്ത്രീകളുടെ സ്വഭാവം നോക്കൊന്നും മനസ്സിലാവില്ല എന്ന് എനിക്ക് ഇപ്പോൾ ബോദ്ധ്യമായി. പഞ്ചുമേനോൻ ഈ ത്രിഭുവനത്തിൽ ഒരാളെ പേടിയില്ലാത്താളാണ്. അയാൾ തന്റെ പൗത്രിയായ ഈ ചെറുപെങ്കിടാവിനെ പേടിച്ചു കിടുകിട വിറയ്ക്കുന്നു.നമ്പൂതിരി മഹാകേമനായിട്ടുള്ളാളല്ലെ. അദ്ദേഹത്തെ കണ്ടാലെങ്കിലും ഒന്ന് ഒതുങ്ങുമെന്നു ഞാൻ വിചാരിച്ചു പോയി. ഇതു തെറ്റായ ധാരണയാണെന്ന് എനിക്ക് ഇപ്പോൾ കുറെശ്ശെ തോന്നിത്തുടങ്ങി. എന്തോ നിശ്ചയിക്കാറായിട്ടില്ല. എനിക്ക് ഇങ്കിരിയസ്സുമാതിരി ഒന്നു

നിശ്ചയമില്ല, ചെറുശ്ശേരി. സർക്കാരാളുകളിൽ നൂൽക്കമ്പിനി തിരിക്കുന്ന ഒരു സായ്‌വിനെ മാത്രമേ ഞാൻ കണ്ടിട്ടുള്ളൂ.

ചെറുശ്ശേരി ഇതുകേട്ടു വല്ലാതെ ഉറക്കെ ചിരിച്ചുപോയി. ഒരു നിമിഷം ഒന്നായിച്ചിരിച്ചശേഷം

ചെറുശ്ശേരി നമ്പൂതിരി: നമ്പൂതിരിക്ക് ഇന്ദുലേഖയെ കിട്ടുമോ, ഇല്ലയോ അതുപറയൂ.

ചെറുശ്ശേരിനമ്പൂതിരി: അതു പറയാറായില്ല- ഇന്നത്തെ രാത്രി കഴിഞ്ഞാൽ ഞാൻ പറയാം. ഞാൻ ഈ കുട്ടിയുടെ വിഷമതകൾ ഒന്നും അറിഞ്ഞില്ല ചെറുശ്ശേരി.

ചെറുശ്ശേരിനമ്പൂതിരി: കുട്ടിക്കു വിഷമതയോ! വിഷമത ഒന്നും ഇല്ല.

ഇവർ ഇങ്ങനെ പറഞ്ഞും കൊണ്ടിരിക്കുമ്പോൾ നമ്പൂതിരിപ്പാടു കുളികഴിഞ്ഞ് എത്തി. ശ്ലോകം മടക്കിയതു വിചാരിച്ചിട്ടു നമ്പൂതിരിപ്പാട്ടിലേക്കും മനസ്സിൽ നല്ല ഉത്സാഹം ഉണ്ടായിരുന്നില്ല എങ്കിലും ഇന്ദുലേഖയുടെ രൂപം ധ്യാനിക്കുക തന്നെയായിരുന്നു മനസ്സുകൊണ്ടു ചെയ്തിരിക്കുന്നത്. മുഷിഞ്ഞാൽ മുഷിഞ്ഞോട്ടെ. ഒൻപതുമണിക്കു കാണാമല്ലോ. കണ്ടുകൊണ്ടിരുന്നാൽ മതി, സംസാരിച്ചില്ലെങ്കിലും വേണ്ടതില്ലാ- എന്നുള്ള ദിക്കായിരുന്നു നമ്പൂതിരിപ്പാട്ടിലേക്ക്. ഊൺ കഴിഞ്ഞശേഷം നമ്പൂതിരിപ്പാടും മറ്റും പൂവരങ്ങിലേക്കു പുറപ്പെട്ടു.

നമ്പൂതിരിപ്പാട്: ചെറുശ്ശേരി! ഇപ്പോൾ കുപ്പായം വേണ്ടാ, ധൂപ്പട്ടി മതി; അല്ലേ?

ചെറുശ്ശേരിനമ്പൂതിരി: അതെ.

നമ്പൂതിരിപ്പാട്: ഗോവിന്ദാ, ആ പൊൻകുമിഴടച്ച വെള്ളിച്ചെല്ലം സ്വർണ്ണപ്പനീർവീശി ഇതുകൾ എടുക്കണം. സദിരിൽ മുമ്പിൽ അതു വെയ്ക്കണം.

കേശവൻനമ്പൂതിരി: പാട്ടു വീണപ്പെട്ടിയിന്മേൽവെച്ചാണ്. ഒരു കസാലയിന്മേൽ ഇരുന്നിട്ടാണ്. കൈകൊണ്ടു പാട്ട്. സാധാരണ പായ വിരിച്ചിട്ടല്ല ഇവിടെ കണ്ടിട്ടുള്ളത്.

നമ്പൂതിരിപ്പാട്: പെണ്ണുങ്ങളെ ഇങ്കിരിയസ്സു പഠിപ്പിച്ചാലത്തെ ദുർഘടമാണ് ഇതെല്ലാം കസാലയിന്മേൽ ഇരുന്നിട്ടു പാടാറുണ്ടോ? എന്തു കഥയാണ് ഇത്? പഞ്ചുവോടു പറയൂ- താഴത്തു പുല്പായിൽ ഇരുന്നിട്ടാണ് ഇന്ന് ഇന്ദുലേഖ പാടേണ്ടത് എന്നു കറുത്തേടം പറയൂ.

കേശവൻനമ്പൂതിരി: പറയാം.

ഈ സംഭാഷണം കഴിഞ്ഞ ഉടനെ നമ്പൂതിരിപ്പാടും പരിവാരങ്ങളും പൂവരങ്ങിലേക്കു പുറപ്പെട്ടു. നാലുകെട്ടിൽ വന്നു നമ്പൂതിരിപ്പാട് ഒരു കസാലമേൽ ഇരുന്നു. കേശവൻനമ്പൂതിരി പതുക്കെ ഇന്ദുലേഖയുടെ മാളികയിന്മേൽ കയറിച്ചെന്നപ്പോൾ പുറത്തളത്തിന്റെ വാതിൽ തട്ടിയടച്ചിരിക്കുന്നതു കണ്ടു. കേശവൻ നമ്പൂതിരിക്ക് അപ്പോൾ ഉണ്ടായ ഒരു വ്യസനവും പരിഭ്രമവും ഇന്നപ്രകാരമെന്നു പറവാൻ പാടില്ല. ഒന്നുവിളിച്ചാലോ എന്ന് ആദ്യം വിചാരിച്ചു. സാധുബ്രാഹ്മണനു ധൈര്യം വന്നില്ല. ഉടനെ അകായിൽക്കൂടി തന്റെ ഭാര്യയുടെ അറയിൽ വന്നു. ഭാര്യ ഉറങ്ങാൻ ഭാവിച്ചു കിടക്കുന്നു.

കേശവൻനമ്പൂതിരി: ലക്ഷ്മിക്കുട്ടീ! ലക്ഷ്മിക്കുട്ടീ! ഞാൻ വലിയ അവമാനത്തിലായല്ലോ

ലക്ഷ്മിക്കുട്ടിഅമ്മ എഴുന്നേറ്റുനിന്നു.

ലക്ഷ്മിക്കുട്ടിഅമ്മ: എന്താണ് അവമാനമായത്?

കേശവൻനമ്പൂതിരി: ഇന്നു നേമത്തെപ്പോലെ പാട്ടുണ്ടാവുമെന്നു വിചാരിച്ചു. ഞാൻ നമ്പൂതിരിയെ ക്ഷണിച്ചു കൂട്ടിക്കൊണ്ടുവന്നു. ഇന്ദുലേഖ തളത്തിന്റെ വാതിൽ തഴുതിട്ട് ഉറങ്ങിയിരിക്കുന്നു. ഞാൻ എനി നമ്പൂതിരിയോട് എന്തു പറയും?

ലക്ഷ്മിക്കുട്ടിഅമ്മ: ഉള്ള വിവരം പറയണം. അല്ലാതെ എന്താണ്, പാട്ടു നേമത്തെപ്പോലെ ഉണ്ടാവും എന്നു വിചാരിച്ചു പറഞ്ഞതാണ്- ഇന്നു പാട്ടില്ലെന്നു തോന്നുന്നു. ഇന്ദുലേഖയുടെ മാളിക വാതിൽ അടച്ച് അവൾ ഉറക്കായിരിക്കുന്നു. അതുകൊണ്ടു പാട്ടു നാളെയാക്കാമെന്നു പറയണം. ഇതിൽ എന്താണ് അവമാനം?

കേശവൻനമ്പൂതിരി: അല്പം ദുർഘടം ഉണ്ട്. ഞാൻ നമ്പൂതിരിയോടു നേർത്തെ പറഞ്ഞതിൽ അല്പം ദുർഘടം ഉണ്ട്. അതാണ് ഇപ്പോൾ വിഷമം.

ലക്ഷ്മിക്കുട്ടിഅമ്മ: എന്താണു പറഞ്ഞത്?

കേശവൻനമ്പൂതിരി: അല്പം ദുർഘടമായിട്ടു പറഞ്ഞുപോയി. ഇന്ദുലേഖ നേർത്തെ മാളികയിൽ നിന്നു ദേഷ്യഭാവത്തോടെ എറങ്ങിപ്പോരുമ്പോൾ നമ്പൂതിരിപ്പാട്ടിലേക്കു സുഖക്കേടുണ്ടാവാതിരിക്കാൻ അല്പം ദുർഘടമായി പറഞ്ഞുപോയി. അതു സഫലമാക്കിത്തരണം. ലക്ഷ്മിക്കുട്ടി ഒന്നു മുകളിൽ വന്ന് ഇന്ദുലേഖയെ വിളിക്കണം.

ലക്ഷ്മിക്കുട്ടിഅമ്മ: നല്ല ശിക്ഷ! ഞാൻ ഒരിക്കലും വിളിക്കയില്ല. എന്താണ്, അവളുടെ സ്വഭാവം നല്ല നിശ്ചയമില്ലേ? നമ്പൂതിരിപ്പാട്ടി

ലേക്ക് പടിപ്പുരമാളികയിൽ എല്ലാം വിരിപ്പിച്ചു വേഗം ഇങ്ങട്ടു വന്ന് ഉറങ്ങിക്കൊൾകേ വേണ്ടൂ. എന്തിനാണ് ഇത്രയെല്ലാം ബുദ്ധിമുട്ടുന്നത്?

കേശവൻനമ്പൂതിരി: ഛേ! അങ്ങനെ പാടില്ല. എന്നാൽ താൻ പഞ്ചുമേനവനോടു പറഞ്ഞുനോക്കട്ടെ.

ലക്ഷ്മിക്കുട്ടിഅമ്മ: അങ്ങനെതന്നെ.

കേശവൻനമ്പൂതിരി പഞ്ചുമേനവനെ അന്വേഷിച്ചപ്പോൾ അയാൾ നാലുകെട്ടിൽ നമ്പൂതിരിപ്പാടുമായി സംസാരിച്ചുകൊണ്ടു നില്ക്കുകയായിരുന്നു. കേശവൻനമ്പൂതിരി തെക്കെ അറയിൽ നമ്പൂതിരിപ്പാടു കാണാതെ നിന്നു പഞ്ചുമേനവനെ കൈകൊണ്ടു മാടി വിളിച്ചു. പഞ്ചുമേനവൻ അകത്തേക്കു ചെന്നു. വിവരങ്ങൾ പറഞ്ഞപ്പോൾ താൻ യാതൊന്നും പ്രവർത്തിക്കയില്ലെന്നും കോപത്തോടുകൂടി പറഞ്ഞു. പഞ്ചുമേനവൻ പിന്നെയും നാലുകെട്ടിലേക്കു തന്നെ പോയി; നമ്പൂതിരിപ്പാടോടു സംസാരിച്ചു കൊണ്ടു നിന്നു. കേശവൻ നമ്പൂരി തെക്കെ അകത്തും വശായി. പിന്നെയും കുറേനേരം കഴിഞ്ഞപ്പോൾ–

നമ്പൂതിരിപ്പാട്: കറുത്തേടം എങ്ങട്ടു പോയി കാണാനില്ലല്ലോ. നേരം പത്തുമണി കഴിഞ്ഞുവല്ലൊ. സദിർ ഒൻപതു മണിക്ക് എന്നല്ലേ ആദ്യം വെച്ചിരുന്നത്.

ഈ വാക്കു കേട്ടപ്പോൾ കേശവൻനമ്പൂതിരി ഞാൻ ഇവിടെ ഉണ്ട് എന്നും പറഞ്ഞുകൊണ്ട് ഒരു പിശാചിനെപ്പോലെ പുറത്തേക്കു ചാടി.

പഞ്ചുമേനോൻ: പള്ളിക്കുറുപ്പിനെല്ലാം പടികമാളികയിന്മേൽ ശട്ടം ചെയ്തിട്ടുണ്ട്. അടിയനു വയസ്സാണ്. നില്പാൻ പ്രയാസം. രാവിലെ തിരുമുമ്പാകെ വിടകൊള്ളാം.

എന്നുപറഞ്ഞ് അകത്തേക്കു പോയി.

പടിമാളികയിലാണോ എനിക്ക് ഉറക്ക് എന്നോർത്തു നമ്പൂതിരിപ്പാട്ടിലേക്ക് അല്പം ദേഷ്യം തോന്നി. ആട്ടെ, പാട്ടും മറ്റും കഴിഞ്ഞിട്ടല്ലെ ഉറങ്ങേണ്ടൂ. അപ്പോഴേയ്ക്കു രണ്ടുമൂന്നു മണിയാവും. അത്രനേരം ഇന്ദുലേഖയുമായി ഒരുമിച്ചിരിക്കാമല്ലോ– എന്ന് ഓർത്തു സന്തോഷിച്ചു.

നമ്പൂതിരിപ്പാട്: എന്താണു കറുത്തേടം, താമസം?

കേശവൻനമ്പൂതിരി: താമസം ഒന്നുമില്ല.

നമ്പൂതിരിപ്പാട്: എന്നാൽ മാളികയിലേക്കു പോവുക. ചെറുശ്ശേരി വരൂ. ചെറുശ്ശേരി കുറെ പാട്ടു കേട്ടിട്ടു മടങ്ങി വന്ന് ഉറങ്ങിക്കോളൂ.

കേശവൻനമ്പൂതിരി: ഇന്ദുലേഖയ്ക്കു ശരീരത്തിനു കുറെ സുഖക്കേടാണെന്നു തോന്നുന്നു. ഉറങ്ങിയിരിക്കുന്നു. മാളികയുടെ വാതിൽ അടച്ചിരിക്കുന്നു.

നമ്പൂതിരിപ്പാട്: കറുത്തേടത്തിന്നു വിളിക്കരുതേ?– പോയി വിളിക്കൂ.

കേശവൻനമ്പൂതിരി: വിളിച്ചു.

നമ്പൂതിരിപ്പാട്: ഉറക്കെ വിളിച്ചുനോക്കൂ.

കേശവൻനമ്പൂതിരി: ഉറക്കെ വിളിച്ചു.

നമ്പൂതിരിപ്പാട്: എന്നിട്ടോ?

കേശവൻനമ്പൂരി: വാതിൽ തുറന്നില്ല.

നമ്പൂതിരിപ്പാട്:ശരീരത്തിനു സുഖക്കേടാണെന്ന് പറഞ്ഞുവോ?
കേശവൻനമ്പൂതിരി: പറഞ്ഞു.

നമ്പൂതിരിപ്പാട്: പാടുക വയ്യ എന്നു പറഞ്ഞുവോ!

കേശവൻനമ്പൂതിരി: പറഞ്ഞു.

നമ്പൂതിരിപ്പാട്: എന്നാൽ മുകളിൽ വെടിപറയാമായിരുന്നുവല്ലോ. വാതിൽ തുറക്കില്ലേ?

കേശവൻനമ്പൂരി: തുറക്കില്ലെന്നുതന്നെയാണു പറഞ്ഞത്.

നമ്പൂതിരിപ്പാട്: ഒന്നുകൂടി പോയി നോക്കൂ.

ചെറുശ്ശേരിനമ്പൂതിരി: അതു വെടിപ്പില്ല, ദീനം നാളേക്കു സുഖമാവുമെല്ലോ. വല്ല തലവേദനയോ മറ്റോ ആയിരിക്കും. നാളെ ഭക്ഷണം കഴിഞ്ഞ് സദിരാവാം. അതാണു നല്ലത്.

കേശവൻനമ്പൂതിരി: അതാണു നല്ലത്, സംശയമില്ല.

നമ്പൂതിരിപ്പാട്: കറുത്തേടത്തിന്റെ പരിഗ്രഹത്തിന്നു പാട്ടില്ലേ?

കേശവൻനമ്പൂതിരി: ഇല്ല, അവളും ഉറക്കായിരിക്കുന്നു.

നമ്പൂതിരിപ്പാടും ചെറുശ്ശേരിനമ്പൂരിയും പടിമാളികയുടെ മുകളിൽ പോയി. നമ്പൂതിരിപ്പാട്ടിലേക്കു ലേശം ഉറക്കു വന്നില്ല. ഇന്ദുലേഖയെത്തന്നെ വിചാരിച്ച് ഒരു ഭ്രാന്തനെപ്പോലെ നടന്നുംകൊണ്ടിരുന്നു. ഒടുവിൽ ഗോവിന്ദനെ വിളിച്ചു മുറുക്കാൻ ഉണ്ടാക്കാൻ പറഞ്ഞു.

ഗോവിന്ദൻ മുറുക്കാൻ എടുത്തുകൊണ്ടു നമ്പൂതിരിപ്പാടോടു പറയുന്നു:

പള്ളിക്കുറുപ്പ് ഇന്നലെയും ഉണ്ടായിട്ടില്ല. കുറെ മുമ്പു പന്ത്രണ്ട് അടിക്കുന്നതുകേട്ടു. വല്ല ചൊവ്വലായും ഉണ്ടായാലോ എന്ന് അടിയനു വിചാരം.

നമ്പൂതിരിപ്പാട്: വിഡ്ഢി! ആ ഇന്ദുലേഖ ആ മാളികമുകളിൽ

കിടക്കുമ്പോൾ ഇത്ര സമീപത്തിൽ ഇരുന്നുംകൊണ്ട് എനിക്ക് എങ്ങനെ ഉറക്കുവരും?

ഗോവിന്ദൻ: എന്നാൽ പള്ളിക്കുറുപ്പ് ആ മാളികയിന്മേൽ തന്നെ വേണമെന്ന് അരുളിച്ചെയ്യാമായിരുന്നില്ലേ?

നമ്പൂതിരിപ്പാട്: അതു പറഞ്ഞിട്ടു ഫലമില്ല. ഇന്ദുലേഖ ഇങ്കിരിയസ്സുമാതിരിക്കാരിയാണുപോൽ. സമയം നോക്കീട്ടേ ചെല്ലാൻ പാടുള്ളൂ. ഗോഷ്ഠി മയം! ആ പെണ്ണിന് ഇത്ര സൗന്ദര്യം ഉണ്ടായിരുന്നില്ലെങ്കിൽ ഞാൻ നേർത്തെ മുഖത്ത് ആട്ടിപ്പോരുമായിരുന്നു. എന്തൊരു കുറുമ്പാണ്! ആചാരം ഒന്നും പറയുന്നില്ല. സമന്മാരോടു പറയും പോലെ എന്നോടു സംസാരിച്ചു. എന്റെ മുമ്പിൽ ഇരിക്കണമെന്നുകൂടി താല്പര്യമുണ്ടായിരുന്നു എന്നു തോന്നുന്നു. പക്ഷേ, അതിനു ഞാൻ സമ്മതിച്ചില്ല. എന്നാൽ ഒരു വിഡ്ഢിത്തം എനിക്കും വന്നിട്ടുണ്ട്. നേർത്തെ അവളെ കണ്ട ഉടനെ ഞാൻ വളരെ ഭ്രമിച്ച് എന്റെ സ്ഥിതി ഒന്നും ഓർക്കാതെ കുറച്ചു ഘനംവിട്ടു ചില സാഫല്യങ്ങൾ പറഞ്ഞു പോയിട്ടുണ്ട്. അതുകൊണ്ട് എന്നെ കുറെക്കൂടെ ബുദ്ധിമുട്ടിച്ചു പണം കുറെ പറ്റിക്കേണമെന്നു വിചാരമുണ്ടോ എന്നറിഞ്ഞില്ല. ഞാൻ പൊൻഗഡിയാൾ കൊടുത്തപ്പോൾ അതിന്മേൽ ബഹു ദുരാശ കണ്ടു. വേഗം ഞാൻ ഇങ്ങട്ടു തന്നെ വാങ്ങി. അത്ര വേഗം ഇതൊന്നും എന്നോടു പറ്റുകയില്ല. പൊൻഗഡിയാൾ മടക്കി വാങ്ങിയതുകൊണ്ടോ നീ നേർത്തെ ശ്ലോകം കൊണ്ടു ചെന്നപ്പോൾ വാങ്ങാഞ്ഞത് എന്ന് എനിക്ക് ഒരു ശങ്ക. പക്ഷേ, ആ ഗഡിയാൾ കൊടുത്തുകളയാം. എനിക്കു ബഹു മോഹം ഗോവിന്ദാ. ഇങ്ങനെ ഒരു മോഹം ഇതുവരെ ഉണ്ടായിട്ടില്ല. എന്നാലും നാളെ ഞാൻ കാണുമ്പോൾ നല്ല ഘനം നടിക്കാനാണു നിശ്ചയിച്ചിരിക്കുന്നത്. ഒരു സുഖമില്ല- മനസ്സിന്നു ലേശം സുഖമില്ല. വരണ്ടീരുന്നില്ല എന്നു തോന്നുന്നു. അങ്ങട്ട് ഇന്ദുലേഖയെ കൂടാതെ പോവുന്നതും ബഹു അവമാനം. മഹാവിഡ്ഢി കറുത്തേടത്തിന്റെ എഴുത്തുപ്രകാരം വന്നു; ഇപ്പോൾ ചെണ്ട കൊട്ടാറായി എന്നു തോന്നുന്നു. മോശം- മഹാമോശം.

ഇതെല്ലാം പറയുന്നതു ഗോവിന്ദൻ സ്വസ്ഥമായി കേട്ടു. വെറ്റില മുറുക്കാൻ ഉണ്ടാക്കിക്കൊടുത്തുകഴിഞ്ഞശേഷം സാധാരണ സമ്പ്രദായപ്രകാരം നമ്പൂതിരിപ്പാട്ടിലെ അടുക്കെ നിന്നു പറയുന്നു.

ഗോവിന്ദൻ: അടിയൻ ഒന്ന് ഉണർത്തിക്കാനുണ്ട്. സമ്മതമുണ്ടെങ്കിൽ ഉണർത്തിക്കാം.

നമ്പൂതിരിപ്പാട്: പറയൂ- പറയൂ. ഒറക്കം എനിക്കു ലേശം വരു

ന്നില്ല പറയൂ.

ഗോവിന്ദൻ: ഇന്ദുലേഖയ്ക്കു രഹസ്യമായിട്ടു വേറെ ഒരു വിദ്വാനുണ്ടത്രേ. അവനുമായിട്ടു വലിയ ഇഷ്ടമാണത്രെ. ദുർന്നടപ്പുകാരിയാണ് ഇവൾ എന്നാണ് അടിയനു തോന്നിയത്. പിന്നെ കുറുമ്പും കലശൽതന്നെ. ഇങ്കിരിയസ്സും മറ്റും വളരെ പഠിച്ചിരിക്കുന്നതുകൊണ്ട് ആ സമ്പ്രദായവും എനി മാറ്റാനും പ്രയാസം. ഇവിടെ പൂവള്ളി വീട്ടിൽ പഞ്ചുമേനവന്റെ മരുമകളായിട്ട് ഒന്നാന്തരം ഒരുകുട്ടിയുണ്ട്. അടിയൻ വൈകുന്നേരം അമ്പലത്തിൽ വന്നു പോവുന്നതു കണ്ടു. അതിന് ഇങ്കിരിയസ്സും മറ്റും ഇല്ലാ. നല്ല പ്രകൃതമാണെന്ന് എല്ലാവരും പറയുന്നു. ആ പെണ്ണിനു തിരുമനസ്സിലെ കണ്ടാൽ ബോധിക്കും സാധിക്കാത്ത പ്രയാസമില്ല. അതുകൊണ്ട് അതിന് ഉത്സാഹിക്കുന്നതാണ് നല്ലതെന്ന് അടിയന് തോന്നുന്നു. എനി തമ്പുരാന്റെ തിരുമനസു പോലെ.

നമ്പൂതിരിപ്പാട്: ഹാ- രസികാ! ഗോവിന്ദ! മിടുക്കനാണു നീ. മിടുമിടുക്കാ- കേമാ! ഇപ്പോൾ എനിക്കു സുഖക്കേടു വളരെ തീർന്നു. ഈ കുട്ടിക്ക് ഇങ്കിരീസ്സു ഇല്ല; നിശ്ചയം തന്നെ, അല്ലേ?

ഗോവിന്ദൻ: അശേഷമില്ല. പാവമാണ്- നല്ല സ്വഭാവം. ഇന്ന് അമറേത്തു കഴിക്കുമ്പോൾ രണ്ടുനേരവും ഉത്സാഹിച്ചുകൊണ്ടിരുന്ന ശീനു പട്ടരുടെ മകളാണത്രേ.

നമ്പൂതിരിപ്പാട്: ആട്ടെ, കണ്ടാൽ അതിസുന്ദരിയോ?

ഗോവിന്ദൻ: അതിസുന്ദരിയാണ്.

നമ്പൂതിരിപ്പാട്: എന്നാൽ എനിക്ക് അതു സമ്മതം. ഈ അധികപ്രസംഗി ഇന്ദുലേഖയെ കെട്ടിവലിച്ചുകൊണ്ടുപോയാൽ തന്നെ രണ്ടുദിവസം ശരിയായിട്ടിരിക്കയില്ല.

ഗോവിന്ദൻ: അരുൾച്ചെയ്തതു ശരിയാണ്.

നമ്പൂതിരിപ്പാട് എന്നാൽ ശീനുപട്ടരെ ഇപ്പോൾതന്നെ വിളിക്കൂ.

ഗോവിന്ദൻ: വരട്ടെ, ഭയപ്പെടേണ്ട, വെളിച്ചമാവട്ടെ.

നമ്പൂതിരിപ്പാട്: എന്നാൽ കുട്ടിയെ എനിക്ക് ഒന്നു കാണാമോ രാവിലെ?

ഗോവിന്ദൻ : ധാരാളമായിട്ടു കാണാം.

ഗോവിന്ദനുമായിട്ടുള്ള ഈ സംവാദം കഴിയുമ്പോഴേയ്ക്ക് പ്രഭാതമായി എങ്കിലും നമ്പൂതിരിപ്പാടു ക്ഷീണംകൊണ്ടു കുറെ ഉറങ്ങിപ്പോയി.

നമ്പൂതിരിപ്പാടും ഇന്ദുലേഖയുമായുണ്ടായ രണ്ടാമത്തെ സംഭാഷണം

ഒരു അരമണിക്കൂറു നേരമേ നമ്പൂതിരിപ്പാട് ഉറങ്ങിയുള്ളൂ. അപ്പോൾ ഉണ്ടായ ഉറക്കിന് ഉറക്കം എന്നല്ലാ പറയേണ്ടത്- ഒരു മയക്കം എന്നാണ്. ആ മയക്കം കഴിഞ്ഞ ഉടനെ എണീറ്റിരുന്നു ഗോവിന്ദനെ വിളിച്ചു രാത്രി പറഞ്ഞതെല്ലാം രണ്ടാമതും പറയിച്ചു. മനസ്സിന്നു കുറെ സുഖം തോന്നി.

നമ്പൂതിരിപ്പാട്: ചെറുശ്ശേരി എവിടെയാണ് കിടക്കുന്നത്, ഉണർന്നുവോ?

ഗോവിന്ദൻ: കുളിപ്പാൻ പോയി. ഇതിന്റെ തെക്കേ അറയിലാണ് ഉറങ്ങിയത്. ചെറുശ്ശേരിനമ്പൂതിരിയോട് അടിയൻ ഉണർത്തിച്ച തൊന്നും ഇപ്പോൾ അരുളിച്ചെയരുതെ.

നമ്പൂതിരിപ്പാട്: എന്താ വിരോധം?

ഗോവിന്ദൻ; സ്ഥിതി ഒന്ന് അറിഞ്ഞിട്ടു മതി എന്നടിയനു തോന്നുന്നു.

നമ്പൂതിരിപ്പാട്: മിടുക്കാ! നീ മഹാ മിടുക്കൻ തന്നെ. എന്നാൽ ഈ കാര്യം സ്വകാര്യമായിരിക്കട്ടെ. ഞാൻ ഇന്ദുലേഖയെ ഇന്നു കൂടി ഒന്നു കാണാം. എന്നിട്ടും അവൾ വശത്തായില്ലെങ്കിൽ ക്ഷണേന മറ്റേ കാര്യം നടന്നു പുലർകാലെ അവളേയും കൊണ്ടു പൊയ്കളയാം. ഇന്ദുലേഖയെത്തന്നെയാണു കൊണ്ടുപോയത് എന്നേ ഇവിടെ പുറത്തുള്ളാളുകൾ വിചാരിക്കയുള്ളൂ. നോം പൊയ്ക്കഴിഞ്ഞിട്ടു പിന്നെ അറിഞ്ഞോട്ടെ. പിന്നെ അറിയുന്നതു കൊണ്ട് ഒരു കുറവും നോക്ക് ഇല്ലല്ലോ. അതുകൊണ്ട് ഈ കാര്യം ഗോപ്യമായിത്തന്നെ വെച്ചോ. ഇന്ദുലേഖയെത്തന്നെയാണ് സംബന്ധം കഴിച്ചുകൊണ്ടു പോവുന്നത് എന്നു നീ എല്ലാവരോടും ഭോഷ്കു പറഞ്ഞോ, അഥവാ ഇന്നു ഞാൻ കാണിപ്പാൻ ഭാവിച്ചിരിക്കുന്ന രസികത്വം കൊണ്ട് ഇന്ദുലേഖതന്നെ വശത്തായാൽ പിന്നെ അവളെത്തന്നെ കൊണ്ടുപോവുകയും ചെയ്യാം; അല്ലേ?

ഗോവിന്ദൻ: ഇപ്പോൾ അരുളിച്ചെയ്തതു ശരി. അങ്ങനെ തന്നെയാണു വേണ്ടത്.

നമ്പൂതിരിപ്പാട്: എന്നാൽ ആ പെണ്ണിനെ ഒന്ന് എനിക്കു കാണേണമെല്ലോ. അതിനെന്താണു വിദ്യ?

ഗോവിന്ദൻ: അടിയൻ പോയി അന്വേഷിച്ചുവരാം. അമ്പലത്തിൽ തൊഴാൻ വരും. അപ്പോൾ കാണാം.

നമ്പൂതിരിപ്പാട്; രസികക്കൂട്ടീ! സമർത്ഥാ! അതുതന്നെ നല്ല സമയം. നീ പോയി അന്വേഷിച്ചു വാ.

ഗോവിന്ദൻ ഉടനെ പോയി അന്വേഷിച്ചപ്പോൾ കല്യാണിക്കുട്ടി സ്ത്രീകളുടെ കുളപ്പുരയിൽ കുളിക്കുന്നതുകണ്ടു. ഉടനെ ഓടിവന്ന് നമ്പൂതിരിപ്പാടെ അറിയിച്ചു. നമ്പൂതിരിപ്പാട് പെടഞ്ഞ് എണീട്ട് കുളത്തിലേക്കു പുറപ്പെട്ടു. നമ്പൂതിരിപ്പാട്ടിലെ അപ്പോഴത്തെ വേഷം ബഹു ലഘുവാണ്. ഒരു പട്ടുക്കരമുണ്ട് മുലയ്ക്കുമേൽ ചുറ്റി ഉടുത്തതും മെതിയടിയും മാത്രമേ ഉള്ളൂ.

എന്റെ വായനക്കാർക്ക് കല്യാണിക്കുട്ടിയെക്കുറിച്ച് അവളുടെ പേരുപീഠികയിൽ വായിച്ച അറിവു മാത്രമേ ഉള്ളൂ. ഈ കുട്ടി ശീനുപ്പട്ടരുടെ മകളാണെന്നും പതിമൂന്ന് വയസ്സ് പ്രായമാണെന്നും കൂടി അറിഞ്ഞിരിക്കാം. അവൾ നല്ല സുമുഖിയായ ഒരു പെങ്കിടാവു തന്നെ ആണെങ്കിലും ഇന്ദുലേഖയോടും മറ്റും സാമ്യമാണെന്നോ അതിൽ ഒരു ശതാംശം സൗന്ദര്യമുണ്ടെന്നോ ശങ്കിച്ചു പോവരുതേ അതു കഥ വേറെ. ഇതു വേറെ. കല്യാണിക്കുട്ടി ശുദ്ധ മലയാള സമ്പ്രദായപ്രകാരം വളർത്തിയ ഒരു പെണ്ണായിരുന്നു. എഴുതാനും വായിപ്പാനും അറിയാം. കുറേശ്ശെ പാടും. ഇതുമാത്രമേ വിദ്യാപരിയമുള്ളൂ. കണ്ടാൽ സുമുഖിയാണ്. പതിമൂന്നു വയസ്സിൽ മലയാളത്തിൽ ചില സ്ത്രീകൾക്കു പ്രസവം കൂടി കഴിയുന്നുണ്ടെങ്കിലും കല്യാണിക്കുട്ടിക്കു ശരീരപ്രകൃതികൊണ്ടു യൗവനം ഉദിച്ചു എന്നേ പറഞ്ഞുകൂടൂ. ആകപ്പാടെ ലജ്ജാരസം ആധിക്യമായി കാണപ്പെടുന്ന ഒരു സാധുകുട്ടിയാണെന്നു മാത്രമേ എനിക്കു പറവാനുള്ളൂ. ഇവൾ കുളിച്ചുതോർത്തി തലമുടി വേർപെടുത്തും കൊണ്ടു കുളപ്പുരയിൽ നിന്നു പുറത്തേക്കു വരുമ്പോഴാണ് നമ്പൂതിരിപ്പാടിന്റെ അഭിമുഖമായ എഴുന്നെള്ളത്ത്. കണ്ട ഉടനെ ഇവൾ കുളപ്പുരയിലേക്കുതന്നെ മാറിനിന്നു. നമ്പൂതിരിപ്പാടാണെന്നു ശങ്കിച്ചിട്ടേ ഇല്ല. അതു സ്വർണ്ണവിഗ്രഹമായിട്ടല്ലേ തലേദിവസം കണ്ടത്. എന്നാൽ ഏതോ ഒരു പരിചയമില്ലാത്താളാണെന്നു വിചാരിച്ചു കല്യാണിക്കുട്ടി അകത്തേക്കു തന്നെ മാറിനിന്നതാണ്. നമ്പൂതിരിപ്പാട് അങ്ങനെ വിടുന്നാളോ? ഒരിക്കലും അല്ല, നേരെ ചെന്നു കുളപ്പുരയിൽ കടന്നു നോക്കി. നോക്കി കണ്ടു. തിരിഞ്ഞു ഗോവിന്ദനെ നോക്കി അസ്സൽകുട്ടി എന്നു പറഞ്ഞു. അപ്പോഴേക്കു ഗോവിന്ദൻ ചെറുശ്ശേരി കുളിച്ചു വരുന്നതുകണ്ട് കുളപ്പുരയിൽ നിന്നു പുറത്തേക്കു ചാടിയത് ചെറുശ്ശേരിയുടെ മുമ്പിൽ നേരെ കുറിക്കു വെടിവെച്ചതുപോലെ.

ചെറുശ്ശേരിനമ്പൂരി: ഇതെന്തു കഥാ! കുളിക്കാറായയോ?

നമ്പൂതിരിപ്പാട്: ആയി,

ചെറുശ്ശേരിനമ്പൂതിരി: ഇത്രെ നേർത്തെയോ?

നമ്പൂതിരിപ്പാട്; അതെ.

ചെറുശ്ശേരിനമ്പൂതിരി: എന്നാൽ എന്താണു കുളപ്പുരയിൽ നിന്നു പുറത്തേക്കു വന്നത്?

നമ്പൂതിരിപ്പാട്: മൂത്രശങ്കയ്ക്ക്.

ഗോവന്ദൻ: നീരാട്ടുകുളി മറ്റെ കുളപ്പുരയിലാണു നല്ലത്.

നമ്പൂതിരിപ്പാട്: എന്നാൽ അങ്ങട്ടുതന്നെ പോവാം. ചെറുശ്ശേരി അമ്പലത്തിൽ പോയി ജപിച്ചോളൂ.എന്നു പറഞ്ഞു വലിയ കുളപ്പുരയിലേക്കു നമ്പൂതിരിപ്പാടു വളരെ ഒരു ഘനഭാവം നടിച്ചുംകൊണ്ടു ഗോവിന്ദനോടുകൂടെ പോയി.

ചെറുശ്ശേരിക്ക് ആകപ്പാടെ നമ്പൂതിരിപ്പാടു പറഞ്ഞതു ബോധിച്ചില്ല. നമ്പൂതിരിപ്പാടു സാധാരണ എട്ടുമണിക്കേ എണീക്കാറുള്ളൂ. കുളി സാധാരണ പത്തുമണി കഴിഞ്ഞിട്ടേ ഉള്ളൂ. കുളിപ്പാൻ വരുന്നതിനു മുമ്പ് പല്ലുതേപ്പും മറ്റും കഴിയും. ഇന്ന് ആവിധമൊന്നുമല്ല കണ്ടത്. കിടന്ന് ഉറങ്ങിയ ദിക്കിൽ നിന്നു ബദ്ധപ്പെട്ട് എണീട്ടു മണ്ടി വന്നതുപോലെയാണു കണ്ടത്. പിന്നെ സ്ത്രീകൾ കുളിക്കുന്ന കുളപ്പുരയിൽ നിന്നാണു പുറത്തേക്കു ചാടിവന്നത്. തലേദിവസം കുളിച്ച കുളപ്പുര കടന്നുപോരണം ഈ കുളപ്പുരയ്ക്കു വരുവാൻ. പിന്നെ മൂത്രശങ്കയ്ക്കു പുറത്തുവന്നപ്പോൾ ഗോവിന്ദൻ മറ്റേ കുളപ്പുരയ്ക്കു തന്നെ പോവാമെന്നു പറഞ്ഞു. ഇതൊക്കെ ആലോചിച്ച് ഇതിലെന്തോ ഒരു വിദ്യയുണ്ട്, എന്താണെന്ന് അറിഞ്ഞില്ലല്ലോ എന്നു വിചാരിച്ചു ചെറുശ്ശേരിനമ്പൂരി കുറേദൂരം നടന്നു. തിരിഞ്ഞു നോക്കിയപ്പോൾ ഒരു പെങ്കിടാവ് ആ കുളപ്പുരയിൽനിന്ന് എറങ്ങി പുറത്തു വന്ന് അമ്പലത്തിലേക്കു വരുന്നതു കണ്ടു. ശരി, ചെറുശ്ശേരിക്കു മനസ്സിലായി. ഉടനെ അടുക്കെക്കണ്ട ഒരാളോടു ചോദിച്ചപ്പോൾ ആ കുട്ടി പഞ്ചുമേനവന്റെ മരുമകളാണെന്നും അറിഞ്ഞു. അതിബുദ്ധിമാനായ ചെറുശ്ശേരി ക്ഷണേന വളരെ എല്ലാം മനസ്സുകൊണ്ടു ഗണിച്ചു. ഇതിൽ എന്തോ ഒരു വിശേഷവിധിയുണ്ട്. ഇന്ദുലേഖയുടെ പാപമോചനമായി എന്നു തോന്നുന്നു എന്നു വിചാരിച്ചു മനസ്സുകൊണ്ട് ഒന്നു ചിരിച്ച് മണ്ഡപത്തിൽ ജപിക്കാൻ പോയി ഇരുന്നു.

നമ്പൂതിരിപ്പാട്: (ഗോവിന്ദനോട്): എനിക്കു പൂർണ്ണസമ്മതം. ബഹു സന്തോഷം. ഇന്ദുലേഖ എനിക്കു വേണ്ട. ഗോമാംസം തിന്നുന്നവരുടെ ഭാഷ പഠിച്ച ആ അധിക പ്രസംഗിയെ എനിക്ക് വേണ്ട.

ഇവൾ നല്ല കുട്ടി. പ്രായം, ബഹു വിശേഷം. എനിക്ക് ഈ പ്രായത്തിലുള്ള സ്ത്രീകളെയാണ് ഇയ്യിടെ ആഗ്രഹം. ഗോവിന്ദാ! ക്ഷണം പോയി ഉത്സാഹിച്ചൊ. ഇന്ദുലേഖയെ കാണണ്ടാ എന്നുവെച്ചാലെന്താ?

ഗോവിന്ദൻ: എന്താണ് ഇങ്ങനെ അരുളിച്ചെയ്യുന്നത്? നേർത്തെ അരുളിച്ചെയ്തതു മറന്നുവോ? ഇന്ദുലേഖയെത്തന്നെയാണു സംബന്ധം കഴിച്ചുകൊണ്ടുപോകുന്നത് എന്ന് എല്ലാവർക്കും എഴുന്നെള്ളുന്നതുവരെ എങ്കിലും തോന്നണം എന്നല്ലേ അരുളിച്ചെയ്തത്. പിന്നെ ഇപ്പോൾ ഇങ്ങനെ അരുളിച്ചെയ്താലോ....ഇതു മഹാ ഗോപ്യമായിരിക്കണം എന്നല്ലേ അരുളിച്ചെയ്തത്?

നമ്പൂതിരിപ്പാട്: ഹാ– സമർത്ഥാ– സമർത്ഥാ– രസികാ! നിയ്യാണു സമർത്ഥൻ . ഞാൻ അല്പം അന്ധാളിച്ചു. ഒരക്ഷരം ഞാൻ എനി പറയുകയില്ല. എല്ലാം നീ പറയുന്നതുപോലെ. പൊയ്ക്കോ. പോയി എല്ലാം ശട്ടം ചെയ്തോ. ഇന്ദുലേഖയെ കണ്ടുകളയാം. പക്ഷേ, ഒരു ദോഷമാണുള്ളത്. അവളെ കാണുമ്പോൾ എനിക്കു വേറെ ഒരു സ്ത്രീയും വേണ്ടെന്നു തോന്നി ഭ്രാന്തുപിടിക്കുന്നു. എന്തുചെയ്യട്ടെ. പോവുന്നതുവരെ എനി കാണാതെ കഴിച്ചാൽ മനസ്സിന്നു ബഹു സുഖം ഉണ്ടാവും അതാണു ഞാൻ പറഞ്ഞത്.

ഗോവിന്ദൻ: തിരുമനസ്സുകൊണ്ടു നല്ല ധൈര്യമായി ഉറപ്പിക്കണം. എത്ര പെണ്ണുങ്ങൾ ഉണ്ട് ലോകത്തിൽ, ഇവിടുത്തെ തിരുമേനി ഒന്നു കണ്ടാൽ മതി എന്നു വിചാരിക്കുന്നു.

നമ്പൂതിരിപ്പാട്: ഹാ– സമർത്ഥാ! ഞാൻ ധൈര്യമായിരിക്കും ഇന്ദുലേഖയും ഒരു പുല്ലും എനിക്കു സമം. നീ പോയി ശ്രമിച്ചോ. വളരെ ഗോപ്യമായിരിക്കട്ടെ.

ഗോവിന്ദൻ അവിടെനിന്നുപോയി. ഈ കാര്യത്തിലേക്കു ശ്രമിക്കാനായിട്ട് ആരോടാണു പറയേണ്ടത്– എന്താണ് പറയേണ്ടത് എന്ന് ആലോചിച്ച് അങ്ങട്ടും ഇങ്ങട്ടും നടന്നു വലഞ്ഞു. ആരോടും പറയാൻ ധൈര്യമായില്ല. ഗോവിന്ദനു വഷളത്വമുണ്ടെങ്കിലും നല്ല സാമർത്ഥ്യവും ഉണ്ട്. ഈ കാര്യം നമ്പൂതിരിപ്പാടു പോയ്ക്കഴിഞ്ഞ ശേഷമേ പൊതുവിൽ അറിയാവൂ എന്നാണ് അവന്റെ ആഗ്രഹം. അതുകൊണ്ട് കേശവൻ നമ്പൂതിരിയോടുകൂടി പറവാൻ ധൈര്യമുണ്ടായില്ല. നമ്പൂതിരിപ്പാടു നേർത്തെ ഭക്ഷണവും മറ്റും കഴിഞ്ഞ് ഇന്ദുലേഖയെ കാണാൻ പൂവരങ്ങിൽ എത്തി. ഇവിടെ നമ്പൂതിരിപ്പാട്ടിനെക്കുറിച്ച് ഒരു വാക്കു നന്നായിട്ട് എനിക്കു പറവാനുണ്ട്. ചെറുശ്ശേരിനമ്പൂരി എത്ര വിദ്യ നോക്കീട്ടും ഗോവിന്ദന്റെ ഉപദേശം മുറുകെ

പിടിച്ച് ഈ കല്യാണിക്കുട്ടിയുടെ സംബന്ധആലോചനയെപ്പറ്റി ഇതുവരെ ലേശംപോലും ചെറുശ്ശേരിനമ്പൂരിയെ അറിയിച്ചിട്ടില്ല. പിന്നെ ഒരു കാര്യംകൂടി ഉപദേശപ്രകാരം നടന്നിട്ടുണ്ട്. ഊണുകഴിഞ്ഞു മഠത്തിന്റെ കോലാമ്മൽ ഉലാത്തിക്കൊണ്ടിരിക്കുമ്പോൾ സേവകന്റെ ഭാവത്തിൽ നടന്നിരുന്ന ശീനുപട്ടരുമായി നമ്പൂതിരിപ്പാടു താഴെ കാണിക്കുന്ന ഒരു സംഭാഷണമുണ്ടായി:

നമ്പൂതിരിപ്പാട്: എന്താണു ശീനു, കാര്യം എല്ലാം ഇന്നുതന്നെ ശട്ടമായാൽ നാളെ രാവിലെ പുറപ്പെടാമായിരുന്നു.

ശീനുപട്ടര്: അതിനെന്താണു വിഘ്നം! ഒക്കെ ശട്ടമല്ലെ.

ശീനുപട്ടരു പൂവരങ്ങിൽ അകത്തുള്ള വർത്തമാനം ഒന്നും അറിഞ്ഞിട്ടില്ല.

പിന്നെ അന്നത്തെ ശണ്ഠ കഴിഞ്ഞശേഷം പട്ടരെ പൂവരങ്ങിലോ പൂവള്ളിവീട്ടിലോ എങ്ങും കണ്ടുപോവരുത്; കണ്ടാൽ ആ കോമട്ടിയെ തല്ലണം എന്നു പഞ്ചുമേനോൻ പറഞ്ഞതിനാൽ കുറെ ദിവസമായി പൂവള്ളിവീട്ടിൽ കടക്കാറേ ഇല്ല. അതുകൊണ്ട് ഇയാൾ അവിടെ നടന്ന യാതൊരു വിവരങ്ങളും ശരിയായി അറഞ്ഞിട്ടില്ലായിരുന്നു.

നമ്പൂതിരിപ്പാട്: എല്ലാം ശട്ടമായി എന്നുതന്നെ പറയാം. ദിവസം ഇന്നു തന്നെയോ എന്നു മാത്രം അന്വേഷിക്കണം. ഇന്നു തന്നെയാക്കണം.

ശീനുപട്ടര്: അതാണു നല്ലത് ശുഭസ്യ ശീഘ്രം.

നമ്പൂതിരിപ്പാട്: ഇന്ദുലേഖയ്ക്ക് കയറാൻ പല്ലക്ക് ഇവിടെ ഉണ്ടല്ലൊ.

ശീനുപട്ടര്: നാലഞ്ചു പല്ലക്കു ഹാജരുണ്ട്.

ശീനുപട്ടരുമായി ഇത്രത്തോളം സംസാരം കഴിഞ്ഞിട്ടാണു നമ്പൂതിരിപ്പാടു പൂവരങ്ങിലേക്കു പുറപ്പെട്ടത്. കാക്കയുടെ കഴുത്തിലെ മണിപോലെ നമ്പൂതിരിപ്പാടു പറഞ്ഞ വാക്ക് അമ്പലത്തിലും കൊളവക്കിലും മഠത്തിലും വഴിയിലും ശീനുപട്ടരു പത്തിനു പതിനാറാക്കി പറഞ്ഞുകൊണ്ടു നടന്നു. അന്നു ക്ഷേത്രത്തിൽ ചുരുങ്ങീട്ട് ഒരു അടിയന്തിരം ഉണ്ടായിരുന്നു.

അതിനു കുറെ നമ്പൂരിമാരും പട്ടന്മാരും കൂടിട്ടുണ്ടായിരുന്നു. അവിടെ വെച്ചും ശീനുപട്ടര് ഇന്ദുലേഖയുടെ പാണിഗ്രഹണം അന്നു രാത്രി ഉണ്ടാവുമെന്നു ഘോഷിച്ചു. ആ കൂട്ടത്തിൽ അപ്പോൾ ഉണ്ടായിരുന്നതിൽ ശങ്കരശാസ്ത്രികൾക്കു മാത്രമാണ് ഇതു കേട്ടപ്പോൾ അധികവും വ്യസനമായത്. ഇന്ദുലേഖയ്ക്ക് എഴുത്തുകൊടുത്തു

എന്നു തലേദിവസം വൈകുന്നേരം നമ്പൂതിരിപ്പാട്ടിലെ ചോദ്യത്തിന്നു സമാധാനമായി അമ്പലത്തിൽവെച്ചു ഗോവിന്ദൻ ഉറക്കെ വിളിച്ചുപറഞ്ഞു കേട്ടപ്പോൾ തന്നെ കുഞ്ഞിക്കുട്ടിഅമ്മ തന്നോടു തലേദിവസം പറഞ്ഞപ്രകാരം കാര്യം നിശ്ചയിച്ചുപോയി എന്നു ശാസ്ത്രികൾ ഉറച്ചിരുന്നു. ഇപ്പോൾ ശീനുപട്ടരുകൂടി അന്നു രാത്രി അടിയന്തിരമാണെന്നു തീർച്ച പറഞ്ഞപ്പോൾ ശാസ്ത്രികൾ സംശയമെല്ലാം വിട്ട് ഒരു ദീർഘനിശ്വാസം ചെയ്തു. കഷ്ടം! ഇത്ര അന്തസ്സാരവിഹീനയായ ഒരു സ്ത്രീയെ ഞാൻ ഇത്ര ബുദ്ധിശാലിനി എന്ന് ഇത്രനാളും വിചാരിച്ചുവല്ലോ. അഞ്ചുനിമിഷം സംസാരിച്ചാൽ ഈ നമ്പൂതിരിപ്പാടും പടുവങ്കനും കേവലം സ്ത്രീജിതനായ ഒരു അമര്യാദക്കാരനും ആണെന്ന് എത്ര താണതരം ബുദ്ധിയുള്ളവർക്കുംകൂടി അറിവാൻ കഴിയുമല്ലോ. ഇന്ദുലേഖയ്ക്കു കഴിയുമോ എന്നുള്ളതിനു സംശയമുണ്ടോ? എന്നിട്ട് ഇന്ദുലേഖ, മന്മഥസദൃശനായി അതിബുദ്ധിമാനായി തന്നിൽ അത്യനുരാഗത്തോടുകൂടിയിരിക്കുന്ന മാധവനെ വിട്ട് പടുവങ്കനായ അശ്വമുഖൻനമ്പൂതിരിയുടെ ഭാര്യയായി ഇരിക്കാമെന്നു നിശ്ചയിച്ചുവല്ലോ. കഷ്ടം! ഇതിനു ദ്രവ്യത്തിന്മേൽ ഉള്ള മോഹമെന്നല്ലാതെ വേറെ ഒന്നും പറവാൻ കണ്ടില്ല, എന്നും മറ്റും ശങ്കരശാസ്ത്രി വിചാരിച്ചുകൊണ്ടു ഭക്ഷണം കഴിച്ചു മാധവന്റെ അച്ഛനുമായി ഒന്നു കാണണമെന്നു നിശ്ചയിച്ചു ഗോവിന്ദപ്പണിക്കരുടെ വീട്ടിലേക്കു ചെന്നു. അവിടെ ചെന്നപ്പോൾ അദ്ദേഹം തലേദിവസം വൈകുന്നേരം പൊല്പായികളത്തിലേക്കു പോയിരിക്കുന്നു എന്നും പിറ്റേദിവസം രാവിലേക്കേ എത്തുകയുള്ളൂ എന്നും കേട്ടു. അതും ഒരു കുണ്ഠിതമായി. ശാസ്ത്രികൾ ആ വീട്ടിൽ കൊലാമ്മൽ പടിയിൽ കിടന്നുറങ്ങി.

നമ്പൂതിരിപ്പാടു ഭക്ഷണം കഴിഞ്ഞു പൂവരങ്ങിൽ എത്തി എന്നും പറഞ്ഞിട്ടുണ്ടല്ലോ. ചെറുശ്ശേരിനമ്പൂരിയും കേശവൻ നമ്പൂരിയും കൂടെത്തന്നെ ഉണ്ടായിരുന്നു. നാലുകെട്ടിൽ എത്തിയ ഉടനെ നമ്പൂതിരിപ്പാട് ഒരു കസാലമേൽ അവിടെ ഇരിക്കുകയും കേശവൻനമ്പൂതിരി നമ്പൂതിരിപ്പാടു വന്ന വിവരം അറിയിപ്പാൻ ഇന്ദുലേഖയുടെ മാളികയിന്മേലേക്കു പോകയും ചെയ്തു.കേശവൻനമ്പൂതിരിക്ക് ഇന്ദുലേഖയുടെ മാളകിയിലേക്കു കയറുവാൻ ധൈര്യം വന്നില്ല. കോണി പകുതിയോളം കയറും, പിന്നെ ഇങ്ങട്ടുതന്നെ ഇറങ്ങും; പിന്നെയും കയറും, പിന്നെയും ഇറങ്ങും. തന്റെ അറയിലെ ജാലകത്തിൽകൂടെ ഇദ്ദേഹത്തിന്റെ ഈ പ്രാകൃതം കണ്ടിട്ട് ഇദ്ദേഹത്തിന്റെ ഭാര്യ ലക്ഷ്മിക്കുട്ടിഅമ്മയ്ക്ക് സങ്കടം തേന്നി. ഉടനെ കോണിച്ചുവട്ടിലേക്കു

ചെന്നു നമ്പൂരിയെ വിളിച്ചു.

ലക്ഷ്മിക്കുട്ടിഅമ്മ: എന്താണ് ഇങ്ങനെ കളിക്കുന്നത്? ഇന്ദുലേഖയെ പേടിച്ചിട്ടായിരിക്കും. അല്ലേ? ഞാൻ ചെന്നു പറയാം. ഇന്ദുലേഖയെ പകൽ നമ്പൂതിരിപ്പാട്ടിലേക്കു കാണുന്നതിന് അവൾക്ക് അത്ര വിരേധമുണ്ടാകയില്ലെന്നു തോന്നുന്നു. ഞാൻ ഒന്നു പോയി പറഞ്ഞുനോക്കട്ടെ എന്നു ലക്ഷ്മിക്കുട്ടിഅമ്മ പറഞ്ഞപ്പോൾ കേശവൻനമ്പൂരിക്കു വലിയ ഒരു സുഖം തോന്നി. ഭാര്യയെ അനുഗ്രഹിച്ചു കോണിച്ചോട്ടിൽ നിന്നു.

ലക്ഷ്മിക്കുട്ടിഅമ്മ മുകളിൽ ചെന്നപ്പോൾ ഇന്ദുലേഖ മാധവന്റെ എഴുത്തും വായിച്ചു സുഖിച്ചുകൊണ്ടു നില്ക്കുകയായിരുന്നു. അമ്മ വരുന്നതുകണ്ടപ്പോൾ,

ഇന്ദുലേഖ: എന്താണ് അമ്മെ, നമ്പൂതിരിപ്പാട്ടിലെ വരവുണ്ടായിരിക്കും. അതു പറവാനായിരിക്കും വന്നത്; അല്ലേ?

ലക്ഷ്മിക്കുട്ടിഅമ്മ: അതെ മകളെ, ആ പടുവങ്കൻ നമ്പൂതിരിപ്പാടെ നീ ഇനി ഒട്ടും ഭയപ്പെടണ്ടാ. ഇന്നലെ എന്റെ അകത്തു വന്ന് എന്തൊക്കെ ഗോഷ്ഠിയാണു കാണിച്ചത്! അച്ഛനുതന്നെ അദ്ദേഹത്തെക്കുറിച്ചു നല്ല ബഹുമാനമില്ലാതിയിരിക്കുന്നു. എന്നാലും നമുക്കു ലൗകീകം വേണ്ടേ? അദ്ദേഹം ഇന്നോ നാളെയോ പോവും. ഇപ്പോൾ വന്നാൽ നല്ലവാക്കു സംസാരിച്ചേക്കണം, കുറച്ചു പിയാനോ വായിച്ചേക്കണം. അദ്ദേഹം ബ്രാഹ്മണനല്ലേ. കേവലം അവമാനിച്ചു എന്ന് എന്തിനു വരുത്തണം? അദ്ദേഹം വരട്ടെയോ?

ഇന്ദുലേഖ: എനിക്ക് അദ്ദേഹത്തിനെയാവട്ടെ, ഈ ഭൂമണ്ഡലത്തിൽ വേറൊരാളെയുമാവട്ടെ ഒരു വിധത്തിലും അവമാനിക്കണമെന്നുള്ള ആഗ്രഹമില്ല. എന്നാൽ എന്നെ ഒരാൾ അവമാനിക്കാൻ ഭാവിക്കുമ്പോൾ ഞാൻ അതിനെ തടുക്കാതെ നില്ക്കുകയില്ല. ആ നമ്പൂതിരിപ്പാട് ഇന്നലെ എന്നോട് മര്യാദയായി സംസാരിച്ചിരുന്നാൽ ഞാൻ ഇന്നലെയും അദ്ദേഹത്തിന് ആവശ്യമുള്ള എല്ലാസമയവും പാടാനോ വീണ വായിപ്പാനോ ഒരുക്കമായിരുന്നുവല്ലോ. അമ്മേ, എനിക്ക് അശേഷം ദുർഗ്ഗർവ്വ് ഉണ്ടെന്നു വിചാരിക്കരുതേ. എന്നെ നിവൃത്തിയില്ലാത്ത വിധത്തിൽ ദ്രോഹിച്ചു. ഞാൻ മനുഷ്യനല്ലെ. കാമക്രോധലോഭാദികൾ ഇല്ലാത്ത ഒരു സാധനമല്ലെല്ലൊ. ഇന്നു നമ്പൂതിരിപ്പാടു നല്ല മര്യാദയായി സംസാരിക്കുമെങ്കിൽ അദ്ദേഹം വരട്ടെ. പാട്ടോ വീണവായനയോ ഞാൻ കേൾപ്പിച്ചുകൊടുക്കാമല്ലൊ. അതുകൂടാതെ എന്നെ ഭാര്യയാക്കണം എന്നുള്ള വിചാരത്തോടുകൂടി ഇതിന്റെ മുകളിൽ നിന്നു വല്ല അസംബന്ധവും പറ

ഞ്ഞാൽ ഇന്നലത്തേതിലധികം വഷളാകേണ്ടിവരും.

ലക്ഷ്മിക്കുട്ടിഅമ്മ: നമ്പൂരിമാരുടെ സ്വഭാവത്തിലോ കുറെ അപകടം ഉണ്ട്. വിശേഷിച്ച്, ഈ നമ്പൂതിരിപ്പാട് ഒരു പടുവിഡ്ഢിയാണെന്നു സർവ്വജനസമ്മതമാണ്. ഭ്രാന്തന്മാരോടു കോപിക്കാറുണ്ടോ മകളേ?

ഇന്ദുലേഖ: നമ്പൂരിമാരിൽ എല്ലാ ജാതികളിലുമുള്ളതുപോലെ അതിസമർത്ഥന്മാരും ഉണ്ട്. അമ്മ ചെറുശ്ശേരിനമ്പൂരിയുമായി അരനാഴിക വിശേഷം പറഞ്ഞുനോക്കൂ- അപ്പോൾ പറയും അതിസമർത്ഥന്മാരാണ് നമ്പൂരിമാർ എന്ന്. പിന്നെ എനിക്കു ഭ്രാന്തന്മാരുമായി വിനോദിച്ചിരിപ്പാൻ അത്ര രസവുമില്ല. ഭ്രാന്തൻമാർ തുമ്പില്ലാതെ പറഞ്ഞാൽ ഞാൻ അതു കേൾക്കാൻ നില്ക്കുകയുമില്ല, നിശ്ചയംതന്നെ.

ലക്ഷ്മിക്കുട്ടിഅമ്മ: ആവട്ടെ, ഞാൻ അദ്ദേഹത്തോടു വരാം എന്ന് അറിയിക്കട്ടെ.

ഇന്ദുലേഖ: ആവലാതിതന്നെ. വന്നോട്ടെ. എന്നോട് ഇന്നലത്തെ മാതിരി സംസാരം തുടങ്ങിയാൽ ഞാൻ ഇന്നലത്തെമാതിരിതന്നെ കാണിക്കും.

ലക്ഷ്മിക്കുട്ടിഅമ്മ: ആവട്ടെ, അദ്ദേഹം ഒന്നു വന്നു പോവട്ടെ; അല്ലേ? ഇന്ദുലേഖ: ഓ- ഹോ.

ലക്ഷ്മിക്കുട്ടിഅമ്മ ചിരിച്ചുംകൊണ്ടു താഴത്തിറങ്ങുമ്പോൾ സാധു കേശവൻ നമ്പൂരി മുമ്പു നിന്നിരുന്ന സ്ഥലത്തുതന്നെ മുഖം മേല്പോട്ടു പൊന്തിച്ചു ദൃഷ്ടികൾ മേല്പോട്ടാക്കി, വരുന്നതും നോക്കിക്കൊണ്ട് ഒരു വിഗ്രഹം കൊത്തിവെച്ചതുപോലെ നില്ക്കുന്നു.

കേശവൻനമ്പൂതിരി: സമയമായോ, ഞാൻ വരാൻ അറിയിക്കട്ടെ?

ലക്ഷ്മിക്കുട്ടിഅമ്മ: ഓ- ഹോ! വന്നോട്ടെ. പിന്നെ ഇന്നലത്തെ മാതിരി ഇന്ദുലേഖയോടു ഗോഷ്ഠി ഒന്നും പറയരുതെന്നു നമ്പൂതിരിപ്പാടോടു പറയണം. അല്ലെങ്കിൽ ഇന്നലത്തെപ്പോലെത്തന്നെ എല്ലാം.

കേശവൻനമ്പൂതിരി: ആട്ടെ, ഇപ്പോൾ വരാൻ പറയാമോ?

ലക്ഷ്മിക്കുട്ടിഅമ്മ: പറയാം

കേശവൻനമ്പൂതിരി ഇന്ദുലേഖയെ വിവരം അറിയിപ്പാൻ പോയ ശേഷം നമ്പൂതിരിപ്പാടു ചെറുശ്ശേരിയോടു തന്റെ സമീപം ഇരിക്കാൻ പറകയും, അദ്ദേഹം ഇരിക്കുകയും ചെയ്തു. അതിന്റെ ശേഷം താഴെ പറയുന്ന ഒരു ചുരുങ്ങിയ സംഭാഷണം ഇവർതമ്മിൽ ഉണ്ടാ

യി. ഈ പ്രാവശ്യം ഇന്നലത്തെപ്പോലെ കേശവൻനമ്പൂരി മാളിക യിൽപ്പോയി വരാത്തതിനാൽ നമ്പൂതിരിപ്പാട്ടിലേക്ക് അശേഷം ബദ്ധപ്പാടുണ്ടായിരുന്നില്ല. താൻ ഇന്ദുലേഖയുടെ മാളികമുകളിൽ പോയാൽ എന്തൊക്കെയാണ് ഘനം നടിക്കേണ്ടത് എന്നു വിചാ രിച്ചുറയ്ക്കാൻ തുടങ്ങി. നമ്പൂതിരിപ്പാട്ടിലെ വിചാരം. ഞാൻ ഇന്നലെ കണ്ടപ്പോഴേക്കു ഭ്രമിച്ചു പരവശനായി എന്ന് ഇന്ദുലേ ഖയ്ക്ക് തോന്നിപ്പോയി. ഇന്നു നേരെ മറിച്ചു തോന്നിക്കണം. അശേഷം ഭ്രമമില്ലെന്നു തോന്നിക്കണം. എന്നാൽ അറിയാം സൂക്ഷ്മം. എന്താ ഇവളെ അത്ര ഭ്രമിക്കാൻ ഗോമാംസഭുക്കുകളുടെ ഭാഷ പഠിച്ച തണ്ടുതപ്പിപ്പെണ്ണിനെ മഹാകുബേരനായ ഞാൻ എന്താണു ഭ്രമിക്കാൻ? പണം കൊടുത്താൽ ഏതു പെണ്ണിനെ കിട്ടാത്തു? എത്ര സ്ത്രീകളെ ഞാൻ ഭാര്യയാക്കിവെച്ചു! എത്ര ഉപേ ക്ഷിച്ചു! എനി എത്ര വെപ്പാൻപോവുന്നു! ഈ ഒരു പെൺക്കിടാ വിനെ ഭ്രമിച്ചിട്ടു വിഡ്ഢിത്തം കാണിക്കുന്നതു മഹാ കുറവുതന്നെ. ഇന്നു കണ്ടോട്ടെ. അനങ്ങുകയില്ല. ബഹുഘനം. ഘനം! സകലതും ഘനമായിട്ടുതന്ന. നില്ക്കുമ്പോഴും ഇരിക്കുമ്പോഴും നോക്കു മ്പോഴും സംസാരിക്കുമ്പോഴും എപ്പോഴും ഘനം. ഇന്ദുലേഖ ഭയ പ്പെട്ടുപോണം- കണ്ടുകൊള്ളട്ടെ. ഇത്ര കുറുമ്പ് ഇന്ദുലേഖയ്ക്കു ണ്ടെങ്കിൽ അശേഷം ഞാനും കുറയുകയില്ല. ആരാണു തോല്ക്കു ക, കാണാമല്ലോ പെണ്ണു പേടിച്ചു വിറച്ചു കാല്ക്കവന്നു വീഴും സംശയമോ? എന്നിങ്ങനെ വിചാരിച്ച് ജയിച്ചു എന്നുറച്ചു നമ്പൂതി പ്പാട് ഒന്നു വിറച്ചു.

ചെറുശ്ശേരിനമ്പൂരിക്ക് ഈ നമ്പൂരിപ്പാടിന്റെ പലേവിധമായ ഗോഷ്ഠികൾ ആകപ്പാടെ കണ്ടിട്ടും ഇന്ദുലേഖയുടെ മനസ്സിനുണ്ടായ കുണ്ഠിതത്തെ ഓർത്തും തന്റെ സ്വജാതിയിൽ ശ്ലാഘ്യനും അതി ദ്രവ്യസ്ഥനും ആയ ഒരു ദേഹം ഈവിധം പരമവിടനും വിഡ്ഢിയും ആയിത്തീർന്നുവല്ലോ എന്നു വിചാരിച്ച് ആ സമയം നമ്പൂതിരിപ്പാ ടിനെപ്പറ്റി കേവലം ഒരു പരിഹാസമല്ല ഉണ്ടായത്, ക്രോധസമ്മിശ്ര മായ ഒരു ദുഃഖരസമാണ് ഉണ്ടായത്. ഹാ കഷ്ടം ഇത്ര സമ്പ ത്തോടും കുലശ്ലാഘ്യതയോടും ഇരിക്കുന്ന ഇദ്ദേഹത്തിനു പൂർണ്ണ യൗവനം കഴിയുന്നതുവരെ യോഗ്യതയുള്ള ഒരു സ്ത്രീയെ ഭാര്യ യാക്കി വെക്കാൻ കഴിയാതെ ശുദ്ധവ്യഭിചാരികളായ സ്ത്രീകളിൽ പ്രവേശിച്ചു ബുദ്ധിക്കു ഇത്ര ചാപല്യം വരുത്തി; എതു സുഖത്തിന് ഇദ്ദേഹം ഇത്രയെല്ലാം ആഗ്രഹിക്കുന്നുവോ ആ സുഖം വഴിപോലെ അനുഭവിക്കാനുള്ള ശക്തിയും ശുദ്ധമായ രുചിയും ദുഷ്പ്രവൃത്തി

കൾ നിമിത്തം കേവലം നശിപ്പിച്ച് ഈ സ്ഥിതിയിൽ ഇദ്ദേഹത്തിനെ കാണാറായല്ലൊ, എന്നിങ്ങനെ വിചാരിച്ച് ചെറുശ്ശേരിനമ്പൂരി വളരെ വ്യസനിച്ചു. ചെറുശ്ശേരിനമ്പൂരി ഇങ്ങനെ വിചാരിച്ച സമയം തന്നെയാണ് നമ്പൂതിരിപ്പാടു മേൽപ്പറഞ്ഞപ്രകാരം ഘനം നടിച്ചിരുന്നതും, ഘനം നടിച്ച് അവസാനിച്ചശേഷം ഉടനെ തന്റെ ഈ ഘനത്തെപ്പറ്റി ചെറുശ്ശേരിയെ ഒന്ന് അറിയിക്കേണമെന്നും നിശ്ചയിച്ച് നമ്പൂതിരിപ്പാട് താഴെ പറയും പ്രകാരം പറഞ്ഞു.

നമ്പൂതിരിപ്പാട്: എനിക്കു സ്ത്രീകളെ വളരെ ഭ്രമമാണെന്നു ചെറുശ്ശേരിക്കു തോന്നുന്നുണ്ടായിരിക്കാം.ഈ ചോദ്യം കേട്ടപ്പോൾ ചെറുശ്ശേരിനമ്പൂരിക്ക് അല്പം ക്രോധമാണ് ഉണ്ടായത്. എങ്കിലും ബുദ്ധിമാനായ അദ്ദേഹം അതു മനസ്സിലാക്കി താഴെ പറയുന്നപ്രകാരം കുറെ ഗൗരവത്തോടെ മറുപടി പറഞ്ഞു.

ചെറുശ്ശേരിനമ്പൂതിരി: സ്ത്രീകളെ പുരുഷന്മാർക്കു ഭ്രമമുണ്ടാവുമെന്നു ഞാൻ വിചാരിക്കുന്നു. എന്നാൽ ആ ഭ്രമം ഏറെയും കുറെയുമായി ചിലപ്പോൾ അബദ്ധമായും വന്നേക്കാമെന്നും എനിക്കു തോന്നുന്നു.

നമ്പൂതിരിപ്പാട്: ഭ്രമിക്കുന്നതിലെന്താണ് അബദ്ധവും സുബദ്ധവും?

ചെറുശ്ശേരിനമ്പൂതിരി: വളരെ ഉണ്ട്. സ്ത്രീപുരുഷന്മാർക്ക് അന്യോന്യം ഭ്രമം എന്നു ഞാൻ പറയും. സ്ത്രീപുരുഷൻമാർക്ക് അന്യോന്യം അനുരാഗമില്ലാതെ ഒരാൾമാത്രം മറ്റെ ആളെ ഭ്രമിച്ചു കാംക്ഷിക്കുകയും മറ്റെ ആൾക്ക് അശേഷം അനുരാഗം ഇല്ലാതിരിക്കുകയും ചെയ്താൽ ആ ഭ്രമത്തിന് അബദ്ധഭ്രമമെന്നാണു ഞാൻ പേരിടുന്നത്.

നമ്പൂതിരിപ്പാട്: രാവണനു രംഭയിൽ ഉണ്ടായ ഭ്രമം അബദ്ധമാണോ?

ചെറുശ്ശേരിനമ്പൂതിരി: രംഭയോട് അന്വേഷിക്കണം. രംഭ രാവണന്റെ ഭ്രമത്തെ അനുകരിച്ച് അങ്ങട്ടും ഭ്രമിച്ചുവോ എന്നു ഞാൻ അറിഞ്ഞിട്ടില്ല.

നമ്പൂതിരിപ്പാട്: ഓ– രാവണനു രംഭയെ സാധിച്ചിരിക്കുന്നു.

ചെറുശ്ശേരിനമ്പൂതിരി: സാധിച്ചിരിക്കാം.

നമ്പൂതിരിപ്പാട്: അപ്പോൾ അത് എങ്ങനെ സാധിച്ചു?

ചെറുശ്ശേരിനമ്പൂതിരി: അബദ്ധമായ അനുരാഗം ഒരിക്കലും സഫലമാവുകയില്ല. അബദ്ധമായ ഭ്രമം സാധിക്കില്ല എന്നല്ലേ പറഞ്ഞത് ഇപ്പോൾ?

ചെറുശ്ശേരിനമ്പൂതിരി: അങ്ങനെ ഞാൻ പറഞ്ഞിട്ടില്ല. കള്ള ന്മാർക്കും കവർച്ചക്കാർക്കും ചിലപ്പോൾ വിചാരിച്ചതുപോലെ മുതൽ കവർന്നു കൊണ്ടു പോവാൻ സാധിക്കുന്നില്ലേ? അതുപ്ര കാരം അനുരാഗമില്ലാത്ത സ്ത്രീയേയോ പുരുഷനേയോ സാധിച്ചു എന്നു വരാം. എന്നാൽ ഒരു ഭാഗം അനുരാഗമില്ലാതിരിക്കുമ്പോൾ അങ്ങനെ സാധിപ്പാൻ ശ്രമം ചെയ്തു സാധിക്കുന്നത് നിസ്സാരമായ പ്രവൃത്തിയാണ്.

നമ്പൂതിരിപ്പാട്: എന്താണു നിസ്സാരം?

ചെറുശ്ശേരിനമ്പൂതിരി: സാരമില്ലാത്തതുതന്നെ. അങ്ങനെ സാധി ക്കുന്നതിൽ ഒരു സാരവുമില്ല. അങ്ങനെ പ്രവർത്തിക്കുന്ന പുരു ഷനോ സ്ത്രീയോ മൃഗപ്രായം പശുക്കൾ, ശ്വാക്കൾ ഇവകളെപ്പോ ലെ.

നമ്പൂതിരിപ്പാട്: എന്നാൽ രാവണൻ എന്തിന് സീതയെ ഭ്രമിച്ചു? സീതയ്ക്ക് രാവണനിൽ ഭ്രമം ഇല്ലെന്നല്ലേ രാമായണത്തിൽ പറ ഞ്ഞിട്ടുള്ളത്?

ചെറുശ്ശേരിനമ്പൂരി: അതെ; അങ്ങനെതന്നെ. രാവണനു സീത യിൽ കാംക്ഷ ഉണ്ടായി. സീതയ്ക്ക് രാവണനിൽ അനുരാഗം അശേഷം ഇല്ലെന്നു രാവണൻ അറിഞ്ഞതിനാൽ അനുരാഗം ഉണ്ടാ ക്കിത്തീർക്കാൻ വളരെ എല്ലാം രാവണൻ ശ്രമിച്ചു- ഫലിച്ചില്ല. പിന്നെ സീതയിൽ വിരോധമായി. രാവണൻ ഇതുനിമിത്തം നശി ച്ചു. എങ്കിലും അനുരാഗം സീതയ്ക്കു തന്നിൽ ഉണ്ടാവുന്നതിന്നു മുമ്പ് സീതയുമായി രമിപ്പാൻ രാവണനു മനസ്സുണ്ടായില്ല. രാവണൻ പലേ ദോഷങ്ങളുള്ളവനാണെങ്കിലും ബുദ്ധിക്കു കേവലം രസിക ത്വമില്ലാത്തവനാണെന്നു സീതയുമായി ഉണ്ടായതായി രാമായണ ത്തിൽ കാണിച്ചിട്ടുള്ള സംവാദങ്ങളിൽ നിന്ന് എനിക്കു തോന്നു ന്നില്ല.

നമ്പൂതിരിപ്പാട്: എന്നാൽ ഒരു സ്ത്രീയെ കണ്ടു ഭ്രമിച്ചാൽ രാവ ണൻ ചെയ്തേടത്തോളം എല്ലാം ചെയ്യാമല്ലോ.

ചെറുശ്ശേരിനമ്പൂതിരി: രാവണൻ അനുഭവിച്ചതുപോലെയുള്ള കഷ്ടങ്ങൾ അനുഭവിപ്പാൻ ഉറച്ചാലും രാവണനെപ്പോലെ ശക്തി ഉണ്ടായാലും അങ്ങനെ ചെയ്യാം.

നമ്പൂതിരിപ്പാട്: ശരി, സമ്മതിച്ചു. എന്നാൽ ഒരു പുരുഷന് ഒരു സ്ത്രീയെ കണ്ടു കലശലായ ഭ്രമമുണ്ടായി. ആ സ്ത്രീക്ക് ആ പുരു ഷനിൽ അശേഷം ഭ്രമം ഉണ്ടായതുമില്ല. ഇങ്ങനെ വന്നാൽ ആ പുരുഷന്റെ ഭ്രമനിവൃത്തിക്ക് എന്തുമാർഗ്ഗമാണ് ഉള്ളത്?

ചെറുശ്ശേരിനമ്പൂതിരി: ഭ്രമം, ഭ്രമം എന്ന് ഇവിടുന്നു പറയുന്നതിന്റെ താൽപര്യം എനിക്കു നല്ലവണ്ണം മനസ്സിലായില്ല. ആഗ്രഹം എന്നാണ് ഈ വാക്കിന് അർത്ഥം ഉദ്ദേശിച്ചത് എന്നുവരികിൽ സ്ത്രീക്ക് ഇങ്ങട്ട് ആഗ്രഹമില്ലെന്നറിഞ്ഞാൽ പുരുഷൻ ധൈര്യത്താൽ തനിക്ക് അങ്ങട്ടുള്ള ആഗ്രഹത്തെ ജയിച്ച്, ആ സ്ത്രീയുമായുള്ള സുഖാനുഭവത്തിൽ ഉണ്ടാകുന്ന കാംക്ഷയെ ത്യജിക്കണം.

നമ്പൂതിരിപ്പാട്: എന്തിനു കാംക്ഷ വിടുന്നു? കിട്ടുമോ എന്നു പരീക്ഷിക്കേണ്ടേ?

ചെറുശ്ശേരിനമ്പൂതിരി: കിട്ടുമോ എന്നല്ല പരീക്ഷിക്കേണ്ടത്. അനുരാഗമുണ്ടാവുമോ എന്നാണു പരീക്ഷിക്കേണ്ടത്. ഉണ്ടാവുന്നില്ലെങ്കിൽ ഉപേക്ഷിച്ചാൽ മതി.

നമ്പൂതിരിപ്പാട്: ഇങ്ങട്ടു ഭ്രമമില്ലെങ്കിലും സാദ്ധ്യമായാലോ?

ചെറുശ്ശേനിനമ്പൂതിരി: അങ്ങനെ സാധിപ്പാൻ ഇച്ഛിക്കുന്നത് മൃഗപ്രായം എന്നു ഞാൻ പറഞ്ഞില്ലേ?

നമ്പൂതിരിപ്പാട്: ഇതു ചെറുശ്ശേരി പറയുന്നതു കുറെ വിഡ്ഢിത്തമാണെന്ന് എനിക്കു തോന്നുന്നു. പുരുഷന് ഇഷ്ടപ്രകാരം ഒരു സ്ത്രീയെ സാധിക്കുന്നുവെങ്കിൽ പിന്നെ ആ സ്ത്രീക്ക് ആ പുരുഷനോട് ഇങ്ങട്ടു ഭ്രമമുണ്ടായിരുന്നുവോ ഇല്ലയോ എന്ന് എന്തിന് ചിന്തിക്കണം?

ചെറുശ്ശേരിനമ്പൂതിരി: ഞാൻ പറഞ്ഞു മനസ്സിലാക്കാം. ഒരു സ്ത്രീസുഖം പുരുഷനു സാധിച്ചു എന്നു പറയേണമെങ്കിൽ ആ സ്ത്രീയെ പുരുഷൻ രമിപ്പിച്ചു സുഖിപ്പിച്ചിട്ടുവേണം. ഒരു സ്ത്രീയെ താൻ രമിപ്പിക്കുന്നതിൽ നിന്നും പുരുഷനു സുഖാനുഭവം ഉണ്ടാവേണ്ടത്. തന്നാൽ അവർ രമിച്ച് സുഖിക്കുന്നു എന്ന് അറിയുന്നതിൽ നിന്നുമാണ് പുരുഷന് സുഖാനുഭവം ഉണ്ടാവേണ്ടത്. അപ്രകാരം തന്നെ ഒരു പുരുഷനുമായി സുഖിച്ചു എന്ന് ഒരു സ്ത്രീ പറയേണ്ടത് ആ പുരുഷനെ സ്ത്രീ രമിപ്പിച്ചു സുഖിപ്പിച്ചാൽ മാത്രമാണ്. ആ സുഖാനുഭവം അന്യോന്യം സംമ്പൂർത്തിയായി ഉണ്ടാവേണമെങ്കിൽ അന്യോന്യം കലശലായ അനുരാഗം ഉണ്ടായിരിക്കേണം. അങ്ങനെ അല്ലാതെ സ്ത്രീ സുഖം സാധിക്കുവാൻ ഇച്ഛിക്കുന്നവർ മൃഗപ്രായം. സാധിച്ചാൽ എന്ന് മാത്രമേ പറഞ്ഞുകൂടൂ.

നമ്പൂതിരിപ്പാട്: ശിക്ഷ! ഇതുമഹാ ദുർഘടം തന്നെ. ഇങ്ങനെയായാൽ വളരെ സ്ത്രീകളുമായി ഒരു പുരുഷന് സുഖിപ്പാൻ സാധിക്കുകയില്ല. നിശ്ചയം.

ചെറുശ്ശേരിനമ്പൂതിരി: ശരി, സൂക്ഷ്മത്തിൽ ഒരു പുരുഷന് ഒരു

സ്ത്രീ- ഒരു സ്ത്രീക്ക് ഒരു പുരുഷൻ. അങ്ങനെയാണു സൃഷ്ട സ്വഭാവേന വെച്ചിട്ടുള്ളത്.

നമ്പൂതിരിപ്പാട്: ശ്രീകൃഷ്ണന് എത്ര ഭാര്യമാരുണ്ടായിരുന്നു.?

ചെറുശ്ശേരിനമ്പൂതിരി: ഞാൻ അറിയില്ല.

നമ്പൂതിരിപ്പാട്: പതിനാറായിരത്തെട്ടു ഭാര്യമാരുണ്ടായിരുന്നു. ശ്രീകൃഷ്ണന്റെ ബുദ്ധിക്കു രസികത്വമുണ്ടെന്നോ ഇല്ലെന്നോ ചെറുശ്ശേരി വിചാരിക്കുന്നത്?

ചെറുശ്ശേരിനമ്പൂതിരി: പതിനാറായിരത്തെട്ടു ഭാര്യമാരുണ്ടായിരുന്നതു ശരിയാണെങ്കിലും ശ്രീകൃഷ്ണൻ നുമ്മളെപ്പോലെ ഒരു മനുഷ്യനായിരുന്നുവെങ്കിലും അദ്ദേഹത്തിന്റെ ബുദ്ധിക്ക് അശേഷം രസികത്വമില്ലെന്നും അദ്ദേഹം വളരെ ഒരു വിടനായിരുന്നുവെങ്കിലും ഞാൻ പറയും. എന്നാൽ ഏതു ഗ്രന്ഥങ്ങളിൽ നിന്നു നോം ഇദ്ദേഹത്തിന് ഇത്ര അധികം ഭാര്യമാർ ഉണ്ടായിരുന്നു എന്ന് അറിയുന്നുവോ, അതുകളിൽ നിന്നുതന്നെ അദ്ദേഹം മനുഷ്യനായിരുന്നില്ലെന്നും അറിയുന്നുണ്ട്. ശ്രീകൃഷ്ണൻ ഗോവർദ്ധനപർവ്വതം എടത്തെ കൈകൊണ്ട് എടുത്തു പൊന്തിച്ച് ഏഴു ദിവസം കൊട പോലെ പിടിച്ചു ഗോക്കളെയും ഗോപന്മാരേയും രക്ഷിച്ചതായും, ക്ഷ്വേളപാനംകൊണ്ടു മരിച്ചുപോയ പലജീവികളേയും തന്റെ ഒരു കടാക്ഷത്താൽ ജീവിപ്പിച്ചതായും, മറ്റു മനുഷ്യശക്തിക്ക് അസാദ്ധ്യമായ അനേകം പ്രവൃത്തികൾ ചെയ്തതായും ഈ ഗ്രന്ഥങ്ങളിൽനിന്നു കാണുന്നുണ്ട്. ഈവക എല്ലാം ചെയ്വാൻ ശക്തിയുള്ള ഒരു ദേഹത്തിനു ഞാൻ ഇപ്പോൾ പറഞ്ഞപ്രകാരം സാധാരണമനുഷ്യർക്കുള്ള പ്രമാണങ്ങളും നിശ്ചയങ്ങളും സംബന്ധിക്കുമോ എന്നു ഞാൻ സംശയിക്കുന്നു.

നമ്പൂതിരിപ്പാട്: പുരുഷന് അങ്ങട്ടു സ്നേഹമുണ്ടായാൽ സ്ത്രീക്ക് ഇങ്ങട്ടും ഉണ്ടാവാതെ ഇരിക്കയില്ല. ഞാൻ പലേ സ്ത്രീകളുമായി സുഖാനുഭവം ചെയ്തിട്ടുണ്ട്. എല്ലാം സ്ത്രീകൾക്കും എന്നെ ബഹു ഭ്രമമായിരുന്നു- അല്ല, ചെറുശ്ശേരിക്ക് ഇതൊന്നും നിശ്ചയമില്ലെ? എന്താണ് ഇന്ന് ഒരു പുതിയമാതിരിയായി സംസാരിക്കുന്നത്? സകല സ്ത്രീകൾക്കും എന്നെ ഭ്രമമാണ്.

നമ്പൂതിരിപ്പാട്ടിലെ വാക്കു കേട്ടു ചെറുശ്ശേരി ചിരിച്ചു പോയി. നമ്പൂതിരിപ്പാട്ടിലെപ്പറ്റി സ്ഥായിയായി ഉണ്ടായിരുന്നു പരിഹാസ രസം തന്നെ വീണ്ടും തോന്നി കഷ്ടമെന്നോർത്തു.

നമ്പൂതിരിപ്പാട്: എന്താണു ചെറുശ്ശേരി ഒന്നും മിണ്ടാത്തത്? സകല സ്ത്രീകൾക്കും എന്നെ ഭ്രമമല്ലെന്നാണോ വിചാരം?

ചെറുശ്ശേരിനമ്പൂതിരി: ഇവിടുത്തെക്കുറിച്ചു ഞാൻ ഒന്നും വിചാരിച്ചിട്ടില്ല. ഞാൻ സാധാരണമനുഷ്യരുടെ കാര്യമാണു പറഞ്ഞത്.

ഇവർ ഇത്രത്തോളം സംസാരിക്കുമ്പോഴേയ്ക്കു കേശവൻ നമ്പൂരി ഓടി എത്തി, എനി മുകളിലേക്കു പോവാം. എന്നു പറഞ്ഞതു കേട്ടപ്പോൾ,

നമ്പൂതിരിപ്പാട്: വരട്ടെ- നില്ക്കൂ. എന്താണ് ഇത്ര ബദ്ധപ്പാട്? എന്റെ സമയംകൂടി നോക്കണ്ടേ?

കേശവൻനമ്പൂതിരി: സമയമായിട്ടു മതി.

കേശവൻനമ്പൂതിരി ഒന്നദ്ഭുതപ്പെട്ടു- ഇതെന്തു കഥ? ഇദ്ദേഹം ഒരു കമ്പക്കാരൻതന്നെയാണ്. ഇത്രയും വിചാരിപ്പാനേ എടയായുള്ളൂ. അപ്പോഴേയ്ക്ക്,

നമ്പൂതിരിപ്പാട്: എന്നാൽ എനി പോവുക. കറുത്തേടം വരണ്ട, ഞാൻ മാത്രം പോവാം. ചെറുശ്ശേരി ഇവിടെ കിടന്ന് ഉറങ്ങിക്കോളൂ

എന്നു പറഞ്ഞ് നമ്പൂതിരിപ്പാട് അതിഘനഭാവത്തോടുകൂടി തുപ്പട്ട മുതലായതു പുതച്ച് ഇന്ദുലേഖയുടെ മാളികയിൽ കയറി. ഇന്ദുലേഖ തലേദിവസത്തെപ്പലെ വിസ്താരത്തിന്നു കൂട്ടിൽ നിർത്തിയ തടവുകാരന്റെ ഭാവത്തോടെ ചാരുപടിയും പിടിച്ചു നില്ക്കുന്നു. നമ്പൂതിരിപ്പാടു പുറത്തളത്തിൽ കടന്ന് ഇന്ദുലേഖയെ കണ്ടു. കണ്ട ക്ഷണത്തിൽ ഈ ഇളിഭ്യന്റെ ധൈര്യവും ഘനവും ആസകലം ഓടി ഒളിച്ചു. പല്ലിളിച്ചു ശിവ- ശിവ! സുന്ദരിയായ നിന്റെ കൂടെ ഇരിക്കാതെ എനിക്ക് ഈ ജന്മം സാധിക്കയില്ല. എന്തുമുഖം ! എന്തു നിറം! എന്തു തലമുടി! എന്തു കണ്ണ്! ശിവ ശിവ!നാരായണ വലഞ്ഞു. വലഞ്ഞു. ഘനവും ഇല്ല എനിക്കു ധൈര്യവും ഇല്ല. ദേവേന്ദ്രനു മഹർഷിയുടെ ഭാര്യയെ കണ്ടപ്പോൾ ഘനം എവിടപ്പോയി?- രാവണനു രംഭയെ കണ്ടപ്പോഴോ? ഇങ്ങനെ എല്ലാം ഇന്ദുലേഖയെ കണ്ട ക്ഷണത്തിൽ നമ്പൂതിരിപ്പാട്ടിലേക്കു തോന്നി എങ്കിലും രണ്ടുമൂന്നു നിമിഷം കസാലമേൽ ഇരുന്നശേഷം ഒരു വിധമെല്ലാം ധൈര്യം ഉറപ്പിട്ടു പറയുന്നു:

നമ്പൂതിരിപ്പാട്: ധീരർക്കു പുല്ലും തരുണിമാരും സമം എന്നുള്ള പ്രമാണം ഇന്ദുലേഖ വായിച്ചിട്ടുണ്ടോ?

ഇന്ദുലേഖ: (വല്ലാതെ പൊട്ടിച്ചിരിച്ചുംകൊണ്ട്) ഞാൻ പ്രമാണം വായിച്ചിട്ടില്ലെങ്കിലും ഇപ്പോൾ കേട്ടുവല്ലോ. ഒന്നാന്തരം പ്രമാണമാണ്.

ഇന്ദുലേഖ ഉള്ളിൽ അടക്കാൻ നിവൃത്തിയില്ലാത്തവിധം മനോഹരമായ ശബ്ദത്തിൽ കുലുകുലുങ്ങനെ പൊട്ടിച്ചിരിച്ച ഭാവവികാരം

കണ്ട ക്ഷണത്തിൽ നമ്പൂതിരിപ്പാട് വളരെ പ്രയത്നപ്പെട്ട് ഉറപ്പിച്ച ഘനം എവിടെയോ പോയി. മുമ്പു ഗോവിന്ദനുമായി ഉണ്ടായ ആലോചനകളും നിശ്ചയങ്ങളും എല്ലാം കേവലം മറന്നു മനസ്സ് ഇന്ദുലഖയിൽ വീണു ലയിച്ചു. എന്നിട്ട്, ഇങ്ങനെ പറയുന്നു:

നമ്പൂതിരിപ്പാട്: ഇന്ദുലേഖ ഒന്നുകൂടി ഉറക്കെ ചിരിച്ചാട്ടെ. ഇങ്കിരയസ്സിൽ ചിരിക്കാനും പഠിപ്പിക്കാമോ? ബഹുഭംഗി അങ്ങനെ ചിരിക്കുന്നത്. ഒന്നുകൂടി ചിരിച്ചാട്ടെ.

ഇന്ദുലേഖ ചിരിച്ചു പരവശയായി അകത്തേക്കു മുഖം തുടയ്ക്കാൻ പോയി.

നമ്പൂതിരിപ്പാട്: അല്ല- മോശം! അകത്തേക്കു പോയിക്കഴിഞ്ഞുവോ? ഇന്നലത്തെപ്പോലെകൂടി സംസാരിപ്പാൻ ഇന്ന് എടയില്ലെന്നു തോന്നുന്നു. പിന്നെ എന്തിനാണ് എന്നോടു വരാൻ പറഞ്ഞത്?

ഇന്ദുലേഖ: അല്ല- ഞാൻ വരുന്നു.

എന്നുപറഞ്ഞു മുഖം കഴുകി രണ്ടാമതും പുറത്തുവന്നു.

നമ്പൂതിരിപ്പാട്: ഇന്ദുലേഖയ്ക്ക് എത്ര വയസ്സായി?

ഇന്ദുലേഖ: പതിനെട്ട്.

നമ്പൂതിരിപ്പാട്: എനിക്ക് എത്ര വയസ്സായി എന്ന് ഇന്ദുലേഖയ്ക്കു തോന്നുന്നു?

ഇന്ദുലേഖ: എനിക്ക് വയസ്സു കാഴ്ചയിൽ ഗണിക്കാനുള്ള സാമർത്ഥ്യം ഉണ്ടെന്നു തോന്നുന്നില്ല. അതുകൊണ്ട് എനിക്കു പറവാൻ സാധിക്കുകയില്ല.

നമ്പൂതിരിപ്പാട്: എങ്കിലും ഏകദേശം മതിപ്പായി പറഞ്ഞുകൂടേ?

ഇന്ദുലേഖ: മതിപ്പായി പറഞ്ഞാൽ ശരിയാകയില്ല.

നമ്പൂതിരിപ്പാട്: എങ്കിലും ഏകദേശം പറയൂ

ഇന്ദുലേഖ: എന്തെങ്കിലും പറഞ്ഞാൽ മതിയെങ്കിൽ പറയാം ഇവിടേയ്ക്ക് ഒരു അമ്പതു വയസ്സു കഴിഞ്ഞു എന്ന് എനിക്കു തോന്നുന്നു.

നമ്പൂതിരിപ്പാട്: ഛീ ! അബദ്ധം! എനിക്ക് പൂർണ്ണയൗവനം കഴിഞ്ഞു എന്നാണു തോന്നുന്നത്? കഷ്ടം! ഇതെന്തൊരു കഥയാണ്! അമ്പതു വയസ്സായോ? പൂർണ്ണയൗവനം കണ്ടാൽ നിശ്ചയിച്ചുകൂടേ?

ഇന്ദുലേഖ: ഞാൻ മുമ്പുതന്നെ പറഞ്ഞില്ലേ എനിക്കു വയസ്സു ഗണിക്കാൻ അറിഞ്ഞുകൂടെന്ന്.

നമ്പൂതിരിപ്പാട്: പൂർണ്ണയൗവനമുള്ള ഒരു പുരുഷനെ കണ്ടാൽ

എനിയും അറിഞ്ഞുകൂടേ? പതിനെട്ടുവയസ്സായാലും അറിഞ്ഞുകൂടേ?

ഇന്ദുലേഖ: എനിക്ക് അറിഞ്ഞുകൂടാ. പൂർണ്ണയൗവനം എന്നു വെച്ചാൽ തന്നെ എന്താണെന്ന് എനിക്കു മനസ്സിലായിട്ടില്ല.

നമ്പൂതിരിപ്പാട്: ഇങ്കിരിയസ്സു പഠിച്ചിട്ടാണ് ഈവക ഒന്നും ഇന്ദുലേഖയ്ക്കു മനസ്സിലാവാത്തത്. സംശയമില്ല.

ഇന്ദുലേഖ: അതുകൊണ്ടുതന്നെയായിരിക്കാം.

നമ്പൂതിരിപ്പാട് : ഞാൻ വേളി കഴിച്ചിട്ടില്ല.

ഇന്ദുലേഖ: ശരി, നല്ല കാര്യം.

നമ്പൂതിരിപ്പാട്: ഇല്ലത്തു സന്തതിക്ക് അനുജന്മാർ വേളികഴിച്ചിട്ടുണ്ട്. ഞാൻ പലപ്പോഴും വളരെ സുഖിച്ചു കാലം കഴിക്കുന്നു. സ്വജാതിയിൽ ക്രമപ്രകാരം വേളകഴിച്ചാൽ നമ്പൂരിമാർക്കു സുഖം പോയി. ഞാൻ സ്ഥിരമായി ഇതുവരെ യാതൊരു ഭാര്യേയും വെച്ചിട്ടില്ല. എന്താണ് ഇന്ദുലേഖ ഒന്നും പറയാത്തത്.?

ഇന്ദുലേഖാ: ഇവിടുന്ന് ഇവിടുത്തെ വർത്തമാനങ്ങളെക്കുറിച്ചു പറയുമ്പോൾ ഞാനെന്താണ് എടയിൽ പറയേണ്ടത്?

നമ്പൂതിരിപ്പാട്: ഞാൻ ഇന്നലെ അയച്ച ശ്ലോകം ചൊല്ലുന്നത് ഒരു രസികത്വമല്ലേ?

ഇന്ദുലേഖ: അതെന്തോ?

നമ്പൂതിരിപ്പാട്: അങ്ങനെ തോന്നുന്നത് ഇങ്കിരിയസ്സു പഠിച്ചിട്ടാണ്.

ഇന്ദുലേഖ: ആയിരിക്കാം.

നമ്പൂതിരിപ്പാട്: ഇങ്കിരിയസ്സു പഠിച്ചാൽ ശൃംഗാരം ഉണ്ടാവില്ല. നിശ്ചയം.

ഇന്ദുലേഖ: അതെ, ഉണ്ടാകയില്ല.

നമ്പൂതിരിപ്പാട്: ഇന്ദുലേഖയ്ക്ക് നല്ല ശൃഗാരം ഉണ്ട്.

ഇന്ദുലേഖ: ഇല്ലെന്നാണ് എനിക്കു തോന്നുന്നത്.

നമ്പൂതിരിപ്പാട്; നൈഷധം പഠിച്ചിട്ടുണ്ടോ?

ഇന്ദുലേഖ: ഇല്ല.

നമ്പൂതിരിപ്പാട്: നൈഷധമല്ലേ പെണ്ണുങ്ങൾ പഠിക്കേണ്ടത്? നൈഷധത്തിൽ ഒരു ശ്ലോകം ചൊല്ലട്ടെ?

ഇന്ദുലേഖ: വേണ്ട. വെറുതെ ബുദ്ധിമുട്ടണ്ട.

നമ്പൂതിരിപ്പാട്: അതെന്തൊരു കഥയാണ്! ശ്ലോകം ചൊല്ലാൻ ഭാവിക്കുമ്പോൾ എല്ലാം എന്താണു ബുദ്ധിമുട്ടണ്ട എന്നു പറയുന്നത്?

ഇന്ദുലേഖ: ബുദ്ധിമുട്ട് ഉണ്ടാകകൊണ്ടുതന്നെ.

നമ്പൂതിരിപ്പാട്: ഇന്ദുലേഖയ്ക്കു കല്ലു പതിച്ച തോടയാണു നല്ല ചേർച്ച.

ഇന്ദുലേഖ: ശരി.

നമ്പൂതിരിപ്പാട്: ഇന്ദുലേഖയ്ക്കു കല്ലു പതിച്ച തോട ഉണ്ടോ?

ഇന്ദുലേഖ: എന്റെ കൈവശം ഇല്ല.

നമ്പൂതിരിപ്പാട്: ഞാൻ ഒരു ജോഡി പണിയിക്കാം. വിശേഷമായ കല്ലുകൾ എന്റെ പക്കലുണ്ട്.

ഇന്ദുലേഖ: എനിക്കുവേണ്ടി പണിയിക്കാൻ ആവശ്യവും സംഗതിയും ഇല്ല.

നമ്പൂതിരിപ്പാട്: ഞാൻ ഇവിടെ വന്നത് എനിക്ക് എഴുത്തയച്ചിട്ടാണ്.

ഇന്ദുലേഖ: ശരി.

നമ്പൂതിരപ്പാട്: പഞ്ചു പറഞ്ഞിട്ടു കറുത്തേടം എഴുതി അയച്ചു. എന്നിട്ടാണു വന്നത്.

ഇന്ദുലേഖ: ശരി.

നമ്പൂതിരിപ്പാട്: ബാന്ധവത്തിനു വരാനാണ് എഴുതിയിരുന്നത്.

ഇന്ദുലേഖ: ആരേ? കേശവൻനമ്പൂതിരിയെ ബാന്ധവിക്കാനോ?

നമ്പൂതിരിപ്പാട്: നേരമ്പോക്കു പോട്ടെ. എനിക്കു വളരെ വ്യസനം ഉണ്ട്.

ഇന്ദുലേഖ; ശരി.

നമ്പൂതിരിപ്പാട്: എന്താണ്- വ്യസനമുള്ളതു ശരിയെന്നോ?

ഇന്ദുലേഖ: അങ്ങനെ അല്ലേ പറഞ്ഞത്?

നമ്പൂതിരിപ്പാട്: ഈ വെച്ചിരിക്കുന്ന വലിയ പെട്ടി എന്താണ്? സംഗീതപ്പെട്ടിയോ?

ഇന്ദുലേഖ: അതെ.

നമ്പൂതിരിപ്പാട്: ഇതിന്റെ വിദ്യ ഒന്നു കേൾപ്പിച്ചു തരാമോ?

ഇന്ദുലേഖ: അങ്ങനെതന്നെ, എന്നുപറഞ്ഞു പിയാനോ വായിപ്പാൻ ആരംഭിച്ചു.

ഇന്നലത്തേയും ഇന്നത്തേയും സംഭാഷണത്തിൽ ഇന്ദുലേഖയുടെ ഭാവം കേവലം രണ്ടുവിധമായിട്ടാണെന്ന് എന്റെ വായക്കാർക്കു തോന്നാം. ഇന്ദുലേഖയ്ക്ക് ഇദ്ദേഹത്തിന്റെ സ്വഭാവവും അവസ്ഥയും ഇന്നത്തെപ്പോലെ മനസ്സിലായിരുന്നില്ല. തന്നെ തട്ടിപ്പറിച്ചു കൊണ്ടുപാവാൻ ഏതോ കുബേരനായ ഒരു മനുഷ്യൻ വന്ന് പരീക്ഷിക്കാൻ പോവുന്നതിൽ ഉള്ള പുച്ഛവും ക്രോധവും ഇന്നലെ കലശലായിരുന്നു. ഇന്നെയ്ക്ക് ആ സ്ഥിതി മാറിപ്പോയി. തന്റെ വലിയച്ഛനുതന്നെ

ഇദ്ദേഹത്തിന്റെമേൽ നല്ല അഭിപ്രായമില്ലെന്നും എനി ഇദ്ദേഹത്തെ തന്റെ നേരെ കൊണ്ടുവന്നു പരീക്ഷിക്കയില്ലെന്നും ഇന്ദുലേഖ അറിഞ്ഞു. പിന്നെ ഇദ്ദേഹത്തിനുതന്നെ ഇന്ദുലേഖയെ കിട്ടുകയില്ലെന്നുള്ള ഒരു വിശ്വാസം വന്നുതുടങ്ങി എന്ന് ഇദ്ദേഹത്തിന്റെ വാക്കിൽനിന്നുതന്നെ അറിയാറായി. അതുകൊണ്ട് ഇന്നെയ്ക്ക് ആകപ്പാടെ നമ്പൂതിരിപ്പാട്ടിലെ കഥ ഒരു പരിഹാസയോഗ്യമായി തീർന്നു. എന്നല്ല, ഇന്ദുലേഖയ്ക്ക് ഇദ്ദേഹത്തിന്റെ ബുദ്ധിയുടെ ഒരു ശക്തിയില്ലായ്മയും ചാപല്യവും കണ്ടിട്ട് കുറേ ഒരു പരിതാപവും ഉണ്ടായില്ലെന്നില്ല. ഏതു വിധവും ഇന്ദുലേഖയ്ക്ക് നമ്പൂതിരിപ്പാട്ടിന്റെ ബുദ്ധിയുടെ സ്വഭാവം കണ്ടിട്ട് ഒരു ദയയാണ് ഇന്നത്തെ സംസാരം കഴിഞ്ഞശേഷം ഉണ്ടായത്. കഷ്ടം! കഷ്ടം! ഇദ്ദേഹം ഇങ്ങനെ അറിവില്ലാത്തവനായിപ്പോയല്ലോ, എന്നുതോന്നി.

പിയാനൊവായന തുടങ്ങിയപ്പോഴയ്ക്ക് മാളികയുടെ ചുവട്ടിൽ മിറ്റത്തും മതിലിന്മേലും കുളവക്കിലും മനുഷ്യർ കൂടിത്തുടങ്ങി. മുമ്പത്തെപ്പോലെ ചില പട്ടന്മാരും മറ്റും മുകളിലേക്കു വായന കേൾക്കാൻ കയറുവാൻ ചെന്നപ്പോൾ കേശവൻനമ്പൂരി കോണിക്കൽ ഒരു പാറാവുകാരന്റെ നിലയിൽ നിന്ന്, ആരും കയറണ്ട, കയറണ്ട എന്നു പറഞ്ഞ് ആട്ടിപ്പായിച്ചു. ആട്ടുകൊണ്ട കൂട്ടർ കുളക്കടവിൽ വന്ന് കേശവൻമ്പൂരിയെയും മറ്റും ശകാരം തുങ്ങി.

ഒരു പട്ടര് : പകൽസമയം ഭാര്യയും ഭർത്താവുംകൂടി ഇരിക്കുന്ന അകത്തു പാട്ടു കേൾക്കാൻ പോയാൽ എന്തൊരു വിരോധമാണെടോ?

ഒരു നായര്: നമ്പൂതിരിപ്പാട്ടിലേക്ക് വേറെ ആൾ കടന്നു ചെല്ലുന്നതും ഇഷ്ടമായിരിക്കയില്ല. പിന്നെ എന്തിനു നോം അദ്ദേഹത്തിനെ മുഷിപ്പിക്കുന്നു?

ഒരു പട്ടര്: എന്താണ്, മറ്റൊരാൾ ഇന്ദുലേഖയുടെ പാട്ടു കേട്ടുപോയാൽ നമ്പൂതിരിപ്പാട്ടിലേക്ക് ഇത്ര ചേതം?

ഒരു നമ്പൂരി: പുതിയ ഭാര്യയല്ലേ, അങ്ങനെയിരിക്കും.

ഇങ്ങനെ ആളുകൾ ഘോഷം കൂട്ടികൊണ്ടിരിക്കുമ്പോൾ ശങ്കശാസ്ത്രികൾ ഉണർന്നു ഗോവിന്ദപ്പണിക്കരുടെ വീട്ടിൽ നിന്ന് എറങ്ങി പതുക്കെ അമ്പലത്തിലേക്കു പുറപ്പെട്ടു. ആളുകൾ വഴിയിൽ വെച്ചുമേൽ കാണിച്ച പ്രകാരം പറയുന്നതും ഘോഷം കൂട്ടുന്നതും കേട്ടു. ഇന്ദുലേഖയുടെ മാളികമുകളിൽ നിന്നു പിയാനോ വായിക്കുന്നതും കേട്ടു ഒന്നും മിണ്ടാതെ നേരെ അമ്പലത്തിലേക്കു നടന്നുപോകും വഴി ഗോവിന്ദൻകുട്ടിമേനോനെ അന്വേഷിച്ചു. ഗോവി

ന്ദപ്പണിക്കാരോടുകൂടി പൊല്പായകളത്തിലേക്കു പോയിരിക്കുന്നു എന്നു കേട്ടു ശാസ്ത്രികൾ ബഹു വ്യസനത്താൽ പരവശനായി അമ്പലത്തിൽ പോയി കിടന്നു. നാട്ടിലേക്ക് അന്നു തന്നെ പോണ മെന്നും ഉറച്ചു.

ഒരു പത്തു നിമിഷം പിയാനോവായന കഴിഞ്ഞശേഷം, നമ്പൂതിരിപ്പാട്: എനി മതിയാക്കാം. ക്ഷീണം ഉണ്ടാവും ഓമനയായ കൈകൊണ്ട് എത്ര നേരം അദ്ധ്വാനിക്കാം.

ഇന്ദുലേഖ പുച്ഛിച്ച് ഒന്നു നോക്കി.

നമ്പൂതിരിപ്പാടു തന്റെ വെള്ളിച്ചെല്ലവും സ്വർണ്ണപ്പനീർവീശിക്കുപ്പിയും കൊണ്ടുവരാൻ പറഞ്ഞു. കൊണ്ടുവന്നശേഷം ഇന്ദുലേഖയോട്:

നമ്പൂതിരിപ്പാട്: ഈ പെട്ടി നോക്കൂ. നല്ല മാതിരിയോ?

ഇന്ദുലേഖ പെട്ടി വാങ്ങി നോക്കി. പനീർവീശിയും വാങ്ങി നോക്കി. വളരെ ഭംഗിയുണ്ട്. എന്നു പറഞ്ഞ് താഴത്തു വെച്ചു.

നമ്പൂതിരിപ്പാട്: എടുക്കാം. വിരോധമില്ല.

ഇന്ദുലേഖ: എനിക്കാവശ്യമില്ല.

നമ്പൂതിരിപ്പാട്: ഞാൻ ഇന്ദുലേഖയെ അല്ലാതെ വേറെ ഒരു സ്ത്രീയേയും കാമിക്കയില്ല.

ഇന്ദുലേഖ: അങ്ങനെതന്നെ.

നമ്പൂതിരിപ്പാട്: ഓ- അതു സമ്മതിച്ചുവോ?

ഇന്ദുലേഖ: സമ്മതം.

നമ്പൂതിരിപ്പാടു ചിരിച്ച് എണീട്ടുനിന്നു. മേല്പട്ടെയ്ക്ക് ഒന്നു ചാടി.

ഇന്ദുലേഖ: ഇത് എന്തു ഗോഷ്ഠിയാണ്?

നമ്പൂതിരിപ്പാട്: ഗോഷ്ഠിയോ? മഹാഭാഗ്യം ആയിരിക്കുന്നു എനിക്ക്. ഞാൻ നൃത്തം ചെയ്യട്ടെ. എനിക്ക് ഇന്ദുലേഖയെ കിട്ടിയില്ലേ. എന്റെ കാര്യം സാധിച്ചില്ലേ?

ഇന്ദുലേഖ: ഈവക ഗോഷ്ഠികൾ പറയരുതേ. ഞാൻ ഈ ജന്മം അങ്ങെ ഭാര്യയായി ഇരിക്കയില്ല. എന്നെ അങ്ങുന്ന് ആഗ്രഹിക്കുന്നുണ്ടെങ്കിൽ അതിനു ഞാൻ വിചാരിച്ചാൽ നിവൃത്തിയില്ല. അങ്ങുന്ന് എനിമേലിൽ എന്നോട് ഈവക ഒരു വാക്കു പറഞ്ഞാൽ ഞാൻ അങ്ങെ ഒരിക്കലും കാണുകയും ഇല്ല. എനിക്കു പ്രവൃത്തികൾ ഉണ്ട്.

എന്നും പറഞ്ഞ് ഇന്ദുലേഖ അകത്തേക്കു പോയി. നമ്പൂതിരിപ്പാട് ക്ഷണത്തിൽ ചുവട്ടിലേക്ക് ഇങ്ങിപ്പോരുകയും ചെയ്തു.

കോണി എറങ്ങിക്കഴിയുന്നവതുവരെ കഷ്ടിച്ചു സങ്കടമുണ്ടായിരുന്നുവോ–സംശയം. അപ്പോഴേക്കു മനസ്സിൽ ഒന്നാമതു ലക്ഷ്മിക്കുട്ടിഅമ്മയേയും ഉടനെ രണ്ടാമതു രാവിലെ കണ്ട പെണ്ണിനേയും ഓർമ്മ വന്നു. ചുവട്ടിൽ വന്ന ഉടനെ ഗോവിന്ദനെ അന്വേഷിച്ചു. ഗോവിന്ദൻ വന്നു കുറെ സ്വകാര്യസംസാരം ഉണ്ടായി. അതിന്റെ വിവരം:

നമ്പൂതിരിപ്പാട്: എന്താണു ഗോവിന്ദാ, എല്ലാം ശട്ടമായോ?

ഗോവിന്ദൻ: അടിയൻ ഇതുവരെ ആരോടു പറഞ്ഞിട്ടില്ലാ. അങ്ങനെ പറയാൻ പാടില്ല. അടിയൻ വിചാരിക്കുന്നതു തിരുമനസ്സു തന്നെ പഞ്ചുമേനവനെ വിളിച്ച് ഇതിനെപ്പറ്റി സ്വകാര്യമായി ഒന്ന് അരുളിച്ചെയ്താൽ ഒരു വിഷമവും ഉണ്ടാവില്ലെന്നാണ്.

നമ്പൂതിരിപ്പാട്: എന്നാൽ പഞ്ചുവെ വിളിക്കൂ. പറഞ്ഞുകളയാം. ഇന്ദുലേഖയുടെ കാര്യം തീർച്ചയായി. ഈ ജന്മം അവൾ എന്റെ ഭാര്യയായി ഇരിക്കില്ലപോൽ.

ഗോവിന്ദൻ: ശിവ- ശിവ! എന്തു ധിക്കാരമാണ് ഇത്! ഇങ്ങനെ കുറുമ്പുപെണ്ണുങ്ങൾക്കു ഞാൻ കേട്ടിട്ടില്ല. അവളുടെ മുമ്പാകെ കല്യാണിയേയും കൊണ്ടു രാവിലെ എഴുന്നള്ളാൻ ദൈവം സംഗതി വരുത്തണം എന്നാണ് അടിയന്റെ പ്രാർത്ഥന.

നമ്പൂതിരിപ്പാട്: ശരി. സമർത്ഥാ! ശരി. പഞ്ചുവെ വിളിക്ക.

ഗോവിന്ദൻ: പടിമാളികമേൽ എഴുന്നള്ളിയിരിക്കുന്നതാണു നല്ലത്. പഞ്ചുമേനവനെ അടിയൻ അവിടെ വിളിച്ചുകൊണ്ടുവരാം. പഞ്ചുമേനവൻ വരുമ്പോൾ ചെറുശ്ശേരിനമ്പൂരിയും കേശവൻനമ്പൂരിയും ഒന്നിച്ചരുതേ. ഗോപ്യമായിരിക്കണം.

എന്നും പറഞ്ഞു ഗോവിന്ദൻ പഞ്ചുമേനോനെ തിരയാൻ പോയി.

നമ്പൂതിരിപ്പാടു കേശവൻനമ്പൂരിയെ വിളിച്ചു താൻ ഇരിക്കുന്ന അറയുടെ തെക്കേ അറയിൽത്തന്നെ ഇരിക്കണം; ചില കാര്യങ്ങളെക്കുറിച്ചു സംസാരിക്കാനുണ്ട്; താൻ വിളിക്കുന്നതുവരെ എങ്ങും പോവരുതെന്നു പറഞ്ഞ് അവിടെ ഇരുത്തി. ഇതും ഗോവിന്ദന്റെ ഒരു വിദ്യതന്നെ ആയിരുന്നു. കേശവൻനമ്പൂരി വളരെ വിഷാദത്തോടുകൂടി ഈശ്വരസ്മരണയും ചെയ്തുകൊണ്ടു തെക്കേ അറയിൽ ഇരുന്നു. കുറേ കഴിഞ്ഞപ്പോൾ ഉറങ്ങുകയും ചെയ്തു.

ഗോവിന്ദൻ പഞ്ചുമേനോനെ തിരഞ്ഞുപോവുമ്പോൾ സമയം മൂന്നുമണിയായിരിക്കുന്നു. പഞ്ചുമേനോൻ ഊണുകഴിഞ്ഞ് ഉറങ്ങുന്നു. ഗോവിന്ദൻ പഞ്ചുമേനവൻ കിടക്കുന്ന അകത്തിന്റെ വാതുക്കൽ പോയി നിന്നു കുഞ്ഞിക്കുട്ടിഅമ്മയെ കണ്ടു. പഞ്ചുമേനോനെ നമ്പൂ

തിരിപ്പാടു വിളിക്കുന്നു എന്നു പറഞ്ഞു. കുഞ്ഞിക്കുട്ടിഅമ്മ അകത്തു പോയി ഭർത്താവിനെ വിളിച്ചുണർത്തി. ഉണർത്തിയ ദേഷ്യത്തോടെ-

പഞ്ചുമേനോൻ: അസത്തെ, എന്തിന് എന്നെ ഉപദ്രവിക്കുന്നു?

കുഞ്ഞിക്കുട്ടിഅമ്മ: നമ്പൂതിരിപ്പാടു വിളിക്കുന്നുണ്ടുപോൽ.

പഞ്ചുമേനോൻ: നമ്പൂതിരിപ്പാട്! വിഢ്ഢിനമ്പൂതിരിപ്പാട്! വെറുതെ മനുഷ്യരെ ബുദ്ധിമുട്ടിക്കുന്നു. ഈ അസത്തിനു കടന്നു പോവരുതെ? ഒന്നിന്നും കൊള്ളാത്ത മനുഷ്യൻ. ആ കേശവൻനമ്പൂരിയെപ്പോലെ ഒരു കഴുതയെ ഞാൻ കണ്ടിട്ടില്ല.

കുഞ്ഞിക്കുട്ടിഅമ്മ: അങ്ങനെ ഒന്നുമില്ല. ഇന്ദുലേഖയും നമ്പൂതിരിപ്പാടു തമ്മിൽ ഇന്നു വളരെ എണങ്ങിയിരിക്കുന്നു. ഇന്ന് ഇത്ര നേരം മാളികയിൽവെച്ചു പാട്ടു ചിരിയും തകൃതിയായിരുന്നു. ബഹു ഉത്സാഹം. ഇന്ദുലേഖയ്ക്ക് വളരെ സന്തോഷമായിരിക്കുന്നുപോൽ.

പഞ്ചുമേനോൻ: (പതുക്കെ എണീട്ടിരുന്നിട്ട്) പാട്ടുണ്ടായോ? എപ്പഴ്?

കുഞ്ഞിക്കുട്ടിഅമ്മ: ഇവിടുന്നു കിഴക്കെ പറമ്പിൽ പോയ സമയം.

പഞ്ചുമേനോൻ: അതൊന്നും ഞാൻ കേട്ടില്ല. ഞാൻ പോയി അന്വേഷിക്കട്ടെ.

എന്നു പറഞ്ഞു വൃദ്ധൻ കുറെ സന്തോഷത്തോടെ എണീട്ടു പുറപ്പെട്ട് ഗോവിന്ദനോടുകൂടി പടിമാളികയിൽ ചെന്നു കയറി.

നമ്പൂതിരിപ്പാട്ടിലെ പരിണയം

നമ്പൂതിരിപ്പാട്: പഞ്ചുവോട് എനിക്ക് സ്വകാര്യമായി ഒരു കാര്യം പറവാനുണ്ട്.

പഞ്ചുമേനോൻ: എന്താണെന്നറിഞ്ഞില്ല. അരുളിച്ചെയ്യാമല്ലോ!

നമ്പൂതിരിപ്പാട്: പഞ്ചു അത് എനിക്കു സാധിപ്പിച്ചു തരണം.

പഞ്ചുമേനോൻ: പാടുള്ളതാണെങ്കിൽ സാധിപ്പിക്കുന്നതിന് അടിയന് എന്താണു വിരോധം?

നമ്പൂതിരിപ്പാട്: പാടുള്ളതുതന്നെ.

പഞ്ചുമേനോൻ; അരുളിച്ചെയ്തുകേട്ടാൽ നിശ്ചയിക്കാം.

നമ്പൂതിരിപ്പാട്: പഞ്ചുവിന്റെ മരുമകൾ കല്യാണിയോടുകൂടി എനിക്ക് ഇന്നു രാത്രി സംബന്ധം തുടങ്ങി നാളെ പുലരാൻ നാലഞ്ചുള്ളപ്പോൾ അവളേയുംകൊണ്ട് ഇല്ലത്തേക്കു പോണം. ഇന്ദുലേഖയ്ക്ക് എന്നോടു ലേശം ഭ്രമമില്ല. ഇന്ദുലേഖ എന്റെ ഭാര്യയായി

ഇരിക്കില്ലെന്ന് ഇന്നു തീർച്ചയായി പറഞ്ഞു. കല്യാണിക്കുട്ടിയെ ഞാൻ ഇന്നു രാവിലെ കണ്ടു. എനിക്കു ബോദ്ധ്യമായി. പഞ്ചു ഇതിനു സമ്മതിക്കണം. ഇന്നു രാത്രിതന്നെ വേണം. അതിനു സംശയമില്ല.

പഞ്ചുമേനോൻ ഇതു കേട്ടപ്പോൾ വല്ലാതെ ആശ്ചര്യപ്പെട്ടു. കുറെനേരം ഒന്നുംമിണ്ടാതെ നിന്നു. പിന്നെ ഒന്നു ചിരിച്ചു. എന്നിട്ട് ഇങ്ങനെ പറഞ്ഞു.

പഞ്ചുമേനോൻ: ഇത് ഇത്ര ബദ്ധപ്പെട്ടു നിശ്ചയിപ്പാൻ പ്രയാസമല്ലെ അടിയൻ ആലോചിച്ചു പറയാം.

നമ്പൂതിരിപ്പാട്: വയ്യാ. അതൊന്നും വയ്യ. പഞ്ചു എന്നെ അവമാനിക്കരുത്. പഞ്ചു എന്നെ മാനമാക്കി അയയ്ക്കണം. എനി ഒട്ടും താമസിക്കരുത്. ഞാൻ വളരെ അവമാനത്തിലായിരിക്കുന്നു. പഞ്ചു നിവൃത്തിച്ചുതരണം.

പഞ്ചുമേനോൻ: അടിയൻ അന്വേഷിച്ച് ആലോചിച്ചു പറയാം.

നമ്പൂതിരിപ്പാട്: അന്വേഷിക്കാൻ ഒന്നുമില്ല. പഞ്ചു സമ്മതിച്ചാൽ സകലം നടക്കും.

പഞ്ചുമേനോൻ: അടിയൻ വേഗം ഇങ്ങുതന്നെ വിടകൊള്ളാം.

നമ്പൂതിരിപ്പാട്: എന്നാൽ ഇതു സ്വകാര്യമായിരിക്കട്ടെ. ഞാൻ പോയതിന്റെ ശേഷമേ ആളുകൾ ഇതിനെക്കുറിച്ചു പുറത്ത് അറിയാവൂ.

പഞ്ചുമേനോൻ: സ്വകാര്യമായിട്ടുതന്നേ അടിയൻ വെച്ചിട്ടുള്ളൂ

പഞ്ചുമേനോൻ മാളികയിൽ നിന്നു പതുക്കെ താഴത്തിറങ്ങി. ഇതെന്തൊരു കഥ! എന്താണ് ഇവിടെ ചെയ്യേണ്ടത് എന്നു വിചാരിച്ചുംകൊണ്ടും തന്റെ അറയിൽ പോയി ഇരുന്നു വിചാരിച്ചതു താഴെ കാണിക്കുന്നു:

ഇന്ദുലേഖയ്ക്കു സംബന്ധം തുടങ്ങാൻ വരുത്തീട്ടു കല്യാണിക്കുട്ടിയെ സംബന്ധം കഴിച്ചു കൊണ്ടുപോയി. ഇത് ഒരു പരിഹാസമായി തീരുമോ? എന്താണു പരിഹാസമായി തീരാൻ? പരിഹാസം ഉണ്ടെങ്കിൽ അതു നമ്പൂതിരിപ്പാട്ടിനെപ്പറ്റിയേ ഉണ്ടാകയുള്ളൂ. ഇന്ദുലേഖയ്ക്ക് ഈ വങ്കൻ നമ്പൂതിരിപ്പാടിനെ വേണ്ട എന്നു പറഞ്ഞു. പിന്നെ നമ്പൂതിരിപ്പാടു കല്യാണിക്കുട്ടിയെ സംബന്ധം ചെയ്തു കൊണ്ടുപോയി. ഇതിൽ ഇന്ദുലേഖയ്ക്ക് ഒരവമാനവും ഇല്ല, കല്യാണിക്കും ഒരു അവമാനമില്ല. വിഡ്ഢിയാണെങ്കിലും അദ്ദേഹം വലിയ ഒരാളല്ലെ. മഹാ ധനികൻ! ഇന്ദുലേഖ ഉണ്ടായിരുന്നെങ്കിൽ ഈ ജന്മം കല്യാണിക്ക് ഈ സംബന്ധം ഉണ്ടാകയില്ല. പിന്നെ ഈ തറ

വാട്ടിലേക്കു തന്നെ നമ്പൂതിരിപ്പാട്ടിലെ സംബന്ധം മാനമായിട്ടു ള്ളതല്ലെ. അതുകൊണ്ട് ഇതു സമ്മതിക്കുന്നതാണു നല്ലത് എന്നു തോന്നുന്നു. ഏതായാലും അനുജൻ ശങ്കരനോട് ഒന്നു അന്വേഷി ക്കണം എന്നിങ്ങനെ വിചാരിച്ച് ഉറച്ചു ഭാര്യയെ വിളിച്ചു.

കുഞ്ഞിക്കുട്ടിഅമ്മ: എന്താണ്, ഞാൻ പറഞ്ഞതു ശരിയല്ലേ?

പഞ്ചുമേനോൻ : (ചിരിച്ചുംകൊണ്ട്) ശരിതന്നെ, ശരിതന്നെ. ശങ്ക രനോട് ഒന്നിത്രത്തോളം വരാൻ ഒരാളെ അയയ്ക്കൂ.

കുഞ്ഞിക്കുട്ടിഅമ്മ: അയയ്ക്കാം. സംബന്ധം ഇന്നു നടക്കുമോ?

പഞ്ചുമേനവൻ : (ചിരിച്ചുംകൊണ്ട്) ഇന്നുതന്നെ, അതിന് എന്തു സംശയം? കുഞ്ഞിക്കുട്ടിഅമ്മ പഞ്ചുമേനവൻ ദ്വയാർത്ഥമായി പറഞ്ഞ വാക്ക്, ഇന്ദുലേഖയെ സംബന്ധിച്ചാണെന്നു നേരേ ധരിച്ച് ഇന്ദുലേഖയ്ക്ക് അന്നു രാത്രിയാണു സംബന്ധം എന്ന് അവിടെ യുള്ള എല്ലാ വാലിയക്കാരോടും ദാസികളോടും കണ്ടവരെല്ലാവ രോടും പറഞ്ഞു. പിന്നെ വർത്തമാനം ക്ഷണേന എങ്ങും പ്രചുര മായി. ശങ്കരമേനവനെ അന്വേഷിച്ചു കാണായ്കകൊണ്ടു പഞ്ചുമേ നവൻതന്നെ അയാളെ അന്വേഷിപ്പാൻ പൂവള്ളി വീട്ടിൽ പോയി. ആ സമയം ശങ്കരശാസ്ത്രി പഞ്ചുമേനവനെ കാണാൻ വേണ്ടി പൂവ രങ്ങിലേക്കു ചെന്നു. നാട്ടിൽ പോവാൻ യാത്രചോദിപ്പാനാണു ചെന്നത്. ശങ്കരശാസ്ത്രി നിത്യം രാമായണപാരായണത്തിനു പഞ്ചു മേനവനാൽ നിയമിക്കപ്പെട്ട ശാസ്ത്രികളാകുന്നു. ശങ്കരശാസ്ത്രി ഇന്ദുലേഖയുടെ സംബന്ധവർത്തമാനം കേട്ടതിനാൽ ഉണ്ടായ കഠിന വിഷാദം കൊണ്ടോ?- അതല്ല, വല്ല കാര്യം ഉണ്ടായിട്ടോ എന്നറി ഞ്ഞില്ല അന്നു തന്നെ നാട്ടിലേക്ക് ഒന്നു പോവണമെന്ന് ഉറച്ച്, യാത്ര ചോദിക്കാനാണ് പൂവരങ്ങിൽ ചെന്നത്. ചെന്നപ്പോൾ പുറത്തു കണ്ടതു കുഞ്ഞിക്കുട്ടിഅമ്മയെയാണ്.

ശാസ്ത്രികൾ: മൂപ്പര് എവിടെ?

കുഞ്ഞിക്കുട്ടിഅമ്മ: മൂപ്പരു പൂവള്ളിയിലേക്ക് എറങ്ങി. ഇന്ദുലേ ഖയുടെ സംബന്ധം ഇന്നു രാത്രിക്കു നിശ്ചയിച്ചിരിക്കുന്നു. ശാസ്ത്രി കൾ എന്താണ് ഒന്നും ഉത്സാഹിക്കാത്തത്? ഇങ്ങട് ഇന്നു കണ്ടതേ ഇല്ല.

ശാസ്ത്രികൾ: എനിക്കു ശരീരത്തിന്നു നല്ല സുഖമില്ല. ഞാൻ ഇപ്പോൾത്തന്നെ നാട്ടിലേക്കു പോവുന്നു. നിലാവസ്തമിക്കുമ്പോ ഴേക്കു നുമ്മളുടെ ഊട്ടുപുരയിൽ എത്തി കിടക്കാമെന്നു വിചാരി ക്കുന്നു.

കുഞ്ഞിക്കുട്ടിഅമ്മ: ഇന്ന് ഇന്ദുലേഖയുടെ സംബന്ധദിവസം;

പോവരുത്.

ശാസ്ത്രികൾ: എന്നു പറഞ്ഞാൽ നിവൃത്തി ഇല്ല. എനിക്ക് ഇപ്പോൾ തന്നെ പോവണം. മൂപ്പരോടു നിങ്ങൾ പറഞ്ഞാൽ മതി. ഞാൻ ഏഴെട്ടു ദിവസത്തിലധികം മടങ്ങിവരും. ഇവിടെ ഞാൻ വരുന്നതുവരെ പാരായണത്തിന്നും മറ്റും അണ്ണാത്തരവാദ്ധ്യാരെ ശട്ടം ചെയ്തിട്ടുണ്ട്. ഞാൻ പോവുന്നു.

കുഞ്ഞിക്കുട്ടിഅമ്മ: എന്നാൽ അങ്ങനെയാവട്ടെ, ഞാൻ പറഞ്ഞേക്കാം.

ശാസ്ത്രികൾ പൂവരങ്ങിൽനിന്നു മടങ്ങി അമ്പലത്തിൽ വന്ന്, പിറ്റേദിവസത്തെ വണ്ടികയറാൻ ഒരു വ്യവഹാരകാര്യമായി അടിയന്തിരമായി പോവുന്ന രണ്ടു നമ്പൂതിരിമാരോടുകൂടി രാത്രി ഏഴു മണി സമയം പുറപ്പെടുവാൻ നിശ്ചയിച്ചു ചെമ്പാഴിയോട്ടു നിന്നു തീവണ്ടി സ്റ്റേഷനിലേക്കു നല്ലവണ്ണം നാലരക്കാതം വഴിയുണ്ട്. നല്ല ചന്ദ്രിക ഉണ്ടായിരുന്നതിനാൽ പകുതി വഴി രാത്രിതന്നെ നടക്കാമെന്നുറച്ചു.

പഞ്ചുമേനോൻ ശങ്കരമേനവനെ അന്വേഷിച്ചു കണ്ടുകിട്ടുമ്പോഴേക്കും നേരം ഏകദേശം ആറുമണി സമയമായിരിക്കുന്നു.

പഞ്ചുമേനോൻ: നീ എവിടെയായിരുന്നു ശങ്കരാ?

ശങ്കരമേനവൻ: ഞാൻ പുതുതായി തൈവെയ്ക്കുന്ന പറമ്പിൽ പോയിരുന്നു. ആ ഉണ്ണിക്കുട്ടിയെ പറമ്പ് ഏല്പിച്ചതു നന്നായില്ല. കിള മഹാ അമാന്തം. തൈകൾ വളരെ അടുത്തുവെച്ചിരിക്കുന്നു.

പഞ്ചുമേനോൻ: അതെല്ലാം പിന്നെ പറയാം. നിണക്ക് ഒരു വർത്തമാനം കേൾക്കണോ?

ശങ്കരമേനോൻ: എന്താണെന്നറിഞ്ഞില്ലാ.

പഞ്ചുമേനോൻ: ആ നമ്പൂരിപ്പാട്ടിലേക്കു നുമ്മടെ കല്യാണിക്കുട്ടിയെ സംബന്ധം ചെയ്തു കൊണ്ടുപോവണം പോൽ.

ശങ്കരമേനോൻ: ഇതെന്തു കഥ?

പഞ്ചുമേനോൻ: എന്നെ ഇപ്പോൾ വിളിച്ചു പറഞ്ഞു.

ശങ്കരമേനവൻ: അമ്മാമൻ എന്തു മറുപടി പറഞ്ഞുവോ?

പഞ്ചുമേനോൻ: ഞാൻ ഒന്നും തീർച്ച പറഞ്ഞില്ല. നിന്നോട് അന്വേഷിച്ചിട്ട് ആവാം എന്നു നിശ്ചയിച്ചും. ഗോവിന്ദപ്പണിക്കരെ ഒന്നു വരുത്തണ്ടേ- ആളെ അയയ്ക്കൂ.

ശങ്കരമേനോൻ: ഗോവിന്ദപ്പണിക്കർ ഇന്നലെ പൊല്പായികളത്തിലേക്കു പോയിരിക്കുന്നു. ഗോവിന്ദൻകുട്ടിയും കൂടെ പോയിരിക്കുന്നു. അവിടെ സമീപം നായാട്ടു നിശ്ചയിച്ചിട്ടുണ്ടത്രേ.

നാളെയ്ക്കേ അവർ മടങ്ങിയെത്തുകയുള്ളൂ.

പഞ്ചുമേനോൻ: ഇയ്യാളുടെ നായാട്ടുഭ്രാന്തു കുറെ അധികം തന്നെ! ആ കുട്ടിയെ എന്തിനു വലിച്ചുകൊണ്ടുപോയി? ഗോവിന്ദൻകുട്ടിയും ഇങ്കിരിയസ്സു പഠിപ്പിച്ചതിന്റെ ഫലം. ആട്ടെ. ഈ സംബന്ധത്തെക്കുറിച്ചു നീ എന്തു വിചാരിക്കുന്നു?

ശങ്കരമേനോൻ; അമ്മാമന് എങ്ങനെ ഇഷ്ടമോ അതുപോലെ.

പഞ്ചുമേനോൻ: നമ്പൂതിരിപ്പാടു വിഡ്ഢിയാണെങ്കിലും വലിയ ഒരാളല്ലെ? അദ്ദേഹത്തിന്റെ സംബന്ധം നുമ്മടെ തറവാട്ടിലേക്കു വളരെ ഭൂഷണമായിരിക്കും. അതിനു സംശയമില്ല. പിന്നെ ഈ കുമ്മിണിയുടെ വർഗ്ഗത്തിൽ ഈ സംബന്ധമാവുന്നതിൽ മാത്രമെ എനിക്കു സുഖക്കേടുള്ളൂ.

ശങ്കരമേനോൻ: അതു വിചാരിക്കാനില്ല. ആ പെണ്ണു സാധുവാണ്.

പഞ്ചുമേനോൻ: ആൺകുട്ടികളാണു വികൃതികൾ. ആട്ടെ, എന്നാൽ ശങ്കരനു സമ്മതമായോ?

ശങ്കരമേനോൻ: അമ്മാമൻ ഇഷ്ടപ്പെടുന്നതുപോലെ ചെയ്യുന്നത് എനിക്കു സമ്മതമാണ്.

പഞ്ചുമേനോൻ: എന്നാൽ നീ ഒന്നു നമ്പൂതിരിപ്പാട്ടിലെ അടുക്കെപ്പോയി വിവരം അറിയിക്കണം.

ശങ്കരമേനോൻ: ഇന്നുതന്നെ നടക്കണം. എന്നാണോ നിശ്ചയിച്ചത്?

പഞ്ചുമേനോൻ: (ചിരിച്ചുംകൊണ്ട്) അങ്ങനെയാണു നമ്പൂതിരിപ്പാടു പറഞ്ഞത്. അങ്ങനെ ആയ്ക്കോട്ടെ. ഭാരം തീരട്ടെ– ഇന്നു നടന്നാൽ നാളെ രാവിലെ ഇവിടുന്നു പോവുമല്ലൊ. ഇന്നുതന്നെ ആയ്ക്കോട്ടെ, അല്ലേ?

ശങ്കരമേനോൻ: അങ്ങനെതന്നെ. ഞാൻ കേശവൻനമ്പൂതിരിയോടു പറഞ്ഞയയ്ക്കാം– അതല്ലേ നല്ലത്?

പഞ്ചുമേനോൻ: വളരെ സ്വകാര്യമായിട്ടാണ് എന്നോട് നമ്പൂതിരിപ്പാട് ഈ കാര്യം പറഞ്ഞത്. കേശവൻനമ്പൂരിയോട് ഇപ്പോൾ പറയെണ്ട. പക്ഷേ, നമ്പൂരിപ്പാട്ടിലെ കൂടെയുള്ള ഗോവിന്ദൻ എന്നവനെ വിളിച്ചു പറഞ്ഞയച്ചോ.

പഞ്ചുമേനോന്റെ കല്പനപ്രകാരം ശങ്കമേനോൻ പടിമാളികയുടെ ചുവട്ടിൽപോയി ഗോവിന്ദനെ വിളിച്ചു വിവരം പറഞ്ഞു. ഗോവിന്ദൻ ഉടനെ നമ്പൂതിരിപ്പാടിരിക്കുന്ന അകത്തുചെന്നു; നേരം രാത്രി ഏഴുമണിയായിരിക്കുന്നു. നമ്പൂതിരിപ്പാട് നരി എര കാത്തു കിട

ക്കുമ്പോലെ പടിമാളികമുകളിൽ തന്നെ ഇരിക്കുന്നു.

നമ്പൂതിരിപ്പാട്: എന്താണു ഗോവിന്ദാ! എല്ലാം ശട്ടമായോ?

ഗോവിന്ദൻ: റാൻ. സകലം ശട്ടമായി. എനി നീരാട്ടുകുളിക്ക് എഴുന്നള്ളാൻ താമസിക്കേണ്ടാ. ഈ കാര്യം എല്ലാവർക്കും സമ്മതമായിരിക്കുന്നു. എന്നാലും ആരോടും ഇവിടുന്ന് അരുളിച്ചെയ്തുപോവരുത്. ഇന്ദുലേഖയ്ക്കാണു സംബന്ധം ഇന്നു രാത്രി എന്ന് എല്ലാവരോടും അടിയൻ പ്രസിദ്ധമാക്കിയിരിക്കുന്നു.

നമ്പൂതിരിപ്പാട്: എനി അതു പറഞ്ഞാൽ വിശ്വസിക്കുമോ?

ഗോവിന്ദൻ: നീരാട്ടുകുളി കഴിഞ്ഞ ഉടനെ മഠത്തിൽവെച്ചു ബ്രാഹ്മണർക്കു ദക്ഷിണകൊടുത്തുകളഞ്ഞാൽ മതി. ദക്ഷിണ കഴിഞ്ഞാൻ ആളുകൾ പിരിയും. പുറത്തേക്ക് എല്ലാം ഇന്ദുലേഖയ്ക്കാണു സംബന്ധം നടന്നത് എന്ന് അവർ ശ്രുതിപ്പെടുത്തുകയും ചെയ്യും.

നമ്പൂതിരിപ്പാട്: മിടുക്കൻതന്നെ നീ- മിടുമിടുക്കൻ! അപ്പോൾ കറുത്തേടവും ചെറുശ്ശേരിയും ഈ വിവരം അറിയില്ലേ?

ഗോവിന്ദൻ: ഇതുവരെ അറിഞ്ഞിട്ടില്ല. എന്തോ ചില സംശയങ്ങൾ ഉണ്ടെന്നുതോന്നുന്നു. സൂക്ഷ്മം ഒന്നും അറിയില്ല. വേഗം നീരാട്ടുകുളി കഴിഞ്ഞു ദക്ഷിണ കഴിയട്ടെ.

നമ്പൂതിരിപ്പാട്: ചെറുശ്ശേരി എവിടെയാണ്?

ഗോവിന്ദൻ: അമ്പലത്തിലോ മറ്റോ പോയിരിക്കുന്നു. അടിയൻ കണ്ടില്ല.

നമ്പൂതിരിപ്പാട്: കറുത്തേടമോ? കറുത്തേടത്തോട് ഞാൻ ഇവിടെത്തന്നെ ഇരിക്കണമെന്ന് പറഞ്ഞിരിക്കുന്നു.

ഗോവിന്ദൻ: ഇപ്പോൾ ഉറങ്ങി എണീട്ടു തെക്കേ അറയിൽ ഇരുന്നു മുറുക്കുന്നു.

നമ്പൂതിരിപ്പാട്: എന്നാൽ നോക്കൂ കുളിക്കാൻ പോവുക. എന്നും പറഞ്ഞു ഗോവിന്ദനെക്കൊണ്ടു ചങ്ങലവട്ടയും പിടിച്ചു നമ്പൂതിരിപ്പാടു താഴത്തിറങ്ങി. കൂടെ കേശവൻനമ്പൂരിയും പുറപ്പെട്ടു. അമ്പലത്തിന്റെ ഉമ്മറത്തായപ്പോൾ ശങ്കരശാസ്ത്രികളും രണ്ടു നമ്പൂതിരിമാരും കൂടി ഏഴുമണിക്ക് അത്താഴവും കഴിച്ചു തീവണ്ടി സ്റ്റേഷനിലേക്കു പുറപ്പെട്ടു മിറ്റത്തു നില്ക്കുന്നതു കണ്ടു. അതിൽ ഒരു നമ്പൂരിയെ നമ്പൂരിപ്പാട്ടിലേക്കു പരിചയമുണ്ടായിരുന്നു. അദ്ദേഹവും ശാസ്ത്രികളും മറ്റേ നമ്പൂരിയും നമ്പൂരിപ്പാട്ടിലെ കണ്ടപ്പോൾ വഴി തെറ്റി അല്പം ഓച്ഛാനിച്ചു നിന്നു.

നമ്പൂതിരിപ്പാട്: ഓ - ഹോ! കിളിമങ്ങലം എപ്പഴെത്തി? എങ്ങട്ടാണ് ഇപ്പോൾ ഈ അസമയത്തു യാത്ര?

കിളിമങ്ങലം: ഞാൻ അടിയന്തിരമായി കോടതിയിൽ ഒരു കാര്യമായി പോവുകയാണ്. വയ്യിട്ട് ഇവിടെ എത്തി. നാളത്തെ വണ്ടിക്കു പോയി കോടതിയിൽ ഹാജരാകേണ്ട കാര്യമാണ്. അല്ലെങ്കിൽ ഇവിടുത്തെ കാണാതെ പുറപ്പെടുകയില്ലായിരുന്നു. സന്തോഷമായി. വന്ന വിവരവും മറ്റും ഞാൻ അറിഞ്ഞിരിക്കുന്നു. സന്തോഷമായി. ഞാൻ ഉടനെ അങ്ങട്ടു വന്നു കണ്ടുകൊള്ളാം.

നമ്പൂതിരിപ്പാട്: കിളിമങ്ങലം ഇന്ദുലേഖയെ കണ്ടിട്ടുണ്ടോ?

കിളിമങ്ങലം: ഇല്ല.

നമ്പൂതിരിപ്പാട്: എന്നാൽ എനി മനയ്ക്കൽ വന്നാൽ കാണാം. ഞാൻ പുലർച്ചെയ്ക്കു പുറപ്പെടും.

കിളിമങ്ങലം: കൂടെത്തന്നെ കൊണ്ടുപോവുന്നുണ്ടായിരിക്കും.

നമ്പൂതിരിപ്പാട്: ഇന്ദുലേഖ കൂടെത്തന്നെ. എനി അതിനു സംശയമുണ്ടോ?

കിളിമങ്ങലം: അങ്ങനെതന്നെയാണു വേണ്ടത്. ഇവിടുത്തെ ഭാഗ്യം വേറെ ആർക്കും സിദ്ധിച്ചിട്ടില്ല. ഞാൻ ഉടനെ മനയ്ക്കൽ വന്നു കണ്ടുകൊള്ളാം.

ഈ സംഭാഷണം കഴിഞ്ഞ് ഉടനെ ശാസ്ത്രികളും നമ്പൂതിരിമാരും കൂടി സത്രത്തിലേക്ക് പുറപ്പെട്ട് തീവണ്ടി സ്റ്റേഷനിലേക്കുള്ള പാതി വഴി അർദ്ധരാത്രി സമയമാകുമ്പോഴേയ്ക്കും നടന്നു. പൂവള്ളി വകസത്രത്തിൽ കയറിക്കിടന്ന് ഉറങ്ങുകയും ചെയ്തു.

നമ്പൂതിരിപ്പാടു ക്ഷണത്തിൽ കുളിക്കഴിഞ്ഞു ബ്രാഹ്മണരെ മഠത്തിൽ വിളിച്ചു ദക്ഷിണതുടങ്ങി. ഇരുന്നൂറുപേർക്കു ദക്ഷിണകഴിഞ്ഞ ഉടനെ ആളുകൾ എല്ലാം പിരിഞ്ഞു.

ചെറുശ്ശേരി അപ്പോഴെയ്ക്ക് എത്തി. അദ്ദേഹം അതുവരെ പൂവരങ്ങിൽ ഇന്ദുലേഖയുടെ മാളികമുകളിൽ സംസാരിച്ചും കൊണ്ട് ഇരുന്നിരുന്നു. ശങ്കരമേനവൻ നമ്പൂതിരിപ്പാട്ടിനെ വിവരം അറിയിക്കാൻ ഗോവിന്ദനോട് പറഞ്ഞ ഉടനെ പൂവള്ളി വീട്ടിൽ വന്നു കല്യാണിക്കുട്ടിയുടെ അമ്മ കുമ്മണിഅമ്മയോടു വിവരം അറിയിച്ച്, എല്ലാം ശട്ടം ചെയ്തോളാൻ പറഞ്ഞു. ഈ വിവരം കേട്ടപ്പോൾ കുമ്മിണി അമ്മയ്ക്ക് ബഹുസന്തോഷമായി. ഉടനെ പാർവതിഅമ്മയെ അറിയിച്ചു. പാർവ്വതിഅമ്മയ്ക്ക് ഇതു കേട്ടപ്പോൾ രണ്ടു പ്രകാരത്തിൽ സന്തോഷമുണ്ടായി. വിവരം ഇന്ദുലേഖയെ ഉടനെ അറിയിക്കേണമെന്നു നിശ്ചയിച്ചു. ക്ഷണത്തിൽ പാർവ്വതിഅമ്മ ഇന്ദുലേഖയുടെ മാളികയിൽ കയറിച്ചെന്നു. ചെല്ലുമ്പോൾ ഇന്ദുലേഖ ചെറുശ്ശേരിനമ്പൂരിയുമായി സംസാരിച്ചുകൊണ്ടിരിക്കുന്നു. പാർവ്വതി അമ്മ കട

ന്നുവരുന്നതു കണ്ട ഉടനെ ഇന്ദുലേഖ എഴുന്നേറ്റ് അടുത്തുചെന്നു. സ്വകാര്യം ഒന്നു പറവാനുണ്ട്, എന്നു പാർവ്വതി അമ്മ പറഞ്ഞു. രണ്ടാളും കൂടി അറയിലേക്കു പോയി.

പാർവ്വതി അമ്മ: ഇന്ദുലേഖ ഒരു വിശേഷം കേട്ടുവോ?

ഇന്ദുലേഖ: ഇല്ല; എന്താണ്?

പാർവ്വതിഅമ്മ: നമ്പൂതിരിപ്പാടു നുമ്മടെ കല്യാണിക്കുട്ടിക്ക് ഇന്നു രാത്രി സംബന്ധം തുടങ്ങാൻ നിശ്ചയിച്ചിരിക്കുന്നുവത്രെ.

ഇന്ദുലേഖാവല്ലാതെ ചിരിച്ചു പോയി. കുറേനേരം ചിരിച്ചു. ശ്വാസം നേരെ വന്നതിൽ പിന്നെ.

ഇന്ദുലേഖ: നിങ്ങളോട് ആരു പറഞ്ഞു?

പാർവ്വതി അമ്മ: എന്ത്, ശങ്കരജ്യേഷ്ഠൻ പൂവള്ളി വന്നു പറഞ്ഞു. അവിടെ കട്ടിലും കിടക്കയും പടിഞ്ഞാറ്റകത്തു കൊണ്ടുപോയി ഇട്ട് അറ വിതാനിക്കുന്നു തിരക്കായിരിക്കുന്നു. അമ്മാമൻ പുറത്തു തന്നെ ഇരിക്കുന്നുണ്ട്. വിളക്കുകളും മറ്റും അറയിൽ നിന്ന് എടുക്കാൻ പറഞ്ഞു.

ഇന്ദുലേഖ: കല്യാണിക്കുട്ടിയെ ഈ വിവരം അറിയിച്ചുവോ?

പാർവ്വതിഅമ്മ: പറഞ്ഞിട്ടില്ല. അവളെ ഞാൻ കണ്ടില്ലാ. ജ്യേഷ്ഠത്തി പറഞ്ഞിരിക്കുമോ എന്നറിഞ്ഞില്ല. ജ്യേഷ്ഠത്തിക്കു വളരെ സന്തോഷമുള്ളതുപോലെ തോന്നി.

ഇന്ദുലേഖ: കഷ്ടം! ആ പെണ്ണിനു സംബന്ധം തുടങ്ങുന്ന വിവരം അവളെ അറിയിച്ചിട്ടു വേണ്ടേ? ആട്ടെ, നിങ്ങൾ പൊയ്ക്കോളിൻ. ഞാൻ പുറത്തിരിക്കുന്ന ആ നമ്പൂരിയെ പറഞ്ഞയച്ചിട്ട് ഉടനെ പൂവള്ളി വരാം.

പാർവ്വതിഅമ്മ പോയി ഉടനെ ഇന്ദുലേഖ പുറത്തളത്തിൽ വന്നു ചെറുശ്ശേരനമ്പൂരിയുടെ മുഖത്തു നോക്കി ഒന്നു ചിരിച്ചു.

ഇന്ദുലേഖ: തിരുമനസ്സിന് ഒരു വർത്തമാനം കേട്ടുവോ? നമ്പൂതിരിപ്പാടു വലിയച്ഛന്റെ മരുമകൾ കല്യാണിക്കുട്ടിക്ക് ഇന്നു രാത്രി സംബന്ധം തുടങ്ങുന്നുവത്രെ.

ചെറുശ്ശേരി: (ചിരിച്ചുംകൊണ്ട്) ദൈവാധീനം! കല്യാണിക്കുട്ടിയേയും കിട്ടീല്ലെങ്കിൽ വൃഷളി അമ്മുവെ എങ്കിലും നിശ്ചയമായി സംബന്ധം ഉണ്ടാവും. കഷ്ടം! ബുദ്ധിക്കു വ്യവസ്ഥയും തന്റേടവും ഇല്ലാഞ്ഞാൽ ഒരു മനുഷ്യനെ എന്തിനുകൊള്ളാം! ഈ കേട്ട വർത്തമാനം ശരിയാണെങ്കിൽ യാത്ര പുലർച്ചെ ഉണ്ടാവും എന്നു തോന്നുന്നു. മാധവൻ എത്തുമ്പോഴെയ്ക്ക് ഞാൻ അവിടെ വരാം. മദിരാശിക്ക് വന്ന പിറ്റേദിവസം തന്നെ യാത്രയാണെങ്കിൽ വിവരത്തിന് എനിക്ക് എഴു

ത്തയയ്ക്കണം. ഞാൻ മദിരാശിക്ക് എത്തിക്കൊള്ളാം. ഇന്ദുലേഖയ്ക്കും മാധവനും മേല്ക്കുമേൽ ശ്രേയസ്സ് ഉണ്ടാവട്ടെ. എന്നും പറഞ്ഞു ചെറുശ്ശേരി അവിടെനിന്ന് എറങ്ങി മഠത്തിൽ എത്തുമ്പോഴേയ്ക്ക് നമ്പൂതിരിപ്പാട് ദക്ഷിണകൊടുത്തു കഴിഞ്ഞിരിക്കുന്നു. ഊണു കഴിഞ്ഞു നമ്പൂതിരിപ്പാടു മുറുക്കാൻ മഠത്തിന്റെ കോലാമ്മൽ ഇരുന്നു.

കേശവൻനമ്പൂതിരിക്ക് ആകപ്പാടെ വല്ലാതെ ഒരു പരിഭ്രമമായി . ദക്ഷിണയും മറ്റും കൊടുക്കുന്നതു കണ്ടതുകൊണ്ടും നമ്പൂതിരിപ്പാടു കിളിമങ്ങലത്തുനമ്പൂതിരിയോടു പറഞ്ഞ വാക്കുകൾ ഓർത്തും ഉച്ചയ്ക്കു പാട്ടും മറ്റും നടന്ന അവസ്ഥ വിചാരിച്ചും ഇന്ദുലേഖയുടെ സംബന്ധം അന്നുതന്നെ ഉണ്ടാവും എന്നു വിചാരിച്ചുവെങ്കിലും പിന്നെയും ഒരു പരിഭ്രമം! പരിഭ്രമത്തിനു കാരണം എന്താണെന്ന് ഈ ശുദ്ധാത്മാവിനുതന്നെ നിശ്ചയമില്ല. നമ്പൂതിരിപ്പാട് ഇന്ദുലേഖയുടെ മാളികയിൽ നിന്നു പകൽ രണ്ടുമണിക്ക് എറങ്ങിയ മുതൽ നമ്പൂതിരിപ്പാട്ടിലെ കല്പനപ്രകാരം ടി മാളികയിൽ നിന്ന് ഒരു ദിക്കിലും കേശവൻനമ്പൂതിരി പോകയോ യാതൊരു വർത്തമാനവും അറികയോ ഉണ്ടായിട്ടില്ല. നമ്പൂതിരിപ്പാടു മുറുക്കാൻ കോലാമ്മൽ ഇരുന്ന ഉടനെ കേശവൻ നമ്പൂരി ചെറുശ്ശേരി നമ്പൂരിയെ കൈകൊണ്ടു മാടിവിളിച്ച് അകത്തേക്കു കൊണ്ടുപോയി.

കേശവൻനമ്പൂതിരി: എന്താണു ചെറുശ്ശേരി, ഇതു കഥ? എനിക്ക് ഒന്നു മനസ്സിലായില്ലെല്ലൊ. ചെറുശ്ശേരി ഇത്ര നേരം എവിടെയായിരുന്നു?

ചെറുശ്ശേരി നമ്പൂതിരി: ഞാൻ ഇന്ദുലേഖയുടെ മാളികമേൽ ഉണ്ടായിരുന്നു.

കേശവൻനമ്പൂതിരി: എന്താണ്, ഇന്നു സംബന്ധം ഉണ്ടെന്നു പറഞ്ഞു ദക്ഷിണയും മറ്റും ഉണ്ടായി. ഇന്ദുലേഖയ്ക്കു സമ്മതമായി എന്നു തോന്നുന്നു.

ചെറുശ്ശേരിനമ്പൂരി: ഇന്നു സംബന്ധം ഉണ്ട്– അതു നിശ്ചയം. പക്ഷേ, ഇന്ദുലേഖയ്ക്കല്ല.

ഈ വാക്കു കേട്ടപ്പോൾ കേശവൻനമ്പൂരിയുടെ ജീവൻ ഒന്നു ഞെട്ടി ബോധക്ഷയം പോലെ തോന്നി. അവിടെത്തന്നെ കുത്തിരുന്നു. കുടിപ്പാൻ വെള്ളം വേണമെന്നു പറഞ്ഞു. ഒരു കിണ്ടി വെള്ളം കുടിച്ചു. തന്നെ പടിമാളികയിൽത്തന്നെ ഇരുത്തിയതിന്റെ കാരണവും, പഞ്ചുമേനവനും നമ്പൂതിരിപ്പാടുമായി സ്വകാര്യം പറഞ്ഞതിന്റെ സംഗതിയും മനസ്സിലായി. തന്റെ ഭാര്യ ലക്ഷ്മിക്കുട്ടി പോയി എന്നു

നിശ്ചയിച്ച്, പ്രാണവേദന സഹിപ്പാൻ പാടില്ലാതെ ചെറുശ്ശേരിയുടെ മുഖത്തേക്ക് ഒന്നു നോക്കി. കേശവൻ നമ്പൂരി കുറെ ഒന്നു പഠിക്കണം എന്നു ചെറുശ്ശേരിക്കു നല്ല താല്പര്യം ഉണ്ടായിരുന്നു.

ചെറുശ്ശേരിനമ്പൂതിരി: എന്താണു മുഖത്തു നോക്കുന്നത്? ഈ ഏഷാകൃതിയൊക്കെ കറുത്തേടം തന്നെ ഉണ്ടാക്കിയതല്ലേ! ഈ ചോദ്യം കേട്ടപ്പോൾ കേശവൻനമ്പൂരിക്കു സംശയം എല്ലാം തീർന്നു. മഹാ സാധുവാണ്. എന്റെ ഗ്രഹപിഴയ്ക്ക് എനിക്ക് ഇതെല്ലാം തോന്നി. ഞാൻ എനി ഇവിടെ ഒരു നിമിഷം താമസിക്കുകയില്ല. ഇപ്പോൾ ഈ നിമിഷം ഞാൻ ഇല്ലത്തേക്കു പോവും. എനി ഈ ദിക്കിൽ ഈ ജന്മം ഞാൻ വരികയുമില്ല. ഞാൻ പുറപ്പെടട്ടെ?

ചെറുശ്ശേരിനമ്പൂതിരി: നമ്പൂതിരിയോടു യാത്ര ചോദിക്കാതെ പോവാൻ പാടുണ്ടോ?

കേശവൻനമ്പൂതിരി: ഈ ജന്മം ഈ നമ്പൂതിരിയോടു ഞാൻ സംസാരിക്കില്ല. ഈ ജന്മം ഞാൻ മൂർക്കില്ലാത്ത മനയ്ക്കൽ കടക്കുകയും ഇല്ല. ഞാൻ ഈ നമ്പൂതിരിയുടെ കുടിയാനല്ലാ. ഇയാളുട ആശ്രയം വേണ്ടെന്നു വെച്ചാൽ എനിക്കു കഴിയില്ലെന്നു വന്നിട്ടില്ല. ഇത്ര വികൃതിയും ദുഷ്ടനും ആണ് ഇയ്യാൾ എന്നു ഞാൻ മുമ്പ് അറിഞ്ഞില്ല.

ചെറുശ്ശേരിനമ്പൂതിരി: ഇന്ദുലേഖയുടെ സംബന്ധകാര്യം കൊണ്ട് ഉത്സാഹിക്കണമെന്നു പണ്ട് എന്നോടു കറുത്തേടം പറഞ്ഞതും ഞാൻ കഴിയില്ലെന്നു പറഞ്ഞതും ഇപ്പോൾ ഓർമ്മയുണ്ടോ?

കേശവൻനമ്പൂതിരി: ഓർമ്മയുണ്ട്. ചെറുശ്ശേരി ബുദ്ധിമാനല്ലേ. ചെറുശ്ശേരിയുടെ ബുദ്ധിയിൽ നൂറിൽ ഒരംശം ബുദ്ധി എനിക്കുണ്ടായിരുന്നുവെങ്കിൽ ഈ ആപത്ത് ഒന്നും എനിക്കു വരുന്നതല്ലായിരുന്നു.

ചെറുശ്ശേരിനമ്പൂതിരി: ആട്ടെ, താന്താങ്ങൾക്ക് ആവശ്യമില്ലാതെ കാര്യത്തിൽ പ്രവേശിച്ചാൽ ഇങ്ങനെയെല്ലാം വ്യസനിക്കേണ്ടിവരുമെന്ന് ഇപ്പോൾ ബോദ്ധ്യമായോ?

കേശവൻനമ്പൂതിരി: നല്ല ബോദ്ധ്യമായി ചെറുശ്ശേരി! ഞാൻ എനി പോവുന്നു ഞാൻ ഈ സംബന്ധവും കണ്ടുംകൊണ്ട് ഇവിടെ ഇരിക്കില്ല. ഞാൻ വാലിയക്കാരെ വിളിക്കട്ടെ.

ചെറുശ്ശേരി നമ്പൂതിരി: എന്താണ് ഈ സംബന്ധം കണ്ടാൽ കറുത്തേടത്തിനു വിരോധം.

കേശവൻനമ്പൂതിരി: നല്ല ശിക്ഷ– ശിക്ഷ! ബുദ്ധി തന്നെപ്പോലെ ഇല്ലെങ്കിലും ഞാൻ അത്ര ശപ്പനാണെന്നു താൻ വിചാരിക്കേണ്ട.

ഞാൻ ഈ സംബന്ധം നടക്കുന്ന ദിവസം ഇവിടെ താമസിക്കുന്നതു ബഹുയോഗ്യത, അല്ലേ?

ചെറുശ്ശേരി നമ്പൂതിരി: ഇത് എന്തു കഥയാണു ഹേ! നമ്പൂതിരി കല്യാണിക്കുട്ടിക്കു സംബന്ധം തുടങ്ങുന്ന സമയം കറുത്തേടം ഇവിടെ നിന്നാൽ കറുത്തേടം ശപ്പനായിപ്പോവുമോ?

കേശവൻനമ്പൂതിരിപ്പാട് വല്ലാതെ ആശ്ചര്യപ്പെട്ടു വായ പിളർന്നു പോയി.

കേശവൻമ്പൂതിരി: കല്യാണിക്കുട്ടിക്കോ?- കല്യാണിക്കുട്ടിക്കാണു സംബന്ധം?

ചെറുശ്ശേരിനമ്പൂരി: അതെ, കല്യാണിക്കുട്ടിക്കാണ്.

കേശവൻനമ്പൂരി: ശിവ! ശിവ! നാരായണ! നാരായണ! ഞാൻ വല്ലാതെ അന്ധാളിച്ചു! ശിവ! ശിവ! ചെറുശ്ശേരി എന്നെ കഠിനമായി വ്യസനിപ്പിച്ചു.

ചെറുശ്ശേരിനമ്പൂരി: ഞാൻ ഒന്നും വ്യസനിപ്പിച്ചില്ല. കറുത്തേടം വെറുതെ വ്യസനിപ്പിച്ചതാണ്. അതിനു ഞാൻ എന്തു ചെയ്യട്ടെ? ഇന്ന ആൾക്കാണു സംബന്ധം എന്നു ഞാൻ പറഞ്ഞുവോ? എന്നോടു കറുത്തേടം ചോദിച്ചുവോ?- ഇല്ലാ, ഇന്ദുലേഖയ്ക്ക് അല്ല സംബന്ധം എന്നല്ലേ ഞാൻ പറഞ്ഞുള്ളൂ. വെറുതെ അന്ധാളിച്ചു. കറുത്തേടത്തിന്റെ ഭാര്യയ്ക്കാണെന്നു വിചാരിച്ചു വ്യസനിച്ചാൽ ഞാൻ എന്തു ചെയ്യും?

കേശവൻനമ്പൂതിരിക്കു ജീവൻ നേരെയായി. രണ്ടുപേരും കൂടി നമ്പൂതിരിപ്പാട് ഇരിക്കുന്നിടത്തേക്കു ചെന്നു.

ഉടനെ നമ്പൂതിരിപ്പാടും ചെറുശ്ശേരിനമ്പൂതിരിയും കേശവൻനമ്പൂതിരിയും മറ്റും പൂവരങ്ങിലേക്ക് വന്നു. കുറേനേരം പഞ്ചുമേനോനുമായി സംസാരിച്ചശേഷം എനി അങ്ങട്ട് എഴുന്നെള്ളാം, എന്നു പഞ്ചുമേനവൻ പറഞ്ഞപ്രകാരം നമ്പൂതിരിപ്പാട്, ചെറുശ്ശേരിനമ്പൂരി, കേശവൻനമ്പൂരി, തന്റെ ഭൃത്യവർഗ്ഗങ്ങൾ ഇവരെല്ലാം കൂടി പൂവള്ളിവീട്ടിലേക്കു പോയി. സാധാരണ സമ്പ്രദായപ്രകാരം നമ്പൂതിരിപ്പാടു കാൽ കഴുകി അകത്തേക്കു കടന്നു പടിഞ്ഞാറ്റ അറയിൽ അതിവിശേഷമായി വിരിച്ച പട്ടുകിടക്കയിൽ കിടന്നു. ആ അകത്തിന്റെ കിഴക്കെ വാതിലടച്ചു. അപ്പോൾ ആ വീട്ടിൽ ഉള്ള സ്ത്രീകളെല്ലാം കൂടി തിക്കിത്തിരക്കി പടിഞ്ഞാറ്റയുടെ പടിഞ്ഞാറെവാതിലിൽക്കൂടി ഒരു ജീവനുള്ള പന്നിയേയോ മറ്റോ പിടിച്ചു കൂട്ടിലാക്കുന്നതുപോലെ സാധു കല്യാണിക്കുട്ടിയെ പിടിച്ചു തിരക്കി തള്ളി പടിഞ്ഞാററയിൽ ഇട്ടു. പടിഞ്ഞാറേ വാതിലും ബന്ധിച്ചു.

സംബന്ധവും കഴിഞ്ഞു. ഗോവിന്ദൻ അതിജാഗ്രതയോടെ ഹമാലന്മാരേയും മറ്റും ശട്ടംചെയ്തു പല്ലക്ക്, മഞ്ചൽ മുതലായതു രാത്രി തന്നെ എടുത്തു പുറത്തു വെപ്പിച്ച് ലേശം ഉറങ്ങാതെ നിന്നു. വഴിയിൽ വെച്ചോ മറ്റോ ആരെങ്കിലും ചോദിച്ചാൽ ഇന്ദുലേഖയെത്തന്നെയാണു സംബന്ധം ചെയ്തുകൊണ്ടുപോവുന്നത് എന്നു പറയണം എന്നു നമ്പൂതിരിപ്പാട്ടിലെ കൂടെയുള്ള ശേഷം എല്ലാവരോടും താക്കീതു ചെയ്തു. ഭദ്രമായി ഉറപ്പിച്ചു. വെളിച്ചാവാൻ ഒരു പത്തു നാഴിക ഉള്ളപ്പോൾതന്നെ പടിഞ്ഞാററയിലെ വാതുക്കൽ ചെന്നു നിന്ന് ഗോവിന്ദൻ ചുമച്ചും ഒച്ച ഇട്ടും നമ്പൂതിരിപ്പാട്ടിലെ ഉണർത്തി. ഉടനെ വീട്ടിൽ എല്ലാവരും ഉണർന്നു. പൂവരങ്ങിൽ നിന്നു പഞ്ചുമേനവനും കേശവൻനമ്പൂരിയും വന്നു. പെണ്ണിനെ പിടിച്ച് ഒരു പല്ലക്കിൽ ഇട്ടു പൂട്ടി. നമ്പൂതിരിപ്പാട് അദ്ദേഹത്തിന്റെ പല്ലക്കിൽ കയറി. കേശവൻനമ്പൂതിരി അനുയാത്ര ചെയ്‌വാൻ നിശ്ചയിച്ച് ഒരു മഞ്ചലിലും ചെറുശ്ശേരി ചിരിച്ചുകൊണ്ടു തന്റെ മഞ്ചലിലും കയറി. ആട്ടും തുപ്പും നിലവിളിയുമായി പുറപ്പെട്ടുപോകയും ചെയ്തു.

ഒരു ആപത്ത്

നമ്പൂതിരിപ്പാട്ടിലെ ഘോഷയാത്ര വെളിച്ചാവുമ്പോഴയ്ക്ക് ശാസ്ത്രികളും നമ്പൂരിമാരും കിടന്നുറങ്ങുന്ന ഊട്ടുപുരയുടെ സമീപം എത്തി. ആ ഊട്ടുപുര പഞ്ചുമേനവന്റെ വകയും രണ്ടു വഴികൾ കൂടുന്ന സ്ഥലത്തുണ്ടാക്കപ്പെട്ടിട്ടുള്ളതുമാണ്. അതിൽ ഒരു വഴി നമ്പൂതിരിപ്പാട്ടിലെ പ്രദേശങ്ങളിൽ നിന്നു വരുന്ന വഴിയും ആണ്. ഇവിടെ പൂവള്ളിവീടു വകയായ ഒരു സത്രം ഉള്ളതിനു പുറമെ ഒരു പത്തായപ്പുരമാളികയും കളപ്പുരമാളികയും മറ്റും ഉണ്ട്. ഇവിടെ കയറി ഭക്ഷണം കഴിച്ചു പോവാമെന്നു പഞ്ചുമേനവനും കേശവൻനമ്പൂരിയും കൂടി പറഞ്ഞതിനെ നമ്പൂതിരിപ്പാടു ഗോവിന്ദന്റെ ഉപദേശപ്രകാരം അശേഷം കൈക്കൊണ്ടില്ല. വഴിയിലെങ്കിലും ഇന്ദുലേഖയേയാണു കൊണ്ടുപോവുന്നത് എന്നു പ്രസിദ്ധമാവട്ടെ എന്നു നമ്പൂതിരിപ്പാടും ഗോവിന്ദനും ഉറച്ചിരുന്നു. ഘോഷയാത്ര ഊട്ടുപുരയുടെ ഉമ്മറത്തെത്താറായതു മുതൽ ഗോവിന്ദന്റെ ഉത്സാഹത്താൽ പല്ലക്കുകൾ കുറെ അധികം വേഗത്തിൽ നടത്തിച്ചു. ഭൃത്യവർഗ്ഗങ്ങളെയും മറ്റും മുമ്പിൽ ഓടിച്ചു ശബ്ദങ്ങളും കലശലാക്കി ഗോവിന്ദൻ പിന്നാലെയും ഓടി. ഈ ഘോഷങ്ങളെല്ലാം കേട്ടു ശാസ്ത്രികളും നമ്പൂരിമാരും ഊട്ടുപുരയിൽനിന്നു പുറത്തേക്ക് എറ

ങ്ങുമ്പോഴേയ്ക്കു പല്ലക്കുകളും മഞ്ചലുകളും കടന്നു പൊയ്ക്കഴിഞ്ഞു. ശാസ്ത്രികൾ ഗോവിന്ദനെ മാത്രം കണ്ടു. ഗോവിന്ദനെ മുമ്പു കണ്ടു പരിചയമായിട്ടുണ്ടല്ലോ. കണ്ട ഉടനെ കൈകൊണ്ടു വിളിച്ചു. ഗോവിന്ദൻ ശാസ്ത്രികളുടെ സമീപം ചെന്നു.

ശാസ്ത്രികൾ: എന്താണു ഗോവിന്ദാ! ഇത് അവിടുത്തെ വക ഊട്ടും മാളികയുമാണല്ലോ. ഇവിടെ കയറി ഊണുകഴിഞ്ഞു പോവുന്നതല്ലായിരുന്നുവോ നല്ലത്?

ഗോവിന്ദൻ: അങ്ങനെയാണു കേശവൻനമ്പൂരിയും മറ്റും പറഞ്ഞത്. തമ്പുരാൻ തിരുമനസ്സിലേക്കും ചെറുശ്ശേരിനമ്പൂരിക്കും അതുതന്നെയായിരുന്നു മനസ്സ്. അപ്പോഴേയ്ക്കു വേറെ ഒരാൾക്കു നേരെ ഉണ്ണാൻ മനയ്ക്കൽത്തന്നെ എത്തണം എന്നു പിടിത്തം. അവിടെ സകലം പിടുത്തമല്ലെ.

ശാസ്ത്രികൾ: ആർക്ക്- ഇന്ദുലേഖയ്ക്കോ?

ഗോവിന്ദൻ: അതെ.

ശാസ്ത്രികൾ: ഒരു പിടുത്തവും ഇല്ല. ഇത്ര ദുഷ്ടബുദ്ധിയായിട്ട് ഒരു സ്ത്രീയെ ഞാൻ കണ്ടിട്ടില്ല.

ഗോവിന്ദൻ: മഹാദുഷ്ടയാണ്. എനിക്കു സംശയമില്ല. എന്തു ചെയ്യും! തമ്പുരാന് അതിപ്രേമം. അങ്ങനെതന്നെ ഇന്ദുലേഖയ്ക്ക് അങ്ങോട്ടും പിന്നെ എന്താണ് നിവൃത്തി? എനി ഞങ്ങൾ ഇന്ദുലേഖയുടെ ദാസന്മാർ തന്നെ. എന്തുചെയ്യാം!

ശാസ്ത്രികൾ: ഇന്ദുലേഖയുടെ പ്രേമം പണം പിടുങ്ങണമെന്നുള്ള പ്രേമം തന്നെ- മറ്റൊരു പ്രേമവും അല്ല.

ഗോവിന്ദൻ: അതെ; അതിനാർക്കാണ് സംശയം? ഞാൻ പോവുന്നു. പല്ലക്കു വളരെ ദൂരത്തായി.

എന്നു പറഞ്ഞു ഗോവിന്ദൻ ഓടിപ്പോയി. ശാസ്ത്രികളും നമ്പൂരിമാരും തീവണ്ടി സ്റ്റേഷനിലേക്കുള്ള വഴിക്കും പുറപ്പെട്ടു.

മാധവൻ മദിരാശിയിൽ നിന്ന് അയച്ച കത്തുപ്രകാരം ഈ സംബന്ധം നടന്നതിന്റെ തലേദിവസം വണ്ടിക്കു പുറപ്പെട്ട്, നമ്പൂതിരിപ്പാട്ടിലെ ഘോഷയാത്ര ഉണ്ടായ ദിവസം പതിനൊന്നരമണിക്കു ശാസ്ത്രികളും മറ്റും വണ്ടികയറാൻ പോകുന്ന സ്റ്റേഷനിൽ എറങ്ങി. സ്റ്റേഷനു സമീപം രണ്ടുമൂന്നു ചോറ്റുകച്ചവടം ചെയ്യുന്ന മഠങ്ങൾ ഉണ്ട്. ക്ഷീണം നിമിത്തം അതിൽ ഒരു മഠത്തിൽ കയറി ഊണുകഴിച്ചു വൈകുന്നരത്തേക്കു വഴിയിലുള്ള തന്റെ വക സത്രത്തിൽ താമസിച്ചു പിറ്റേന്ന് ഊണിനുതക്കവണ്ണം ഭവനത്തിൽ എത്താമെന്നു നിശ്ചയിച്ചു. (തന്റെ കൂടെ ഒരു ഭൃത്യൻ മാത്രം ഉണ്ട്. ദിവ

സത്തെ കല്പനവാങ്ങി പോന്നതാണ്.) ചോറ്റുകച്ചവടം ചെയ്യുന്ന മഠത്തിൽ കയറിച്ചെന്നപ്പോൾ അവിടെ വഴിയാത്രക്കാർ ഒരു രണ്ടു മൂന്നു നമ്പൂരിമാരും രണ്ടുനാലു പട്ടന്മാരും തമ്മിൽ സംസാരമാണ്. ഇവർ തലേദിവസം പകലത്തെ വാരത്തിൽ ചെമ്പാഴിയോട്ടു ക്ഷേത്രത്തിൽ ഭക്ഷണം കഴിച്ചു പോന്നവരാണ്. അന്നത്തെ രാവിലത്തെ വണ്ടി കിട്ടാതെ താമസിക്കുന്നതാണ്. എല്ലാവരും ഊണു കഴിഞ്ഞിരിക്കുന്നു. എന്നിട്ടു വെടിപറയുന്നു. മാധവൻ ചെന്നു കയറുമ്പാൾ:

ഒരു നമ്പൂരി: ഇന്ദുലേഖയുടെ ഭാഗ്യം തന്നെ എന്ന് എനിക്ക് തോന്നുന്നു.

മാധവൻ: ഇന്ദുലേഖ എന്ന പേർ കേട്ടപ്പോൾ ഒന്നു ഞെട്ടി ഭ്രമിച്ചു. ഇത് എന്തു കഥയാണ് എന്നു വിചാരിച്ചു.

മാധവൻ ഏത് ഇന്ദുലേഖ എന്ന് ആ മിറ്റത്തുനിന്നു കൊണ്ടു തന്നെ ആ വാക്കു പറഞ്ഞ നമ്പൂതിരിയോടു ചോദിച്ചു.

നമ്പൂരി: ചെമ്പാഴിയോട്ട് ഇന്ദുലേഖ എന്ന ഒരു പെണ്ണ്. എന്താണ്, അവളെ അറിയുമോ?

മാധവൻ: എന്താണ് ഇന്ദുലേഖയ്ക്ക് ഒരു ഭാഗ്യം വന്നത്? കേൾക്കട്ടെ.

നമ്പൂരി: ഇന്ദുലേഖയ്ക്ക് ഇന്നലെ സംബന്ധമായിരുന്നു.

മാധവൻ ഇടിതട്ടിയ മരംപോലെ ഒരു ക്ഷണം നിന്നു. പിന്നെ ഒച്ച വലിച്ചിട്ടു വരുന്നില്ല. എന്തു ചെയ്തിട്ടും വരുന്നില്ലാ. ഒരു മിനിട്ടു കഴിഞ്ഞിട്ട്, ആർ– ആര്? എന്ന് (ഒരു ശവം സാസാരിക്കാറുണ്ടെങ്കിൽ ആമാതിരി എന്നു പറയാം) ചോദിച്ചു.

മാധവൻ: ആര്?– ആര്? പറയൂ– പറയൂ. എന്താണു പറയാൻ മടിക്കുന്നത്? പറയൂ– പറയൂ. എന്താണ് മടിക്കുന്നത്? പറയരുതേ? ആരാണു സംബന്ധം തുടങ്ങിയത്? കേൾക്കട്ടെ

ഒരു നമ്പൂരി: എന്താണു ഹേ, വല്ലാതെ ഒരു പരിഭ്രമം? എന്താണിത്ര ദേഷ്യം? ഞങ്ങൾ വിവരം ഒന്നും അറിയില്ല.

മാധവൻ: വിവരം ഒന്നും അറയാതെ തുമ്പില്ലാതെ വല്ലതും പറഞ്ഞാൽ?

ഒരു പട്ടർ: എന്താണു ഭാവം? എന്താണു ഞങ്ങളെ ശിക്ഷിച്ചു കളയുമോ?

മാധവൻ: അതു കാണണോ?

എന്നു ചോദിച്ചു മാധവൻ നിന്നിടത്തുനിന്ന് ഒന്നെളകി.

അപ്പോൾ മറ്റൊരു നമ്പൂരി എണീട്ടു സമാധാനപ്പടുത്തി: ഹേ,

കോപം അരുത്, ഇരിക്കൂ. വണ്ടി എറങ്ങിവന്നതായിരിക്കും. മദിരാശിയിൽ നിന്നു വരുന്നതായിരിക്കും. ക്ഷീണം മുഖത്തു നന്നെ കാണാനുണ്ട്. ഇരിക്കൂ. എന്നിട്ടു വിശേഷം പറയാം.

മാധവൻ: ആരാണു സംബന്ധം ചെയ്തത്? അത് എനിക്കു കേൾക്കണം.

പട്ടർ: മൂർക്കില്ലാത്ത മനയ്ക്കൽ നമ്പൂതിരിപ്പാടാണ്.

മാധവൻ: എന്നാണ് സംബന്ധം നടന്നത്?

പട്ടർ: ഇന്നലെയായിരിക്കണം. ഞങ്ങൾ നേർത്തെ പോന്നിരിക്കുന്നു. ഇന്നലെ രാത്രിക്കാണു സംബന്ധം നിശ്ചയിച്ചിരുന്നത്. അതു ഞങ്ങൾ അറിയും. അതു സൂക്ഷ്മമായി ഞങ്ങൾ അറിയും.

മാധവൻ: എങ്ങനെ സൂക്ഷ്മമായി അറിഞ്ഞു?

പട്ടർ: അമ്പലത്തിൽ സകല ആളുകളും പറഞ്ഞു. അവിടുത്തെ സംബന്ധക്കാരൻ ശീനുപട്ടരും പറഞ്ഞു- എന്നോടുതന്നെ പറഞ്ഞു.

മാധവൻ നിർജ്ജീവനായി എറയത്ത് ഇരുന്നു.

ആ മഠത്തിലെ ചോറ്റുകച്ചവടക്കാരി ഒരു കിഴവി ബ്രാഹ്മണസ്ത്രീ ഈ അതിസുന്ദരനായ കുട്ടിയെ വളരെ പരവശനായി കണ്ടിട്ടു വേഗം പുറത്തുവന്ന് ഒരു പായ എടുത്തുകൊടുത്ത്, ഇതിലിരിക്കാം, എന്നു പറഞ്ഞു. കുറെ സംഭാരം കുടിച്ചാൽ ക്ഷീണത്തിനും ഭേദം ഉണ്ടാവും, കൊണ്ടുവരട്ടെ? എന്നു ചോദിച്ചു. മാധവൻ ഈ വാക്കുകൾ ഒന്നും കേട്ടതേയില്ല, നിലത്തുതന്നെ ഇരുന്നു. കുറെ കഴിഞ്ഞപ്പോൾ ഇന്നാളോടാണെന്നില്ല എനിക്കു കുടിപ്പാൻ കുറെ വെള്ളം വേണം എന്നു പറഞ്ഞു. ഒരു നമ്പൂരി വേഗം വെള്ളം എടുത്തുകൊണ്ടുവന്നു. മാധവൻ വെള്ളം കുടിച്ചു പായ നീർത്തി അതിൽ കിടന്നു. അതികോമളമായിരിക്കുന്ന ഈ കുട്ടിയുടെ വ്യസനവും സ്ഥിതിയും കണ്ട് ആ മഠത്തിൽ ഉണ്ടായിരുന്നവരെല്ലാം ഒരുപോലെ വ്യസനിച്ചു. കുറെ കിടന്നശേഷം എഴുന്നേറ്റു തന്റെ എഴുത്തുപെട്ടിതുറന്ന് തനിക്ക് അച്ഛൻ ഗോവിന്ദപ്പണിക്കർ നമ്പൂതിരിപ്പാട്ടിലെ സംബന്ധത്തെപ്പറ്റി മദിരാശിക്ക് എഴുതിയിരുന്ന എഴുത്തു വായിച്ചു. ആ വായിച്ച ഭാഗം താഴെ ചേർക്കുന്നു.

കാരണവരും കേശവൻനമ്പൂരിയും ഇന്ദുലേഖയ്ക്കു മൂർക്കില്ലാത്ത മനയ്ക്കൽ നമ്പൂതിരിപ്പാട്ടിലെക്കൊണ്ടു സംബന്ധം നടത്തിക്കുവാൻ അത്യുത്സാഹം ചെയ്തുവരുന്നു. ഈ നമ്പൂതിരിപ്പാടു വലിയ ഒരു ദ്രവ്യസ്ഥനാണ്. എങ്കിലും എനിക്ക് ഈ കാര്യം നടക്കുമെന്നു തോന്നുന്നില്ല. കുട്ടന് ഇതിൽ വിഷാദം ഒട്ടും വേണ്ട.

ഇതു വായിച്ച് എഴുത്ത് പെട്ടിയിൽതന്നെ വെച്ച്, മാധവൻ

പിന്നെയും അവിടെ കിടന്നു വിചാരം തുടങ്ങി.

ഇങ്ങനെ വരാമോ? ഒരിക്കലും വരാൻ സംഗതിയില്ല. എന്നാൽ ഈ നമ്പൂതിരിപ്പാട്ടിലെപ്പറ്റി മാധവി എനിക്ക് ഒരു എഴുത്തയച്ചു കണ്ടില്ലല്ലൊ.

മാധവിയുടെ ഒരു എഴുത്തും ഞാൻ പോന്നതിൽ പിന്നെ എനിക്കു കിട്ടീട്ടില്ല. ഇങ്ങനെ എഴുതാതിരിക്കാറില്ല മുമ്പ്. ഇരിക്കട്ടെ- വേറെ സംഗതി വശാലും അങ്ങനെ വരാം. എന്നാൽ ശീനുപട്ടർ വർത്തമാനങ്ങൾ ഒന്നും അറിയാതെ ഈ കാര്യത്തിൽ ഭോഷ്ക് പറയാൻ സംഗതി ഇല്ല. എന്തൊരു കഥയാണ് ഇത്! സ്ത്രീകളുടെ മനസ്സ് ഇങ്ങനെ ആയിരിക്കാം. നമ്പൂതിരിപ്പാട് എന്നെക്കാൾ യോഗ്യ നായിരിക്കാം. എന്നെക്കാൾ അധികം സമർത്ഥനും രസികനും ആയി രിക്കാം. ഇന്ദുലേഖ ഭ്രമിച്ചിരിക്കാം. അമ്മാമന്റെ നിർബന്ധവും ഉണ്ടാ യിരിക്കാം - എന്നൊക്കെ ഒരിക്കൽ ആലോചിക്കും. പിന്നെ അതെല്ലാം തെറ്റാണെന്നു വിചാരിക്കും. എന്റെ മാധവി അന്യപു രുഷനെ ഒരിക്കലെങ്കിലും കാംക്ഷിക്കുമോ ? ഞാൻ എന്തൊരു ശപ്പ നാണ്! ഛീ! എന്തോ ഒരു ഭോഷ്കു ഉണ്ടാക്കിയത് ഇക്കൂട്ടർ കേട്ടു വന്നതാണ്- ഇങ്ങിനെ കുറെ ആലോചിക്കും. എന്നാൽ ശീനുപട്ടർ പറഞ്ഞു എന്നു പറവാൻ എന്തു സംഗതി- അതിനു സംഗതി ഇല്ലല്ലൊ എന്നു ഓർത്തു വ്യസനിക്കും. ഇങ്ങനെ മനസ്സ് അങ്ങോട്ടും ഇങ്ങോട്ടും ചലിച്ചുകൊണ്ടു മാധവൻ കിടക്കുമ്പോൾ അഞ്ചാറു വഴിപ്പോക്കർ പിന്നെയും എത്തി. അവർ നമ്പൂതിരിപ്പാ ടിന്റെ സമീപവാസികളാണ്. വഴിയിൽ വെച്ചു നമ്പൂതിരിപ്പാട്ടിലെ ഘോഷയാത്ര കണ്ടവരാണ്. അവർ വന്ന് എത്തിക്കൂടുമ്പോൾ അതിൽ ഒരാൾ. ഇരിക്കുന്നതിൽ താനുമായി മുമ്പു പരിചയമുള്ള ഒരാളോടു പറയുന്നു.

ഇന്നു വഴിയിൽ ഞങ്ങൾ ഒരു ഘോഷയാത്ര കണ്ടു

ഇതു പറയുന്നതു കേട്ടപ്പോൾ തന്നെ മാധവനു കാര്യം മനസ്സി ലായി. എലക്ട്രിക് ബാറ്ററി എന്ന വിദ്യുച്ഛക്തിയന്ത്രപ്പെട്ടി കൈകൊണ്ടു പിടിച്ചവന് ആ യന്ത്രം തിരിച്ചാൽ ശരീരത്തിൽ ആക പ്പാടെ എന്തൊരു വ്യാപാരം ഉണ്ടാവുമോ അതുപോലെ മനസ്സി നെന്നു മാത്രമല്ല, സർവ്വാവയവങ്ങൾക്കും ഒരു തരിപ്പോ ദുസ്സഹ മായ വേദനയോ തോന്നി.

ഒരു നമ്പൂതിരി: എന്താണ് ഘോഷം? ആരുടെ യാത്രയാണ്?

മാധവനെ മുമ്പു സമാധാനപ്പെടുത്തിയ നമ്പൂരി: എടോ, ഒന്നും ചോദിക്കണ്ടാ. ആ കിടക്കുന്ന വിദ്വാൻ എനിയും ശണ്ഠ കൂട്ടും.

മറ്റൊരു നമ്പൂരി: ഇതെന്തൊരു കഥയാണ്! നോക്ക് ഒന്നു സംസാരിച്ചു കൂടാ എന്നോ? ശണ്ഠകൂടട്ടെ– എന്താണു ഘോഷം പറയൂ.

ഒടുവിൽ വന്ന വഴിയാത്രക്കാരിൽ ഒരുവൻ: മൂർക്കില്ലാത്ത് മനയ്ക്കൽ നമ്പൂതിരിപ്പാട്ടിലെ യാത്ര. ചെമ്പാഴയോട്ടുനിന്ന് ഇന്നലെ സംബന്ധം കഴിഞ്ഞ പെണ്ണ് ഒരു പല്ലക്കിൽ; ചെറുശ്ശേരി ഗോവിന്ദൻനമ്പൂതിരി ഒരു മഞ്ചലിൽ; കറുത്തേടത്തു കേശവൻനമ്പൂരി ഒരു മഞ്ചലിൽ; വളരെ ഭൃത്യൻമ്മാർ– വാളും പരിശയും നിലവിളിയും ആർപ്പും, ഘോഷം– മഹാഘോഷം!

മുമ്പു സമാധാനം പറഞ്ഞ നമ്പൂരി മറ്റൊരു നമ്പൂരിയോട്: അതാ എണീട്ടു– ഇപ്പോൾ ശണ്ഠകൂട്ടും എന്നു തോന്നുന്നു. അതാ നോക്കൂ; പുറപ്പാടു നോക്കൂ.

മാധവൻ: ഇല്ല ഹേ, ഞാൻ ഒരു ശണ്ഠയും കൂട്ടുന്നില്ല.

എന്നു പറഞ്ഞു മഠത്തിന്റെ മിറ്റത്ത് എറങ്ങി അങ്ങോട്ടും ഇങ്ങോട്ടും നടന്നുകൊണ്ടിരുന്നു. അപ്പോൾ ശങ്കരശാസ്ത്രികളും മറ്റും അതിന്റെ നേരെ തെക്കേ മഠത്തിലേക്കു ചെന്നു കയറുന്നതു കണ്ട് ശങ്കരശാസ്ത്രികളല്ലേ അത്? എന്നു മാധവൻ ചോദിച്ചു. ശാസ്ത്രികൾ തിരിഞ്ഞു നോക്കി വല്ലാതെ ഭ്രമിച്ചു. മഹാപാപം! ഇതും ഇത്രക്ഷണം എനിക്കു സംഗതി വന്നുവോ? ഈ കുട്ടിയെ ഞാൻ എങ്ങനെ കാണും? എന്തു പറയും? ഞാൻ മഹാപാപി തന്നെ, എന്നു വിചാരിച്ചു.

ശങ്കരശാസ്ത്രികൾ: അതെ; ഞാൻ തന്നെ.

എന്നു പറയുമ്പോഴേയ്ക്ക് മാധവൻ എറങ്ങി അദ്ദേഹത്തിന്റെ അടുക്കെ എത്തിയിരുന്നു.

മാധവൻ: ഞാൻ ഇപ്പോൾ ഇവിടെവെച്ചു മാധവിയെക്കുറിച്ചു കേട്ട വർത്തമാനം ശരിതന്നെയോ?

ശങ്കരശാസ്ത്രികൾ : അതെ.

ആ അതെ എന്ന വാക്ക് ഇടിത്തീയിനു സമം; ഇടിത്തീ തന്നെ. മാധവൻ മുഖവും ദേഹവും കരിഞ്ഞു കരുവാളിച്ചുപോയി. കാർക്കോടകൻ കടിച്ചപ്പോൾ നളനു വൈരൂപ്യം വന്നതുപോലെ എന്നു പറയാം. പിന്നെ ശാസ്ത്രികളോട് ഒന്നും ഉരിയാട്ടില്ല. നേരെ കിഴക്കോട്ടു നോക്കിയപ്പോൾ ഒരു വലിയ കുളവും ആർത്തറയും കണ്ടു. ആ ഭാഗത്തേക്കു നടന്നു. ശാസ്ത്രികളും പിന്നാലെ തന്നെ നടന്നു. അത് മാധവൻ അറിഞ്ഞില്ല. കുളവക്കിൽ അരയാൽത്തറ ചാരി അന്ധനായി നിർവ്വികാരനായി ഒരു അരമണിക്കൂറുനേരം നിന്നു. അപ്പോഴേക്കും മനസ്സിന് അല്പം ശാന്തത വന്നു. ശാസ്ത്രികളെ കണ്ട

പ്പോൾ സാധു മാധവൻ കരഞ്ഞുപോയി. കണ്ണിൽ നിന്നു ജലധാര നിന്നില്ല. ശാസ്ത്രികളും കരഞ്ഞു. ഇങ്ങനെ കഴിഞ്ഞു അല്പനേരം . സാധു ശാസ്ത്രികൾക്ക് മാധവനെക്കാളും വ്യസനം. ഒരു വാക്കു പോലും പറവാൻ സാധിച്ചില്ല. ഒടുവിൽ മാധവനു തന്നെ ഇതു വലിയ അവമാനമാണെന്നു തോന്നി. താൻ കണ്ണുനീർ തുടച്ചു ധൈര്യം നടിച്ചു ശാസ്ത്രികളോടു സംസാരിച്ചു.

മാധവൻ: ശാസ്ത്രികൾ എന്തിനു വിഷാദിക്കുന്നു? വിഷാദിക്കരുത്. ലോകത്തിൽ ഇതെല്ലാം ഉണ്ടാവുന്ന കാര്യങ്ങളാണല്ലോ.

ശാസ്ത്രികൾക്കു പിന്നേയും ഒരക്ഷരം മിണ്ടിക്കൂടാ. എടത്തൊണ്ട വിറച്ചും കണ്ണുനീരൊഴുക്കിക്കൊണ്ടും ഇരുന്നു. ഇദ്ദേഹം നല്ല പഠിപ്പുള്ള രസികനായ ഒരു ബ്രാഹ്മണനാണ്. മാധവനെ കണ്ണിനുമുമ്പിൽ കണ്ടപ്പോഴാണ് ഇദ്ദേഹം ധരിച്ചപ്രകാരം ഇന്ദുലേഖയുടെ ദുഷ്ടയായുള്ള പ്രവൃത്തി ഓർത്ത് അധികം സങ്കടപ്പെട്ടത്. മാധവന് ഈ ശാസ്ത്രികളെ വളരെ താല്പര്യമാണ്. ഇന്ദുലേഖയ്ക്കും അങ്ങനെതന്നെ ആയിട്ടാണ് മാധവൻ കണ്ടിട്ടുള്ളത്.

മാധവൻ: എന്തിനു ശാസ്ത്രികൾ വെറുതെ വ്യസനിക്കുന്നു? എനിക്ക് അശേഷം വ്യസനമില്ല പിന്നെ മാധവി, അല്ല ഇന്ദുലേഖയ്ക്കോ വളരെ സന്തോഷമായ കാലവുമല്ലേ? നിങ്ങളുടെ സ്നേഹിതന്മാരായ എനിക്കും ഇന്ദുലേഖയ്ക്കും വ്യസനമില്ലാത്ത കാര്യത്തിൽ എന്നെക്കുറിച്ച് എന്തിനു നിങ്ങൾ വ്യസനിക്കുന്നു?

ശാസ്ത്രികൾ: ഇന്ദുലേഖ എന്റെ സ്നേഹത്തിന് എനിമേൽ യോഗ്യയല്ലാ. ഞാൻ അവളെ വെറുക്കുന്നു.

ഇതുകേട്ടപ്പോൾ മാധവനു രണ്ടാമതും കണ്ണിൽ ജലം നിറഞ്ഞു. കുറെ നേരം ഒന്നും മിണ്ടാതെ നിന്നു. പിന്നെ-

മാധവൻ: അവളെ എന്തിന് അത്ര കുറ്റം പറയുന്നു! അമ്മാവന്റെ പിടുത്തമായിരിക്കണം.

ശാസ്ത്രികൾ: എന്നാൽ വേണ്ടതില്ലല്ലോ, ഇന്ദുലേഖയുടെ സ്വന്ത ഇഷ്ടപ്രകാരം തന്നെ ഉണ്ടായതാണ് ഇത്. അവളും നമ്പൂതിരിപ്പാടുമായി ബഹു ഇഷ്ടമായി മനസ്സു ലയിച്ചപോലെയാണ് എല്ലാം കണ്ടത്. എന്നാൽ നമ്പൂതിരിപ്പാടോ?- പടുവിഡ്ഢി എന്നു ലോകപ്രസിദ്ധൻ.. കണ്ടാൽ ഒരു അശ്വമുഖൻ.

മാധവൻ: മതി; മതി. എനിക്ക് ഇതൊന്നും കേൾക്കണ്ടാ ഞാൻ

ഇന്നത്തെ വൈകുന്നേരത്തെ വണ്ടിക്കുതന്നെ മദിരാശിക്കു മടങ്ങിപ്പോവുന്നു.

ശാസ്ത്രികൾ: അതാണ് ഇപ്പോൾ നല്ലത് എന്ന് എനിക്കും

തോന്നുന്നു. എന്നാൽ വേഗം ഊണ് കഴിക്കണ്ടേ

മാധവൻ: ഊണ് കഴിക്കണമെന്നില്ല.

ശാസ്ത്രികൾ: അങ്ങനെ പോരാ. മഠത്തിൽ വന്ന് ഇരിപ്പാനുംമറ്റും സുഖമില്ലെങ്കിൽ ചോറ് ഞാൻ ഇങ്ങട്ടു കൊണ്ടുവരാമല്ലോ? ആൽത്തറ വിജനമായിരിക്കുന്നു. നല്ല തണുപ്പും ഉണ്ട്.

മാധവൻ: എന്നാൽ നിങ്ങൾ ഭക്ഷണം കഴിഞ്ഞിട്ടു കുറെ ചോറ് ഇവിടെ കൊണ്ടുവന്നുതന്നേക്കിൻ.

ശാസ്ത്രികൾ ഉണ്ണാൻ പോയി. മാധവൻ അരയാൽത്തറയിൽ ഇരുന്ന് വിചാരവും തുടങ്ങി. അതെല്ലാം ഇവിടെ പറയുന്നത് നിഷ്ഫലം. ചിലതെല്ലാം ചെയ്വാൻ നിശ്ചയിച്ചു വെച്ചു. അത് ഈ കഥയിൽ എനി കാണാമല്ലോ.

ഊണ് കഴിഞ്ഞു വണ്ടിയിൽ കയറി. ശാസ്ത്രികൾ കൂടെ വരാമെന്നു പറഞ്ഞതിനെ സമ്മതിച്ചില്ല.

പിറ്റേദിവസം മദിരാശി എത്തിയ ഉടനെ ഗിൽഹാം സായ്വിനെ കാണാൻ പോയി. അദ്ദേഹം അന്ന് കച്ചേരിക്കു പോയിട്ടില്ല. ആപ്പീസുമുറിയിൽ ഇരിക്കുന്നു. മാധവന്റെ കാർഡ് കണ്ടപ്പോൾ ഒന്നാശ്ചര്യപ്പെട്ടു. എട്ടുദിവസം കല്പന വാങ്ങി തലേദിവസത്തിന്നുമുമ്പത്തെ ദിവസം മലയാളത്തിലേക്കു കല്യാണം കഴിപ്പാനാണെന്നു പറഞ്ഞു പോയ മാധവൻ മടങ്ങി വന്നുവോ എന്ന് അശ്ചര്യപ്പെട്ടു വിളിക്കാൻ പറഞ്ഞു.

മാധവൻ അകത്തേക്കു വന്നു സായ്വ് മുഖത്തേക്കു നോക്കിയപ്പോൾ വളരെ വ്യസനിച്ചുപോയി. ഈ ഗിൽഹാം സായ്വ് മാധവനിൽ വളരെ പ്രിയമുള്ള ഒരാളായിരുന്നു. മാധവനെ സിവിൽസർവ്വീസിൽ എടുപ്പാൻ അദ്ദേഹം തീർച്ചപ്പെടുത്തിവെച്ചിരിക്കുന്നു. വണ്ടിയിൽ രണ്ടുമൂന്നു ദിവസത്തെ വഴിയാത്രയും മനസ്സിന്റെ വ്യസനവും നിമിത്തം മാധവന്റെ മുഖം കഠിനമായി വാടിയിരുന്നു. മുമ്പു കാർഡ് അയച്ചിട്ടില്ലായിരുന്നുവെങ്കിൽ സായ്വ് മാധവനെ കണ്ടറിവാൻ പക്ഷേ, പ്രയാസപ്പെടുമായിരുന്നു എന്നു പറയാം. കണ്ട ഉടനെ-

ഗിൽഹാംസായ്വ്: മാധവാ എന്താണ് ഇത്? കുടുംബത്തിൽ ആരെങ്കിലും മരിച്ചുവോ? എന്താണു നീ ബദ്ധപ്പെട്ടു മടങ്ങിയത്? നിന്റെ മുഖവും ഭാവവും വല്ലാതിരിക്കുന്നു- ഇരിക്കൂ.

മാധവൻ: എന്റെ കുടുംബത്തിലും സ്നേഹതന്മാരിലും ആരും മരിച്ചിച്ചിട്ടില്ല. എന്നാൽ എനിക്കു മനസ്സിന്നു വലുതായ വ്യസനം വന്നിട്ടുണ്ട്. അത് എന്റെ മേൽ ഇത്ര വാത്സല്യമുള്ള താങ്കളെ ഗ്രഹിപ്പിക്കാൻ ഞാൻ മടിക്കുന്നില്ല.

ഇതുകേട്ട ഉടനെ ബുദ്ധിമാനായ സായ്‌വിന് ഏകദേശ കാര്യം മനസ്സിലായി. കല്യാണത്തിനാണ് മാധവൻ പോകുന്നത് എന്നു പറഞ്ഞു കല്പന വാങ്ങിപ്പോയതു തനിക്ക് ഓർമ്മയുണ്ട്. അതിനു വല്ല തകരാറും വന്നിരിക്കാം. ആ കാര്യം തന്നോടു പറയുന്നതിന് മാധവനു മടിയുണ്ടാകയില്ലെങ്കിലും പറയുമ്പോൾ ഒരു സമയം ലജ്ജ ഉണ്ടാവുമായിരിക്കും. അതാണു ക്ഷണേന പറയാതെ പറയാം എന്നൊരു പീഠിക വെച്ചു പറഞ്ഞത് എന്നു സായ്‌വ് വിചാരിച്ചു.

ഗിൽഹാംസായ്‌വ്: എനിക്കു കാര്യം ഇപ്പോൾ അറിയണമെന്നില്ല. പിന്നെ സാവകാശത്തിൽ പറഞ്ഞാൽ മതി. എന്നാൽ നിണക്കു വല്ലതും വേണ്ടതുണ്ടെങ്കിൽ ചെയ്‌വാൻ ഞാൻ ഒരുക്കമാണ്.

മാധവൻ: എനിക്കു ദയവുചെയ്ത് ഒരു കൊല്ലത്തെ കല്പന തരാൻ ഞാനപേക്ഷിക്കുന്നു. എനിക്കു കുറെ രാജ്യസഞ്ചാരം ചെയ്യണമെന്ന് ആഗ്രഹമുണ്ട്.

കുറെ ആലോചിച്ചിട്ടു സായ്‌വ് മറുപടി പറഞ്ഞു.

ഗിൽഹാം സായ്‌വ്: മനസ്സിനു വല്ല സുഖക്കേടും ഉണ്ടെങ്കിൽ രാജ്യസഞ്ചാരം ചെയ്യുന്നതുപോലെ അതിന്റെ നിവൃത്തിക്കു വേറെ ഒന്നുമില്ല. നിന്റെ വിചാരം എനിക്കു പൂർണ്ണ ബോദ്ധ്യമായിരിക്കുന്നു. വിശേഷിച്ചു നീ പഠിപ്പുകഴിഞ്ഞശേഷം എങ്ങും സഞ്ചരിച്ചിട്ടില്ല. ഞങ്ങൾ ബിലാത്തിയിൽ യൂനിവർസിട്ടി വിട്ടാൽ ഒരു സഞ്ചാരം കഴിച്ചിട്ടേ വല്ല ഉദ്യോഗത്തിലും പ്രവേശിക്കാറുള്ളൂ എന്നു നിണക്കുതന്നെ അറിയാമല്ലോ. ഏതു രാജ്യത്തു സഞ്ചരിപ്പാനാണു വിചാരിക്കുന്നത്? കഴിയുമെങ്കിൽ യൂറോപ്പിലേക്കാണ് പോവേണ്ടത്. എന്നാൽ തല്ക്കാലം വരുന്ന മാസം മുതൽ മൂന്നുമാസം അവിടെ വളരെ ശീതവും സുഖക്കേടും ഉള്ള കാലം. അതു കഴിഞ്ഞാൽ വളരെ സുഖമുള്ള കാലമാണ്. ഇപ്പോൾ എങ്ങോട്ടു പോവാനാണു വിചാരിക്കുന്നത്?

മാധവൻ: ഇപ്പോൾ യൂറോപ്പിൽ സുഖമില്ലെങ്കിൽ വടക്കേ ഇൻഡ്യയിലും ബർമ്മയിലും ഒന്നു സഞ്ചരിച്ചു ദിക്കുകൾ കാണാമെന്നാണ് വിചാരിക്കുന്നത്.

ഗിൽഹാംസായ്‌വ്: എന്നാൽ നീ ഇപ്പോൾ ഒരു നാലുമാസത്തെ കല്പന എടുത്താൽ മതി എന്നു ഞാൻ വിചാരിക്കുന്നു. പിന്നെ അധികം വേണമെങ്കിൽ എഴുതി അയച്ചാൽ ഞാൻ അനുവദിക്കാം. നിണക്കു ക്ഷീണം വളരെ കാണുന്നു. വേഗം പോയി ഭക്ഷണം കഴിക്കൂ.

എന്നു പറഞ്ഞു സായ്‌വ് എഴുന്നേറ്റു. മാധവനും എഴുന്നേറ്റു

നിന്നു. സായ്‌വ് മാധവന്റെ കൈപിടിച്ച്, നിണക്കു സർവ്വ ശുഭവും ഉണ്ടാവട്ടെ. നിന്റെ വ്യസനങ്ങൾ എല്ലാം തീർന്ന് ഉടനെ എനിക്കു നിന്നെ കാണാൻ സംഗതി വരട്ടെ. എന്നു പറഞ്ഞപ്പോൾ സായ്പ്പിനും മാധവനും ഒരുപോലെ കണ്ണിൽ വെള്ളം നിറഞ്ഞു പോയി.

മാധവൻ ഉടനെ പാർക്കുന്നേടത്തു വന്നു കുളിച്ചു ഭക്ഷണം കഴിച്ചു എന്നു പേരുവരുത്തി.

അച്ഛന് ഒരു കത്ത് എഴുതി ശിന്നനേയും വാലിയക്കാർ രണ്ടാളേയും കത്തോടുകൂടി മലയാളത്തിലേക്ക് അയച്ചു. പിറ്റേദിവസം വൈകുന്നരത്തെ വണ്ടിക്കു ബൊമ്പായിലേക്കു ടിക്കറ്റുവാങ്ങി മദിരാശി വിടുകയും ചെയ്തു.

എനി എനിക്കു പറയാനുള്ള കഥ. മഹാകഷ്ടമായ കഥയാണ്. ഇത്ര നേരം എഴുതിയതിലും കഷ്ടമാണ്. എങ്കിലും പറയാതെ നിവൃത്തിയില്ലെല്ലൊ.

ശിന്നനും രണ്ടു വാലിയക്കാരും കൂടി പിറ്റേദിവസം ഉച്ചയ്ക്കു വണ്ടി എറങ്ങി പട്ടരുടെ മഠത്തിൽ കയറി ഊണു കഴിച്ച് അവിടെ നിന്നുപോന്നു ചെമ്പാഴിയോട്ടുവക ഊട്ടുപുരയിൽ കയറി അന്ന് അവിടെ താമസിച്ചു. പിറ്റേദിവസം രാവിലെ പത്തുമണിക്കു ചെമ്പാഴിയോട്ട് എത്തി. ശിന്നനും ഒരു വാലിയക്കാരനും പൂവള്ളിവീട്ടിലേക്കും മറ്റേവൻ ഗോവിന്ദപ്പണിക്കരുടെ വീട്ടിലേക്കും പോയി. ഇവൻ ചെല്ലുമ്പോൾ ഗോവിന്ദപ്പണിക്കരും ഗോവിന്ദൻ കുട്ടിമേനവനും കൂടി രണ്ടു കസാലയിൽ ഇരുന്നു വെടി പറയുന്നു. വാലിയക്കാരൻ പടി കടന്നതു കണ്ട ഉടനെ ഗോവിന്ദപ്പണിക്കർ എഴുനീറ്റു മാധവൻ എത്തിയോ എന്നു ചോദിച്ചുംകൊണ്ടു കോലായിന്റെ വക്കിൽ നിന്നു. കുട്ടൻമേനോൻ എജമാനൻ വന്നിട്ടില്ല- ഒരു എഴുത്തുണ്ട്, എന്നു പറഞ്ഞു. അപ്പോൾതന്നെ ഗോവിന്ദപ്പണിക്കർക്ക് ഒരു സുഖക്കേടുതോന്നി. ദീനം ഒന്നും ഇല്ലെല്ലോ? ഇല്ല എന്നു വാലിയക്കാരൻ പറഞ്ഞശേഷം എഴുത്തു തുറന്നു വായിച്ചു. അദ്ദേഹം വായിച്ച എഴുത്തു താഴെ ചേർക്കുന്നു.

വർത്തമാനങ്ങൾ എല്ലാം ശങ്കരശാസ്ത്രികളും മറ്റും പറഞ്ഞറിഞ്ഞു. എന്റെ അഭിപ്രായം പോലെതന്നെ അച്ഛനും ഇന്ദുലേഖയുടെ മേൽ അഭിപ്രായമായിരുന്നു എന്നു ഞാൻ അറിയുന്നതുകൊണ്ടു ഞാൻ അങ്ങനെ അഭിപ്രായപ്പെട്ടുപോയിതിൽ എന്നെ വളരെ നിന്ദിക്കുന്നില്ല. മനുഷ്യരുടെ കൗടില്യം എത്രയെന്നും ഏതുവിധമെന്നും ഒരാൾക്കു ഗണിക്കാൻ കഴിയില്ലെല്ലൊ. എനിക്കു മനസ്സിന് അശേഷം

സുഖമില്ലാത്തതിനാൽ രാജ്യസഞ്ചാരത്തിന്നു പോവുന്നു. കുറെനാൾ കഴിഞ്ഞു സുഖമായാൽ മടങ്ങിവന്ന് അച്ഛനേയും അമ്മയേയും കാണും. അച്ഛൻ ഇതു നിമിത്തം ഒട്ടും വ്യസനിക്കേണ്ട. ഞാൻ ആത്മഹത്യ മുതലായ ദുഷ്പ്രവൃത്തികൾ ഒന്നും ചെയ്തുകളയും എന്നു സംശയിക്കരുത്. രാജ്യസഞ്ചാരം കഴിച്ചു നിശ്ചയമായി മടങ്ങിവരാനാണു ഞാൻ ഇപ്പോൾ വിചാരിച്ചിട്ടുള്ളത്. എന്നാൽ അത് എത്ര കാലം കൊണ്ടാണെന്ന് ഞാൻ ഉറപ്പിച്ചിട്ടില്ല. അച്ഛനും എന്റെ അമ്മയ്ക്കും ഞാൻ എത്രയോ പ്രിയപ്പെട്ട മകനാണെന്ന് എനിക്കു നല്ല അറിവുണ്ട്. ഞാൻ എന്തുതന്നെ എഴുതിയാലും അച്ഛൻ വ്യസനിക്കാതെ ഇരിക്കയില്ല. എന്നാൽ അമ്മയെ വിചാരിച്ച് അച്ഛൻ വ്യസനം കഴിയുന്നേടത്തോളം പുറത്തു കാണിക്കരുതേ. അച്ഛൻ സ്വല്പം വ്യസനം കാണിച്ചാൽ അമ്മ വളരെ വിഷാദിക്കും. ഞാൻ നാളെ മദിരാശി വിടുന്നു. എന്ന് എന്റെ അച്ഛനെ ഗ്രഹിപ്പിപ്പാൻ- മാധവൻ.

ഈ എഴുത്തു വായിച്ച ഉടനെ, അയ്യോ! എന്റെ കുട്ടാ! നീ എന്നെ ആക്കീട്ട് ഓടിപ്പോയി, എന്നു പറഞ്ഞു മാറിൽ അടിച്ചു ഗോവിന്ദപ്പണിക്കർ ബോധംകെട്ടുവീണു.

ഗോവിന്ദൻകുട്ടിമേനവൻ യാതൊന്നും നോക്കാതെ ക്ഷണത്തിൽ എഴുത്തെടുത്തു വായിച്ചു മനസ്സിലാക്കി. കുറെ വെള്ളം കൊണ്ടുവന്നു. ഗോവിന്ദപ്പണിക്കരുടെ മുഖത്തു തളിച്ച് അദ്ദേഹത്തിനു ബോധം വന്ന ക്ഷണം വളരെ ദേഷ്യത്തോടുകൂടി പറയുന്നു.

ഗോവിന്ദൻകുട്ടിമേനവൻ: ഇതെന്താണ് ഈ കാണിച്ചത്? കഷ്ടം-കഷ്ടം! ഇത്ര ബുദ്ധിയുണ്ടായിട്ട് ഈ വിധം കാണിച്ചുവല്ലൊ. കഷ്ടം-മഹാകഷ്ടം! ഈ ഗോഷ്ഠി കണ്ടപ്പോൾ മാധവൻ മരിച്ചുപോയോ എന്നു ഞാൻ ശങ്കിച്ചുപോയി. ജ്യേഷ്ഠനും ബുദ്ധിയും അറിവും ഇല്ലാഞ്ഞിട്ടല്ല. മാധവനോടുള്ള അതിപ്രേമം കൊണ്ടായിരിക്കും ഇങ്ങനെ അനാവശ്യമായി വ്യസനിച്ചത്. മാധവന് എന്താണ് ഇപ്പോൾ ഒന്നു വന്നത്? മനസ്സിന്നു സുഖമില്ലെന്നു തോന്നി. കുറെദിവസം രാജ്യസഞ്ചാരത്തിന്നു നിശ്ചയിച്ചു മദിരാശിയിൽ നിന്നുപോയി എന്ന് അറിയിച്ചിരിക്കുന്നു. എന്താണ് ഇതിൽ ഇത്ര വ്യസനിപ്പാനുള്ളത്? ഇൻഡ്യാരാജ്യം എങ്ങും തീവണ്ടിയുണ്ട്- യൂറോപ്പിലേക്കു പോവുന്നതായാൽ അതു സുഖമായി എളുപ്പത്തിൽ സാധിക്കും. നുമ്മൾക്ക് അയാളുടെ വർത്തമാനം പണം ചിലവിട്ടാൽ എങ്ങനെ എങ്കിലും അറിയാം. പക്ഷേ, നുമ്മൾക്കുതന്നെ തിരിഞ്ഞു പോവാം.

ഗോവന്ദപ്പണിക്കർ: അതിന് എന്താണു സംശയം? ഞാൻ എനി ഭക്ഷണം കഴിക്കുന്നത് ഈ മലയാളം വിട്ടിട്ട്- അതിനു സംശയമി

ല്ല.

ഗോവിന്ദൻകുട്ടിമേനോൻ: ആവട്ടെ; പോവുന്നതിന് എന്തു വിരോധം? നിശ്ചയമായി ഞാനും വരാം. ഇങ്ങനെ തുമ്പില്ലാതെ വ്യസനിക്കുന്നത് എന്തു കഷ്ടം! ജ്യേഷ്ഠന്റെ ഈ വ്യസനം കണ്ടാൽ മാധവന്റെ അമ്മ എങ്ങനെ ജീവിക്കും?

ഇത്രത്തോളം പറയുമ്പോഴേക്ക് ശുദ്ധവെയിലിൽ ഇന്ദുലേഖ കയറിവരുന്നതുകണ്ടു. ഉടനെ ഗോവിന്ദപ്പണിക്കർ കണ്ണീർ തുടച്ചു. എണീട്ടു നിന്നു ഇന്ദുലേഖ വെയിലത്തു നടന്നു വിയർത്തു മുഖവും മറ്റും രക്തവർണ്ണമായിരിക്കുന്നു. തലമുടി മുഴുവനും അഴിഞ്ഞുവീണ് എഴയുന്നു. എന്താണു മദിരാശി വർത്തമാനം? എന്ന് ചോദിക്കുമ്പോഴേയ്ക്കു പിന്നാലെ ഇന്ദുലേഖയുടെ അമ്മ, മുത്തശ്ശി, പാർവ്വതിഅമ്മ, അഞ്ചാറു ദാസിമാർ ഇവരും കയറി വരുന്നതു കണ്ടു. എല്ലാം കൂടി അവിടെ ഒരു തിരക്ക് എന്നേ പറവാനുള്ളൂ.

ഇന്ദുലേഖ: എന്താണു മദിരാശി വർത്തമാനം; എന്നോടു പറയരുതേ?

ഗോവിന്ദൻകുട്ടിമേനോൻ: ഇന്ദുലേഖ അകത്തു പോവൂ. ഒന്നും ഭ്രമിക്കേണ്ട; വ്യസനിക്കാൻ ഒന്നുമില്ല.

പാർവ്വതിഅമ്മ: അയ്യോ! എന്റെ കുട്ടി എവിടെ പൊയ്ക്കളഞ്ഞു? അയ്യയ്യോ!- ഞാൻ എനി അരനാഴിക ജീവിച്ചിരിക്കയില്ല!

ഇന്ദുലേഖ: എഴുത്തു കൊണ്ടുവന്നു എന്നു ശിന്നൻ എന്നോടു പറഞ്ഞുല്ലോ. ആ എഴുത്ത് എവിടെ?

ഗോവിന്ദപ്പണിക്കർ എഴുത്ത് ഇന്ദുലേഖയുടെ കൈയിൽ കൊടുത്തു.

ഇന്ദുലേഖ എഴുത്തുവായിച്ച ഉടനെ അകത്ത് ഒരു മുറിയിൽ പോയി ഒരു കട്ടിലിന്മേൽ വീണു കരഞ്ഞുതുടങ്ങി. പാർവ്വതിഅമ്മയുടെ നിലവിളി സഹിച്ചുകൂടാതായി.

എന്റെ മകനെ, നിന്നെ എനി എന്നു ഞാൻ കാണും? എന്റെ മകനെപ്പോലെ ഒരു കുട്ടിയെ ഈ ഭൂമിയിൽ കാണാനില്ലല്ലോ ഈശ്വരാ? ഞാൻ എനി എന്തിനു ജീവിച്ചിരിക്കുന്നു. ഈശ്വരാ! എന്റെ കുട്ടീ, നിന്നെ ആരു നോക്കി രക്ഷിക്കും? എനിക്കു വേറെ ഒരു മക്കളും ഇല്ലെന്നു നീ അറിഞ്ഞുകൊണ്ട് നീ ഇങ്ങനെ എന്നെ ഇട്ടേച്ചു പോയല്ലോ, ഉണ്ണീ? ഈശ്വരാ!

എന്നു പറഞ്ഞു കഠിനമായി മാറത്തടിച്ചു നിലവിളിക്കുന്ന കേട്ടുകൊണ്ടു നില്ക്കുന്ന ഒരാൾക്കെങ്കിലും ഒരക്ഷരവും ഈ അമ്മയോടു പറവാൻ ധൈര്യം വന്നില്ല. അപ്പോഴയ്ക്കും പൂവള്ളിയിൽ നിന്നു

ശങ്കരമേനോൻ, ചാത്തരമേനോൻ മുതലായവർ എല്ലാവരും എത്തി.

ശങ്കരമേനോൻ: (പാർവ്വതിഅമ്മയോട്) എന്തിനാണു നീ ഇങ്ങനെ കരയരുത്? മാധവന് ഒന്നും വന്നിട്ടില്ല.

ഇത്രത്തോളം പറയുമ്പോഴയ്ക്കും ശങ്കരമേനോനും കരഞ്ഞു പോയി. ഇദ്ദേഹത്തിനു മാധവന്റെ മേൽ അതിവാത്സല്യമായിരുന്നു.

ശങ്കരമേനോൻ: (കണ്ണീർ തുടച്ചുംകൊണ്ട്) പത്തു ദിവസത്തില കത്തു മാധവൻ ഇവിടെ എത്തും. അവൻ ഏതു ദിക്കിൽ ഉണ്ടെങ്കിലും ഞങ്ങൾ പോയി കൊണ്ടുവരും. പിന്നെ നീ എന്തിനു വിഷാദിക്കുന്നു.?

പാർവ്വതി അമ്മ: ജ്യേഷ്ഠൻ പോവുന്നുണ്ടെങ്കിൽ ഞാൻ കൂടെ വരാം. എനിക്ക് എന്റെ കുട്ടിയെ കാണാതെ ഇവിടെ ഇരിപ്പാൻ കഴിയില്ല. നിശ്ചയം.

ശങ്കരമേനോൻ: ആട്ടെ, പാർവ്വതിക്കു വരാം. പൂവള്ളിപോയി സ്വസ്ഥമായിരിക്കൂ. എണീക്കൂ- കാര്യം ഒക്കെ ശരിയായി വരും. മാധവന് ഒരു ദോഷവും വരികയില്ല.

ഗോവിന്ദപ്പണിക്കർ: പാർവ്വതി പൊയ്ക്കൊള്ളൂ- ഞാനും ഗോവിന്ദൻ കുട്ടിയും ഈ നിമിഷം മാധവനെ തിരയാൻ പോവുന്നു. പത്തു ദിവസത്തനകത്തു മാധവനോടുകൂടി ഞങ്ങൾ ഇവിടെ എത്തും. ഒട്ടും വിഷാദിക്കേണ്ട.

എന്നും മറ്റും പറഞ്ഞു പാർവ്വതിഅമ്മയെ കുറെ സമാശ്വസിപ്പിച്ച് പൂവള്ളി വീട്ടിലേക്ക് അയച്ചു.

ഇന്ദുലേഖയോട് ആർക്കും ഒന്നും പറവാൻ ധൈര്യം വന്നില്ല. ഒടുക്കം ഗോവിന്ദൻകുട്ടമേനവനും ശങ്കരമേനവും നിർബന്ധിച്ചതിനാൽ ഗോവിന്ദപ്പണിക്കർ ഇന്ദുലേഖ കിടക്കുന്ന അകത്തു കടന്നു ചെന്നു.

ഗോവിന്ദപ്പണിക്കർ; (ഇന്ദുലേഖയോട്) എന്താണ് ഇങ്ങനെ വ്യസനിക്കുന്നത്? ഇങ്ങിനെ വ്യസനിപ്പാൻ ഒരു സംഗതിയും നുമ്മൾക്ക് ഇപ്പോൾ വന്നിട്ടില്ല. ഇന്ദുലേഖ ഇങ്ങനെ വ്യസനിച്ചു കിടക്കുകയാണെങ്കിൽ ഞാനും ഗോവിന്ദൻകുട്ടിയും മാധവനെ തിരഞ്ഞുപോവാൻ നിശ്ചയിച്ചിട്ടുള്ളതു മുടങ്ങും.

ഇതുകേട്ടപ്പോൾ ഇന്ദുലേഖ എണീട്ടിരുന്നു.

ഇന്ദുലേഖ: തിരഞ്ഞുപോവാൻ ഉറച്ചുവോ?

ഗോവിന്ദപ്പണിക്കർ: എന്തു സംശയമാണ്? ഞാൻ പോവുന്നു.

ഇന്ദുലേഖ: ഇന്നലേയോ ഇന്നോ ബൊമ്പായിൽ നിന്നു കപ്പൽ കയറിയിരിക്കും. എന്നാലോ?

അപ്പോഴയ്ക്കു ഗോവിന്ദൻകുട്ടിമേനവൻ അകത്തേക്കു കടന്നു വന്നു.

ഗോവിന്ദൻകുട്ടിമേനോൻ: ഞങ്ങൾക്ക് എന്താണ്, ബിലാത്തിക്കു പോവാൻ കപ്പൽ കിട്ടുകയില്ലേ? നീ ഒന്നുകൊണ്ടു വ്യസനിപ്പാനില്ല. ഞങ്ങൾ ജീവനോടുകൂടി ഇരുന്നുവെങ്കിൽ മാധവനെ ഞങ്ങൾ ഒന്നിച്ചു കൊണ്ടുവരും.

എന്നു പറഞ്ഞു ഗോവിന്ദൻകുട്ടിമേനവൻ അമ്മയെ വിളിച്ച് തനിക്കു പുറപ്പെടാൻ വേണ്ടുന്നതെല്ലാം ഒരുക്കാൻ പൂവരങ്ങിലേക്കു പോയി.

ഇന്ദുലേഖ: (ഗോവിന്ദപ്പണിക്കരോട്) ഇങ്ങനെ ഒരു ചതി ചെയ്തത് ആർ? അദ്ദേഹത്തിനും എനിക്കും ഒരു വിരോധികളും ഉള്ളതായി ഞാൻ അറിയുന്നില്ല.

ഗോവിന്ദപ്പണിക്കർ: ഇതിൽ എന്തോ ഒരു അബദ്ധമായ ധാരണ ജനങ്ങൾക്കു വന്നുപോയിട്ടുണ്ട്. നമ്പൂതിരിപ്പാട് ഇന്ദുലേഖയുടെ മാളികയിന്മേൽ വെച്ചു പാട്ടുകേട്ട് അവിടെത്തന്നെ ആയിരുന്നു രണ്ടു രാത്രിയും ഉറങ്ങിയത് എന്നും മറ്റും ഈ ദിക്കിൽ എല്ലാം ധാരാളം ഒരു ഭോഷ്ക് നടക്കുന്നുണ്ട്. ഞാൻ പൊല്പായി ഇങ്ങനെ പറയുന്നതു കേട്ടു. പിന്നെ നമ്മുടെ ശാസ്ത്രികളും കുട്ടിയോടു വേണ്ട വിഡ്ഢിത്തം എല്ലാം ചെന്നു പറഞ്ഞു എന്നല്ലേ കേട്ടത്? എന്തു ചെയ്യാം! നുമ്മളുടെ ഗ്രഹപ്പിഴ– എന്റെ കുട്ടിയെ കാണാതെ ഞാൻ മടങ്ങുകയില്ല. കണ്ടില്ലെങ്കിൽ ഞാൻ പിന്നെ ജീവിച്ചിരിക്കുകയുമില്ല.

എന്നു പറയുമ്പോഴേക്ക് കണ്ണിൽ നിന്ന് വെള്ളം ധാരാളമായി ചാടിത്തുടങ്ങി.

ഇന്ദുലേഖ: വ്യസനിക്കരുതേ. അദ്ദേഹത്തെ കാണും. നുമ്മൾക്കു സുഖമായിരിക്കാനും സംഗതിവരും. എന്നാൽ എനിക്കു മുഖ്യമായ വ്യസനം എന്റെ സ്വഭാവം ഇത്ര വെടുപ്പായി മനസ്സിലായിട്ടു ഞാൻ ഇത്ര അന്തസാരമില്ലാത്തവളാണെന്ന് ഇത്രവേഗം നിശ്ചയിച്ചുകളഞ്ഞുവല്ലോ എന്നുള്ളതാണ്. ഈ വ്യസനം എനിക്കു സഹിക്കുന്നില്ല.

എന്നു പറഞ്ഞ് ഇന്ദുലേഖ കരഞ്ഞു.

ഗോവിന്ദപ്പണിക്കർ: മാധവൻ ഇക്കുറി മദിരാശിക്കു പോവുമ്പോൾ ഞാൻ തന്നെ ഇന്ദുലേഖയുടെ തന്റേടത്തെക്കുറിച്ചും മറ്റും വളരെ പറഞ്ഞിരുന്നു. ഗ്രഹപ്പിഴയ്ക്ക് എന്റെ കുട്ടിക്ക് അതൊന്നും തോന്നീല. ഞാൻ പുറപ്പെടാൻ ഒക്കെ ഒരുക്കട്ടെ.

എന്നു പറഞ്ഞു ഗോവിന്ദപ്പണിക്കർ പുറപ്പാടിനുള്ള ശ്രമങ്ങൾ തുടങ്ങി ഇന്ദുലേഖയെ ഒരുവിധമെല്ലാം സാന്ത്വനം ചെയ്ത്, അമ്മ ലക്ഷ്മിക്കുട്ടി അമ്മയോടുകൂടി പൂവരങ്ങിലേക്ക് അയയ്ക്കുകയും ചെയ്തു. ഗോവിന്ദപ്പണിക്കർ തന്റെ ഭാര്യയേയും സമാശ്വസിപ്പിച്ചു. പുറപ്പെടാൻ ഒരുങ്ങി. പഞ്ചുമേനവന് ഈ വർത്തമാനം കേട്ടപ്പോൾ ബഹുസന്തോഷമായി. കുരുത്തംകെട്ടവന് അങ്ങനെയെല്ലാം പറ്റും എന്നു പറഞ്ഞു സന്തോഷിച്ചു. എന്നു വെളിവായി മനസ്സിലായിട്ടില്ല. തന്റെ ശപഥം കേട്ടിട്ടു ഭയപ്പെട്ടിട്ടോ മറ്റോ ആയിരിക്കാമെന്ന് ഒരു ഊഹം മാത്രം ഉണ്ട്. പഞ്ചുമേനവനോടും ഗോവിന്ദൻകുട്ടിമേനവൻ യാത്ര ചോദിച്ചപ്പോൾ അത് അശേഷം തനിക്കു രസമായില്ലെങ്കിലും വിരോധിച്ചാൽ ഫലമുണ്ടാവുകയില്ലെന്നു നിശ്ചയിച്ച് മൗനാനുവാദമായി സമ്മതിച്ചു എന്നുതന്നെ പറയാം. അന്ന് അത്താഴം കഴിഞ്ഞു ഗോവിന്ദപ്പണിക്കരും ഗോവിന്ദൻകുട്ടിമേനവനും ഒരു നാലു വാലിയക്കാരുംകൂടി മാധവനെ തിരയുവാൻ പുറപ്പെടുകയും ചെയ്തു.

മാധവന്റെ രാജ്യസഞ്ചാരം

മാധവൻ മദിരാശിയിൽ നിന്നു വണ്ടികയറുമ്പോൾ ബൊമ്പായിലേക്കാണു ടിക്കറ്റു വാങ്ങിയത് എന്നു പറഞ്ഞിട്ടുണ്ടല്ലോ. തന്റെ കൂടെ ഭൃത്യന്മാർ ആരും ഇല്ല. ഉടുപ്പ് ഇടുന്ന തോൽപ്പെട്ടിയിൽ കുറെ വസ്ത്രങ്ങൾ (അധികവും ഇംക്ലീഷ് മാതിരി ഉടുപ്പുകൾ), വേറെ ഒരു പെട്ടിയിൽ തന്റെ വിശേഷമായ തോക്കുകൾ, തിരകൾ, ഒരു ചെറിയ എഴുത്തുപെട്ടിയിൽ തന്റെ വക പണം, ഒരു എട്ടുപത്തു പുസ്തകങ്ങൾ- ഇത്രമാത്രമേ ഒന്നിച്ചെടുത്തിട്ടുള്ളൂ. വഴിയാത്രയിൽ മുഴുവൻ നല്ല യൂറോപ്യൻ ഡ്രസ്സും ബൂട്സും ആണു നിശ്ചയിച്ച് ഇട്ടുവന്നത്. ആറു കുഴലുകൾ ഉള്ള ഒരു റിവോൾവർ കാൽക്കുപ്പായത്തിന്റെ വലിയ പോക്കറ്റിൽ ഇട്ടിട്ടു പലപ്പോഴും നടക്കാറുള്ള സമ്പ്രദായം വഴിയാത്ര ആരംഭിച്ച മുതൽ മാധവൻ എല്ലായ്പോഴും ചെയ്തുവന്നു. യുറോപ്പിലേക്കു തല്ക്കാലം പോവേണ്ട. എന്നുള്ള സായ്‌വിന്റെ ഉപദേശവും കൈയിൽ ധാരാളം പണമില്ലായ്കയും നിമിത്തം മാധവൻ അരയാൽച്ചുവട്ടിൽ വെച്ചു സഞ്ചരിപ്പാൻ നിശ്ചയിച്ചിരുന്ന സ്ഥലങ്ങളെ എല്ലാം മനസ്സുകൊണ്ടു വിട്ട്, വടക്കെ ഇൻഡ്യയിലും ബർമ്മായിലും സഞ്ചരിക്കാമെന്നുറച്ചു. ബൊമ്പായിൽ എത്തിയ ഉടനെ അച്ഛൻ കൊടുത്ത ചുകപ്പുകടുക്കൻ രണ്ടും വിറ്റു.

അപ്പോൾ വില്ക്കേണമെന്നില്ലായിരുന്നു. കൈയിൽ ഏകദേശം ഇരുനൂറ്റിഅമ്പത് ഉറുപ്പി നാണ്യമായും നോട്ടായും ഉണ്ടായിരുന്നു. എങ്കിലും തന്റെ ആ കാതിൽ കിടക്കുന്ന കടുക്കൻ രണ്ടും അപ്പോൾ തനിക്കു വളരെ ഭാരമായിട്ടും ഉപദ്രവകരമായും തോന്നി അഴിച്ചു വിറ്റു. ഒരു പെരും കള്ളൻ കച്ചവടക്കാരൻ നൂറ്റമ്പത് ഉറുപ്പികയ്ക്ക് സാധു മാധവനോട് കടുക്കൻ തട്ടിപ്പറിച്ചു. മാധവനെ ഹോട്ടലിൽ ഭക്ഷണം കഴിച്ച് ഉച്ചതിരിഞ്ഞ് മൂന്നരമണിയ്ക്ക് കപ്പൽ കയറുന്ന ബന്തറിൽ പോയി കട്ടിലിലേക്ക് നോക്കി കൊണ്ടു നിന്നു. മാധവന് മനസ്സിന് വളരെ സുഖം തോന്നി. നമ്മുടെ മലയാളത്തിൽ കോഴിക്കോട് മുതലാ ദിക്കിലെ കടപ്പുറങ്ങൾ മാത്രം കണ്ടവർക്ക് ബൊംബായ് ബന്തറിന്റെ സ്വഭാവം എങ്ങനെ എന്ന് മനസ്സിൽ യാതൊരു അനുമാനവും ചെയ്വാൻ കഴിയില്ല. ഇന്ത്യയിൽ നിന്ന് ബിലാത്തിയിലേക്കും ബിലാത്തിയിൽ നിന്ന് ഇന്ത്യയിലേക്കും നടക്കുന്ന സകലവ്യാപാരകാവലുകളും പടക്കപ്പലുകളും ഒന്നാമത് എത്തുന്നത് ബൊംബായിൽ ആണ്. എല്ലാസമയവും ഈ ബന്തറിൽ അതിഗംഭീരങ്ങളായ കപ്പലുകൾ നിറഞ്ഞ് നിന്നുകൊണ്ടേ ഇരിക്കും. ബിലാത്തിയിൽ നിന്നുവരുന്ന മഹാന്മാരായ സകല ജനങ്ങളും ഇവിടെയാണ് ഒന്നാമത് ഇറങ്ങുന്നത്. അങ്ങനെ തന്നെ ഇന്ത്യയിൽ നിന്നു ബിലാത്തിക്ക് പോകുന്നവരും ഇവിടെ നിന്നാണ് സാധാരണ കപ്പൽ കയറുന്നത്. പിന്നെ പ്രായേണ സകലവിധ വിശേഷചരക്കുകളും ഇന്ത്യയിലേക്ക് ബിലാത്തിയിൽ നിന്നു വരുന്നത് ഒന്നാമത് ഇറക്കുന്നതും ഈ മഹത്തായ ബന്തറിലാണ്. അങ്ങനെയുള്ള ഒരു സ്ഥലത്തിന്റെ മഹിമയെക്കുറിച്ച് ഞാൻ വല്ലതും വർണ്ണിക്കേണ്ടതുണ്ടോ? വൈകുന്നേരം നാലു മണി മുതൽ ഏഴു മണിവരെ ഈ ബന്തറിൽ നടന്ന് നോക്കിയാൽ കാണാവന്ന കാഴ്ച വേറെ ഭൂമിയിൽ ഒരേടത്തും കാണാൻ പാടില്ലെന്ന് പറവാൻ പാടില്ലെങ്കിൽ ഇന്ത്യയിൽ വേറെ ഒരു സ്ഥലത്തും ഇല്ലെന്ന് തീർച്ചയായും ഞാൻ പറയുന്നു.

പാൽ നുരപോലെ അതിധവളങ്ങളാവും. നീരുണ്ട മേഘം പോലെ ശ്യാമളങ്ങളായും കുങ്കുമവർണ്ണങ്ങളായും അരുണവർണ്ണങ്ങളായും മിശ്രവർണങ്ങളായുമുള്ള പലമാതിരി അത്യുന്നതങ്ങളായ ആറും നാലും രണ്ടും കുതിരകളാൽ വലിക്കപ്പെടുന്നതും മഞ്ഞവെയിലിൽ അതിമനോഹരമായി മിന്നിത്തിളങ്ങിക്കൊണ്ട് കണ്ണുകളെ മയക്കുന്നതും ആയ ഗാഡികൾ അസംഖ്യം അന്യോന്യം തിക്കുതിരക്കില്ലാതെ ഓടുന്നതുകളെയും. ചിത്രത്തിൽ നിൽക്കുന്നതുപോലെ ബ

ഹുസജ്ജമായിട്ട് സമുദ്രതീരത്തിൽ ചിലേടങ്ങളിൽ നിർത്തീട്ടുള്ള തുകളുടെയും കാഴ്ച. പിന്നെ അഗാഡികളിൽത്തന്നെയിരുന്ന് കടൽകാറ്റ്കൊള്ളുന്നവരുടെയും പുറത്തിറങ്ങി നടന്നിട്ടും കടൽ വക്കത്ത് കെട്ടിയുണ്ടാക്കിയിട്ടുള്ള അതിമനോഹരങ്ങളായ ഇരിപ്പിടങ്ങളിൽ ഇരുന്നിട്ടും കാണാവുന്ന മഹാന്മാരായ പുരുഷന്മാരുടെയും ചന്ദ്രമുഖികളുടെയും വികസിച്ചു നില്ക്കുന്ന ചെന്താമരകളെപ്പോലെ ശോഭിച്ചുകാണുന്ന സുഖങ്ങളോടു കൂടിയ ചെറിയ കിടാങ്ങളുടെയും സംഘം സമുദ്രത്തിൽനിന്നു വരുന്ന മന്ദസമീരണനെ ഏറ്റു രസിച്ചു സല്ലപിച്ചിരിക്കുന്നതിനെ കാണുന്ന ആനന്ദകരമായ ഒരു കാഴ്ച. നിന്ന് ഞാനോ നിയ്യോ വലിയത് എന്നുള്ള ശണ്ഠയോടുകൂടി എന്നു തോന്നും, വരിവരിയായി നില്ക്കുന്ന ഇംക്ലീഷ് സ്റ്റീമർ, ഫ്രഞ്ച്സറ്റീമർ, ജർമ്മൻസ്റ്റീമർ, മറ്റോരോ വലിയ യൂറോപ്യൻ രാജ്യത്തിലുള്ള കപ്പലുകൾ ഇവകളുടെ കാഴ്ച. അങ്ങനെ ഇരിക്കുമ്പോൾ അതിൽ ചില കപ്പലുകൾ യാത്രയ്ക്കു പുറപ്പെട്ട്, ധൂമം വലിയ കുഴലുകളിൽക്കൂടി തള്ളിത്തള്ളി ആകാശത്തിലേക്കു വിടുന്നതു നോക്കി നോക്കിയിരിക്കെ ആ കപ്പലുകളേയും ധൂമത്തേയും ക്രമേണ ക്രമേണ കാണാതെ ആയി വരുന്ന ഒരു കാഴ്ച അങ്ങനെതന്നെ ബന്തറുകളിലേക്കു വരുന്ന കപ്പലുകൾ ക്രമേണ ക്രമേണ അതുകളുടെ വലുപ്പത്തെ കാണിച്ചും കൊണ്ടു കരയോട് അടുക്കുന്നതു കാണുന്ന കാഴ്ച. വയ്യുമ്പാടുള്ള മഞ്ഞവെയിൽ തട്ടി ഉളിയുന്നതായ അതിഭംഗിയുള്ള ചെറിയ പിച്ചളക്കഴുത്തുകൾ വെച്ച കുഴലുകളിൽക്കൂടി പുക വിട്ടുവിട്ടു ബഹുമനോഹരമാകുവണ്ണം കപ്പലുകളുടെ സമീപത്തിൽ നിന്നു പീയറിലേക്കും പീയറിൽനിന്നു കപ്പലുകളുടെ സമീപത്തേക്കും അതിദൂരങ്ങളായി നില്ക്കുന്ന ആ കപ്പലുകളുടെ ചെറുകിടാങ്ങൾ പാഞ്ഞുകളിക്കുന്നതോ എന്നു മനസ്സിൽ തോന്നിക്കുവിധം അങ്ങട്ടും ഇങ്ങട്ടും ഓടുന്ന ചെറിയ തീ ബോട്ടുകളുടെ അതികൗതുകമായ വ്യാപാരങ്ങളെ കാണുന്ന ഒരു കാഴ്ച.

ഒരേടത്തു സമുദ്രസഞ്ചാരത്തിനു പുറപ്പെടുന്ന അതിമഹാന്മാരായ ജനങ്ങളും പരിവാരങ്ങളും കപ്പലിൽ കയറുവാൻ പുറപ്പെടുന്നതും അനുയാത്രയ്ക്കു വന്നവർ ആശീർവ്വചനങ്ങളോടുകൂടി യാത്രപറഞ്ഞു. വ്യസനിച്ചും കൊണ്ടു പിരിഞ്ഞുപോവുന്നതും കാണാം. മറ്റൊരേടത്ത് അധികം കാലമായി ബിലാത്തിയിൽ സംഗതിവശാൽ പോയി താമസിക്കേണ്ടിവന്നവളും തന്റെ പ്രാണപ്രിയയും ആയ ഭാര്യ കപ്പലിൽ നിന്ന് എറങ്ങുമ്പോൾ അത്യന്തം ആഗ്രഹത്തോടെ എതിരേല്ക്കാൻ ചെന്നു നില്ക്കുന്ന ഭർത്താവ് ഭാര്യയെ

ബോട്ടിൽ നിന്ന് എറക്കി ഗാഢാലിംഗനം ചെയ്തു വിമാനസദൃശമായ ഗാഡിയിൽ കയറ്റി അതിസന്തോഷത്തോടുകൂടി ഓടിച്ചും കൊണ്ടും പോവുന്നതു കാണാം. മറ്റൊരേടത്ത് അപ്പോൾ കപ്പലിൽ നിന്ന് എറങ്ങിയവരും നാലും അഞ്ചും കൊല്ലങ്ങൾ അച്ഛനമ്മമാരെ ഒരു നോക്കു കണ്ടിട്ടില്ലാത്തവരുംആയ കിടാങ്ങളെ അച്ഛനമ്മമാർ വന്ന് എടുത്ത് അത്യന്തഹർഷത്തോടുകൂടി ചുംബിച്ചു സന്തോഷാശ്രുക്കളോടു ഗൽഗദാക്ഷരങ്ങളായ വാക്കുകളോടുംകൂടി അന്യോന്യം പ്രേമപരവശന്മാരായി നില്ക്കുന്നതും കാണാം. ഇതിനെല്ലാം പുറമെ ജനങ്ങളുടെ വിനോദത്തിനുവേണ്ടി അവിടെവച്ചു പ്രയോഗിക്കുന്ന ബാൻഡുവാദ്യത്തിന്റെ സുഖമായ സംഗീതകോലാഹലം. പിന്നെ ഈ സകല കാഴ്ചകൾക്കും വിനോദങ്ങൾക്കും ജീവനും അതിശോഭയും കൊടുക്കുന്നതും വാചാമഗോചരമായി നിസ്തുല്യമായിരിക്കുന്നതും ആയ സൂര്യസ്തമനശോഭാ. ഇതുകളെ എല്ലാം കണ്ടു കണ്ടു മാധവൻ ആനന്ദിച്ചു നിന്നുപോയി. പഴഞ്ചൊല്ലായി പറയും പ്രകാരം ചുങ്കം വീട്ടിയ മനുഷ്യൻ എന്നവനെപ്പോലെ തനിക്ക് അപ്പോൾ എന്തും യഥേഷ്ടം പ്രവർത്തിക്കാമെന്നുള്ള ഒരു സ്വാതന്ത്ര്യം ഉണ്ടായതു കൊണ്ടും മാധവനു മനസ്സിൽ വളരെ സുഖം തോന്നി. മുമ്പിൽക്കണ്ട എതെങ്കിലും കപ്പലിൽ ഒന്നു കയറി അല്പം സമുദ്രയാത്ര ചെയ്യണമെന്ന് മാധവന് ഒരു മോഹം തോന്നി. അന്ന് അസ്തമിച്ച് ഒൻപതുമണിക്ക് കല്ക്കത്താവിലേക്കു പുറപ്പെടുന്ന സ്റ്റീമർ മെറീനാ എന്ന കപ്പലിലേക്കു ടിക്കറ്റുവാങ്ങി രാത്രി എട്ടുമണിക്കു കപ്പൽ കയറുകയും ചെയ്തു.

ആപൽക്കാലത്ത് ഒന്നും സുഖമായി വരാൻ പാടില്ലല്ലോ. താൻ കയറിയ കപ്പൽ എന്നേക്കു കല്ക്കത്താവിൽ എത്തേണ്ടതാണെന്നുള്ള അന്വേഷണം മാധവൻ ചെയ്തിട്ടില്ലായിരുന്നു. ഈ കപ്പൽ കല്ക്കാത്താവിലേക്ക് എത്തുന്നതിന്നു മുമ്പു പലേ ബന്തറുകളിലും താമസിക്കാൻ ഏർപ്പെട്ടതായിരുന്നു. രണ്ടുദിവസംകൊണ്ടു മാധവനും സമുദ്രയാത്രയിലെ മോഹം തീർന്നു. എന്നല്ല ശരീരത്തിനു കുറേശ്ശെ സുഖക്കേടും തുടങ്ങി. മലബാറിനു നേരെ കപ്പൽ എത്തിയപ്പോൾതന്നെ പുറപ്പെട്ടിട്ട് ഒമ്പതുദിവസമായിരിക്കുന്നു. മലബാർ രാജ്യം കപ്പലിൽനിന്നു കുഴൽ വെച്ചു നോക്കിക്കണ്ടപ്പോൾ ക്ഷണേന മാധവനു വന്ന വ്യസനത്തെക്കുറിച്ച് എങ്ങനെ പറയും? തന്റെ അമ്മയേയും അച്ഛനേയും, ഓർത്തു കണ്ണിൽ വെള്ളം വന്നു. ഇതിന് അല്പം വിശേഷവിധി കാരണവും അപ്പോൾ ഉണ്ടായിരുന്നു. എണീപ്പാനും നടപ്പാനും പ്രയാസം. കപ്പലിലെ ആഹാരം ഒന്നും തനിക്കു

പിടിക്കുന്നില്ല. തനിക്ക് ഇഷ്ടപ്പെട്ടിട്ടുള്ള ഒരുമുഖവും എങ്ങും കാണ്മാനില്ലതന്നെ. അതിപുച്ഛത്തോടെ നോക്കുന്ന ചില യൂറോപ്യന്മാരും ചില താടിക്കാരായ തുലുക്കരും മറ്റും അല്ലാതെ കപ്പലിൽ വേറെ ഒരാളുമില്ല. തനിക്ക് ഒരു ഭൃത്യൻ കൂടി ഇല്ല. ഇങ്ങനെയെല്ലാമിരിക്കുമ്പോഴാണു മലയാളത്തിനു നേരെ തൂക്കിൽ കപ്പൽ എത്തിയത്. കപ്പലിൽ നിന്നു കുഴൽവെച്ചു നോക്കിയപ്പോൾ രാജ്യം നല്ലവണ്ണം കണ്ടു. തന്റെ പ്രിയപ്പെട്ട അച്ഛനേയും അമ്മയേയും ഓർത്തു കണ്ണിൽ വെള്ളം വന്നു കഷ്ടം! ദൈവമേ എന്നെ ഈ സ്ഥിതിയിൽ ആക്കിയല്ലോ എന്ന് ഓർത്തും കൊണ്ടും കുറെ കരഞ്ഞു. ഉടനെ ഇന്ദുലേഖയുടെ ഓർമ്മ വന്നു. കുഴൽ അവിടെയിട്ടു. താൻ മരിച്ച ശവം കടലിൽ ഇട്ടുപോയാലും മലയാളത്തിൽ അത്രവേഗം ചവിട്ടുകയില്ലെന്നു ധീരതയോടെ നിശ്ചയിച്ചു തന്റെ വിരിപ്പിൽ തന്നെ കിടന്നു. കപ്പൽ അതിസാവധാനത്തിൽ തന്നെയാണു പിന്നെയും യാത്ര. ചുരുക്കിപ്പറയാം. കല്ക്കത്താവിൽ കപ്പൽ എത്തുമ്പോൾ ബൊമ്പായി വിട്ടിട്ട് ഇരുപത്തിമൂന്നു ദിവസമായിരിക്കുന്നു. എന്നാൽ കപ്പലിൽ നിന്ന് ഇറങ്ങുമ്പോൾ മാധവനു ശരീരത്തിനു നല്ല സുഖമായിരിക്കുന്നു. അധികം ദിവസം പരിചയിച്ചതിനാൽ സമുദ്രത്തിലെ കാറ്റും കപ്പലിലെ ആഹാരവും മാധവനു പിടിച്ചതിനാലായിരിക്കാം ഈ സുഖം ഉണ്ടായത്. എങ്കിലും കരയിൽ എറങ്ങിയ ഉടനെ ആവൂ! ഈശ്വരാധീനം, കരയിക്കിറങ്ങിയല്ലോ, എന്നാണു മാധവന് ഒന്നാമതു തോന്നിയത്. കൽക്കത്താ പട്ടണം കണ്ടു മാധവൻ വിസ്മയിച്ചു. വിസ്മയിച്ചപ്രകാരം പറയാൻ ഞാൻ ഭാവിക്കുന്നില്ല. രണ്ടുദിവസം കൽക്കത്താവിൽ താമസിച്ചതിന്റെ ശേഷം ഒരു ദിവസം അവിടുത്തെ പാർക്ക് (മൃഗങ്ങളെ കാഴ്ചക്കായി വെച്ചിട്ടുള്ള സ്ഥലം) കാണ്മാൻ പോയി. ഓരോ വിശേഷങ്ങൾ കണ്ടുനടന്നുകൊണ്ടിരിക്കുമ്പോൾ വലിയ വിശേഷമായ ഉടുപ്പുകൾ ഇട്ടിട്ടുള്ള മുന്നുനാല് ആളുകൾ തനിക്ക് അഭിമുഖമായി വരുന്നതു പാർക്കിൽ ചീട്ടാ എന്ന് ഇംഗ്ലീഷിൽ പറയുന്ന ഒരുതരം ചെറുവക നരിയെ ഇട്ടിട്ടുള്ള ഒരു ഇരുമ്പഴിക്കൂട്ടിന്റെ സമീപമായിരുന്നു. അവിടെത്തന്നെയാണ് ഈ യോഗ്യരായ നാലുപേരും വന്നു നിന്നത്. ഈ ചെറുനരിക്ക് എര കൊടുക്കുന്ന സമയമായതിനാൽ അതു കാണ്മാൻ ഇവർ എല്ലാവരുംകൂടി കൂട്ടിന്ന് അടുത്തുപോയി നിന്നു. അങ്ങനെ ഇരിക്കുമ്പോൾ എര തിന്നാൻ കൊടുക്കുന്ന കൂടുസൂക്ഷകൻ കൂട്ടിന്റെ ഒന്നാമത്തെ വാതിൽ ഊരി അതിൽ കുറെ മാംസം ഇട്ടു. പിന്നെ ആ വാതിൽ അടയ്ക്കാൻ അന്ധാളിച്ചു കൂട്ടിന്റെ മദ്ധ്യത്തിലുള്ള വാതിൽ തുറ

ന്നു. ക്ഷണത്തിൽ ഒരു ചാട്ടത്തിന് ഈ ചെറുനരി കൂട്ടിന്റെ പുറത്തായി. ഈ വന്ന നാലുപേരും ഭയപ്പെട്ടു നിലവിളിച്ച് ഓടി. ആ ക്ഷണം മാധവൻ തന്റെ പോക്കറ്റിൽ നിന്നു റിവോൾവർ എടുത്ത് ഒരു വെടിവെച്ചു. ചെറുനരി ഒന്നുചാടി. രണ്ടാമത് ഒരു വെടിവെച്ചു; മൃഗം ചത്തുവീണു. ഉടനെ അവിടെനിന്ന് ഓടിപ്പോയ ശൂരന്മാരെല്ലാം തിരിയെത്തന്നെവന്നു. നാലുപേർ ഒന്നായി വന്നവരിൽ ഒരാൾ മാധവന്റെ കൈപിടിച്ച്, ഇംഗ്ലീഷിൽ, മിടുക്കൻ- മിടുക്കൻ എന്നു പറഞ്ഞു- പിന്നെ ഇങ്ങനെ ചോദിച്ചു: താങ്കൾ മലബാറിൽ നിന്നു വരുന്നാളാണെന്നു ഞാൻ വിചാരിക്കുന്നു

(ഈ ചോദ്യത്തിന്നു സംഗതി ഉണ്ടായി, ചെറുനരിയുമായുണ്ടായ പിണക്കത്തിൽ മാധവന്റെ തലയിൽ ഉണ്ടായിരുന്ന തൊപ്പി താഴത്തു വീണപ്പോൾ അതിദീർഘമുള്ള മാധവന്റെ കുടുമ പുറത്തുവീണു കണ്ടതിനാലാണ് ഈ ചോദിച്ച ആൾ മാധവൻ മലബാർ രാജ്യക്കാരനാണെന്ന് ഊഹിച്ചത്. ഈ ചോദിച്ച മനുഷ്യൻ മദിരാശിയിൽ വെച്ചു ചില മലയാളികളെ കണ്ടു പരിചയമുള്ളാളായിരുന്നു.)

മാധവൻ: അതെ,

ഈ രാജ്യത്ത് എപ്പോൾ വന്നു?

മാധവൻ: രണ്ടുദിവസമായി

എവിടെ താമസിക്കുന്നു?

മാധവൻ: ഒരു ഹോട്ടലിൽ

രാജ്യം കാണാൻ വന്നതായിരിക്കും?

മാധവൻ: അതെ.

താങ്കളുടെ മലബാർരാജ്യക്കാരെ എനിക്കു വളരെ ബഹുമാനമാണ്. താങ്കളുടെ ചെറുപ്പവയസ്സും കോമളാകൃതിയും അതിധൈര്യവും മിടുക്കും കണ്ടു ഞങ്ങൾ വളരെ സന്തോഷിക്കുന്നു. ഞാൻ ഈ ദിക്കിൽ ഒരു കച്ചവടക്കാരനും ഗൃഹസ്ഥനുമാണ്. എന്റെ പേര് ബാബു ഗോവിന്ദസേൻ എന്നാണ്. എന്റെ അടുക്കെ നില്ക്കുന്ന ഇയാളുടെ പേർ ഗോപിനാഥ ബാനർജി എന്നാണ്. ഇദ്ദേഹം എന്റെ കൂട്ടുകച്ചവടക്കാരനാണ്. ഈ നില്ക്കുന്നാളുടെ പേർ ബാബു ചിത്രപ്രസാദസേൻ എന്നാണ്. ഇദ്ദേഹം എന്റെ അനുജനാണ്. ഈ ചെറുപ്പക്കാരൻ എന്റെ മകനാണ്. ഗവൺമെന്റുദ്യോഗമായി ബൊമ്പായിൽ താമസമാണ്. ബാബു കേശവ ചന്ദ്രസേൻ എന്നാണ് പേർ. താങ്കൾ വേറെ പ്രകാരം നിശ്ചയങ്ങൾ ഒന്നും ചെയ്തുപോയിട്ടില്ലെങ്കിൽ ഈ കല്ക്കത്തായിൽ താമസം ഉള്ള ദിവസങ്ങളിൽ ഞങ്ങളുടെ ആതിഥ്യം ദയവുചെയ്തു സ്വീകരിച്ചു ഞങ്ങളുടെ ബങ്കളാവുകളിൽ

താമസമാക്കാൻ ഞങ്ങൾ വളരെ അപേക്ഷിക്കുന്നു. എന്റെ മകൻ കേശവചന്ദ്രസേൻ ഒരാഴ്ചവട്ടത്തിനുള്ളിൽ ബൊമ്പായിലേക്കു പോവുന്നുണ്ട്. ആ സമയത്തിനുള്ളിൽ താങ്കളും മലബാറിലേക്കു തിരിയെപ്പോവാൻ വിചാരിക്കുന്നുവെങ്കിൽ രണ്ടുപേർക്കും കൂടി സുഖമായി ബൊമ്പായി വരെ പോവുകയും ചെയ്യാമല്ലൊ.

സവിനയം ഒന്നാന്തരം ഇംഗ്ലീഷിൽ അത്യാദരവോടെ ഈ മഹായോഗ്യനായ മനുഷ്യൻ പറഞ്ഞ വാക്കു മാധവന്റെ മനസ്സിനെ ലയിപ്പിച്ചു. മാധവൻ: താങ്കളുടെ ആതിഥ്യം ഞാൻ ആദരവോടുകൂടി സ്വീകരിക്കുന്നു. എനിക്ക് ഈ രാജ്യത്തു യാതൊരു ബന്ധുക്കളും പരിചയക്കാരും ഇല്ലാ. താങ്കൾക്ക് അകാരണമായി ഈ ആദരവ് എന്നിൽ ഉണ്ടായത് എന്റെ ഭാഗ്യമാണെന്നു ഞാൻ വിചാരിക്കുന്നു. ചത്ത നരിയുടെ ശവം കുറേനേരം നോക്കിനിന്നു വിവരങ്ങൾ എല്ലാം പാർക്കുകീപ്പറെ അറിയിച്ചു. എല്ലാവരുംകൂടി പാർക്കുഗേറ്റിലേക്കു വന്നു. അവിടെ നിൽക്കുന്ന നാല് അത്യുന്നതങ്ങളായ കുതിരകളെ കെട്ടിയ ഒരു തുറന്ന ബഹുവിശേഷമായ വണ്ടിയിൽ ബാബുമാരും മാധവനും കയറി ബാബു ഗോവിന്ദസേന്റെ വീട്ടിലേക്കു പോകയും ചെയ്തു.

ബാബു ഗോവിന്ദസേനും അനുജൻ ചിത്രപ്രസാദസേനും കല്ക്കത്താവിൽ ഉള്ള കോടീശ്വരന്മാരിൽ അഗ്രഗണ്യന്മാരായിരുന്നു. അവരുടെ ബങ്കളാവിന്റെ പേർ അമരാവതി എന്നാണ്. പ്രത്യേകിച്ചു തെരുക്കളിൽ നിന്നു വിട്ടു നാലുഭാഗവും അതിമനോഹരങ്ങളായ പുഷ്പവാടികളെക്കൊണ്ടു ചുറ്റപ്പെട്ടിട്ടാണു ബങ്കളാവുകൾ നില്ക്കുന്നത്. ഈ വലിയ തോട്ടത്തിലേക്ക് ഏകദേശം അടുക്കാറായപ്പോഴേക്കുതന്നെ മാധവന്റെ മനസ്സിൽ ബഹു ആശ്ചര്യരസമാണ് ഉണ്ടായത്. നാലഞ്ച് അത്യുന്നതങ്ങളായ മാളികകൾ ദൂരത്തു നിന്നു വെളുവെളെ ആകാശത്തിലേക്കു ഗോപുരങ്ങളോടുകൂടി ഉയർന്നു നില്ക്കുന്നതു കണ്ടു മാധവൻ വിസ്മയിച്ചു പോയി. ഇത്ര ഉയരമുള്ള മാളികകൾ ഇതിൽ മുമ്പു താൻ കണ്ടിട്ടില്ലെന്ന് ഉള്ളിൽ മാധവൻ നിശ്ചയിച്ചു. ഈ ബങ്കളാവുകളുടെ ഉന്നതങ്ങളായ ഗേറ്റു വാതിലുകൾ കടന്നമുതൽ മാധവനു കാണപ്പെട്ട സകല സാധനങ്ങളും അത്യാശ്ചര്യകരമായിരുന്നു. ഇതു സാക്ഷാൽ ദേവേന്ദ്രന്റെ അമരാവതിതന്നെ ആയിരിക്കുമോ എന്നു തോന്നിപ്പോയി. ദ്രവ്യം നിർദ്ദാക്ഷിണ്യമായി ചിലവു ചെയ്തു ചെയ്യിപ്പിച്ചിട്ടുള്ള വേലകളല്ലാതെ അവിടെ ഒന്നും മാധവൻ കണ്ടില്ല. അത്യുന്നതങ്ങളായി അനല്പങ്ങളായ ശില്പവേലകളോടുകൂടിയ ഗേറ്റുവാതിൽ കടന്നപ്പോൾ

ബങ്കളാവുകളുടെ ഉമ്മറത്തേക്ക് അർദ്ധചന്ദ്രാകാരമായ ഒരു വഴിയാണ് കണ്ടത്. വിശേഷമായ ചരൽ പൂഴി ഇതുകൾ ഇട്ട് ഇടിച്ച നിരത്ത് അതിവിസ്താരത്തിൽ കിടക്കുന്ന ആ വഴിയും അതിന്റെ രണ്ടുഭാഗങ്ങളിലും വലക്കെട്ടുമാതിരിയിൽ വെള്ളിപ്പച്ചായ ചെമ്പ് അഴികളെക്കൊണ്ടു വിചിത്രതരമായ പണിത്തരത്തിൽ വേലികൾ വെച്ച് അതുകളിൽ അതിസുരഭികളായും മനോഹരങ്ങളായും ഉള്ള പൂവള്ളികൾ പിടിപ്പിച്ചിരിക്കുന്നതും അതുകൾക്കു സമീപം അയ്യഞ്ച് ആറു ഫീറ്റ് ദൂരമായി റോഡിൽ മനോജ്ഞമായ ആകൃതികളിൽ മാർബിൾ എന്ന കല്ലുകൊണ്ട് അവിടവിടെ ഉണ്ടാക്കിവെച്ച കൃത്രിമ ജലാശയങ്ങളും കണ്ടാൽ ആരുടെ മനസ്സും വിനോദിക്കയില്ല. ആ അമരാവതിയിലെ എല്ലാ വാസ്തവങ്ങളും പറയുന്നതായാൽ ഞാൻ ഈ എഴുതുന്ന മാതിരിയിൽ നാലഞ്ചു പുസ്തകങ്ങൾ എഴുതേണ്ടിവരും. ബങ്കളാവുകളുടെ ഉമ്മറത്തു വണ്ടിയിൽ നിന്ന് ഇറങ്ങി നാലുഭാഗവും നോക്കിയപ്പോൾ താൻ എന്തോ ഒരു സ്വപ്നമോ മറ്റോ കാണുന്നതോ എന്നു മാധവനു തോന്നിപ്പോയി. മനസ്സിന് അതികൗതുകകരമല്ലാത്ത ഒരു സാധനവും എങ്ങും മാധവൻ കണ്ടില്ല. ബങ്കളാവിലെ ഓരോ മുറികളും അതിൽ ശേഖരിച്ചു ഭംഗിയായി വെച്ചിട്ടുള്ള സാമാനങ്ങളും കണ്ടിട്ടു മാധവൻ അദ്ഭുതപ്പെട്ടു. പലേ മാതിരിയിൽ സ്വർണ്ണഗിൽട്ടിട്ട പച്ചവില്ലൂസ്സ്, നീരാളപ്പട്ട് മുതലായ വിശേഷമാതിരി തുണികൾക്കൊണ്ടു വേല ചെയ്ത കിടക്കകൾ തറച്ചതും പലേവിധം അതിമോഹനമായ കൊത്തുവേലകളോടുകൂടിയതും ആയ കസാലകൾ, കോച്ചുകൾ, ഓരോ വിസ്തീർണ്ണങ്ങളായി അത്യുന്നതങ്ങളായ മുറികളിൽ നിരത്തി വരിവരിയായി വെച്ചവ അസംഖ്യം. മാർബിൾ എന്ന വെള്ളക്കല്ലുകൊണ്ടും വിശേഷമായി മരത്തരങ്ങൾ കൊണ്ടും ദന്തംകൊണ്ടും മറ്റും ഇംക്ലീഷ് മാതിരിയായി ഉണ്ടാക്കിയ അതി കൗതുകമായ പലേവിധം മേശകൾ. നാലു കോൽ ആറു കോൽ ദീർഘത്തിൽ തങ്കക്കൂടുകൾ ഇട്ടതും, അതുകൾക്ക് എതിരേ സമീപം വെച്ചിട്ടുള്ള അതിമനോഹരങ്ങളായ പലേ വിധ സാധനങ്ങൾ അതുകളിൽ പ്രതിഫലിക്കുന്നതിനാൽ ആ വക സകല സാധനങ്ങളെയും എരട്ടിപ്പിച്ചു കാണിച്ചുംകൊണ്ടു പരിചയമില്ലാത്ത മനുഷ്യനെ പരിഭ്രമിപ്പിക്കുന്നതും ആയ വലിയ നിലക്കണ്ണാടികൾ അസംഖ്യം. നാനൂറും അഞ്ഞൂറും ദീപങ്ങൾ വെവ്വേറെ കത്തിക്കാൻ ഉള്ള വെള്ളിക്കുഴലുകളിൽ ഗോളാകൃതിയായി ചെറിയ ചില്ലിന്റെ കൂടുകൾ വെച്ചു സ്വതേ അതിധവളങ്ങളാണെങ്കിലും സൂര്യപ്രഭയോ അഗ്നിപ്രഭയോ തട്ടുമ്പോൾ അനേകവിധമായ വർണ്ണങ്ങളെ ഉജ്ജ്വ

ലിപ്പിച്ചുകൊണ്ടു തൂങ്ങുന്നതും അനേകവിധ കൊത്തുവേലയുള്ള തുമായ സ്ഫടികത്തൂക്കുമാലകളോടുകൂടി വിസ്താരത്തിൽ വൃത്ത ത്തിൽ നില്ക്കുന്നവകളും വിളക്കുവെച്ചാൽ ചന്ദ്രപ്രഭാപൂരം തന്നെ എന്നു തോന്നിക്കുന്നതും ആയ ലസ്റ്റർവിളക്കുകൾ, അവിടെവിടെ തങ്കവാർണ്ണീസും, പച്ചരെക്ക, മഞ്ഞരെക്ക മുതലായ പലേവിധ വർണ്ണച്ഛായങ്ങളെ പിടിപ്പിച്ചു മിന്നിത്തിളങ്ങിക്കൊണ്ടു നില്ക്കുന്ന അത്യുന്നതങ്ങളായ മച്ചുകളിൽ നിന്നും വെള്ളിച്ചങ്ങലകളിൽ തൂക്കി വിട്ടവ അനവധി. അത്യുന്നതങ്ങളായ ചുമരുകളിൽ പതിച്ചിട്ടുള്ള അത്യാശ്ചര്യകരങ്ങളായ ചിത്രകണ്ണാടിക്കൂടുകളുടെ ഇടയ്ക്കിടെ സ്വർണ്ണവർണ്ണങ്ങളായും രൂപമയമായും ഉള്ള തണ്ടുകളിൽ എറക്കി ചുമരിൽ പതിച്ചുനിർത്തീട്ടുള്ള വാൾസെട്ട് എന്ന് ഇംക്ലീഷിൽ പറ യുന്ന വിളക്കുകൾ, സ്ഫടികത്തൂക്കുകളോടുകൂടി വെളുത്തും നീല വർണ്ണങ്ങളായും മഞ്ഞനിറത്തിലും ഉള്ള ചായങ്ങളും വാർണ്ണീസു കളും കൊടുത്ത് അതിഗംഭീരങ്ങളായി നില്ക്കുന്ന ചുമരുകളെ അല ങ്കരിച്ചുകൊണ്ടു നില്ക്കുന്നവ അനവധി. ചിലേടങ്ങളിൽ മുഴുവൻ പട്ടു പരവതാനികൾ വിരിച്ചും ചിലേടങ്ങളിൽ മാർബിൾക്കൽ കടഞ്ഞുണ്ടാക്കിയ പലകകൾ പതിച്ചും ഉള്ള നിലങ്ങൾ. അത്യുന്ന തങ്ങളായ സൗധങ്ങളിൽ കയറുവാൻ പത്മാകൃതിയിലും നാഗാകൃ തിയിലും മറ്റും അതിമനോഹരമാം വണ്ണം ഉണ്ടാക്കപ്പെട്ടിട്ടുള്ളതും അതിഗംഭീരങ്ങളായും ഉള്ള കോണികൾ. കഴുത്തിനും അടിക്കും മാത്രം സ്വർണ്ണരെക്ക കൊടുത്തശേഷം മുഴുവനും വെള്ളച്ചായമോ പച്ചചായമോ മഞ്ഞച്ചായമോ ഇട്ടു പീവരങ്ങളായി അത്യുന്നതങ്ങ ളായി നില്ക്കുന്ന സ്തംഭങ്ങൾ മനോഹരങ്ങളായ ജാലകങ്ങൾ, വാതിലുകൾ, വിലയേറിയ പട്ടുവളകൾ കൊണ്ട് ഉണ്ടാക്കിയ തിര കൾ, വെള്ളികൊണ്ടും സ്വർണ്ണംകൊണ്ടും ഗിൽട്ട് ഇട്ടു നീരാളപ്പട്ടു തിരയിട്ട വില്ലൂസ്സുകൊണ്ടും പട്ടുകൊണ്ടും ഉള്ള കിടക്കകൾ, ഉപ ധാനങ്ങൾ, വെള്ളി മേക്കട്ടി ഇതുകളോടുള്ള കട്ടിലുകൾ, ഈവക ഓരോ സാധനങ്ങൾ മാധവൻ കണ്ടതുകളെക്കുറിച്ചു ശരിയായി വർണ്ണിക്കാൻ ആരാൽ കഴിയും!

മേല്ക്കുമേൽ അതിഗംഭീരങ്ങളായി നില്ക്കുന്ന സൗധങ്ങളുടെ അഗ്രത്തിൽ കാണപ്പെടുന്ന ചന്ദ്രശാലകളെ കണ്ടാൽ ആരുടെ മനസ്സു കുതൂഹലപ്പെടാതിരിക്കും! അഞ്ച് ആറ് നില മാളികകൾ മേല്ക്കു മേൽ കഴിഞ്ഞാൽ അതുകളുടെ ഉപരി ഓരോ ചന്ദ്രശാലകൾ എന്നു പറയപ്പെടുന്ന മേപ്പുരയില്ലാത്ത വെണ്മാടമേടകളെ കാണാം. ഈ ചന്ദ്രശാലകളുടെ സ്ഥലങ്ങൾ ചിലേടങ്ങളിൽ ശുദ്ധസ്ഫടികം പടു

ത്തും, ചിലേടങ്ങൾ കുപ്പിക്കിണ്ണക്കൂട്ട് ഉരുക്കി മെഴുകി ഉരപ്പിച്ച് പലേ വിധമായ ചായങ്ങളിൽ അതിന്മേൽ ലതാകൃതികളായും പുഷ്പാകൃതികളായുമുള്ള ചിത്രങ്ങളെക്കൊണ്ട് അലങ്കരിക്കപ്പെട്ടും, ചിലേടങ്ങൾ ശുദ്ധ മുത്തുശിപ്പി കടഞ്ഞു പലകയാക്കി പടുത്തും ചിലേടങ്ങൾ വിശേഷവിധിയായി ഭംഗിയുള്ള പട്ടുപായകളെക്കൊണ്ടു മൂടിയും കാണാം. ചന്ദ്രശാലകളുടെ നാലുവക്കുകളിലും മുട്ടി നിന്ന് ഉയരം പൊങ്ങി നില്ക്കുന്ന ഓരോ വിധം വേലികളുടെ മാതിരികളിലുള്ള ആവരണങ്ങളുടെ ഒരു ഭംഗി വാചാമഗോചരമെന്നുതന്നെ പറയാം. ചില സ്ഥലങ്ങളുടെ നാലു വക്കുകളും പൂവ്വുകൊടുത്തതിനാൽ നിറത്തിനു മങ്ങൽ വരാത്ത തങ്കവർണ്ണമായ ചെറിയ പിച്ചളക്കമ്പികൾകൊണ്ട് അവിടവിടെ രജതവർണ്ണമായ കുമിഴുകൾ അടച്ചുള്ള വേലികൾ ലതാകൃതിയിലും പുഷ്പാകൃതിയിലും വേലചെയ്തതുകളെക്കൊണ്ടു ചുറ്റപ്പെട്ടിട്ടു കാണാം. ചില സ്ഥലങ്ങൾ ശുദ്ധ മാർബിൾ എന്ന പറയുന്ന വെള്ളക്കല്ലുകൾക്കൊണ്ടു കടഞ്ഞുണ്ടാക്കിയ അസംഖ്യം അഴികളെക്കൊണ്ടു വാർത്തതും, മാർബിൾ കുഴിച്ചുണ്ടാക്കിയതും വിശേഷമായി മണ്ണുകൊണ്ട് ഉണ്ടാക്കി കടഞ്ഞെടുക്കപ്പെട്ടിട്ടുള്ളതുമായ പലേവിധം പാത്രങ്ങളിൽ അതിസുരഭികളായും മനോഹരങ്ങളായും ഉള്ള പുഷ്പചെടികൾ നട്ടുവളർത്തിയവകളെ നിരത്തി വരിവരിയായി വെച്ചിരിക്കുന്നതു കാണാം. ചില സ്ഥലങ്ങളിൽ യന്ത്രപ്പണിയാൽ ചെമ്പുകുഴലിൽക്കൂടി വളരെ അഗാധത്തിൽ നിന്ന് വലിച്ചുകൊണ്ടു വരുന്ന ജലം മാർബൾ, സ്ഫടികം, ഇതുകളെക്കൊണ്ട് പത്മാകൃതിയിലും ഓരോ മൃഗങ്ങളുടെ മുഖാകൃതിയിലും ചക്രാകൃതിയിലും മറ്റും ഉണ്ടാക്കപ്പെട്ടിട്ടുള്ള ഓരോ ദ്വാരങ്ങളിൽക്കൂടി നേത്രങ്ങളെയും ശ്രോത്രങ്ങളേയും ഒരുപോലെ ആനന്ദിപ്പിക്കുന്നവിധമുള്ള ആകൃതിയിലും ശബ്ദത്തോടും അനർഗ്ഗളമായി പതിച്ചുകൊണ്ട് ഇരിക്കുന്നതു കാണാം ഇങ്ങനെ ആ അമരാവതി ബങ്കളാവിൽ മാധവനാൽ കാണപ്പെട്ട സാധനങ്ങളുടെ അവസ്ഥയെപ്പറ്റി പറഞ്ഞു മനസ്സിലാക്കുവാനുള്ള വാഗ്മിത്വം എനിക്ക് ഇല്ലെന്നു ഞാൻ വിചാരിക്കുന്നതിനാൽ എനി ചുരുക്കി പറയാം.

മേൽ കാണിച്ചവിധമുള്ള ചന്ദ്രശാലകൾ മുതലായതും ഇതു കൂടാതെ വാപികൾ, മണിമയമഞ്ചങ്ങൾ, പുസ്തകശാലകൾ, തോട്ടങ്ങൾ മുതലായ അനേകസാധനങ്ങളും കണ്ട് മാധവൻ അത്യാനന്ദപ്പെട്ടു എന്നേ പറവാനുള്ളൂ. മാധവന് ഈ ഭൂമി വിട്ട് ഏതോ ഇതുവരെ അനുഭവിക്കാത്ത സുഖങ്ങളോടു കൂടിയ ഒരു സ്വർഗ്ഗലോകത്തോ മറ്റോ തന്നെ കൊണ്ടാക്കിയതുപോലെ തോന്നി.

മാധവൻ, ബാബു ഗോവിന്ദസേന്റെ ആതിഥ്യം പരിഗ്രഹിച്ച് ഈ സ്വർഗ്ഗ തുല്യമായ അമരാവതിയിൽ എട്ടുപത്തുദിവസം സുഖമായി താമസിച്ചു.

ഗോവിന്ദപ്പണിക്കരും ഗോവിന്ദൻകുട്ടിമേനവനും പുറപ്പെട്ട് ഇരുപതിൽ അധികം ദിവസമായയല്ലോ. അവരുടെ കഥ എന്തായി എന്ന് അറിവാൻ എന്റെ വായനക്കാർ ചോദിക്കുന്നതായാൽ എനിക്ക് അല്പമേ പറവാനുള്ളൂ. ഇന്ത്യ എങ്ങും തീവണ്ടി, കമ്പിത്തപാൽ- മാധവനെ കണ്ടുപിടിപ്പാൻ എന്തുപ്രയാസം? എന്നു ധാർഷ്ട്യം പറഞ്ഞു പുറപ്പെട്ട ഗോവിന്ദൻകുട്ടിമേനവന്റെ സകല ഗർവ്വും ശമിച്ചു. ബുദ്ധി ക്ഷയിച്ചു; തീവണ്ടിയും ടെലിഗ്രാഫും തീക്കപ്പലുകളും എന്തൊല്ലാമുണ്ടായിരുന്നാലും ഭാഗ്യം ഇല്ലാതെ യാതൊന്നും മനുഷ്യനു വിചാരിക്കുമ്പോലെയും ആഗ്രഹിക്കുമ്പോലെയും സാധിക്കുകയില്ലെന്നു ഗോവിന്ദൻകുട്ടിമേനവന്ന് ഉള്ളിൽ നല്ല ബോദ്ധ്യമായി. കുറേശ്ശ പുറത്തേക്കു പറഞ്ഞുതുടങ്ങി. മദിരാശിയിൽ എത്തിയ ഉടനെ ഗോവിന്ദകുട്ടിമേനവൻ ഗിൽഹാം സായ്‌വിനെ ചെന്നു കണ്ടു. മാധവൻ അദ്ദേഹത്തെ കണ്ടതുവരെയുള്ള വിവരങ്ങൾ അറിഞ്ഞു ഗോവിന്ദൻകുട്ടിമേനവനും ഗോവിന്ദപ്പണിക്കർക്കും മനസ്സിന് അപ്പോൾ കുറെ സമാധാനമായി. പിന്നെ അവർ നേരെ ബൊമ്പായിക്കു വന്നു. ബൊമ്പായിൽ നിന്നു അന്വേഷിച്ചുംകൊണ്ട് കാശിക്കു വന്നു. കാശിയിൽ വെച്ചു ഗോവിന്ദപ്പണിക്കർക്കു ശരീരത്തിന്നു സുഖക്കേടായി ഒരു പത്തുദിവസം അവിടെ താമസിക്കേണ്ടിവന്നു. മാധവൻ ബിലാത്തിക്കുതന്നെ പോയിരിക്കേണമെന്ന് അസംഗതിയായി ഗോവിന്ദൻകുട്ടിമേനവന് ഒരു ഉദയം തോന്നി. ഭ്രാന്തൻമാരെപ്പോലെ പിന്നെയും ബൊമ്പായിലേക്കു ഗോവിന്ദൻകുട്ടിമേനവനും ഗോവിന്ദപ്പണിക്കരും മടങ്ങിപ്പോയി. പലേവിധ അന്വേഷണങ്ങളും അതി സൂക്ഷ്മമായി അഞ്ചാറുദിവസം ചെയ്തതിൽ മുൻ കുടുമയുള്ള ചെറുപ്പക്കാരനായ ഒരാൾ കുറെ ദിവസങ്ങൾക്കു മുമ്പു കപ്പൽ കയറീട്ടുണ്ടെന്നറിഞ്ഞു. ഉടനെ ബിലാത്തിക്കു കപ്പൽ കയറിയവരുടെ പേരുവിവരം പോർട്ടാപ്പീസിലും മറ്റും പോയി സൂക്ഷ്മമായി അറിഞ്ഞു. അതിൽ ഒന്നും മാധവന്റെ പേർ കാണ്മാനില്ല. പക്ഷേ, മാധവൻ പേരു മാറ്റിപ്പറഞ്ഞിരിക്കാം എന്നു ശങ്കിച്ചു. എന്നാൽ സൂക്ഷ്മത്തിൽ അങ്ങനെ അല്ല, മാധവൻ ശരിയായ പേര് പറഞ്ഞിട്ടു തന്നെയാണു കപ്പൽ കയറിയത്. എന്നാൽ അതു കല്ക്കത്താവിലേക്കുള്ള കപ്പലുകളിൽ കയറിയ ആളുകളുടെ പേർ കാണുന്ന പുസ്തകത്തിലാണു ചേർത്തിട്ടുള്ളത്. പിന്നെ

ബ്രീൻഡ്സിവഴിക്കും മാർസെയിൽസെയിൽസ്‌വഴിക്കും ബിലാത്തിക്കുള്ള കപ്പലുകൾ കയറിയ ആളുകളുടെ പേർലിസ്ത് നോക്കിയാൽ മാധവന്റെ പേർ കാണുമോ? ചെറുമനുഷ്യാ, നിന്റെ അവസ്ഥ എത്ര നിസ്സാരം. ഗോവിന്ദൻകുട്ടിമേനവൻ പാസൻജർമാരുടെ ലിസ്ത് ഏതു ബുക്കിൽ നിന്നു വായിച്ചുവോ അതിൽ മറ്റൊരേടത്ത് മാധവന്റെ പേർ വെളിവായി എഴുതീട്ടുണ്ട്. അവിടെ ഗോവിന്ദൻകുട്ടിമേനവൻ നോക്കാൻ ഭാവമില്ല. എന്തുചെയ്യും! ഭാഗ്യത്തോടുകൂടിത്തന്നെ ഇരിക്കണം ബുദ്ധിസാമർത്ഥ്യം- അല്ലങ്കിൽ കാര്യസിദ്ധി പ്രയാസം. ഗോവിന്ദപ്പണിക്കർക്കു ബനാറസ്സിൽ നിന്നു ബൊമ്പായിൽ മടങ്ങിയെത്തിയപ്പോൾ പിന്നെയും ശരീരത്തിനു സുഖക്കേടായി. കൽക്കത്താവിലേക്കു പോയി അവിടെ നിന്നു ബർമ്മയിലേക്കു പോവണമെന്നാണ് ഇവർ ഉറച്ചത്. തല്ക്കാലം ഗോവിന്ദപ്പണിക്കർക്കു പുറപ്പെടാൻ തക്ക സുഖമില്ലാത്തതിനാൽ രണ്ടുനാലുദിവസം കഴിഞ്ഞു പോവാമെന്നുവെച്ച് ബൊമ്പായിൽത്തന്നെ താമസിച്ചു.

ഗോവിന്ദൻകുട്ടിമേനവനു പലേ വിദ്യകളും തോന്നിയതിൽ ന്യൂസ്പേപ്പറിൽ പ്രസിദ്ധപ്പെടുത്തണം എന്നു തോന്നി. ആദ്യത്തിൽ ഒന്നു രണ്ടു പ്രാവശ്യം ചില ന്യൂസ്പേപ്പറുകളിൽ ഇന്ദുലേഖയെപ്പറ്റി ഉണ്ടാക്കിയ കളവായ വർത്തമാനങ്ങളെക്കുറിച്ച് എഴുതിയിരിക്കുന്നു. ആ പ്രസിദ്ധപ്പെടുത്തിയ ദിവസങ്ങളിൽ മാധവൻ കപ്പലിൽ കിടന്നു വിഷമിക്കുന്ന കാലമായിരിക്കും എന്നു ഞാൻ വിചാരിക്കുന്നു. ഏതുവിധമായാലും മാധവൻ ഈ പ്രസിദ്ധപ്പെടുത്തിയ പേപ്പർ യാതൊന്നും കണ്ടതേ ഇല്ല. നിശ്ചയം തന്നെ.

മാധവനെ കണ്ടെത്തിയത്

ധനംകൊണ്ട് കുബേരതുല്യനായിരിക്കുന്ന ബാബു ഗോവിന്ദസേന്റെ ആതിഥ്യത്തെ പരിഗ്രഹിച്ചു സ്വർല്ലോകത്തിലെ അമരാവതിയോടു തുല്യമായ അമരാവതിബങ്കളാവിൻ മാധവൻ അതിസുഖത്തോടു ഒരു പത്തു ദിവസം താമസിച്ചു. അതിന്റെശേഷം പുറപ്പെടാനായി യാത്ര ചോദിച്ചു. താൻ യാത്ര ചോദിച്ചതിനു നാലുദിവസം മുമ്പു ഗോവിന്ദസേന്റെ മകൻ കേശവചന്ദ്രസേൻ കല്പന അവസാനിച്ചതിനാൽ ബൊമ്പായിലേക്കു മടങ്ങിപ്പോയിരിക്കുന്നു. ബാബു ഗോപീനാഥ ബാനർജി കൂട്ടുകച്ചവടത്തിലെ ഒരു ബ്രാഞ്ച് കച്ചവടസ്ഥലത്തിലേക്കും അന്നുതന്നെപോയി. അദ്ദേഹത്തിന്റെ സ്ഥിരമായ താമസം ആ ബ്രാഞ്ച് കച്ചവടം നടക്കുന്ന സ്ഥലത്താ

യിരുന്നു. മാധവൻ മലബാറിലേക്കു തല്ക്കാലം മടങ്ങുന്നില്ലെന്നും ബർമ്മാ, കാശി, അല്ലഹബാദ്, ആഗ്രാ, ഡൽഹി, ലാഹൂർ മുതലായ സ്ഥലങ്ങളിൽ രണ്ടുമാസം സഞ്ചരിച്ചതിനുശേഷമേ മടങ്ങുന്നുള്ളൂ എന്നും പറഞ്ഞതിനാൽ കേശവചന്ദ്രസേനും ഗോപീനാഥബാനർജിയും മാധവനോടു താൻ എപ്പോഴെങ്കിലും മടങ്ങിപ്പോവുന്നതിനുമുമ്പു ഗോപീനാഥബാനർജ്ജി താമസിക്കുന്നേടത്തു രണ്ടു ദിവസവും, മടക്കത്തിൽ, ബൊമ്പായിൽ എത്തിയാൽ കേശവചന്ദ്രസേന്റെ കൂടെ രണ്ടു ദിവസവും താമസിച്ചിട്ടേ പോകയുള്ളൂ എന്നുള്ള വാഗ്ദത്തം വാങ്ങീട്ടാണ് അവർ പുറപ്പെട്ടുപോയത്. അവർ പോയി നാലു ദിവസം കഴിഞ്ഞശേഷം മാധവനും യാത്ര പുറപ്പെട്ടു ഗോവിന്ദസേനെ അറിയിച്ചു. ഈ ബാബു ഗോവിന്ദസേൻ ധനത്തിൽതന്നെയല്ല മര്യാദ, വിനയം, ഔദാര്യം, ദയ ഇതുകളിലും ആരാലും ജയിക്കപ്പെട്ടവനല്ല.

ഈ പുസ്തകത്തിൽ ഞാൻ പഞ്ചുമേനവനെയും മൂർക്കില്ലാത്ത നമ്പൂതിരിപ്പാട്ടിനേയും മഹാധികന്മാർ എന്നും പറഞ്ഞിട്ടുണ്ട്. ഇപ്പോൾ ബാബു ഗോവിന്ദസേനേയും ധനികൻ, കുബേരൻ എന്നെല്ലാം പറയുന്നുണ്ട്. എന്നാൽ എന്റെ വായനക്കാർ ഇവരെല്ലാം ധനത്തിൽ ഏകദേശം ഒരുപോലെ എന്നു വിചാരിച്ചു പോവരുത്. ബങ്കാളിലെ കുബേരനും മദിരാശി സംസ്ഥാനത്തിലെ കുബേരനും തമ്മിൽ വളരെ അന്തരമുണ്ട്. തമ്മിൽ ഉള്ള വ്യത്യാസം ദ്രവ്യത്തിനെ ഗുണിക്കുന്നതുകൊണ്ടറിയാം. മദിരാശിയിൽ ഒരു അഞ്ചുലക്ഷം ഉറുപ്പികയ്ക്കു സ്ഥിതിയുള്ളവൻ നല്ല വലിയ ഒരു പ്രഭുവായി. ബങ്കാളത്ത് അഞ്ചുലക്ഷക്കാർ നാലാംക്ലാസ്സ് ധനികന്മാരാണ്. അവിടെ അഞ്ചുകോടി ദ്രവ്യസ്ഥന്മാർ ഒരു വക നല്ല പ്രഭുക്കളായി. മഹാധനികൻ, കുബേരൻ എന്നും സംശയം കൂടാതെ ബങ്കാളത്തിൽ ഒരുവനെ പറയേണമെങ്കിൽ അയാൾക്ക് ഒരു പതിനഞ്ചു കോടിക്കുമേലെ ദ്രവ്യം വേണം. ഗോവന്ദസേനും അനുജൻ ചിത്രപ്രസാദസേനും ഇങ്ങനെ പതിനഞ്ചുകോടിക്കുമേലെ ദ്രവ്യം ഉള്ളവരിൽ അഗ്രഗണ്യരായിരുന്നു.

മാധവൻ യാത്ര പറഞ്ഞു പിരിയാറായപ്പോൾ ഗോവിന്ദസേൻ വളരെ വ്യസനിച്ചു.

ഗോവിന്ദസേനൻ: നോം തമ്മിൽ വളരെ സ്നേഹിച്ചുപോയി. താങ്കൾ പിരിഞ്ഞുപോവുന്നത് ഇപ്പോൾ എനിക്കു വളരെ വ്യസനമായിരിക്കുന്നു. നിവൃത്തിയില്ലല്ലൊ. താങ്കളുടെ യോഗ്യതയും സാമർത്ഥ്യവും മര്യാദയും എനിക്ക് അറിവായേടത്തോളം ഓർക്കു

മ്പോൾ താങ്കൾ മദിരാശി ഗവർമ്മേണ്ടു കീഴിൽ വളരെ യോഗ്യതയായ ഒരു ഉദ്യോഗത്തിൽ വരുമെന്നു ഞാൻ വിശ്വസിക്കുന്നു. എന്റെ മകനെ എനിയത്തെ കൊല്ലം സിവിൽസർവ്വീസിൽ എടുപ്പാൻ ഭാവിച്ചിട്ടുണ്ട്. എന്നാൽ എനിക്ക് അവൻ ഉദ്യോഗത്തിൽ ഇരിക്കേണമെന്ന് അത്ര മനസ്സില്ല. എങ്കിലും അവന് ഉദ്യോഗത്തിലാണ് രുചിയുള്ളത്. ഗൃഹസ്ഥവൃത്തിയും കാര്യാന്വേഷണവും കച്ചവടവും അവന് അത്ര രസമില്ല. താങ്കൾക്കു മനസ്സിനുണ്ടായ വ്യസനമെല്ലാം തീർന്നു താങ്കളും അവനും ഒരേ കൊല്ലം സിവിൽസർവ്വീസിൽ ആയി എന്ന് അറിവാനും താങ്കൾ നാട്ടിൽ എത്തി പ്രിയപ്പെട്ട കുടുംബത്തോടു ചേർന്ന് സുഖമായിരിക്കുന്നു എന്നു കേൾക്കാനും ഞാൻ സർവ്വശക്തനായിരിക്കുന്ന ദൈവത്തെ പ്രാർത്ഥിക്കുന്നു.

എന്നു പറഞ്ഞു ഗോവന്ദസേൻ മാധവനെ പിടിച്ച് മാറത്ത് അണച്ച് ആലിംഗനം ചെയ്ത് വിശേഷമായ ഒരു പൊൻഗഡിയാളും, പൊൻചങ്ങലയും, തങ്കനീരാളത്തിന്റെ ഒരു സൂട്ട് ഉടുപ്പും, ആനക്കൊമ്പ്, വെള്ളി ഇതുകളെക്കൊണ്ടു വേലചെയ്തിട്ടുള്ള അതിമനോഹരമായ ഒരു എഴുത്തുപെട്ടിയും സമ്മാനമായി കൊടുത്തു. ഗോപീനാഥബാനർജ്ജിയുടെ ബ്രാഞ്ച് കച്ചവടരാജ്യത്തിലേക്കു വണ്ടികയറുന്ന തീവണ്ടിസ്റ്റേഷനിലേക്കു തന്റെ ഗാഡിയിൽ കയറ്റി ഗോവിന്ദസേൻ മാധവനെ കൊണ്ടുപോയി. വണ്ടി കയറായപ്പോൾ രണ്ടുപേർക്കും കണ്ണിൽ ജലം വന്നു.

മാധവൻ: എന്തോ ഒരു കാരണം നിമിത്തം ഇത്ര മഹാഭാഗ്യവാനും യോഗ്യനും ആയ താങ്കൾക്ക് എന്നിൽ ഈ ദയയും ആദരവും തോന്നി. ഇത് എനിക്ക് ഈ ജന്മത്തിൽ സാദ്ധ്യമായ ഒരു മഹാഭാഗ്യം എന്നുതന്നെ ഞാൻ എന്റെ ജീവനുള്ളേടത്തോളം വിചാരിക്കും. സർവ്വഭാഗ്യ സമ്പൂർണ്ണനായിരിക്കുന്ന താങ്കൾക്ക് അല്പനായ എന്നാൽ എന്തൊരു പ്രത്യുപകാരമാണ് ഉണ്ടാവാൻ പോകുന്നത്. ഒന്നുംതന്നെ ഇല്ല. ഉണ്ടാവണമെന്ന് ആഗ്രഹിക്കുന്നതുമില്ല. എന്നാൽ താങ്കൾക്ക് എന്നിൽ ഉണ്ടായിട്ടുള്ള ഈ അധികമായ വാത്സല്യത്തിന്റെ വിലയെ ഞാൻ വിശ്വാസത്തോടെ അറിയുന്നുണ്ടെന്നും എല്ലായ്പ്പോഴും, ഈ ദേഹം ഉള്ള നാളോളം താങ്കളുടെ സ്മരണ എനിക്കു വിടുന്നതല്ലെന്നും താങ്കൾ എന്നെക്കുറിച്ചു വിശ്വസിപ്പാൻ ഞാൻ ആഗ്രഹിക്കുന്നു. ഞാൻ എന്റെ രാജ്യസഞ്ചാരം കഴിഞ്ഞു മടങ്ങി നാട്ടിൽ എത്തിയാൽ വിവരങ്ങൾക്ക് എല്ലാം എഴുതി അയച്ചു കൊള്ളാം. താങ്കളുടെ ആശ്രിതന്മാരിൽ ഒരുവനാണെന്ന് എന്നെ ദയയോട് എല്ലായ്പ്പോഴും വിചാരിക്കുവാൻ വീണ്ടും ഞാൻ

അപേക്ഷിക്കുന്നു.

ഗോവിന്ദസേൻ: കേശവചന്ദ്രസേന്റെ അഭ്യുദയത്തിൽ ഞാൻ എങ്ങനെ കംക്ഷിക്കുന്നുവോ അപ്രകാരം താങ്കളുടെ അഭ്യുദയത്തിലും ഞാൻ കാംക്ഷിക്കുന്നു. എന്നു പറഞ്ഞപ്പോഴേയ്ക്കും ബാബു ഗോവിന്ദസേന്ന് ഗൽഗദാക്ഷരങ്ങളായിപ്പോയി. ഏതെങ്കിലും തീവണ്ടിയിൽ മാധവനെ കയറ്റി കുണ്ഠിതത്തോടുകൂടി ഗോവിന്ദസേൻ മടങ്ങി. മാധവന്റെ മലയാളത്തിലേയും മദിരാശിലേയും വാസസ്ഥലവിവരങ്ങൾ എല്ലാം നോട്ടുബുക്കിൽ ഗോവിന്ദസേൻ കുറിച്ച് എടുത്തു. വണ്ടിയിൽ കയറുമ്പോൾ തന്റെ ഒരു ഛായച്രിത്രം എടുത്ത് മാധവനു കൊടുത്തു.

ഗോവിന്ദസേൻ പോയി, തീവണ്ടിയും ഇളകി. മാധവൻ അപ്പോൾ ഗോപിനാഥബാനർജ്ജി താമസിക്കുന്ന ദിക്കിലേക്കാണ് ടിക്കറ്റു വാങ്ങിയിരിക്കുന്നത്. ഗോപീനാഥബാൻജ്ജിയോടു പറഞ്ഞപ്രകാരം അദ്ദേഹത്തിനെ കാണാതെ പോവാൻ പാടില്ലല്ലൊ പലേ സംഗതികളും വിചാരിപ്പാനുണ്ടായതുകൊണ്ടു മാധവനു വഴി പോവുന്നത് ഒന്നും അറിഞ്ഞില്ല. അങ്ങനെ ഇരിക്കുമ്പോൾ ഒരു വലിയ സ്റ്റേഷനിൽ എത്തി. പിന്നെ അവിടെനിന്നു ഗോപീനാഥബാനർജ്ജിയുടെ വാസസ്ഥലത്തേക്ക് അറുപതെട്ടു മൈൽസ് ദൂരമാണ് ഉള്ളത്. ആ സ്റ്റേഷനിൽ നിന്ന് അല്പം പലഹാരങ്ങളും മറ്റും കഴിച്ചു മാധവൻ അവിടെ നിന്നും പോന്നു.

ആ വലിയ സ്റ്റേഷന്റെ അടുത്ത് അപ്പുറമുള്ള സ്റ്റേഷനിൽ എത്തിയ ഉടനെ ചെറുപ്പക്കാരനായ ഒരു സുന്ദരപുരുഷൻ താൻ ഇരിക്കുന്ന വണ്ടിയുടെ വാതിൽ തുറന്ന് ആ വണ്ടിയിൽ തനിക്ക് അല്പനേരം ഇരിക്കുന്നതിന് ആർക്കെങ്കിലും വിരോധമുണ്ടോ എന്ന് ഇംക്ലീഷിൽ മാധവന്റെ മുഖത്തേക്കു നോക്കിക്കൊണ്ടു ചോദിച്ചു യാതൊരു വിരോധവുമില്ലെന്നു മാധവൻ മറുപടി പറഞ്ഞും അതിൽ ഉള്ള ശേഷം വഴിയാത്രക്കാർ ഇംക്ലീഷ് പരിചയമില്ലാഞ്ഞിട്ടായിരിക്കും ഒന്നും പറഞ്ഞില്ല. ഈ സുന്ദരപുരുഷൻ വണ്ടിയിൽ മാധവന്റെ അടുക്കെ പോയി ഇരുന്നു. അയാൾ കാഴ്ചയിൽ അതിസുമുഖനായും, അയാളുടെ ഉടുപ്പും പുറപ്പാടും ബഹുഭംഗിയായും ഇരുന്നു. ജാതിയിൽ ഒരു മുസൽമാനായി കാണപ്പെട്ടു. തലമുടി വളർത്തി ചുമലിന് അല്പം മീതെവെച്ചു നിരത്തി മുറിച്ചിരിക്കുന്നു. അതിഭംഗിയുള്ള മേൽമീശ കൂടാതെ മുഖത്തു രണ്ടുഭാഗത്തും സൈഡ്ലോക്സ് എന്ന് ഇംക്ലീഷിൽ പറയുന്ന മാതിരിയിൽ രോമം കുറെ നീട്ടി നിരത്തിവെട്ടി മുറിച്ചിട്ടുണ്ട്. വർണ്ണം നല്ല പഴുത്ത് നാര

ങ്ങയുടേതുതന്നെ മുഖം ആകപ്പാടെ കണ്ടാൽ ബഹുഭംഗി. തലയിൽ മൂർദ്ധാവുമാത്രം നല്ലവണ്ണം മൂടുന്ന മാതിരി മുഴുവൻ കട്ടക്കസവായി ഒരു തൊപ്പി വെച്ചിരിക്കുന്നു. ആ തൊപ്പിയും അതിനു ചുറ്റും ഉള്ള കറുത്ത തലമുടിയും വെളുത്ത മുഖവും മേൽമീശയും കൂടി കാഴ്ചയിൽ അതിമനോഹരം എന്നേ പറവാനുള്ളൂ. ശരീരത്തിൽ അതിവിശേഷമായ വെളുത്ത മിന്നുന്ന കട്ടിവില്ലൂസ്സുകൊണ്ട് ഒരു അംഗർക്കാക്കുപ്പായം. അതു മുട്ടു കഴിഞ്ഞു നാലഞ്ചുവിരൽ താണു നില്ക്കുന്നു. വെള്ളവില്ലൂസ് അംഗർക്കാ മുഴുവനും സ്വർണ്ണവർണ്ണങ്ങളായും കഴുത്തുമുതൽ കടി പ്രദേശം വരെ അടുത്തടുത്തു വെച്ചിട്ടുളളവയും ആയ കുടുക്കുകളാൽ കുടക്കപ്പെട്ടിരിക്കുന്നു. കാലിൽ ഒന്നാന്തരം തിളങ്ങുന്ന ബൂട്ട്സ്; മാറത്തു സ്വർണ്ണവർണ്ണമായി മിന്നുന്ന ഒരു ഗഡിയാൾ ചങ്ങലയും തൂങ്ങുന്നുണ്ട്. ഇങ്ങനെയാണ് ഇയാളുടെ വേഷം. ഇദ്ദേഹം മാധവന്റെ അടുത്തിരുന്നപ്പോൾത്തന്നെ മാധവന് അതികലശലായ ഒരു പരിമളം ഉണ്ടായതായി തോന്നി. ലെവൻഡിറന്റെയോ പനീരിന്റെയോ ബഹുകലശലായ പരിമളം. ഈ മഹാരസികനായ മനുഷ്യൻ ഇരുന്ന ഉടനെ തന്റെ പോക്കറ്റിൽ നിന്നു സ്വർണ്ണവർണ്ണമായ ഒരു ചുരുട്ടും കേസ് (ചെറിയ പെട്ടി) എടുത്തു തുറന്ന് ഒരു ചുരുട്ട് താൻ എടുത്തു. കേസ് മാധവന് വെച്ചു കാണിച്ചു താൻ വലിക്കാറില്ലെന്ന് ഇംക്ലീഷ് സമ്പ്രദായപ്രകാരം ഉപചാരത്തോടെ മാധവൻ പറഞ്ഞപ്പോൾ തനിക്കു വലിക്കുന്നിതിനു വിരോധമുണ്ടോ എന്നു ചോദിച്ചതിന് ഒട്ടും ഇല്ലെന്നു മാധവൻ ആദരവോടെ പറകയും അദ്ദേഹം ഉടനെ ചുരുട്ടു വലിക്കാൻ തുടങ്ങുകയും ചെയ്തു. കുറെ കഴിഞ്ഞശേഷം അയാൾ മാധവനോട്; താങ്കൾ എവിടെനിന്നു വരുന്നു? എങ്ങോട്ടു പോവുന്നു? ഈ ദിക്കിൽ മുമ്പു സഞ്ചരിച്ചിട്ടില്ലെന്നു തോന്നുന്നു.

മാധവൻ; ഞാൻ ഇപ്പോൾ കല്ക്കത്താവിൽ നിന്നാണു വരുന്നത്. ഒരു സ്നേഹിതനെ കാണാൻ പോവുന്നു. എന്റെ രാജ്യം മലയാളമാണ്- മദിരാശിസംസ്ഥാനത്തിൽ. ഈ വടക്കേ ഇൻഡ്യാ സഞ്ചരിച്ചു കാണാൻ വന്നതാണ്. താങ്കളുമായി പരിചയമാവാൻ എടവന്നത് എന്റെ ഒരു ഭാഗ്യം എന്നു ഞാൻ വിചാരിക്കുന്നു.

സുന്ദരപുരുഷൻ: അതെ, ഞാനും അങ്ങനെതന്നെ വിചാരിക്കുന്നു. താങ്കളുടെ വല്ല സ്നേഹിതന്മാരോ ആൾക്കാരോ ഉണ്ട്; അല്ല, താനേ പുറപ്പെട്ടുവോ?

മാധവൻ; ഒരാളുമില്ല; ഞാൻ താനേ ഉള്ളൂ.

സുന്ദരപുരുഷൻ: ശരി, ഞാൻ അലഹാബാദിൽ ഒരു സബോർഡി

നേറ്റ് ജഡ്ജിയാണ്. എന്റെ അച്ഛനെ കാണ്മാൻ എന്റെ സ്വന്തം രാജ്യത്തേക്കു പോവുകയാണ്. എന്റെ അച്ഛൻ ഒരു വലിയ വർത്തകനാണ്. അദ്ദേഹത്തിന്ന് ഞാൻ ഉദ്യോഗം ചെയ്യുന്നത് അത്ര ഇഷ്ടമില്ല. എന്റെ സ്വന്ത മനസ്സാൽ ഈ ഉദ്യോഗത്തിൽ ഇരിക്കുന്നതാണ്. ഞാൻ ഒന്നാംക്ലാസ്സു വണ്ടിക്കാണ് ടിക്കറ്റു വാങ്ങീട്ടുള്ളത്. എന്റെ ഭാര്യയും രണ്ടുമക്കളും ആ വണ്ടിയിൽ ഉണ്ട്. വണ്ടിയിൽ ഇരുന്നു മുഷിഞ്ഞ് ഓരോ സ്റ്റേഷനിൽ എത്തിയാൽ എല്ലായ്പോഴും ഞാൻ പ്ലാട്ടുഫോറമിൽ എറങ്ങി നടന്നു കൊണ്ടിരിക്കുകയാണ്. എനിക്ക് ഈ വണ്ടിയിൽ ദൂരയാത്ര ചെയ്യുന്നത് ബഹുഉപദ്രവാണ്. താങ്കൾ ഈ വണ്ടിയിൽ ഇരിക്കുന്നതു കണ്ടു. കണ്ടപ്പോൾതന്നെ എനിക്കു സംസാരിക്കേണമെന്നു തോന്നി. മുഖം നോക്കിയപ്പോൾ തന്നെ ഇംക്ലീഷ് അറിയാം എന്നു ഞാൻ നിശ്ചയിച്ചു. ഇപ്പോൾ വളരെ സന്തോഷമായി. എന്റെ പേർ ഷിയർ ആലിഖാൻ എന്നാണ്. നിങ്ങൾ ഒരു ബി. എ ആയിരിക്കുമെന്നു ഞാൻ ഊഹിക്കുന്നു.

മാധവൻ: അതെ.

ഷിയർ ആലിഖാൻ: എനിയും ലക്ഷണം പറയട്ടെ? ബി. എൽ കൂടിയാണ്; അല്ലേ?

മാധവൻ: (ചിരിച്ചുംകൊണ്ട്) അതെ.

ഷിയർ ആലിഖാൻ: ഞാനും ഒരു ഗ്രാഡ്യ്യൂവെറ്റാണ്. നിങ്ങൾക്കു നിങ്ങളുടെ സ്നേഹഹിതനോടുകൂടി എത്രദിവസം താമസമുണ്ട്?

മാധവൻ: ഒരു ദിവസം.

ഷിയർ ആലിഖാൻ: വിശേഷവിധി ആവശ്യം ഒന്നും ഇല്ലെങ്കിൽ നമ്മൾക്ക് ഒന്നായി എന്റെ രാജ്യത്തേക്കു പോവുക രാജ്യസഞ്ചാരത്തിന്നു വന്നതല്ലേ? ഇന്ന ദിക്കിൽതന്നെ ഒന്നാമതു പോവേണമെന്നില്ലല്ലൊ. എന്റെ ഭവനത്തിൽ ഒരാഴ്ച താമസിച്ച് ആ രാജ്യത്തിൽ ഉള്ള വിശേഷങ്ങൾ എല്ലാം കണ്ടു പിന്നെ ഇഷ്ടംപോലെ ഏതെങ്കിലും ദിക്കിലേക്കു പോകാമല്ലൊ.

മാധവൻ: ഞാൻ ഒരു സ്നേഹിതനെ കാണാമെന്നുവെച്ചിട്ടുണ്ട്. അതുകൊണ്ട് അദ്ദേഹത്തിന്റെ വാസസ്ഥലത്ത് ഒന്നാമതു പോവണം എന്നു പറഞ്ഞതാണ്.

ഷിയർ ആലിഖാൻ: നിങ്ങൾക്ക് ഈ ദിക്കുകളിൽ ആരും പരിചയമില്ലെന്നു ഞാൻ ധരിച്ചു. ആരാണു സ്നേഹിതൻ?

മാധവൻ: ഗോപിനാഥബാനർജ്ജി: അദ്ദേഹത്തിനെ ഞാൻ ഇയ്യിടെ കല്ക്കാത്താവിൽ നിന്ന് യദൃച്ഛയാ കണ്ടു പരിചമായതാണ്. അദ്ദേഹം കല്ക്കത്താ വിടുമ്പോൾ എന്നെ ക്ഷണിച്ചിട്ടുണ്ടായി

രുന്നു. അതുപ്രകാരം പോവുന്നതാണ്.

ഷിയർ ആലിഖാൻ: ഓ! മിസ്ര ഗോപീനാഥബാനർജ്ജി എന്റെ വലിയ ഒരു ഇഷ്ടനാണ്. എന്റെ അച്ഛന്റെയും ഇഷ്ടനാണ്. ഞാൻ കുറെ ദിവസമായി അദ്ദേഹത്തിനെ കണ്ടിട്ടില്ല. അദ്ദേഹം വളരെ നല്ല മനുഷ്യനാണ്. വലിയ വർത്തകനാണ്. താങ്കൾ അദ്ദേഹത്തിന്റെ സ്നേഹിതനാണെന്ന് അറിയുന്നതിൽ എനിക്കു സന്തോഷം. എന്നാൽ ഞാൻ അദ്ദേഹത്തിന് ഒരു എഴുത്തു തരാം. അദ്ദേഹത്തേയും ക്ഷണിച്ചുകളയാം. നിങ്ങൾ. രണ്ടുപേരും കുടി ഒന്നായി എന്റെ രാജ്യത്തേക്കു വരുന്നത് എനിക്കു വലിയ സന്തോഷം. ഞാൻ നാലു മാസത്തെ കല്പനയെടുത്തു പോവുന്നതാണ്. നാലുമാസങ്ങൾക്കുള്ളിൽ എപ്പോഴെങ്കിലും നിങ്ങൾ വരുന്നതായാൽ എനിക്കു വളരെ സന്തോഷം.

മാധവൻ: അങ്ങനെതന്നെ- വരാം.

ഇങ്ങനെ അവർ വർത്തമാനങ്ങൾ പറഞ്ഞുകൊണ്ടിരിക്കുമ്പോഴേക്കു വണ്ടി വേറെ ഒരു വലിയ സ്റ്റേഷനിൽ എത്തി. ആ സ്റ്റേഷനിൽ ഉള്ള തിരക്ക് ഏതുപ്രകാരം എന്നു പറഞ്ഞുകൂടാ. വണ്ടി ഇവിടെ എത്തുമ്പോഴെക്കും സൂര്യസ്തമനമായിരിക്കുന്നു. സ്റ്റേഷനിൽ പ്ലാറ്റുഫോറത്തിൽ എങ്ങും ജനങ്ങളും സാമാനങ്ങളും നിറഞ്ഞിരിക്കുന്നു. അന്യോന്യം നിലവിളിച്ചു പറഞ്ഞാൽകൂടി കേൾപ്പാൻ പ്രയാസം. വണ്ടി സ്റ്റേഷനിൽ നിന്നു ഉടനെ സബോർഡിനേറ്റ് ജഡ്ജി ഷിയർ ആലിഖാൻ അവർകൾ മാധവന്റെ കൈയും പിടിച്ചു വണ്ടിയിൽ നിന്നു പ്ലാറ്റുഫോറത്തിലേക്ക് എറങ്ങി. പിയോൻ, പിയോൻ എന്നു ഉറക്കെ വിളിച്ചു അപ്പോൾ ഒരു കുപ്പായവും പിഗിഡിയും അരപ്പട്ടയും മറ്റും ഇട്ടു മുറുക്കിയ ഒരു താടിക്കാരൻ അതികൂറ്റൻ പട്ടാണി അടുത്ത ഒരു വണ്ടിയിൽ നിന്നു പുറത്തുചാടി. സാബ്ബ് എന്ന് അതിശയഭക്തിയോടെ പറഞ്ഞുകൊണ്ട് സബ്ബ് ജഡ്ജി അവർകളുടെ അടുക്കെ വന്നു നിന്നു.

ഷിയർ ആലിഖാൻ: നീ ഈ വണ്ടിയിൽ കയറി ഇദ്ദേഹത്തിന്റെ ഈ സാമാനങ്ങൾ എല്ലാം നോക്കി ബന്തോവസ്തായി ഇവിടെ ഇരിക്കണം ഞങ്ങൾ റിഫ്രെഷ്മെണ്ട് റൂമിൽ (പലഹാരങ്ങൾ മുതലായതു സായ്‌വൻമാർക്കു മറ്റും തെയ്യാറാക്കിവെച്ചിരിക്കുന്ന മുറിയിൽ) പോയിവരട്ടെ എന്നു പറഞ്ഞു.

ഹോ- സാബ്ബ്, എന്നു പറഞ്ഞ് അവൻ മാധവൻ ഇരുന്ന വണ്ടിക്കകത്തുപോയി സാമാനങ്ങളുടെ അടുക്കെ ബഹുജാഗ്രതയോടെ നിന്നു.

സബോർഡിനേറ്റ് ജഡ്ജി അവർകൾക്ക് മാധവന്റെ കൈവിടാതെ പിടിച്ചും കൊണ്ട് ഓരോ നേരംപോക്കും പറഞ്ഞു റിഫ്രെഷ്മെണ്ട് റൂമിലേക്കു കടന്നു.

ഷിയർ ആലിഖാൻ; എന്താണ് നമ്മൾ തിന്നുന്നത് ? (എന്നു മാധവനോട്)

മാധവൻ: താങ്കളുടെ ഇഷ്ടംപോലെ.

ഷിയിർ ആലിഖാൻ: മാംസാഹാരങ്ങൾക്കും വൈനിനും താങ്കൾക്കു വിരോധമില്ലായിരിക്കും.

മാധവൻ: വിരോധമില്ല.

ഷിയർ ആലിഖാൻ: ശരി; ബോയിബോയി, എന്നു വിളിച്ചു.

ബോയി, എസ്സാർ എന്നു നിലവിളിച്ചുകൊണ്ട് ഓടിയെത്തി.

ഷിയർ ആലിഖാൻ: മട്ടൻചോപ്പ്സ്, കട്ട്ളസ്റ്റ്, ബ്രെഡ്, ചീസ്സ്, ഷെറി വയിൻ ഇതുകൾ കൊണ്ടുവാ എന്നു കല്പിച്ചു.

ബോയി, എസ്സാർ എന്നു പറഞ്ഞു കല്പിച്ച സാധനങ്ങൾ കൊണ്ടു വരാൻ ഓടിപ്പോയി.

സബ്ബജഡ്ജി അവർകളും മാധവനും ഓരോ കസാലയിലന്മേൽ ഇരുന്നു ഉടനെ സബ്ബ്ജഡ്ജി അവർകൾ കസാലമേൽ നിന്ന് എഴുന്നേറ്റ് ഓ, എന്റെ മകനെക്കൂടി ഞാൻ കൂട്ടിക്കൊണ്ടുവരട്ടെ. അവൻ ഒന്നാം ക്ലാസ്സ് വണ്ടിയിൽ അവന്റെ അമ്മയോടുകൂടി ഇരിക്കുന്നു. ഞാൻ ആ വണ്ടിയിൽ നിന്ന് എറങ്ങുമ്പോൾ തന്നെ അവൻ ശാഠ്യം പിടിച്ച് ഒന്നിച്ചു വരാൻ കരഞ്ഞു. എന്നോടു കൂടിയല്ലാതെ ആ ചെക്കൻ ഭക്ഷണം കഴിക്കയില്ല. ഞാൻ ഒരു നിമിഷത്തിലകത്തുവരും, എന്നു പറഞ്ഞ് ഗഡിയാൾ ഒന്ന് എടുത്തു നോക്കി, എനി വണ്ടി പുറപ്പെടാൻ പതിനാലു മിനിട്ട് ഉണ്ട്, എന്നു പറഞ്ഞു സബ്ബ്ജഡ്ജി വേഗം പുറത്തേക്കു പോയി. കുട്ടിയെ കൊണ്ടുവരാൻ പോയതു മാധവന് അതി സന്തോഷമായി. മാധവൻ അവിടെ ഇരുന്നു. അപ്പോഴേയ്ക്കു ബട്ളർ കല്പനപ്രകാരം ഓരോ സാധനങ്ങൾ കൊണ്ടുവന്നു വെച്ചുതുടങ്ങി. മാധവൻ സബ്ബജഡ്ജിയുടെ വരവും കാത്തിരുന്നു. അഞ്ചുമിനിട്ടു കഴിഞ്ഞു- ആറു കഴിഞ്ഞു- ഏഴ്- എട്ട്- ഒമ്പത്- പത്തുമിനിട്ടായി. അപ്പോൾ മാധവൻ എണീട്ട് അദ്ദേഹം എന്താണു വരാത്തത് എന്ന് ആലോചിച്ചു. അടുക്കെ നില്ക്കുന്ന ബട്ളർ എനി നാലു മിനിട്ടേ ഉള്ളൂ ഈ സാധനങ്ങൾ എല്ലാം ആറി ചീത്തയായിത്തുടങ്ങി, എന്നു പറഞ്ഞു.

മാധവൻ, അദ്ദേഹം വന്നില്ലല്ലൊ, എന്നു പറഞ്ഞു പുറത്തേക്ക് ഇറങ്ങി- ആദ്യം ഒന്നാംക്ലാസ്സു വണ്ടികൾ കെട്ടിയ ദിക്കിലേക്കു ഓടി.

ആ വണ്ടികളുടെ വാതുക്കൽ എല്ലാം പോയി, മിസ്റ്റർ ഷിയർ ആലി ഖാൻ സബ്ബ് ജഡ്ജി!- ഷിയർ ആലിഖാൻ സബ്ബ് ജഡ്ജി! എന്ന് ഉറക്കെ വിളിച്ചു. ആരും ഉരിയാടിട്ടില്ല. മാധവൻ വല്ലാതെ ഒന്നു പരിഭ്രമിച്ചു. താൻ കയറിയ വണ്ടിയിൽ വന്നു നോക്കുമ്പോൾ അവിടെ വെച്ചിരുന്ന തന്റെ വക യാതൊരു സാമാനങ്ങളേയും കണ്ടില്ല. പിയോനുമില്ല സബ്ബ്ജഡ്ജിയുമില്ല. സാമാനങ്ങൾ എല്ലാം ആ തടിച്ച പ്യൂൺ എടുത്തു കൊണ്ടുപോയി എന്ന് വണ്ടിയിൽ ഉണ്ടായിരുന്ന ഇംക്ലീഷ് അറിഞ്ഞുകൂടാത്ത ചില വഴിയാത്രക്കാർ കൈകൊണ്ടും മറ്റും കാണിച്ചു മാധവനെ മനസ്സിലാക്കി. മാധവൻ പിന്നെയും എന്തിനാണെന്നും എവിടേക്കാണെന്നും മാധവനു തന്നെ നിശ്ചയമില്ലാതെ പ്ലാട്ടുഫോറത്തിൽ അങ്ങോട്ടും ഇങ്ങോട്ടും ഒരു ഭ്രാന്തന്റെ മാതിരി ഓടി. അപ്പോഴേയ്ക്കും വണ്ടി എളകി പോകയും ചെയ്തു.

മാധവന് അപ്പോൾ ഉണ്ടായ പിരഭ്രമവും വ്യസനവും മതിയാകും വണ്ണവും ശരിയാകും വണ്ണവും പറഞ്ഞ് എന്റെ വായനക്കാരെ ധരിപ്പിപ്പാൻ എന്നാൽ പ്രയാസം. താൻ അപ്പോൾ ഇട്ടിട്ടുള്ള കുപ്പായവും തൊപ്പിയും കാലൊറയും ബൂട്ട്സും ഒരു ചെറിയ ഉറുമാലും രണ്ട് ഉറുപ്പികയ്ക്കോ മറ്റോ ചില്ലറയും ഒരു റിവോൾവർ പോക്കറ്റിൽ ഉണ്ടായിരുന്നതും താൻ എല്ലായ്പോഴും ധരിച്ചു വരുന്ന ഒരു സാധാരണ ഗഡിയാളും ഒരു റെയിൽവെടിക്കറ്റും ഒഴികെ മറ്റു സകലസാധനങ്ങളും പോയി. പോയ സാധനങ്ങളിൽ ഏറ്റവും വിലപിടിച്ച സാധനങ്ങൾ, ബാബു ഗോവിന്ദസേൻ കൊടുത്ത പൊൻഗഡിയാളും ചങ്ങലയും ഒരു വിലയുള്ള ദന്തത്തിന്റെ എഴുത്തുപെട്ടിയും വിശേഷമായ നീരാളത്തിന്റെ ഉടുപ്പുകളും ആണ്. പാവം! സാധു മാധവൻ അന്ധനായി പ്ലാട്ടുഫോമിൽ കുറെ നിന്നു- വണ്ടിയും പോയി. സ്വത്തുകൾ സകലവും അലഹബാദിലെ സബ് ജഡ്ജിയും കൊണ്ടുപോയി. ഈ ഷിയർ ആലിഖാൻ എന്നു കള്ളപ്പേർ പറഞ്ഞ പെരുങ്കള്ളൻ ഈ വക പ്രവൃത്തിയിൽ വളരെ പണം തട്ടിപ്പറിച്ചവനാണ്. മാധവനെ ഇവനും ഇവന്റെ കൂട്ടരും കൂടി വൈകുന്നരം പലഹാരം കഴിപ്പാൻ എറങ്ങിയ സ്റ്റേഷനിൽ വെച്ചു കണ്ടു ദിക്കു പരിചയമില്ലാത്തവനാണെന്നു മനസ്സിലായി, തന്റെ കൂറ്റുകള്ളന്മാർ രണ്ടാളോടുകൂടി മുമ്പു പറഞ്ഞ വേഷംകെട്ടി പുറപ്പെട്ടു. നുമ്മടെ മഹാശുദ്ധാത്മാവായ മാധവനെ ഇങ്ങനെ ചതിച്ചതാണ്. ആ കള്ളന്മാർ മാധവന്റെ വണ്ടിയിൽനിന്നു സാമാനവും എടുത്തു സ്റ്റേഷനിൽ നിന്നു കുതിച്ച് ഓടിപ്പോയ്ക്കളകയും ചെയ്തു. എനി എന്തു

നിവൃത്തി ഈശ്വരാ! എന്നു വിചാരിച്ചു മാധവൻ ഓടി സ്റ്റേഷൻമാസ്റ്ററുടെ മുറിയിൽ ചെന്നു.

മാധവൻ: ഇതാ എന്റെ സാമാനങ്ങൾ എല്ലാം കളവുപോയിരിക്കുന്നു. ഞാൻ അന്യരാജ്യക്കാരനാണ്. എന്നെ ദയവുചെയ്തു സഹായിക്കണേ!

സ്റ്റേഷൻമാസ്റ്റർ: പൊല്ലീസ്സുകാരോടു പോയി പറയൂ.

മാധവൻ; പൊല്ലീസ്സുകാരെ ആരെയും കാണുന്നില്ലാ.

സ്റ്റേഷൻമാസ്റ്റർ: അതിനു ഞാനെന്തുചെയ്യും?

മാധവൻ: ഞാൻ അന്യദിക്കുകാരനാണ്.

സ്റ്റേഷൻമാസ്റ്റർ: അതിനു ഞാനെന്തുചെയ്യും?

മാധവൻ: എനിക്ക് ഈ ദിക്കിൽ ആരും പരിചയമില്ല.

സ്റ്റേഷൻമാസ്റ്റർ: അതിനു ഞാനെന്തു ചെയ്യും?

മാധവൻ: നിങ്ങൾ എനിക്കു വല്ല സഹായവും ചെയ്യാഞ്ഞാൽ ഞാൻ വളരെ കുഴങ്ങിപ്പോവുമല്ലൊ.

സ്റ്റേഷൻമാസ്റ്റർ; പൊല്ലീസ്സുകാരോടു പോയി പറയൂ. പോട്ടർ, ഈ മനുഷ്യനു പൊല്ലീസ്സുകാരെ കാണിച്ചു കൊടുക്കൂ. ഇവിടെ പൊല്ലീസ്സുകാർ ആരും ഇല്ലെങ്കിൽ പൊല്ലീസ്സുകച്ചേരി കാണിച്ചു കൊടുക്കൂ.

പ്ലാറ്റുഫോറത്തിൽ പൊല്ലീസ്സുകാരെ കണ്ടില്ല. പൊല്ലീസ്സുകച്ചേരിയിൽ ചെന്നപ്പോൾ അവിടെ വാതിൽ അടച്ചിരിക്കുന്നു. ആ ദിക്കിൽ നുമ്മളുടെ ബ്രിട്ടീഷ് ഇൻഡ്യയിലെ പൊല്ലീസ്സുകാർ അല്ല. ഈ കളവു പോയതും ബ്രിട്ടീഷ് ഇൻഡ്യയ്ക്കു പുറത്ത് ഒരു രാജ്യത്തുവെച്ചാണ്. മാധവന്റെ പിന്നാലെ തന്നെ ഹോട്ടലിലെ ബട്ളർ കൂടിയിരിക്കുന്നു. സാമാനം ഉണ്ടാക്കിയതിന്ന് ഒന്നര ഉറുപ്പിക ചാർജ്ജുണ്ട്- വേണമെങ്കിൽ തിന്നോളണം, പണം തരണം. എന്നു പറഞ്ഞു പിന്നാലെ വരുന്നു.

മാധവൻ: ഞാൻ സാധനങ്ങൾക്കൊന്നും ആവശ്യപ്പെട്ടിട്ടില്ല. ആ കള്ളനല്ലേ പറഞ്ഞത്? ഞാൻ എന്തിനാണു പണം തരുന്നത്?

ബട്ളർ; നിങ്ങളാണു പറഞ്ഞത്. നിങ്ങൾ പണം തരണം. എന്നു പറഞ്ഞു പിന്നയും പിന്നാലെ വിടാതെ കൂടി.

പൊല്ലീസ്സുകാരെ ഒരാളെയും കാണാത്തതിനാൽ മാധവൻ പിന്നെയും തീവണ്ടി സ്റ്റേഷനിലേക്കുതന്നെ മടങ്ങിവന്നു. സ്റ്റേഷൻമാസ്റ്ററുടെ അടുക്കെ പോയി.

മാധവൻ: പൊല്ലീസ്സുകാരെ ആരെയും കാണുന്നില്ല.

സ്റ്റേഷൻമാസ്റ്റർ: അതിനു ഞാൻ എന്തുചെയ്യും?

ബട്ളർ: (സ്റ്റേഷൻ മാസ്റ്ററോട്) അദ്ദേഹം ഹോട്ടലിൽ വന്നു സാമാനങ്ങൾക്കു കല്പനകൊടുത്തു. ഉണ്ടാക്കിക്കൊണ്ടുവന്നശേഷം ഇപ്പോൾ വില തരുന്നില്ല.

സ്റ്റേഷൻമാസ്റ്റർ: (മാധവനോട്) അത് എന്താണു കൊടുക്കാത്തത്?

മാധവൻ: നിങ്ങൾ കല്പിച്ചാൽ കൊടുക്കാം. എന്റെ കൈയിൽ ഉള്ള മുഴുവൻ പണവും കൊടുക്കാം. എന്നാൽ നിങ്ങൾ എനിക്ക് ഒരു ഉപകാരം മാത്രം ചെയ്യണം. ഞാൻ ഇങ്ങനെ സങ്കടത്തിൽപ്പെട്ട ഒരു മനുഷ്യനല്ലേ- എന്റെ സ്നേഹിതന് ഒരു ടെലിഗ്രാം (കമ്പി വർത്തമാനം) അയച്ചുതരണം.

സ്റ്റേഷൻമാസ്റ്റർ: നേരം ആറുമണി കഴിഞ്ഞുവല്ലോ. ആരാണ് സ്നേഹിതൻ?

മാധവൻ: മിസ്റ്റർ ഗോപീനാഥബാനർജ്ജി എന്റെ ഒരു സ്നേഹിതനാണ്. അദ്ദേഹത്തിനെ കാണ്മാനാണു ഞാൻ പോവുന്നത്. അദ്ദേഹത്തിന്ന് ഒരു കമ്പി ഇപ്പോൾതന്നെ അയച്ചുതരണം.

ഗോപീനാഥബാനർജ്ജി എന്ന പേരുകേട്ടപ്പോൾ എന്തോ സ്റ്റേഷൻ മാസ്റ്ററുടെ പ്രകൃതം ഒന്നു വല്ലാതെ മാറി. ആ കോടീശ്വരന്റെ സ്വന്തം ആളാണ് ഈ സ്റ്റേഷൻമാസ്റ്റർ. ബഹുവിധമായ സാമാനങ്ങൾ ഈ സ്റ്റേഷനിൽകൂടി അദ്ദേഹത്തിനു വേണ്ടി ദിവസംപ്രതി വന്നും പോയിക്കൊണ്ടും ഇരിക്കും. വളരെ പണം സ്റ്റേഷൻമാസ്റ്റർക്ക് അദ്ദേഹത്തോടു സമ്മാനമായിട്ടും മറ്റും കിട്ടിവരുന്നുണ്ട്. അത്രയുമല്ല, ഒരു കുറി എന്തോ ഒരു വികടം കാണിച്ചതിനാൽ ഈ സ്റ്റേഷൻമാസ്റ്ററുടെ കാല്ക്കു ചങ്ങലവാരാൻ പോയത് അദ്ദേഹത്തിന്റെ ദയയാൽ ഇല്ലാതെ ആയിരിക്കുന്നു. ഗോപീനാഥബാനർജ്ജി എന്നു വെച്ചാൽ ആ സ്റ്റേഷൻമാസ്റ്റർക്ക് ഒരു ഈശ്വരനെപ്പോലെയാണ്, ആ പേരു പറഞ്ഞുകേട്ട ഉടനെ അദ്ദേഹം ഇരിപ്പിടത്തിൽ നിന്ന് എണീട്ടു.

സ്റ്റേഷൻമാസ്റ്റർ: താങ്കൾ അദ്ദേഹത്തിന്റെ സ്നേഹിതനോ? അദ്ദേഹത്തിന്റെ അടുക്കലേക്കു പോവുന്നുവോ? പോട്ടർ, കസാല കൊണ്ടുവാ. ഇരിക്കിൻ. ടെലിഗ്രാം ഈ നിമിഷം അയയ്ക്കാം. അദ്ദേഹത്തിന്റെ സ്ഥലത്തുള്ള റെയിൽവേസ്റ്റേഷനിൽത്തന്നെ ഇപ്പോൾ ഉണ്ടായിരിക്കണം. ടെലിഗ്രാം വേഗം എഴുതിത്തരികേ വേണ്ടൂ. മാധവൻ ഉടനെ ടെലിഗ്രാം എഴുതി സ്റ്റേഷൻമാസ്റ്റർവശം കൊടുത്തു.

സ്റ്റേഷൻമാസ്റ്റർ അഞ്ചുനിമിഷത്തിലകത്തു മറുപടി വരുത്തിത്തരാമെന്നു പറഞ്ഞു ടെലിഗ്രാം അടിച്ചു. മാധവനു കുറെ ചായയും മറ്റും ക്ഷണം വരുത്തിക്കൊടുത്തു. ഉടനെ പൊല്ലീസ്സുകാരടെ

അടുക്കെ ആളെ അയച്ചു. വേണ്ടതെല്ലാം ചെയ്തു. പണത്തിന്നു ചോദിച്ച ഹോട്ടൽ ബട്ട്ളരെ തല്ക്കാലം കണ്ടതേ ഇല്ല. കഷ്ടിച്ച് ഒരു മണിക്കൂർ കഴിഞ്ഞപ്പോൾ മറുപടി ടെലിഗ്രാം എത്തി. സ്റ്റേഷൻ മാസ്റ്റർക്ക്, നേരെ താഴെ പറയുന്നപ്രകാരമായിരുന്നു ടെലിഗ്രാം.

മലബാറിൽ നിന്നു വരുന്ന മാധവന്റെ ടെലിഗ്രാം കിട്ടി. ഇദ്ദേഹം എന്റെ പ്രാണപ്രിയനായ ഒരു മനുഷ്യനാണ്. ഇദ്ദേഹത്തിനു വേണ്ട സകല ഉപചാരങ്ങളും ചെയ്ത് വളരെ സുഖമാക്കി താങ്കൾ ഇന്നു രാത്രി അവിടെ പാർപ്പിക്കണം. മാധവന്റെ ടെലിഗ്രാം ഇവിടെ കിട്ടു മ്പോൾ ഇവിടുന്ന് അങ്ങോട്ടുള്ള ഒടുവിലത്തെ വണ്ടി പോയിരി ക്കുന്നു. അല്ലെങ്കിൽ ഈ രാത്രിയിൽതന്നെ ഞാൻ അവിടെ എത്തു മായിരുന്നു. മാധവനോട് അശേഷം വ്യസനിക്കരുതെന്നു താങ്കൾ പറയണം. താങ്കൾ അയാളുടെ കൂടെത്തന്നെ സകല ഉപചാരങ്ങളും ചെയ്തു ഞാൻ എത്തുന്നവരെ ഇരിക്കണം. ഞാൻ നാളെ ഒന്നാ മത്തെ വണ്ടിക്ക് അവിടെ എത്തും. പൊലീസ്സിന്ന് ഇപ്പോൾതന്നെ അറിവുകൊടുക്കണം. അതൊന്നും മാധവനറിയേണ്ട- വേണ്ടത് സകലം നിങ്ങൾ തന്നെ ചെയ്യണം.

ഈ ടെലിഗ്രാം എത്തിയശേഷം സ്റ്റേഷൻമാസ്റ്റർ മാധവനു ചെയ്ത ഉപചാരങ്ങളും ആദരവുകളും ഒരു രാജാവിനോ വലിയ പ്രഭുവിനോ കൂടി അദ്ദേഹം ചെയ്യുമോ എന്നു സംശയമാണ്. ഉടനെ പൊലീസ്സിന്ന് ആളെ അയച്ചു. മാധവനു ഹോട്ടലിൽ കിടക്ക, കട്ടിൽ, മേശ, കസാല മുതലായ പലേ സാമാനങ്ങൾ ഉള്ള ഒരു വലിയ മുറി ഒഴിച്ചു അതിൽ ഇരിപ്പാൻ ശട്ടമാക്കി. ഒരു കാൽമണിക്കൂറിന്നു ള്ളിൽ ആ ദിക്കിലെ പൊലീസ്സിന്റെ ഒരു ഹെഡാപ്സരും കുറെ ശിപായിമാരും കൂടി എത്തി. ഹെഡാപ്സർ ഒരു മുസൽമാനാണ്; അതിഭയങ്കരവേഷം, സ്റ്റേഷനിൽ എത്തിയ ഉടനെ സ്റ്റേഷൻമാസ്റ്റ രോട്,

ഹെഡാപ്സർ: കളവുപോയത് ആർക്കാണ്? എത്ര മുതൽ പോയി?

സ്റ്റേഷൻമാസ്റ്റർ: മലയാളത്തിൽ നിന്ന് ഒരു രാജാവു വന്നിരിക്കു ന്നു. അദ്ദേഹത്തിന്റെ വക ഒര ലക്ഷം ഉറുപ്പികയ്ക്കു മുതൽ പോയി പ്പോയി. ഗോപീനാഥബാനർജ്ജിയുടെ ഇഷ്ടനാണ് ഈ രാജാവ്. ഈ അകത്തിരിക്കുന്നുണ്ട്- വലിയ രാജാവാണ്. വിവരത്തിന് ഗോപീ നാഥബാനർജ്ജിക്ക് അദ്ദേഹം തന്നെ ടെലിഗ്രാം അയച്ചു. അതിനു വന്ന മറുപടി എനിക്കാണ് ഇതാ നോക്കീൻ.

എന്നു പറഞ്ഞു ടെലിഗ്രാം ഹെഡാപ്സറെ പക്കൽ കൊടുത്തു.

സ്റ്റേഷൻമാസ്റ്റർ പറഞ്ഞതെല്ലാം മാധവൻ അകായിൽ നിന്നു കേട്ടു. വളരെ വ്യസനത്തിലാണ് തന്റെ അപ്പോഴത്തെ സ്ഥിതി എങ്കിലും, താൻ മലയാളത്തിലെ ഒരു രാജാവാണെന്നും ലക്ഷം ഉറുപ്പികയുടെ മുതൽ കളവു പോയി എന്നും സ്റ്റേഷൻ മാസ്റ്റർ പറഞ്ഞതു കേട്ടപ്പോൾ മാധവൻ ഉറക്കെ ചിരിച്ചുപോയി.

ഹെഡാപ്പ്സർ ടെലിഗ്രാം വായിച്ചു തല ഒന്നു കുലുക്കി സ്റ്റേഷൻ മാസ്റ്ററോട്,

ഹെഡാപ്പ്സർ, എനിക്കു രാജാവിനെ ഒന്നു കാണണം. അന്യായത്തിന്റെ വിവരം കുറിച്ചെടുക്കണം എന്നു പറഞ്ഞു.

സ്റ്റേഷൻമാസ്റ്റർ അകത്തുപോയി ഹെഡാപ്പ്സറോട് അകത്തേക്കു വരാമെന്നു പറഞ്ഞശേഷം അതികൂറ്റനായ ഈ തുലുക്കൻ ഉദ്യോഗസ്ഥൻ അകത്തേക്കു കടന്നു വളരെ ഭക്തിയോടെ മാധവന് ഒരു സെലാം ചെയ്തു. കൈകൾ രണ്ടും താഴ്ത്തി ഡ്രിൽ ചെയ്‌വാൻ നില്ക്കുമ്പോലെ മാധവന്റെ മുമ്പാകെ നിന്നു.

മാധവൻ വേഗം കസാലയിന്മേൽ നിന്ന് എണീറ്റ് ഇദ്ദേഹത്തിന്റെ കൈപിടിച്ച്, താങ്കളെ കണ്ടത് വളരെ സന്തോഷമായി, എന്നു പറഞ്ഞ് അടുക്കെ കസാലമേൽ ഇരുത്തി വളരെ താഴ്മയോടെ സംസാരിച്ചു. ഈ ഉദ്യോഗസ്ഥനു മാധവനെപ്പറ്റി വളരെ ബഹുമാനവും സന്തോഷവും തോന്നി.

ഉദ്യോഗസ്ഥൻ: രാജാവവർകൾക്ക് ഈ വ്യസനം വന്നതിൽ ഞാൻ വളരെ വ്യസനിക്കുന്നു. എന്നാൽ കഴിയുന്നതു ശ്രമിച്ച് ഈ കുറ്റം തുമ്പുണ്ടാക്കാൻ നോക്കാം.

മാധവൻ: ഞാൻ രാജാവല്ല.

ഇതു പറഞ്ഞു കേട്ടപ്പോൾ സ്റ്റേഷൻമാസ്റ്റർക്ക് വളരെ ദേഷ്യം തോന്നി- കുറ്റമല്ലാ ഈ പൊട്ടച്ചാരുടെ മുതൽ കട്ടുപോയത് എന്നു മനസ്സിൽ നിശ്ചയിച്ചു.

മാധവൻ: ഞാൻ രാജാവല്ല, മലയാളത്തിലെ ഒരു നായരാണ്. ഗവർമ്മേണ്ടിൽ ഉദ്യോഗമാണ്.

ഉദ്യോഗസ്ഥൻ: ശരി, മുതൽ എത്ര പോയിട്ടുണ്ട്?

മാധവൻ: വില തിട്ടമായി പറവാൻ സാധിക്കയില്ല.

സ്റ്റേഷൻമാസ്റ്റർ: വളരെ മുതൽ പോയിട്ടുണ്ട്. വളരെ വളരെ.

മാധവൻ: ഏറെയും കുറയുമായി ഒരു രണ്ടായിരം ഉറുപ്പികയുടെ മുതൽ ഉണ്ടായിരിക്കാം. പോയ സാധനങ്ങളിൽ വില ഏറിയത് എല്ലാം എനിക്കു കല്ക്കത്തൊവിൽനിന്നു പുറപ്പെടുമ്പോൾ മഹാരാജശ്രീ ഗോവിന്ദസേൻ സമ്മാനമായി തന്നതായിരുന്നു. അതുകളുടെ

വില എനിക്കു നിശ്ചയമില്ല.

ഉദ്യോഗസ്ഥൻ: ഗോവിന്ദസേനും ഇവിടുത്തെ സ്നേഹിതനോ?
മാധവൻ: അതെ.

ഉദ്യോഗസ്ഥൻ; കളവുണ്ടായ വിവരം ഒന്നു പറഞ്ഞുകേട്ടാൽ കൊള്ളാമായിരുന്നു.

മാധവൻ ഉണ്ടായ സംഗതികൾ എല്ലാം വിവരമായി പറഞ്ഞു. ഉദ്യോഗസ്ഥൻ കേട്ടശേഷം ഒരു പത്തുമിനിട്ട് ഒന്നും മിണ്ടാതെ യോഗീശ്വരന്മാർ ധ്യാനത്തിന് ഇരുന്നാലത്തെ സമ്പ്രദായത്തിൽ നിശ്ചലനായി ആലോചിച്ചു. ആലോചനയുടെ അവസാനത്തിൽ ഒരു മന്ദഹാസം ചെയ്തു. വാതുക്കൽ നില്ക്കുന്ന തന്റെ പ്രധാന ശിപായിയുടെ മുഖത്തേക്ക് ഒന്നു നോക്കി പിന്നെയും ഒരു മന്ദഹാസം ചെയ്തു. തനിക്കു സകല സൂക്ഷ്മവും കിട്ടി എന്നു നടിച്ചുകൊണ്ട്;

ഉദ്യോഗസ്ഥൻ: ഈ കളവുണ്ടായതു ഹോട്ടൽബട്ളരുടെ അറിവോടുകൂടിയാണെന്നുള്ളതിലേക്ക് എനിക്ക് ലേശം പോലും സംശയമില്ല.

സ്റ്റേഷൻമാസ്റ്റർ: ശരി- ശരി.

പ്രധാനശിപായി: ശരി- ശരി; എനിക്ക് ഒരു അണുമാത്രം സംശയമില്ല.

എന്നു പറഞ്ഞപ്പോഴേക്കും ശിപായിമാർ നിന്നേടത്തുനിന്ന് ഒന്ന് എളകി അന്യോന്യം മുഖത്തോടുമുഖം നോക്കി. കളവ് ഇത്ര വേഗം തങ്ങളുടെ യജമാനൻ തുമ്പുണ്ടാക്കിയത് ഓർത്തു വളരെ ആശ്ചര്യപ്പെട്ടു. തങ്ങൾക്കു കല്പന കിട്ടാൻ വൈകിയെന്ന ഭാവത്തോടെ ഉദ്യോഗസ്ഥന്റെ മുഖത്തേക്കു നോക്കിക്കൊണ്ടു നിന്നു.

മാധവൻ: ഹോട്ടൽബട്ളരുടെ അറിവ് ഉണ്ടാവാൻ സംഗതി ഉണ്ടെന്ന് എനിക്കു തോന്നുന്നില്ല.

സ്റ്റേഷൻമാസ്റ്റർ: (ബഹുദേഷ്യത്തോടെ) താങ്കൾ എനി ഈ കാര്യത്തിൽ ഒന്നും ചെയ്യേണ്ടതില്ല. വേണ്ടതെല്ലാം ഉദ്യോഗസ്ഥന്മാർ ചെയ്തു കാര്യം തുമ്പുണ്ടാക്കട്ടെ. ഏകദേശം ലക്ഷം കാര്യങ്ങൾ ഇങ്ങനെയുള്ളവ തുമ്പുണ്ടാക്കിയ മഹാന്മാരാണ് ഇവർ. അവരുടെ പ്രവൃത്തി അവർ ചെയ്തു കൊള്ളട്ടെ.

മാധവൻ: അങ്ങനെതന്നെ. എനി ഞാൻ ഒന്നും പറയുന്നില്ല. എന്നു പറഞ്ഞു

പ്രധാന ഉദ്യോഗസ്ഥൻ ഉടനെ അവിടുന്ന് എഴുന്നേറ്റു പുറത്തേക്കു വന്നു ഹോട്ടൽ ബട്ളരെ വിളിക്കാൻ പറഞ്ഞു. ബട്ളർ വളരെ ഭയ

പ്പെട്ടു വിറച്ചുംകൊണ്ട് ഉദ്യോഗസ്ഥന്റെ അടുക്കെ വന്നുനിന്നു.

ഉദ്യോഗസ്ഥൻ: അദ്ദേഹത്തിന്റെ വക മുതൽ നീ കട്ടത് എവിടെ വെച്ചിരിക്കുന്നു? എടുക്ക്.

ബട്ളർ: ഞാനോ, ആരുടെ മുതൽ: കഷ്ടം, ഞാൻ കട്ടുവോ?

ഉദ്യോഗസ്ഥൻ: (ഒരു ശിപായിയോട്) ആ നായിനെ ഇടി.

ബട്ളർ: അയ്യോ!

ഉദ്യോഗസ്ഥൻ: ഇനിയും ഇടി.

ബട്ളർ: അയ്യയ്യോ! അയ്യയ്യോ! ഞാൻ ഒന്നും അറിയില്ലാ.

ഉദ്യോഗസ്ഥൻ; നല്ലവണ്ണം ഇടി- കഴുതെ. നിണക്കു ബലം ഇല്ലെ. പ്രധാനശിപായി! നീ ഇടി ഇടി. തലയ്ക്കും ഇടി.

ബട്ളർ: അയ്യോ! അപ്പാ! അപ്പപ്പാ! അപ്പപ്പാ! ചത്തു- ചത്തു- ഞാൻ ചത്തു- ദൈവമേ! എന്നെ കൊന്നു!

ഉദ്യോഗസ്ഥൻ: ഇടിക്ക്. എനിയും ആ നായിനെ ഇടിച്ചു കൊല്ല്.

ബട്ളർ: അപ്പാ! എനിക്കു വെള്ളം കുടിക്കണം. ഞാൻ മരിക്കാറായി.

ഉദ്യോഗസ്ഥൻ; അവന്റെ കയ്യി പിടിച്ചു പിന്നോക്കം മുറുക്കികെട്ടി മേലോട്ടു വലിച്ചുപൊന്തിയ്ക്ക്. മറ്റൊരു ശിപായി അവന്റെ കാൽ മുന്നോടു ബലത്തോടെ വലിക്കട്ടെ.

കല്പിച്ചപ്രകാരം ചെയ്തപ്പോൾ?

ബട്ളർ: (വേദന സഹിക്കാൻ പാടില്ലാതെ) അയ്യോ! അയ്യോ! ഞാൻ മുതൽ എടുത്തു തരാം- എടുത്തു തരാം.

ഉദ്യോഗസ്ഥൻ: എവിടെ വെച്ചിരിക്കുന്നു?

ബട്ളർ; അവിടെ എങ്ങാനും വെച്ചിട്ടുണ്ട്? എന്നെ ഒന്ന് അഴിച്ചു വിടണം!

ഉദ്യോഗസ്ഥൻ: എവിടെ വെച്ചിരിക്കുന്നു?

ബട്ളർ: അയ്യയ്യോ! ഞാൻ കിടക്കുന്ന മുറിയിൽ വെച്ചിട്ടുണ്ട്. കെട്ട് അഴിക്കണേ!

സ്റ്റേഷൻമാസ്റ്റർ: (മാധവനോട്) കണ്ടില്ലെ- കള്ളൻ, ഇവനാണു കട്ടത്. താങ്ങൾ മഹാ ദയാബുദ്ധിയാണ്. ഇപ്പോൾ മുതൽ വരുന്നതു കാണാം.

മാധവന് ഇത് അശേഷം ബോദ്ധ്യമായില്ല. അവൻ വേദന സഹിക്കാൻ പാടില്ലാത്തതുകൊണ്ടു പറഞ്ഞതാണെന്നു തീർച്ചയായും വിശ്വസിച്ചു! കാര്യവും അതുപോലെതന്നെ. അകത്തേക്കു പോയി ബട്ളർ വെറുതെ നിന്നു. അയാൾവശം ഇല്ലാത്ത മുതൽ അയാൾ എങ്ങിനെ എടുത്തു കൊടുക്കും? ഏതെങ്കിലും

പിന്നെയും കുറെ അന്വേഷണങ്ങളും മറ്റും ചെയ്തു. ചില പോർട്ടർമാരെയും കൂലിക്കാരെയും എല്ലാം വളരെ അടിച്ചു. ഒന്നും തുമ്പാവാത്തതിനാൽ ഏകദേശം പന്ത്രണ്ടുമണിയായപ്പോൾ ഉദ്യോഗസ്ഥന്മാർ വെളിച്ചാവുമ്പോൾ വരാമെന്നു പറഞ്ഞു പോകയും ചെയ്തു.

രാവിലെ ഒന്നാമത്തെ വണ്ടിക്കു ഗോപിനാഥബാനർജ്ജി വന്നു. കളവുകാര്യത്തെക്കുറിച്ചു കുറെ അന്വേഷിച്ചു. ഒന്നും തുമ്പുണ്ടായില്ല. പിന്നെയും അന്വേഷിപ്പാൻ ഉദ്യോഗസ്ഥന്മാരെയും മറ്റും ഏല്പിച്ചു മാധവനേയും കൂട്ടി തന്റെ രാജ്യത്തേക്കു പോന്നു. ഈ വിവരങ്ങൾക്ക് എല്ലാം തന്റെ രാജ്യത്ത് എത്തിയ ഉടനെ ഗോവിന്ദസേന്നു കമ്പി അയച്ചു. അതിന്നു ഗോപീനാഥബാനർജ്ജിക്കു വന്ന മറുവടിക്കമ്പി താഴെ ചേർക്കുന്നു.

മാധവനു നേരിട്ട നിർഭാഗ്യത്തെപ്പറ്റി ഞാൻ വ്യസനിക്കുന്നു. മാധവനു വടക്കൻ ഇന്ത്യയിൽ സഞ്ചാരത്തിനും മടങ്ങി മദിരാശിക്കു പോവാനും ഉള്ള സകല ചിലവുകൾക്കും ആയി രണ്ടായിരം ഉറുപ്പിക മാധവന്റെ ആധീനത്തിൽ നിറുത്തണം. എന്നാൽ ഉറുപ്പിക ഒന്നായി കൈയിൽ കൊണ്ടുപോവണ്ട. തൽക്കാലം ആവശ്യമുള്ളത് അല്ലഹബാദ്, ആഗ്രാ, ഡൽഹി, ലാഹൂർ ഈ ബാങ്കുകളിൽ നിന്ന് അതാതു സമയം വാങ്ങാൻ ചെക്കുകൾ കൊടുക്കണം. മാധവൻ ബൊമ്പായിൽ മടങ്ങിയെത്തുന്നതുവരെ കൂടെ സഞ്ചരിക്കാൻ നമ്മുടെ ബൈരാംഖാനെക്കൂടി അയയ്ക്കണം. അവൻ സഞ്ചരിച്ചു നല്ല പരിചയമുള്ളവനാണ്. മുതലുകൾ പോയതിൽ മാധവൻ അശേഷം വ്യസനിക്കേണ്ട എന്നു തീർച്ചയായി മാധവനോടു പറയണം.

ഈ ടെലിഗ്രാം വായിച്ചപ്പോൾ മാധവനു മനസ്സിൽ ഗോവിന്ദസേനെക്കുറിച്ച് ഉണ്ടായ ഒരു ബഹുമാനവും ഭക്തിയും എന്റെ വായനക്കാർക്കു തന്നെ അനുമാനിക്കാവുന്നതാണല്ലൊ. എന്നാലും ഗോവിന്ദസേനെക്കൊണ്ട് എനി ഒരു കാശുപോലും തനിക്കുവേണ്ടി ചിലവിടയിക്കുന്നത് മാധവനു പ്രാണസങ്കടമായി തോന്നി, ഗോപീനാഥബാനർജ്ജിയോടു പറയുന്നു.

മാധവൻ: മഹാ ഔദാര്യശാലിയായ ഗോവിന്ദസേൻ അധികകാലം മടങ്ങാനാണു വിചാരിക്കുന്നത്. അവിടെ പോയിട്ടു കുറെ ദിവസം കഴിഞ്ഞു ഇങ്ങട്ടു വീണ്ടും വന്നു ഗോവിന്ദസേൻ അവർകളെയും താങ്കളേയും കണ്ടുകൊള്ളാം. എനിക്ക് ഇവിടെ നിന്നു മദിരാശിയിലേക്കു വഴിയാത്രയ്ക്കുള്ള പണം മാത്രം ഇപ്പോൾ കിട്ടി

യാൽ മതി.

ഗോപീനാഥബാനർജ്ജി: അങ്ങനെതന്നെ. എന്നാൽ ഒരു നാലഞ്ചു ദിവസം എന്റെ കൂടെ ഇവിടെ താമസിച്ചിട്ടു പോവാം. എന്നാലേ എനിക്കു സുഖമുള്ളൂ. എന്നു പറഞ്ഞതിനെ അനുവദിച്ചു നാലഞ്ചുദിവസംകൂടി അവിടെ താമസിച്ചു.

ഗോവിന്ദപ്പണിക്കരും ഗോവിന്ദൻകുട്ടിമേനവനും ബൊമ്പായിൽ താമസിക്കുന്നതായി മുമ്പത്തെ അദ്ധ്യായത്തിൽ പറഞ്ഞിട്ടുണ്ടല്ലോ. ഗോവിന്ദപ്പണിക്കർക്കു ശരീരത്തിന് ഇപ്പോഴും നല്ല സുഖമായില്ല. ബർമ്മയിലേക്കു പുറപ്പാട് ഇന്ന്, നാളെ, മറ്റെന്നാൾ എന്നു വെച്ചു കഴിയുന്നു. അങ്ങനെ ഇരിക്കുമ്പോൾ ഒരു ദിവസം ഗോവിന്ദൻകുട്ടിമേനവൻ ബൊമ്പായി എസ്പ്ലനെഡിനു സമീപം കാറ്റുംകൊണ്ടു നില്ക്കുമ്പോൾ സമീപത്തുകൂടി ബാബു കേശവചന്ദ്രസേൻ കടന്നുപോയി. കേശവചന്ദ്രസേൻ ഗോവിന്ദൻകുട്ടിമേനവന്റെ മുഖം കണ്ടപ്പോൾ മാധവന്റെ മുഖച്ഛായപോലെ തോന്നി. തിരിയെ ഇങ്ങട്ടുതന്നെ മടങ്ങി ഗോവിന്ദൻകുട്ടിമേനവന്റെ അടുക്കെ വന്നു ചോദിക്കുന്നു.

കേശവചന്ദ്രസേൻ: താങ്കൾ ഏതു രാജ്യക്കാരനാണ്?

ഗോവിന്ദകുട്ടിമേനോൻ: മലബാർ രാജ്യക്കാരനാണ്.

കേശവചന്ദ്രസേൻ: ശരി, അങ്ങനെ കണ്ടപ്പോൾ എനിക്കുതോന്നി. മലബാറിൽ മാധവൻ എന്നൊരാളെ താങ്കൾ അറിയുമോ?

ഇതുകേട്ടപ്പോൾ ഗോവിന്ദൻകുട്ടിമേനോൻ ഒന്നു ഞെട്ടി. വല്ലാതെ പരിഭ്രമിച്ചു സന്തോഷവും സന്താപവും ആശ്ചര്യവും ഒക്കെകൂടി മനസ്സിൽ തിക്കിത്തിരക്കി വലഞ്ഞുപോയി. ഉടനെ–

ഗോവിന്ദൻകുട്ടിമേനോൻ: അദ്ദേഹം എവിടെ ഉണ്ട്? ഞാൻ അദ്ദേഹത്തിന്റെ ഒരു സംബന്ധിയാണ്. അദ്ദേഹം ഞങ്ങടെ രാജ്യം വിട്ടുപൊയ്ക്കളഞ്ഞിട്ട് രണ്ടുമാസത്തോളമായി. അദ്ദേഹത്തിന്റെ അച്ഛനും ഞാനും കൂടി പലേ ദിക്കിലും അദ്ദേഹത്തെ തിരഞ്ഞു കാണാതെ വ്യസനിച്ചു വലഞ്ഞു നടക്കുന്നു. ഇവിടെ എട്ടുപത്തു ദിവസമായി ഞങ്ങൾ എത്തീട്ട്.

ഉടനെ കേശവചന്ദ്രസേൻ വിവരങ്ങൾ എല്ലാം പറഞ്ഞു. ഒടുവിൽ–

കേശവചന്ദ്രസേൻ: ഇപ്പോൾ അദ്ദേഹം കൽക്കത്താ വിട്ടിരിക്കാം. എന്നാൽ അച്ഛനു ഞാൻ ഒരു കമ്പി അയച്ചു. ഉടനെ കൂടെ ഗോവിന്ദപ്പണിക്കരുടെ അടുക്കെ കേശവചന്ദ്രസെൻ ഗോവിന്ദൻകുട്ടിമേനവനോടുകൂടെ പോയി. അദ്ദേഹത്തെയും ആൾക്കാരെയും ഒന്നിച്ചു

കൂട്ടിക്കൊണ്ടുവന്നു തന്റെ വീട്ടിൽ താമസിപ്പിക്കുകയും ചെയ്തു.

ഏകദേശം രാത്രി എട്ടുമണിക്കു മറുവടി കമ്പി എത്തി: മാധവൻ കൽക്കത്ത വിട്ടിരിക്കുന്നു. ഗോപീനാഥബാനർജ്ജിയുടെ അടുക്കെ ഉണ്ടായിരിക്കണം. അദ്ദേഹത്തെപ്പറ്റി അദ്ദേഹത്തിന്റെ അച്ഛൻ ഒന്നും വ്യസനിപ്പാൻ ആവശ്യമില്ല. ഉടനെ സുഖമായി വന്നുചേരും. എന്നാണു മറുവടി. അതുകിട്ടി. ഉടനെ ഗോപീനാഥബാനർജ്ജിക്ക് അദ്ദേഹത്തിന്റെ രാജ്യത്തിലേക്കു രാത്രിതന്നെ കമ്പി അടിച്ചു. മാധവൻ അവിടെ ഉണ്ടോ എന്നു മാത്രമാണു കമ്പിയിൽ ചോദിച്ചത്. അതിനു പ്രഭാതത്തിൽ മറുവടി കിട്ടി.

മറുവടി- മാധവൻ ഇന്നു വൈകുന്നേരം ആറുമണിക്ക് ഇവിടെ നിന്നു ബൊമ്പായിക്കു വണ്ടി കയറി. സുഖക്കേടു യാതൊന്നുമില്ല. ബൊമ്പായിൽ എത്തിയ ഉടനെ താങ്കളെ കാണും.

ഈ കമ്പി വായിച്ചുകേട്ടപ്പോൾ ഗോവിന്ദപ്പണിക്കർക്കും ഗോവിന്ദൻകുട്ടിമേനവനും ഉണ്ടായ സന്തോഷത്തെക്കുറിച്ചു ഞാൻ എന്താണു പറയേണ്ടത്? ബൊമ്പായിൽ മാധവൻ കയറിയ വണ്ടി എത്തുന്ന ദിവസം കേശവചന്ദ്രസേൻ സ്റ്റേഷനിൽ എതിരേല്ക്കാൻ ഗാഡിയുമായി തയ്യാറായി നിന്നു എന്നാൽ ഒരു നേരമ്പോക്ക് ഉണ്ടാക്കണം എന്നു കേശവചന്ദ്രസേൻ നിശ്ചയിച്ചു. ഗോവിന്ദപ്പണിക്കരേയും ഗോവിന്ദമേനവനോടും അവരുടെ ആൾക്കാരോടും സ്റ്റേഷനിലേക്കു വരണ്ട എന്നും, താനും മാധവനും കൂടി വിട്ടിലേക്കു വരുമ്പോൾ അവരെ പുറത്തു കാണരുതെന്നും, താൻ മാധവനെ പെട്ടന്നു കൊണ്ടുവന്നു കാണിക്കുമെന്നും പറഞ്ഞു ശട്ടം ചെയ്തിട്ടാണു കേശവചന്ദ്രസെൻ സ്റ്റേഷനിലേക്കു പോയത്. സ്റ്റേഷനിൽ എത്തുമ്പോഴേക്കു വണ്ടിയും എത്തി. മാധവൻ വണ്ടിയിൽ നിന്ന് എറങ്ങിക്കൂടുമ്പോൾ കേശവചന്ദ്രസേനെ കണ്ടു. ഉടനെ കൈകൊടുത്തു രണ്ടുപേരും കൂടി വണ്ടിയിൽ കയറി കേശവചന്ദ്രസേൻ കൽക്കത്താ വിട്ടശേഷം നടന്ന വാസ്തവങ്ങൾ എല്ലാം മാധവൻ പറഞ്ഞു. കേശവചന്ദ്രസേൻ എല്ലാം കേട്ടു. ഒടുവിൽ-

കേശവചന്ദ്രസേൻ: ആട്ടെ, അലഹബാദിലെ സബ്ബ് ജഡ്ജിയുമായി പരിചയമായല്ലെ. കുറെ ദ്രവ്യനാശം വന്നാലും തരക്കേടില്ല- നല്ല ഒരു സ്നേഹിതനെ കിട്ടിയല്ലോ!

എന്നു മറ്റും പറഞ്ഞു രണ്ടുപേരും വളരെ ചിരിച്ചു.

കേശവചന്ദ്രസേൻ; എനിയത്തെ ഉദ്ദേശ്യം എന്താണ്? മലബാറിലേക്കു തന്നെ മടങ്ങുകയല്ലേ നല്ലത്?

മാധവൻ: ഇല്ല. മലബാറിലേക്ക് ഇപ്പോൾ മടങ്ങുന്നില്ല. എന്നാൽ

നാളെ ഞാൻ മദിരാശിക്കു പോയി എട്ടുപത്തു ദിവസത്തിനകത്ത് ഇങ്ങട്ടുതന്നെ മടങ്ങും.

കേശവചന്ദ്രസേൻ: മദിരാശിയോളംമാത്രം പോയി മടങ്ങുന്നുവോ? മലബാറിലേക്കുകൂടി പോവരുതോ? അച്ഛനേയും മറ്റും ഒന്നു കാണാമല്ലോ. അച്ഛൻ എന്നു പറഞ്ഞപ്പോൾ മാധവനു ബഹു വ്യസനം തോന്നി. എങ്കിലും മറ്റെ സംഗതി ഓർത്തപ്പോൾ മലബാറിനെ മനസ്സുകൊണ്ട് ഒന്നു ശപിച്ചുംകൊണ്ട്:

മാധവൻ: അച്ഛനെ കാണ്മാൻ എനിക്കു വളരെ ആഗ്രഹമുണ്ടായിരുന്നു. തല്ക്കാലം സാധിക്കയില്ലെന്നു തോന്നുന്നു.

കേശവചന്ദ്രസേൻ: എന്നാൽ ഇനി നമുക്കു ഭക്ഷണം കഴിക്കാറായല്ലൊ. കുളിക്കണ്ടേ?

മാധവൻ: കുളിക്കാം.

എന്നു പറഞ്ഞു മാധവൻ എണീട്ടു.

കേശവചന്ദ്രസേൻ: ഞാൻ ഇന്ന് തന്റെ സ്നേഹിതന്മാരിൽ രണ്ടാളേക്കൂടി താങ്കളുടെ പ്രീതിക്കായി ഭക്ഷണത്തിനു വരാൻ ക്ഷണിച്ചിട്ടുണ്ട്. താങ്കൾക്ക് അവരെ കാണാൻ സന്തോഷമുണ്ടായിരിക്കുമെന്നു ഞാൻ വിശ്വസിക്കുന്നു.

മാധവൻ: താങ്കളുടെ സ്നേഹിതന്മാർ എന്റെയും സ്നേഹിതന്മാർ തന്നെ. അവരെ ക്ഷണിച്ചത് എനിക്ക് അത്യന്തം സന്തോഷമായി.

എന്നു പറഞ്ഞു മാധവൻ കുളിപ്പാൻ പോയി. കുളിപ്പാൻ പോയി ഉടനെ കേശവചന്ദ്രസെൻ ഗോവിന്ദപ്പണിക്കരേയും ഗോവിന്ദൻകുട്ടിമേനവനേയും ഭക്ഷണം ചെയ്യുന്ന മുറിയിലേക്കു വിളിച്ചു തീൻമേശയുടെ അടുക്കെ ഇരുത്തി. താനും ഇരുന്നു. കുറേ കഴിഞ്ഞപ്പോൾ മാധവൻ കുളി കഴിഞ്ഞ് വരുന്നതുകണ്ടു കേശവചന്ദ്രസേൻ എതിരേറ്റ് ഈ മുറിയിലേക്കു കൂട്ടിക്കൊണ്ടു വന്നു.

കേശവചന്ദ്രസേൻ: ഇതാ ഈ ഇരിക്കുന്ന രണ്ടുപേരേയാണു ഞാൻ ക്ഷണിച്ചത്. താങ്കളുമായി മുമ്പു പരിചയമുണ്ടോ? ഞാൻ അറിയില്ല.

മാധവൻ നോക്കി. പിന്നെ ഉണ്ടായത് എന്താണെന്നും പറയേണ്ടതില്ലല്ലൊ. ഓ- അച്ഛനെ ഞാൻ കണ്ടത് എന്റെ ഭാഗ്യം? എന്നു പറയുമ്പോഴേയ്ക്കു ഗോവിന്ദപ്പണിക്കർ എഴുനീറ്റു മാധവനെ ആലിംഗനം ചെയ്തു. അയ്യോ! എന്റെ കുട്ടാ! നീ എന്നെ ഇങ്ങനെ വ്യസനിപ്പിച്ചുവല്ലോ, എന്നു ഗൽഗദാക്ഷരമായി കരഞ്ഞുകൊണ്ടു പറഞ്ഞു.

കേശവചന്ദ്രസേൻ ഉടനെ ആ മുറിയിൽ നിന്നു മറ്റൊരു മുറിയി

ലേക്കു പോയി.

ഈ ആലിംഗനവും കരച്ചിലും ഒക്കെ കഴിഞ്ഞശേഷം ഒന്നാമതു ഗോവിന്ദപ്പണിക്കർ പറഞ്ഞത്:

ഗോവിന്ദൻകുട്ടി ഉടനെ നാട്ടിലേക്ക് ഒരു കമ്പി അടിക്കണം. ഇവന്റെ അമ്മയും പെണ്ണും വ്യസനിച്ചു മരിച്ചിരിക്കുമോ എന്നറിഞ്ഞില്ല.

മാധവൻ: ഏതു പെണ്ണ്? ഏതു പെണ്ണാണ് എന്നെക്കുറിച്ചു വ്യസനിച്ചു മരിക്കാൻ;

ഗോവിന്ദൻകുട്ടിമേനോൻ: എന്റെ മരുമകൾ ഇന്ദുലേഖ. ഭ്രാന്താ! എന്തൊരു കഥയാണ് ഇതെല്ലാം? എന്തെല്ലാം ഗോഷ്ഠിയാണ് ഈ കാണിച്ചത്?

ഇയ്യിടെ മാധവനു പലപ്പോഴും വിചാരിക്കാതെ പെട്ടെന്നു പലേ ആപത്തുകളും നേരിട്ടിട്ടുണ്ടായിരുന്നു. ചില സന്തോഷങ്ങളും ഇടയിൽ ഉണ്ടായിട്ടില്ലെന്നില്ല. എന്നാൽ അതിനാൽ ഒന്നും ഇപ്പോൾ ഉണ്ടായതുപോലെ ഉള്ള ഒരു സ്തബ്ധത മാധവന് ഉണ്ടായിട്ടില്ല.

ഗോവിന്ദൻകുട്ടിമേനോൻ പറഞ്ഞതു കേട്ടപ്പോൾ മാധവന്റെ സർവ്വാംഗം തരിച്ചു മരംപോലെ ആയിപ്പോയി.

ഗോവിന്ദപ്പണിക്കർ: എന്തു കഷ്ടമാണു കുട്ടാ നീ ചെയ്തത്? നിന്റെ അമ്മയേയും ആ പെണ്ണിനേയും ഞങ്ങളേയും നീ ഇങ്ങനെ വ്യസനിപ്പിച്ചുവല്ലോ. നീ നാട്ടിൽ വന്നിട്ട് ഒരു പൊള്ളും കേട്ട് അന്ധാളിച്ച് ഓടിപ്പോയല്ലോ. വിവരങ്ങൾ എല്ലാം ഞങ്ങൾ അറിഞ്ഞു. കഷ്ടം! നിണക്ക് എന്തോ ഒരു ശനിപ്പിഴ ഉണ്ടായിരുന്നു അതു തീർന്നുവായിരിക്കാം.

മാധവന് ഒരക്ഷരവും ശബ്ദിപ്പാൻ വയ്യാതെ കസാലമേൽ ഇരുന്നു.

ഉടനെ കേശവചന്ദ്രസേൻ വന്ന് ഇതെല്ലാം കണ്ടിട്ട് എന്തൊക്കെയോ ചില അപകടം ഉണ്ട് എന്ന് അദ്ദേഹത്തിനു തോന്നിയെങ്കിലും മാധവനോട് ഒന്നും ചോദിച്ചില്ല. എല്ലാവരും ഭക്ഷണത്തിന് ആരംഭിച്ചും മാധവനും ഭക്ഷണം കഴിക്കുന്നപോലെ കാട്ടിക്കൂട്ടി. ഭക്ഷണം കഴിഞ്ഞ് ഉടനെ ഗോവിന്ദൻകുട്ടിമേനവൻ വിവരത്തിന് ഒരു ടെലിഗ്രാം മലബാറിലേക്ക് അയച്ചു.

കേശവചന്ദ്രസേൻ വേറെ മുറിയിലേക്കു പോയശേഷം:

ഗോവിന്ദപ്പണിക്കർ; എന്താണു കുട്ടാ, നീ ഒന്നും മിണ്ടാത്തത്?

ഗോവിന്ദൻകുട്ടിമേനോൻ: ഇത്ര വിഡ്ഢിത്തം കാണിച്ചിട്ട് എങ്ങനെയാണു മിണ്ടുന്നത്?

മാധവൻ: അച്ഛാ! എനിക്ക് ഇതെല്ലാം കേൾക്കുമ്പോൾ, അറബിയൻ നൈറ്റ്സിൽ ഉള്ള ഒരു കഥ വായിച്ചു കേൾക്കുമ്പോലെ തോന്നുന്നു.

ഗോവിന്ദപ്പണിക്കർ; നല്ല കഥയാണ് ഇത്. ഇന്ദുലേഖയെ നീ ഇങ്ങനെ വ്യസനിപ്പിച്ചുവല്ലൊ. നിന്റെ അമ്മ ജീവിച്ചിരിക്കുന്നുണ്ടോ എന്നു സംശയം, അത്ര പരിവശയായിരിക്കുന്നു.

മാധവൻ കണ്ണുനീർ വാർത്തുകൊണ്ട് മുഖം താഴ്ത്തി. ആ ദിവസം കേശവചന്ദ്രസേന്റെ കൂടെ താമസിച്ച്, പിറ്റേ ദിവസത്തെ വണ്ടിക്കു മലയാളത്തിലേക്കു പുറപ്പെടാൻ നിശ്ചയിക്കുകയും ചെയ്തു.

ബാബു കേശവചന്ദ്രസേന്റെ ഉന്നതമായ ഒരു വെണ്മാടസൗധത്തിൽ വിശേഷമായ ചന്ദ്രികയിൽ ഗോവിന്ദപ്പണിക്കരും മാധവനും ഗോവിന്ദൻകുട്ടിമേനവനും കൂടി അന്നു രാത്രി കാറ്റുകൊള്ളുവാൻ ഇരുന്നപ്പോൾ ഇവർ തമ്മിൽ ഉണ്ടായ മുഖ്യമായ ചില സംഭാഷണങ്ങളെക്കുറിച്ചുകൂടി എന്റെ വായനക്കാരെ അറിയിപ്പാൻ എനിക്കു താല്പര്യമുണ്ടാകയാൽ അതിന്റെ വിവരം എനിയത്തെ അദ്ധ്യായത്തിൽ കാണിപ്പാൻ നിശ്ചയിക്കുന്നു.

ഒരു സംഭാഷണം

ബാബു കേശവചന്ദ്രസേന്റെ അത്യുന്നതമായ വെണ്മാടമേടയിൽ ഹിമ ശുഭ്രമായ ചന്ദ്രികയിൽ ഗോവിന്ദപ്പണിക്കരും മാധവനും ഗോവിന്ദൻകുട്ടിമേനവനും കൂടി ഇരുന്നശേഷം ഗോവിന്ദപ്പണിക്കർ താഴെ പറയുന്ന സംഭാഷണം തുടങ്ങി:

ഗോവിന്ദപ്പണിക്കർ: കുട്ടികളേ! എന്റെ അഭിപ്രായത്തിൽ നിങ്ങളെ പുതിയമാതിരി ഇംഗ്ലീഷ് പഠിപ്പിച്ച് അറിവും വരുത്തുന്നതിൽ പലേ ഗുണങ്ങളും നിങ്ങൾക്ക് ഉണ്ടാവുന്നുണ്ടെങ്കിലും ഒന്നുരണ്ടു വലിയ ദോഷങ്ങൾക്കൂടി ഇതിൽ നിന്നു നിങ്ങൾക്കു സംഭവിക്കുന്നതായി ഞാൻ കാണുന്നു. സാധാരണ നിങ്ങൾക്കുണ്ടാവുന്ന ഗുണങ്ങളെ ഈ ദോഷങ്ങൾ പലപ്പോഴും നശിപ്പിച്ചു നിങ്ങളെ വഷളാക്കി ത്തീർക്കുന്നതായി ഞാൻ വ്യസനത്തോടുകൂടി കാണുന്നു. ഇതിന്റെ സംഗതികളെ ഞാൻ വിവരമായി പറയാം. ഒന്നാമത്, ഈ ലോകത്തിൽ കാണുന്ന സ്വഭാവാനുസൃതമായ അനേകവിധ ഗുണദോഷങ്ങളുടെ പരിചയത്തിൽനിന്നും കാലക്രമംകൊണ്ടുമാത്രം. സൂക്ഷ്മമായി ആലോചിച്ചു താന്താങ്ങൾ തന്നെ ഗ്രഹിക്കേണ്ടതായ പലേവിധ കാര്യങ്ങളെയും ബുദ്ധിയുടെ ചാപല്യം തീരാത്ത ബാലന്മാ

രായ നിങ്ങൾ ഒരു വിധം പുസ്തകങ്ങൾ വായിച്ചും മറ്റും അറിഞ്ഞ് അന്ധാളിച്ചു ലൗകീകാചാരങ്ങളേയും മതങ്ങളേയും കേവലം വിട്ട് എന്തും പറയാമെന്നും ചെയ്യാമെന്നും ഉള്ള ഒരു ധൈര്യം നിങ്ങളിൽ വന്നു ചേരുന്നു. രണ്ടാമത്, ഇതുനിമിത്തം നിങ്ങളുടെ ഗുരുജനങ്ങളിലും ബന്ധു വർഗ്ഗങ്ങളിലും നിങ്ങൾക്ക് എല്ലായ്പ്പോഴും ഉണ്ടാകേണ്ടുന്ന ഭക്തി, വിശ്വാസം, സ്നേഹം ഇതുകൾ നിങ്ങൾക്ക് ക്രമേണ നശിച്ചു കേവലം ഇല്ലാതായിവരുന്നു. മാധവൻ ഇപ്പോൾ ചെയ്ത പ്രവൃത്തി വിചാരിച്ചു നോക്കുമ്പോൾ ഇംക്ലീഷ് പഠിപ്പു നിമിത്തം മാധവന് ഇപ്പോൾ ഉള്ള അറിവും ആലോചനകളും ഹേതുവായി അങ്ങനെ ചെയ്‌വാൻ എടയായതാണെന്നു ഞാൻ അഭിപ്രായപ്പെടുന്നു. നാടുവിട്ടു പോവാൻ ഉറച്ചപ്പോൾ മാധവനു പ്രിയപ്പെട്ട അച്ഛൻ അമ്മ ഇവരെക്കുറിച്ചു യാതൊരു സ്മരണയും ഉണ്ടായില്ലല്ലോ. തന്റെ മനസ്സിനു സംഗതിവശാൾ ഒരു സുഖക്കേടു തോന്നി അതിന്റെ നിവൃത്തിക്കു രാജ്യം വിട്ട് ഓടിപ്പോയി. മാധവൻ ഇങ്ങനെ ചെയ്യുന്നതിൽ ഞാനും മാധവന്റെ അമ്മയും എത്ര വ്യസനിക്കുമെന്നു ലേശം പോലും മാധവൻ ഓർത്തില്ല. ഇതിനു കാരണം. ഞങ്ങളോടു മാധവന് ഉള്ള ഭക്തിയുടെയും സ്നേഹത്തിന്റെയും വിശ്വാസത്തിന്റെയും കുറവുതന്നെ. അതിനു കാരണം ഇംക്ലീഷ് പഠിച്ചത് എന്നു ഞാൻ പറയുന്നു. ഒന്നാമത്, മനുഷ്യർക്ക് ദൈവവിശ്വാസവും ഭക്തിയും വഴിപോലെ ഉണ്ടാവണം. അതുലേശം പോലും നിങ്ങൾ ഇംക്ലീഷു പഠിച്ചവർക്ക് ഇല്ല. ആ ദൈവവിശ്വാസംതന്നെ ഇല്ലെങ്കിൽ പിന്നെ എന്തു ഗുരുജനവിശ്വാസം? കാര്യം എല്ലാം തകരാറുതന്നെ. എന്തു ചെയ്യാം?

മാധവൻ: കഷ്ടം! അച്ഛൻ ഇങ്ങനെ തെറ്റായി എന്നെക്കുറിച്ചു ധരിച്ചതു വിചാരിച്ചു ഞാൻ വ്യസനിക്കുന്നു. ഇംക്ലീഷ് പഠിച്ചിരുന്നില്ലെങ്കിലും ഞാൻ ഈ കാര്യത്തിൽ ഇതുപ്രകാരം തന്നെ ചെയ്യുമായിരുന്നു. ഇംക്ലീഷു പഠിക്കാത്തവർ ആരും രാജ്യം വിട്ടു പോവുന്നില്ലേ?

ഗേവിന്ദപ്പണിക്കർ: ഈ വിധം സംഗതികളിൽ അച്ഛനമ്മമാരെ ഇങ്ങനെ വ്യസനിപ്പിച്ചു നിങ്ങളെപ്പോലെ പഠിപ്പുള്ളവരല്ലാതെ ഇത്ര ക്രൂരതയോടെ ചെയ്യുമാറില്ല. നിങ്ങളുടെ പുതുമാതിരി അറിവു കൊണ്ടു ആലോചനകൾ കൊണ്ടും എന്തെല്ലാം നാശങ്ങൾ ഉണ്ടായിത്തീരുന്നു! അനവധി അനവധി കാലമായി നാം ഹിന്ദുക്കൾ ആചരിച്ചുവരുന്ന പലേവിധമായ സൽക്കർമ്മങ്ങളെയും അതുനിമിത്തം നുമ്മൾക്കു സിദ്ധിച്ചു വരുന്ന ഗുണങ്ങളെയും നിങ്ങൾ കേവലം

ത്യജിച്ച് ആവക യോഗ്യമായ സകല കാര്യങ്ങളെപ്പറ്റിയും സൂക്ഷ്മാലോചന ഒന്നും കൂടാതെ അതികലശമായ പുച്ഛരസത്തോടെ പരിസഹിക്കുന്നതും ഞാൻ കാണുന്നു. ഈ സന്മാർഗ്ഗ സദാചാരവിദ്വേഷം ഇംക്ലീഷുപഠിപ്പിനാൽ ഉണ്ടാവുന്നതാണ്. മനുഷ്യർക്ക് പഠിപ്പും അറവും കേവലം നിസ്സാരമായുള്ളതാണ്. അവനവന്റെ പൂർവ്വികന്മാർ ഏതു മതം ആചരിച്ചു വന്നുവോ അതിൽ അവനവനു വിശ്വാസം ഉണ്ടാവണം. നിങ്ങൾക്കു ഹിന്ദുമതം കേവലം നിസ്സാരമെന്നുള്ള അഭിപ്രായമായിരിക്കാം. ഇപ്പോൾ ഉള്ളത് എന്ന് എനിക്കു തോന്നുന്നു. ക്ഷേത്രത്തിൽ മാധവൻ തൊഴുവാൻ പോകുന്നത് ഇയ്യിടെ എങ്ങും ഞാൻ കണ്ടിട്ടേ ഇല്ല. ഗോവിന്ദൻകുട്ടിയും പോവാറില്ല. ചന്ദനം ഭംഗിക്കുവേണ്ടി തൊടുന്നുണ്ട്. ഭസ്മം തൊടാറേ ഇല്ലെന്നു തോന്നുന്നു. കഷ്ടം! നിങ്ങൾ ഇങ്ങനെ ആയിത്തീർന്നുവല്ലോ.

മാധവൻ: അച്ഛന് ആ വിഷാദം അശേഷം വേണ്ട. എനിക്കു നിരീശ്വരമതമല്ല. ഈശ്വരൻ ഉണ്ടെന്നുതന്നെയാണു ഞാൻ പലേ സംഗതികളെ ആലോചിച്ചതിൽ തീർച്ചയായും വിശ്വസിക്കുന്നത്. അമ്പലത്തിൽ പോവേണ്ട എന്നും ഞാൻ വെച്ചിട്ടില്ല. ഭസ്മം കിട്ടിയാൽ കുറി ഇടുന്നതിനും എനിക്കു വിരോധം യാതൊന്നുമില്ല. എന്നാൽ ചന്ദനവും ഭസ്മവും അമ്പലവും ഈശ്വരനും തമ്മിലുള്ള സംബന്ധം എന്താണെന്ന് ഞാൻ അറിയുന്നില്ല! അത് എന്താണെന്ന് അച്ഛൻ പറഞ്ഞു ബോദ്ധ്യമാക്കിയാൽ അമ്പലത്തിൽ പോവുന്നതും ഭസ്മക്കുറി ഇടുന്നതും സാരമായ പ്രവൃത്തികളാക്കിവെച്ചു ഞാൻ മേലിൽ ആചരിച്ചുവരാം.

ഗോവിന്ദപ്പണിക്കർ: ഗോവിന്ദൻകുട്ടിയുടെ അഭിപ്രായമോ?

ഗോവിന്ദൻകുട്ടിമേനോൻ: മനുഷ്യർക്കു അറിവും വർദ്ധിക്കുന്നേടത്തോളം ദൈവവിചാരത്തിന്നു ന്യൂനത സംഭവിക്കുമെന്നു ഞാൻ വിചാരിക്കുന്നു. മതം എന്നു പറയുന്നത് ഓരോ മനുഷ്യർ ഉണ്ടാക്കിയതാണ്. അതിന്റെ ഗുണദോഷങ്ങളെപ്പറ്റി ചിന്തിപ്പാൻ എല്ലാ മനുഷ്യർക്കും അവകാശമുള്ളതാണ്. മതത്തിന്റെ ഗുണദോഷത്തെപ്പറ്റി ഒന്നും ചിന്തിക്കാതെ പൂർവ്വികന്മാർ ആചരിച്ചു വന്നതാകയാൽ നോം ആചരിച്ചുവരണം എന്നു പറയുന്നതു കേവലം തെറ്റാണ്.

ഗോവിന്ദപ്പണിക്കർ: ഈവക അധികപ്രസംഗം ചെയ്‌വാനാണ് ഇംക്ലീഷ് പഠിപ്പ് ഒന്നാമതു നിങ്ങളെ ഉത്സാഹിപ്പിക്കുന്നത്. ഗോവിന്ദൻകുട്ടിക്കു ദൈവം ഉണ്ടെന്നോ ഇല്ലെന്നോ അഭിപ്രായം?

ഗോവിന്ദൻകുട്ടിമേനോൻ: എനിക്ക് ഈശ്വരൻ എന്നൊരു

പ്രത്യേക ശക്തി ഉണ്ടെന്നു വിശ്വാസമില്ല. ജഗത്ത് എല്ലാം സ്വഭാവാനുസരണമായി ഉണ്ടാവുകയും സ്ഥിതിചെയ്കയും വർദ്ധിക്കുകയും നശിക്കുകയും ചെയ്യുന്നു. എന്നു ഞാൻ അറിയുന്നു. അതിലധികം ഒന്നും എനിക്കറിവില്ല. ഈശ്വരൻ എന്നൊരു സാധനത്തേയോ ആ സാധനത്തിന്റെ വിശേഷവിധിയോ ഒരു ശക്തിയേയോ ഞാൻ എങ്ങും കാണുന്നില്ല. പിന്നെ ഞാൻ അതുണ്ടെന്ന് എങ്ങനെ വിശ്വസിക്കും?

ഗോവിന്ദപ്പണിക്കർ: ശിക്ഷ! മാധവനേക്കാൾ ഒന്നു കവിഞ്ഞുവോ? മാധവന് ഈശ്വരൻ ഉണ്ടെന്നുള്ള വിചാരമെങ്കിലും ഉണ്ട്. ഗോവിന്ദൻകുട്ടിക്ക് അതുകൂടി ഇല്ല. നിങ്ങൾ രണ്ടാളും കൂടി ഒരു സ്കൂളിൽ അല്ലേ പഠിച്ചത്? പിന്നെ എന്താണ് ഇങ്ങനെ രണ്ടഭിപ്രായം? ഏങ്കിലും കുട്ടികളെ, നിങ്ങളുടെ മാതിരി വിശേഷം തന്നെ. മാധവന് ഈശ്വരൻ ഉണ്ടെന്നുള്ള വിചാരമെങ്കിലും ഉണ്ടല്ലോ– പൊറുതി. ഗോവിന്ദൻകുട്ടിക്ക് അതും ഇല്ല. അല്ലേ?

ഗോവിന്ദൻകുട്ടിമേനോൻ: അതെ; ഈശ്വരൻ ഉണ്ടെന്നു വിചാരിപ്പാൻ ഞാൻ സംഗതി ഒന്നും കാണുന്നില്ല.

മാധവൻ: ആട്ടെ, അമ്പലത്തിൽ പോവുന്നതും ചന്ദനം ഭസ്മം തൊടുന്നതും ഈശ്വരവിചാരത്തിലേക്ക് ആവശ്യമാണെന്ന് അച്ഛൻ പറഞ്ഞതിന്നുള്ള സംഗതി കേട്ടാൽ കൊള്ളാമായിരുന്നു.

ഗോവിന്ദപ്പണിക്കർ: ഞാൻ പറയാം. നിങ്ങൾക്കു ബോദ്ധ്യമാവുമോ എന്നു ഞാൻ അറിയുന്നില്ല. നിങ്ങളുടെ ബുദ്ധി എനി നേരെ വരുത്താൻ പ്രയാസം. എങ്കിലും ഞാൻ പറയാം. ക്ഷേത്രം നുമ്മൾ ഹിന്ദുക്കൾക്കു ദൈവവന്ദനം ചെയ്യേണ്ടതിലേക്കു നിയമിക്കപ്പെട്ടിട്ടുള്ള സ്ഥലമാണ്. ദൈവം എല്ലാടവും നിറഞ്ഞു സർവ്വാന്തര്യാമിയായി ഇരിക്കുന്നുണ്ടെങ്കിലും സാധാരണ മനുഷ്യർക്ക് ആ തത്ത്വബോധം ഇല്ലായ്കയാൽ അവർക്കു ദൈവത്തെക്കുറിച്ചുള്ള വിചാരവും ഭക്തിയും ഉണ്ടാവാൻ വേണ്ടി ബുദ്ധിമാന്മാരായ നമ്മുടെ പൂർവ്വികന്മാർ പണ്ടുപണ്ടേ ഏർപ്പെടുത്തീട്ടുള്ളതാണ് ക്ഷേത്രങ്ങളും അതുകളിൽ പോയി ചെയ്യേണ്ടുന്ന പൂജാക്രമങ്ങളും വന്ദനകളുടെ സമ്പ്രദായങ്ങളും സ്വഭാവങ്ങളും എന്നു ഞാൻ പറയുന്നു. ഭസ്മവും ചന്ദനവും ധരിക്കുന്നതു ദൈവവന്ദനകൾ ചെയ്യുന്നതിൽ ചെയ്യേണ്ടതായി നിയമിക്കപ്പെട്ട ഒരു പ്രവൃത്തിയാണ് ഇതാണ് ഇവകൾ തമ്മിലുള്ള സംബന്ധം.

മാധവൻ: അച്ഛൻ ഇപ്പോൾ പറഞ്ഞതിൽ ക്ഷേത്രവും ഭസ്മവും ചന്ദനവും ആയി തമ്മിലുള്ള സംബന്ധം മനസ്സിലായി. ഈ മുന്നു

സാധനങ്ങളും ഈശ്വരനും തമ്മിൽ സൂക്ഷ്മസ്ഥിതിയിൽ എന്തു സംബന്ധമാണ് ഉള്ളതെന്ന് എനിയും എനിക്കു മനസ്സിലായില്ല.

ഗോവിന്ദപ്പണിക്കർ: ശരി, അവിടെയാണു ദുർഘടം. ക്ഷേത്രം ദൈവവന്ദനസ്ഥലമാണെന്നു ഞാൻ പറഞ്ഞില്ലേ?

മാധവൻ: അതെ; അച്ഛൻ പറഞ്ഞത്, പണ്ടുപണ്ടേ ബുദ്ധിമാന്മാരായ നമ്മുടെ പൂർവ്വികന്മാർ സാധാരണ മനുഷ്യർക്കു ദൈവവിചാരവും ഭക്തിയും ഉണ്ടാവാൻവേണ്ടി ഏർപ്പെടുത്തിയതാണ് ക്ഷേത്രങ്ങൾ എന്നല്ലേ? എന്നാൽ ക്ഷേത്രങ്ങളിൽ പോവുമ്പോൾ മാത്രം ദൈവവിചാരവും ഭക്തിയും തോന്നത്തക്കവിധം ബുദ്ധിയുള്ളവരും അന്യത്ര ഈ വിചാരവും ഭക്തിയും ഉണ്ടാവാത്തവരും അല്ലേ ക്ഷേത്രത്തിൽ പോയി വന്ദനം ചെയ്യേണ്ടത്? ക്ഷേത്രത്തിൽ പോവാതേയും ചന്ദനം ഭസ്മം ധരിക്കാതെയും ദൈവത്തെക്കുറിച്ചു ഭക്തിയും സ്മരണയും ഉള്ളാളുകൾ ക്ഷേത്രത്തിൽ പോണമെന്നില്ലെന്നും അച്ഛൻ പറഞ്ഞ പ്രകാരമാണെങ്കിൽ സ്വതേ ബുദ്ധിയില്ലാത്ത മനുഷ്യരുടെ ഉപകാരത്തിനു ബുദ്ധിമാന്മാർ ചെയ്തുവെച്ച, ഒരു വ്യാജം എന്നല്ലാതെ ക്ഷേത്രവും ദൈവവും ആയി വാസ്തവത്തിൽ യാതൊരു പ്രത്യേക സംബന്ധവും ഇല്ലെന്നും സ്പഷ്ടമല്ലേ.

ഗോവിന്ദപ്പണിക്കർ: അദ്വൈതികളായി ആഹാരനിദ്രാവിഹാരാദി പ്രപഞ്ച വ്യാജങ്ങളിൽനിന്നു മുക്തരായിട്ടുള്ള പരമഹംസന്മാർക്കു മാത്രമേ ക്ഷേത്രത്തിൽ പോവാതെ ഇരിക്കാൻ പാടുള്ളൂ എന്നു ഞാൻ വിചാരിക്കുന്നു. പ്രപഞ്ചത്തെ അനുസരിച്ചു നടക്കുന്ന നുമ്മൾ പ്രത്യക്ഷമായി ക്ഷേത്രങ്ങൾ, വിഗ്രഹങ്ങൾ മുതലായ സാധനങ്ങളുടെ സഹായം കൂടാതെ ഈശ്വരങ്കൽ ഭക്തി ഉണ്ടാവാനും ഈശ്വരസ്മരണ ചെയ്വാനും മഹാ പ്രയാസമാണ്. സാധിക്കുകയില്ലെന്നുതന്നെ പറയാം.

മാധവൻ: അച്ഛൻ പറഞ്ഞപ്രകാരം അദ്വൈതികളായി പ്രപഞ്ച വ്യാജങ്ങളിൽ നിന്നു മുക്തമായിട്ടുള്ള മനുഷ്യർ ഇല്ലെന്നു ഞാൻ വിചാരിക്കുന്നു. മനുഷ്യനെ പ്രപഞ്ചത്തെ അനുസരിച്ചു നടക്കാൻ ദൈവം സൃഷ്ടിച്ച ഒരു ജന്തുവാണ്. അപ്പോൾ പ്രപഞ്ചത്തെ കേവലം വിടാൻ മനുഷ്യനും ശക്തി ഒരിക്കലും ഉണ്ടാവാൻ പാടില്ല. ഉണ്ടെന്നു ചിലർ നടിക്കുന്നുണ്ടെങ്കിൽ അത് അവരുടെ വെറും ധിക്കാരമായ ഭോഷത്വമാണ്. അങ്ങനെയുള്ളവരുടെ നാട്യത്തിൽ യാഥാർത്ഥ്യം ഉണ്ടെന്നു മറ്റു ചിലർ വിശ്വസിക്കുന്നുണ്ടെങ്കിൽ അതു ശുദ്ധമേ തെറ്റാണ്. ആഹാരം, നിദ്ര, കാമക്രോധലോഭമോഹങ്ങൾ ഇവകൾ ഇല്ലാത്ത മനുഷ്യരെ അച്ഛൻ കാണിച്ചുതന്നാൽ അവരെ പ്രപഞ്ച

വ്യാജങ്ങളിൽനിന്നു മുക്തന്മാരാണെന്നു ഞാൻ സമ്മതിക്കാം. അങ്ങനെയുള്ള മനുഷ്യർ ഇല്ലെന്നാണ് എന്റെ തീർച്ചയായ വിശ്വാസം. പിന്നെ മനുഷ്യർ എല്ലാം സാധാരണ സ്വഭാവങ്ങളിൽ ഒരുപോലെയാണ്. പഠിപ്പുകൊണ്ടും അറിവുകൾകൊണ്ടും ഓരോ സംഗതികളിൽ പരസ്പരം ഭേദങ്ങൾ കാണാമെങ്കിലും സൂക്ഷ്മ സ്വഭാവങ്ങളിൽ അത്ര വലിയ ഭേദങ്ങൾ വരാൻ പാടില്ല. അതുകൊണ്ട് അച്ഛൻ പറഞ്ഞപ്രകാരം ആഹാരം, നിദ്ര മുതലായത് ഉപേക്ഷിച്ച ആളുകൾ മനുഷ്യരുടെ കൂട്ടത്തിൽ ഇല്ല. അച്ഛൻ ആദ്യം പറഞ്ഞപ്രകാരം സാധാരണ അറിവില്ലാത്ത മനുഷ്യരുടെ ഉപയോഗത്തിലേക്കുവേണ്ടി ക്ഷേത്രങ്ങൾ ഏർപ്പെടുത്തിയതാണെങ്കിൽ അതുകളെ ഉപയോഗിപ്പാൻ ആവശ്യമുള്ളവരല്ലേ അതുകളിൽ പോയി ദേവവന്ദനം ചെയ്യേണ്ടൂ. അച്ഛൻ പറഞ്ഞപ്രകാരം ദൈവം സർവ്വചരാചരത്തിലും കാണപ്പെടുന്നതും, സർവ്വജഗൽസൃഷ്ടിസ്ഥിതി സംഹാരശക്തിയുള്ള ഈശ്വരനുമാണെന്നു ഞാൻ സമ്മതിക്കുന്നു. എന്റെ മനസ്സിന് ഈ ബോദ്ധ്യമുണ്ടെങ്കിൽ പിന്നെ ഞാൻ അമ്പലത്തിൽ പോയി അവിടെ ഉണ്ടാക്കിവെച്ചിരിക്കുന്ന ബിംബമാണ് എന്റെ ഈശ്വരൻ എന്നു ഞാൻ ഭാവിച്ചു തൊഴുതു കുമ്പിടുന്നതു വലിയ ഒരു വ്യാജമായ പ്രവൃത്തിയായി വരുന്നല്ലേ?

ഗോവിന്ദപ്പണിക്കർ: കുട്ടൻ പറയുന്നതു കേട്ടാൽ ദൈവവിചാരം ഉണ്ടാവുന്നതു വലിയ എളുപ്പമായി തോന്നുന്നു. ശിവ ശിവ! കുട്ടന് ദ്വൈതാദ്വൈത വിചാരത്തെക്കുറിച്ച് എന്തു നിശ്ചയമുണ്ട്? ദൈവം സർവ്വവ്യാപിയാണ് എന്ന് ഒരു വാക്കു പറഞ്ഞാൽ അമ്പലത്തിൽ പോവേണ്ട എന്നു വെയ്ക്കാറായോ? പ്രപഞ്ചവ്യാപാരങ്ങളിൽ നിന്നു മുക്തന്മാരായിട്ടുള്ള ആളുകൾ ഇല്ലെന്നു കുട്ടൻ പറയുന്നുവോ?

മാധവൻ: അതെ; ആഹാരനിദ്രാമൈഥുനാദികളിൽ വല്ല രോഗം നിമിത്തമില്ലാതെ പ്രിയവും സക്തിയും ഇല്ലാത്ത ആളുകൾ ഇല്ലെന്നു ഞാൻ തീർച്ചയായി പറയുന്നു.

ഗോവിന്ദപ്പണിക്കർ: ശിവ ശിവ! എനിക്കു കേട്ടതു മതി. എത്ര മഹർഷിമാർ ഈ വക ചാപല്യങ്ങളെ ജയിച്ചവരുണ്ട്?

മാധവൻ; ഉണ്ടെന്നു ഞാൻ വിശ്വസിക്കുന്നില്ല.

ഗോവിന്ദപ്പണിക്കർ: എന്നാൽ ശുദ്ധനിരീശ്വരമതമാണ് കുട്ടന് ഉള്ളത്.

മാധവൻ: എനിക്കു നിരീശ്വരമതല്ലാ- ഈശ്വരൻ ഉണ്ടെന്നു തന്നെയാണ് ഞാൻ വിശ്വസിക്കുന്നത്.

ഗോവിന്ദപ്പണിക്കർ: മഹർഷിമാരോ?

മാധവൻ; മനുഷ്യർ അച്ഛൻ പറഞ്ഞ മാതിരിക്കാരല്ല. മഹർഷിമാരായാലും മറ്റ് ആരായാലും വേണ്ടതില്ല.

ഗോവിന്ദപ്പണിക്കർ: ഏഴുമണി കുരുമുളകും ഏഴു വേപ്പിൻ ചപ്പും ഒഴികെ വേറെ യാതൊരു ആഹാരവും കഴിക്കാത്ത ഒരു യോഗീശ്വരനെ ഞാൻ കണ്ടിട്ടുണ്ട്. അദ്ദേഹത്തിനും ജലപാനം കൂടി ഇല്ല.

ഗോവിന്ദൻകുട്ടിമേനോൻ: അയാൾ വലിയ സമർത്ഥനായ ഒരു കള്ളനായിരിക്കണം. ജ്യേഷ്ഠനെ അയാൾ തോല്പിച്ചു. എനിക്കു സംശയമില്ല.

ഗോവിന്ദപ്പണിക്കർ: അയാൾ മഠത്തിൽ എന്റെ കൂടെ ഒൻപതു ദിവസം താമസിച്ചു. ഒൻപതു ദിവസവും യാതൊന്നും ഭക്ഷിച്ചിട്ടില്ല.

ഗോവിന്ദൻകുട്ടിമേനോൻ: യാതൊന്നും ഭക്ഷിക്കുന്നതു ജ്യേഷ്ഠൻ കണ്ടിട്ടില്ല. യാതൊന്നും ഭക്ഷിക്കയില്ലെന്നു ജ്യേഷ്ഠനെ വിശ്വസിപ്പിച്ചു. ഇത്ര മാത്രമേ ഉണ്ടായിട്ടുള്ളൂ. ആഹാരം ഇല്ലാതെ മനുഷ്യനു ജീവിപ്പാൻ പാടില്ല. അതു ശാസ്ത്രീയമായ ഒരു അവസ്ഥയാണ്. പിന്നെ ഭോഷ്കു പറഞ്ഞിട്ട് എന്തു ഫലം?

ഗോവിന്ദപ്പണിക്കർ: ഇതാണല്ലൊ ഇംക്ലീഷുകാരോടു പറഞ്ഞാലത്തെ വൈഷമ്യം ഞങ്ങൾ പറയുന്നത് ഒന്നും നിങ്ങൾ വിശ്വസിക്കയില്ല. പിന്നെ ഞങ്ങൾ എന്തു ചെയ്യും! ആ യോഗീശ്വരന്റെ ഒമ്പതു ദിവസവും ഞാൻ പറഞ്ഞത് ഒഴികെ ഒരാഹാരവും ചെയ്തിട്ടില്ലെന്നു ഞാൻ സത്യം ചെയ്യാം. അയാൾ നമ്മുടെ മഠത്തിലാണു താമസിച്ചത്. പുലർച്ചെ ഏഴര നാഴിക ഉള്ളപ്പോൾ കുളിച്ചു യോഗാനുഷ്ഠാനങ്ങൾ കഴിഞ്ഞാൽ പന്ത്രണ്ടു മണിവരെ പഞ്ചാഗ്നി മദ്ധ്യത്തിൽ ജപമാണ്. അതു കഴിഞ്ഞാൽ പിന്നെ ഏഴുമണി കുരുമുളകും ഏഴു വേപ്പിൻ ചപ്പും ഞങ്ങൾ എല്ലാവരുടെയും മുമ്പാകെ തിന്നും. പിന്നെ യാതൊരു ആഹാരവും കഴിക്കാറില്ല. ഇങ്ങനെ ഒമ്പതു ദിവസം കഴിച്ചു. ഞാൻ കൂടെനിന്നും കണ്ടറിഞ്ഞ അനുഭവസ്ഥനാണ്; എന്നിട്ടും നിങ്ങൾക്കു വിശ്വാസമില്ലാഞ്ഞാൽ–

മാധവൻ: അച്ഛൻ കളവുപറഞ്ഞു എന്നു ഞാനും ഗോവിന്ദൻകുട്ടിയും ഈ ജന്മം പറയുന്നതല്ല. അച്ഛന്റെ വാക്കിനേക്കാൾ ഞങ്ങൾക്കു വിശ്വാസം ഈ ഭൂമണ്ഡലത്തിൽ ആരുടെ വാക്കും ഇല്ല. എന്നാൽ അച്ഛനെ തെറ്റായി ധരിപ്പിച്ചതിനാൽ അച്ഛൻ ഇങ്ങനെ പറയാൻ ഇടയായതാണെന്നു മാത്രമാണു ഞങ്ങൾ പറയുന്നത്. ആ യോഗീശ്വരൻ ഈ ഒമ്പതു ദിവസങ്ങൾക്കുള്ളിൽ എത്ര സമയം

അച്ഛനേയും മറ്റാരേയും കാണാതെ രഹസ്യമായി ഇരുന്നിട്ടുണ്ട്. യോഗാനുഷ്ഠാനങ്ങൾക്ക് എന്നു പറഞ്ഞു വാതിൽ അടച്ച് അകത്ത് ഇരിക്കുമ്പോൾ അയാൾക്കു നല്ല വണ്ണം തിന്നുകൂടെ? തിന്നേണ്ട സാധനങ്ങൾ എന്തെല്ലാം കൈയടക്കമായി വലിയ ഭാണ്ഡങ്ങളിലും മറ്റും വെയ്ക്കാം? അയാളുടെ ശരീരവും സാമാനങ്ങളും അച്ഛൻ ശോധനചെയ്തിട്ടില്ലല്ലൊ. പിന്നെ രാത്രി ഉറങ്ങാൻ എല്ലാവരും പോയാൽ അയാൾക്കു തിന്നാൻ എത്ര തരമുണ്ട്? ഒമ്പതുദിവസം ഒന്നും അയാൾ തിന്നിട്ടില്ലെന്നു തീർത്തുപറയണമെങ്കിൽ ഒമ്പതു ദിവസങ്ങളിലും രാവുപകൽ അയാളുടെ കൂടെത്തന്നെ ഒരു മിനിട്ടു നേരം പിരിയാതെ പാറാവായി സമർത്ഥന്മാരായ മനുഷ്യരെ കാവൽ നിർത്തി തിന്നുന്നുണ്ടോ എന്നു പരീക്ഷിച്ചിട്ടു വേണം. അങ്ങനെ പരീക്ഷ ചെയ്തിട്ടില്ലല്ലോ.

ഗോവിന്ദപ്പണിക്കർ: എനിക്ക് ആ യോഗീശ്വരൻ കള്ളനാണെന്നു തോന്നിയിട്ടില്ല. ഈ ജന്മം തോന്നുകയുമില്ല. സകല കാര്യങ്ങളും നിങ്ങൾ കണ്ടതേ വിശ്വസിക്കുന്നുള്ളൂ. മാധവൻ എന്റെ അച്ഛനെ കണ്ടിട്ടുണ്ടോ? ഇല്ല. എനിക്ക് അച്ഛനുണ്ടായിരുന്നു. അദ്ദേഹം മാധവന്റെ മുത്തച്ഛനാണെന്നു മാധവൻ, ഞാൻ പറഞ്ഞാൽ വിശ്വസിക്കുന്നില്ലേ?

മാധവൻ: (ചിരിച്ചുംകൊണ്ട്) എന്താണ് അച്ഛൻ ഇങ്ങനെ പറയുന്നത്? ഇതു സ്വഭാവാനുസൃതമായ ഒരു അവസ്ഥയല്ലേ? ഇത് അച്ഛൻ പറഞ്ഞിട്ടില്ലെങ്കിലും ഞാൻ വിശ്വസിക്കുന്ന ഒരു കാര്യമാണല്ലോ.

ഗോവിന്ദപ്പണിക്കർ: ആട്ടെ, അത് അങ്ങനെ ഇരിക്കട്ടെ, മാധവന് നിരീശ്വരമതമല്ലാ എന്നല്ലേ പറഞ്ഞത്. ഈശ്വരനെ അപ്പു കണ്ടിട്ടുണ്ടോ? പിന്നെ കാണാത്ത വസ്തുവെ എന്തിനു വിശ്വസിക്കുന്നു?

മാധവൻ: ശരി; അച്ഛന്റെ ഈ ചോദ്യം ഒന്നാന്തരം തന്നെ. ഞാൻ ഇതിനു സമാധാനം പറയാൻ നോക്കാം. ഗോവിന്ദൻകുട്ടി എന്നെ തർക്കിച്ചു തോല്പിക്കുമായിരിക്കും. എങ്കിലും ഞാൻ പറയാം. ഈശ്വരനെ ഞാൻ കണ്ടിട്ടില്ല. എന്താണ്, എങ്ങനെയാണ് ഈശ്വരൻ എന്നതും എനിക്കു വെളിവായി പറയാൻ സാധിക്കയില്ലാ. എന്നാൽ ഞാൻ ഈ ജഗത്തിൽ എങ്ങും വലുതായി അനിർവ്വചനീയമായി ഒരു ശക്തിയെ അന്തർഭവിച്ചു കാണുന്നുണ്ട്. ആ ശക്തിയെയാണു ഞാൻ ഈശ്വരൻ എന്നു വിചാരിക്കുന്നതും പറയുന്നതും. ആ ശക്തി ഇന്നതാണെന്നു വ്യക്തമായി അറിവാനും പറവാനും പ്രയാസം. അതിനെക്കുറിച്ച് ഒന്നുമാത്രം ഞാൻ പറയാം. ആ ശക്തിയുടെ അഭാവത്തിൽ ജഗത്തിന് ഇപ്പോൾ കാണപ്പെടുന്ന

സ്ഥിതി ഉണ്ടാവാൻ പാടില്ലെന്നു ഞാൻ വിചാരിക്കുന്നു. ഈ ശക്തി സർവ്വചരാചരങ്ങളിലും കാണപ്പെടുന്നു. മനുഷ്യൻ മുതൽ പിപീലികാകൃമിവരെയുള്ള ജംഗമങ്ങളിലും പർവ്വതങ്ങൾ മുതൽ തൃണപര്യന്തം ഉള്ള സ്ഥാവരങ്ങളിലും സൂര്യൻ മുതല്ക്കുള്ള ആകാശചാരികളായി കാണപ്പെടുന്ന സകലഗ്രഹങ്ങളിലും ഗോളങ്ങളിലും നക്ഷത്രങ്ങളിലും സകല കാലങ്ങളിലും കാണ്മാനോ സ്പർശനത്താലറിവാനോ കേൾപ്പാനോ മനസ്സിൽ ഗ്രഹിപ്പാനോ പാടുള്ളതായ സകല സാധനങ്ങളിലും വിഷയങ്ങളിലും ഈ ഒരു ശക്തിയെ സൂക്ഷ്മമായി ആലോചിച്ചു നോക്കുമ്പോൾ ഞാൻ എല്ലായ്പോഴും കാണുന്നു. ഈ ശക്തിയെയാണ് ഞാൻ ദൈവം എന്നു വിചാരിക്കുന്നത്.

ഗോവിന്ദപ്പണിക്കർ: വരട്ടെ, ദൈവം ഇല്ലെന്നല്ലേ ഗോവിന്ദൻകുട്ടി പറഞ്ഞത്. അതിനുള്ള സംഗതികൾ ഒന്നാമതു പറഞ്ഞു കേൾക്കട്ടെ. ഈ ചരാചരങ്ങൾ എല്ലാം മനുഷ്യരടക്കം താനെ ഉണ്ടായി എന്നാണ് ഗോവിന്ദൻകുട്ടി പറയുന്നത്; അല്ലേ? അതിന്റെ സംഗതികൾ ഒന്നാമത് ഒന്നു പറഞ്ഞുകേൾക്കട്ടെ- പിന്നെ മാധവൻ പറയുന്നതു കേൾക്കാം.

ഗോവിന്ദൻകുട്ടിമേനോൻ: പറയാം. ഒന്നാമത് ഈശ്വരൻ ഇല്ലെന്നല്ല ഞാൻ പറഞ്ഞത്. ഈശ്വരൻ ഉണ്ടെന്ന് ഇതുവരെ ജഗത്തിൽ കാണപ്പെട്ട വ്യാപാരങ്ങളാൽ വിശ്വസിപ്പാനോ ഊഹിപ്പാനോ പാടില്ലെന്നു മാത്രമാണ്. യൂറോപ്പിൽ ഉള്ള ശാസ്ത്രവിദഗ്ദ്ധന്മാരായ അനേകം മഹാപുരുഷന്മാർ ഈ സംഗതിയെക്കുറിച്ചു പലപ്പോഴും ആലോചിച്ച് എഴുതീട്ടുള്ള ചില പുസ്തകങ്ങൾ ഞാൻ വായിച്ചിട്ടുണ്ട്. ഇതിൽ ചിലരുടെ അഭിപ്രായങ്ങളിൽ ഞാൻ പൂർണ്ണമായി യോജിക്കുന്നു. ഈ സംഗതിയിൽ ഞാൻ വായിച്ച പുസ്തകങ്ങളിൽ അതിബുദ്ധിമാനായ ചാർലസ്സ് ബ്രാഡ്ളാ എന്ന സായ്‌വ് ഇയ്യിടെ എഴുതീട്ടുള്ള ഒരു പുസ്തകമാണ് എനിക്കു വളരെ ബോദ്ധ്യമായത്. ഇതിൽ പലേ ബുദ്ധിമാന്മാരായ ആളുകൾ എഴുതീട്ടുള്ള പലേ പുസ്തകങ്ങളിൽ നിന്നും മറ്റും ഓരോ അഭിപ്രായങ്ങളും വിവരങ്ങളും വളരെ യുക്തിയോടെ എടുത്തു ചേർത്തിട്ടുണ്ട്. ആ പുസ്തകം എന്റെ തോല്പെട്ടിയിൽ ഇപ്പോൾ ഉണ്ട്. അതിൽ ചില ഭാഗങ്ങൾ ഞാൻ മലയാളത്തിൽ തർജ്ജമയായി വായിച്ചു കേൾപ്പിക്കാം. എന്നാൽ ജ്യേഷ്ഠന് എന്റെ അഭിപ്രായം ശരിയെന്നു ബോദ്ധ്യപ്പെടും എന്നു ഞാൻ വിശ്വസിക്കുന്നു.

ഗോവിന്ദപ്പണിക്കർ: നീ എന്തുപറഞ്ഞാലും ഏതു ബുക്കു വായി

ച്ചാലും ഞാൻ ഈ ജന്മം ഈശ്വരനില്ലെന്ന് വിചാരിക്കയില്ല.

ഗോവിന്ദൻ കുട്ടിമേനോൻ: ഞാൻ എന്തു പറഞ്ഞാലും ഏതു ബുക്ക് വായിച്ചാലും ജ്യേഷ്ഠൻ നിരീശ്വരമതത്തെ കൈക്കൊള്ളണ്ട. എന്നാൽ ഞാൻ പറയാൻ പോകുന്ന സംഗതികൾ നല്ല സംഗതികളായാൽ അതു സമ്മതിക്കുമോ?

ഗോവിന്ദപ്പണിക്കർ: പറഞ്ഞുകേൾക്കട്ടെ.

ഗോവിന്ദൻകുട്ടിമേനോൻ: സിദ്ധാന്തമായി അഭിപ്രായപ്പെടരുത്. സംഗതികളുടെ ഗുണദോഷങ്ങൾ ആലോചിക്കണം എന്നാൽ ഞാൻ പറയാം.

ഗോവിന്ദപ്പണിക്കർ: പറയൂ; കേൾക്കട്ടെ.

ഗോവിന്ദൻകുട്ടിമേനവൻ ബ്രാഡ്‌ളാവിന്റെ ബുക്കു തോല്പെട്ടിയിൽ നിന്ന് എടുത്തുകൊണ്ടുവന്നു ചെറിയ ഒരു മെഴുകുത്തിരിവിളക്കു കത്തിച്ച് അടുക്കെ വെച്ചു കുറെ കടലാസ്സുകൾ നോക്കി. എന്നിട്ട് ഗോവിന്ദൻകുട്ടിമേനവൻ: ഈ പുസ്തകത്തിൽ ഓരോ ദിക്കു വായിച്ചു പറയുന്നതിനുമുമ്പ് എന്താണു നിരീശ്വരമതക്കാരുടെ സിദ്ധാന്തം എന്ന് ആകപ്പാടെ ജ്യേഷ്ഠനോട് ഒന്നു പറയാം: അവരുടെ അഭിപ്രായം ഈ ജഗത്തു മുഴുവനും കാര്യകാരണ സംബന്ധന്യായേന പദാർത്ഥങ്ങളുടെ സ്വാഭാവികമായ വികാരങ്ങളാലും ചേഷ്ടകളാലും അന്യോന്യസംശ്രയങ്ങളുടെ സംശ്രയഭാവങ്ങളാലും അനവധിയായ കാലംകൊണ്ടു ക്രമേണ ക്രമേണ താനെ ഉണ്ടായി വന്നതാണെന്നാകുന്നു. സർവ്വ പദാർത്ഥങ്ങൾക്കും ആദ്യകാരണങ്ങളായി പൃഥിവ്യാപ്തേജോവയ്വാകാശങ്ങളെയോ അതുകളുടെ അന്യോന്യസംശ്രയങ്ങളിലും സംശ്രയാഭാവങ്ങളിലും മറ്റു പദാർത്ഥങ്ങളെ ഗ്രഹിച്ച് ഇപ്രകാരം ക്രമേണ ക്രമേണ അനന്തകോടി പദാർത്ഥങ്ങളുടെ ഉത്ഭവങ്ങളെ അനുമാനിക്കുകയും ഗുണിക്കുകയും ചെയ്യുന്നു. ഇതിന് അതിയുക്തിയുള്ള കാരണങ്ങളെയും കാണിക്കുന്നു. ഈശ്വരൻ ഉണ്ടെന്ന് അവരെ പറഞ്ഞു ബോദ്ധ്യപ്പെടുത്താൻ ആരാലും കഴിയുമെന്ന് എനിക്കു തോന്നുന്നില്ല. ദൈവം ഉണ്ടെന്നു പറയുമ്പോൾ ഇല്ലെന്നു കാണിപ്പാൻ ലക്ഷം സംഗതികൾ അവർ കാണിക്കുന്നു. അതാതിന്റെ സ്വഭാവത്തെ വിട്ട് ഒരു പദാർത്ഥവും ഒരിക്കലും ലോകത്തിൽ കാണുന്നില്ല. ഹിന്ദുക്കളോ ബുദ്ധന്മാരോ മഹമ്മദീയരോ ക്രിസ്ത്യാനികളോ മറ്റ് ഏതുവിധ മതക്കാരോ അവരുടെ വേദങ്ങൾപ്രകാരം ദൈവത്തെക്കുറിച്ചു പറയുന്നത് ഒന്നും തന്നെ വാസ്തവത്തിൽ ബുദ്ധിമാന്മാരായ മനുഷ്യർക്ക് ഒത്തുകാണുന്നതുമില്ല. ഞാൻ കൈയിൽ പിടിച്ചിരിക്കുന്നതിനുള്ള പുസ്ത

കകർത്താവ് ബ്രാഡ്‌ളാസായ്‌വ് അദ്ദേഹത്തിന്റെ സ്വജാതിമതത്തെ പ്പറ്റിത്തന്നെ വളരെ പറഞ്ഞിട്ടുണ്ട്.

ഗോവിന്ദപ്പണിക്കർ: എന്താണ്, സ്വന്തവേദവും കളവാണെന്നോ?

ഗോവിന്ദൻകുട്ടിമേനോൻ: ക്രിസ്ത്യാനിവേദത്തിൽ ജഗൽസൃഷ്ടി ചെയ്തക്രമത്തേയും സ്വഭാവത്തെയും കുറിച്ചു പറഞ്ഞതുമുഴുവനും യുക്തിഭംഗമായ വിധത്തിലാണെന്നും ഇപ്പോൾ മനുഷ്യനു കിട്ടീട്ടുള്ള അറിവുകൾ പ്രകാരം നോക്കുമ്പോൾ ഈ വേദപുസ്തകത്തിൽ പറഞ്ഞ സൃഷ്ടിക്രമം അശേഷം വിശ്വസിപ്പാൻ പാടില്ലാത്തതാണെന്നും ആകുന്നു ബ്രാഡ്‌ളാവിന്റെ അഭിപ്രായം.

ഗോവിന്ദപ്പണിക്കർ: ഈ സായ്‌വ് മഹാപാപിയാണ്.

ഗോവിന്ദൻകുട്ടിമേനോൻ: ആയിരിക്കാം; എന്നാൽ മഹാബുദ്ധിമാൻ കൂടിയാണ്.

ഗോവിന്ദപ്പണിക്കർ: ദൈവം ഇല്ലെന്നു പറയുന്നതുകൊണ്ട് മഹാബുദ്ധിമാൻ അല്ലേ?

ഗോവിന്ദൻകുട്ടിമേനോൻ: ദൈവം ഉണ്ടെന്നു വിശ്വസിപ്പാൻ പാടില്ലെന്നുള്ളതിന് അദ്ദേഹം പറയുന്ന സംഗതികളെ വായിച്ചാൽ അദ്ദേഹം അതിബുദ്ധിമാനാണെന്നു ബുദ്ധിയുള്ളവർ എല്ലാവരും പറയും.

ഗോവിന്ദപ്പണിക്കർ: ദൈവം ഇല്ലെന്നു വരുത്തേണ്ടത് ഈ ലോകത്തിലേക്കു വളരെ ആവശ്യമായ ഒരു കാര്യമായിരിക്കും. അതുകൊണ്ട് ഈ ബുദ്ധിമാൻ സായ്‌വ് ഇതിൽ ഇത്ര ബുദ്ധി കാണിച്ചതായിരിക്കും; അല്ലേ?

ഗോവിന്ദൻകുട്ടിമേനവൻ: ഈ ലോകത്തിൽ കളവായോ തെറ്റായോ മനുഷ്യർക്കു സാധാരണ ഓരോ സംഗതികളിൽ ഉണ്ടാവുന്ന അഭിപ്രായങ്ങളും വിശ്വാസങ്ങളും വിചാരങ്ങളും തങ്ങൾക്കു കഴിയുന്നേടത്തോളം ബുദ്ധിമാന്മാരായ ആളുകൾ ഇല്ലായ്മ ചെയ്‌വാനും ശരിയായ അറിവുകൾ കൊടുപ്പാനും എല്ലായ്പ്പോഴും ബാദ്ധ്യസ്ഥരാണ് എന്നു ഞാൻ വിചാരിക്കുന്നു.

ഗോവിന്ദപ്പണിക്കർ: ബുദ്ധിമാന്മാരുടെ ഇപ്പോഴത്തെ അറിവോ പണ്ടത്തെ അറിവോ ശരിയായിട്ടുള്ളത് എന്നു നിശ്ചയം വന്നുവോ?

ഗോവിന്ദൻകുട്ടിമേനോൻ: അതിനാണ് ഇപ്പോൾ ബുദ്ധിമാന്മാരായുള്ളവർ പറയുന്ന സംഗതികൾ ആലോചിക്കണം എന്നു പറയുന്നത്.

ഗോവിന്ദപ്പണിക്കർ: എന്നാൽ പറഞ്ഞോളു; സംഗതികൾ കേൾക്കട്ടെ.

ഗോവിന്ദൻകുട്ടിമേനോൻ: നിരീശ്വരമതം എന്താണെന്നു ബ്രാഡ്ലാ ചെയ്തിട്ടുള്ള വിവരണത്തിന്റെ സാരം ഞാൻ മലയാളത്തിൽ പറയാം. നിരീശ്വരമതക്കാരൻ പറയുന്നത്.

ഞാൻ ദൈവം ഇല്ലെന്നു പറയുന്നില്ല. നിങ്ങൾ ദൈവം എന്നു പറയുന്നതിന്റെ അർത്ഥം എനിക്കു മനസ്സിലാവുന്നില്ല എന്നു ഞാൻ പറയുന്നു. ദൈവം ഇല്ലെന്ന് പറയേണമെങ്കിൽ നിങ്ങൾ പറയുന്ന ദൈവം എന്ന സാധനം എന്താണെന്നറിഞ്ഞിട്ടുവേണ്ടേ? തനിക്ക് ഒന്നും അറിവില്ലാത്ത ഒരു സാധനത്തെപ്പറ്റി ഉണ്ടെന്നോ ഇല്ലെന്നോ എങ്ങനെ ഒരുവൻ പറയും? പിന്നെ ഈ കാണുന്ന ചരാചരങ്ങളെ ഒക്കെ വെവ്വേറെ സൃഷ്ടി ചെയ്തു രക്ഷിച്ചും സംഹരിച്ചുംകൊണ്ട് ഒരു പ്രത്യേക സ്രഷ്ടാവ് മനുഷ്യന്റെ മാതിരിയിലോ മറ്റോ ഒരു ദിക്കിൽ എങ്ങാനും ഉണ്ടെന്നു നിങ്ങൾ പറയുന്നതായാൽ അതു കേവലം ഇല്ലാത്തതാണ്, ശുദ്ധഭോഷ്കാണ് എന്നു ഞാൻ പറയും; സംശയമില്ല. ഇങ്ങനെ അല്ലാതെ മനസ്സിലാവാത്തവിധമുള്ള വാക്കുകളെക്കൊണ്ടു ദൈവം ഉണ്ടെന്നു പറയുന്നതായാൽ എനിക്കു മനസ്സിലാവില്ല. അതുകൊണ്ട് അതിന് ഉത്തരം പറയാൻ പാടില്ലെന്നും പറയും മനസ്സിലാവാത്ത ഒരു സാധനം ഉണ്ടെന്നു ഞാൻ ഒരിക്കലും വിശ്വസിക്കുകയും ഇല്ല.

ഇങ്ങിനെയാണ് നിരീശ്വരമതക്കാരുടെ സിദ്ധാന്തം

ഗോവിന്ദപ്പണിക്കർ: ഇത്ര വഷളായ ഒരു സിദ്ധാന്തം ഞാൻ ഇതുവരെ കേട്ടിട്ടില്ല. ഇതെല്ലാം വായിച്ചാൽ നിങ്ങളുടെ ബുദ്ധി എങ്ങനെ വഷളാവാതിരിക്കും? ലോകത്തിൽ എവിടെ നോക്കിയാലാണു മഹത്തായ ദൈവശക്തി കാണാതിരിക്കുന്നത്? എത്ര സുഖത്തിലും വെടുപ്പിലും ഈ ലോകത്തെ ദൈവം വെച്ചിരിക്കുന്നു! ദൈവം ഇല്ലാതെ ഈ സൂര്യനും ചന്ദ്രനും എങ്ങനെ ഉണ്ടായി? നുമ്മൾ ഇങ്ങനെ സുഖമായി ആഹാര നിദ്രാദികളായ അവസ്ഥകളോടുകൂടി പ്രപഞ്ചത്തിൽ കഴിച്ചുകൂട്ടുന്നത് ആരുടെ ശക്തിയാണ്? ഓരോകാലം വേണ്ടപോലെയുള്ള എല്ലാ കാര്യങ്ങളും ശരിയായി ലോകത്തിൽ ചെയ്തു കാണുന്നുണ്ടല്ലൊ. ആത് ആരുചെയ്യുന്നു? ഈ ചരാചരങ്ങളുടെ ദാഹത്തെ തീർക്കുന്നില്ലേ? സൂര്യൻ ദിവസംപ്രതി ഉദിക്കുന്നില്ലേ? സർവ്വചരാചരങ്ങളെയും സുഖിപ്പിക്കുന്നില്ലേ? ചന്ദ്രൻ ക്രമംപോലെ ഉദിച്ചു ജഗത്തിനെ ആഹ്ലാദിപ്പിക്കുന്നില്ലേ? ഭൂമിയിൽ വഴിപോലെ ധാന്യങ്ങളും സസ്യാദികളും ഉണ്ടാവുന്നില്ലേ? ഇങ്ങനെ എന്തെല്ലാം സുഖങ്ങൾ കാലോചിതമായി നുമ്മൾ അനുഭവിക്കുന്നു! ഇതെല്ലാം ദൈവശക്തിയില്ലാതെ എങ്ങിനെ ഉണ്ടാവും? കഷ്ടം!

ദൈവമില്ലെന്നു ഭ്രാന്തന്മാർ പറയും.

ഗോവിന്ദൻകുട്ടിമേനോൻ: ശരി; ജ്യേഷ്ഠൻ പറഞ്ഞതെല്ലാം ശരി എന്നാൽ ജ്യേഷ്ഠൻ ഒരു ഭാഗമേ പറഞ്ഞുള്ളൂ. ഈ ജഗത്തിൽ എല്ലാം കാര്യങ്ങളും ജഗത്തിനു സുഖമായും ആഹ്ലാദകരമായും ആവശ്യമുള്ള വിധവും തന്നെയാണ് എല്ലായ്പ്പോഴും ഉണ്ടാവുന്നത്. എന്നു വന്നാൽ കരുണാകരനായ ഒരു ദൈവം ഉണ്ടെന്നു സമ്മതിക്കാം. എന്നാൽ വാസ്തവത്തിൽ കാര്യം അങ്ങനെ അല്ലല്ലോ കാണുന്നത്. എത്ര കഠിനമായ ആപത്തുകൾ ലോകത്തിൽ കാണുന്നു. ഒരേടത്തും ദൈവത്തിന്റെ ശക്തി പ്രത്യക്ഷത്തിൽ കാണുന്നതുമില്ല. ജലം കുടിപ്പാൻ കിട്ടാതെ ചരാചരങ്ങൾ വെന്തു നശിച്ചുപോവുന്ന ദിക്കിൽ പലപ്പോഴും ഒരു തുള്ളി മഴ കിട്ടുന്നില്ല. മഴ ഉണ്ടാവുന്നതിൽ ദൈവീകമായ ഒരു ശക്തി ഉണ്ടെങ്കിലും ആ ശക്തി ദൈവത്തിൽ വിശ്വാസമുള്ളവർ പറയുന്നപോലെ ജഗത്തിൽ കരുണാവത്തായുള്ളതാണെങ്കിലും എന്തുകൊണ്ടു കാലോചിതമായ മഴ ഉണ്ടാവുന്നില്ല? സൂര്യ രശ്മിയുടെ കാഠിന്യത്താലും തൈക്ഷ്ണ്യത്താലും കത്തുന്ന മണലിൽ കുഴഞ്ഞു പലേ ജന്തുക്കളും വെന്തു നശിച്ചുപോവുന്നു. കൊടുംകാട്ടുതീയിൽ പെട്ടു ചിലപ്പോൾ സാധുക്കളായ മൃഗങ്ങൾ ആബാലവൃദ്ധം വെന്തു പെടഞ്ഞു കഠിനവേദന അനുഭവിച്ചു നശിക്കുന്നു. ദ്രവ്യാഗ്രഹികളായ കള്ളന്മാരുടെ കട്ടാരം കൊണ്ടു കുത്തുകൊണ്ട് അതിഭക്തന്മാരായ ഹിന്ദുവും ക്രിസ്ത്യാനിയും ബൗദ്ധനും ഒരുപോലെ വേദനപ്പെട്ടു നിലവിളിച്ചു വായി പിളർക്കുന്നു. കടൽ അതിക്രമിച്ചു രാജ്യങ്ങൾ മുക്കി തദ്ദേശവാസികളെ ആബാലവൃദ്ധം വെള്ളത്തിൽ ശ്വാസംമുട്ടിച്ചു കൊല്ലുന്നു. കപ്പൽ മുങ്ങി ജനങ്ങൾ ചാവുന്നു. ശേഷിച്ചവർ വെള്ളം കുടിക്കാൻ കിട്ടാതെ അന്തർദാഹം പിടിച്ച് ഒരുത്തൻ മറ്റൊരുത്തന്റെ കഴുത്തു കടിച്ചു മുറിച്ചു രക്തം കുടിക്കുന്നു. വിശപ്പു സഹിക്കാൻ പാടില്ലാതെവന്നു തന്റെ സ്നേഹിതനെ കൊന്നു പച്ചമാംസം തിന്നുന്നു. ഇടിത്തീ വീണു നിർദ്ദോഷികളായ ചെറുകുട്ടികൾ നശിക്കുന്നു. നിരപരാധിയായ ഒരുവനെ അവൻ ഉറങ്ങിക്കിടക്കുമ്പോൾ പാമ്പു വന്നു കടിച്ചു കൊല്ലുന്നു. ജാത്യാന്ധനായുള്ളവൻ വിശപ്പു സഹിക്കാൻ പാടില്ലാതെ ഒരെറക്കു കഞ്ഞിക്കു വേണ്ടി തപ്പിക്കൊണ്ടു നടക്കുമ്പോൾ പാമ്പു വന്നു കടിച്ചു കൊല്ലുന്നു. ജാത്യാന്ധനായുള്ളവൻ വിശപ്പു സഹിക്കാൻ പാടില്ലാതെ ഒരെറക്കു കഞ്ഞിക്കുവേണ്ടി തപ്പിക്കൊണ്ടു നടക്കുമ്പോൾ പൊട്ടകിണറ്റിൽ വീണു കഴുത്തും കാലും ഒടിഞ്ഞും പ്രാണവേദന അനുഭവിച്ചു മരിക്കുന്നു. പകരുന്ന വ്യാധികളും യുദ്ധങ്ങളും

ക്ഷാമങ്ങളും നിമിത്തം അസംഖ്യം ജനം ആബാലവൃദ്ധം ക്ഷണത്തിൽ കഠിനപ്രാണവേദനയോടെ ഈശ്വരാ! ദൈവമേ! രക്ഷിക്കണേ! എന്നു നിലവിളിച്ചുകൊണ്ട് മരിക്കുന്നു. ഇവിടെ എല്ലാം എന്തുകൊണ്ടു ദൈവത്തിന്റെ കരുണാവത്തായ ശക്തി തന്റെ സൃഷ്ടികളെ സങ്കടത്തിൽ നിന്നു രക്ഷിക്കുന്നില്ല? പിന്നെ വല്ല സമയങ്ങളിലും ഈ വക ആപത്തുകളിൽ നിന്ന് നിവൃത്തികൾ സാധാരണ അറിയപ്പെടുന്ന കാരണങ്ങളാൽ കിട്ടുമ്പോൾ അതു ദൈവകൃപായാലാണെന്നും മറ്റു പറയുന്നു. ഇതിനെ ആരു വിശ്വസിക്കും? എന്നാൽ പ്രപഞ്ചത്തിൽ ഇങ്ങനെ ഉണ്ടാവുന്ന സങ്കടങ്ങളെ ദൈവികമായ ശക്തികൊണ്ടു നിവൃത്തിച്ചു കാണുന്നില്ലാത്തതിനെക്കുറിച്ചു നുമ്മൾ ഹിന്ദുക്കളും വേറെ മതക്കാരും പറയുന്ന കാരണങ്ങൾ എത്രയും നിസ്സാരമാണ്. ഒന്നാമത് ഓരോ ആൾക്കും വരുന്ന ദുഃഖങ്ങൾ കഴിഞ്ഞ ഒരു ജന്മം അയാൾ ചെയ്ത പാപത്തിനു ദൈവം കൊടുക്കുന്ന ശിക്ഷയാണെന്നു ഹിന്ദുമതത്തിൽ പറയുന്നു. ഒരു തെറ്റിനു ചെയ്യുന്ന ശിക്ഷ തെറ്റുകാരനെ തന്റെ തെറ്റിന്റ ശിക്ഷയാണെന്ന് അറിയിച്ചിട്ടു ചെയ്യുന്നതാണ് എല്ലായ്പ്പോഴും നല്ലത്. അതുവിട്ട് ഇന്ന സംഗതിക്കാണു താൻ കഷ്ടം അനുഭവിക്കുന്നത് എന്ന് അറിയിപ്പിക്കാതെ ഒരു കഷ്ടം അനുഭവിക്കുന്നതിൽ എന്താണു ഫലം? ശിക്ഷ പാപനിവാരണത്തിനുവേണ്ടിയാണെങ്കിൽ പാപിയെ അറിയിച്ചിട്ടുതന്നെ ചെയ്യേണ്ടതല്ലേ? ഇതിനെപ്പറ്റി വലിയ ഒരു ശാസ്ത്രജ്ഞൻ ഇയ്യെടെ ഒരു ഗ്രന്ഥം ഉണ്ടാക്കിയതിൽ പറഞ്ഞിട്ടുള്ളതിന്റെ സാരം ആ പുസ്തകത്തിൽ നിന്നു വായിച്ചു ഞാൻ പറയാം. തർജ്ജമയായി പറഞ്ഞാൽ ജ്യേഷ്ഠനു മനസ്സിലാക്കാൻ പ്രയാസപ്പെടും. സാരം പറയാം. ഈ മഹാവിദ്വാൻ പറയുന്നു:

തന്റെ സമസൃഷ്ടികൾക്കു നാശമോ ഉപദ്രവമോ അസഹ്യതയോ വരുത്തിയ ഒരു കുറ്റക്കാരന്റെ സ്വാഭാവികമായ ദുഷ്ടബുദ്ധിയെ കളഞ്ഞ് അവനെ സന്മാർഗ്ഗിയാക്കി തന്റെ സമസൃഷ്ടികളുമായി സമാധാനമായും സുഖമായും ഇരുത്താൻ വേണ്ടി വേറെ യാതൊരു പ്രകാരത്തിലും കഴിവില്ലാതെ ഇരിക്കുന്നതുകൊണ്ടുമാത്രമാണ് മനുഷ്യർ ഉണ്ടാക്കിയ ശാസ്ത്രപ്രകാരം കുറ്റക്കാരനെ ദണ്ഡിപ്പിക്കുന്നതും ശിക്ഷയിൽ പെടുത്തുന്നതും ബന്തോവസ്തിൽവെച്ചു സന്മാർഗ്ഗോപദേശങ്ങളെ ചെയ്യുന്നതും. എന്നാൽ ദൈവം തന്നെ തന്റെ സൃഷ്ടികളെ ഇങ്ങനെ ദണ്ഡിപ്പിക്കുന്നതിന് എന്തൊരു സംഗതി ഉണ്ടെന്നാണു നോം പറയേണ്ടത്. ദൈവം ഉണ്ടെന്നോ

ഇല്ലെന്നോ ഉള്ള വാദത്തെ മുഴുവനും തള്ളി ഉണ്ടെന്നുതന്നെ തീർച്ചയാക്കുക. ദുഃഖങ്ങളുടെ ഉത്ഭവത്തെപ്പറ്റിയുള്ള സർവ്വ സിദ്ധാന്തങ്ങളെയും തൽക്കാലം ഇല്ലെന്നു വിചാരിക്കുക. സർവ്വശക്തിയുടെ ഒരു സ്രഷ്ടാവ് ഉണ്ടെന്നുള്ള സിദ്ധാന്തത്തെപ്പറ്റിയും തൽക്കാലം തർക്കിക്കാതിരിക്കുക. എന്നിട്ടു ദൈവത്തെ ഈ ജഗത്തിനെ മുഴുവനും ഭരിക്കുന്ന വിശ്വംഭരൻ എന്ന സ്ഥിതിയിൽ മാത്രം ഓർക്കുക. ഈ നിലയിൽ ഈ വിശ്വംഭരന് താൻ തന്റെ സൃഷ്ടികളെ ഇങ്ങിനെ ദണ്ഡിപ്പിക്കുന്നതിനെ നീതീകരിപ്പാൻ എന്തു കാരണങ്ങളെയാണു കാണിപ്പാൻ കഴിയുന്നത്? തന്റെ സ്വയരക്ഷയ്ക്കുവേണ്ടി ഇങ്ങനെ ഈ സാധുക്കളായ തന്റെ സൃഷ്ടികളെ ശിക്ഷിക്കുന്നതോ, അതല്ല കുറ്റം ചെയ്തവരുടെ നന്മയ്ക്കുവേണ്ടി അവരെ ദണ്ഡിപ്പിക്കുന്നതോ ഇതിൽ രണ്ടിൽ ഏതു സംഗതിക്കായാലും ഈ ദണ്ഡനം കൂടാതെ കാര്യം സാധിപ്പാൻ ആ ദൈവത്തിന്നു കഴിയുന്നതല്ലേ? ഒരു മനുഷ്യനെ വേദനയോ സങ്കടമോ അനുഭവിക്കുന്ന പ്രവൃത്തി നുമ്മൾ മനുഷ്യർക്കുതന്നെ വ്യസനകരമായ ഒരു പ്രവൃത്തിയാണ്. അങ്ങനെ ചെയ്യേണ്ടിവരുന്നതു നിവൃത്തിയില്ലാത്ത ഒരു ദോഷകർമ്മം തന്നെയാണെന്നാകുന്നു നാം മനുഷ്യരുതന്നെ അഭിപ്രായപ്പെടുന്നത്. പഠിപ്പുള്ള മനുഷ്യര് ഇല്ലാത്തവരെ പഠിപ്പിച്ചിട്ടും മനുഷ്യവർഗ്ഗങ്ങൾ അന്യോന്യം സ്നേഹിച്ചും ഐക്യമായി ഇരിക്കേണ്ടതിനുള്ള വഴികൾ എടുത്തും പലേ സന്മാർഗ്ഗോപദേശങ്ങൾ ചെയ്തും വരുന്നു. ഈ ഉപദേശങ്ങൾ കൊണ്ടു ഗുണപ്പെടാതെ ചിലർ പിന്നെയും ദുർവൃത്തിയിൽ ചാടുന്നു. അവരെ ദണ്ഡിപ്പിക്കുകയും ചെയ്യുന്നു. ഇങ്ങനെ ദണ്ഡനം ചെയ്യുന്നതു മനുഷ്യരിൽ തന്നെ ഒരു ദുര്യശസ്സിന്നു കാരണമായിത്തീരുന്നു. നുമ്മളുടെ രാജ്യം ഭരിക്കുന്ന മനുഷ്യരാജാക്കന്മാർക്കു കുറ്റക്കാരുടെ ദുർബുദ്ധിയെ നീക്കം ചെയ്തു ഗുണബുദ്ധി കൊടുപ്പാൻ ഒരു ശക്തി ഉണ്ടായിരുന്നുവെങ്കിൽ ആ ശക്തിയെ ഉപയോഗിച്ചു ദുർമ്മര്യാദയും ദുഷ്പ്രവൃത്തിയും മനുഷ്യരിൽ ഇല്ലാതെ ആക്കിക്കളയുന്നതല്ലാതെ പിന്നെയും കുറ്റം ചെയ്യുന്നതു വിരോധിക്കാതെ നോക്കിക്കൊണ്ടു നിന്ന്, ചെയ്ത ഉടനെ കുറ്റക്കാരെ പിടിച്ചു ഹിംസിച്ചു ദണ്ഡിപ്പിക്കുവാനായി കാത്തിരിക്കുമോ? ഒരിക്കലും ചെയ്കയില്ല. എന്നാൽ നുമ്മൾ മനുഷ്യർക്കു ഭവിഷ്യദ്വർത്തമാനങ്ങളെയോ പ്രവൃത്തികളെയോ അറിവാനുള്ള ശക്തിയില്ല. കരുണാകരൻ എന്നു പറയപ്പെടുന്ന ആ ദൈവത്തിനോ നിങ്ങൾ പറയുംപ്രകാരം നിശ്ചയമായി ഈ ശക്തി ഉണ്ടാവാതെ ഇരിപ്പാൻ പാടില്ലതാനും. മനുഷ്യനെ

സൃഷ്ടിച്ചതു ദൈവം, മനുഷ്യന്റെ മനസ്സിൽ നിന്ന് ഉണ്ടാവുന്ന സകല വാസനകളും ദൈവത്തിൽ നിന്ന് ഇഷ്ടംപോലെ ഇല്ലാതാക്കുവാനോ കുറയ്ക്കാനോ അധികരിപ്പാനോ കഴിയുന്നവ. കാര്യം ഇങ്ങനെ ഇരിക്കുമ്പോൾ ദൈവം പാപകർമ്മങ്ങൾ ചെയ്‌വാൻ ഒരു മനുഷ്യന് ഉണ്ടാവുന്ന ഉത്സാഹങ്ങളേയോ വാസനയേയോ നിർത്താതെ അതു ചെയ്യിപ്പിച്ചശേഷം അവനെ കഠിനമായി ശിക്ഷിച്ചു വേദനപ്പെട്ടു നശിപ്പിക്കുന്നത് എന്തിന്? ഇതു മഹാകഷ്ടമല്ലേ? ദൈവം ഇത്ര ബുദ്ധിഹീനതയായും ക്രൂരമായും ചെയ്യുമോ? ഇപ്പോൾ ക്രിസ്ത്യാനിവേദപുസ്തകത്തിൽ പറയുംപ്രകാരം ദൈവം ചെയ്ത ശിക്ഷകളെത്തന്നെ നാം നോക്കുന്നതായാൽ ദൈവം എത്ര കഠോരമായും നിർദ്ദയമായും അതിക്രൂരമായും മനുഷ്യനെ ശിക്ഷിച്ചതായി കാണുന്നു. തെറ്റുകാരൻ പിന്നെ എന്തുതന്നെ ഗുണകർമ്മം ചെയ്താലും പശ്ചാത്താപപ്പെട്ടാലും ദൈവം ഒരു വിധത്തിലും ദയ കാണിക്കാത്ത മാതിരിയിലാണു ക്രിസ്ത്യാനിവേദത്തിൽ തന്നെ കാണുന്നത്. ആദാം ഒരു കുറ്റം ഒരു പ്രാവശ്യം ചെയ്തുപോയി. അതിന് ആയാളെയും അയാളുടെ സർവ്വസന്താനങ്ങളെയും പരമ്പരയായി എന്നെന്നും നരകരൂപത്തിൽ നിന്ന് ഒരിക്കലും കയറാൻ പാടില്ലാത്തവിധം ഇട്ടുകളഞ്ഞു ആദാം തെറ്റുചെയ്തതിന് അവന്റെ സന്താനങ്ങൾകൂടി എന്തിന് ഈ മഹാപാപം അനുഭവിക്കുന്നു? ദൈവം ഇങ്ങനെ എല്ലാം ചെയ്തിട്ടുണ്ടെങ്കിൽ പിന്നെ എവിടെയാണ് അദ്ദേഹത്തിന്റെ കരുണയും നീതിയും?- ഇങ്ങനെയാണ് ഈ മഹായുക്തിമാനായ ശാസ്ത്രജ്ഞൻ പറയുന്നത്.

ഗോവിന്ദപ്പണിക്കർ: ആദാം എന്നൊരാളുണ്ടായി എന്നു നമ്മുടെ ഹിന്ദുപുരാണങ്ങളിൽ ഒന്നും പറയുന്നില്ല. ഞാൻ ഇതു വിശ്വസിക്കുകയില്ല.

ഗോവിന്ദൻകുട്ടിമേനോൻ: ആദാമിനെ വിശ്വസിക്കേണ്ട. നുമ്മളുടെ പുരാണങ്ങളിൽ ഈ ആദാമിന് ഉണ്ടായതായി പറയപ്പെടുന്നമാതിരി ശാപങ്ങളും ദൈവകോപംകൊണ്ടു വന്ന പലേമാതിരി ദുഃഖങ്ങളും ക്രിസ്ത്യാനിവേദങ്ങളിൽ കാണുന്നതിനേക്കാൾ വളരെ അധികം കാണാം. നുമ്മളുടെ പുരാണങ്ങളിൽ ദൈവകോപം കൊണ്ടു മാത്രമല്ല ദൈവഭക്തൻമാരായ മഹർഷിമാരുടെ കോപംകൊണ്ടു എന്നു വേണ്ട പതിവ്രതമാരായ സ്ത്രീകളുടെ കോപം കൊണ്ടു കൂടി ദേവകളും മനുഷ്യരും മൃഗങ്ങളും പലപ്പോഴും കുഴങ്ങി ബുദ്ധിമുട്ടി അനേക ജന്മങ്ങൾ എടുത്തു പലേമാതിരി സങ്കടങ്ങളും സന്താപ

ങ്ങളും അനുഭവിച്ചതായി പറയപ്പെടുന്നുണ്ട്. ഇത്ര അധികം വിഡ്ഢിത്തങ്ങളും ഭോഷത്വങ്ങളും ക്രിസ്ത്യാനിവേദപുസ്തകത്തിൽ കാണുകയില്ല.

ഗോവിന്ദപ്പണിക്കർ: അങ്ങനെ പറയരുത്. നുമ്മളുടെ പുരാണങ്ങൾ ഗോവിന്ദൻകുട്ടി എന്തുകണ്ടു. വിഡ്ഢിത്തം, ഭോഷത്വം എന്ന് എത്രയോ പ്രാചീനമായ നുമ്മളുടെ പുരാണങ്ങളെക്കുറിച്ച് ഇന്നലെ ഉണ്ടാക്കിയ ഒരു ഇങ്കിരീസ്സു ബുക്കു വായിച്ചിട്ടു പറഞ്ഞാൽ ആരു വിശ്വസിക്കും? അതിരിക്കട്ടെ. അപ്പോൾ ദൈവമില്ലെങ്കിൽ മനുഷ്യൻ താനേ ഉണ്ടായി എന്നാണു ഗോവിന്ദൻകുട്ടി പറയുന്നത്?

ഗോവിന്ദൻകുട്ടിമേനോൻ; മനുഷ്യർ എന്നുവേണ്ട ഈ കാണുന്നു സകല ചരാചരങ്ങളും പലേവിധ കാരണങ്ങളിൽ നിന്നും ശക്തികളിൽ നിന്നും താനേ ഉത്ഭവിച്ചു നിറയുന്നതാണെന്നാകുന്നു ഞാൻ പറയുന്നത്.

ഗോവിന്ദൻപ്പണിക്കർ: അപ്പോൾ ഒരു മനുഷ്യൻ മരിച്ചാലോ? അവന്റെ ജീവൻ എങ്ങട്ടു പോവുന്നു?

ഗോവിന്ദൻകുട്ടിമേനോൻ; എങ്ങോട്ടും പോവുന്നില്ല, അതില്ലാതാവുന്നു. ഒരു കത്തുന്ന തിരി കെടുത്തിയാൽ അഗ്നി എവിടേക്കു പോവുന്നു? എവിടേക്കും പോവുന്നില്ല അത് ഇല്ലാതെ പോവുന്നു- അതുപോലെ ജീവനും.

ഗോവിന്ദപ്പണിക്കർ: അപ്പോൾ, മനുഷ്യനു വേറെ ഗതിയൊന്നുമില്ല. മരിച്ചാൽ എല്ലാം തീർന്നു. അല്ലേ? നിന്റെ ഈ മതം പിശാചുക്കൾക്കു കൊള്ളാം- മറ്റാർക്കും കൊള്ളരുത്. മനുഷ്യന് എങ്ങനെ ഈ കൈകാലുകൾ, കണ്ണ്, മൂക്ക്, ചെവി, മുതലായ ഇന്ദ്രിയങ്ങൾ എല്ലാം ഉണ്ടായി? ഇതെല്ലാം ഇത്ര ശരിയായും വെടുപ്പായും എന്തു കാര്യകാരണങ്ങളാണ് ഉണ്ടാക്കിയത്?

മാധവൻ; ശരി; അച്ഛന്റെ ചോദ്യം ഒന്നാന്തരം. അച്ഛൻ ഗോവിന്ദൻ കുട്ടിയോടു ചെയ്ത ചോദ്യം അല്പം ചില ഭേദങ്ങൾ ചെയ്താൽ നല്ല ഒരു ഇംഗ്ലീഷ് ശാസ്ത്രജ്ഞൻ ചെയ്തപോലെയുള്ള ഒരു ചോദ്യമായി വരും. ആ ചോദ്യം ഞാൻ ചെയ്യാം; ജഗത്തു മുഴുവനും താനേ ഒരു പ്രത്യേക സ്രഷ്ടാവ് ഇല്ലാതെ ഉണ്ടായിവന്നത് എന്നോ ഗോവിന്ദൻകുട്ടിയുടെ സിദ്ധാന്തം?

ഗോവിന്ദൻകുട്ടിമേനോൻ: അതെ; ഒരു പ്രത്യേക സ്രഷ്ടാവ് ഉണ്ടാക്കിയതാണെന്നു വിചാരിപ്പാൻ സംഗതി ഇല്ലെന്നു ഞാൻ പറയുന്നു.

മാധവൻ: അങ്ങനെ അഭിപ്രായപ്പെടുന്നതിനുള്ള കാരണങ്ങൾ

ചുരുക്കത്തിൽ സ്പഷ്ടമായി പറയൂ.

ഗോവിന്ദൻകുട്ടിമേനോൻ: ചുരുക്കത്തിൽ സ്പഷ്ടമായി പറയാൻ പ്രയാസം. മാധവൻ എന്നെപ്പോലെതന്നെ ഈ സംഗതിയെപ്പറ്റി പലേ പുസ്തകങ്ങളും വായിച്ചിട്ടുണ്ടല്ലൊ. അതുകൊണ്ട് ഞാൻ ജ്യേഷ്ഠൻ അറിയാൻമാത്രം ചുരുക്കി പറയാം. ചുരുക്കി പറയുന്നതിൽ എന്റെ താല്പര്യം സ്പഷ്ടമായി കാണിപ്പാൻ കഴിയുമോ? എന്ന് എനിക്കു സംശയം എന്റെ കൈയിൽ ഇപ്പോൾ ഉള്ള ഈ പുസ്തകത്തിൽത്തന്നെ ഓരോ ഭാഗങ്ങൾ വായിച്ചു പറയാം.

മിസ്റ്റർ ബ്രാഡ്‌ളാവിന്റെ പുസ്തകത്തിൽ അധികവും ഭാഗം ക്രിസ്ത്യാനിവേദത്തിൽ ജഗൽസൃഷ്ടി ഉണ്ടായ സ്വഭാവത്തെയും കാലത്തെയും പറയുന്നത് എല്ലാം ശുദ്ധമേ കളവും അസംഭവ്യവുമാണെന്നും കാണിപ്പാനുള്ള സംഗതികളെയാണു പറഞ്ഞിട്ടുള്ളത്. എന്നാൽ അതുകളെക്കുറിച്ച് ഇവിടെ പറഞ്ഞിട്ട് ആവശ്യമില്ല. വാള്ളെസ്സ്, ഡാർവ്വിൻ മുതലായ പലേ ശാസ്ത്രജ്ഞന്മാർ ജഗതുൽപത്തിയെപ്പറ്റി പറഞ്ഞിട്ടുള്ളതു സൂക്ഷ്മമായി ആലോചിച്ചാൽ ഈ കാണുന്ന സകല ചരാചരങ്ങളും ഇവെല്യൂഷൻ എന്ന ഉല്പത്തിസമ്പ്രദായപ്രകാരം താനേ ഉത്ഭവിച്ചു വന്നതാണെന്നു കാണാം. ഡാർവ്വിൻ പറയുന്നു: സാധാരണ സാധനങ്ങൾക്ക് പകർച്ച, വളർച്ച, നാശം ഇതുകൾ സ്വഭാവേന ഉള്ളതാകുന്നു. ഓരോ സാധനം ഒരു പ്രകാരത്തിലും ഗുണത്തിലും ഇരിക്കുന്നത് കാലാന്തരംകൊണ്ട് മറ്റൊരു പ്രകാരത്തിലും ഗുണത്തിലും ആയി വരുന്നു. പിന്നെയും മാറുന്നു. പിന്നെയും വളരുന്നു. ഇങ്ങനെ അനന്തകോടി സംവത്സരങ്ങളാൽ ഒരു സാധനം വേറെ സാധനങ്ങളുമായുള്ള ചേർച്ചയാലോ ആവശ്യങ്ങളാലോ അതിന്റെ ഒന്നാമത്തെ ഗുണവും സ്വഭാവവും വിട്ടു ക്രമേണക്രമേണ മറ്റൊരു സ്വഭാവത്തിലും ഗുണത്തിലുമായി വരുന്നു. ഇതു സാധാരണ സർവ്വപദാർത്ഥങ്ങളിലും താനേ ഉള്ള ഒരു ശക്തിയാണ്. ഇതുപ്രകാരം തന്നെയാണു മനുഷ്യന്റെ ഉല്പത്തിയും ആദ്യത്തിൽ എത്രയോ അണുമാത്രമായ ഒരു ജീവജന്തു ക്രമേണ അനവധി അനവധി കാലം കൊണ്ടു ജീവന്റെ ആവശ്യപ്രകാരവും ആഗ്രഹപ്രകാരവും അതിനൊത്ത ദേഹാകൃതികളെ സ്വല്പംസ്വല്പം ഭേദമായി അതാതുകാലത്തു മാറി കാലക്രമേണ ഇപ്പോൾ നാം കാണുന്നതുപോലെ മനുഷ്യന്റെ ദേഹാകൃതിയിലും സ്വഭാവത്തിലും വന്നുചേർന്നിരിക്കുന്നു. ഇതിനു ദൃഷ്ടാന്തമായി പലേ സംഗതികളെയും ഡാർവ്വിൻ എന്ന ശാസ്ത്രജ്ഞൻ പറഞ്ഞിരിക്കുന്നു. പ്രത്യേകം ഒരു സ്രഷ്ടാവ് ഈ ജഗത്തിലുള്ള എല്ലാം

പദാർത്ഥങ്ങളെയും വെവ്വേറെ ഉണ്ടാക്കിയതല്ലെന്നു കാണിപ്പാൻ പലേ ദൃഷ്ടാന്തങ്ങളും ഉണ്ട്. നനവുള്ള പുതുമണ്ണിൽ കുറെ തീയിട്ടോ മറ്റോ ചൂടുപിടിപ്പിച്ചശേഷം തണുപ്പുള്ളതായ ഒരു സാധനംകൊണ്ടു സാധാരണ വായുവിനു സ്പർശിപ്പാൻ പാടില്ലാത്തവിധം ഒരു നാലഞ്ചു മണിക്കൂറ് ആ സ്ഥലത്തെ അടച്ചു മൂടിയതിൽ പിന്നെ ആ അടപ്പ് എടുത്തുനോക്കിയാൽ പലപ്പോഴും ആ സ്ഥലത്തു ലക്ഷോപലക്ഷം ചെറിയ സ്വരൂപങ്ങളുള്ള ചിതൽ എന്നു പറയുന്ന വെളുത്ത ഒരു വക പ്രാണികൾ എളകി പതച്ചുനടക്കുന്നതു കാണുന്നു. എവിടെനിന്നാണ് ഇത്ര അനവധി ചിതലുകൾ ഇത്ര ക്ഷണം കൊണ്ട് ഉണ്ടായത്? ദൈവം അപ്പോൾ ഉണ്ടാക്കിയതോ, അതു പെറ്റുണ്ടായതോ, അതല്ല ചില കാരണങ്ങൾ അന്യോന്യം സംശ്രയിച്ചപ്പോൾ താനേ ഉണ്ടായിവന്നതോ? പിന്നെ അതിൽ ഒരു ചിതലിനെയോ അല്ലെങ്കിൽ അതിൽ അല്പം വലിയ ഒരു പുഴുവിനെയോ പത്തു പതിനഞ്ചുദിവസം ആ വേട്ടാളനുമായി സമ്പർക്കിച്ചിരിക്കുമ്പോഴയ്ക്ക് ആ പുഴു താനേ വേട്ടാളനായിത്തീരുന്നു. ഇങ്ങനെയുള്ളു ചില്ലറയായ സാധനങ്ങൾ നോക്കിയാൽ ഒന്നിൽനിന്നു മറ്റൊന്ന് ഉണ്ടാവുന്ന സ്വഭാവം അറിയാം. ഈ ജഗത്ത് എല്ലാം അനാദിയായ കാലശക്തിയാലും ഓരോ വസ്തുക്കളുടെ സംശ്രയങ്ങളാലും സംശ്രയാഭവങ്ങളാലും താനേ ഉണ്ടായി നിറഞ്ഞുവന്നതും താനേ നശിച്ചുപോവുന്നതും ആകുന്നു എന്നേ വിചാരിപ്പാൻ വഴിയുള്ള. ഹക്സലി എന്ന ഒരു മഹാവിദ്വാൻ പറയുന്നു: ജീവനുള്ള സകല ജന്തുക്കളുടേയും, അല്ലെങ്കിൽ പഞ്ചേന്ദ്രിയവികാരങ്ങളോടു സംയുക്തങ്ങളായ സകലശരീരങ്ങളുടെയും ഉല്പത്തിയെ നോം സൂക്ഷ്മമായി ശാസ്ത്രസിദ്ധാന്തമായ അറിവോടുകൂടി നോക്കുമ്പോൾ ഓരോ ജന്തു ആദിയിൽ ഉത്ഭവിച്ചത് ഓരോ പ്രത്യേക കാരണങ്ങളിൽ നിന്നാണെന്നു വെളിവായി കാണാം. നുമ്മൾ ചുറ്റും കാണുന്ന അന്തകോടി ജീവജാലങ്ങൾ ഈ കാരണങ്ങളിൽ താനേ ഉത്ഭവിച്ചും വളർന്നും പരന്നും നശിച്ചും കാണാതെയായും വരുന്നതും കാണുന്നു. ഇതു സാധാരണ പല ജീവജാലങ്ങളിൽ സ്വതസ്സിദ്ധമായ ഒരു ശക്തിയാകുന്നു. അങ്ങനെയുള്ള ശക്തി ഇല്ലാതെ ജീവജാലങ്ങൾ ഒന്നുംതന്നെ ഇല്ല. ഇങ്ങനെയാണ് ഹക്സലി എന്ന മഹാവിദ്വാന്റെ അഭിപ്രായം. ബ്രാഡ്ളാ എന്നാൾ പറയുന്നു: നമുക്ക് ഇതുവരെ കിട്ടിയേടത്തോളമുള്ള അറിവുകളിൽ നിന്ന് ആദിയിൽ മനുഷ്യരെ കണ്ട കാലത്തിൽ അവർ ഇപ്പോൾ കാണുന്ന പ്രകൃതവും സ്വഭാവവും ഉള്ള മനുഷ്യരെപ്പോലെ ആയിരുന്നില്ല. ആദ്യ

ത്തിൽ കണ്ടതായി അറിയപ്പെടുന്ന കാലത്തു മനുഷ്യൻ ഏതാണ്ട് ഒരു മൃഗംപോലെ ശുദ്ധമൃഗങ്ങളുമായി തമ്മിൽ തല്ലി മല്ലിട്ടുംകൊണ്ടു ഗുഹാവാസം ചെയ്തു കഴിച്ചിരുന്ന ഒരു ജന്തുതന്നെയായിരുന്നു. എന്നാൽ ക്രമേണ ഇപ്പോൾ മനുഷ്യർ എത്ര ശക്തനും ബുദ്ധിമാനും സർവവിദഗ്ദ്ധനും ആയിത്തീർന്നിരിക്കുന്നു. ഇതുപ്രകാരംതന്നെ, ഇപ്പോൾ നമുക്ക് അറിവു കേട്ടിട്ടുള്ളതിനും പ്രാചീനമായി വളരെ കോടി സംവത്സരങ്ങൾ മുമ്പുള്ള സ്ഥിതി എനി നോക്കി അറിവാൻ സാധിക്കുന്നുവെങ്കിൽ ഇന്ദ്രിയനിഷ്ഠമായ ജീവനെ വഹിക്കുന്നതിന്നുമുമ്പു പലേവിധ ജീവദശകളിൽ ഇപ്പോൾ കാണുന്ന സമർത്ഥനായ ഈ മനുഷ്യർ കിടന്നിരുന്നു എന്ന് ഒരു സമയം കാണാൻ കഴിയുമെന്നു ഞാൻ വിചാരിക്കുന്നു. എന്നിങ്ങനെയാണ് ബ്രാഡ്‌ളാ പറയുന്നത്.

ഗോവിന്ദപ്പണിക്കർ: മനുഷ്യർ ആദ്യം ഗുഹയിൽ മൃഗത്തിനെപ്പോലെ കിടന്നു എന്ന് ആരു വിശ്വസിക്കും? പക്ഷേ, ബിലാത്തിയിൽ അങ്ങനെ ആയിരുന്നുവായിരിക്കാം. അതുപോലെ മൃഗപ്രായമായ മനുഷ്യൻ ഇപ്പോഴുമുണ്ട്– ഇല്ലേ മാധവാ?

മാധവൻ: ഉണ്ട്. ആഫ്രിക്കാരാജ്യത്ത് സാമാന്യം മൃഗങ്ങളെപ്പോലെ ഉള്ള മനുഷ്യർ ഇപ്പോഴും ഉണ്ട്.

ഗോവിന്ദൻകുട്ടിമേനോൻ: പണ്ടു ഞാൻ പറഞ്ഞ കാലം ഞാൻ പറഞ്ഞമാതിരിയേ അതിന് മനുഷ്യർ ഉണ്ടായിരുന്നുള്ളൂ.

ഗോവിന്ദപ്പണിക്കർ; അതിന് എന്തു പ്രമാണം?

ഗോവിന്ദൻകുട്ടിമേനവൻ: ശാസ്ത്രപ്രകാരം ഉള്ള അറിവു തന്നെ.

ഗോവിന്ദപ്പണിക്കർ; എന്തു ശാസ്ത്രം? നീ പേർപറഞ്ഞ സായ്‌വന്മാരുണ്ടാക്കിയ ശാസ്ത്രമോ?

ഗോവിന്ദൻകുട്ടിമേനോൻ: അവരും അവരെപ്പോലെയും അതിലധികവും ശാസ്ത്രപരിജ്ഞാനമുള്ള ആളുകൾ എഴുതിയ പലേ ഗ്രന്ഥങ്ങളിൽ നിന്നാണു ഞാൻ പറയുന്നത്.

ഗോവിന്ദപ്പണിക്കർ: എന്നാൽ നീ ഇപ്പോൾ പറഞ്ഞതിൽ ഒരർത്ഥം മാത്രം ഹിന്ദുശാസ്ത്രപ്രകാരം അല്പം ഒക്കുന്നുണ്ട്. നീ പറഞ്ഞ പ്രകാരംതന്നെ, നുമ്മളുടെ ശാസ്ത്രത്തിലും ആദ്യം തൃണം മുതൽ പലേ ജന്മങ്ങളും കഴിഞ്ഞിട്ടുവേണം മനുഷ്യജന്മം കിട്ടാൻ എന്നു പറയുന്നുണ്ട്. പക്ഷേ, അങ്ങനെ എല്ലാം വരുന്നതു വാസനാരൂപമായി ദൈവകല്പനയാൽ ആണെന്നാകുന്നു നുമ്മടെ ശാസ്ത്രം.

ഗോവിന്ദൻകുട്ടിമേനോൻ: ശരി; ജ്യേഷ്ഠൻ അത്രത്തോളം സമ്മ

തിച്ചുവോ?

ഗോവിന്ദപ്പണിക്കർ: ഞാൻ എന്തു സമ്മതിച്ചു? നീ പറഞ്ഞതു യാതൊന്നും ഞാൻ സമ്മതിച്ചിട്ടില്ല. ഒരിക്കലും സമ്മതിക്കുകയുമില്ല. ഈശ്വരനില്ലെന്നല്ലേ നീ പറയുന്നത്? അത് ഈ ജന്മം സമ്മതിപ്പാൻ പാടില്ല. മഹാ അബദ്ധമായ സിദ്ധാന്തമാണ് ഈശ്വരൻ ഇല്ലെന്നുള്ളത്. സർവ്വജഗദന്തര്യാമിയായി കാരുണ്യമൂർത്തിയായുള്ള ഒരു സ്രഷ്ടാവ് ഈ ജഗത്തിന് ഇല്ലെന്നു ശുദ്ധഭ്രാന്തൻ മാത്രമേ പറയുകയുള്ളൂ.

ഗോവിന്ദൻകുട്ടിമേനവൻ: ഞാൻ ഒരു കാരുണ്യമൂർത്തിയേയും ജഗദന്തര്യാമിയേയും കാണുന്നില്ല.

ഗോവിന്ദപ്പണിക്കർ: ആട്ടെ, ഈ നിരീശ്വരസിദ്ധാന്തികൾ ഇയ്യെടെ ഈ വിധം ഓരോ ബുക്ക് എഴുതിത്തുടങ്ങിയതല്ലേ ഉള്ളൂ. ഇതിന് എത്രയെത്രയോ മുമ്പും ഇപ്പോഴും എനി എത്രയോ കാലവും ഈ കാണുന്ന സകല മനുഷ്യരും ദൈവവന്ദനം ഓരോ പ്രകാരത്തിൽ ചെയ്തുവന്നിരിക്കുന്നു എന്നും, ചെയ്തുവരുമെന്നും എനിക്ക് ഉറപ്പുണ്ട്. നിരീശ്വര മതക്കാർ ആകപ്പാടെ പത്താളുകളുണ്ടാവുമോ ഗോവിന്ദൻകുട്ടി?

ഗോവിന്ദൻകുട്ടിമേനോൻ: അനവധി ലക്ഷം ആളുകൾ ഇപ്പോൾ നിരീശ്വരമതക്കാരുമുണ്ട്. അതുപക്ഷേ, പുറത്തറിയുന്നില്ല. ഭൂമിയിലുള്ള ജനങ്ങളെക്കുറിച്ചു കണക്ക് എടുക്കുന്നത് എല്ലാം ഓരോ മതത്തിൽ ഉള്ള ആളുകൾ ഇത്രയിത്ര എന്നാണ്. ഇതിൽ ഓരോ മതത്തിൽ നിരീശ്വരമതക്കാർ വളരെ ഉണ്ടായിരിക്കും എന്നാൽ അതു കണക്കിൽ കാണിക്കാറില്ല. ഈ ഭൂമിയിലെ ആകെ ജനങ്ങളിൽ നാനൂറ്റഞ്ചുകോടി ആറുലക്ഷം പേർ ബുദ്ധമതക്കാരും, മുന്നൂറ്റിതൊണ്ണൂറ്റൊമ്പതുകോടി രണ്ടുലക്ഷംപേർ ക്രിസ്ത്യാനിമതക്കാരും, ഇരുനൂറ്റിനാലു കോടി രണ്ടുലക്ഷം പേർ മഹമ്മദീയമത്ക്കാരും, നൂറ്റി എഴുപത്തിനാലുകോടി രണ്ടുലക്ഷം പേർ ഹിന്ദുമതക്കാരും അമ്പതു ലക്ഷം പേർ ജൂതന്മാരും മറ്റോരോപ്രകാരം വിഗ്രഹാരാധനക്കാരായ പലവകയായി നൂറ്റിപതിനെട്ടുകോടി മനുഷ്യരും ഉണ്ടെന്നു ബ്രാഡ്‌ളാവിന്റെ പുസ്തകത്തിൽ കാണുന്നു. എന്നാൽ മതത്തിന്മേൽ സ്ഥാപിച്ച് എടുത്തിട്ടുള്ള ഈ കണക്ക് എത്രയും തെറ്റാണെന്ന് അദ്ദേഹം കാണിക്കുന്നു. പഠിപ്പും അറിവും അധികമായുള്ള യൂറോപ്പുരാജ്യനിവാസികളിലും അമേരിക്കാരാജ്യനിവാസികളിലും അനവധി മഹാന്മാരായ ആളുകൾ നിരീശ്വരമതക്കാരാണെങ്കിലും പ്രോട്ടസ്റ്റന്റ് അല്ലെങ്കിൽ റോമൻ കത്തോലിക്കാമതക്കാരായി കണക്കിൽ

തെറ്റായി ചേർത്തിരിക്കുന്നു എന്നാണ് അയാളുടെ അഭിപ്രായം. അതു ശരിയാണെന്നുള്ളതിലേക്കു ലേശം സംശയമില്ല. ഇപ്പോൾ മലയാളത്തിൽ കാനേഷുമാരി കണക്ക് എടുത്തതിൽ എന്നെ ഹിന്ദു മതക്കാർ എന്നല്ലേ ചേർത്തിരിക്കുന്നത്. എന്നാൽ ഞാൻ വാസ്തവത്തിൽ ഹിന്ദുമതക്കാരനല്ലെല്ലൊ. ഈ തെറ്റു സർവ്വസാധാരണയായി ഉണ്ടാവുന്നതാണ്. അതുകൊണ്ട് ദൈവം ഉണ്ടെന്നു വിചാരിക്കാതെയും വന്ദിക്കാതെയും ഉള്ളവർ വളരെ ഈ ലോകത്തിൽ ഉണ്ടെങ്കിലും എത്ര ഉണ്ടെന്ന് ഇപ്പോൾ കണക്കാക്കാൻ പ്രയാസമായി വരുന്നു.

ഗോവിന്ദപ്പണിക്കർ: മഹാപാപം ഇതു കേൾക്കുന്നത്. കലിയുഗ ധർമ്മം എന്നേ പറയുന്നുള്ളൂ.

ഗോവിന്ദൻകുട്ടിമേനോൻ: എന്നാൽ പിന്നെ ഇതിനെക്കുറിച്ച് എന്തിനു ജ്യേഷ്ഠൻ വ്യസനിക്കുന്നു? കലിയുഗത്തിൽ മനുഷ്യർ നിരീശ്വരമതക്കാരായി വരണമെന്നു ജ്യേഷ്ഠൻ പറയുന്ന ദൈവം കല്പിച്ചിട്ടുള്ളതാണെങ്കിൽ പിന്നെ ഞങ്ങൾ നിരീശ്വരമതക്കാരായത് ആശ്ചര്യമോ? ഹിന്ദുക്കളുടെ ശാസ്ത്രത്തെപ്പോലെ ഇത്ര അയുക്തിയായി എന്തെങ്കിലും ഉണ്ടോ? ഒരേടത്തു പറയുന്നു മനുഷ്യർ ജനിക്കുമ്പോൾ തന്നെ അവനു ഭാവിയായി ഉണ്ടാവാൻ പോവുന്ന സകല അവസ്ഥകളേയും തലയിലോ മറ്റോ ബ്രഹ്മാവ് എഴുതിവെച്ചിരിക്കുന്നു എന്ന്. ഇങ്ങനെ എഴുതി തീർച്ചയാക്കിയ കാര്യത്തിൽ പിന്നെ മനുഷ്യന് എന്തൊരു ശക്തിയാണ് ഉള്ളത്? നീ ഇന്നപ്രകാരത്തിൽ ജീവിക്കണം; നീ ഇന്നിന്ന കർമ്മങ്ങൾ ചെയ്യണം. എന്നു വെളിവായും തീർച്ചയായും എഴുതി വിട്ടിട്ടാണത്രെ മനുഷ്യന്റെ ഉത്ഭവം. പിന്നെ ആ സാധുവായ മനുഷ്യന് എന്തു സ്വശക്തിയാണ് ഉള്ളത്? അവനോടു കല്പിച്ചതിനെ അവൻ ചെയ്യുന്നു. പിന്നെ അവനെ, അവൻ ചെയ്യുന്ന തെറ്റിനെക്കുറിച്ചോ ഗുണകർമ്മത്തെക്കുറിച്ചോ എന്തിനു പാപി എന്നും സുകൃതി എന്നും പറയുന്നു? കലിയുഗത്തിൽ ജനങ്ങൾക്ക് ഈശ്വരസ്മരണ ഉണ്ടാകയില്ല. ഭൂമി വിളയുകയില്ല. ശുദ്ധാശുദ്ധമില്ലാതെ ആവും. ബ്രാഹ്മണരെ ഹിംസിക്കും. ഗോവധം ചെയ്യും. നീചന്മാർക്കു മഹത്വം വരും. ഇങ്ങനെ പലേവിധ കല്പനകളും ചെയ്തുവെച്ചതായി പറയുന്നു. പിന്നെ ഈ കല്പനകൾ പ്രകാരം ഓരോ കാര്യം കാണുമ്പോൾ എന്താണ് ഇത്ര എല്ലാം ജ്യേഷ്ഠൻ ആക്ഷേപിക്കുന്നത്? ജ്യേഷ്ഠൻ കലിയുഗമനുഷ്യനല്ലേ? ജ്യേഷ്ഠന് ഈ കല്പനകൾ സംബന്ധിക്കില്ലേ? മഹാകഷ്ടം! ഇങ്ങനത്തെ വിഡ്ഢിത്തം ഉണ്ടോ? ഇങ്ങനത്തെ അയുക്തി

ഉണ്ടോ? ബ്രാഹ്മണരുടെ പ്രാധാന്യതയ്ക്കും യോഗ്യതയ്ക്കും വേണ്ടി മാത്രം അവരിൽ ചിലർ എഴുതീട്ടുള്ള പുസ്തകങ്ങളല്ലാതെ ഹിന്ദുകൾക്ക് ഈവക സംഗതികളെപ്പറ്റി അറിവിനു വേറെ യാതൊരു മാർഗ്ഗവും ഇല്ലെല്ലൊ. പിന്നെ എന്തു ചെയ്യും? വിഡ്ഢിത്തം എഴുതിക്കാണുന്നത് എല്ലാം സാധുക്കൾ വിശ്വസിക്കുന്നു.

മാധവൻ: ഗോവിന്ദൻകുട്ടി ഇപ്പോൾ പറഞ്ഞതു വലിയ ഭോഷത്വമാണ്. ബ്രാഹ്മണർ എഴുതീട്ടുള്ള ചില വിലപിടിച്ച പുസ്തകങ്ങളെക്കുറിച്ചു സ്വല്പമെങ്കിലും ഗോവിന്ദൻകുട്ടിക്ക് അറിവുണ്ടായിരുന്നുവെങ്കിൽ ഈ വിധം പറയുന്നതല്ല. ഇംക്ലീഷുമാത്രം പഠിച്ച ബ്രാഡ്ളാവിന്റെ ബുക്കും, ഡാർവ്വിൻ, വാള്ളെസ്സ്, ഹക്സലി, ഹർബർട്ട് സ്പെൻഡർ മുതലായവരുടെ ബുക്കുകളും വായിച്ച് അതിലുള്ള യോഗ്യതകളെ മാത്രം അറിഞ്ഞതിനാൽ യോഗ്യതയുള്ള ഗ്രന്ഥങ്ങൾ ഹിന്ദുക്കൾ ആരും ഉണ്ടാക്കീട്ടില്ലെന്നു ഗോവിന്ദൻകുട്ടി എങ്ങനെ പറയും?

ഗോവിന്ദൻകുട്ടിമേനോൻ: ഡാർവ്വിൻ മുതലായ മഹാശാസ്ത്രജ്ഞൻമാർ ഉണ്ടാക്കിയ പുസ്തകങ്ങളും നുമ്മളുടെ സംസ്കൃതത്തിൽ അയുക്തികളാലും അസംഭവ്യാവസ്ഥകളാലും നിറയപ്പെട്ടിട്ടുള്ളതായ ഭാരതം, ഭാഗവതം, രാമായണം, സ്കാന്ദം മുതലായ പുരാണങ്ങളും ഒരുപോലെയാണെന്നു മാധവൻ പറയുന്നുവോ?

മാധവൻ: അസംബന്ധമായി ധൃതഗതിയായി സംസാരിക്കരുത്. സാവധാനത്തിൽ ആലോചിച്ചു പറയൂ. ഹർബർട്ട് സ്പെൻസർ മുതലായവർ എഴുതിയത് ഇയ്യിടെയാണ്. നുമ്മളുടെ ഹിന്ദുക്കളുടെ ഇടയിൽ മഹാന്മാരായ ഗ്രന്ഥ കർത്താക്കന്മാരും അദ്വൈതികളും ഉണ്ടായിട്ട് ഇപ്പോഴയ്ക്ക് ഒന്നുരണ്ടായിരം സംവത്സരങ്ങൾ കഴിഞ്ഞു. ഈ ഒന്നുരാണ്ടായിരം സംവത്സരങ്ങളിൽ കിട്ടിയ അറിവുകൾക്കൂടി ഇപ്പോഴത്തെ ഇംക്ലീഷുവിദ്വാന്മാർക്ക് ഉണ്ട്. അവർ മുമ്പുള്ള വിദ്വാന്മാരെക്കാൾ അധികം അറിവുള്ളവർതന്നെ. അതിന്റെ കാരണം, അവർ പിമ്പുള്ള വിദ്വാന്മാരാകയാൽ. എന്നാൽ ഗോവിന്ദൻകുട്ടി ഹിന്ദുമതത്തെ ദുഷിക്കുന്നതിന്മേൽ ഞാൻ ആക്ഷേപിക്കുന്നില്ല. ഹിന്ദുമതം ഇപ്പോൾ ആചരിച്ചുവരുന്നമാതിരി വളരെ അയുക്തിയായും പൂർവ്വാപരവിരോധങ്ങളായും ഉള്ള ഉപദേശങ്ങളിന്മേൽ ആണെന്നുള്ളതിലേക്ക് എനിക്കു സംശയമില്ല. അങ്ങനെതന്നെയാണ് പ്രായേണ ലോകത്തിൽ ഉള്ള മറ്റെല്ലാ മതങ്ങളും.

ഗോവിന്ദൻകുട്ടിമേനോൻ; പിന്നെ, മാധവൻ, ഞാൻ അതു പറഞ്ഞതിന്മേൽ എന്തിന് ആക്ഷേപിച്ചു?

മാധവൻ: പറയാം. ഗോവിന്ദൻകുട്ടി പറഞ്ഞതു ഹിന്ദുക്കൾക്കും സംസ്കൃതത്തിൽ ഉള്ള സകല ബുക്കുകളും ഒരുപോലെ പൂർവ്വാപരവിരോധങ്ങളായുള്ള സംഗതികളെക്കൊണ്ടു നിറഞ്ഞിരിക്കുന്നു. വേറെ ഈ സാധുക്കൾക്കു യാതൊരു ബുക്കുകളും ഇല്ലെന്നാണ്. പിന്നെ ഈ വക ബുക്കുകൾ എതെല്ലാമാണു സംസ്കൃതത്തിൽ ഉള്ളതെന്നു ഗോവിന്ദൻകുട്ടി പറഞ്ഞു കേട്ടതിലും എനിക്ക് ആശ്ചര്യം തോന്നി. ഭാരതം, ഭാഗവതം, സ്കാന്ദപുരാണം- അല്ലേ? ഇതാണു ഹിന്ദുക്കളുടെ പ്രധാനഗ്രന്ഥങ്ങൾ, അല്ലേ? വിചിത്രം തന്നെ.

ഗോവിന്ദൻകുട്ടിമേനോൻ: അല്ലേ? ഈ ഗ്രന്ഥങ്ങളെ അല്ലേ മുഖ്യമായി പറയുന്നത്?

മാധവൻ: അതെ, ഈ ഗ്രന്ഥങ്ങളെ മുഖ്യമായി പറയുന്നുണ്ട്. അതുപ്രകാരം തന്നെ ഇംഗ്ലീഷിൽ മിൽട്ടന്റെ പാരഡൈസ് ലോസ്റ്റ്, ഷേക്സ്പിയറുടെ നാടകങ്ങൾ, ഇതുകളെയും പറയുന്നുണ്ട്. മിൽട്ടൻ, ഷേക്സ്പിയർ ഇവരെല്ലാം എഴുതിയ കാര്യങ്ങൾ വേറെ. ഡാർവ്വിൻ, വാള്ളെസ്സ് മുതലായവർ എഴുതിയ കാര്യം വേറെ. സോക്രട്ടീസ്, സെനക്കാ മുതലായവരുടെ സിദ്ധാന്തങ്ങളെ കാണിക്കുന്ന പുസ്തകങ്ങളും മിൽട്ടന്റെയും ഷേക്സ്പിയറിന്റെയും ബുക്കുകളും തമ്മിൽ എന്തു സംബന്ധമാണ്? അതുപോലെ ഇപ്പോൾ നോം സംസാരിക്കുന്ന സംഗതിയിൽ ഹിന്ദുക്കൾക്കുള്ള പുസ്തകങ്ങൾ രാമായണവും ഭാരതവുമല്ല.

ഗോവിന്ദൻകുട്ടിമേനോൻ: പിന്നെ ഏതാണ്?

മാധവൻ; ഇപ്പോൾ ഗോവിന്ദൻകുട്ടി എന്തു വാദം ചെയ്യുന്നുവോ അതായത് നിരീശ്വരമതസിദ്ധാന്തം തന്നെ അതിമഹാന്മാരായ ഹിന്ദുക്കൾ എത്രയോ മുമ്പ് – ഏകദേശം രണ്ടായിരം സംവത്സരങ്ങൾക്കു മുമ്പെ- ചെയ്തിട്ടും ഒരു വിധം സ്ഥാപിച്ചിട്ടും ഉണ്ടെന്നു ഞാൻ കാണിച്ചാലോ?

ഗോവിന്ദൻകുട്ടിമേനോൻ: അങ്ങനെ ഉണ്ടോ?

മാധവൻ; പിന്നെയോ? ഒന്നും അറിയാതെ ബദ്ധപ്പെട്ട് എന്തെങ്കിലും പറയാതെ സാവധാനത്തിൽ കേൾക്കൂ.

ഗോവിന്ദപ്പണിക്കർ: എന്താണു കുട്ടാ നീ പറയുന്നത്? ഹിന്ദുക്കൾക്കു നിരീശ്വരമതം എപ്പോഴെങ്കിലും ഉണ്ടായിട്ടുണ്ടോ?

മാധവൻ: സംശയംകൂടാതെ ഉണ്ടായിരുന്നു. ഇപ്പോഴും ഉണ്ട്. സാംഖ്യം എന്നു പറയുന്ന കപിലമഹർഷിയുടെ സിദ്ധാന്തം എന്തായിരുന്നു? ആറുവിധമാണ് ഹിന്ദുക്കൾക്കു സിദ്ധാന്തങ്ങൾ ഉണ്ടായിരുന്നത്.

ഒന്നാമത്, കപിലന്റെ നിരാശ്വസാംഖ്യസിദ്ധാന്തം.

രണ്ടാമത്, പതഞ്ജലിയുടെ യോഗവും ഭഗവൽഗീതയും.

മൂന്നാമത്, ജയിമിനിയുടെ പൂർവ്വമീമാംസ.

നാലാമത്, വ്യാസന്റെ ഉത്തരമീമാംസ- അല്ലെങ്കിൽ വേദാന്തം.

അഞ്ചാമത്, ഗൗതമന്റെ നൈയായികസിദ്ധാന്തം

ആറാമത്, കണാദന്റെ വൈശിഷ്യകസിദ്ധാന്തം.

ഇതിൽ കപിലന്റെ സാംഖ്യം ശുദ്ധനിരീശ്വരത്തെ ഉപദേശിക്കുന്നു.

ഗോവിന്ദൻകുട്ടിമേനവൻ: അങ്ങനെയാ; അങ്ങനെ ഉണ്ടോ?

ഗോവിന്ദപ്പണിക്കർ: നിരീശ്വരമതമില്ല നമ്മുടെ ശാസ്ത്രത്തിൽ; ഇല്ല.

മാധവൻ: ഉണ്ട്. എന്നാൽ ആ സിദ്ധാന്തം ശുദ്ധ അദ്വൈതികൾ പറയും പ്രകാരം തന്നെത്താൻ അറിയുന്നതാണ് ദൈവത്തെ അറിയുന്നത്, എന്നുമാത്രമാണ്. ഏതു പ്രകാരമായാലും ഇതെല്ലാം യുക്തിയുക്തമായി പറഞ്ഞു ബോദ്ധ്യപ്പെടുത്താൻ പ്രയാസം. ഈ സംഗതിയെപ്പറ്റി എത്ര വാദിച്ചാലും ഒരു ഫലവും ഉണ്ടാവുന്നില്ലെന്ന് എനിക്കു തോന്നുന്നു. ഈ നിരീശ്വരസിദ്ധാന്തത്തെപ്പറ്റി ഗോവിന്ദൻകുട്ടിതന്നെ പറഞ്ഞ ഹക്സലി എന്ന ശാസ്ത്രജ്ഞന്റെ സ്വന്തമായ അഭിപ്രായം തന്നെ, ഒരേടത്ത് അദ്ദേഹം പറഞ്ഞിട്ടുള്ളത് എനിക്കു മനഃപാഠമായി തോന്നും. അതിന്റെ തർജ്ജമ ഞാൻ പറയാം. അച്ഛൻ അത് ആലോചിച്ച് ഹക്സലി എന്ന മഹാവിദ്വാൻ നിരീശ്വര മതക്കാരനോ എന്ന് തീർച്ചയാക്കുകയേ വേണ്ടൂ. ആ മഹാവിദ്വാൻ നിരീശ്വരമതക്കാരനോ എന്ന് തീർച്ചയാക്കുകയേ വേണ്ടൂ. ആ മഹാവിദ്വാൻ പറയുന്നു: നിർഭാഗ്യവശാൽ ഇതുവരെ ഞാൻ വായിക്കേണ്ടി വന്നുപോയിട്ടുള്ള യുക്തി ശൂന്യമായും സാരമില്ലാത്തതായുമുള്ള ചില പ്രസംഗങ്ങളിലും കവനങ്ങളിലും വെച്ചു ദൈവത്തിന്റെ സ്വഭാവത്തെയും ചേഷ്ടകളെയും സ്വരൂപത്തെയും അവസ്ഥയേയും കുറിച്ചു ചില വിദ്വാൻമാർ അറിഞ്ഞു എന്നു നടിച്ച് അതുകളെ തെളിയിക്കുന്നവയാണെന്ന് ഉദ്ദേശിച്ച് എഴുതീട്ടുള്ള ചില സംഗതികളെപ്പോലെ അബദ്ധമായും അയുക്തിയായും പരിഹാസയോഗ്യമായും ഞാൻ വേറെ ഒരു സാധനം മാത്രമേ വായിച്ചിട്ടുള്ളൂ. അതു ദൈവം ഇല്ലെന്നു തെളിയിപ്പാൻ മുൻ പറഞ്ഞവരുടെ പ്രതികൂലതന്ത്രക്കാരായ ചില നിരാശ്വരമതക്കാർ എഴുതീട്ടുള്ള ഭോഷത്വങ്ങളേയും ദുര്യുക്തികളേയും ആകുന്നു. ഈ ദുര്യുക്തികൾ ഞാൻ മുമ്പിൽ പറഞ്ഞ വിദ്വാന്മാരുടെ ദുര്യുക്തികളേക്കാൾ

പക്ഷേ, അധികരിക്കുമോ എന്നു ഞാൻ സംശയിക്കുന്നു.

ഇങ്ങനേയാണ് ഹക്സലി എന്ന മഹാവിദ്വാന്റേയും മറ്റ് അനവധി അതിബുദ്ധിമാന്മാരായ ബിലാത്തിക്കാരുടെയും അഭിപ്രായം ഇപ്പോൾ നില്ക്കുന്നത്. ഇവർക്ക് ഒന്നും നിരീശ്വരമതമല്ലതന്നെ. ഹിന്ദു സിദ്ധാന്തങ്ങളിൽ നിന്നു തന്നെ ദൈവം എന്നത് അറിവാനും ഗുണിപ്പാനും സാധാരണ മനുഷ്യനു കഴിവില്ലാത്ത ഒരു ശക്തി എന്നാണു നോം അറിയുന്നത്. ഇതിനു പലേ പ്രമാണങ്ങളും ഉണ്ട്. അത് എല്ലാം ഇപ്പോൾ പറഞ്ഞിട്ട് ആവശ്യമില്ല.

യൂറോപ്പിലും മററുമുള്ള പലേ വിദ്വാന്മാർ (ഡാർവ്വിൻ മുതലായവർ) പറഞ്ഞ ജീവോൽപത്തിക്രമങ്ങളേയും മറ്റും ബുദ്ധിമാന്മാരായ പലരും അശേഷം വിശ്വസിച്ചിട്ടില്ല. എന്റെ അഭിപ്രായത്തിൽ ഒന്നാമതു നിരീശ്വരമതം സാധാരണ ഐഹികസുഖത്തിന്നും സന്മാർഗ്ഗാചാരത്തിന്നുംതന്നെ ഏറ്റവും ദോഷകരമായ ഒരു മതമാണെന്നാകുന്നു. നിരീശ്വരമതം പ്രപഞ്ചത്തിൽ ഉണ്ടാക്കിവെയ്ക്കുന്നതുകൊണ്ട് യാതൊരു പ്രയോജനവും ഇല്ലെന്നു മാത്രമല്ല, സാധാരണ മനുഷ്യജീവികൾക്കു വളരെ ദോഷങ്ങളും കഷ്ടങ്ങളും ഉണ്ടായി വരുവാൻ കാരണമായി വരുമെന്നുകൂടി ഞാൻ ഭയപ്പെടുന്നു. അതിനുള്ള സംഗതികളെയാണ് ഒന്നാമതു ഞാൻ പറയാൻ പോവുന്നത്. പിന്നെ എന്റെ സ്വന്തംവിശ്വാസത്തെക്കുറിച്ചു പറയാം.

തങ്ങളുടെ സമസൃഷ്ടികൾക്കു ഗുണത്തേയും ശ്രേയസ്സിനേയും സുഖത്തേയും വരുത്താനായിട്ടാണ് ബുദ്ധിമാന്മാരായ ജനങ്ങൾ എല്ലായ്പോഴും ശ്രമിക്കേണ്ടത്. ദൈവം ഉണ്ടെന്നോ ഇല്ലെന്നോ ഉള്ള സൂക്ഷ്മസ്ഥിതി ആർക്കും അറിവാൻ കഴികയില്ലെന്നു ബുദ്ധിമാന്മാരായ ശാസ്ത്രജ്ഞന്മാർ സമ്മതിക്കുന്നതായാൽതന്നെ പിന്നെ അവർ ചെയ്യേണ്ടത് ഈ സംശയത്തെ ഏതു നിലയിൽ നിർത്തുന്നതാണ് മനുഷ്യർക്കു പരക്കെ ഉപകാരമായി വരുന്നത് എന്നുള്ള ആലോചനയാകുന്നു. ദൈവം ഇല്ലെന്നു സ്ഥാപിപ്പാൻ ഉള്ള ഒരു ബോധം മനുഷ്യർക്കു വന്നുപോയാൽ അതു നിമിത്തം അവർക്കുണ്ടാകുന്ന സങ്കടങ്ങളെ ഓർക്കുമ്പോൾ ആ ഒരു സംഗതിതന്നെ അങ്ങനെ ഒരു നിരീശ്വരത്വം പൊതുവിൽ മനുഷ്യർക്കു വരുത്തരുതെന്നു ബുദ്ധിയുള്ള എല്ലാ മനുഷ്യനേയും അഭിപ്രായപ്പെടുത്തും എന്നുള്ളതിലേക്ക് എനിക്കു ലേശം പോലും സംശയമില്ല. ദൈവം ഉണ്ടെന്നു കാണിപ്പാൻ പത്തു സംഗതികളെ പറയുന്നു. ആ പത്തു സംഗതികളേയും നിരീശ്വരമതവാദം ചെയ്യുന്നവനു തീരെ ഖണ്ഡിപ്പാൻ കഴിയാത്ത പക്ഷം ദൈവം ഇല്ലെന്നു കാണിപ്പാൻ വേറെ

പത്തു സംഗതികളെ പകരം പറഞ്ഞു സാധാരണ മനുഷ്യരുടെ മന സ്സിന്നു ഭ്രാന്തിവരുത്തി മനുഷ്യനെ വ്യസനത്തിൽ വിടുന്നതു കഷ്ട മല്ലയോ? ദൈവവിശ്വാസം ഉണ്ടാവുന്നതു കൊണ്ടു പ്രപഞ്ചത്തിൽ ഗുണമല്ലാതെ ദോഷം ഒന്നും ഉണ്ടാകുന്നതതല്ലെന്നു കാണുമ്പോൾ ആ വിശ്വാസത്തെ സംശയരഹിതങ്ങളല്ലാത്ത സംഗിതകളെ പറ ഞ്ഞുപിടിപ്പിക്കാൻ എന്തിനായിട്ടു ശ്രമിക്കുന്നു? കളവു പറഞ്ഞാലോ അന്യന്റെ മുതൽ അപഹരിച്ചാലോ, പരദാരസംഗം ചെയ്താലോ, തന്റെ സമസൃഷ്ടികളെയോ മറ്റുള്ള ജീവജന്തുക്കളെയോ ഹിംസി ച്ചാലോ ധർമ്മത്തെ വെടിഞ്ഞാലോ, ഈ ലോകത്തിൽ ഉണ്ടാവുന്ന ദണ്ഡയ്ക്കോ ശിക്ഷയ്ക്കോ അവമാനത്തിന്നോ പുറമേ മരണ ശേഷം ദൈവം മുമ്പാകെക്കൂടി താൻ കുറ്റക്കാരനാകുമെന്നുള്ള ഒരു ഭയം ഒരു മനുഷ്യന് ഉണ്ടാവുന്നത് ഈ ദുഷ്പ്രവൃത്തികൾക്ക് ഒരു അധിക നിവാരഹേതുവായി വരുന്നതായിരിക്കേ അത് ഇല്ലായ്മ ചെയ്യേണ്ടുന്ന ആവശ്യം എന്താണ്? ദൈവം എന്നൊരു ശക്തിയി ല്ലെന്നു കേവലം സംശയരഹിതങ്ങളായ സംഗതികളെക്കൊണ്ടു കാണിച്ചു ബോദ്ധ്യമാക്കുവാൻ ഒരുവനു കഴിയുമെങ്കിൽ അങ്ങനെ ചെയ്യുന്നതിൽ ഞാൻ ആക്ഷേപിക്കുന്നില്ല. അങ്ങനെ തീർച്ചയായി കാണിപ്പാൻ കഴിയാതിരിക്കുമ്പോൾ വല്ല സംഗതികളും പറഞ്ഞ് മനുഷ്യരുടെ ബുദ്ധിയെ വഷളാക്കുന്നത് എന്തിന്?

സയൻസ്സ് എന്ന് ഇംക്ലീഷിൽ സാധാരണ പേരു പറയപ്പെടുന്ന ശാസ്ത്രവിദ്യകളാൽ ഇതുവരെ പലേപ്രകാരവും സംശയത്തിൽ കിടന്നിരുന്ന പലേവിധ സാധനങ്ങളെയും വസ്തുതകളുടെയും സ്വഭാവത്തെയും ഉത്ഭവകാരണത്തേയും, വ്യാപാരത്തേയും ശക്തി യേയും കുറിച്ചുള്ള തത്വങ്ങളെ നമുക്ക് അറിവാൻ കഴിഞ്ഞിട്ടുണ്ടെ ങ്കിലും ആ സയൻസ്സുകളാൽ ഒരു പരാശക്തി ഈ ലോകത്തിൽ കാണപ്പെടുന്ന സർവ്വചരാചരങ്ങൾക്കും ആദ്യകാരണമായി ഇല്ലെന്നു നോം ഒരിക്കലും അറിയുന്നതല്ല. അയസ്കാന്തവും ലോഹവും തമ്മിലുള്ള ആകർഷണശക്തിയെ നോം അറിയുന്നതിനാൽ അതിൽ നിന്നു സയൻസ്സുകളെക്കൊണ്ടു പലേ വിദ്യകളും നോം ആലോചിച്ച് ഉണ്ടാക്കുന്നു. എന്നാൽ ഈ വസ്തുക്കൾക്കു സ്വത സിദ്ധമായി കാണപ്പെടുന്ന ശക്തിയുടെ ആദ്യകാരണം എന്താ ണെന്നു സയൻസ്സു പറയുന്നില്ല. പറയുവാൻ സയൻസ്സിന് ആവ ശ്യവും ഇല്ല. സയൻസ്സ് ദൈവം ഇല്ലെന്നുള്ള ഉപദേശത്തെ ചെയ്യു ന്നില്ല. ഭൂമിയിലുള്ള പലേവിധ സാധനങ്ങൾക്ക് അന്യോന്യം സംശ്ര യങ്ങളേയും സംശ്രയാഭാവങ്ങളേയും വരുത്തിയും അതുകളുടെ

സൂക്ഷ്മതത്വങ്ങളേയും അതുകളുടെ ശക്തി, വികാരം ഇതുകളേയും അറിഞ്ഞ് അവകളെ മനുഷ്യർക്കും മറ്റും പ്രയോജനയോഗ്യമായി ത്തീർത്തും ജീവജന്തുക്കൾക്ക് ഐഹികസുഖാനുഭവങ്ങളെ ഉപര്യു പരി വർദ്ധിപ്പിക്കേണ്ടതിലേക്കാണു സയൻസ്സുകളുടെ ഉദ്ദേശം. മനു ഷ്യന്റെ ആത്മാവിന് ഐഹികസുഖം വിട്ടാൽ കിട്ടാൻ പാടുള്ള സുഖ ത്തെക്കുറിച്ചോ, സ്ഥിതിയെക്കുറിച്ചോ സയൻസ്സുകൾ നമ്മെ യാതൊന്നും അറിയിക്കുന്നതും പഠിപ്പിക്കുന്നതും അല്ല.

അഗ്നോസ്റ്റിസിസം എന്ന് ഇംക്ലീഷിൽ പറയപ്പെടുന്ന ഒരുമാതിരി വിശ്വാസക്കാരുടെ അതിയുക്തിയുള്ള സിദ്ധാന്തം നോക്കിയാൽ ദൈവം ഇല്ലെന്നുള്ളതിനു നിരീശ്വരമതക്കാർ പറയുന്ന സാധാരണ സംഗതിളെല്ലാം അയുക്തിയായുള്ളതും അവിശ്വാസയോഗ്യമായു ള്ളതും ആണെന്നു കാണാം. മനുഷ്യർക്കു സന്മാർഗ്ഗാനുഷ്ഠാന ത്തിനും അന്യോന്യം വാത്സല്യമുണ്ടാവാനും ക്രൗര്യകർമ്മങ്ങൾ ചെയ്യുന്നതിൽ ഭയത്തെ ജനിപ്പിക്കുവാനും ഇഹലോകത്തിൽ ആച രിച്ചുവരുന്ന ഓരോ നിബന്ധനകളേയും നടപ്പുകളെയും ശട്ടങ്ങ ളെയും സമ്പ്രദായങ്ങളെയും നിലനിർത്തുവാനും പിന്നെ വിശേ ഷിച്ചു മനുഷ്യന് അനിർവ്വചനീയമായവിധം ഭയങ്കരമായി ഉണ്ടായി വരുന്ന ചരമകാലത്തുള്ള അത്യന്തസങ്കടത്തിന് അല്പം ഒരു ആശ്വാ സത്തേയോ നിവൃത്തിയേയോ കൊടുപ്പാനും ദൈവ വിശ്വാസം പോലെ മറ്റൊന്നും ഉണ്ടാകയില്ലെന്ന് എനിക്കു നല്ല ബോദ്ധ്യമുണ്ട്. ഈ നിരീശ്വമതത്തെ ഇത്ര ഘോഷിച്ചു ദൈവം ഇല്ലെന്നു പറയുന്ന വരുടെ മരണാന്ത്യകാലത്ത് അവർക്ക് ആ കാലത്ത് ഉണ്ടാവുന്നതി നേക്കാൾ എത്രയും അധികരിച്ചിരിക്കും എന്നുള്ളതിനു സംശയമി ല്ല. മനുഷ്യന്റെ ചരമകാലത്തു ദൈവവിശ്വാസം ഒന്നുകൊണ്ടല്ലാതെ അതിദുഃഖത്താൽ ക്ഷോഭിച്ചിരിക്കുന്ന അവന്റെ മനസ്സിനെ മറ്റൊ ന്നിനാലും സമാശ്വസിപ്പിപ്പാൻ പാടില്ലെന്നു സ്പഷ്ടമാണ്. അങ്ങനെ ഇരിക്കുമ്പോൾ ഇത്ര അധികം കാലമായി മനുഷ്യർ ആദരിച്ചുവ രുന്ന ഈ ദൈവവിശ്വാസത്തെ മഹാസംശയഗ്രസ്തങ്ങളായ ചില സംഗതിളെക്കൊണ്ടു നിഷേധിച്ചു ദൈവമില്ലെന്നു സ്ഥാപിക്കാൻ പുറപ്പെടുന്നത് ഏറ്റവും തെറ്റായ ഒരു പ്രവൃത്തി അല്ലയോ?

മനുഷ്യന് മരണകാലത്തുള്ള ഭീതിയെ കഴിന്നേടത്തോളം നിവാ രണം ചെയ്യാനല്ലേ നോം ശ്രമിക്കേണ്ടത്. തന്റെ സ്വന്തം ശരീര ത്തെക്കൂടി ത്യജിച്ചു പുറപ്പെട്ടുപോവാതെ എനി നിവൃത്തിയില്ലെന്ന് ഒരുവൻ അറിഞ്ഞു പരിഭ്രമിച്ച് അതി ദുഃഖത്തിൽ വീഴുന്ന സമയം-

ഹേ! വേഗം മരിച്ചോളൂ. എനി തനിക്ക് ഒരു സുഖവും ഇല്ല.

തന്റെ ജീവൻ ഇതാ തിരി കെടുന്നതുപോലെ ഇപ്പോൾ പോവും. തന്റെ സ്വന്തദേഹത്തേയും മക്കളേയും ഭാര്യയേയും അമ്മയേയും സോദരന്മാരേയും ധനത്തേയും സുഖത്തേയും എല്ലാം വിട്ട് ഇതാ താൻ നശിക്കുന്നു. എനി തനിക്ക് യാതൊന്നുമില്ല.

എന്നുമാത്രം പറയുന്നതുകേട്ട് അനവസാനമായ ദുഃഖത്തിൽപെട്ടു മരിക്കുന്ന ഒരു ജീവിയുടെ അവസ്ഥ വിചാരിച്ചു നോക്കൂ.

ഇതിനു പ്രതികൂലമായി മനുഷ്യന്റെ ചരമകാലത്തു തന്റെ ആത്മാവിന് ഒരുവിധം ഗതി, മരണശേഷം ഉണ്ടാവുമെന്ന് ഒരു സംശയമെങ്കിലും മനസ്സിലുണ്ടായാലത്തെ ഒരു സുഖത്തെക്കുറിച്ച് ഒന്ന് ആലോചിക്കുക. ദൈവമില്ലെന്നും മരണത്തോടുകൂടി സകലം അവസാനിച്ചു എന്നും തീർച്ചയായുള്ള അഭിപ്രായം ഉണ്ടായി അത്യന്ധകാരത്തിൽ അനവസാനമായ ദുഃഖത്തിൽ വീണു ജീവൻ പോവുമ്പോഴത്തെ വ്യസനം ഒന്ന് ഓർത്താൽ മനുഷ്യനും നല്ലതു ദൈവവിശ്വാസം ഉണ്ടായിരിക്കുന്നതാണെന്നു പ്രത്യക്ഷപ്പെടും.

അതുകൊണ്ട്, ഒന്നാമത്, ഈ നിരീശ്വരമതത്തെ സ്ഥാപിക്കാൻ ശ്രമിക്കുന്നതുതന്നെ മനുഷ്യനു വളരെ അയശസ്കരമായി വരുന്നതാണെന്നു ഞാൻ പറയുന്നു.

എനി എന്റെ വിശ്വാസത്തെക്കുറിച്ചു പറയാം. ദൈവവിശ്വാസം എന്നത്, കാരണമുണ്ടായിട്ടുതന്നെയല്ല ഉണ്ടാവുന്നത്. കാരണമില്ലാതെയും ആ വിശ്വാസം വരാം. പക്ഷേ, ഗോവിന്ദൻകുട്ടിയെപ്പോലെ പഠിച്ചിട്ടും വിചാരിച്ചുറച്ചിട്ടും ഉള്ള ഒരു മനുഷ്യന് എങ്ങനെ ഈ വിധം വിശ്വാസം ഉണ്ടാവുമെന്ന് ഇപ്പോൾ ചോദിക്കുമായിരിക്കാം. അതിന്ന് എന്റെ ഉത്തരം. പലേ സംഗതികളെക്കൊണ്ടു ഈ പ്രപഞ്ചത്തിൽ മനുഷ്യന്റെ ഇന്ദ്രിയങ്ങൾക്കു സൂക്ഷ്മ സ്ഥിതി അഗോചരമായുള്ള വിധത്തിലാണെങ്കിലും അനിർവ്വചനീയമായ ഒരു ശക്തി ഈ ജഗത്തിനെ ഭരിക്കുന്നുണ്ടെന്നു ഗ്രഹിപ്പാൻ ബുദ്ധിയുള്ള മനുഷ്യനു ധാരാളമായി കഴിയുന്നതാണ് എന്നാകുന്നു. ഇങ്ങനെയുള്ള ഈ ശക്തിയെ ഞാൻ ദൈവമെന്നു പറയുന്നു. എന്റെ അഭിപ്രായത്തിൽ ജഗത്തിൽ കാണപ്പെടുന്ന സകല സമ്പത്തുകളും ആപത്തുകളും പ്രപഞ്ചരീതിയിൽ ആവശ്യമുള്ളതാണെന്നും നമ്മുടെ സ്രഷ്ടാവിന്റെ ഉദ്ദേശംതന്നെ അങ്ങനെയായിരിക്കാമെന്നുമാകുന്നു. അങ്ങനെയാവുന്നു എന്നു ഞാൻ പറയുന്നില്ല. ആയിരിക്കാമെന്നു ഞാൻ ഊഹിക്കുന്നു. ഈ ലോകത്തിൽ കാണുന്ന സകലചരാചരങ്ങളും നശ്വരങ്ങളായിട്ടു കാണപ്പെടുന്നത്. അങ്ങനെ നശ്വരങ്ങളായിട്ടില്ലാതിരുന്നാൽ ഈ പ്രഞ്ചം ദീർഘകാലം നടക്കുമോ

എന്നു സംശയമാണ്. കഴിഞ്ഞ അമ്പതിനായിരം സംവത്സരങ്ങൾക്ക് ഇപ്പുറമുണ്ടായിട്ടുള്ള ചരങ്ങളായും അചരങ്ങളായും ഉള്ള ജീവജാലങ്ങൾ നശിക്കാതേയും ഇപ്പോൾ കാണുന്ന ക്രമപ്രകാരം വർദ്ധിച്ചുകൊണ്ടും വന്നിരുന്നു എങ്കിൽ ഈ ഭൂഗോളം ഈ ജീവികൾക്കു സുഖേന നിവസിപ്പാൻ പോരാത്തതായി വരുമെന്നു സ്പഷ്ടമാണ്.

ഒരു നൂറ്റിഅൻപതു വർഷം മുമ്പുണ്ടായിരുന്ന ഒരു മനുഷ്യനെ ഒരെടത്തും ഇപ്പോൾ നോം കാണുന്നില്ല. ഈ നൂറ്റിഅൻപതുകൊല്ലം മുമ്പുപ്രസവിച്ച സ്ത്രീപുരുഷന്മാർ സകലതും നശിച്ചുപോയിരിക്കുന്നു. അങ്ങനെ എത്ര കോടി നൂറ്റിഅമ്പതു സംവത്സരങ്ങൾ കഴിഞ്ഞു. എത്ര കോടി മനുഷ്യർ ആ കാലത്തിന്നുള്ളിൽ ജനിച്ചു. എത്ര മരിച്ചു. അസംഖ്യം തന്നെ. ഇങ്ങനെയുള്ള വർദ്ധനവിൽ അതിന് ഏകദേശം സമമായ നാശത്തെക്കൂടി നിയമിച്ചിട്ടുണ്ടായിരുന്നില്ലെങ്കിൽ പ്രപഞ്ചം ഈ വിധം നടക്കുന്നതല്ലാത്തതാണെന്നു സ്പഷ്ടമാകയാൽ നമ്മുടെ സ്രഷ്ടാവിന്റെ കല്പനയാൽ തന്നെയാണു നാശങ്ങൾ ജഗത്തിൽ സംഭവിക്കുന്നത് എന്നും അങ്ങനെ നാശങ്ങൾ സംഭവിക്കാതിരിക്കുന്നതാണു പ്രപഞ്ചത്തിന്റെ നാശത്തിനു കാരണമായിവരുന്നത് എന്നും ഞാൻ പറയുന്നു. ഇങ്ങനെയാണ് മനുഷ്യരുടെ സ്ഥിതി എന്ന് ഇപ്പോൾ അറിവുള്ള എല്ലാം മനുഷ്യർക്കും ബോദ്ധ്യമുണ്ട്. എന്നിട്ടും ഏതൊരു മനുഷ്യനെങ്കിലും മരണത്തിൽ ഭയമില്ലാതെ കാണുന്നുണ്ടോ? ഈ ഭൂനിവാസം പര്യവസാനമായി എന്നു പറയുന്നതു കേൾക്കുമ്പോൾ എന്തോ, ഇത് ഉണ്ടാവാത്ത ഒരു കാര്യമെന്നതുപോലെ പെട്ടെന്നു ഞെട്ടിവിറച്ചു ഭ്രമിച്ചു പോവാത്തവൻ ആർ: ഇവിടെ അനിർവ്വചനീയമായ ഒരു ശക്തി മനുഷ്യരെ പ്രപഞ്ചത്തിൽ രമിപ്പിക്കുന്നതും ലയിപ്പിക്കുന്നതും നോം കാണുന്നു. ഇഹലോകസുഖങ്ങൾ ഒന്നും സാരമില്ലെന്ന് ഓരോ സമയങ്ങളിൽ കാണുന്ന ചില ദുഃഖങ്ങളെക്കൊണ്ടു ആപത്തുകളെക്കൊണ്ടും പ്രത്യക്ഷപ്പെട്ടു കാണുന്നു. അങ്ങനെയാണെന്നു നാം എല്ലാവരും ദിവസം സമ്മതിക്കുന്നു. ചിലപ്പോൾ ഈ സംഗതികളെക്കുറിച്ചുതന്നെ വളരെ ആലോചിക്കുന്നു. ഇങ്ങനെ എന്തു തന്നെ ചെയ്താലും കലാശത്തിൽ നുമ്മൾ പ്രപഞ്ചത്തിൽതന്നെ വീണു ലയിക്കുന്നു. പ്രപഞ്ചം ക്ഷണഭംഗുരമാണ്, നിസ്സാരമാണ് എന്നുള്ള വിചാരം കേവലം നശിക്കുന്നു. ഇങ്ങനെ വരാനുള്ള കാരണം നമുക്കു വിവരമായി അറിയാൻ കഴിയാത്തതായ ഒരു മഹാശക്തിയെ ഞാൻ ദൈവമെന്നു വിചാരിക്കുന്നു. പ്രപഞ്ചത്തിൽ ആപ

ത്തുകൾ പലവിധമായി നേരിടട്ടെ, മഴയില്ലാതെ ദിക്കുകൾ വേവട്ടെ. ഇടിത്തീ വിണു ദഹിക്കട്ടെ, സമുദ്രം അതിക്രമിച്ചു രാജ്യങ്ങളെ മുക്കട്ടെ, ഭൂകമ്പങ്ങൾ ഉണ്ടാവട്ടെ, യുദ്ധങ്ങൾ ഉണ്ടാവട്ടെ, എങ്ങനെയയെല്ലാമായാലും പര്യവസാനത്തിൽ കണക്കുനോക്കുമ്പോൾ ഒരായിരം വത്സരം മുമ്പുള്ളതിനെക്കാൾ പ്രപഞ്ചവ്യാപാരങ്ങൾ അഞ്ഞൂറുകൊല്ലങ്ങൾക്കു മുമ്പാണ് അധികരിച്ചു കാണപ്പെടുന്നത്. ഇരുന്നൂറു കൊല്ലങ്ങൾ മുമ്പത്തെക്കാൾ ഇരുപത്തഞ്ചു കൊല്ലങ്ങൾ മുമ്പു കാണുന്നു. കഴിഞ്ഞകൊല്ലത്തെക്കാൾ ഇക്കൊല്ലം, ഇന്നലത്തെക്കാൾ ഇന്ന്. ഇതിനെന്തു കാരണം? പ്രപഞ്ചത്തെ നശിപ്പിക്കാതെ നിലനിർത്തുവാൻ ഒരു പരാശക്തി ഉണ്ട്. അതുകൊണ്ട് ഈ നാശങ്ങളാലും സങ്കടങ്ങളാലും ഒന്നുംതന്നെ ഭേദപ്പെടാതെ ഈ പ്രപഞ്ചം ശരിയായിത്തന്നെ പിന്നെയും നടക്കുന്നു. ആ പരാശക്തിക്കു ഞാൻ ദൈവമെന്നു പറയുന്നു. പിന്നെ നിരീശ്വരമതക്കാർ പറയുമ്പോലെ കാര്യകാരണസംബന്ധങ്ങളാൽ ഈ ജഗത്തു താനേ ഉണ്ടായിവരുന്നതും ഒരു വിശേഷചൈതന്യത്തെ അവലംബിച്ചു നില്ക്കുന്നില്ലാത്തതുമാണെങ്കിൽ ആ അചേതനമായ കാര്യകാരണ സംബന്ധവികാരത്തിൽ നിന്നു മാത്രം പ്രപഞ്ചത്തിൽ കാണുന്ന എല്ലാ പദാർത്ഥങ്ങളും ജന്തുക്കളും സാധാരണ അന്യോന്യം ഇത്ര ചേർച്ചയായും പരസ്പരം ആശ്രയിച്ചും തന്നെ എല്ലായ്പ്പോഴും നില്ക്കേണമെന്നില്ല; നില്ക്കുന്നതുമില്ല.

സൂര്യനെ ദൈവം സൃഷ്ടിച്ചതാണെന്നു ഞാൻ പറയുന്നു. അല്ല, അതുതാനേ കാര്യകാരണങ്ങൾ സംബന്ധമായി ഉണ്ടായിവന്ന ഒരു ഗോളമാണെന്നു നിരീശ്വരമതക്കാർ പറയുന്നു. എങ്ങനെയാണു സൂര്യൻ കാര്യകാരണസംബന്ധങ്ങളെക്കൊണ്ട് ഇത്ര പ്രകാശത്തോടുകൂടി ഈ ഭൂമിക്ക് ഇത്ര രക്ഷയായി ക്ഷണത്തിൽ ഭൂമിയെ ദഹിപ്പിച്ചു വെണ്ണീറാക്കുവാനുള്ള തന്റെ സ്വതസിദ്ധമായ ദഹനശക്തി പറ്റാത്തവിധമുള്ള കൃത്യമായ ദൂരത്തിൽ എപ്പോഴും നിന്നു കാണുന്നത് എന്ന് എനിക്കും നിരീശ്വരമതക്കാരനും വഴിപോലെ പറവാൻ സാധിക്കുന്നില്ല. ഇവിടെ പൊതുവിൽ മനുഷ്യർക്കു ദൈവസൃഷ്ടിയാണു സൂര്യൻ എന്ന് അഭിപ്രായമുണ്ടാവുന്നുണ്ടെങ്കിൽ ആ അഭിപ്രായത്തെ കളവാൻ ശ്രമിക്കുന്നതു ന്യായമോ? ആ അഭിപ്രായത്തിൽ നിന്ന് എന്തൊരു വൈഷമ്യമാണു മനുഷ്യർക്കുണ്ടാവുന്നത്? സൂര്യന്റെ തേജസ്സിനെ കാണുമ്പോൾ അതിന് ആദികാരണമായി വേറെ അതിലും മഹത്തായുള്ള ഒരു ശക്തിയെ മനസ്സുകൊണ്ട് മനുഷ്യൻ അനുമാനിക്കുന്നു. അങ്ങനെ അല്ലാതെ വേറെ ഒരു പ്രകാ

രത്തിൽ അനുമാനിക്കാൻ ബോദ്ധ്യപ്പെടത്തക്ക ഒരു സംഗതിയും നിരീശ്വരമതക്കാരൻ പറയുന്നതുമില്ല. ഇങ്ങനെ ഇരിക്കുമ്പോൾ നിരീശ്വരമതക്കാരന്റെ അഭിപ്രായത്തെ സ്വീകരിക്കുന്നത് എന്തിന്? സയൻസ്സു ശാസ്ത്രങ്ങളെക്കൊണ്ടു സൂര്യന്റെ ഗോളാകൃതിയേയും കുറേശ്ശെ അറിവാൻ കഴിയും. അല്ലാതെ അങ്ങനെ ഒരു ഗോളം ഈ ഭൂമിയേയും അതിലുള്ള ജീവികളേയും ഇങ്ങനെ രക്ഷിച്ചും കൊണ്ട് എന്തിന് ഉണ്ടായി, എപ്പോൾ ഉണ്ടായി, എന്തിന് ഭൂമിക്ക് ഇത്രയെല്ലാം ഗുണങ്ങൾ ചെയ്തുകൊണ്ടു നില്ക്കുന്നു എന്നു സയൻസ്സിനാൽ അറിവാൻ കഴിയുന്നതല്ല. ഇവലൂഷൻ എന്ന ഉല്പത്തിക്രമപ്രകാരം കാര്യകാരണങ്ങളെ പറഞ്ഞു പറഞ്ഞു പോയാൽതന്നെ പര്യവസാനത്തിൽ ഇവലൂഷൻ ഉണ്ടായതിന് ഒരു സമാധാനം കിട്ടാതെ നിർത്തേണ്ടിവരും എന്നുള്ളതിനു സംശയമില്ല. കാര്യം ഇങ്ങനെ ഇരിക്കെ ഈശ്വരൻ ഉണ്ടെന്നു വിചാരിക്കുന്നതല്ലേ യോഗ്യമായ വിചാരം? ഉഷ്ണം. ശീതം, വൃഷ്ടി, വായു മുതലയാ പ്രപഞ്ചദൃഷ്ടമായ അചേതനമായ മഹാച്ഛക്തികൾ എല്ലാം അതാതുകളുടെ പ്രവൃത്തികളെ ഈ ഇഹലോകവാസികളുടെ സുഖത്തിനും ഗുണത്തിനും ഒത്തവണ്ണം ഇത്ര കൃത്യമായി താനേതന്നെ ചെയ്തുവരുന്നു എന്ന് ഊഹിക്കുന്നതിനേക്കാൾ നല്ലത് ആ അചേതനങ്ങളായ സാധനങ്ങളെ ഇത്ര കൃത്യമായും ശരിയായും നടത്തി വരുവാൻ സചേതനമായി ഇരിക്കുന്ന ഒരു മഹച്ഛക്തി ഉണ്ടെന്നു വിചാരിക്കുന്നതല്ലേ?

ഒരു പശു, സാധാരണ ബുദ്ധിശൂന്യമായ ഒരു ജന്തു, തന്റെ ഉദരപൂർത്തി ഒന്നല്ലാതെ വേറെ യാതൊരു വിചാരവും ഇല്ലാത്ത മൃഗം കിടാവിനെ പ്രസവിച്ച ഉടനെ കാണിക്കുന്ന ചേഷ്ടകളെക്കുറിച്ച് ആലോചിച്ചു നോക്കുക. എന്തായിരുന്നു പ്രവസസമയം വരെ തന്റെ വയറ്റിൽ ഭാണ്ഡമാക്കിക്കൊണ്ടു നടന്നിരുന്നത് എന്നും എന്താണു തന്റെ മൂത്രദ്വാരത്തിൽക്കൂടി പുറത്തേക്കു വന്നത്. എന്നും ആ പശു ആ നിമിഷം വരെ അറിയുന്നില്ല. പുറത്തു കുട്ടി ചാടിയ ഉടനെ അതിനെക്കുറിച്ച് ഈ സാധുമൃഗം കാണിക്കുന്ന വാത്സല്യത്തേയും അതിന്റെ രക്ഷയ്ക്കുവേണ്ടി ആ പശു ചെയ്യുന്ന പ്രയത്നങ്ങളേയും ഉത്സാഹങ്ങളേയും കണ്ടാൽ എത്ര അത്യത്ഭുതമായി തോന്നുന്നു. ഈ സംഗതികളെയെല്ലാം നിരീശ്വരമതക്കാർ ഖണ്ഡിച്ചു പറയുന്നുണ്ട്. എന്നാൽ ഞാൻ അവർ പറയുന്ന സംഗതികളെ അശേഷം സാരമാക്കുന്നില്ല. വിശേഷബുദ്ധി ഇല്ലാത്ത സർവ്വ മൃഗങ്ങളും തങ്ങളുടെ അതാതു വർഗ്ഗങ്ങളിൽ ജന്തുക്കൾ അഭിവൃദ്ധിയായി വന്നു

കൊണ്ടിരിപ്പാൻ തൽക്കാലസദൃശ്യങ്ങളായ പ്രവൃത്തികൾ വിശേഷബുദ്ധിയുള്ള മനുഷ്യനെപ്പോലെ പ്രവർത്തിക്കുന്നതു കാണുമ്പോൾ ഈ പ്രപഞ്ചത്തെ സ്ഥിതിചെയ്യിക്കാനായിക്കൊണ്ട് ഒരു പരാശക്തി ഉണ്ടെന്നുള്ളതിനു വാദമുണ്ടാവാൻ പാടുണ്ടോ? അങ്ങനെയുള്ള ശക്തിയുടെ സൂക്ഷ്മസ്വഭാവങ്ങളെക്കുറിച്ച് ഒന്നും എനിക്ക് അറിവാൻ കഴികയില്ലെങ്കിലും ഉണ്ടെന്ന് അറിവാൻ കഴിയും. ആ പരാശക്തിയെ ഞാൻ ദൈവം എന്ന് അനുമാനിക്കുന്നു. ഈ പ്രപഞ്ചത്തിലുള്ള ദുഃഖങ്ങളെക്കുറിച്ച് ഗോവിന്ദൻകുട്ടി ഇത്രയെല്ലാം പ്രസംഗിച്ചുവല്ലോ. സുഖങ്ങളെക്കുറിച്ച് ആലോചിച്ചുനോക്കൂ. ഓരോ കൊല്ലത്തിൽ വർഷമില്ലാതെ ദാഹം പിടിച്ചു വേവുന്ന ദിക്ക് എത്രയെന്ന് ഒരു കണക്കുണ്ടാക്കിയാൽ ഭൂമിയുടെ ലക്ഷത്തിൽ ഒരംശം കൂടി ഇങ്ങനെ തപിക്കുന്നുണ്ടെന്നു കാണുമോ? സംശയം. ഈ ജഗത്തിൽ യഥാർത്ഥമായി വരുന്ന ആപത്തുകളെയും വരാൻ പാടുള്ള ആപത്തുകളെയും തമ്മിൽ ഒന്നു ചേർത്തുനോക്കുക. വിഷൂചികാ എന്ന ദീനം ചിലപ്പോൾ ഓരോ ദിക്കിൽ ബാധിച്ചു മനുഷ്യരെ കൊല്ലുന്നു. ലക്ഷംപേർ നിവാസിക്കുന്ന ഒരു സ്ഥലത്ത് ഈ ദീനം വന്നു പിടിപെട്ടാൽ എത്രപേർ ശരാശരിക്കു സാധാരണ നശിച്ചു പോവുന്നുണ്ടെന്നു കണക്കു നോക്കൂ. എന്താണ് ഈ ദീനം ഇത്ര ക്ഷണത്തിൽ പകരുന്നതും നാശകരവും ആയിരിക്കെ ഒരു പ്രാവശ്യം ഇൻഡ്യയിലോ മറ്റേതെങ്കിലും ജനപുഷ്ടിയുള്ള രാജ്യത്തോ പരക്കുന്ന കാലത്ത് ആബാലവൃദ്ധം സകലജീവികളെയും കൊല്ലരുതേ? – രാജ്യം നിർജ്ജനമാക്കി വിടരുതേ? എന്താണ് അങ്ങനെ സാധാരണ സംഭവിച്ചു കാണാത്തത്? ഓടുന്ന കപ്പലുകളിൽ എത്ര ഓരോ കൊല്ലം മുങ്ങിപ്പോവുന്നുണ്ട്? എത്ര ആളുകൾ വെള്ളം കുടിപ്പാൻ കിട്ടാതെ ഗോവിന്ദൻകുട്ടി പറയുമ്പോലെ തങ്ങളുടെ സ്നേഹിതന്മാരുടെ കഴുത്തു കടിച്ചു രക്തം കുടിച്ചു ദാഹനിവൃത്തി ചെയ്യുന്നു? ഇതെല്ലാം സൂക്ഷ്മമായി ആലോചിച്ചു നോക്കിയാൽ പ്രപഞ്ചത്തിലുള്ള ജീവികൾക്കു സാധാരണ ഉണ്ടാവുന്ന സുഖങ്ങൾ അഖണ്ഡമായി ഇരിപ്പാൻ പാടില്ലെന്ന് ഓർമപ്പെടുത്തുവാൻ വേണ്ടിയോ എന്നു തോന്നും. ചിലപ്പോൾ ചില കഷ്ടങ്ങളെ കാണുന്നുണ്ടെങ്കിലും, ആകപ്പാടെ സർവ്വ ജീവികൾക്കും ഈ പ്രപഞ്ചത്തിൽ ഉള്ള നിവാസം പോലെ സുഖകരമായി വേറെ ഒന്നുമില്ലെന്ന് എളുപ്പത്തിൽ അറിവാൻ കഴിയും. ഞാൻ ഇതിനെപ്പറ്റി എനി അധികം പറയുന്നില്ല. അത്യുന്നതങ്ങളായ സൗധങ്ങളിൽ ഇരുന്ന് ഇഷ്ടപ്രകാരമുള്ള സർവ്വഭോഗങ്ങളെയും നിഷ്പ്രയാസേന അനു

ഭവിച്ചു സുഖിച്ചു മദിച്ചിരുന്ന മഹാരാജാവിനും, അന്നന്നും കൂലിപ്പണി ചെയ്ത് ആഹാരമാത്രം നിവൃത്തിച്ചു വല്ല ചാളകളിലോ കുടികളിലോ പാർത്തു ദിവസം കഴിക്കുന്ന ദരിദ്രമായ ഒരു മനുഷ്യനും ഈ ഭൂമിയിൽ ഇരിപ്പാനുള്ള ഒരു താല്പര്യം ഒരുപോലെ അധികരിച്ചുതന്നെ കാണുന്നു. എത്ര വയസ്സായാലും മരണം എന്നത് ബഹുസങ്കടത്തെ ഇവർ രണ്ടുപേർക്കും ഒരുപോലെ ഉണ്ടാക്കുന്നു. അതിനുള്ള കാരണങ്ങൾ ആലോചിച്ചാൽ എളുപ്പത്തിൽ അറിയാം. ഈ മഹാരാജാവിനും ഈ ദരിദ്രനും പലേ മുഖ്യമായ സംഗതികളിലും ഒരുപോലെ ഉള്ള സുഖങ്ങളെയാണ് ദൈവം കൊടുത്തിട്ടുള്ളത് എന്നു കാണാം. ഉറക്കമുണർന്നു മഹാരാജാവു കണ്ണുമിഴിക്കുമ്പോൾ അത്യുന്നതങ്ങളായ സൗധങ്ങളിലെ ജാലകങ്ങളിൽക്കൂടി അകത്തേക്കു പ്രവേശിച്ചവയും തന്റെ സ്വർണ്ണമയമായ കട്ടിലിന്മേൽ നിന്നു സ്വർണ്ണനീരാളത്തിരകളിൽക്കൂടി രക്തങ്ങളായും പിംഗളങ്ങളായും കാണാവുന്നതുമായ ബാലാർക്കന്റെ മനോഹരങ്ങളായ രശ്മികളെ മഹാരാജാവ് എങ്ങനെ കണ്ടു മോദിക്കുന്നുവോ അതുപ്രകാരം തന്നെ ഒരു ദരിദ്രനും ആ രശ്മികളെ തന്റെ മിറ്റത്തുള്ള വാഴക്കൂട്ടങ്ങളിൽക്കൂടി അതി ഭംഗിയായി പ്രകാശിച്ചു പ്രകാശിച്ചുവരുന്നതു കണ്ടു മോദിക്കുന്നു. ഇവിടെ ആ രശ്മികൾ ജീവജന്തുക്കൾക്ക് എല്ലാം ഒരുപോലെ ആഹ്ലാദത്തെ ചെയ്യുന്നു. അതിമനോഹരങ്ങളായ കനകത്താമ്പാളങ്ങളിൽ നിറച്ചുവെച്ചിട്ടുള്ള അതി സ്വാദുക്കളായ പലേവിധ ഭോജ്യസാധനങ്ങളെ നേത്രേന്ദ്രിയം, ശ്രോത്രേന്ദ്രിയം, ത്വഗിന്ദ്രിയം, ഇതുകളെക്കൂടി ഏകകാലത്തിൽ ഒരുപോലെ രൂപം, ഗാനം, മന്ദവായു മുതലായവകളെക്കൊണ്ടു രമിപ്പിച്ചുകൊണ്ടു ഭക്ഷിക്കുന്ന രാജാവിനു ഭക്ഷണം കഴിഞ്ഞശേഷം ഉണ്ടാവുന്ന തൃപ്തി തന്നെ ഈ ദരിദ്രനും വെള്ളച്ചോറു തിന്നും വെള്ളം കുടിച്ചും വയർ നിറച്ചാൽ ഉണ്ടാവുന്നു. രാജാവിനു തന്റെ പുഷ്പതല്പത്തിൽ കിടന്നുറങ്ങുമ്പോൾ ഉള്ള നിർവൃതി തന്നെ ഈ ദരിദ്രനു കൊട്ടപ്പായയിൽ കിടന്നുറങ്ങുമ്പോഴും ഉണ്ടാവുന്നു. അതുകൊണ്ട് ഈ പ്രപഞ്ചത്തിലെ ജീവജാലങ്ങളുടെ സുഖത്തെ ഏർപ്പെടുത്തിയ ഒരു യുക്തികൗശലം നോക്കുമ്പോൾ ഈ പ്രപഞ്ചത്തിനു ഹേതു ഭൂതമായി പ്രപഞ്ചത്തെ ഭരിച്ചു നിലനിർത്തുന്നതായ ഒരു മഹാച്ഛക്തി ഉണ്ടെന്നുള്ളതിന്നു വാദമുണ്ടാവാൻ പാടില്ല.

ഗോവിന്ദൻകുട്ടി പറഞ്ഞപ്രകാരമുള്ള സങ്കടങ്ങൾ ചിലപ്പോൾ ഉണ്ടാകുന്നുണ്ടെങ്കിലും ജഗത്തിൽ സന്തോഷസന്താപങ്ങളുടെ കൃത്യമായ ഒരു കണക്ക് എടുത്താൽ സന്തോഷം എത്രയോ അധി

കരിച്ചു നില്ക്കുമെന്നും അതിനു കാരണം സംശയം കൂടാതെ നമുക്കു വിവരമായി അറിയാൻ കഴിയാത്ത ഒരു മഹാച്ഛക്തിയാണെന്നും ആ മഹാച്ഛക്തിയെ ഞാൻ ദൈവമെന്ന് ഉറപ്പിച്ച് ഭക്തിപ്പെടുമെന്നും മാത്രം ഞാൻ പറയുന്നു.

ഗോവിന്ദപ്പണിക്കർ: എനി ഈ സംഗതിയെക്കുറിച്ചു പറഞ്ഞതു മതി. വേദാന്തവാദം ചെയ്‌വാൻ നുമ്മൾക്ക് ആർക്കും ഒന്നും അറിഞ്ഞുകൂടാ. ആദ്യം ഞാൻ ഇതിനെക്കുറിച്ചു കുട്ടികളായ നിങ്ങളോടു ചോദിച്ചതുതന്നെ കുറെ തെറ്റിപ്പോയി എന്ന് എനിക്കു തോന്നുന്നു.

ഗോവിന്ദൻകുട്ടിമേനവൻ: ഇങ്ങനെയാണു ജ്യേഷ്ഠന്റെ അഭിപ്രായം ഞങ്ങൾ ഇത്രയൊക്കെ പറഞ്ഞിട്ടും.

ഗോവിന്ദപ്പണിക്കർ: എന്താണു നിങ്ങൾ പറഞ്ഞത്? രണ്ടാളും വളരെ വിഡ്ഢിത്തം പറഞ്ഞു. നിങ്ങൾക്കു മതത്തെക്കുറിച്ച് എന്തറിയാം? നിങ്ങളോട് ഈവക സംസാരം ചെയ്തത് എന്റെ വിഡ്ഢിത്തം. മതവിശ്വാസവും ഗുരുജനവിശ്വാസവും കേവലം നിങ്ങൾക്ക് ഇല്ലാതായിത്തീർന്നു. മാധവന് ഈശ്വരൻ ഉണ്ടെന്നു വിശ്വാസമുണ്ടെങ്കിലും ആ വിശ്വാസത്തിന്റെ സ്വഭാവവും പ്രകൃതവും നോക്കുമ്പോൾ മാധവനു നിരീശ്വരമതക്കാരായ ഗോവിന്ദൻകുട്ടിയേക്കാൾ വിശേഷവിധിയായ ഒരു ഭക്തിയും വിശ്വാസവും ഭയവും ദൈവത്തിൽ ഉണ്ടെന്ന് എനിക്കു തോന്നുന്നില്ല. എനി നമുക്ക് കിടന്ന് ഉറങ്ങുക. ഇവിടെത്തന്നെ കിടക്കാം.

ഗോവിന്ദപ്പണിക്കരും മാധവനും ഗോവിന്ദൻകുട്ടിമേനവനും ആ വെണ്മാടത്തിൽത്തന്നെ ഉറങ്ങാൻ ഭാവിച്ചു കിടന്നു. ഇന്ദുലേഖയുടെ വർത്തമാനങ്ങളെക്കുറിച്ചു പലതു തനിക്കു ചോദിക്കാനുണ്ടായിരുന്നു. അച്ഛനോടും ഗോവിന്ദൻകുട്ടിയോടും ഈ സംഗതിയിൽ സംസാരിപ്പാൻ മടിച്ചു മാധവൻ ഒന്നു ചോദിച്ചില്ലെങ്കിലും ഗോവിന്ദപ്പണിക്കർ ഇന്ദുലേഖയുടെ വ്യസനത്തെപ്പറ്റിയും നമ്പൂതിരിപ്പാടിന്റെ അവസ്ഥയെപ്പറ്റിയും മറ്റും മാധവനോടു കുറേനേരം സംസാരിച്ചു. കുറേനേരം ഈ സംസാരത്തിൽ നേരം കഴിഞ്ഞ് അങ്ങനെ ഇരിക്കുമ്പോൾ ഗോവിന്ദൻകുട്ടി മാധവനോട് ഒരു ചോദ്യം ചെയ്തു.

ഗോവിന്ദൻകുട്ടിമേനവൻ: ഇക്കുറി കോൺഗ്രസ്സിനു മാധവന്റെ ഇഷ്ടന്മാരായ ബാബൂമാർ വരുമായിരിക്കും. ബാബു ഗോവിന്ദസേനും ചിത്രപ്രസാദസേനും മറ്റും കോൺഗ്രസ്സിന്റെ ജയത്തിനു കൊണ്ടുപിടിച്ച് ഉത്സാഹിച്ചു വരുന്നവരാണെന്നു തോന്നുന്നു. ഈ സംഗതിയെപ്പറ്റി അവർ മാധവനോടു വിശേഷവിധിയായി വല്ലതും

ചെയ്‌വാൻ ആവശ്യപ്പെട്ടിട്ടുണ്ടോ?

മാധവൻ: എന്നോട് ഒന്നും ആവശ്യപ്പെട്ടിട്ടില്ല. കോൺഗ്രസ്സിന്റ സ്നേഹിതൻ തന്നെയാണു ബാബു ഗോവിന്ദസേൻ അവർകൾ. ഞാൻ അദ്ദേഹത്തിന്റെ കൂടെ പാർത്തിരുന്ന കാലം ഒരു ദിവസം ഒരു സഭ അദ്ദേഹത്തിന്റെ ബങ്കളാവിൽ വെച്ച് ഉണ്ടായിരുന്നു. അന്നു ഞാനും അതിൽ സംസാരിച്ചു.

ഗോവിന്ദപ്പണിക്കർ: ഇംക്ലീഷ് രാജാവിന്റെ രാജ്യഭാരത്താൽ നുമ്മൾക്കു ചില ഗുണങ്ങൾ എല്ലാം ഉണ്ടായിട്ടുണ്ടെങ്കിലും പലേ ഉപദ്രവങ്ങളും ഉണ്ടാവുന്നുണ്ടെന്നു അതുകൾ നിർത്തൽ ചെയ്യേണമെന്നും ഇയ്യടെ നാട്ടുകാർ ഒരു സഭകൂടി കൊല്ലംതോറും പ്രസംഗിച്ചുവരുന്നുണ്ടെന്നും മറ്റും ഞാൻ കേട്ടു. ഈ സഭയെക്കുറിച്ചുതന്നെയോ ഗോവിന്ദൻകുട്ടി ചോദിക്കുന്നത്?

മാധവൻ: അതെ.

ഗോവിന്ദൻകുട്ടിമേനവൻ: അതെ; ഈ സഭയെക്കുറിച്ചു തന്നെയാണ്. ഈ കോൺഗ്രസ്സ് സഭ ഇന്ത്യയുടെ ഇപ്പോഴത്തെ സ്ഥിതിക്കു കേവലം നിഷ്പ്രയോജനമായതാണ്. ഒരു സാരവുമില്ല-വെറും ഗോഷ്ഠി എന്നു ഞാൻ വിചാരിക്കുന്നു.

മാധവൻ: ഇതു വലിയ ആവലാതിതന്നെ. ഗോവിന്ദൻകുട്ടിയുടെ ധൃതഗതി കുറെ അധികം തന്നെ. കോൺഗ്രസ്സ് എന്ന സഭ എന്താണെന്നും അതിന്റെ ഉദ്ദേശ്യങ്ങൾ എന്തെല്ലാമാണെന്നും അതിനെ ശരിയായി മനസ്സിലാക്കിയ ശേഷമല്ലേ അതിനെക്കൊണ്ട് ഉണ്ടായ പ്രയോജനത്തെപ്പറ്റി ഗോവിന്ദൻകുട്ടിക്കുള്ള അഭിപ്രായത്തെ പറയേണ്ടത്? ആ സഭയുടെ സ്വഭാവവും ഉദ്ദേശവും ഇന്നതാണെന്നു പറയൂ.

ഗോവിന്ദകുട്ടിമേനവൻ: ഓഹോ പറയാം. ജ്യേഷ്ഠൻ കേൾക്കട്ടെ. ഇംക്ലീഷ് പഠിച്ചു നല്ലവണ്ണം ഇംക്ലീഷ് സംസാരിക്കാറായ ചില ദ്രവ്യസ്ഥന്മാരായ ഹിന്ദുക്കളും മുസൽമാന്മാരും ബിലാത്തിയിൽ ഉള്ള ഗവർമ്മേണ്ടുപോലെ ഇൻഡ്യാഗവർമ്മേണ്ടിനെ ആക്കിവെപ്പാനാണെന്നുള്ള ഭാവത്തോടുകൂടി ഒരധികാരവും കൂടാതെ തങ്ങൾതന്നെ ഒരു സഭയായി ചേർന്ന് അന്യോന്യം സ്തുതിച്ചും വലിയ ഭാവം നടിച്ചും വൃഥാ കണ്ഠക്ഷോഭം ചെയ്തും കാലം കളയുന്ന ഒരു സഭയാണ് കോൺഗ്രസ്സ് സഭ. ഒരവസ്ഥ കൊണ്ടും ബിലാത്തിക്കാരോടു നുമ്മൾ ഇന്ത്യാരാജ്യക്കാർ എനിയും സമന്മാരായിട്ടില്ല. തുല്യത വരാൻ ശ്രമിച്ചാൽ എളുപ്പത്തിൽ സാധിക്കാവുന്നതും എത്രയോ പ്രയോജനമുള്ളതും ആയ വേറെ പലേ കാര്യങ്ങളും

ഉണ്ട്. അതിൽ ഒന്നും ശ്രമം ചെയ്യാതെ എല്ലാറ്റിന്റെയും അഗ്രത്തിൽ ഇരിക്കുന്നതും ബഹുപ്രയാസമായതും ആയ ഒരു വലിയ കാര്യത്തെ ഉദ്ദേശിച്ച് അനാവശ്യമായി ചെയ്യുന്ന ശ്രമമാണ് ഇത് എന്നുള്ളതിലേക്കു യാതൊരു സംശയവുമില്ല. ബിലാത്തിക്കാർക്ക് ഇപ്പോൾ കിട്ടീട്ടുള്ള സ്വതന്ത്രതകൾ എല്ലാം ഇങ്ങനെ കോൺഗ്രസ്സു കൂടിയിട്ടു കിട്ടിയതല്ല. ഒന്നാമത്, ഇത്ര സ്വതന്ത്രതയ്ക്ക് ആഗ്രഹമുള്ള ഈ നേടീ വാചാലന്മാർ ഘടപടാ എന്ന് ഇംക്ലീഷിൽ ശബ്ദഘോഷം ചെയ്യുന്നത് എല്ലാം സൂക്ഷ്മമായ ആലോചന കൂടാതെയാണെന്ന് എനിക്കു സ്പഷ്ടമായി തോന്നുന്നു. ഇവർ യഥാർത്ഥത്തിൽ ഇത്ര സ്വജാത്യാഭിമാനവും സ്വാതന്ത്ര്യകാംക്ഷയും ഉള്ളവരാണെങ്കിൽ ഒന്നാമത് ഒരു അന്യരാജാവിന്റെ കീഴിൽ എന്തിന് ഇവർ ഇരിക്കുന്നു? യുദ്ധം ചെയ്തു ഇംക്ലീഷ്കാരെ ഓടിക്കട്ടെ. ബാബുമാർ രാജ്യം ഭരിക്കട്ടെ. ഇപ്പോൾ ഇംഗ്ലണ്ടുരാജ്യം ജർമ്മനിക്കാരു പിടിച്ചാൽ ഇംക്ലീഷുകാർ കോൺഗ്രസ്സുകൂടി അവരുടെ രാജ്യഭാരത്തിന്റെ ഗുണത്തിലേയ്ക്ക് ഓരോ ദയയ്ക്കായി ജർമ്മൻകാരോട് എരക്കുമോ? ഇല്ലെന്നു ഞാൻ വിചാരിക്കുന്നു. യുദ്ധം ചെയ്തു ജർമ്മൻകാരെ തോല്പിച്ച് ഓടിക്കുവാൻ നോക്കും. അതു സാധിക്കുന്നതുവരെ അവർ ആ ശ്രമം തന്നെ ചെയ്തു കൊണ്ടിരിക്കും. അഭിമാനമുണ്ടെങ്കിൽ അങ്ങനെയാണു ചെയ്യേണ്ടത്. അഭിമാനം നടിച്ചുകൊണ്ട് എരക്കുന്നുതു വെടിപ്പുണ്ടോ? ധനവും ശക്തിയും വലിപ്പവും രാജ്യഭാരവും എല്ലാം ഇംക്ലീഷുകാരിൽ ഇരിക്കുമ്പോൾ അവരുടെ നേരേ ഇങ്ങനെ കൊരച്ചിട്ടും നിലവിളിച്ചിട്ടും ഫലമെന്ത്? ഹിന്ദു, മുഹമ്മദീയർ എന്ന ഈ രണ്ടു ജാതികളെയും ഒരുപോലെ ഇംക്ലീഷുകാർ കീഴടക്കി വെച്ചിരിക്കുന്നു. ഈ നിലയിൽ നുമ്മൾ ഇത്ര വലിയ നാട്യം എന്തിനു നടിക്കുന്നു? ധനമില്ല, ധൈര്യമില്ല, ശരീരമിടുക്കില്ല, ഒരുമയില്ല, ഉത്സാഹമില്ല, ഇങ്ങനെ കിടക്കുന്നവർ ഒന്നാമത് ഇൻഡ്യയ്ക്കു പാർലിയമെണ്ട് ഉണ്ടാക്കുവാൻ ആണോ ശ്രമിക്കേണ്ടത്? ഒരേ ജാതിയായി ഏറ്റവും ഐക്യമായിരിക്കുന്ന ഇംക്ലീഷ്കാർതന്നെ പാർലിയമെണ്ടു പോലെ സഭ ചേർന്നു പരിപാലനം ചെയ്തുകളയാം എന്നോ ഉദ്ദേശ്യം? ഇത്ര വിഡ്ഢിത്തമായ വിചാരം മറ്റൊന്നുമില്ല. ഉണ്ടകൊണ്ടു മറിഞ്ഞു വീണു കണ്ണു മിഴിച്ചു പോവുമെന്നുള്ള ഒരു ഭയംകൊണ്ടും അശക്തന്മാരാകയാലും മാത്രമാണ് ഇംക്ലീഷുകാർ വന്നതിന്റെ ശേഷം ഹിമവൽസേതുപര്യന്തമുള്ള ജനങ്ങൾ അന്യോന്യം ഇത്ര സമാധാനമായിത്തന്നെ കാണുന്നത്. ആ ഇംക്ലീഷുകാർ നാളെ ഇന്ത്യവിടുന്നുവെങ്കിൽ

അപ്പോൾ കാണാം ബാബുമാരുടെ മിടുക്കും ശൗര്യവും. ഒരു നിമിഷനേരമെങ്കിലും ഈ വായ്പടക്കാർക്കു രാജ്യം രക്ഷിപ്പാൻ സാധിക്കുമോ? ഒന്നാമത്, ഇവർക്ക് വാക്കു പറയുമ്പോൾ കാണുന്ന ഈ അഭിമാനം സ്വതേ ഉണ്ടെങ്കിൽ ഇവർ ഇപ്പോൾ കിട്ടുവാൻ ആഗ്രഹിക്കുന്ന പലേ പദവികളും ഇതിന് എത്രമുമ്പ് ഇവർക്കു കിട്ടുമായിരുന്നു. വാസ്തവത്തിൽ ഇവർക്ക് ഒരു ധൈര്യവും മിടുക്കും ഉത്സാഹവും ക്ഷമയും ഇല്ല; കുറെ എല്ലാം നിലവിളിക്കണം. ഇംക്ലീഷിൽ വിശേഷമായി പ്രസംഗം ചെയ്തു എന്നു വരുത്തണം. ഇത്രമാത്രമേ ഇവർക്കുള്ളിൽ തീർച്ചയായ ആഗ്രഹമുള്ളൂ. ഇംക്ലീഷ് ഗവർമ്മേണ്ട് ഇപ്പോൾ നടക്കുന്നപ്രകാരം ഉള്ളതുതന്നെ, ഇൻഡ്യയിലേക്ക് എനിയും ഒരു പുരുഷാന്തര കാലത്തേക്കു കാലാനുസൃതമായ അല്പാല്പഭേദങ്ങളേയും പരിഷ്കാരങ്ങളേയും ചെയ്തുവന്നും കൊണ്ടിരുന്നാൽ ധാരാളം മതിയാവുന്നതാണ്. ഇന്ത്യയിലേക്ക് ഇപ്പോൾ അശേഷം പോരാത്തതും ലജ്ജകരമാകുംവണ്ണം വഷളായിട്ടുള്ളതുമായ എന്തെല്ലാം കാര്യങ്ങളെ പരിഷ്കരിക്കാൻ ഉണ്ട്. എന്താണ് അതെല്ലാം വിട്ടുകളഞ്ഞ് ഒന്നാമതു രാജ്യഭാരസംഗതിയിൽ ഇവർ കടന്നുപിടിക്കുന്നത്? ഒന്നാമത് ജാതിഭേദങ്ങൾ ഇത്ര അധികം അനാവശ്യമായി ജനങ്ങളുടെ അഭിവൃദ്ധിക്കു മുടക്കമായി തടയുന്നതിനെ നീക്കം ചെയ്‌വാൻ ശ്രമിക്കരുതേ? ഇന്ത്യാരാജ്യം ക്രമേണ ദാരിദ്ര്യത്തിൽ പെടുന്നതു നിർത്താൻ അന്യ രാജ്യങ്ങളുമായുള്ള കച്ചവടങ്ങൾ, കൃഷി, കൈവേലപ്രവൃത്തികൾ, യന്ത്രപ്പണികൾ മുതലായത് ഇന്ത്യാക്കാർ പഠിപ്പിക്കാൻ ശ്രമിക്കരുതേ? സ്ത്രീകളെ വിദ്യാഭ്യാസം ധാരാളമായി ചെയ്‌വാൻ ശ്രമിക്കരുതേ? നുമ്മളുടെ അതി മാലിന്യമായ ചല ഗൃഹവൃത്തികളെയും അപരിഷ്കൃതാകഹാരവിഹാരാദികളെയും ഭേദംചെയ്‌വാൻ നോക്കരുതേ? എത്ര കാലമായി തീവണ്ടി, ടെലിഗ്രാഫ് മുതലായ പലേ അദ്ഭുതകരങ്ങളായ വിദ്യകൾ ഇന്ത്യയിൽ വന്നിട്ട്. ഈവക യന്ത്രങ്ങളെ ഉണ്ടാക്കുവാനും ഉപയോഗിക്കുവാനും പഠിപ്പാൻ ഹിന്ദു- മുസർമാന്മാർക്കു ശ്രമിക്കരുതേ? യൂറോപ്പിൽ ഉള്ള വലിയ രാജ്യങ്ങളിലെ എല്ലാ നാട്ടുകാരും ഈ വക പലേ വിദ്യകളും പഠിക്കുന്നില്ലേ? നുമ്മൾക്ക് ഇരുമ്പുകൊണ്ട് നല്ലതായ ഒരു ചക്രം വേണമെങ്കിൽ ഇംഗ്ലണ്ടിൽ നിന്നു വരുത്തണ്ടേ? ഇതിൽ ഈ നാട്ടുകാർക്ക് അവമാനമില്ലേ ഒന്നാമതു ശ്രമിക്കേണ്ടത്? ജനസമുദായത്തിന്നു സ്വരാജ്യഭരണത്തിൽ സ്വതന്ത്രത കൊടുക്കേണ്ടത് ഈവക അനവധി കാര്യങ്ങളിൽ, ഇപ്പോൾ ഇന്ത്യയിൽ പ്രത്യക്ഷമായി ലജ്ജാകരമായി

കാണുന്ന പലേവിധമുള്ള വീഴ്ചകളെയും അറിവില്ലായ്മകളെയും തെറ്റുകളെയും തീർത്തു പരിഷ്കരിച്ചതിന്റെ ശേഷം വേണ്ടതല്ലേ? ഈ വക പരിഷ്കാരങ്ങൾ ഒന്നു ചെയ്യാതെ ഈ രാജ്യഭാരവിഷയങ്ങളിൽ ഒന്നാമതു പ്രവേശിച്ച കുറെ ആളുകൾ എല്ലാം കൂടി നിലവിളിച്ചാൽ ആരു ബഹുമാനിക്കും? വേറെ ഉള്ള എല്ലാ സംഗതികളിലും കേവലം അധോമുഖന്മാരായിരിക്കുന്നവർ ഈ ഒരു സംഗതിയിൽ മാത്രം തലപൊന്തിച്ചു നിലവിളിച്ചാൽ നിവൃത്തിയാവുന്നതു പ്രയാസമല്ലേ? എനിക്ക് ഈ കോൺഗ്രസ്സിനെപ്പറ്റി വലിയ പുച്ഛമാണ് ഉള്ളത്. ലപ്പൽ, ഗ്രിപിൻ മുതലായ അനേകം സായ്വന്മാർ ഇന്ത്യാനിവാസികളെപ്പറ്റി ഓരോ സമയം ചെയ്യുന്ന പ്രസംഗങ്ങൾ കേൾക്കുമ്പോൾ എനിക്കു ലജ്ജ തോന്നുന്നു. പലേ സംഗതികളും അവർ പറയുന്നത് ശരിയാണ്. പലേ സ്ഥിതികളിലും നുമ്മളുടെ അവസ്ഥ വളരെ ലജ്ജാകരമായിരിക്കുന്നു. ഇതെല്ലാം മൂടിവെച്ചു രാജ്യഭാരകാര്യത്തിൽ മാത്രം ഇംക്ലീഷുകാരോടു സമത വരുത്തണം എന്ന് ഇച്ഛിച്ചാൽ അതു സാധിക്കുമോ? ഈ വക സഭ ഉണ്ടാവുന്നതിനാൽ വൃഥാ കണ്ഠക്ഷോഭവും ദ്രവ്യനാശവും ഫലം എന്നു ഞാൻ പറയുന്നു.

ഗോവിന്ദപ്പണിക്കർ: ഗോവിന്ദൻകുട്ടി പറഞ്ഞതു ശരിയാണ്. ഇതിൽ ഞാൻ ഗോവിന്ദൻകുട്ടിയോടു യോജിക്കുന്നു. ഇപ്പോൾ നമ്മുടെ രാജ്യഭാരം മുമ്പുണ്ടായിരുന്നതിനേക്കാൾ വളരെ നന്ന്. ഇപ്പോൾ ഇതു മതി. എന്നാൽ ജാതിഭേദം ഇല്ലാതാക്കണം എന്നൊരു വിഡ്ഢിത്വം ഗോവിന്ദൻകുട്ടി പറഞ്ഞതിൽ ഞാൻ ചേരുന്നില്ല.

ഗോവിന്ദൻകുട്ടിമേനവൻ: അതു ഞാൻ സമ്മതിച്ചേക്കാം. എന്നാൽ രാജ്യഭാരത്തിന്റെ കാര്യം ഞാൻ പറഞ്ഞതു ജ്യേഷ്ഠനു ബോദ്ധ്യമായല്ലൊ.

ഗോവിന്ദപ്പണിക്കർ: എന്താണു മാധവൻ ഒന്നും പറയാത്തത്?

മാധവൻ: എനിക്ക് ഒന്നും പറയാൻ തോന്നുന്നില്ല. പൂർത്തിയായ വിദ്യഭ്യാസം ഉണ്ടായി, ബി. എ. പാസ്സായ ഗോവിന്ദൻകുട്ടി ഇങ്ങനെ അസംബന്ധം സംസാരിച്ച വ്യസനമാണ് എനിക്ക് ഇപ്പോൾ ഉള്ളത്.

ഗോവിന്ദൻകുട്ടിമേനവൻ: ഒരു അസംബന്ധവും സംസാരിച്ചില്ല ഞാൻ. എതേതാണ് അസംബന്ധം എന്നു കാണിച്ചുതരൂ.

മാധവൻ: പറഞ്ഞതു മുഴുവൻ അസംബന്ധം. ആകവേ അസംബന്ധം. ഒന്നാമത്, ഇന്ത്യയിൽ പാർലിമെണ്ട് ഉണ്ടാക്കുവാനല്ല കോൺഗ്രസ്സിന്റെ ഉദ്ദേശ്യം. പിന്നേ ഇംക്ലീഷുകാരോടു സമന്മാരാണ്

ഇന്ത്യാക്കാർ എന്നും സഭക്കാരിൽ യോഗ്യരായവർ അഭിപ്രായപ്പെട്ടിട്ടില്ല.

ഇന്ത്യയിൽ പലേ സംഗതികളും പരിഷ്കരിപ്പാൻ ഉണ്ടെന്നു പറഞ്ഞതു ശരി, പക്ഷെ, ആ സംഗതികൾ ഉള്ളതുകൊണ്ട് ഈ രാജ്യഭാരസംഗതിയിൽ ഒന്നാമതായി പ്രവേശിച്ചുകൂടാ എന്നു പറയുന്നതു ഭോഷത്വമാണ്. രാജ്യസ്നേഹവും അഭിമാനവും ഉണ്ടെങ്കിൽ ഇംഗ്ലീഷുകാരോടു രാജ്യം യുദ്ധംചെയ്തു തിരിയെ വാങ്ങണം. എന്നാൽ മാത്രമേ അഭിമാനം ഉണ്ടെന്നു വിചാരിപ്പാൻ പാടുള്ളൂ എന്നു പറഞ്ഞതും വലിയ ഭോഷത്വംതന്നെ. ഗോവിന്ദൻകുട്ടി യൂറോപ്പു രാജ്യങ്ങളിലെ ചരിത്രങ്ങൾ പലതും വായിച്ചിട്ടുള്ളതിൽ ഇങ്ങനെയോ അഭിപ്രായമായത്? ഇംഗ്ലീഷു ബിലാത്തിയിലെ ആദ്യത്തെ കഥതന്നെ വിചാരിച്ചുനോക്കൂ. ബ്രിട്ടീഷ് ദ്വീപിൽ അനാദിയായി ഉണ്ടായിരുന്നവരെ ഒന്നാമതു റോമൻകാർ പോയി ജയിച്ചു. ബ്രിട്ടീഷ് രാജ്യം അവരുടെ രാജ്യമാക്കി കുറേക്കാലം വെച്ചു. പിന്നെ സാക്സൻകാരുടേ കാലമായി പിന്നെ ഡെയിൻകാരുടെ വാഴ്ച. ഒടുവിൽ നോർമ്മൻ രാജാക്കന്മാരായ ഫ്രഞ്ചുരാജ്യക്കാർ ബ്രിട്ടീഷുരാജ്യം പിടിച്ചു. എന്നിട്ടുണ്ടായ കഥ ഓർമ്മയില്ലേ? ഈ രാജാക്കന്മാർ അതിശക്തന്മാരാകയാൽ അവർക്കു ബ്രിട്ടീഷുകാർ കീഴടങ്ങേണ്ടി വന്നില്ലേ?

ഗോവിന്ദൻകുട്ടിമേനോൻ: ഒരിക്കലും കീഴടങ്ങീട്ടില്ല. പുറത്തുനിന്നു വന്ന ഈ രാജാക്കന്മാർ ഇംഗ്ലീഷുകാരുമായി യോജിച്ച് അവരുടെ ജാതിയോടു ചേർന്നു. പരന്ത്രീസ്സ് രാജ്യം കേവലം വിട്ടു. അതുപോലെ മഹാരാജ്ഞിയും മറ്റും വന്ന് ഇവിടെ താമസിച്ചു നുമ്മളുടെ കൂട്ടത്തിൽ ചേർന്നിരിക്കുന്നതുവരെ എന്തിന് ഇംഗ്ലീഷുകാരെ രാജ്യഭാരം ചെയ്‌വാൻ സമ്മതിക്കുന്നു?

മാധവൻ: ശരിതന്നെ; സമ്മതിച്ചു. ഇംഗ്ലീഷുകാർ ഇങ്ങട്ടു വരുന്നതും നുമ്മൾ അങ്ങട്ടും പോവുന്നതും എല്ലാം ഒരുപോലെ. ഇംഗ്ലീഷ് രാജ്യഭാരം തുടങ്ങിയതുമുതൽ നുമ്മളുടെ രാജ്യത്തു പലേ ശ്രേയസ്സുകളും അഭിവൃദ്ധിയും സുഖവും മേല്ക്കുമേൽ വർദ്ധിച്ചു കാണുന്നതുകൊണ്ടു ഞങ്ങൾ കോൺഗ്രസ്സുകാരുടെ അഭിപ്രായവും ഉദ്ദേശ്യവും ക്രമേണ ക്രമേണ ഇംഗ്ലീഷ് ഗവർമ്മേണ്ടും ഇന്ത്യാഗവർമ്മേണ്ടും അന്യോന്യം യോജിപ്പിച്ച് ഏകീകരിക്കേണമെന്നു മാത്രമാണ്. അതിലേക്കാണ് ഈ ശ്രമങ്ങൾ എല്ലാം ചെയ്യുന്നത്. നോർമ്മൻ രാജാക്കന്മാർ എങ്ങനെ ബ്രിട്ടീഷ് രാജാക്കന്മാരായോ അതു പ്രകാരം തന്ന ഇംഗ്ലീഷ് രാജാക്കന്മാരും ഇംഗ്ലീഷ് ഗവർമ്മേണ്ടും

ഇന്ത്യയുടെ സ്വന്തം രാജാക്കന്മാരും ഇന്ത്യയുടെ ഗവർമേണ്ടും ആക്കണം എന്നു തന്നെയാണ് ഞങ്ങൾ കോൺഗ്രസ്സുകാരുടെ ഉദ്ദേശ്യവും കാംക്ഷയും. നോർമ്മൻകാർ ഇംഗ്ലണ്ടിൽ വന്ന കാലാവസ്ഥയ്ക്ക് അനുസരിച്ച് ബ്രീട്ടീഷ് രാജ്യക്കാരും അവരും തമ്മിൽ അന്യോന്യം കൊന്നിട്ടും ഹിംസിച്ചിട്ടും സഹിക്കാൻ പാടില്ലാതെ ആയശേഷം എണാങ്ങി യോജിച്ച് ഏകീകരിച്ചു. ഈ കാലാവസ്ഥയ്ക്ക് അനുസരിച്ചു ഞങ്ങളും ഇംക്ലീഷുകാരും തമ്മിൽ ബുദ്ധികൊണ്ടു യുദ്ധംചെയ്യുന്നു. ഇംക്ലീഷുകാർക്കു ഞങ്ങളിൽ ഇപ്പോൾ ഉള്ളിൽ അധികം വിശ്വാസവും പ്രേമവും ബഹുമാനവും ഉണ്ടാവാനും ഇംക്ലീഷുഗവർമ്മേണ്ടു ഞങ്ങളേയും ഇംക്ലീഷുകാരേയും യാതൊരു ഭേദമായി വിചാരിക്കാതിരിക്കാൻവേണ്ടിയും ഞങ്ങൾ യത്നിക്കുന്നു. ഞങ്ങൾ തോക്കുകൊണ്ടു വെടിവെച്ചിട്ടില്ല ഈ കാര്യം സാധിക്കാൻ പോവുന്നത്. വാക്കുകൊണ്ടു ന്യായം പറഞ്ഞിട്ടു ബുദ്ധിമാന്മാരായ ഇംക്ലീഷുകാരെ സ്വാധീനമാക്കാൻ പോവുന്നു. എന്റെ മനസ്സിൽ ഉദ്ദേശിച്ച വിധത്തിൽ തന്നെ നടക്കുന്നുവെങ്കിൽ കോൺഗ്രസ്സുപോലെ ഇത്ര യോഗ്യമായ ഒരു സഭ ഇതുവരെ ഇന്ത്യയിൽ ഉണ്ടായിട്ടില്ല എന്നു പറയാം. എന്നാൽ ചില സംഗതികളെ ഈ സഭക്കാരിൽ ചിലർ അനാവശ്യമായും തക്കതായ സംഗതി കൂടാതെയും ബ്രീട്ടീഷ് ഗവർമ്മണ്ടിനെ ദുഷിച്ചു എന്നു വന്നിട്ടുണ്ടായിരിക്കാം. ഇതു മഹാകഷ്ടമാണെന്നു ഞാൻ സമ്മതിക്കുന്നു. എങ്കിലും കോൺഗ്രസ്സ് സഭക്കാരിൽ യോഗ്യരായവർ ഏകീകരിച്ച് ഇതുവരെ ഉണ്ടായിട്ടുള്ള ഒരു പ്രസംഗത്തിലും ഇംക്ലീഷുകാരുടെ ഗവർമ്മേണ്ടിനെ ഒരു വിധത്തിലും ആകപ്പാടെ വെറുത്തു പറഞ്ഞിട്ടില്ല. ഓരോ സങ്കടങ്ങൾ ഉണ്ടാവുന്നതു തീർത്തു പരിപാലിക്കാനോ ആവശ്യപ്പെട്ടിട്ടുള്ളൂ. പിന്നെ ഗോവിന്ദൻകുട്ടി ഇങ്ങിനെ ഭോഷത്വം പറഞ്ഞാലോ? ഇന്ത്യയിൽ പരിഷ്കാരങ്ങൾ ചെയ്‌വാനുള്ള കാര്യങ്ങളെ ചെയ്യേണ്ടാ എന്നു കോൺഗ്രസ്സുകാർ വെച്ചിട്ടില്ല. പലേ രോഗങ്ങളും പിടിച്ചു കിടക്കുന്ന ഒരു രോഗിയുടെ സകലരോഗങ്ങളും ഒന്നായിട്ട് ഒരു ഔഷധം കൊണ്ട് ഒര സമയം മാറ്റാൻ കഴിയുന്നതല്ല. ഓരോന്നായി ഭേദം വരുത്തേണ്ടിവരും. അങ്ങിനെ ഭേദം വരുത്താൻ പാടില്ല. എല്ലാംകൂടി ഒന്നായിട്ടു തന്നെ ഭേദമാകുന്ന മരുന്നു മാത്രമേ സേവിക്കയുള്ളു എന്ന് ആ രോഗി ഉറച്ചാൽ എല്ലാ രോഗങ്ങളിൽ നിന്നും രോഗി സങ്കടപ്പെടുകയേ ഉള്ളൂ. ഇന്ത്യയിൽ ജാതിഭേദം ഇല്ലാതാക്കുവാൻ ഒരു സഭ കൂടേണ്ട കാലം ഇനിയും ആയിട്ടില്ല. ഇതിനാണു സമയം ആവാത്തത്. ഗവർമ്മേണ്ടിന്റെ മാതിരിയും ചട്ടങ്ങളും

നന്നാക്കുന്നതു നാളെത്തന്നെ ചെയ്താലും ഗുണമേ ഉണ്ടാകയുള്ളൂ. അതിനുള്ള സംഗതി പറയാം. ജാതി എന്ന് ഇന്ത്യയിൽ പറയുന്നത് എല്ലാം ഓരോ മതത്തെ ആശ്രയിച്ചിട്ടാണു മുഖ്യമായി നില്ക്കുന്നത്. ആ മതവിശ്വാസം ഒന്നുമാത്രമാണ് ഈ ഇംഗ്ലീഷുകാരിൽ എനിയും ഇന്ത്യയിൽ നിന്നു കളവാൻ കഴിയാത്ത ഒരു സാധനം. ദൈവവിശ്വാസവും വന്ദനയും ഓരോ പ്രകാരത്തിൽ ചെയ്യുന്നതിനെ ആശ്രയിച്ചു ജാതി നില്ക്കുന്നതുകൊണ്ട് ആ വിശ്വാസം കളവാൻ കഴിയുമ്പോളല്ലാതെ ജാതിഭേദം കേവലം വിടുർത്താൻ കഴിയുമോ എന്നു ഞാൻ സംശയിക്കുന്നു. ആ വിശ്വാസം ഇന്ത്യയിൽ നിന്നു വിടുർത്തേണമെങ്കിൽ ഇന്ത്യക്കാരായ ഹിന്ദുമുസൽമാന്മാരുടെ മതാചരണങ്ങളെ ജയിക്കുന്നതായ ഒരു വിശേഷവിധിമതം അവർക്കു കാണിച്ചുകൊടുത്ത് അതിൽ ശീലിപ്പിക്കണം. അങ്ങനെ ഒരു വിശേഷവിധിയായ മതം കാണ്മാനില്ല. അതുകൊണ്ട് ഇന്ത്യാ രാജ്യത്തിൽ ഉള്ള മതങ്ങൾക്ക് അനുസരിച്ചു നില്ക്കുന്ന ജാതി ക്രമങ്ങൾ ഭേദം ചെയ്വാൻ ഇപ്പോൾ ശ്രമിച്ചാൽ സാധിക്കുമോ? സംശയം. എന്നാൽ കാലക്രമംകൊണ്ട് അറിവ് അധികം വർദ്ധിക്കുമ്പോൾ ജാതിസിദ്ധാന്തങ്ങൾ ക്രമേണ കുറഞ്ഞുവരും. ഒടുവിൽ കേവലം നശിച്ചു എന്നും വരാം. ഇന്ത്യയിൽ ഇപ്പോൾ ഉള്ള സ്ഥിതിയിൽ ജാതിഭേദം ഇല്ലാതാക്കുവാൻ ശ്രമിക്കുന്നതു കേവലം തെറ്റായി വന്നുകൂടുമെന്നു ഞാൻ വിചാരിക്കുന്നു. എന്നാൽ രാജ്യഭാരസംഗതിയെ ഒന്ന് ഓർത്തുനോക്കുക. ഇംഗ്ലീഷുകാർ ഹിമവൽസേതുപര്യന്തം രാജ്യഭാരം തുടങ്ങീട്ട് ഇപ്പോൾ ഏതാണ്ട് ഒരു നൂറു സംവത്സരമായിട്ടേ ഉള്ളൂ. എങ്കിലും രാജ്യഭാരനീതികളെക്കുറിച്ചു ജനങ്ങൾക്ക് ഒരു നൂറു സംവത്സരങ്ങൾക്കുള്ളിൽ എത്ര അധികം അറിവും രുചിയും ഉണ്ടായിട്ടുണ്ടെന്ന് ഗോവിന്ദൻ കുട്ടി ഓർത്തു നോക്കൂ. വഴിപോവുന്ന ഒരു കൂലിക്കാരനോടോ മീൻ പിടിക്കുന്ന ഒരു മുക്കുവനോടോ സംസാരിച്ചാൽകൂടി ഇപ്പോഴത്തെ ഭേദം അറിവാൻ കഴിയും. അവനു സിവിൽ ശാസ്ത്രതന്ത്രങ്ങളും ക്രിമിനൽ ശാസ്ത്രതന്ത്രങ്ങളും അറിയാമെന്നല്ല ഞാൻ പറയുന്നത്. ഇംഗ്ലീഷ് രാജ്യഭാരത്തിൽ തന്റെ ശരീരത്തിനും മനസ്സിനും തന്റെ ഇഷ്ടപ്രകാരം കുറ്റകരമല്ലാത്ത യാതൊന്നിലും വ്യാപരിക്കുന്നതിനു സ്വാതന്ത്ര്യമുണ്ടെന്നുള്ള അറിവു നിശ്ചയമായി അവന് ഇപ്പോൾ ഉണ്ട്. മുമ്പ് അങ്ങിനെ അല്ല. സാധാരണ ഇത്ര അറിവ് ഉണ്ടായാൽ മതി. സകല സ്വതന്ത്രഭോഗങ്ങൾ അനുഭവിക്കുന്ന ഇംഗ്ലണ്ടിലും അമേരിക്കയിലും മറ്റും ഉള്ള സാധാരണ ജനസമുദായത്തിൽ ഇന്ത്യയിലുള്ള സാധാരണജന

ങ്ങൾക്കുള്ള അറിവുകൾതന്നേ ഈ രാജ്യഭാരവിഷയത്തിൽ ഉള്ളൂ. സ്വതന്ത്രരാജ്യഭാരത്തിന്നിച്ഛിക്കുന്ന രാജ്യനിവാസികൾ മുഴുവനും ഗ്ലാഡ്സ്റ്റൻ മുതലായവരെപ്പോലെ രാജ്യഭാര തന്ത്രങ്ങൾ ഗ്രഹിച്ചി രിക്കണം എന്നു പറയുന്നതു ഭോഷത്വമല്ലേ? രാജ്യഭാരം ബിലാ ത്തിയിലെപ്പോലെ ഇന്ത്യയിൽ ചെയ്യേണമെങ്കിലും സ്ത്രീകളെ മുഴു വൻ ഇംക്ലീഷ് പഠിപ്പിച്ചിട്ടും ബിലാത്തിയിലെ യന്ത്രങ്ങൾ ഇവിടെ പണിയാറായിട്ടും മറ്റും വേണമെന്നു പറയുന്നതും ഭോഷത്വമാണ്. പിന്നെ ഗോവിന്ദൻകുട്ടി പറയുന്നു. ഹിമവൽസേതുപര്യന്തമുള്ള ജന ങ്ങൾ ഇംക്ലീഷ് രാജാവിനെ അടങ്ങിനില്ക്കുന്നത്, അങ്ങനെ നിന്നി ല്ലെങ്കിൽ വെടി കൊണ്ടു കണ്ണുമിഴിച്ചുപോവും എന്നു ഭയപ്പെട്ടിട്ടാ ണെന്ന്. ഇത് ഏറ്റവും തെറ്റായ ഒരു അഭിപ്രായമാണ്. ഇംക്ലീഷുകാ രുടെ ശക്തി ഇന്ത്യയിൽ ഉള്ള കള്ളന്മാർക്കും ദുഷ്ടന്മാർക്കും അസ ത്തുക്കൾക്കും ഭയത്തെയും, നല്ല ജനങ്ങളുടെ ഉള്ളിൽ ബഹുമാന ത്തെയും ജനിപ്പിക്കുന്നതു ശരിയാണെങ്കിലും രാജ്യം മുഴുവനും ഇങ്ങനെ ഒതുങ്ങിനില്ക്കുന്നത് ഇംക്ലീഷ് ഗവർമ്മേണ്ടു പ്രജാപരി പാലനം ചെയ്യുന്നതിലുള്ള യോഗ്യത ഹേതുവായി പ്രജകൾക്ക് ആ ഗവർണ്മേണ്ടോടുള്ള പ്രിയം നിമിത്തമാണെന്നുള്ളതിലേക്ക് എനിക്കു സംശയമില്ല. ഇംക്ലീഷ് ഗവർമ്മേണ്ടു മുമ്പ് നുമ്മൾക്കു ണ്ടായിരുന്ന രാജാക്കന്മാരെപ്പോലെ അനീതിയും അക്രമവും കാണിച്ചു ജനോപദ്രവം ചെയ്തിരിന്നുവെങ്കിൽ ഇതിന് എത്രയോ മുമ്പ് ഇംക്ലീഷ് ഗവർമ്മെണ്ട് ഇന്ത്യയിൽ ഇല്ലാതെവരുമായിരുന്നു! അതിനു സംശയമില്ല. പിന്നെ ഗോവിന്ദൻകുട്ടി പറയുന്നത്, ഞങ്ങൾ ഇംക്ലീഷിൽ പ്രസംഗിക്കുന്നതും മറ്റും പ്രസംഗക്കാർ എന്ന കീർത്തി ക്കുവേണ്ടിമാത്രം എന്നാണ്. അങ്ങനെയുള്ള കീർത്തി ഉണ്ടാവണ മെന്നു ഞങ്ങൾക്ക് ആഗ്രഹം ഇല്ലെന്നില്ല. പക്ഷേ അതിനു മാത്ര മായി പ്രസംഗിക്കുന്നതാണെന്നു പറയുന്നതാണ് അബദ്ധം. ഈ പ്രസംഗങ്ങൾ എല്ലാം എത്രയോ ആവശ്യമായിട്ടുള്ളതാണെന്നു മാത്രമല്ലാ. അതുകളെക്കൊണ്ടു പലേവിധ പ്രയോജനങ്ങൾ ഇന്ത്യയ്ക്ക് ഈ ചുരുങ്ങിയ കാലത്തിന്നുള്ളിൽ തന്നെ ഉണ്ടായിട്ടു മുണ്ട്. ഓരോന്നായി ഞാൻ എണ്ണി പറഞ്ഞുതരാം. ഒന്നാമത്, ഇപ്പോൾ ബിലാത്തിയിലുള്ള നിഷ്പക്ഷവാദികളായ മഹാന്മാർക്ക് ഇന്ത്യയിൽ നല്ല പഠിപ്പും സാമർത്ഥ്യവും ഉള്ളവർ പലരും ഉണ്ടെന്നു പൂർണ്ണബോദ്ധ്യമായിരിക്കുന്നു. ഇത് ഈവക പ്രസംഗങ്ങൾ ഉണ്ടാ ക്കിയ ബോദ്ധ്യമാകുന്നു.

രണ്ടാമത്, ഈ ബോദ്ധ്യം ഉണ്ടായതിനാൽ കോൺഗ്രസ്സ് സഭയെ

രക്ഷപ്പെടുത്തി നിലനിർത്തേണമെന്നുള്ള ആഗ്രഹം പലേ ഇംക്ലീഷുകാർക്കും ഉണ്ടായിത്തീർന്നിരിക്കുന്നു.

മൂന്നാമത്, പ്രസംഗങ്ങളുടെ വിശേഷതകൊണ്ട് ഇന്ത്യയിലുള്ള ബഹുയോഗ്യരായ ജനങ്ങൾ മുമ്പു കോൺഗ്രസ്സിനോട് അനിഷ്ടത്തേയോ അനാസ്ഥയേയോ കാണിച്ചതിനെ മാറ്റി കോൺഗ്രസ്സിനെ ബഹുമാനിച്ച കോൺഗ്രസ്സിന്റെ ഇഷ്ടന്മാരായിത്തിർന്നിരിക്കുന്നു.

ഇങ്ങനെ പലേവിധ ഗുണങ്ങൾ ഇത്ര ക്ഷണത്തിൽ ഇന്ത്യയ്ക്ക് വേണ്ടി സമ്പാദിച്ചതു യുക്തിമാന്മാരും സമർത്ഥന്മാരും ആയ വാഗ്മികളുടെ അതിവിശേഷമായ പ്രസംഗങ്ങളാണ്. ന്യായമായവിധം കുറേക്കാലം ഈ കോൺഗ്രസ്സ് നടക്കുന്നുവെങ്കിൽ സംശയംകൂടാതെ ഇംഗ്ലണ്ടിൽ പ്രജകൾക്കു ഗവർമ്മേണ്ടിൽനിന്ന് ഉണ്ടാവുന്ന ഗുണങ്ങൾ ഇന്ത്യയ്ക്കും ഉണ്ടാവും എന്നുള്ളതിന് എനിക്കു സംശയമില്ല. പിന്നെ ഈ പ്രസംഗങ്ങളെപ്പറ്റി വൃഥാ കണ്ഠക്ഷോഭം എന്നു ഗോവിന്ദൻകുട്ടി പറയുന്നത് എത്ര ഭോഷത്വമാണ്. എന്നാൽ ചിലപ്പോൾ ഈ കോൺഗ്രസ്സ് സഭക്കാരിൽ ചിലരും ന്യൂസ്പേപ്പറുകളും സഭക്കാരോ അവരുടെ സ്നേഹിതന്മാരോ എഴുതീട്ടുള്ള ചില പുസ്തകങ്ങളും അനാവശ്യമായും അസത്യമായും ഇന്ത്യയിൽ ഇപ്പോൾ നടക്കുന്ന ഗവർമ്മേണ്ടിനെക്കുറിച്ചു ദൂഷ്യാരോപം ചെയ്യുന്നുണ്ടെന്നു ഞാൻ സമ്മതിക്കുന്നു. ഇതു വലിയ ഒരു തെറ്റാണ്. ഇത് ഇന്ത്യയുടെയും കോൺഗ്രസ്സിന്റെയും വലിയ നിർഭാഗ്യമെന്നേ പറവാനുള്ളൂ. ഇതു വർദ്ധിച്ചുവരുന്നുണ്ടെങ്കിൽ കോൺഗ്രസ്സിനു തന്നെ ഒടുവിൽ ഇതു നാശകരമായിത്തിരുന്നതുമാണ്. മഹാബുദ്ധിശാലിയാ സർ ഒക്ലണ്ട് കോൾവിൻ സായ്‌വ് അവർകൾ മിസ്റ്റർ എം. ഓ. ഹ്യൂം സായ്‌വ് അവർകൾക്ക് കോൺഗ്രസ്സുകാർ ചിലപ്പോൾ ഇന്ത്യാഗവർമ്മേണ്ടിനെക്കുറിച്ചും ചെയ്ത ദോഷാരോപണങ്ങളെക്കുറിച്ചു വളരെ യുക്തിയായും ഭംഗിയായും എഴുതിയ ഒരു കത്തിനെ ഞാൻ വായിച്ചിരുന്നു. ആ മഹാനായ സായ്‌വർകൾ ആ കത്തിൽ കാണിച്ച സംഗതികളെ വായിച്ച് ഞാൻ വ്യസനിച്ചുപോയി. നുമ്മൾക്ക് ഇപ്പോൾ ഉള്ള ഇന്ത്യാഗവർമ്മേണ്ടു നുമ്മൾക്കു കഴിയുന്ന ഗുണം എല്ലാം ചെയ്യേണമെന്നു വളരെ താല്പര്യത്തോടും ശ്രദ്ധയോടും ഇരിക്കുമ്പോൾ അവർ ചെയ്യുന്നത് അനാസ്ഥയായും ദുഷ്ടവിചാരത്തോടുകൂടിയും ആണെന്നു ചിലർ പറയുന്നതു കഷ്ടമല്ലേ? ഇംക്ലീഷ് ഗവർണ്ണർമാരും രാജ്യഭരണാധികാരികളും വളരെ ക്ഷമാഗുണമുള്ളവരല്ലായിരുന്നുവെങ്കിൽ ഇങ്ങനെയുള്ള അവമാന

കരമായ പ്രസ്താവങ്ങൾ കേട്ട് അവർ എങ്ങിനെ സഹിക്കും? നുമ്മളെ എങ്ങിനെ സ്നേഹിക്കും? ഈ വക ചില ദോഷങ്ങൾ നുമ്മടെ ചില ആൾകൾക്ക് ഉണ്ടായിരുന്നില്ലെങ്കിൽ കോൺഗ്രസ്സ് ഇതിനുമുമ്പ് ഇതിലും ശക്തിയുള്ളതായിത്തീരുമായിരുന്നു.

ലോർഡ് ഡഫ്രീൻ എന്ന പ്രഭു ഗവർണ്ണർ ജനറാളായിരുന്ന കാലത്ത് ആദ്യത്തിൽ അദ്ദേഹത്തിന്നു കോൺഗ്രസ്സിനെ അതിപ്രീതിയായിരുന്നു. ഒടുവിൽ ഗവർമ്മേണ്ടിനെക്കുറിച്ച് കോൺഗ്രസ്സിലെ ചില കൂട്ടർ അനാവശ്യമായും അസംഗതിയായും ദോഷങ്ങൾ പറയുന്നതു കേട്ടുകേട്ട് അദ്ദേഹം വിഷാദിക്കേണ്ടിവന്നു. എന്റെ എല്ലായ്പ്പോഴും ഉള്ള വിചാരവും ദൈവത്തോടുള്ള പ്രാർത്ഥനയും നുമ്മടെ ഈ കോൺഗ്രസ്സ് സഭക്കാർ ഇപ്പോൾ ഇന്ത്യയുടെ ഭാഗ്യവശാൽ കിട്ടീട്ടുള്ള ഈ ഇംക്ലീഷ് ഗവർമ്മേണ്ടിനെ അനാവശ്യമായും അസംഗതിയായും അസത്യമായും ദുഷിക്കാതെ ഈ കാര്യം സാധിക്കാൻ പലേ വഴികളും ഞാൻ കാണുന്നുണ്ട്. ഇന്ത്യക്കാർക്കു ഗുണം വരരുത് എന്നോ, ഇന്ത്യക്കാർ എല്ലായ്പ്പോഴും ഇംക്ലീഷുകാരുടെ അടിമകളായി ഇരിക്കേണമെന്നോ ഇംക്ലീഷ് ഗവർമ്മേണ്ടിന് ഒരു കാലത്തും വിചാരമുണ്ടാകയില്ല. അതു പ്രത്യക്ഷമായ കാര്യമാണ് ഇതായിരുന്നു അവരുടെ വിചാരമെങ്കിൽ നുമ്മൾക്ക് അവരെപ്പോലെ പഠിപ്പും അറിവും ഉണ്ടാക്കിവയ്പ്പാൻ, കഴിഞ്ഞ നൂറുകൊല്ലങ്ങളായി ഇത്രയെല്ലാം അവർ ഉത്സാഹിക്കുന്നതല്ലായിരുന്നു. അതുകൊണ്ട് അവരുടെ ഉദ്ദേശ്യം നുമ്മളെ അവരെപ്പോലെതന്നെ യോഗ്യരാക്കി വെയ്ക്കേണമെന്നാണെന്നു കുട്ടികൾക്കുകൂടി ബോദ്ധ്യമാവുന്നതാണ്. എന്നാൽ അങ്ങനെയാണ് അവരുടെ ഉദ്ദേശ്യം എന്ന് ഓർത്ത് നുമ്മളിൽ പഠിപ്പും അറിവും ഉള്ളവർ ഗുണങ്ങൾ താനേ വരുമെന്നു നിശ്ചയിച്ചു സ്വസ്ഥന്മാരായിരിക്കരുത്. നുമ്മളുടെ സ്ഥിതി മേല്ക്കുമേൽ നന്നാക്കുവാൻ ന്യായമായവിധം എല്ലാ ശ്രമങ്ങളും എല്ലായ്പോഴും ചെയ്തുവരേണ്ടതാണ്. അതിനാണ് ഈ കോൺഗ്രസ്സ് സഭ കൂടിട്ടുള്ളത്. ഇങ്ങനെ ഒരു സഭ ഏറ്റവും ആവശ്യമായിട്ടുള്ളതാണ്. ഗവർമ്മേണ്ടു ചെയ്യുന്ന സകല പ്രവൃത്തികളും ഇന്ത്യയ്ക്കു ദോഷകരമായിട്ടാണെന്ന് ഈ സഭ ഒരിക്കലും പറയുകയില്ല. ആരെങ്കിലും അതിൽ ചിലപ്പോൾ പറയുന്നുവെങ്കിൽ അവൻ ഭ്രാന്തനാണെന്നു ഞാൻ പറയും. ഗവർമ്മണ്ടിനെ സ്നേഹിച്ചും ആദരിച്ചും കൊണ്ടു ഗവർമ്മേണ്ടു ചെയ്യുന്ന ഓരോ പ്രവൃത്തികളുടെ ഗുണദോഷങ്ങളെപ്പറ്റി യഥേഷ്ടം നുമ്മൾക്കു വ്യവഹരിപ്പാൻ സകല സ്വാതന്ത്ര്യങ്ങളും ഇംക്ലീഷ് ഗവർമ്മേണ്ടു തന്നരിക്കെ ആ ഗവർമ്മെ

ണ്ടിന്റെ പ്രവർത്തിയിൽ ഉള്ള സത്യത്തെയും ഉത്തമവിശ്വാസ ത്തെയും സംശയിച്ചുകൊണ്ടു വല്ലതും പറയുന്നതു മഹാകഷ്ടമാ ണെന്നുള്ളതിനു സംശയമില്ല. അതുകൊണ്ട് ഈ കോൺഗ്രസ്സ് ഗവർമ്മേണ്ടിന്റെ ഉത്തമവിശ്വാസ്യതയെയും നിഷ്കന്മഷതയെയും പറ്റി ദുഷിക്കുന്നുണ്ടെങ്കിൽ അതു സഭയുടെ നാശത്തിനു മാത്രമാ ണെന്നു ഞാൻ തീർച്ചയായും സമ്മതിക്കുന്നു. എല്ലാ പ്രവൃത്തിയും സത്യത്തോടുകൂടി ചെയ്യണം. സത്യമില്ലാഞ്ഞാൽ പിന്നെ ഒരു പ്രവൃ ത്തിയും ശ്രേയസ്കരമായി വരാൻ പാടില്ല. പിന്നെ ഗോവിന്ദൻകുട്ടി പറയുന്നത്, ഇന്ത്യാക്കാർക്കു ധനമില്ല. ഒരുമയില്ല, സത്യ മില്ല, ഉത്സാഹമില്ല എന്നും മറ്റുമാണ്. ഇതിൽ ചിലതിൽ കുറെ നേരു ണ്ടായിരിക്കാം. ഒരുമയില്ലെങ്കിൽ ഈ കോൺഗ്രസ്സ് ഇങ്ങനെ നട ക്കുന്നതല്ല. ഇത്രവലുതായ ഒരു രാജ്യത്ത് ഇപ്പോൾ കാണുന്നതു പോലെയുള്ള ഒരുമയും ചേർച്ചയും ഇംഗ്ലീഷ് ഭാഷനിമിത്തം ഉണ്ടാ യതാണ്. എനിയും ഈ ഭാഷ പരക്കുന്നതോടുകൂടി ഒരുമ വർദ്ധി ച്ചുവരും. ജനങ്ങൾക്ക് ഒരുമ ഉണ്ടാവുന്നത് ഓരോ കാര്യങ്ങളെക്കു റിച്ച് അവർക്ക് ഉണ്ടാവുന്ന അഭിപ്രായങ്ങൾ ഒരുപോലെ ഉണ്ടാവു ന്നതിൽ നിന്നാണ്. അറിവ് ഉണ്ടാവുമ്പോൾ മുഖ്യമായ സംഗതിക ളിൽ എല്ലാം അഭിപ്രായങ്ങൾ സാമാന്യം ഒരുപോലെതന്നെ ഉണ്ടാ വാനേ പാടുള്ളൂ. സത്യമില്ല എന്നു ഗോവിന്ദൻകുട്ടി പറഞ്ഞതു കൊണ്ട് ഇന്ത്യാനിവാസികളെ അനാവശ്യമായി അപകീർത്തിപ്പെ ടുത്തി എന്നുമാത്രം ഞാൻ പറയുന്നു. എത്ര സത്യവാന്മാരെ, ഇന്ത്യയിൽ ഇപ്പോൾ ഉള്ളവരെത്തന്നെ ഗോവിന്ദൻകുട്ടി അറിയും. പിന്നെ പുരാണങ്ങൾപ്രകാരം ഹരിശ്ചന്ദ്രൻ, അശ്വത്ഥാമാ, ദശര ഥൻ മുതലായവരെക്കുറിച്ച് വായിച്ചിട്ടില്ലേ? ഇന്ത്യാരാജ്യം അനാ ദിയായേ സത്യത്തിൽ ബഹുതൃഷ്ണയും നിഷ്കർഷയും ഉള്ള രാജ്യ മാണെന്നു പലേ സംഗതികളെക്കൊണ്ടു നിശ്ചയിക്കാൻ കഴിയുന്ന താണ്. അങ്ങനെ ഇരിക്കുമ്പോൾ ധൃതഗതിയായി സത്യമില്ലാത്ത വരാണു നുമ്മൾ എന്നു ഗോവിന്ദൻകുട്ടി പറഞ്ഞുകളഞ്ഞതു കേട്ട് എനിക്കു വളരെ വ്യസനം തോന്നുന്നു. ഉത്സാഹമില്ലെന്നു ഗോവി ന്ദൻകുട്ടി പറഞ്ഞതും നേരല്ലാ. പഠിപ്പാനും അറിവുകൾ കിട്ടുവാനും ഉള്ള ഉത്സാഹം ഇന്ത്യയിൽ ക്രമേണ വർദ്ധിച്ചുവരുന്നു എന്നുള്ള തിന് എനിക്ക് സംശയമില്ല. ഇന്ത്യാകാർക്കു ധൈര്യവും ശരീരമി ടുക്കും ഇല്ലെന്നോ ഉണ്ടെന്നോ ഇന്ത്യയിൽ ഇപ്പോൾ ഏർപ്പെടു ത്തീട്ടുള്ള നേറ്റീവ് പട്ടാളക്കാരെ പോയി നോക്കി അവരുടെ സ്ഥിതി അറിഞ്ഞതിന്റെശേഷം പറയേണ്ടതാണ്. ഗോവിന്ദൻകുട്ടി പക്ഷേ,

ഒരു ഭീരുവായിരിക്കാം. മറ്റെല്ലാവരും തന്നെപ്പോലെതന്നെ ഭീരുക്കളാണെന്നു ഭീരുത്വമുള്ളവനു തോന്നുന്നതു സാധാരണയാണ്. കോൺഗ്രസ്സിൽ തൊള്ള ഇടുന്നു എന്ന് അവമാനകരമായി ഗോവിന്ദൻകുട്ടിയാൽ പറയപ്പെട്ടിട്ടുള്ള പലേ ബാബുമാരും അയ്യന്മാരും മുതലികളും അവരുടെ ജീവനേയും സർവ്വധനത്തേയും ഇന്ത്യയുടെ അഭ്യുദയത്തിന്നും ഗുണത്തിനും വേണ്ടി ത്യജിപ്പാൻ ഒരുക്കമുള്ളവരാണെന്ന് ഞാൻ വിശ്വസിക്കുന്നു. പക്ഷേ, ബുദ്ധികൗശലത്താൽ ജയിക്കേണ്ട ദിക്കിൽ തോക്ക് എടുത്തുവെടിവച്ചു ജയിക്കേണമെന്നു പറഞ്ഞാൽ ആർ കേൾക്കും? ധൈര്യമുണ്ടെങ്കിൽ പത്തു ബാബുമാരും അയ്യന്മാരും കൂടി ഇംക്ലീഷ് ഗവർമ്മേണ്ടിന്റെ നേരെ യുദ്ധം ചെയ്തുകാണണം എന്നൊരു വിഡ്ഢി പറഞ്ഞാൽ ആരെങ്കിലും സമ്മതിക്കുമോ? സർ ലഫിൻ ഗ്രിഫിൻ മുതലായവർ ഇന്ത്യയെക്കുറിച്ചു ദുഷിക്കുന്നതിൽ ഗോവിന്ദൻകുട്ടിക്കു ബഹുരസമാണെന്നു പറഞ്ഞു. അതിൽ എനിക്കു വളരെ രസമാണ്. യോഗ്യരായ ആളുകൾ ശത്രുപക്ഷത്തിൽ ചേർന്നു നമ്മളുടെ അവസ്ഥകളെപ്പറ്റി ദുഷിച്ചാൽ മാത്രമേ നുമ്മൾക്കു നുമ്മളുടെ ഗുണദോഷങ്ങളെ ശരിയായി അറിവാനും ആവശ്യമായ ഭേദങ്ങളെ ചെയ്‌വാനും കഴികയുള്ളൂ. ഇവർ സൂക്ഷ്മത്തിൽ ഇന്ത്യയ്ക്കു വളരെ ഗുണമാണു ചെയ്യുന്നത്. വാചാലന്മാരായ ബാബുമാരും അയ്യരും മുതലിയും ഒരു മുസൽമാനോട് എതിർക്കാൻ ശക്തിയില്ല. ഭീരുക്കളാണ്, എന്നും മറ്റും അവമാനമായി എപ്പോഴും പറഞ്ഞുകേൾക്കുന്നതു നുമ്മൾക്കു ചൊടി ഉണ്ടാവാനും നുമ്മടെ ധൈര്യശൗര്യങ്ങളുടെ വർദ്ധനവിനും വിശേഷകാരണങ്ങളായി വരും. അതുകൊണ്ട് അവർ അങ്ങനെതന്നെ പറഞ്ഞുകൊള്ളട്ടെ.

ഗോവിന്ദൻകുട്ടി പറഞ്ഞതിനെല്ലാം ഞാൻ ഒരു വിധം സമാധാനം പറഞ്ഞു. എനി കോൺഗ്രസ്സ് സഭയുടെ ഉദ്ദേശ്യം എന്താണെന്നു ചുരുക്കമായി ഞാൻ പറഞ്ഞ് അച്ഛനെ ധരിപ്പിക്കാം ഞാൻ പറയുന്ന ഉദ്ദേശ്യത്തിൽനിന്നു വിട്ടിട്ട് ഈ സഭ നില്ക്കുന്നത് എപ്പോഴെങ്കിലും കാണുന്ന ക്ഷണം ഞാൻ അതിൽ നിന്ന് ഒഴികയും ചെയ്യും.

ഇംക്ലീഷ്‌രാജ്യഭാരം ഈ രാജ്യത്തിൽ തുടങ്ങിയ മുതൽ പലേ നാശങ്ങളും നേരിടുന്നതിനാൽ അതുകളെ ഇല്ലായ്മചെയ്‌വാൻവേണ്ടി വ്യവഹരിപ്പാൻ കൂടിയ ഒരു സഭയാണ് ഇത് എന്ന് അച്ഛൻ ധരിച്ചതും കേവലം തെറ്റാണ്. ഇംക്ലീഷ്ഗവർമ്മേണ്ടു തുടങ്ങിയ മുതൽ ഇന്ത്യയ്ക്കു വാചാമഗോചരമായ ഗുണങ്ങളാണ് ഉണ്ടായിട്ടുള്ളത്. എന്നാൽ ആ ഗുണങ്ങളെ എനിയും

വർദ്ധിപ്പിക്കാൻ ഉള്ള ശ്രമങ്ങൾ ചെയ്‌വാൻ കൂടിയ സഭയാണു കോൺഗ്രസ്സ് എന്നു പറയുന്ന സഭ. ഇംക്ലീഷ്കാരോളം ബുദ്ധിസാമർത്ഥ്യം ഉണ്ടായിട്ടു മറ്റൊരു ജാതിക്കാരെ കാണ്മാൻ കഴിയുമോ? സംശയം. ഈ ബുദ്ധിസാമർത്ഥ്യത്തിന്റെ ലക്ഷണങ്ങൾ അവരിൽ കാണുന്നത് ഒന്നാമതു നീതിജ്ഞത; രണ്ടാമതു നിഷ്പക്ഷപാതിത്വം; മൂന്നാമതു ദയ; നാലാമതു ധീരത; അഞ്ചാമത് ഉത്സാഹം; ആറാമതു ക്ഷമ ഇതുകളാണ്. ഇങ്ങിനെ ആറു സാധനങ്ങളെക്കൊണ്ടാണ് ഇംക്ലീഷുകാർ ഇത്ര അധികം രാജ്യങ്ങൾ ഈ ലോകത്തിൽ സ്വാധീനമാക്കി രക്ഷിച്ചു വരുന്നത്. ഇങ്ങനെ ഉൽകൃഷ്ടബുദ്ധികളായ മനുഷ്യരാൽ ഭരിക്കപ്പെടുവാൻ സംഗതിവന്നത് ഇന്ത്യയുടെ ഒരു മഹാഭാഗ്യമാണെന്നുള്ളതിനു സംശയമില്ല. ഇവരുടെ രാജ്യഭാരം തുടങ്ങിയമുതൽ ഇന്ത്യാക്കാർക്ക് അറിവും വർദ്ധിച്ചുതുടങ്ങി. ആ അറിവിന്നു സദൃശ്യമായ യോഗ്യതകൾ ലഭിക്കേണമെന്നുള്ള ഇച്ഛയും ഇന്ത്യാക്കാർക്കു തുടങ്ങി. ആ ഇച്ഛകളെ നിവർത്തിപ്പാൻ ഇംക്ലീഷ്കാരോട് ആവശ്യപ്പെട്ടാൽ അവർ ന്യായാനുസൃതമായി ചെയ്യുമെന്നുള്ള പൂർണ്ണവിശ്വാസം ഞങ്ങൾക്കുണ്ടാകയാൽ ആ അപേക്ഷകളെ യുക്തിയുക്തങ്ങളായ സംഗതികളോടുകൂടി ചെയ്‌വാൻവേണ്ടി ചേർന്നിട്ടുള്ള സഭയാണു കോൺഗ്രസ്സ് സഭ.

ഇംക്ലീഷുകാർ എല്ലായ്പ്പോഴും എല്ലാം സംഗതികളിലും മനുഷ്യർക്ക് സ്വാതന്ത്ര്യം ഉണ്ടായിരിക്കേണ്ടതാണെന്നുള്ള അഭിപ്രായക്കാരാണ്. ആ അഭിപ്രായം വളരെ സംഗതികളിൽ മനുഷ്യസമുദായത്തിലെ ക്ഷേമത്തിന് അനുസരിച്ച് അവർ നടത്തിയും വരുന്നുണ്ട്. ഇപ്പോൾ ഇംക്ലീഷ് ബിലാത്തിയിൽ ഒരു മനുഷ്യനും മറ്റൊരു മനുഷ്യന്റെ അടിമയാണെന്നു വിചാരിക്കുകയില്ല. ഒരു മനുഷ്യനും ഏകശാസനമായി ഒന്നും മറ്റുള്ള മനുഷ്യരെപ്പറ്റി ചെയ്‌വാൻ കഴിയില്ല. ഇംഗ്ലണ്ടിൽ ഒരു മനുഷ്യനും തന്റെ ശക്തിക്കും ഇഷ്ടത്തിനും അനുസരിച്ചു കുറ്റകരമല്ലാത്ത യാതൊരു പ്രവൃത്തിയും ചെയ്യുന്നതിൽ മറ്റൊരാളെ ഭയപ്പെടുകയില്ല. ഇതിന്നുള്ള മുഖ്യകാരണം ഇംഗ്ലണ്ടിൽ രാജ്യഭരണക്രമം അതിമഹാന്മാരായ ആളുകൾ ഏർപ്പെടുത്തിയതിന്റെ ഒരു വിശേഷം തന്നെയാണ്. ആ മാതിരി മുഴുവനും ഒന്നായിട്ടു കിട്ടുന്നില്ലെങ്കിൽ ഏതാനും അപ്പപ്പോഴായിട്ടെങ്കിലും നുമ്മൾക്കും കിട്ടേണമെന്നുള്ള അപേക്ഷയെയാണ് കോൺഗ്രസ്സ് ചെയ്തുവരുന്നത്. ഇതിൽ എന്താണ് ഒരു ദോഷം? ഇന്ത്യയിൽ എന്നുവേണ്ടാ ആഫ്രിക്കയിൽ ഉള്ള കാപ്പിരി ജാതിക്കാരെകൂടി കഴിയുമെങ്കിൽ ഈ വിധം തന്ത്രങ്ങൾ ഏർപ്പെടുത്തിയ മാതിരിയിലുള്ള

രാജ്യഭരണത്തിൽ കൊണ്ടുവന്നാൽ നല്ലതാണെന്നു ഞാൻ വിചാരിക്കുന്നു. ഇന്ത്യയിൽ സാധാരണജനങ്ങൾക്കും പഠിപ്പും അറിവും നല്ലവണ്ണം എനിയും ഉണ്ടായിട്ടില്ലാത്തതിനാൽ ഈ മാതിരി രാജ്യഭരണത്തിന്നു സമയമായിട്ടില്ലെന്നു ചില ദുഷ്ടന്മാർ പറയുന്നുണ്ട്. ഇതു വെറും ദുഷ്ടതയാണ്.

രാജ്യഭാരം ഈ അറിവില്ലാത്താളുകൾക്കും സുഖദുഃഖങ്ങളെ അറിവാൻ കഴിയും. ഇന്ത്യാരാജ്യക്കാർക്ക് അത് അറിവാൻ കഴികയില്ലെന്നു പറയുന്നതു ഭോഷത്വമല്ലേ? മുമ്പേത്തെമാതിരി നാടുവാഴികൾ ശിക്ഷാരക്ഷകൾ ചെയ്തുവന്നപ്പോൾ ഉണ്ടായിരുന്ന സുഖദുഃഖങ്ങളും ഇപ്പോഴത്തെ രാജ്യഭാരത്തിൽ ഉണ്ടാവുന്ന സുഖദുഃഖങ്ങൾ ഇന്ത്യയിൽ ഉള്ള എത്രയോ താണതരം മനുഷ്യർക്കുടി മുഖ്യമായ സംഗതികളിൽ അറിയുന്നു. മനുഷ്യർ പോട്ടെ ചില മൃഗങ്ങൾ കൂടി അതുകളെ ദയയോടെ സംരക്ഷിക്കുന്നെന്നും അതിനോടു ക്രൂരത കാട്ടുന്നെന്നും ആളുകളെ വേർതിരിച്ചറിയുന്നു. ഇപ്പോൾ കോൺഗ്രസ്സ് ആവശ്യപ്പെടുന്നത് മുഖ്യമായി ഈ രാജ്യത്തെ ഭരിക്കുന്നതിൽ വിദ്യകൊണ്ടും അറിവുകൊണ്ടും ഇംക്ലീഷ്കാരോടു സമന്മാരായ ഈ രാജ്യക്കാരെ അധികം ചേർത്ത് അവരുടെ അഭിപ്രായങ്ങളെ ആലോചിച്ചും അനുസരിച്ചും വേണമെന്നാണ്.

ഇതിൽ എന്താണ് അബദ്ധം? ഇങ്ങിനെ ആയാൽ അല്ലേ പ്രജകൾക്ക് അധികം ഗുണം? രാജ്യഭരണതന്ത്രങ്ങളെ അറിഞ്ഞു നടത്താൻ കഴിയുന്നവർ പലരും നുമ്മടെ നേറ്റീവാളുകളുടെ ഇടയിൽ ഇപ്പോൾ ഇന്ത്യയിൽ എല്ലായിടവും ഉണ്ടെന്നു സമ്മതിക്കുന്നു. അങ്ങനെ ആളുകളെ ഉണ്ടാക്കിച്ചതും ഇംക്ലീഷ്കാർ തന്നെ. അങ്ങിനെ ഇരിക്കുമ്പോൾ പഠിപ്പുള്ള യോഗ്യന്മാരായ ആളുകളെ അവരവരുടെ അവസ്ഥാനുസാരം ഇംക്ലീഷുകാരോടുകൂടി രാജ്യഭരണത്തിൽ ചേർത്തു രാജ്യഭാരം ചെയ്യേണമെന്ന് നോം ആവശ്യപ്പെടേണ്ടതല്ലയോ? ഈ വിധം ഉള്ള ഓരോ സംഗതികളെയാണു കോൺഗ്രസ്സ് മുഖ്യമായി ആലോചിക്കുന്നതും.

ഇന്ത്യയിൽ പഠിപ്പില്ലാത്തവർ പഠിപ്പുള്ളവരേക്കാൾ വളരെ അധികം എന്നു സമ്മതിക്കുന്നു. ഇംഗ്ലണ്ട്, അമേരിക്ക, ജർമ്മനി, ഫ്രാൻസ് മുതലായ രാജ്യങ്ങളിലെ സ്ഥിതിയും ഈ സംഗതിയിൽ ഇന്ത്യയിലെപ്പോലെതന്നെയാണ്. ഗവർമ്മേണ്ടു നിമിത്തം ഉണ്ടായിട്ടുള്ള കാണുന്ന പഠിപ്പുള്ള ജനങ്ങളാണെന്നു ഞാൻ വിശ്വസിക്കുന്നു. പഠിപ്പുള്ള ജനങ്ങൾക്കു മാത്രമേ ഇംക്ലീഷുഗവർമ്മേണ്ടിന്റെ ഗുണദോഷങ്ങൾ വിവരമായി അറിവാൻ കഴികയുള്ളൂ. 1857-ൽ ഇന്ത്യ

യിൽ ഉണ്ടായ അതിഭയങ്കരമായ ലഹള ആമാതിരിയുള്ള കാരണ ങ്ങളിന്മേൽ എനി ഒരു പ്രാവശ്യം ഇന്ത്യയിൽ ഉണ്ടാവാൻ പാടുള്ള തല്ലെന്നു ഞാൻ വിചാരിക്കുന്നു. ഇങ്ങനെ ഉണ്ടാവാൻ പാടില്ലെന്നു ഞാൻ വിചാരിക്കുന്നതിന്നു മുഖ്യകാരണം ഇന്ത്യയിൽ ഇപ്പോൾ വർദ്ധിച്ചുവരുന്ന പഠിപ്പും അറിവും നിമിത്തമാണെന്നു ഞാൻ പറ യുന്നു. പട്ടാളങ്ങൾ അധികരിപ്പിച്ചതിനാലും കോട്ടകൾ അധികം ഉണ്ടാക്കിയതിനാലും മറ്റും അല്ല ഇങ്ങിനെ ഇംക്ലീഷ് ഗവർമ്മെണ്ടിന്ന് ഇന്ത്യയിൽ ബലം വർദ്ധിച്ചത്. ഒരു ഗവർമ്മെണ്ടിന്റെ ബലം അതിന്റെ പ്രജകളുടെ അറിവിലും പടിപ്പിലും സ്നേഹത്തിലും നിന്ന് ഉത്ഭ വിച്ചു വർദ്ധിച്ചുവരണം. അല്ലാതെ ഉണ്ടാവുന്ന ബലം നിലനി ല്ക്കുന്ന ബലമല്ല. 1857-ൽ മൃഗങ്ങളുടെ ശവത്തിൽ നിന്ന് എടുത്ത നെയ്യ് പെരട്ടിയ വെടിമരുന്നുതിരകൾ കടിപ്പിച്ചു പട്ടാളക്കാരുടെ ജാതി കളവാൻ പോവുന്നു എന്ന് ഉണ്ടാക്കിയ ആ കിംവദന്തി എത്ര ക്ഷണം കാട്ടുതീപോലെ രാജ്യത്ത് എല്ലാം പരന്നു. എത്ര ക്ഷണേന ജനങ്ങൾ വിശ്വസിച്ചും. ഇംക്ലീഷ് ഗവർമ്മെണ്ട് അങ്ങനെ ദുഷ്ടത യായി പ്രവർത്തിക്കുന്ന ഒരു ഗവർമ്മേണ്ടല്ലെന്നു പറഞ്ഞു സാധാ രണ ജനങ്ങളെ ധരിപ്പിക്കാൻ അന്ന് അറിവുള്ളവർ ഇന്ത്യയിൽ വളരെ ചുരുക്കമായിപ്പോയതിനാൽ ദുഷ്ടന്മാരുണ്ടാക്കിത്തീർത്ത ഈ ഭോഷ്ക് ക്ഷണേന ജനങ്ങൾ വിശ്വസിച്ചു.

ഇക്കാലം ഇംക്ലീഷ് ഗവർമ്മെണ്ടിനെക്കൊണ്ട് ഇങ്ങനെ ഒരു നുണ പറഞ്ഞാൽ എത്ര ക്ഷണം അതു കളവാണെന്നു ജനങ്ങൾക്കു ബോദ്ധ്യപ്പെടും. ഇതിന് എന്തുകാരണം? ജനങ്ങളുടെ ഇടയിൽ ഇംക്ലീഷ് ഗവർമെണ്ടിന്റെ സൂക്ഷമതത്വങ്ങൾ അറിയുന്ന പലരും ഇപ്പോൾ ഇന്ത്യയിൽ പലേടങ്ങളിലും ഉണ്ടാകയാൽ ഈവക നുണ കൾ ഒന്നും പരക്കാൻ അവർ സമ്മതിക്കുകയില്ല. ഇതു തന്നെ കാര ണം. ഇങ്ങനെയാണു കാര്യത്തിന്റെ സൂക്ഷ്മസ്ഥിതി. എന്നിട്ടും ദുഷ്ടന്മാരായ അല്പം ചില മനുഷ്യർ ഇംക്ലീഷ് ഗവർമെണ്ടിനെ അസത്യമായി ദുഷിക്കുന്നതുകൊണ്ടു പഠിപ്പുള്ള എല്ലാവരും ഇംക്ലീഷ് ഗവർമ്മെണ്ടിനോടു വിരോധമാണെന്ന ഒരു ധാരണ ഉണ്ടാ യിത്തീരുന്നതു കണ്ടു ഞാൻ വ്യസനിക്കുന്നു.

ഇംക്ലീഷ്കാരെ നുമ്മൾ ന്യായമല്ലാതെ ബഹുമാനിക്കുകയും ഭയ പ്പെടുകയും ചെയ്യേണമെന്നു യോഗ്യന്മാരായ ഇംക്ലീഷുകാർ ആരും ആവശ്യപ്പെടുന്നില്ല. രാജ്യത്ത് ഇപ്പോൾ ഉള്ള ഗവർമ്മെണ്ടുതന്നെ മതി എന്ന് അച്ഛൻ പറയുന്നതിൽ ഞാൻ യോജിക്കുന്നില്ല. ഇംക്ലീ ഷുകാരെപ്പോലെതന്നെ വിദ്യാഭ്യാസം ചെയ്ത നുമ്മൾക്കു

സാമർത്ഥ്യവും യോഗ്യതയും ഉണ്ടായശേഷം നമ്മൾ സാധാരണ മനുഷ്യസ്വഭാവത്തിന്ന് അനുസരിച്ച് ആ യോഗ്യതാനുസരണം ഓരോ സ്ഥിതികളിൽ ഇരിപ്പാൻ കാംക്ഷിക്കുന്നതു തെറ്റാണെന്നു പറയുന്നതു നീതിയല്ല. ദുഷ്ടന്മാരല്ലാതെ ഇതു തെറ്റാണെന്ന് ആരും പറയും? ഇംക്ലീഷ് ബിലാത്തിയിൽ മുക്കാലേ മൂന്നു വിശവും ജന ങ്ങൾക്ക് ഈ കോൺഗ്രസ്സിനെ വളരെ ബഹുമാനമാണ് ഉള്ളത്. ഇപ്പോൾ ഇംക്ലീഷ് പഠിച്ച് ഉയർന്നതരം പരീക്ഷകൾ ജയിച്ചു രാജ്യ തന്ത്രത്തിൽ പരിശ്രമിച്ച് അതിൽ സമർത്ഥന്മാരായി ഇംക്ലീഷുകാ രോടു സമന്മാരായിരിക്കുന്ന നമ്മളുടെ ആളുകൾ തങ്ങളുടെ ശ്ലാഘ്യ തയക്കനുസരിച്ച പദവിക്കു ഗവർമ്മെണ്ടോടാവശ്യപ്പെടുമ്പോഴും.

ഇന്ത്യാരാജ്യത്ത് ഇപ്പോൾ നടക്കുന്ന രാജ്യഭാരക്രമങ്ങളിൽ ജന സമുദായത്തിന്റെ ഗുണത്തിൽ ചില ഭേദങ്ങൾ ചെയ്യേണമെന്നു പറ യുമ്പോഴും.

ദാരിദ്ര്യദശയിൽ എത്താൻ പോവുന്ന ഒരു രാജ്യത്തിലെ പണം ഗവർമ്മെണ്ടു ചിലവിടുന്നതിലും പണം എടുപ്പിക്കുന്നതിലും ഇപ്പോൾ വെച്ചിട്ടുള്ള ശട്ടവട്ടങ്ങളിൽ ചില ചില ഭേദങ്ങൾ ചെയ്യാ തിരുന്നാൽ അത് രാജ്യത്തിന്നു നാശകരമായി വരുമെന്നു യുക്തി യുക്തങ്ങളായ സംഗതികളായ സംഗതിളോടുകൂടി രാജ്യത്തിൽ പ്രമാ ണപ്പെട്ടും ജനസമ്മതന്മാരായും ഉള്ള പഠിപ്പുള്ളവർ ഒരു സഭയായി കൂടി ഗവർമെണ്ടിനോടു പറയുമ്പോഴും.

നിങ്ങൾ എല്ലാം ജാതി ഒന്നല്ല. ഒന്നാമതു ജാതി ഒന്നാക്കിൻ. രണ്ടാമതു നിങ്ങളുടെ പെണ്ണുങ്ങളെ വിദ്യപഠിപ്പിക്കിൻ. തീനും കുളിയും ആചാരങ്ങളും പഴേ മാതിരിയുള്ളതെല്ലാം കളയുവിൻ. ഇരുമ്പുചക്രങ്ങളും തൂശിയും ഉണ്ടാക്കാൻ പഠിക്കിൻ. എന്നിട്ട് ഈ സംഗതിയെക്കുറിച്ചു സംസാരിച്ചാൽ മതി. എന്നു ഗോവിന്ദൻകുട്ടി യെപ്പോലെയുള്ള വിഡ്ഢികൾ മറുവടി പറയുന്നതാകയാൽ അതു നിസ്സാരമായ മറുവടിയാണെന്ന് അച്ഛനുതന്നെ തോന്നുകയില്ലയോ?

ഗോവിന്ദൻകുട്ടിമേനവൻ: മാധവൻ ഇപ്പോൾ പറഞ്ഞമാതിരി യാണു കോൺഗ്രസ്സിന്റെ സ്വഭാവമെങ്കിൽ ഞാൻ പറഞ്ഞതിൽ അധികം ഭാഗവും തെറ്റാണെന്നു ഞാൻ സമ്മതിക്കാം. എന്നാൽ സൂക്ഷ്മസ്ഥിതി അങ്ങനെ അല്ലെന്നു ഞാൻ വിചാരിക്കുന്നു. കോൺഗ്രസ്സുകാരുടെ പലേ പ്രസംഗങ്ങളും ഞാൻ വായിച്ചിട്ടുണ്ട്. ആ പ്രസംഗങ്ങളിൽ മുക്കാലേമൂന്നു വീശവും ഇപ്പോഴുള്ള ബ്രീട്ടീഷ് ഗവർമ്മേണ്ടിനെ വളരെ സ്നേഹത്തോടും പ്രേമത്തോടും ശ്ലാഘി ച്ചതായി ഞാൻ കണ്ടിട്ടില്ല. അതുകൾ വായിച്ചപ്പോൾ ഇംക്ലീഷുകാ

രോടു സഭക്കാർക്ക് ഒരു വെറുപ്പ് ഉള്ളതുപോലെ തോന്നി.

മാധവൻ: അതു ഗോവിന്ദൻകുട്ടി വായിച്ചു മനസ്സിലാക്കിയെടുത്ത തെറ്റാണ്. ഇംക്ലീഷുകാരെ വെറുത്തിട്ടാണെങ്കിൽ ഇപ്പോൾ ബിലാത്തിയിൽ ഈ കോൺഗ്രസ്സിനെ ഇത്ര ബഹുമാനമുണ്ടാവുമോ?

ഗോവിന്ദൻകുട്ടിമേനോൻ: ബിലാത്തിയിൽ കോൺഗ്രസ്സിന്റെ സ്ഥിതി അറിവില്ലാത്തവർക്കേ അതിനെപ്പറ്റി ബഹുമാനമുള്ളൂ. ലോർഡ് ഡഫ്രീൻ മുതലായ മഹാന്മാർക്കു കോൺഗ്രസ്സിനെ ബഹു പുച്ഛമാണ്.

മാധവൻ: ഒരിക്കലും അല്ല. എന്നാൽ ഞാൻ മുമ്പു പറഞ്ഞപ്രകാരം ചില ധൃതഗതിക്കാരുടെ തുമ്പില്ലാത്ത പ്രസംഗങ്ങളാലും മറ്റും ലോർഡ് ഡഫ്രീൻ മുതലായ മഹാന്മാർക്കു കോൺഗ്രസ്സിനെ വളരെ ബഹുമാനമാണ് ഉള്ളത് എന്നു ഞാൻ വിചാരിക്കുന്നു.

അധികം ഗുണങ്ങൾ കിട്ടാൻവേണ്ടി അതുവരെ കിട്ടിയ ഗുണങ്ങൾ ഒന്നും സാരമില്ലെന്ന് ഒരുവൻ തന്റെ യജമാനനോടു പറയുമ്പോൾ അദ്ദേഹത്തിനു സുഖക്കേട് ഉണ്ടാവുന്നതു മനുഷ്യസ്വഭാവമല്ലേ? ഇത്രമാത്രമേ ലോർഡ് ഡഫ്രീൻ മുതലായ പ്രഭുക്കൾക്ക് അനിഷ്ടമുള്ളൂ. ഇന്ത്യയിലെ നിവാസികളിൽ യോഗ്യരായ ആളുകളെ രാജ്യഭാരകാര്യങ്ങളിൽ ഇപ്പോൾ ഉള്ളതിൽ അധികം പ്രവേശിപ്പിച്ചു പരിശ്രമിപ്പിക്കേണമെന്നുതന്നെയാണു യോഗ്യരായ സകല ഇംക്ലീഷുകാരുടെയും അഭിപ്രായം.

ലോർഡ് ഡഫ്രീനും ഇതുതന്നെയാണ് അഭിപ്രായം. അങ്ങിനെ ഇരിക്കുമ്പോൾ കോൺഗ്രസ്സ് അവർക്ക് അനിഷ്ടമായി വരാൻ പാടില്ല. എന്നാൽ ഞാൻ പറഞ്ഞ സ്ഥിതിയിൽ നിന്നു കോൺഗ്രസ്സ് വിട്ട് അനാവശ്യമായും അസത്യമായും ബ്രിട്ടീഷ് ഗവർമ്മെണ്ടിനെ നിന്ദിക്കുന്ന കാലം ഞാൻ കോൺഗ്രസ്സിന്റെ ഒരു സ്നേഹിതൻ ആയിരിക്കയില്ല. നിശ്ചയം. സർ ഓക്ലണ്ട് കൊൾവിൻ സായ്‌വർകളുടെ കത്തിൽ പറയുന്ന പ്രകാരമുള്ള ചീത്തയായ നടവടികൾ ഈ സഭയ്ക്ക് എനിയും ഉണ്ടാവുന്നുണ്ടെങ്കിൽ അതു സഭയുടെ അധഃപതനത്തിന്റെ ഹേതുവായി വരുമെന്നു ഞാൻ വിചാരിക്കുന്നു.

ഗോവിന്ദപ്പണിക്കർ: നേരം കുറെ അധികമായി എന്നു തോന്നുന്നു. എനിക്കു ഉറക്കു വരുന്നു.

അങ്ങനെതന്നെ മാധവനു ഗോവിന്ദൻകുട്ടിമേനവനു പറഞ്ഞ് ഉറങ്ങുകയും പിറ്റേദവിസത്തെ വണ്ടിക്കു ബൊമ്പായിൽ നിന്നു മലയാളത്തിലേക്കു പുറപ്പെടുകയും ചെയ്തു.

മാധവന്റെ സഞ്ചാരകാലത്തു വീട്ടിൽ നടന്ന വാസ്തവങ്ങൾ

മാധവൻ മദിരാശി വിട്ടുപോയമുതൽ ഇന്ദുലേഖയ്ക്കുണ്ടായ വ്യസനത്തിന്റെ അവസ്ഥയെക്കുറിച്ച് അല്പം ഇവിടെ പറയാതെ നിവൃത്തിയില്ല. മാധവൻ നാടുവിട്ടു പൊയ്ക്കളഞ്ഞു എന്നു കേട്ടതിൽ മാധവന്റെ അമ്മ മുതലായവർക്കുണ്ടായ ഒരു വ്യസനംപോലെ അല്ല ഇന്ദുലേഖക്ക് ഉണ്ടായ വ്യസനം. ഇന്ദുലേഖ മുഖ്യമായി വ്യസനിച്ചതു രണ്ടു സംഗതിയിലാണ്. ഒന്നാമത്, മാധവൻ തന്നെക്കുറിച്ച് ഒരു ഭോഷ്കു കേട്ടത് ഇത്ര ക്ഷണേന വിശ്വസിച്ചുവല്ലൊ; തന്റെ ബുദ്ധിയുടെ സ്വഭാവം മാധവന് ഇത്ര അറിവില്ലാതെപോയല്ലൊ എന്ന്. രണ്ടാമത്, മാധവനും ബുദ്ധിക്കു കുറെ പ്രസരിപ്പ് അധികമായാലും തന്നോടു സ്വന്തം പ്രാണനേക്കാൾ അധികം പ്രീതിയാണെന്നു താൻ അറിയുന്നതുകൊണ്ടും തന്റെ വിയോഗം നിമിത്തം ഉള്ള കഠിനമായ വ്യസനത്തിൽ സ്വന്തജീവനെത്തന്നെ മാധവൻ നശിപ്പിച്ചുകളഞ്ഞുവെങ്കിലോ എന്നും ഒരു ഭയം. ഇങ്ങനെ രണ്ടു സംഗതികളെ ഓർത്തിട്ടാണ് ഇന്ദുലേഖ വ്യസനിച്ചത്. രാജ്യസഞ്ചാരത്തിന്നു പോയതുകൊണ്ട് ഒരു വൈഷമ്യവുമില്ല. പഠിപ്പുകഴിഞ്ഞശേഷം ഒരു രാജ്യസഞ്ചാരം കഴിക്കേണ്ടതാവശ്യമാണ്. അതിൽ ഒന്നും ഭയപ്പെടാനില്ലെന്നായിരുന്നു ഇന്ദുലേഖയുടെ വിചാരം. മേല്പറഞ്ഞ സംഗതികളിൽ തനിക്കു കഠിനമായ വ്യസനമുണ്ടായിരുന്നുവെങ്കിലും അതൊക്കെയും മനസ്സിൽ അടക്കി ഗോവിന്ദപ്പണിക്കരും മറ്റും തിരിയാൻ പോയതിന്റെ മൂന്നാം ദിവസം എന്നു തോന്നുന്നു. ഇന്ദുലേഖ റെയിൽവെ സ്റ്റേഷനിൽ വല്ല കമ്പിവർത്തമാനവും എത്തിയാൽ കൊണ്ടുവരാൻ ഏല്പിച്ച് സ്റ്റേഷന്റെ സമീപം പോയി താമസിച്ച് ദിവസം സ്റ്റേഷനിൽ പോയി വർത്തമാനം അന്വേഷിക്കാൻ ഒരാളെ നിയമിച്ചയച്ചു. ഇന്ദുലേഖ പിന്നെ ദിവസം കഴിച്ചുപോയത് എങ്ങനെ എന്നു പറയാൻകൂടി പ്രയാസം. പാർവ്വതിഅമ്മയുടെ വ്യസനശാന്തിക്ക് എല്ലാ സമയവും ആ അമ്മയുടെ കൂടെത്തന്നെ ഇരുന്നു. മാധവൻ പോയി എന്നു കേട്ടതുമുതൽ പാർവ്വതി അമ്മയെ എന്തോ തന്റെ അമ്മയെക്കാൾ സ്നേഹമായി. ഇന്ദുലേഖ ഒരു നേരമെങ്കിലും പിരിഞ്ഞിരിക്കാറില്ല. കുളിയും ഭക്ഷണവും കിടപ്പും ഉറക്കും എല്ലാം ഒരുമിച്ചുതന്നെ. എന്നാൽ പാർവ്വതിഅമ്മയ്ക്ക് ഇന്ദുലേഖയും മാധവനുമായുള്ള സ്ഥിതി മുഴുവൻ മനസ്സിലായിട്ടുണ്ടായിരുന്നില്ല. തമ്മിൽ വളരെ സ്നേഹമാണെന്നു

മനസ്സിലാക്കിയിട്ടുണ്ട്. ഇവർ തീർച്ചയായി ഭാര്യഭർത്താക്കന്മാരുടെ നിലയിൽ വരാൻ പോവുന്നു എന്നും ഇന്ദുലേഖയ്ക്കു മാധവൻ അല്ലാതെ വേറെ ആരും ഭർത്താവാകാൻ പാടില്ലെന്നും പാർവ്വതി അമ്മയ്ക്കു ലേശം പോലും തോന്നീട്ടില്ല. അങ്ങനെ ഇരിക്കുമ്പോൾ മാധവനെത്തന്നെ ഓർത്തുംകൊണ്ട് ഒരു രാത്രിയിൽ ഇന്ദുലേഖ യുടെ മാളികയിൽ ഇന്ദുലേഖയുടെ സമീപം ഉറങ്ങാനായി കിടക്കു ന്നു. രാത്രി ഏകദേശം ഒരു മണി കഴിഞ്ഞിരിക്കുന്നു. പാർവ്വതിഅമ്മ തന്റെ കോച്ചിന്മേൽ എണീട്ടിരുന്ന് ഇന്ദുലേഖ ഉറങ്ങുന്നുവോ എന്നു ചോദിച്ചു. ഇല്ലെന്നു പറഞ്ഞ് ഇന്ദുലേഖയും എഴുന്നീറ്റ് ഇരുന്നു.

പാർവ്വതിഅമ്മ: മകളെ, ഞാൻ നിന്നോട് ഒന്നു ചോദിക്കട്ടെ, നീ എന്നോടു നേരു പറയുമോ?

ഇന്ദുലേഖ: എന്താണു സംശയം?

പാർവ്വതിഅമ്മ: നീ മാധവനു വിരസമായി വല്ല എഴുത്തോ മറ്റോ എഴുതിയിരുന്നുവോ?

ഇന്ദുലേഖ: ഇതുവരെ ഇല്ല.

പാർവ്വതിഅമ്മ: നിന്നെക്കുറിച്ചുള്ള വ്യസനം കൊണ്ടാണ് അവൻ പോയത്.

ഇന്ദുലേഖ: ആയിരിക്കണം.

പാർവ്വതിഅമ്മ: എന്റെ മകൾ മാധവനെ ഭർത്താവാക്കി എടുക്കു മെന്ന് ഒരെഴുത്ത് ഇങ്കിരീസ്സിൽ എഴുതി അയച്ചാൽ രണ്ടു ദിവസ ത്തിലകത്ത് എന്റെ മകൻ ഇവിടെ എത്തുമായിരുന്നു. അതിനിപ്പോൾ അമ്മാമന്റെ സമ്മതിക്കയുമില്ലല്ലൊ. എന്തുചെയ്യും? എന്റെ കുട്ടി യുടെ തലയിൽ എഴുത്ത്.

എന്നു പറഞ്ഞു പാവം കരഞ്ഞുതുടങ്ങി.

ഇന്ദുലേഖ: അതിനെക്കുറിച്ച് ഒന്നും നിങ്ങൾ വ്യസനിക്കേണ്ട. അദ്ദേഹത്തെയല്ലാതെ വേറെ ഈ ജന്മം ഒരാളെയും ഞാൻ ഭർത്താ വാക്കി എടുക്കയില്ലെന്ന് അദ്ദേഹം നല്ലവണ്ണം അറിയും.

പാർവ്വതിഅമ്മ: എന്റെ മകളുടെ വിചാരം അങ്ങനെയാണെന്നു മാധവൻ അറിഞ്ഞിട്ടുണ്ടോ?

ഇന്ദുലേഖ: ശരിയായിട്ട്- വെടുപ്പായിട്ട്.

പാർവ്വതിഅമ്മ: എന്നാൽ എന്റെ മകൻ എങ്ങും പോവില്ല. മട ങ്ങിവരും.

ഇന്ദുലേഖ: മടങ്ങിവരാതിരിപ്പാൻ കാരണമില്ല. എന്നാൽ നുമ്മ ളുടെ നിർഭാഗ്യത്താൽ എന്തെല്ലാം വരുന്നു എന്ന് അറിവാൻ പാടി ല്ല. എന്നും മറ്റും പറഞ്ഞു രണ്ടുപേരും രാത്രി മുഴുവനും ഉറങ്ങാതെ

കഴിച്ചു എങ്കിലും പാർവ്വതിഅമ്മയ്ക്ക് അന്ന് ഒരു കാര്യം തീർച്ചയായി മനസ്സിലായി- ഇന്ദുലേഖ മാധവന്റെ ഭാര്യയായിട്ടിരിപ്പാനാണു നിശ്ചയിച്ചിരിക്കുന്നത് എന്ന്.

ഇങ്ങനെ ദിവസങ്ങൾ കുറെ കഴിഞ്ഞു. മാധവൻ നാടുവിട്ടു പൊയ്ക്കളഞ്ഞുപോൽ! എന്നു നാട്ടിലെല്ലാം പ്രസിദ്ധമായി. ശങ്കര ശാസ്ത്രികൾ ഇന്ദുലേഖയെക്കൊണ്ടു നുണ പറഞ്ഞിട്ടാണ് എന്നാണ് വർത്തമാനമായത്. ഒരു മാസം കഴിഞ്ഞശേഷം ശങ്കര ശാസ്ത്രികൾ ചെമ്പാഴിയോട്ടു വന്നപ്പോഴേക്ക് അദ്ദേഹത്തിനു ശകാരം കേട്ടിട്ടു പുറത്തിറങ്ങാൻ വയ്യാതെ ആയിത്തീർന്നു. അമ്പലത്തിൽതന്നെ ലജ്ജിച്ചു വ്യസനിച്ച് ഇരുന്നു. ശാസ്ത്രികൾ വന്നിട്ടുണ്ടെന്ന് ആരോ ഇന്ദുലേഖയോടു പറഞ്ഞു. ഉടനെ വിളിക്കാൻ ആളെ അയച്ചു. ആൾ ചെന്നു വിളിക്കുന്നു എന്നു പറഞ്ഞപ്പോൾ ശാസ്ത്രികളുടെ ജീവൻ ഞെട്ടി. ഹാ, കഷ്ടം! ഞാൻ ഇത്ര യോഗ്യരായ രണ്ടുപേർക്ക് അത്യാപത്തുവരുത്താൻ കാരണമായല്ലൊ എന്ന് ഓർത്ത് കരഞ്ഞുപോയി. പിന്നെ ഇന്ദുലേഖയ്ക്കു തന്റെ മേൽ എത്ര ദേഷ്യമുണ്ടായിരിക്കും; എന്തൊക്കെ പറയും എന്നറിഞ്ഞില്ല എന്നു വിചാരിച്ച് അതിയായിട്ട് ഒരു ഭയം. പിന്നെ ഈ വ്യസനത്തിൽ ഇന്ദുലേഖയെ കാണാതിരിക്കുന്നതു മഹാ അയോഗ്യമല്ലേ എന്ന് ഒരു വിചാരം എന്തെങ്കിലുമാവട്ടെ. ഞാൻ അസത്യമായി ഒന്നും പ്രവർത്തിച്ചിട്ടില്ല. ഇന്ദുലേഖയ്ക്കു മാധവനും ഹിതമായിട്ടല്ലാതെ ഞാൻ ഒന്നും ഒരിക്കലും മനഃപൂർവ്വം ചെയ്കയുമില്ല. അതിനു സർവ്വാന്തര്യാമിയായ ജഗദീശ്വരൻ സാക്ഷിയുണ്ടല്ലൊ എന്നൊരു ധൈര്യം. ഇങ്ങനെ മനസ്സിനു പലേ ചേഷ്ടകളോടുകൂടി ജീവച്ഛവമെന്നപോലെ ശാസ്ത്രികൾ ഇന്ദുലേഖയുടെ മുമ്പിൽ പോയി നിന്നു.

എന്നാൽ ഇന്ദുലേഖയ്ക്കു ശാസ്ത്രികളോടു യാതൊരു സുഖക്കേടും ഉണ്ടായിരുന്നില്ല. ഇന്ദുലേഖ അന്വേഷിച്ചു സകല വിവരങ്ങളും മനസ്സിലായിരിക്കുന്നു. ഗോവിന്ദൻ വഴിയിൽ സത്രത്തിന്റെ ഉമ്മറത്തുവെച്ചു ശാസ്ത്രകളോടു പറഞ്ഞതുകൂടി അറിഞ്ഞിരിക്കുന്നു. ശാസ്ത്രികൾക്കു തന്നോടുള്ള സ്നേഹം നിമിത്തം ഈ ദുസ്സഹമായ ഭോഷ്കു കേട്ടു നേരാണെന്നു ധരിച്ചു കഠിനമായി വ്യസനിച്ചതിനാൽ അന്നു പുറപ്പെട്ടുപോവാൻതന്നെ കാരണമായതാണെന്നുകൂടി ഇന്ദുലേഖയ്ക്കു മനസ്സിലായിരിക്കുന്നു. എന്നാൽ ശാസ്ത്രികളെ അപ്പോൾ വിളിക്കാൻ പറഞ്ഞതിന്റെ കാരണം മാധവനെ ഒടുവിൽ കണ്ട് സംസാരിച്ചാൽ അദ്ദേഹമായതുകൊണ്ട് ആ വർത്തമാനം ചോദിപ്പാൻ മാത്രമാണ്. ശാസ്ത്രികളെ മുമ്പിൽ കണ്ട ഉടനെ

ഒരു കസാല നീക്കിവെച്ച് ഇരിക്കാൻ പറഞ്ഞു:

ശാസ്ത്രികൾ ആ നിന്ന ദിക്കിൽ നിന്നു തന്നെ കലശലായി കരഞ്ഞും കൊണ്ടു പറഞ്ഞു:

ഈ മഹാപാപിയായ എന്നെ എന്തിനു വിളിച്ചു കാണുന്നു? നിങ്ങൾ രണ്ടുപേരും എനിക്ക് എന്റെ പ്രാണനു സമമാണ്. ജഗദീശ്വാ! അറിയാതെ അബദ്ധമായി ഞാൻ നിങ്ങൾക്ക് ഈ ആപത്തിനു കാരണമായല്ലൊ എന്നു പറഞ്ഞപ്പോൾ,

ഇന്ദുലേഖ: ഇരിക്കൂ. ഞാൻ സകല വിവരങ്ങളും അറിഞ്ഞിരിക്കുന്നു. എന്നോടും മാധവനോടും ശാസ്ത്രികൾക്കുള്ള സ്നേഹശക്തിയാൽ മാത്രം ആപത്തിന്നു കാരണമായതാണ്. പിന്നെ ശാസ്ത്രികൾക്കു മാത്രമല്ല ഈ തെറ്റായ ധാരണ ഉണ്ടായത്. വേറെ പലേ ആളുകളും തെറ്റായി ധരിച്ചിട്ടുണ്ട്. ഇതിൽ ഒന്നും എനിക്ക് അത്ര ആശ്ചര്യമില്ല. എന്റെ ആശ്ചര്യവും വ്യസനവും അദ്ദേഹം കൂടി ഈ വർത്തമാനം ഇത്ര ക്ഷണം വിശ്വസിച്ചുവല്ലോ എന്നറിഞ്ഞതാണ്.

എന്നു പറയുമ്പോഴെയ്ക്ക് ഇന്ദുലേഖയ്ക്ക് കണ്ണിൽ ജലം നിറഞ്ഞു പോയി.

ശാസ്ത്രികൾ: (ഗൽഗദാക്ഷരമായി) കഷ്ടം! കഷ്ടം! ഇങ്ങനെ ശങ്കിക്കരുതെ, ഇതാണു കഷ്ടം! ഞാൻ അദ്ദേഹത്തോടു പറഞ്ഞ വാക്ക് ഇന്ദുലേഖ കേട്ടിരുന്നാൽ ഇന്ദുലേഖതന്നെ ഒരു സമയം വിശ്വസിച്ചു പോവും. അങ്ങനെ ഉറപ്പായിട്ടാണ് ഞാൻ പറഞ്ഞത്. പിന്നെ ഞാൻ ഇന്ദുലേഖയുടെ വലിയ സ്നേഹിതനാണെന്നു മാധവനു നല്ല അറിവ് ഉണ്ടല്ലൊ. അങ്ങനെയുള്ള ഞാൻ ഇന്ദുലേഖയെ കഠിനമായി ചീത്ത വാക്കുകൾ പറഞ്ഞു മാറത്ത് അടിച്ചു കരയുന്നതു മാധവൻ കണ്ടു. നമ്പൂതിരിപ്പാടും ഇന്ദുലേഖയും ഞാനും പകുതി വഴിയോളം ഒന്നായി വന്നു എന്നു പറയുകയും അതോടുകൂടി വേറെ അസംഖ്യം ആളുകൾ ഈ ദിക്കിൽനിന്നു വരുന്നവർ എല്ലാവരും അതിനു ശരിയായി അതേപ്രകാരം തന്നെ പറയുകയും ചെയ്താൽ വിശ്വസിക്കുന്നത് ഒരു ആശ്ചര്യമോ? കഷ്ടം മാധവനെ യാതൊരു ദൂഷ്യവും പറയരുതേ.

ഇന്ദുലേഖയ്ക്ക് ഇതു കേട്ടപ്പോൾ മനസ്സിനു കുറെ സുഖമാണു തോന്നിയത്. മാധവൻ തെറ്റായി ഒന്നും പ്രവർത്തിച്ചിട്ടില്ലെന്നു കേൾക്കുന്നതു തനിക്ക് എല്ലായ്പ്പോഴും ബഹു സന്തോഷമാണ്. താൻ തെറ്റു ചെയ്തു എന്നുവന്നാലും വേണ്ടതില്ലാ.

ഇന്ദുലേഖ:ശാസ്ത്രികൾ ഇങ്ങനെ പറഞ്ഞപ്പോൾ മാധവൻ

എന്തു ചെയ്തു?

ശാസ്ത്രികൾ: ഞാൻ ആദ്യം പറഞ്ഞത് ഒരു എടവഴിയിൽ വെച്ചാണ്. അതിനു മുമ്പുതന്നെ പലരും പറഞ്ഞിരിക്കുന്നു. കേട്ടതു ശരിയോ എന്നു ചോദിച്ചതിന് അതെ അതെ എന്നു ഞാൻ പറഞ്ഞപ്പോഴെയ്ക്കു മാധവനു ബോധക്ഷയം പോലെ ആയി.

ഇത്രത്തോളം പറഞ്ഞപ്പോഴെയ്ക്ക് ഇന്ദുലേഖയ്ക്കു കേൾക്കാൻ വയ്യാതെയായി കട്ടിലിന്മേൽ പോയി കിടന്നു കരഞ്ഞുതുങ്ങി.

ശാസ്ത്രികൾ; ഛീ വ്യസനിക്കരുതെ, വ്യസനിക്കരുതെ. ഉടനെ എല്ലാം സന്തോഷമായി വരും. ഞാൻ ദിവസം ത്രികാലപൂജയായി ഭഗവതിസേവ കഴിക്കുന്നുണ്ട്. എല്ലാം ഈശ്വരി ശുദ്ധമായി വരുത്തും.

എന്നും മറ്റും പറഞ്ഞു ശാസ്ത്രികൾ ഒരു വിധത്തിൽ മാളികയിൽ നിന്നും കണ്ണുനീർ വാർത്തും കൊണ്ട് എറങ്ങിപ്പോയി.

ഇന്ദുലേഖ ദിവസം നേരം വെളിച്ചായാൽ പിന്നെ അസ്തമനം വരെ വല്ല ആളുകളും കത്തും കൊണ്ടു സ്റ്റേഷനിൽനിന്നു വരുന്നുണ്ടോ എന്നു മാളികയിൽനിന്നു നോക്കിക്കൊണ്ടു പകൽ മുഴുവൻ കഴിക്കും. കുളി, ഊണു മുതലായതൊക്കെ പുറത്ത് ആളുകൾക്കും പരിഹസിപ്പാൻ എട കൊടുക്കാത്ത വിധം കഴിച്ചുകൂട്ടി എന്നുവരുത്തും. ഇങ്ങിനെ കഴിയുന്നു. അങ്ങനെ ഇരിക്കുമ്പോൾ ഒരു ദിവസം പകൽ നാലുമണിസമയത്ത് ഇന്ദുലേഖ മാളികയിൽ കോച്ചിന്മേൽ കിടന്നേടത്തുനിന്നു താനെ ഉറങ്ങിപ്പോയി. രാത്രി ഉറക്കമില്ലാത്തതിനാൽ എന്തോ ഒരു ക്ഷീണം കൊണ്ട് ഈ സമയത്ത് ഉറങ്ങിപ്പോയതാണ്. നേരം ഏകദേശം ആറരമണി ആയപ്പോൾ വല്ലാതെ ഉറക്കത്തുനിന്നു ഞെട്ടി ഉണർന്ന്, അയ്യോ! അയ്യോ! എന്റെ ഭർത്താവിനെ ഈ മുസൽമാൻ കുത്തിക്കൊന്നുകളഞ്ഞുവോ? കഷ്ടം! എന്റെ ഭർത്താവും മരിച്ചു. എനി എനിക്ക് ഇരുന്നതുമതി. എന്നു കുറേ ഉച്ചത്തിൽ ഒന്നു വിളിച്ചു. ഈ നിലവിളി പൂവരങ്ങിൽ ചുവട്ടിലെ നിലയിലുശള്ളവർക്കു കേൾക്കാം. ഉടനെ പഞ്ചുമേനവൻ, ലക്ഷ്മിക്കുട്ടിഅമ്മ മുതലായവരും ദാസികൾ വാലിയക്കാരും തിക്കിത്തിരക്കി ബദ്ധപ്പെട്ടു മാളികയിലേക്ക് ഓടിക്കയറി നോക്കിയപ്പോൾ ഇന്ദുലേഖ കോച്ചിന്മേൽ ബഹുക്ഷീണത്തോടെ കിടക്കുന്നു. ഉടനെ ലക്ഷ്മിക്കുട്ടിഅമ്മ ചെന്നു കൈകൊണ്ടുപിടിച്ചു. അപ്പോഴേയ്ക്കു പഞ്ചുമേനവൻ ചെന്നെടുത്തു മടിയിൽ വെച്ചു. ശരീരം തൊട്ടപ്പോൾ നല്ല തീക്കൊള്ളി കൈകൊണ്ടു പിടിച്ചതുപോലെ തോന്നി. എന്താണ് ഈശ്വരാ! പെണ്ണിന് ഇങ്ങനെ പനിക്കുന്നത്

എന്നു പറഞ്ഞുംകൊണ്ട് ഇന്ദുലേഖയോടു പഞ്ചുമേനവൻ, മകളേ! നീ എന്താണ് നിലവിളിച്ചുവോ? എന്നു ചോദിച്ചു. ഇന്ദുലേഖയ്ക്ക് ഒച്ച വലിച്ചിട്ടു വരുന്നില്ല. കുറെ വെള്ളം കുടിക്കണം എന്നു പറഞ്ഞു. വെള്ളം കൊണ്ടുവന്നു കുടിച്ചശേഷം അകത്തു വളരെ ആളുകൾ നില്ക്കുന്നതുകണ്ടു.

ഇന്ദുലേഖ: എല്ലാവരും പുറത്തുപോട്ടെ. അമ്മമാത്രം ഇവിടെ നില്ക്കട്ടെ. അമ്മയോടു വർത്തമാനം ഞാൻ സ്വകാര്യം പറഞ്ഞു വലിയച്ഛന്റെ അടുക്കെ അയയ്ക്കാം. വലിയച്ഛനോട് എനിക്കു നേരെ പറഞ്ഞുകൂടാ.

എന്നു പറഞ്ഞതുകേട്ടു പരിഭ്രമത്തോടുകൂടി ലക്ഷ്മിക്കുട്ടിഅമ്മ ഒഴികെ മറ്റുള്ള എല്ലാവരും താഴത്ത് എറങ്ങിപ്പോവുന്നു.

ഇന്ദുലേഖ: അമ്മേ! ഞാൻ ചീത്തയായി ഒരു സ്വപ്നം കണ്ടു ഭയപ്പെട്ടു നിലവിളിച്ചതാണ്. മാധവൻ ബങ്കാളത്തിന്നു സമീപമായ ഒരു സ്ഥലത്തു സഞ്ചരിക്കുമ്പോൾ ഒരു മുസൽമാൻ മാധവന്റെ നെഞ്ഞത്ത് ഒരു കട്ടാരം കൊണ്ടുകുത്തി മാധവനെ കൊന്ന് മുതൽ എല്ലാം കളവും ചെയ്തുകൊണ്ടു പോയി എന്നൊരു സ്വപ്നം കണ്ടു. മാധവൻ മുറി ഏറ്റ് അയ്യോ എന്റെ ഇന്ദുലേഖ എനി എങ്ങനെ ജീവിക്കും, എന്ന് എന്നോട് എന്റെ മുഖത്തു നോക്കിക്കൊണ്ടു പറഞ്ഞു പ്രാണൻ പോയി. ഇങ്ങിനെ കണ്ടപ്പോൾ വല്ലാതെ നിലവിളിച്ചു പോയി. എന്തോ മാധവന് ഒരു അപകടം പറ്റീട്ടുണ്ട്, എന്ന് എന്റെ മനസ്സിൽ എപ്പോഴും തോന്നുന്നു.

ലക്ഷ്മിക്കുട്ടിഅമ്മ: ഇതുകേട്ടപ്പോൾ കരഞ്ഞുപോയി. ഉടനെ കണ്ണുനീരെല്ലാം തുടച്ചു.

ലക്ഷ്മിക്കുട്ടിഅമ്മ: എന്റെ മകൾ വ്യസനിക്കേണ്ട. സ്വപ്നത്തിൽ എന്തെങ്കിലും അസംഭവ്യങ്ങളെ കാണും? അത് അശേഷം സാരമാക്കാനില്ല. മാധവൻ സുഖമായി ഉടനെ എത്തും. എന്റെ മകൾക്കു സുഖമായി മാധവനോടുകൂടി ഇരിക്കാൻ സാധിക്കും.

ഇന്ദുലേഖ; എന്തോ! അമ്മേ! എനിക്ക് ഒന്നും അറിഞ്ഞുകൂടാ. സ്വപ്നം ശരിയായി ഭാവിവർത്തമാനങ്ങളെ കാണിക്കുമെന്ന് എനിക്ക് അശേഷം വിശ്വാസമില്ല; എന്നാൽ യദൃച്ഛയാ ഒത്തുവരാം. അത് എങ്ങനെയായാലും എന്റെ മനസ്സു വ്യസനിച്ചുപോയി.

ലക്ഷ്മിക്കുട്ടിഅമ്മ: എന്റെ മകൾക്ക് നന്നെ പനിക്കുന്നുവല്ലൊ. പുതച്ചു കിടക്കണം.

എന്നു പറഞ്ഞു കട്ടിലിന്മേൽ കൂട്ടിക്കൊണ്ടുപോയി കിടത്തി പുതപ്പിച്ചു അടുക്കെ ഇരുന്നു.

ഇന്ദുലേഖ; അമ്മ പോയി ഈ വിവരം വലിയച്ഛനോടു പറയൂ.

ലക്ഷ്മിക്കുട്ടിഅമ്മ: ഇപ്പോൾ പറയണോ? നീ ഉറക്കത്തു മാധവനെക്കുറിച്ചു പറഞ്ഞ വാക്ക് ഓർമ്മയുണ്ടോ?ഇന്ദുലേഖ: ഇല്ല എന്താണു പറഞ്ഞത്?

ലക്ഷ്മിക്കുട്ടിഅമ്മ: ഭർത്താവേ, എന്നാണു നിലവിളിച്ചത്. അതു സകല ആളുകളും കേട്ടിരിക്കുന്നു.

ഇന്ദുലേഖ: അതുകൊണ്ട് എന്താണ്? അദ്ദേഹം എന്റെ മനസ്സുകൊണ്ടു ഞാൻ ഭർത്താവാക്കി നിശ്ചയിച്ച ആളല്ലേ? എനിക്ക് ഈ ജന്മം അദ്ദേഹമല്ലാതെ വേറെ ഒരാളും ഭർത്താവായിരിക്കയില്ലെന്നും ഞാൻ തീർച്ചയാക്കിയ കാര്യമല്ലേ. പിന്നെ എന്നെത്തന്നെ ആഗ്രഹിച്ചു സർവ്വസ്വവും ഉപേക്ഷിച്ചു ഞാൻ നിമിത്തം ഈ സങ്കടങ്ങളെല്ലാം അനുഭവിച്ച അതികോമളനായ അദ്ദേഹം ഏതു ദിക്കിൽ കിടന്നു വലയുന്നുണ്ടോ അറിഞ്ഞില്ല. അങ്ങനെയുള്ള അദ്ദേഹത്തെ ഭർത്താവ് എന്നു ഞാൻ വിളിക്കുന്നതിലും അത് എനി സർവ്വജനങ്ങളും അറിയുന്നതിലും എനിക്കു മനസ്സിനു സന്തോഷമല്ലേ ഉണ്ടാവാൻ പാടുള്ളൂ. അദ്ദേഹത്തിനു നാശം സംഭവിച്ചിട്ടുണ്ടെങ്കിൽ അത് അറിയുന്ന ക്ഷണം എന്റെ മരണമാണെന്നുള്ളതിന് എനിക്കു സംശയമില്ല. ഇതാ, ഈ നിമിഷത്തിൽ തന്നെ എനിക്ക് ഒരു ജ്വരം വന്നു പിടിച്ചതു കാണുന്നില്ലേ? മാധവൻ തിരിയെ വന്ന് എനിക്കു കാണാൻ കഴിയുന്നുവെങ്കിൽ ഈ രോഗത്തിൽ നിന്നു ഞാൻ നിവൃത്തിക്കും. ഇല്ലെങ്കിൽ–

ഇത്രത്തോളം പറയുമ്പോഴയ്ക്കും ലക്ഷ്മിക്കുട്ടിഅമ്മ പൊട്ടിക്കരഞ്ഞു: എന്റെ മകൾ ഇങ്ങനെ ഒന്നും പറയരുതേ എന്നു പറഞ്ഞു കട്ടിലിന്മേൽ അവിടെ വീണു.

ഇന്ദുലേഖ: പോയി പറയൂ അമ്മേ. വലിയച്ഛനോടു പറയൂ. അദ്ദേഹം അമ്മയെ കാത്തുനില്ക്കുന്നുണ്ട് ചുവട്ടിൽ. എനിക്ക് എനി ഒന്നുകൊണ്ടും ഭയമില്ല. എന്റെ മനസ്സിന് ഇപ്പോൾ ആകപ്പാടെ ഒരു ഭ്രാന്തിയാണ് ഉള്ളത്. വലിയച്ഛന് ഞാൻ എന്റെ ഭർത്താവിനെ ഭർത്താവ് എന്നു വിളിച്ചുപോയതിൽ രസമാകയില്ലായിരിക്കാം. അങ്ങനെ ആയി കൊള്ളട്ടെ. കൊച്ചുകൃഷ്ണമ്മാമൻ എന്നെ അതിവാത്സല്യത്തോടുകൂടി വളർത്തി എന്നെ എന്റെ അവസ്ഥപോലെ വെപ്പാൻ കഴിയുന്നതിനുമുമ്പ് അദ്ദേഹം മരിച്ചു. എനിക്ക് ഇഹലോകനിവാസത്തിൽ അദ്ദേഹത്തിന്റെ മരണശേഷം അത്ര കാംക്ഷ ഉണ്ടായിരുന്നില്ല. ദൈവഗത്യാ എന്റെ യൗവനമായപ്പോൾ എന്റെ മനസ്സിനു സർവ്വസുഖവും കൊടുക്കമെന്ന് എനിക്കു വിശ്വാ

സമുള്ള അതിയോഗ്യനായ ഒരു പുരുഷനെ ഭർത്താവായി മനസ്സിൽ വരിപ്പാൻ എനിക്കു ഭാഗ്യമുണ്ടായി. അത് എനിക്ക് ഇപ്പോൾ സാധിക്കാതെ പോവുമോ എന്ന് എനിക്കു ഭയം തോന്നുന്നു. ഞാൻ ഭാഗ്യമില്ലാത്തവളാണ്. അതുകൊണ്ടാണ് ഇങ്ങനെ എല്ലാം വന്നത്. ഏതായാലും എന്റെ കൊച്ചുകൃഷ്ണമ്മാമന്റെ അച്ഛനോടു ഞാൻ ഒരു കാര്യവും മറച്ചുവെയ്ക്കയില്ല അമ്മ പോയി വിവരമായി പറഞ്ഞ് ഇങ്ങട്ടുതന്നെ വരൂ. എന്റെ കൂടെത്തന്നെ കിടക്കണം.

ലക്ഷ്മിക്കുട്ടിഅമ്മ പതുക്കെ എണീട്ടു കരഞ്ഞുംകൊണ്ട് മാളികയിൽ നിന്നിറങ്ങി.

ഇവിടെ എന്റെ വായനക്കാരെ അല്പം ഒരു വിവരം വിശേഷവിധിയായി അറിയിപ്പാനുണ്ട്.

ഇന്ദുലേഖ വൈകുന്നേരം ആറരമണിക്കു സ്വപ്നം കണ്ടതും മാധവന്റെ മുതൽ സ്റ്റേഷനിൽ നിന്ന് അല്ലഹബാദിലെ സബ്ബ് ജഡ്ജി മാധവനെ ചതിച്ചു കട്ടുകൊണ്ടുപോയതും ഒരേ ദിവസം ഒരേ കാലത്തായിരുന്നു. എന്നു മാധവൻ വന്നശേഷം ഇന്ദുലേഖയും മാധവനുംകൂടി ദിവസങ്ങളുടെ കണക്കുനോക്കി തീർച്ചയാക്കിയിരിക്കുന്നു. ഈ കഥ ഞാൻ വെളിവായി പറഞ്ഞതിൽ എന്റെ വായനക്കാർ എനിക്കു സ്വപ്നങ്ങൾ ഭൂതഭവിഷ്യദ്വർത്തമാനങ്ങളെ ശരിയായി സൂചിപ്പിക്കുന്നവകളാണെന്നുള്ള വിശ്വാസമുണ്ടെന്നു വിചാരിച്ചു പോവരുതേ. മനുഷ്യരുടെ മനസ്സ് സാധാരണ ഇന്ദ്രിയഗോചരങ്ങളല്ലാത്ത വിവരങ്ങൾ അറിവാൻ ശക്തിയുള്ളതാണെന്നോ അല്ലെന്നോ ഉള്ള തീർച്ചവിശ്വാസവും എനിക്കു വന്നിട്ടില്ല. തിയോസോഫിസ്റ്റസ്സ് ഈ സംഗതിയിൽ പറയുന്നത് ഒന്നും ഞാൻ എനിയും വിശ്വസിച്ചുതുടങ്ങീട്ടില്ല. എന്നാൽ എനിക്ക് ആകപ്പാടെ ഒരു വിശ്വാസം ഉണ്ട്. അതു മനുഷ്യന്റെ ശരീരം അതിന്റെ സൃഷ്ടിസ്വഭാവത്തെയും വ്യാപാരത്തേയും ഓർക്കുമ്പോൾ പക്ഷേ, ഒരു നാഴികമണിയുടെയോ മറ്റു യന്ത്രങ്ങളുടെയോ മാതിരിയിൽ പലേ സാധനങ്ങളേയും അന്യോന്യം സംബന്ധിച്ച് അന്യോന്യം ആശ്രയമാക്കിയ മാതിരിയിൽ ശരിയായി പ്രവർത്തിപ്പാൻ ഉണ്ടാക്കിവെച്ച ഒരു യന്ത്രം എന്നുതന്നെ പറയാമെങ്കിലും , മനുഷ്യരിൽ അന്തർഭവിച്ചു കാണുന്ന ചില അവസ്ഥകളെ നോക്കുമ്പോൾ നമുക്ക് ഇതുവരെ വിവരമായി അറിവാൻ കഴിയാത്ത ചില ശക്തികൾ മനുഷ്യന്റെ ആത്മാവിന് ഉണ്ടെന്നു ഞാൻ വിചാരിക്കുന്നു. സ്വപ്നം മനസ്സിന് ഉണ്ടാവുന്ന ഭ്രാന്തിയാണ്. സോമനാംബ്യൂലിസം, മെസ്മറിസം എന്നിങ്ങനെ ബിലാത്തിക്കാർ പറയുന്ന വിദ്യകളെപ്പോലെ സാധാരണ

സൃഷ്ടി സ്വഭാവത്തിൽ മനുഷ്യന്റെ മനസ്സിന്ന് ഉറക്കത്തിൽ ചിലപ്പോൾ ഉണ്ടാവുന്ന ഒരു വികാരം എന്നേ പറയാനുള്ളൂ. എന്നാൽ ആ വികാരം ചിലപ്പോൾ നമുക്ക് അറിവാൻ കഴിയുന്ന യാതൊരു കാരണവും ഇല്ലാതെയും വരാം. ചിലപ്പോൾ ശുദ്ധ അസംഭവ്യങ്ങളായ അവസ്ഥകളെ കാണാം. ഒരു സർപ്പം തന്റെ അടുക്കെ വന്നു തന്നെ കൊത്താൻ ഫണം വിരുത്തി ഉയർത്തി ഭാവിക്കുന്നു. കടിച്ചുപോയി എന്നു നായാട്ടു കഴിഞ്ഞു ക്ഷീണിച്ച് ഒരു തമ്പിൽ കിടന്ന് ഉറങ്ങുന്ന ഒരു സായ്‌വ് സ്വപ്നം കണ്ടു ഞെട്ടി കണ്ണു മിഴിച്ചു നോക്കിയപ്പോൾ യഥാർത്ഥത്തിൽ ഒരു സർപ്പം തമ്പിൽ തന്റെ ഇരിമ്പുകട്ടിലിന്റെ ഒരു നാലുവാര ദൂരെ സ്വസ്ഥമായി എഴയുന്നതുകണ്ടതായും, മറ്റൊരു സായ്‌വ് വളരെ കാലമായി തനിക്കു കാണ്മാൻ സാധിക്കാത്ത തന്റെ ഒരു വലിയ സ്നേഹിതൻ യദൃച്ഛമായി തന്റെ ഭവനത്തിൽ ഒരു ദിവസം വന്നതായും അദ്ദേഹം തന്റെ കൂടെ രണ്ടു മൂന്നു ദിവസം സുഖമായി താമസിച്ചതായും രാത്രി സ്വപ്നം കണ്ടതിന്റെ പിറ്റേദിവസം രാവിലെ യഥാർത്ഥത്തിൽ ആ സ്നേഹിതൻ സ്വപ്നത്തിൽ കണ്ടതിനു സദൃശമായി തന്റെ ഭവനത്തിൽ വന്നു കണ്ടതായും മറ്റും പലേ സ്വപ്നവിശേഷങ്ങളെക്കുറിച്ചു ഞാൻ വായിച്ചിട്ടുണ്ട്. അതുകൊണ്ട് ഇന്ദുലേഖയ്ക്ക് ഉണ്ടായ സ്വപ്നത്തെപ്പറ്റി ഞാൻ അത്ര ആശ്ചര്യപ്പെടുന്നില്ല. നമ്മുടെ ഈ കഥ അവസാനിച്ചു രണ്ടുമൂന്നു കൊല്ലങ്ങൾ കഴിഞ്ഞശേഷം ഗോപീനാഥബാനർജ്ജിയുടെ ഒരു കത്തിൽ മാധവന്റെ മുതൽ കളവുചെയ്ത കള്ളന്മാരിൽ രണ്ടുമൂന്നാളെ വേറെ ഒരു കൊലയോടു കൂടിയ കളവിൽ പിടിച്ചു തൂക്കിക്കൊൽവാൻ വിധിച്ചിരിക്കുന്നു എന്നും എന്നാൽ അതിൽ സുന്ദരനായ ഒരു ചെറുപ്പക്കാരൻ കള്ളൻ പലേ കുറ്റസമ്മതങ്ങൾ ചെയ്തിരുന്നു എന്നും പലേ പ്രാവശ്യവുമായി പതിനേഴു മനുഷ്യരെ മുതൽ അപഹരിപ്പാൻവേണ്ടി അവൻതന്നെ കത്തികൊണ്ടു കുത്തീട്ടും വെടിവെച്ചിട്ടും വിഷം കൊടുത്തിട്ടും മറ്റും കൊന്നതായിട്ടും കൂട്ടത്തിൽ മാധവന്റെ മുതൽ എടുത്ത കാര്യവും സമ്മതിച്ചതായും അന്ന് ആവിധം കക്കാൻ തരമായിരുന്നില്ലെങ്കിൽ ആ ദുഷ്ടൻ മാധവനെ കൊന്നുകളയുമായിരുന്നു എന്നും മറ്റും വ്യസനത്തോടുകൂടെ എഴുതീട്ടുണ്ടായിരുന്നു.

ലക്ഷ്മിക്കുട്ടിഅമ്മ കരഞ്ഞും കൊണ്ട് കോണി എറങ്ങുമ്പോൾ പഞ്ചുമേനവനും മറ്റും കോണിയുടെ ചുവട്ടിൽ ബഹുവ്യസനത്തോടുകൂടി നില്ക്കുന്നതുകണ്ടു. ലക്ഷ്മിക്കുട്ടിഅമ്മയെ കണ്ടപ്പോൾ പഞ്ചുമേനോൻ വേഗം വിളിച്ചു സ്വകാര്യമായി ചോദിക്കുന്നു:

പഞ്ചുമേനോൻ: എന്താണു കുട്ടി നിലവിളിച്ചത്?

ലക്ഷ്മിക്കുട്ടിഅമ്മ: (കരഞ്ഞുംകൊണ്ട്) അവൾ സ്വപ്നത്തിൽ മാധവനെ ആരോ വഴിയാത്ര ചെയ്യുമ്പോൾ കുത്തിക്കൊന്നതായി കണ്ടുവത്രെ. അപ്പോൾ കലശലായ വ്യസനം തോന്നി നിലവിളിച്ചു. ഇപ്പോൾ വല്ലാതെ പനിക്കുന്നു. ഞാൻ വേഗം മുകളിലേക്കു പോവട്ടെ.

പഞ്ചുമേനോൻ കുറേനേരം ആ നിന്നേടത്തുതന്നെ നിന്നു വിചാരിച്ചു- പിന്നെ:

പഞ്ചുമേനോൻ: ഛീ! സ്വപ്നം എന്തെല്ലാം കാണും? മാധവന്റെ നേരെ ഈ പെണ്ണിന് ഇത്ര പ്രീതിയോ? ശിവ- ശിവ! ഞാൻ ഇതൊന്നും അറിഞ്ഞില്ല. അന്ന് ഞാൻ ഒരു സത്യം ചെയ്തുപോയതു കുട്ടി അറിഞ്ഞിരിക്കുന്നുവോ?

ലക്ഷ്മിക്കുട്ടിഅമ്മ: അറിഞ്ഞിരിക്കുന്നു

പഞ്ചുമേനോൻ: എന്നാൽ അതുകൊണ്ടും വ്യസനമുണ്ടായിരിക്കും.

ലക്ഷ്മിക്കുട്ടിഅമ്മ: വളരെ വ്യസനമുണ്ട്, അതുകൊണ്ടും എന്നു തോന്നുന്നു.

പഞ്ചുമേനോൻ : എന്നാൽ ആ വ്യസനമെങ്കിലും ഇപ്പോൾ തീർത്താൽ മനസ്സിനു കുറെ സുഖമാവുമായിരിക്കും. കേശവൻ നമ്പൂതിരിയെ വിളിക്കൂ. ലക്ഷ്മിക്കുട്ടി വേഗം മുകളിൽ ചെല്ലൂ. ഞാൻ ക്ഷണം വരുന്നു എന്നു പറയൂ. കുട്ടിയെ അശേഷം വ്യസനിപ്പിക്കരുതെ.

ഉടനെ കേശവൻനമ്പൂതിരി പഞ്ചുമേനോന്റെ അടുക്കെ ചെന്നു.

ഇന്ദുലേഖ ചില ദുഃസ്വപ്നങ്ങൾ കണ്ടു ഇപ്പോൾ അവൾക്കു കലശലായി പനിക്കുന്നു. എന്തൊക്കെയാണ്, അറിഞ്ഞില്ല. എന്റെ കൊച്ചുകൃഷ്ണൻ പോയതു ഞാൻ അറിയാതെ ഇരിക്കുന്നത് ഈ കുട്ടി ഉണ്ടായിട്ടാണ്.- എന്നുപറഞ്ഞു ശുദ്ധനായ വൃദ്ധൻ വല്ലാതെ ഒന്നു കരഞ്ഞുപോയി.

കേശവൻനമ്പൂതിരി: ഛെ, ഛെ, കരയരുത്.

എന്നുപറഞ്ഞും കൊണ്ടു ശുദ്ധാത്മാവായ നമ്പൂരിയും കരഞ്ഞു.

പഞ്ചുമേനോൻ: ഇന്ദുലേഖയ്ക്കു മാധവനോടുള്ള താൽപര്യം കൊണ്ടാണ് ഈ ദീനവും മറ്റും മാധവനു ഞാൻ ഇവളെ കൊടുക്കില്ലെന്നു സത്യം ചെയ്തിട്ടു വ്യസനിക്കുന്നുണ്ടത്രേ. ആ സത്യത്തിനു വല്ല പ്രായശ്ചിത്തവും ചെയ്താൽ പിന്നെ ദോഷമുണ്ടാവുമോ?

കേശവൻനമ്പൂതിരി: പ്രായശ്ചിത്തം ചെയ്താൽ മതി. ഞാൻ

വാദ്ധ്യാരോട് ഒന്നു ചോദിച്ചുകളയാം.

എന്നു പറഞ്ഞ് അണ്ണാത്തിരവാദ്ധ്യാരെ വരുത്തി അന്വേഷിച്ച തിൽ സത്യം ചെയ്തതിനു പ്രായശ്ചിത്തം ചെയ്താൽ, പിന്നെ അതു ലംഘിക്കുന്നതിൽ ദോഷമില്ലെന്ന് അദ്ദേഹം വിധിച്ചു. വിവരം പഞ്ചുമേനവനോടു പറഞ്ഞു.

പഞ്ചുമേനോൻ: എന്താണു പ്രായശ്ചിത്തം?

അണ്ണാത്തിരവാദ്ധ്യാർ: സ്വർണ്ണംകൊണ്ടോ വെള്ളികൊണ്ടോ, സത്യം ചെയ്തപ്പോൾ ആ സത്യവാചകത്തിൽ ഉപയോഗിച്ചു അക്ഷ രങ്ങളുടെ ഓരോ പ്രതിമ ഉണ്ടാക്കിച്ചു വേദവിത്തുകളായ ബ്രാഹ്മ ണർക്കു ദാനം ചെയ്കയും അന്ന് ഒരു ബ്രാഹ്മണസദ്യയും അമ്പല ത്തിൽ ചുരുക്കത്തിൽ വല്ല വഴിപാടും ചെയ്താൽ മതി. എന്നാൽ അക്ഷരപ്രതിമകൾ സ്വർണ്ണംകൊണ്ടുതന്നെ ആയാൽ അത്യുത്തമം അതിനു നിവൃത്തിയില്ലാത്ത ഭാഗം വെള്ളിയായാലും മതി.

പഞ്ചുമേനോൻ: സ്വർണ്ണംകൊണ്ടുതന്നെ ഉണ്ടാക്കട്ടെ.

കേശവൻനമ്പൂതിരി: എന്തു സംശയം; സ്വർണ്ണം തന്നെ വേണം.

അങ്ങനെതന്നെ എന്നു നിശ്ചയിച്ച് ആ നിമിഷംതന്നെ പെട്ടി തുറന്നു സ്വർണ്ണം എടുത്തു പരിശുദ്ധാത്മാവായ പഞ്ചുമേനവൻ തൂക്കി തട്ടാൻ വശം ഏല്പിച്ചു. സത്യം ചെയ്ത വാക്കുകൾ കണ ക്കാക്കി. എ-എന്റെ-ശ്രീ-പോ-ർക്ക-ലി-ഭ-ഗ-വ-തി-യാ-ണെ-ഞാ -ൻ-ഇന്ദു-ലേ-ഖ-യെ-മാ-ധ-വ-നു-കൊ-ടു-ക്കു-ക-യി-ല്ലാ. ഇരു പത്തൊമ്പത് അക്ഷരങ്ങൾ അതിൽ ൻ-ന്റെ-ഇത് അക്ഷരങ്ങളായി കൂട്ടണമോ എന്നു ശങ്കരമേനോൻ സംശയിച്ചതിൽ കൂട്ടണം എന്നു തന്നെ അണ്ണാത്തിര വാദ്ധ്യാർ തീർച്ചയാക്കി. ഓരോ അക്ഷരം ഈ രണ്ടു പണത്തൂക്കത്തിൽ ഉണ്ടാക്കിക്കൊണ്ടു വരാൻ ഏല്പിച്ചശേഷം പഞ്ചുമേനവൻ ഇന്ദുലേഖയുടെ മാളികയിൽ വന്നു വിവരം എല്ലാം ഇന്ദുലേഖയുടെ അടുക്കെ ഇരുന്നു പറഞ്ഞു.

പഞ്ചുമേനോൻ: എന്റെ മകൾ എനി ഒന്നുകൊണ്ടും വ്യസനി ക്കേണ്ടാ. മാധവൻ എത്തിയ ക്ഷണം അടിയന്തിരം ഞാൻ നടത്തും.

ഇന്ദുലേഖ: എല്ലാം വലിയച്ഛന്റെ ശുദ്ധമനസ്സുപോലെ സാധി ക്കട്ടെ- എന്നുമാത്രം പറഞ്ഞു.

ഇന്ദുലേഖയ്ക്ക് അന്നും അതിന്റെ പിറ്റേന്നും കഠിനമായി പനി ച്ചു. പിന്നെ പനി അല്പം ആശ്വാസമായി ഒരു കുര, തലതിരിച്ചൽ, മേൽ സർവ്വാംഗം വേദന ഈ ഉപദ്രവങ്ങളാണു പിന്നെ ഉണ്ടായത്. അതിന് എന്തെല്ലാം ഔഷധങ്ങൾ പ്രവർത്തിച്ചിട്ടും അശേഷം ഭേദ മില്ല. അങ്ങനെ അല്പദിവസങ്ങൾ കഴിഞ്ഞു. അപ്പോഴേയ്ക്കു ശപ

ഥത്തിന്റെ അക്ഷരപ്രതിമകൾ തയ്യാറാക്കിക്കൊണ്ടുവന്നു. ഇന്ദുലേഖയ്ക്കു കാണിക്കണമെന്നു വെച്ചു പഞ്ചുമേനോൻ ഈ അക്ഷരങ്ങളെ ഒരു അളവിൽ ഇട്ട് ഇന്ദുലേഖയുടെ മാളികയിൽ കൊണ്ടുപോയി തുറന്നു കാണിച്ചപ്പോൾ വളരെ വ്യസനത്തോടും ക്ഷീണത്തോടും കിടന്നിരുന്ന ഇന്ദുലേഖ ഒന്നു ചിരിച്ചു പോയി.

പഞ്ചുമേനോൻ: എന്റെ മകൾക്കു സന്തോഷമായി എന്നു തോന്നുന്നു. എനി ദീനത്തിന് ആശ്വാസം ഉണ്ടാവും.

ഇന്ദുലേഖ: അതേ വലിയച്ഛാ, സന്തോഷമായി. എന്റെ വലിയച്ഛന്റെ മനസ്സിന് എല്ലാം സന്തോഷമായി വരുത്തട്ടെ. എന്നു പറഞ്ഞിരിക്കുമ്പോൾ ലക്ഷ്മിക്കുട്ടിഅമ്മ, കേശവൻനമ്പൂരി, ശങ്കരമേനവൻ മുതലായ വീട്ടിലുള്ള എല്ലാവരും തീവണ്ടിസ്റ്റേഷനു സമീപം വർത്തമാനങ്ങൾ അറിയുവാൻ താമസിപ്പിച്ചിരുന്ന ആളുംകൂടി തെരക്കി കയറി വരുന്നതു കണ്ടു.

ഇന്ദുലേഖ തന്റെ ആളെ കണ്ട ഉടനെ കട്ടിലിന്മേൽ ക്ഷണത്തിൽ എണീട്ടിരുന്നു. തലതിരിച്ചൽകൊണ്ടു കൈപിടിക്കാതെ മുമ്പ് എണീക്കാറില്ല.

ഇന്ദുലേഖ: എന്താണ്, വല്ല കമ്പിയും ഉണ്ടോ?

ലക്ഷ്മിക്കുട്ടിഅമ്മ: കമ്പി ഉണ്ട്. ഇതാ സന്തോഷവർത്തമാനമാണെന്നു സ്റ്റേഷൻമാസ്റ്റർ പറഞ്ഞിരിക്കുന്നുവത്രെ.

എന്നു പറഞ്ഞു കമ്പിവർത്തമാനലക്കോട്ട് ഇന്ദുലേഖവശം കൊടുത്തു. ഇന്ദുലേഖ തുറന്ന് ഉറക്കെ മലയാളത്തിൽ വായിച്ചു- താഴെ പറയും പ്രകാരം. ബൊമ്പായി...ന്

മാധവനെ ഇവിടെവെച്ച് ഇന്നു കണ്ടു. സുഖക്കേട് ഒന്നുമില്ല. ഞങ്ങൾ എല്ലാവരും നാളത്തെ വണ്ടിക്ക് അങ്ങട്ടു പുറപ്പെടുന്നു.

ഇതു വായിച്ചുകേട്ടപ്പോൾ അവിടെ കൂടിയവരിൽ സന്തോഷിക്കാത്ത ആൾ ആരുമില്ല. ഇന്ദുലേഖയുടെ സന്തോഷത്തെക്കുറിച്ചു ഞാൻ എന്താണു പറയേണ്ടത്? ഇന്ദുലേഖയുടെ തലതിരിച്ചൽ, കുര, മേൽവേദന ഇതെല്ലാം ഏതിലെ പോയോ ഞാൻ അറിഞ്ഞില്ല.

പഞ്ചുമേനോൻ: (കേശവൻനമ്പൂതിരിയോട്) നോക്കൂ. തിരുമനസ്സിന്നെ; ഞാൻ സത്യം ചെയ്തുപോയതിൽ വന്ന ആപത്തും അതിന് ഇപ്പോൾ പ്രായശ്ചിത്തം ചെയ്യുവാൻ പ്രതിമ ഉണ്ടാക്കി എത്തിയപ്പഴയ്ക്കുതന്നെ വന്ന സന്തോഷവും.

കേശവൻനമ്പൂതിരി: അതിന് എന്താ സംശയം? എല്ലാം ദൈവകൃപയും ബ്രാഹ്മണരുടെ അനുഗ്രഹവും തന്നെ.

ഇന്ദുലേഖ ചിരിച്ചു. സത്യത്തിന്റെ പ്രായശ്ചിത്തവും കമ്പിവർത്ത

മാനവും തമ്മിൽ ഒരു സംബന്ധവും ഓർത്തിട്ട് ഇന്ദുലേഖ കണ്ടില്ലാ. വേറെ അവിടെ കൂടിയതിൽ പക്ഷേ, ലക്ഷ്മിക്കുട്ടിഅമ്മ ഒഴികെ എല്ലാവരും പഞ്ചുമേനവന്റെ അഭിപ്രായം ശരി എന്നുതന്നെ എന്നു വിചാരിച്ചു എല്ലാവർക്കും മനസ്സിന് സന്തോഷമായി അന്നുതന്നെ പഞ്ചുമേനവൻ പ്രതിമകൾ ദാനം ചെയ്തു. അണ്ണാത്തിരവാദ്ധ്യാർക്ക് ഒരു ഏഴെട്ടക്ഷരങ്ങൾ കിട്ടി. നാലഞ്ചു നമ്മുടെ ശങ്കരശാസ്ത്രികൾക്കും കിട്ടി. ബ്രാഹ്മണസദ്യയും മറ്റും കഴിഞ്ഞു. പഞ്ചുമേനവൻ ഇന്ദുലേഖയുടെ അടുക്കെ വന്നപ്പോഴേയ്ക്ക് ഇന്ദുലേഖയുടെ ശരീരസുഖക്കേട് വളരെ ഭേദമായി കണ്ടു. കഞ്ഞി നല്ലവണ്ണം കുടിച്ചിരിക്കുന്നു. കുരയും തലതിരിച്ചിലും ഇല്ലെന്നുതന്നെ പറയാം. ശരീരത്തിലെ വേദനയും വളരെ ഭേദം. ക്ഷീണത്തിനും വളരെ കുറവ്. ഇതെല്ലാം കണ്ടു വൃദ്ധൻ വളരെ സന്തോഷിച്ചു. തന്റെ പ്രായശ്ചിത്തത്തിന്റെ ഫലമാണ് ഇത് എന്ന് അസംബന്ധമായി തീർച്ചയാക്കി. ഇന്ദുലേഖയോട് ഓരോ വിശേഷങ്ങളും പറഞ്ഞ് ഇരുന്നു.

കഥയുടെ സമാപ്തി

ഗോവിന്ദപ്പണിക്കരും മാധവനും ഗോവിന്ദൻകുട്ടിമേനവനും കൂടി ഗിൽഹാംസായ്‌വിനെ പോയി കണ്ടു വിവരങ്ങൾ എല്ലാം ഗ്രഹിപ്പിച്ചു. അദ്ദേഹം വളരെ ചിറിച്ചു. ഉടനെ മാധവനെ സിവിൾ സർവ്വീസിൽ എടുത്തതായി ഗസറ്റിൽ കാണുമെന്നു സായ്‌വ് അവർകൾ വാത്സല്യപൂർവ്വം പറഞ്ഞതിനെ കേട്ടു സന്തോഷിച്ച് അവിടെനിന്നു പോന്നു. അച്ഛനോടും ഗോവിന്ദൻകുട്ടിയോടും കൂടെ മലബാറിലേക്കു പുറപ്പെട്ടു. പിറ്റേദിവസം വീട്ടിൽ എത്തിച്ചേർന്നു. മാധവൻ എത്തി എന്നു കേട്ടപ്പോൾ ഇന്ദുലേഖയ്ക്കുണ്ടായ സന്തോഷത്തെക്കുറിച്ചു പറയേണ്ടതില്ലല്ലൊ.

മാധവൻ വന്ന ഉടനെ തന്റെ അമ്മയെ പോയി കണ്ടു. വർത്തമാനങ്ങൾ എല്ലാം അറിഞ്ഞു. ശപഥപ്രായശ്ചിത്തത്തിന്റെ വർത്തമാനവുംകൂടി കേട്ടു. ഉടനെ അമ്മാമനേയും പോയി കണ്ടതിന്റെ ശേഷം മാധവൻ ഇന്ദുലേഖയുടെ മാളികയുടെ ചുവട്ടിൽ വന്നു നിന്നു. അപ്പോൾ ലക്ഷ്മിക്കുട്ടിഅമ്മ മുകളിൽ നിന്നു കോണി എറങ്ങുന്നു. മാധവനെ കണ്ട് ഒരു മന്ദഹാസം വരുന്നു എന്ന് ഇന്ദുലേഖയെ അറിയിച്ചു മടങ്ങിവന്നു മാധവനെ വിളിച്ചു. മാധവൻ കോണി കയറി പൊറത്തളത്തിൽ നിന്നു. ലക്ഷ്മിക്കുട്ടി അമ്മ ചിരിച്ചും കൊണ്ടു താഴത്തേക്കും പോന്നു.

ഇന്ദുലേഖ: (അകത്തുനിന്ന്) ഇങ്ങട്ടു കടന്നുവരാം. എനിക്ക് എണീട്ട് അങ്ങട്ടു വരാൻ വയ്യ.

മാധവൻ പതുക്കെ അകത്തു കടന്നു. ഇന്ദുലേഖയെ നോക്കിയപ്പോൾ അതിപരവശയായി കണ്ടു. കണ്ണിൽനിന്നും വെള്ളം താനേ ഒഴുകി. ഇന്ദുലേഖയുടെ കട്ടിലിന്മേൽ ചെന്ന് ഇരുന്നു. രണ്ടുപേരും അന്യോന്യം കണ്ണുനീർ കൊണ്ടുതന്നെ കുശലപ്രശ്നം കഴിച്ചു.

ഇങ്ങനെ രണ്ടുപേരും കൂടി ഓരോ സല്ലാപങ്ങളെക്കൊണ്ട് അന്നു പകൽ മുഴുവനും കഴിച്ചു. വൈകുന്നേരം പഞ്ചുമേനവൻ മുകളിൽ

വന്ന് ഇന്ദുലേഖയുടെ ശരീരസുഖവർത്തമാനങ്ങളെല്ലാം. ചോദിച്ചതിൽ വളരെ സുഖമുണ്ടെന്നറിഞ്ഞു സന്തോഷിച്ചു. മാധവൻ വീട്ടിൽ എത്തിയതിന്റെ ഏഴാംദിവസം ഇന്ദുലേഖയെ മാധവൻ സ്വയംവരം ചെയ്തു. യഥാർത്ഥത്തിൽ സ്വയംവരമാകയാൽ ആ വാക്കുതന്നെ ഇവിടെ ഉപയോഗിക്കുന്നതിൽ ഞാൻ ശങ്കിക്കുന്നില്ല. സ്വയംവരദിവസം പഞ്ചുമേനോൻ അതിഘോഷമായി ബ്രാഹ്മണസദ്യയും മറ്റും കഴിച്ചു. ആ ദിവസം തന്നെ ഗോവിന്ദസെൻ ബങ്കാലത്തുന്ന് അയച്ച ഒരു ബങ്കി കിട്ടി. മുമ്പു സമ്മാനം കൊടുത്ത സാധനങ്ങളേക്കാൾ അധികം കൗതുകമുള്ളതും വില ഏറിയതും ആയ പലേ സാമാനങ്ങളും അതിൽ ഉണ്ടായിരുന്നു. അതുകളെ എല്ലാം കണ്ട് ഇന്ദുലേഖയ്ക്കും മറ്റും വളരെ സന്തോഷമായി. ഇന്ദുലേഖയുടെ പാണിഗ്രഹണം കഴിഞ്ഞു. കഷ്ടിച്ച് ഒരു മാസം ആവുമ്പോഴേയ്ക്കു മാധവനെ സിവിൽ സർവ്വീസിൽ എടുത്തതായി കല്പന കിട്ടി. ഇന്ദുലേഖയും മാധവനും മാധവന്റെ അച്ഛനമ്മമാരോടുകൂടി മദിരാശിക്കുപോയി. സുഖമായി ഇരുന്നു. ഈ കഥ ഇവിടെ അവസാനിക്കുന്നു.

൦൦

www.ingramcontent.com/pod-product-compliance
Lightning Source LLC
LaVergne TN
LVHW101404051026
849519LV00005BC/1645
* 9 7 8 9 3 9 1 0 8 5 5 2 0 *